‘...मनुष्याला स्वतंत्रता असणे ही एक मोठी जरुरीची गोष्ट आहे. जेव्हा मनुष्य स्वतंत्र असतो, तेव्हा त्यास आपले मनात उद्‌भवलेले विचार स्पष्ट रीतीने इतर लोकांस बोलून अथवा लिहून दाखविता येतात. तेच विचार त्यास स्वतंत्रता नसल्यामुळे, मोठे महत्त्वाचे असून, हितावह का असेनात; तथापि, ते त्यास दुसरे कोणास कळविता येत नाहीत आणि असे झाले, म्हणजे काही काळाने ते सर्व विचार लयास जातात.’

– ‘गुलामगिरी’

‘महात्मा’ या कादंबरीस रणजित देसाई, रा. तु. पाटील परखड व जनसारस्वत पुरस्कार २००४.

अभिप्राय

स्त्रीशूद्रातिशूद्रांना तत्कालीन प्रतिष्ठितांच्या दास्यातून मुक्त करण्याचे फार मोठे कार्य म. फुले यांनी केले. त्यांच्या जीवनातील कित्येक घटना हृदयद्रावक, संघर्षमय आणि थरारक स्वरूपाच्या. सर्व घटनांचे चिताकर्षक असे वर्णन या कादंबरीत आले आहे.

तातोबा बदामे, दैनिक पुढारी

'म. फुले यांनी जी वैचारिक व सामाजिक क्रांती घडवण्याचा प्रयत्न केला, त्याचे यथाशक्य चित्र रेखाटावे.' म. फुले यांचे विचार व सर्वस्पर्शी व्यक्तिमत्त्व या कादंबरीच्या रूपाने लेखकाने वाचकांपुढे ठेवले आहे.

दैनिक लोकसत्ता

समताधिष्ठित भारतीय समाजक्रांतीचे स्वप्न पाहणारे आणि त्यासाठी आमरण झटणारे थोर क्रांतिकारी विचारवंत महात्मा फुले यांच्यावरील कादंबरी

प्रा. माधव पाटील
दैनिक पुढारी, २२-९-२००२

महात्मा

डॉ. रवींद्र ठाकूर

मेहता पब्लिशिंग हाऊस

✆ +91 020-24476924 / 24460313 / Mob. No. 9545000513

Email : production@mehtapublishinghouse.com

Website : www.mehtapublishinghouse.com

MAHATMA by **RAVINDRA THAKUR**

महात्मा : रवींद्र ठाकूर / चरित्रात्मक कहाणी

Email : author@mehtapublishinghouse.com

संस्थापक : सुनील अनिल मेहता

प्रकाशक : मेहता पब्लिशिंग हाऊस प्रा. लि.,
१९४१, सदाशिव पेठ, माडीवाले कॉलनी, पुणे ४११०३०.

मुद्रक : ट्रिनिटी अॅकॅडमी फॉर कॉर्पोरेट ट्रेनिंग लिमिटेड

मुद्रण संस्करण : मोहन वेल्हाळ

मुखपृष्ठ : चंद्रमोहन कुलकर्णी

प्रकाशनकाल : ऑक्टोबर, १९९९ / फेब्रुवारी, २००४ / डिसेंबर, २००९ / सप्टेंबर, २०१६ / पुनर्मुद्रण : मे, २०२४

किंमत : ₹ ५५०

P Book ISBN 9788171618811
E Book ISBN 9789386175335
E Books available on : amazonkindle Apple Books Google Play Books

---

ज्यांनी लिहिलेले 'महात्मा फुले' चरित्र वाचून
हे लेखन करण्याची प्रेरणा मिळाली, ते थोर चरित्रकार
धनंजय कीर
यांच्या स्मृतीस...

ही कादंबरी इंग्रजी भाषेत भाषांतरीत झाली आहे.

भूमिका

महामानव जोतीराव फुले यांचे विचार, व्यक्तिमत्त्व आणि जीवनकार्य कथात्मक ललित माध्यमातून वाचकांसमोर ठेवण्याचा हा एक नम्र प्रयत्न आहे. अर्थात त्यात कितपत यश आले आहे, हे ठरवण्याचा अधिकार वाचकांचा. किंबहुना हे लेखन वाचून त्यांना महात्मा जोतीराव फुले यांचे व्यक्तिमत्त्व आणि जीवनकार्य समजावून घेण्याची इच्छा झाली, तरी ही चरितकहाणी सुफळ संपूर्ण झाल्याचे समाधान मिळणार आहे. कारण हा विषय एवढा प्रचंड, बहुआयामी आणि सखोल आहे की, त्याचे सर्व पैलू या लेखनात आले आहेत, असा दावा करणे सर्वस्वी व्यर्थ ठरेल.

आज आपल्या समाजाला म. फुले यांचे विचार किती प्रेरक, मार्गदर्शक आणि स्फूर्तिदायक ठरत आहेत, हे वेगळे सांगायची गरज उरलेली नाही. आता तर संपूर्ण भारतात आणि परदेशांतही त्यांच्या साहित्यास वाढती मागणी येत असून, ते भाषांतरित स्वरूपात उपलब्ध करून दिले जात आहे. आधुनिक जगाला महाराष्ट्राने केवढा मोठा माणूस दिला आहे, याची जाणीव अजून तरी महाराष्ट्राचा अभिमान बाळगणाऱ्या लोकांना किती आहे हाही एक प्रश्नच आहे. याबाबत आमची स्थिती कस्तुरीमृगासारखी आहे, असेच म्हणावे लागेल. आज समाजात सुरू असलेल्या अनेक प्रकारच्या विचारमंथनाची पूर्वसूत्रे म. फुले यांच्या विचारात आहेत, ही वस्तुस्थिती आहे. शेतीसुधारणा, धंदेशिक्षण व तंत्रशिक्षण, पर्यावरण, आरक्षण, अस्पृश्यता-निवारण, देवदासी-प्रथा-निर्मूलन, अंधश्रद्धा-निर्मूलन, स्त्रीसमता इत्यादी अनेक विषय त्यांच्या साहित्यात आले आहेत आणि त्या दृष्टीने त्यांनी प्रत्यक्ष कार्यही केले आहे. अनेक विचारवंतांनी, अभ्यासक-संशोधकांनी त्यांच्या साहित्याचा व जीवनकार्याचा सखोल अभ्यास करून त्यांची थोरवी समाजापुढे मांडायचा प्रयत्न केला आहे. परंतु सर्वसामान्य माणूस अशा वैचारिक व संशोधनपर लेखनापासून प्राय: दूर असतो किंवा ते वाचायला तो फारसा उत्सुक नसतो, असा आपला अनुभव आहे. म्हणूनच म. फुले यांचे विचार आणि त्यांचे

सर्वस्पर्शी व्यक्तिमत्त्व कादंबरीच्या रूपाने वाचकांपुढे ठेवावे, या हेतूने हा प्रयत्न केला आहे. येथे या लेखनाला कादंबरी म्हटले खरे, परंतु समीक्षेच्या रूढ मोजपट्ट्या बाजूला ठेवून त्याचा आस्वाद घेतला जावा, अशी अपेक्षा आहे. या लेखनास चरितकहाणी म्हटले असताही चुकीचे ठरणार नाही. मला तरी ही चरित्रात्मक कादंबरीच वाटते. कादंबरीची कल्पिताशी जोडली गेलेली सांगड पाहता, माझे म्हणणे काहीजणांना कदाचित वेगळे वाटेल; परंतु कादंबरीला सत्य आणि वास्तवाचे वावडे असते, असे मानणे चुकीचे आहे किंबहुना कादंबरीचा इतिहास पाहता तसे मानणे अज्ञानमूलक आहे, हे वेगळे सांगायला नको.

या लेखनाकडे मी कसा वळलो, हेही या निमित्ताने सांगणे थोडे आवश्यक वाटते. म. फुले यांच्या जीवनचरित्राविषयी काही ललितलेखन यापूर्वी झाले आहे. ते सर्व मी वाचले आहे, असे नाही; परंतु त्यातले जे वाचले, ते मनात असमाधान निर्माण करून गेले. ते असमाधान, मी वेळोवेळी मित्रांजवळ व्यक्त करू लागलो. चर्चेचा विषय तो नसला, तरी माझी गाडी तिकडेच वळत असे. ते पाहून एक-दोघे म्हणाले, असे आहे तर मग तूच का लिहीत नाहीस एखादी कादंबरी किंवा नाटक? मनात आले, खरेच! आपणच का लिहू नये? टीका करणे सोपे असते. लिहून दाखवणे अवघड असते. तुला असे असावेसे वाटते, तर तसे तूच लिहून दाखव; इतरांकडून अपेक्षा बाळगू नकोस.

अशा प्रकारे चर्चेतून आणि मानसिक क्रिया-प्रतिक्रियांतून हा विषय मनात अधिकाधिक रुजत गेला. काहीतरी लिहिलेच पाहिजे, असे तीव्रतेने वाटू लागले आणि शेवटी मनाच्या एका उत्कट क्षणी ही चरित्रात्मक कादंबरी लिहायचा निर्णय मी घेऊनच टाकला.

पाहता-पाहता या विषयाने मी जणू झपाटला गेलो. याच सुमारास एका मित्राने या विषयावर नाटक लिहा, अशी सूचना केली; परंतु म. फुले यांचे विचार, त्यांचे व्यक्तिमत्त्व आणि एकूणच जीवनकार्य हा प्रचंड विषय नाटकात मावेल, असे वाटेना. तशात त्याच सुमारास आलेल्या एका नाटकात त्या मौलिक विषयाचे जे काय झालेले होते, ते पाहून नाटकाच्या वाटेला जायचे धाडसच होईना. याचा अर्थ त्या दृष्टीने मी विचार केलाच नाही, असे नाही. त्या दृष्टीने काही टिपणेही मी काढली होती; परंतु या विषयाचा एकूण व्याप पाहता नाटकाचा मर्यादित अवकाश त्याला पुरेसा होईल, असे वाटेना.

याचा अर्थ या विषयावर नाटक लिहिले जाऊ शकणार नाही, अशी माझी धारणा मुळीच नाही. उद्या असा नाटककार उदयास येईल आणि तो म. फुले यांचे समग्र व्यक्तिमत्त्व रंगभूमीवर साक्षात सादर करीलही. मुळात नाटक लिहिणे आणि कादंबरी लिहिणे या गोष्टी पूर्णपणे वेगवेगळ्या आहेत. नाटक हा कमी सामर्थ्यशाली

वाङ्मयप्रकार आहे, असे मुळीच नाही. उलट, जे काम एखादी प्रदीर्घ कादंबरी साधू शकणार नाही, ते काम एखादे लहानसे नाटक सहज साधू शकेल. माझ्यापुरते बोलायचे झाले, तर पुन:पुन्हा विचार करूनही चरित्रात्मक कादंबरी हाच विचार माझ्या मनात सारखा मूळ धरत राहिला. कदाचित माझी लेखनप्रकृतीही त्याच घाटाला अधिक अनुकूल असावी.

एकदा निर्णय घेतल्यानंतर त्या दृष्टीने अधिक वाचन सुरू झाले. वाचन-टिपण-टाचण-प्रकरणांचे लेखन-परिष्करण-पुनर्लेखन अशा प्रक्रिया पार करीत वेळ मिळेल, त्याप्रमाणे आणि सुचत जाईल, त्याप्रमाणे लेखन सुरू राहिले. या ना त्या निमित्ताने त्यात अनेकदा खंडही पडला; परंतु एका अदम्य ओढीने हे काम मी करीतच राहिलो.

एखाद्या विषयाने माणूस झपाटला जातो, म्हणजे नेमके काय होते याचा अनुभव ही कादंबरी लिहिताना मी पुरेपूर घेतला. गेली पाच-सहा वर्षे मी जणू म. फुले यांच्या सहवासातच होतो.

आज त्या अनुभवाकडे मी काहीसा अलिप्तपणे पाहतो आहे; त्यामुळे त्याचे मोल कळते. तो सहवास संपत असल्याचे दु:ख आणि कादंबरी पूर्ण होऊन वाचकांच्या हाती देत असल्याचा आनंद अशा संमिश्र भावनांनी मन भरून आले आहे.

दुष्काळग्रस्तांच्या तांड्यात सामील होऊन मीही जणू फुल्यांच्या वाड्यावर गेलो होतो. माझ्याही हातावर काकूंच्या हातची अर्धी-चतकोर भाकर पडली होती. त्यांचे भावभिजले मायाळू डोळे मी त्याच वेळी जवळून पाहिले. फुले वाड्यात जन्मणाऱ्या त्या नवजात अर्भकांचा टाहो मला ऐकू येत होता. सुख-दु:खांचे अनेक प्रसंग लिहिताना मी कधी हसत होतो, तर कधी रडतही होतो. आज अशा कितीतरी गोष्टी मनात उचंबळून येत आहेत.

या कादंबरीत वैचारिक आशय येणे स्वाभाविकच होते. लालित्याच्या नावाखाली त्याला फाटा देण्याचा प्रयत्न केला असता, तर ते चुकीचे ठरले असते. एवढेच नव्हे, तर मूळ विषयाशी ती प्रतारणा ठरली असती. उलट, खरा प्रश्न म. फुले यांच्या विचारप्रणालीचा वैचारिक गाभा अधिकाधिक लालित्यपूर्ण कसा करता येईल, हाच होता. तसे पाहिले, तर कादंबरीत खुलवून सांगायला योग्य अशा नाट्यमय घटना-प्रसंगांची जोतीरावांच्या जीवनात उणीव होती, अशातला भाग नाही. घडले, तेवढे खुलवून सांगितले असते, तरी ती कादंबरी 'कादंबरी' म्हणून रचनात्मकदृष्ट्या कुठेही उणी पडली नसती; परंतु तेवढे करून हा विषय संपवणे योग्य झाले नसते. तो या कादंबरीचा उद्देशच नव्हता. एकोणिसाव्या शतकात आधुनिक जाणिवांच्या संक्रमणकाळात जे वैचारिक मंथन सुरू झाले होते, त्या पार्श्वभूमीवर म. फुले यांनी जी वैचारिक व सामाजिक क्रांती घडवण्याचा प्रयत्न केला, त्याचे यथाशक्ती चित्र रेखाटावे, हाच या कादंबरीचा उद्देश आहे.

संशोधन आणि सर्जन अशा दोन पातळ्यांवर काम करत असताना पंढरीनाथ पाटील, ना. वि. जोशी, धनंजय कीर, य. दि. फडके, स. गं. मालशे, हरि नरके, सीताराम रायकर, न. र. फाटक, वि. भा. गोवंडे, पु. बा. कुलकर्णी. पी. बी. साळुंखे यांच्या ग्रंथांची भक्कम आधारभूमी मला लाभली. याबाबत धनंजय कीर लिखित म. फुले चरित्रग्रंथाचे ऋण मोठे आहे. म्हणून हे लेखन त्यांनाच कृतज्ञतापूर्वक अर्पण केले आहे. काही रिकाम्या जागा भरताना कल्पनाशक्तीचा उपयोग केला आहे; परंतु कल्पनेचे झाड शक्य तेवढे वास्तवाच्या भूमीवरच उभे राहील, याची काळजी घेतली आहे. वाचकांनाही याचा प्रत्यय येईल, असा विश्वास वाटतो.

उदाहरणार्थ, आयुष्याच्या उत्तरकाळात जोतीरावांचे काही सहकारी त्यांच्यापासून दुरावलेले दिसतात. वैचारिक मतभेद आणि व्यक्तिगत रागलोभ अशी काही कारणे त्यामागे असू शकतात. तथापि, आजारपणाला तोंड देत जोतीरावांचे कार्य सुरूच होते. त्यांनी सुरू केलेली क्रांतिजागराची चळवळ पुढे अनेक क्षेत्रांत फोफावत गेली. लोखंडे, भालेकर, मुकुंदराव पाटील यांचे कार्य ही त्याची साक्ष आहे.

तथापि, हा सर्व इतिहास लिहीत असताना विश्वसनीय पुरावा नसेल, तेथे फारसे लिहिता आले नाही; त्यामुळे काही ठिकाणी काहीशी पोकळी राहिल्यासारखे वाटण्याची शक्यता आहे; परंतु कल्पनेच्या वारूवर स्वार होऊन कुठेही भरकटत जाण्यापेक्षा काही गोष्टी वाचकांवरही सोपवलेल्या बऱ्या, असे वाटले.

महात्मा फुले आणि त्यांचा काळ यांच्याशी संबंधित असलेले शक्य तेवढे संदर्भ विषयानुरोधाने येथे आले आहेत; परंतु प्रत्येक गोष्ट आलीच पाहिजे, असा अट्टाहास बाळगलेला नाही.

महात्मा फुले यांच्या मृत्यूनंतरही काही महत्त्वाच्या घटना घडल्या. त्यांचा उल्लेख ओझरता का होईना, आला पाहिजे, असे काही मित्रांचे म्हणणे पडले. उदाहरणार्थ, शेवटच्या आजारपणात जोतीराव अंथरुणाला खिळलेले असताना महाराजा सयाजीराव गायकवाड यांची मदत मिळवण्यासाठी मामा परमानंदांनी खूप प्रयत्न केले. जोतीरावांच्या मृत्यूनंतरही त्यांनी आणखी एक पत्र लिहिलेले आहे. फुले कुटुंबीयांना आर्थिक मदत मिळवून देण्याचा मामांचा हेतू सफल झाला; परंतु कादंबरी जोतीरावांच्या मृत्यूजवळ संपत असल्याने कादंबरीत तो निर्देश येणे शक्य नव्हते; त्यामुळे अशा काही घटनांविषयी जाणून घेण्याची जबाबदारी वाचकांवरच टाकावी लागली.

या कादंबरीच्या शीर्षकाविषयी खूप विचार केला. 'महामानव', 'महात्मा' ही शीर्षके प्रामुख्याने डोळ्यांसमोर होती. महात्मा या शब्दात येणारी आत्म्याची संकल्पना जोतीरावांना अमान्य होती म्हणून ते शीर्षक न देता महामानव हे शीर्षक द्यावे, असे वाटत होते. परंतु 'महात्मा' हा किताब त्यांना महाराष्ट्राच्या सामान्य जनतेने दिला होता, हे मी नजरेआड करू शकलो नाही. म्हणून शेवटी 'महात्मा' हेच शीर्षक निश्चित केले.

ते करताना तो किताब देणाऱ्या जनतेच्या भावनांची बूज राखल्यासारखे होईल, असे मला वाटले. वाचकांना माझी भूमिका रास्त वाटेल, असा विश्वास वाटतो. शेवटी एखाद्या शब्दाला महत्त्व नसते तर त्यामागील भावनांना महत्त्व असते, हेच खरे!

म. फुले यांचे जीवनचरित्र कादंबरीरूपाने मांडणे हे काम इतके सोपे नाही, ही गोष्ट ते काम सुरू केल्यावर माझ्या लक्षात आली. परिणामी, अनेकदा दमछाक झाली; तरीही जिद्दीने ही काम मी करतच राहिलो. म्हणूनच ते करताना मिळालेल्या प्रोत्साहनाचा ऋणनिर्देश करणे अत्यंत आवश्यक ठरते.

गुरुवर्य डॉ. नागनाथ कोत्तापल्ले यांचे प्रोत्साहन फार बलवर्धक ठरले. हे लेखन वाचून त्यांनी खूप उपयुक्त अशा सूचना केल्या. तसेच डॉ. आ. ह. साळुंखे, निळू फुले, डॉ. ल. रा. नसिराबादकर, डॉ. वसंत जोशी, डॉ. एस्. एस्. भोसले, डॉ. सीताराम रायकर, डॉ. पंडित टापरे, डॉ. राजन गवस, डॉ. अविनाश कांबळे, हरि नरके, डॉ. वासुदेव मुलाटे, डॉ. कृष्णा इंगोले, प्राचार्य डॉ. हरीश भालेराव, डॉ. जी. आर. मोरे, डॉ. जी. पी. माळी यांच्याशी झालेल्या चर्चा आत्मविश्वास वाढवणाऱ्या ठरल्या.

माझा विद्यार्थीमित्र प्रा. माधव पाटील याची सततची टोचणी माझ्यामागे नसती, तर कदाचित हे लेखन इतक्या लवकर झाले नसते. यातली बहुसंख्य प्रकरणे त्याच्याशी चर्चा झाल्यावरच कागदावर उतरली आहेत. त्याचे आभार मानलेले त्याला आवडणार नाही. पुनर्लेखन करताना माझा आणखी एक विद्यार्थीमित्र डॉ. महेंद्र कदम याची बहुमोल मदत झाली.

माझी कन्या चि. शर्मिष्ठा हिचे आभार मानणे अयोग्य ठरणार नाही. कारण पुनर्लेखन करताना अनेक पृष्ठे तिनेही लिहिली आहेत.

सौ. नलिनी ठाकूर यांचे आभार मानणे हीसुद्धा तशीच कठीण गोष्ट. हे लेखन सुरू असताना त्यांनी कुठलेही सांसारिक व्यापताप माझ्यापर्यंत येऊ दिले नाहीत. काही नोंदी लिहून ठेवणे इथपासून ते लेखनासाठी घरात अनुकूल परिस्थिती उपलब्ध करून देणे इथपर्यंत त्यांचे सहकार्य मिळाले. हे ऋण फार मोलाचे आणि कधीही न विसरता येण्याजोगे आहे.

या लेखनाला असा अनेकांचा प्रत्यक्ष-अप्रत्यक्ष हातभार लागला आहे. प्रकाशक श्री. अनिलभाई मेहता यांचे आभार हा आता उपचाराचा भाग राहिलेला नाही. हस्तलिखित पुन:पुन्हा वाचून घेऊन ते अधिकाधिक निर्दोष कसे होईल, याची त्यांनी खूपच काळजी घेतली.

या कामी श्री. मोहन वेल्हाळ यांच्या चोखंदळ संपादनदृष्टीचा खूपच लाभ झाला. या कादंबरीत तेही माझ्याइतकेच मनाने गुंतले आहेत, असा सुखद अनुभव मला आला. त्यांच्याशी झालेल्या प्रत्येक चर्चेतून कादंबरीची गुणात्मक बाजू अधिक तावून सुलाखून निघाली. एवढे करूनही काही उणिवा राहिल्या असतील, तर तो

दोष माझा. कारण म. फुले यांच्या चरित्रसाधनांमध्ये वरचेवर भर पडत आहे; त्यामुळे मी लिहिला आहे, तो काही अखेरचा शब्द असू शकत नाही.

जोतीराव फुले या नावाचा महामानव मला जसा जाणवला, भावला तसा इथे उभा करण्याचा प्रयत्न केला आहे. हे आकलन परिपूर्ण आहे, असा दावा मुळीच नाही. म. फुले यांचे जीवनचरित्र ललितरूपाने वाचकांसमोर यावे, या निकडीतून हे लेखन झाले आहे. त्याची ही निर्मितिप्रेरणा लक्षात घेतली जावी, एवढीच विनंती आहे. हा प्रयत्न कदाचित फूटपट्टीने हिमालयाची उंची मोजण्यासारखा असेल; परंतु म्हणून तो करू नये, असे कुठे आहे?

आमचा देश, आमचा समाज या महामानवाचे खूप देणे लागतो. ते फेडण्याचा हा अल्पसा प्रयत्न. उदार मराठी रसिकता तो गोड मानून घेईल, असा विश्वास वाटतो.

काय बोलूं आतां । न पुरे ही वाणी ।
मस्तक चरणीं । ठेवितसे ।।

– रवींद्र ठाकूर

ओळख

मोरो विठ्ठल वाळवेकर सदाशिव बल्लाळ गोवंडे सखाराम यशवंत परांजपे वासुदेव बाबाजी नवरंगे उस्मान शेख	:	जोतीरावांचे मित्र.
टॉमस पेन	:	'द राइट्स ऑफ मॅन', 'एज ऑफ रीझन'या ग्रंथांचा लेखक. जोतीरावांच्या वैचारिक जडणघडणीत या ग्रंथांचा वाटा महत्त्वाचा आहे.
सगुणाआऊ	:	जोतीराव तात्यांची मावसबहीण. तिनेच आई होऊन जोतीरावांचा सांभाळ केला.
फातिमा शेख	:	सावित्रीबाईंची मैत्रीण व सहकारी शिक्षिका
चिमणाआई	:	जोतीराव तात्यांची सावत्र आई. जोतीरावांच्या आईचेही नाव हेच होते.त्या काळी दुसऱ्या पत्नीला पहिल्या पत्नीचे नाव ठेवण्याची प्रथा असे.
राजारामभाऊ	:	जोतीराव तात्यांचे वडील बंधू
सदूभाऊ	:	सावित्रीबाईंचे बंधू. तुकाराम हा सदूभाऊंचा मुलगा

ग्यानोबा कृष्णाजी ससाणे	:	जोतीराव तात्यांचे मावसबंधू कृष्णाजी यांचा मुलगा. यांनी आपली मुलगी राधा यशवंतास दिली. लग्नानंतर राधाचे नाव लक्ष्मी असे ठेवण्यात आले.
कृष्णाजी फुले, राणोजी फुले	:	जोतीराव तात्यांचे काका.
बाबाजी फुले	:	राणोजी फुले यांचा मुलगा. जोतीराव तात्यांचे चुलतबंधू
महादबा आणि सदबा फुले	:	बाबाजी फुले यांची मुले. जोतीराव तात्यांचे पुतणे.
गणपती	:	राजारामभाऊंचा मुलगा. जोतीराव तात्यांचा पुतण्या.
गजानन	:	गणपतीचा मुलगा.
सहादू वाघोले	:	जोतीरावांची पुतणी ठकूबाई हिचे पती. महादू वाघोले हा त्यांचा मुलगा.
देवराव ठोसर	:	जोतीरावांचे शेजारी व मित्र.
तुकाराम हनुमंत पिंजन	:	देवराव ठोसर यांचे जावई. सत्यशोधक समाजाच्या स्थापनेच्या वेळी हे उपस्थित होते.
उस्ताद लहूजीबुवा साळवे	:	जोतीराव तात्या आणि वासुदेव बळवंत फडके यांना लष्करी शिक्षण देणारे गुरू.
डॉ. मरे मिचेल	:	ख्रिस्ती मिशनरी आणि जोतीरावांचे मिशन शाळेतले शिक्षक.

रे. जेम्स मिचेल	: ख्रिस्ती मिशनरी आणि मिशन शाळेचे संचालक.
तात्यासाहेब भिडे सदाशिवराव हाटे जगन्नाथ सदाशिवजी अण्णासाहेब चिपळूणकर बापूसाहेब मांडे	: बुधवार पेठेतील मुलींची शाळा सुरू करतानाचे जोतीरावांचे सहकारी.
प्रो. केरो लक्ष्मण छत्रे राघोबा पांडुरंग तर्खडकर अण्णासाहेब सहस्त्रबुद्धे	: जोतीरावांनी आणि त्यांच्या मित्रांनी सुरू केलेल्या कार्याचे हितचिंतक. जरूर ते सहकार्य केले.
तात्यासाहेब भिडे	: बुधवार पेठेतल्या आपल्या वाड्यात मुलींची शाळा सुरू करण्यासाठी जागा दिली व आर्थिक मदतही केली.
अण्णासाहेब चिपळूणकर	: पुण्यातले श्रीमंत सावकार, मुलींच्या शाळा सुरू करताना सक्रीय सहकार्य. बुधवार पेठेतल्या आपल्या वाड्यात त्यांनीही शाळेसाठी जागा दिली.
मिसेस् फेरार	: रे. सी. पी. फेरार यांच्या पत्नी. नगर येथे मुलींची शाळा काढली.
मुक्ता	: जोतीरावाची मातंग विद्यार्थिनी. मांग-महारांच्या दुःखाविषयीचा तिचा निबंध १८५५ मध्ये 'ज्ञानोदय'मध्ये प्रसिद्ध झाला.
केसो त्रिंबक धुराजी अप्पाजी चांभार गणू शिवाजी मांग	: महार-मांग मुलांच्या शाळेतील शिक्षक.

जगन्नाथ सदाशिवजी	: मुलींच्या शाळेला जागा मिळवून देणारे सदाशिव गोविंद हाटे यांचे चिरंजीव. संस्थेचे सचिव पी.डब्ल्यू.डी. खात्यात लेखनिक होते. बांधकाम खात्यातील कंत्राटे घेताना जोतीरावांना त्यांचे सहकार्य झाले असावे.
ना. जॉन वार्डन	: ज्युडिशिअल कमिशनर बोर्ड ऑफ एज्युकेशनचे अध्यक्ष
ई. सी. जोन्स	: पुण्याचे कलेक्टर. मुलींच्या शाळेचे आश्रयदाते.
सौ. ई. सी. जोन्स	: जोतीरावांनी सुरू केलेल्या मुलींच्या शाळेच्या उदार आश्रयदात्या.
एच. डब्ल्यू. रीव्हज	: रेव्हिन्यू कमिशनर. जोतीरावांच्या शाळांना उदार सहकार्य केले. अतिशूद्र मुलांसाठी सुरू केलेल्या शाळांमध्ये स्वत: येऊन मुलांची अभ्यासातली प्रगती पाहून जात.
केशवराव भवाळकर (जोशी)	: सरकारी शाळेतील पंतोजी. सावित्रीबाईंना यांनी शिक्षण दिले. पुण्यात परमहंस सभेच्या प्रसाराचे कार्य केले.
मेजर कँडी	: पुणे पाठशाळेचे प्राचार्य.
न्या. अर्स्किन पेरी	: न्यायाधीश. काही वर्षे बोर्ड ऑफ एज्युकेशनचे अध्यक्ष. जोतीरावांच्या शाळांना सक्रिय सहकार्य केले.
व्हायकाउंट फॉकलंड	: मुंबई इलाख्याचे गव्हर्नर.
दादोबा पांडुरंग तर्खडकर	: परमहंस सभेचे संस्थापक. शाळा-तपासणी अधिकारी.

डॉ. राम बाळकृष्ण जयकर	:	परमहंस सभेचे अध्यक्ष. थोर समाजसुधारक. जोतीरावांनी शिवाजी महाराजांचा पोवाडा यांच्या स्मृतीस अर्पण केला आहे.
रावसाहेब	:	न्यायमूर्ती महादेव गोविंद रानडे.
रावबहादूर	:	लोकहितवादी गोपाळ हरी देशमुख
थोरले शास्त्रीबुवा	:	कृष्णशास्त्री चिपळूणकर.
धाकटे शास्त्रीबुवा	:	विष्णुशास्त्री चिपळूणकर. 'निबंधमाले'चे संपादक व लेखक.
पंडिता रमाबाई	:	आर्य महिला समाजाची स्थापना केली. प्रकांड पांडित्यामुळे 'पंडिता' हा किताब मिळाला. काही काळ पुण्यात वास्तव्य.
महर्षी दयानंद सरस्वती	:	आर्य समाजाचे संस्थापक. काही काळ पुण्यात वास्तव्य.
रामचंद्रराव धामणस्कर भाऊ कोंडाजी पाटील नारोबाबाजी महाघट पाटील बाळाजी कुसाजी पाटील स्वामी रामय्या व्यंकय्या अय्यावारू जाया यल्लाप्पा लिंगू जाया कराडी लिंगू रामशेट उरवणे, डॉ. संतूजी रामजी लाड,रामजी संतूजी आवटे डॉ. विश्राम रामजी घोले	:	जोतीराव तात्यांचे सत्यशोधक सहकारी आणि स्नेही
तुकाराम तात्या पडवळ	:	'जातीभेद विवेकसार' या ग्रंथाचे लेखक. मुंबईतील थोर समाजसेवक

मामा परमानंद	:	थोर राजकीय ऋषी आणि समाजसुधारक. लेखक, संपादक आणि पत्रकार म्हणून बहुविध स्वरूपाचे कार्य केले.
नारायण मेघाजी लोखंडे	:	मुंबईतील कामगारांचे नेते. 'दीनबंधू'चे संपादक. सरकारने त्यांना 'जस्टिस ऑफ पीस' हा बहुमानाचा किताब दिला होता.
कृष्णराव भालेकर	:	'दीनबंधू'चे संपादक. दीनबंधू सार्वजनिक सभेचे संस्थापक, लेखक, संपादक आणि वक्ते. 'बळीबा पाटील' या कादंबरीचे लेखक.
गणपत सखाराम पाटील	:	कृष्णराव भालेकर यांचे भाचे – तरुण वयात निधन पावले.
सीताराम रघुनाथ तारकुंडे	:	ग्यानोबा ससाणे यांचे विद्यार्थी. 'शेतकऱ्याचा असूड' या ग्रंथाच्या नकला यांनी तयार केल्या.
डॉ. शिवाप्पा राजन्ना	:	महाराजा सयाजीराव गायकवाड यांचे फॅमिली डॉक्टर. जोतीरावांचे सत्यशोधक सहकारी. धनकवडी येथे चालवलेल्या व्हिक्टोरिया बालाश्रमाच्या कामी यांची मोठी मदत झाली.
भाऊ मनसाराम नाईक	:	पुण्यातले प्रसिद्ध कॉन्ट्रॅक्टर. यांनी वेताळ पेठेतले नवे घर सत्यशोधक समाजाच्या साप्ताहिक सभांसाठी दिले.
बापूजी हरी शिंदे	:	बुलढाण्याचे सत्यशोधक कार्यकर्ते.
ताराबाई शिंदे	:	बापूजी हरी शिंदे यांची कन्या. 'स्त्रीपुरुष-तुलना' या ग्रंथाच्या लेखिका.
ज्ञानगिरीबाबा	:	कबीरपंथी साधू– संत कबीरांच्या बीजक ग्रंथाचे निरूपण केले.

माधवराव रोकडे	:	मुंबईत शिक्षणप्रसाराचे कार्य केले.
कृष्णाजी अर्जुन केळुसकर	:	माधवराव रोकडे यांचे विद्यार्थी
गोपाळबुवा वलंगकर	:	जोतीराव तात्यांचे विद्यार्थी व सहकारी. 'विटाळविध्वंसक' या पुस्तिकेचे लेखक. काही काळ सैन्यात नोकरी केली.
सीताराम जबाजी आल्हाट	:	जोतीराव तात्यांचा शेजारी व घरातील नोकर. सत्यशोधक समाजाच्या विधीनुसार पहिले लग्न सीतारामचे झाले.
गोविंद गणपत काळे	:	सत्यशोधक समाजाचे कारकून.
काशीबाई	:	यशवंताची आई.
काशीबाई	:	भ्रूणहत्येच्या आरोपावरून जन्मठेपेची शिक्षा झालेली विधवा स्त्री. ही सदाशिव बल्लाळ गोवंडे यांच्या वाड्यात घरकाम करीत असे.
बाबा पदमनजी	:	'यमुनापर्यटन' या ग्रंथाचे लेखक. 'सत्यदीपिका' हे मासिक चालवीत. जोतीराव तात्यांचे स्नेही.
गंगाधरशास्त्री फडके	:	जोतीराव तात्यांचे स्नेही. सत्यशोधक समाजाचे हितचिंतक. शिक्षण खात्यातील अधिकारी.
राजे उमाजी नाईक	:	स्व:तला राजे घोषित करून इंग्रजी सत्तेला आव्हान दिले.
वासुदेव बळवंत फडके	:	इंग्रजी सत्तेला आव्हान देणारे राजकीय क्रांतिकारक.

तात्यासाहेब रोडे	:	धोंडिबा रोडे यांचा मुलगा.
धोंडिबा बिन लहूजी साळवे	:	लहूजीबुवा उस्ताद यांचा मुलगा.
गंगामाई आणि रंगूबाई	:	फुले वाड्यात काम करणाऱ्या विधवा स्त्रिया.
नाना	:	शेट राजू बाबाजी यांचा मुलगा. जोतीराव तात्यांच्या वसतिगृहातील विद्यार्थी.
व्यंकय्या, यल्लाप्पा, बापू	:	जाया कराडी लिंगू यांची मुले. जोतीराव तात्यांच्या वसतिगृहातील विद्यार्थी.
लिंगण्णा	:	जाया कराडी यांचा पुतण्या. जोतीराव तात्यांच्या वसतिगृहातील विद्यार्थी.
शांताराम, लक्ष्मी, शिवा, बाबू इ.	:	जोतीराव तात्यांच्या अनाथ बालाश्रमातील मुले. लक्ष्मी नावाची एक मुलगी मरण पावल्यावर दुसऱ्या एका मुलीचे नाव पुन्हा लक्ष्मी ठेवले.
हरी रावजी चिपळूणकर	:	सत्यशोधक समाजाचे हितचिंतक.
गंगारामभाऊ म्हस्के	:	पुण्यातील प्रसिद्ध वकील.
नारायण काशीबा कऱ्हेकर न्हावी	:	तळेगाव ढमढेरे येथील सत्यशोधक कार्यकर्ते
गं. भा. शिवूबाई विठोबा भुजबळ	:	तळेगाव ढमढेरे येथील सत्यशोधक महिला.
विठोबा भुजबळ	:	तळेगाव ढमढेरे येथील अंगारेधुपारे करणारा देवऋषी.
नानासाहेब पेशवे	:	दुसऱ्या बाजीरावाचे दत्तक पुत्र. १८५७ च्या उठावाचे प्रमुख नेते. पराभवानंतर नेपाळमधील

		जंगलात आश्रय घेतला. तिकडेच अज्ञातवासात मृत्यू.
तात्या टोपे	:	१८५७ च्या उठावात नानासाहेब पेशवे यांचे सेनापती. अटक व फाशी.
सार्वजनिक काका	:	गणेश वासुदेव जोशी. सार्वजनिक सभेचे संस्थापक. 'सार्वजनिक काका' म्हणून प्रसिद्ध.
लॉर्ड लिटन	:	हिंदुस्थानचे व्हॉइसरॉय. प्रेस ॲक्ट लादून हिंदी लोकांचे मुद्रणस्वातंत्र्य हिरावून घेतले.
लॉर्ड रिपन	:	हिंदुस्थानचे व्हॉइसरॉय. हिंदी लोकांना पुन्हा मुद्रणस्वातंत्र्य बहाल केले.
लॉर्ड डफरिन	:	हिंदुस्थानचे व्हॉइसरॉय. 'शेतकऱ्याचा असूड' या ग्रंथाची हस्तलिखित प्रत जोतीरावांनी यांच्याकडे पाठवली.
सर विल्यम विल्सन हंटर	:	भारतातील शिक्षणविषयक प्रश्नांचा अभ्यास करण्यासाठी सरकारने यांच्या अध्यक्षतेखाली आयोग स्थापन केला. हंटर आयोगास जोतीरावांनी दिलेली साक्ष महत्त्वाची ठरली.
बेहरामजी मलबारी	:	'इंडियन स्पेक्टेटर'चे संपादक. स्त्रियांच्या प्रश्नांसाठी झगडणारे झुंजार समाजसुधारक.
फ्रेडरिक मॅक्समुल्लर	:	ऑक्सफर्ड विद्यापीठातील आधुनिक युरोपीय भाषांचे प्राध्यापक. प्राच्यविद्या विशारद. ऋग्वेदाचे इंग्रजीत भाषांतर केले. भारतात त्यांना 'मोक्षमुल्लर' म्हणत.

ज्ञानोदय	:	प्राधान्याने ख्रिस्ती धर्माच्या प्रचारासाठी वाहिलेले पत्र. जोतीराव तात्यांचे काही लेखन 'ज्ञानोदय'मध्ये प्रसिद्ध झाले.
सत्यदीपिका	:	बाबा पदमनजी यांनी चालवलेले मासिक. जोतीराव तात्यांनी लिहिलेले काही पोवाडे प्रथम 'सत्यदीपिका'मध्ये प्रसिद्ध झाले.
ज्ञानप्रकाश, पुणे वैभव, ज्ञानचक्षु	:	पुण्यातून प्रसिद्ध होणारी वृत्तपत्रे.
विविध ज्ञानविस्तार	:	रामचंद्र भिकाजी गुंजीकर हे या मासिकाचे संपादक होते.

महात्मा

भाग : १

१

शाळा सुटल्याची घंटा झाली. जोती वर्गातून बाहेर पडला. रस्त्यावर शुकशुकाट होता. फ्री चर्च मिशनमधील विद्यार्थी अजून बाहेर पडले नव्हते. आकाशात शिरलेल्या सेंट मेरी चर्चच्या टॉवरनं आज त्याचं लक्ष वेधून घेतलं नाही. वाटेवरच्या मिशनरी धर्मशाळेजवळ आणि भव्य प्रार्थनास्थळांजवळ त्याचे पाय रेंगाळले नाहीत. झपझप पाय उचलत तो चालत राहिला...सरळ घरी जावं आणि टॉमस पेन हाती घ्यावा, असं वाटत होतं; त्यामुळेच तर रोज प्रत्येक पाठ अगदी काळजीनं समजावून घेणाऱ्या जोतीचं आज पुरेसं लक्ष नव्हतं; पण आखाड्यात आणि पर्वतीवर जाऊन यायला पाहिजेच होतं. सध्या त्याच्या डोक्यात फक्त टॉमस पेन आणि त्याचे विचार एवढे दोनच विषय घोंगावत होते. इतके चांगले विचार त्यानं आजवर कुठल्याही ग्रंथात वाचले नव्हते. मानवी प्रतिष्ठा, व्यक्तिस्वातंत्र्याचा पुरस्कार आणि गुलामगिरीचा सर्वंकष निषेध या पेनच्या विचारांनी तो पुरता झपाटून गेला होता. 'द वर्ल्ड इज माय कंट्री, माय रिलिजन इज टू डू गुड','माय ओन माइंड इज माय ओन चर्च'अशी ती सूत्रमय वाक्यं त्याला पुन:पुन्हा आठवत होती.

नागझरी ओलांडून तो गंजपेठेत आला. विचारांच्या तंद्रीत घर केव्हा आलं, कळलं नाही. वह्या-पुस्तकांची पिशवी त्यानं खुंटीला लावली आणि त्याच पावली तो जानाईच्या मळ्याकडं निघाला. आखाडा जवळ येताच जोतीचे पाय थबकले. इकडं तिकडं पाहून त्यानं हळूच दरवाजा ठोठावला.

जानाईच्या मळ्यात झाडीत लपलेली ही जागा अगदी आडोशाला होती. खास माहीतगार लोकच तेवढे तिथं येऊ-जाऊ शकत. म्हटलं, तर तो एक तालीमखाना होता आणि म्हटलं, तर बंडवाल्यांचा खलबतखाना होता. बंडाच्या वाऱ्यानं झपाटलेले तरुण लहूजीबुवांच्या हातांखाली इथं हत्यारं चालवायचं शिक्षण घेत असत.

जोतीला आत घेऊन आखाड्याचा दरवाजा बंद झाला.

आखाड्याच्या मध्य चौकात एक तरुण बोथाटी फिरवत होता. 'भिंगऽऽ भिंगऽऽ' करीत बोथाटीचं वर्तुळ गरगरत होतं. हात विजेच्या गतीनं लवलवत होते. त्या गरगरत्या वर्तुळावर नजर ठरत नव्हती.

दुसऱ्या चौकात सदाशिव दांडपट्टा खेळत होता.

काही तरुण तलवारीचे हात करीत होते.

लहूजीबुवांची नजर घारीसारखी फिरत होती. कुठं काही चुकलं, तर ते स्वतः करून दाखवीत होते. आवश्यक त्या सूचना देत होते.

सुरुवातीला जोती हे खेळ नुसते पाहत राही. अगदी तेवढ्यासाठी कधी एकदा संध्याकाळ होते आणि आखाड्यात पोचतो, असं त्याला होऊन जाई. ते खेळ पाहताना त्याचं तरुण रक्त सळसळून उठे. हळूहळू तोही खेळात भाग घेऊ लागला. सर्व प्रकारच्या खेळांत तरबेज झाला; परंतु त्याचा आवडता खेळ दांडपट्टा हाच. एकदा जोतीचा दांडपट्टा सुरू झाला की, सगळा आखाडा भोवतीनं पाहत उभा राही.

त्या नाना प्रकारच्या खेळांत वेळेचं भान उरत नसे. आखाड्यात पुन्हा बंडाच्या मसलती शिजू लागल्या होत्या. अधूनमधून रात्री बंदीची तोफ उडाल्यावर बापू भांगरे, भाऊ खरे यांच्यासारखे बंडवाले आखाड्यात येत. त्यांच्या सोबत रघू भांगरे, नाना दरबारे, चिमणाजी जाधव यांच्यासारखे लढवय्ये असत. त्यांची आणि लहूजीबुवांची गुप्त खलबतं चालत. इंग्रजी सत्ता उलथवून पेशव्यांच्या नावानं राज्याचा ताबा घ्यायचा त्यांचा प्रयत्न असफल झाला; तरी त्यांच्या हालचाली अजूनही सुरू होत्या. पुरंदरचे रामोशी, सह्याद्री परिसरातले कोळी त्यांना येऊन मिळणार होते. उमाजी नाइकाचा मुलगा बंडात उतरायला उत्सुक होता.

त्यांची बोलणी ऐकताना जोतीचं रक्त तापून निघे. आपणही त्यांच्यासारखं व्हावं, देशासाठी लढाई करून, कटून मरावं, असं वाटे; पण आज त्याचा उत्साहच मावळल्यासारखा झाला होता. तालीमबाज तरुणांकडे पाहून त्याच्या अंगात वीरश्री संचारत नव्हती. आपला आवडता दांडपट्टा घेऊन चौकात उतरावंसं वाटत नव्हतं.

तेवढ्यात जोतीसमोर आलेल्या उस्तादांनी भिंतीवर लटकलेली तलवार हातात घेतली आणि ते गरजले,

"जोती, तलवार घे."

"जी, उस्ताद."

भानावर येऊन जोतीनं तलवार घेतली आणि उस्तादांना नमस्कार करून तो चौकात उतरला. खणाखणी सुरू झाली. याही वयात उस्ताद खारीच्या चपळाईनं हात करीत होते. ताज्या दमाचा जोती आपल्या परीनं शिकस्त करीत होता; परंतु कुठंतरी काहीतरी चुकत होतं. पाहिजे त्या सफाईनं हात फिरत नव्हते. उस्तादांचा हात थांबला. हातातली तलवार जोतीच्या हाती देत ते उद्‌गारले,

"आज तालीममध्ये तुझं ध्यान नाही, बेटा."

जोती शरमला.

"न्... नाही. उस्ताद." सावरून घ्यायचा प्रयत्न करीत तो म्हणाला.

उस्ताद हसले. म्हणाले,

"टोपीवाल्यांशी जंग करायचा आहे ना? मग मन लावून तालीम केली पाहिजे."

"जी उस्ताद."

"नुसता दांडपट्टा येऊन चालणार नाही. तलवारबी चालवायला आली पाहिजे."

उस्ताद दुसऱ्या चौकात निघून गेले.

जोती तसाच उभा होता.

जोतीच्या दांडपट्ट्यावर खूश होऊन ते 'शाब्बास पठ्ठे, शाबास' म्हणून दिलखुलास दाद द्यायचे. जोतीची छाती अभिमानानं फुलून यायची; परंतु आज उस्ताद स्वत: तलवार शिकवायला उतरले असताना असं घडावं याचं त्याला वाईट वाटलं. आता दांडपट्टा हातात घ्यावासा वाटत नव्हता. लंगोट कसून त्यानं दंडबैठका काढायला सुरुवात केली; पण त्यातही मन लागेना. शेवटी अंधोळ आटोपून तो आखाड्याबाहेर पडला आणि पर्वतीच्या दिशेनं चालू लागला.

मागून येणाऱ्या सदाशिवनं त्याला गाठलं.

"अरे, हे काय? आज लवकर?" सदाशिव म्हणाला. "आणि बोलत का नाहीस? उस्ताद तुला काही बोलले का?"

"नाही, आपलं सहजच." जोती म्हणाला.

पर्वती चढून दोघे आपल्या नेहमीच्या जागी जाऊन बसले.

सूर्यास्तानंतरचा धूसर संधिप्रकाश सर्वत्र पसरला होता. देवदेवेश्वराच्या मंदिरात घंटा घणघणत होत्या. दर्शनार्थी लगबगीनं मार्ग आक्रमत होते. सोवळं नेसलेल्या अर्ध्या उघड्या ब्राह्मणांचे ताफे पर्वती चढत-उतरत होते. जाणाऱ्या-येणाऱ्या ब्राह्मणांना

पाहताच लोक चटकन बाजूला सरकत होते. त्यांना आपला वारा लागू नये म्हणून काळजी घेत होते. तशातही चुकून कोणी जवळून गेला, तर ब्राह्मण वसकन अंगावर येत होते. शिव्याशाप देत होते. पंचपात्रीतलं पाणी शिंपडत झरझर चालत होते.

ते दृश्य पाहून जोतीच्या मनात चीड उफाळली.

माणसांनी माणसांशी असं वागावं? त्यांची सावली अंगावर पडली, तरी शिव्याशाप द्यावेत? तेही पुन्हा देवधर्माच्या नावाखाली? युरोप-अमेरिकेप्रमाणे याही देशात धर्माचं संस्थानीकरण झालं आहे. हा अनाचार मोडून काढला पाहिजे. मूळचा हिंदू धर्म कदाचित चांगलाही असेल; परंतु आज त्याला वाईट स्थिती आली आहे. इथंही पेनसारखे बंडखोर निर्माण झाले पाहिजेत. त्यासाठी समाजातल्या प्रत्येक माणसापर्यंत त्याचे विचार पोचवले पाहिजेत...

संधिप्रकाशात दोन आकृत्या स्पष्ट होत गेल्या.

मोरो आणि सखाराम त्यांच्याकडेच येत होते.

''दर्शनाला जाऊन आलास की नाही, मोरू?'' सदाशिव खवचटपणे म्हणाला.

''माझा कल तुला माहीत आहे, सदाशिव. तरीही तू का चिडवतोस?'' मोरो म्हणाला.

''तुझं काही सांगता येत नाही, सदोबा. इकडं ब्राह्मणांना आणि हिंदू धर्माला शिव्या देशील आणि तिकडं देवळातही जाशील.'' सखाराम म्हणाला.

सदाशिव सावध झाला. सखारामनं दिलेला टोमणा त्याला हसण्यावारी नेता आला नाही. तो म्हणाला,

''पिढ्यान् पिढ्यांचे संस्कार इतक्या सहज पुसले जाणार नाहीत, हे खरं. परंतु मी प्रयत्न करतो आहे. मनात खोलवर रुजून असलेली श्रद्धा काही केल्या सुटत नाही. एकादशी आणि भागवताचा पाठ केल्याशिवाय मनाला समाधान वाटत नाही. ते कर्मकांड आहे, हे कळतं; पण ते सुटत मात्र नाही.''

मोरो म्हणाला,

''खरोखर माणसांना असा जन्मजन्मांतरासह जखडून टाकणारा दुसरा धर्म जगात नसेल. म्हणूनच तर म्हणत होतो, या कर्मकांडापासून मुक्त व्हायचं असेल, तर ख्रिस्ती धर्माचा स्वीकार करा.''

''परंतु धर्म बदलला, तरी मनावरचे जुने संस्कार पुसले जातील, याची खात्री कोण देणार?'' सखाराम म्हणाला.

''पण निदान पुण्यातल्या धर्माभिमानी म्हणवणाऱ्यांना जाग तरी येईल.''

''तू त्यांचा विचार करू नकोस.'' इतका वेळ गप्प असलेला जोती बोलू लागला. ''ते कधीच जागे नव्हते. जागं राहण्याच्या वेळीही त्यांनी झोपेचं सोंग घेतलं आहे. पुण्यात तीन ब्राह्मण तरुणांनी बाप्तिस्मा घेतला. त्यांच्या वागण्यात काही

फरक पडला? श्रीपत शेषाद्री प्रकरण अजूनही थंड झालेलं नाही. आता तर ते श्रीपतला प्रायश्चित्त द्यायला निघाले आहेत. ते काही असलं तरी आजच्या परिस्थितीत धर्मांतर योग्य ठरणार नाही. मात्र, दुसरं काय करता येईल, याचा विचार आपण केला पाहिजे.''

यावर कोणीच काही बोललं नाही. कारण उत्तर इतकं सोपं नव्हतं.

जोती पुढं म्हणाला,

''याबाबतीत टॉमस पेनचे विचार मार्ग दाखवतील, याची मला खात्री आहे.''

''काय म्हणतो हा पेन?'' सदाशिव म्हणला.

''या विषयावर आपण दोन दिवसांनी बोलू.''

''ठीक आहे.''

चौघा मित्रांच्या अनेक विषयांवर अनिर्बंध चर्चा चालत. एखाद्या विषयाला तोंड फुटलं की, कोणाला वेळेचं भान उरत नसे. परंतु जोती आज चर्चेत भाग घ्यायला उत्सुक नव्हता; त्यामुळे आजची बैठक थोडक्यात संपली. मित्रांना निरोप देऊन, जोती टॉमस पेनच्या ओढीनं घराकडं परतला.

पुण्यातले सुधारलेले भट विद्वान, इंग्रजांना हाकलून दिल्याशिवाय आपली फ्रेंच, अमेरिकन किंवा रशियन लोकांशी बरोबरी होणार नाही, म्हणून सांगत. त्यासाठी टॉमस पेनच्या ग्रंथाचे आधार पुढं करीत. परंतु ते सांगत, त्यापेक्षा पेनचे विचार पूर्णपणे वेगळे होते. आंधळा देशाभिमान आणि मतलबी धर्मश्रद्धा यांची चुकीची गल्लत त्यांच्या ग्रंथात कुठंही आढळत नव्हती.

जोतीनं मनोमन वासुदेवाचे आभार मानले. त्यानं मुंबईहून पुस्तकं पाठवली नसती, तर? खरोखर फार महत्त्वाच्या विचारांना आपण मुकलो असतो. आता ही पुस्तकं मित्रांनाही वाचायला दिली पाहिजेत. जमलं तर एकत्र बसून वाचली पाहिजेत. यांतील प्रत्येक विचारावर चर्चा केली पाहिजे.

जेवणं आटोपताच त्यानं समईची वात पुढं सरकवली आणि पुस्तकं पुढं ओढली. पेनचं एकेक वाक्य काळजावर जणू कोरलं जात होतं. त्यानं लिहिलं होतं,

'ईश्वर एकच असून, त्याच्यावरील आंतरिक श्रद्धा हीच महत्त्वाची आहे. त्यासाठी कुठलाही ग्रंथ प्रमाण मानण्याची गरज नाही की कुठल्या मध्यस्थाची गरज नाही. जगातील सर्व माणसांचा धर्म एकच असून, तोच मानवताधर्म होय. ईश्वरनिष्ठा आणि नैतिक सत्याचे आचरण हेच खरे धर्मजीवन होय. धर्मश्रद्धा ही प्रत्येकाची खासगी बाब असून, तिच्यावर

कोणाचीही सत्ता चालत नाही. धर्मग्रंथ पवित्र आणि पूजनीय मानले गेले असले, तरी ते ईश्वरप्रणीत नाहीत. ते मनुष्यनिर्मित असून, भोंदू लोकांनी त्यांचे उगीचच स्तोम माजवून ठेवले आहे. विश्वनिर्माता परमेश्वर एकच आहे. म्हणून त्याच्या शुभवर्तमानाचा आशय एकच असला पाहिजे. माणसांमध्ये निर्माण झालेले भेद हे ईश्वरनिर्मित नाहीत. त्यांस धर्मसंस्था कारणीभूत आहेत...'

कितीतरी विचारधन या ग्रंथातून विखुरलं होतं. ख्रिस्ती धर्मातील अनिष्ट प्रवृत्तींवर कडाडून प्रहार करून, पेननं मूलभूत मानवी हक्कांचा आणि धर्मस्वातंत्र्याचा ठासून पुरस्कार केलेला होता.

शासनव्यवस्था, धर्मव्यवस्था याविषयीचे त्याचे मूलगामी विचार, शेतकरी-कष्टकरी जनतेविषयीचा त्याचा जिव्हाळा, अमेरिकेच्या स्वातंत्र्यासाठी त्यानं उपसलेले कष्ट, जगातल्या कोणत्याही जुलमी शक्तीविरुद्ध झुंज देण्याचं त्याचं धाडस– हे सारं पाहून जोती भारावून गेला. कठोर टीका, छळ, तुरुंगवास यांना भीक न घालता त्यानं आपलं कार्य निष्ठेनं पार पाडलं होतं. आपल्या विचारांशी शेवटपर्यंत प्रामाणिक राहिलेल्या पेनला त्यापायी आपल्या एके काळच्या मित्रांशीही दोन हात करावे लागले होते. विचारस्वातंत्र्यासाठी तुरुंगात जाणारा अठराव्या शतकातला तो एक महान विचारवंत होता. गरिबीमुळे ज्याला पुरेसं शिक्षणही घेता आलं नव्हतं, त्या माणसानं सारा युरोप हलवून सोडला होता. ज्यांच्यासाठी तो लढत होता, त्यांचेही दोष त्यानं तेवढ्याच कठोरपणे दाखवून दिले होते. हजारो निग्रोंना गुलामगिरीत ढकलणाऱ्या अमेरिकन लोकांना फटकारताना त्यानं लिहिलं होतं,

'जोपर्यंत तुम्ही दुसऱ्यांना गुलाम करता, तोपर्यंत तुम्हाला गुलामगिरीविरुद्ध ओरडण्याचा काहीही अधिकार पोचत नाही!'

पुस्तक बाजूला ठेवून जोती विचार करत राहिला.

आपल्या समाजाची स्थिती तर याहून भयानक आहे! येथील राजसत्ता शतकानुशतके धर्मसंस्थेची गुलाम होती. आज शासनसत्ता बदलली असली, तरी समाज कर्मधर्माच्या आणि कर्मविपाकाच्या खातेऱ्यात लोळतो आहे आणि तरीही प्रत्येक माणूस आहे त्या स्थितीत समाधान मानतो आहे! निग्रोंची शारीरिक गुलामगिरी आज ना उद्या नष्ट होईल; पण ही मानसिक गुलामगिरी महाभयंकर आहे. निम्म्याहून अधिक लोकांना इथं माणूस म्हणून जगण्याचा अधिकार नाही. धर्म म्हणजे काय, हेच त्यांना कळत नाही. पावलोपावली आम्हाला न कळणाऱ्या शास्त्रांची साक्ष काढली जाते. अन्यधर्मीय लोक आपापले धर्मग्रंथ वाचू शकतात, तर मग ब्राह्मणच आपले धर्मग्रंथ का लपवतात? कदाचित त्या पोथ्यांमध्येच आमच्या गुलामीचे पुरावे दडलेले असतील. असं असेल, तर तो धर्म आमचा नाही. धर्मग्रंथांच्या त्या जुनाट पोथ्या आमच्या नाहीत. हा ब्रह्मघोळ

म्हणजे मोठं कारस्थान आहे! या ब्रह्मकूटाचा भेद केला पाहिजे. ते नेस्तनाबूत केलं पाहिजे. त्याशिवाय या देशातला माणूस स्वाभिमानानं, सुखानं जगू शकणार नाही. त्याच्या मानगुटीवरचा ब्रह्मराक्षस खाली खेचला पाहिजे. हे वर्णभेद, जातिभेद ईश्वरनिर्मित असू शकत नाहीत. या गुलामगिरीची मुळे आर्यभटांनी रचून ठेवलेल्या जुनाट पोथ्यांमध्येच आहेत...

'मुला, ऊठ. परीक्षेची घटका जवळ आली आहे. भिऊ नकोस. मी तुला साहाय्य करीन...' कोणीतरी कानात कुजबुजलं.

जोती ताडकन् उभा राहिला. डोक्यात विचारांचं वादळ थैमान घालत होतं.

बंडवाला होऊन दरोडे घालत फिरायचं की मानवी हक्कांसाठी लढा पुकारायचा? कुठला... कुठला मार्ग श्रेयस्कर ठरेल?

समईची जोत तडतडली. अवतीभोवतीचा प्रकाश हेलकावे खाऊ लागला.

जोतीचं तिकडं लक्ष नव्हतं. मनात एकच उलघाल सुरू होती.

कंपनी सरकारला हाकलून देण्याच्या गोष्टी करणारे ते बंडवाले... पण सामाजिक गुलामगिरीचा विचार न करता राजकीय बंड उभारणं आज चुकीचं ठरेल. एवढंच नव्हे, तर तो अविचार ठरेल. तालमीत चालणाऱ्या त्या गुप्त मसलती, बापू भांगऱ्यांनी सुरू केलेली बंडाची तयारी हा सारा अविचार आहे. बंड करून पुन्हा पेशवाईच आणायची असेल, तर ते बंड आणि ब्राह्मणी राज्य आम्हाला नको आहे !

समईतली ज्योत मंद झाली होती. भोवतीचा अंधकार तिला ग्रासू पाहत होता.

जोती अंथरुणावर पडला. या कुशीवरून त्या कुशीवर तळमळत राहिला. पोलीस गेटावर आदळणारे तासाचे टोल कानांवर येत राहिले.

ठण् - ठण् - ठण् - ठण् ... प्रहराचे टोल वाजले. डोळ्यांवर आलेली झोप पुन्हा दूर गेली. दूर कुठल्यातरी देवालयात घंटा घणघणत होत्या.

जोती जागा झाला.

समई विझून गेली होती.

त्यानं चाचपून पाहिलं. अंगावर कोणीतरी घोंगडी टाकलेली होती. तिची ऊब अंगभर जाणवत होती.

भडकलेलं डोकं काहीसं शांत झालं होतं. देशाभिमानाविषयीच्या विचारांचा धुरळा विरून त्याची जागा मानवी हक्कांच्या विचारांनी घेतली होती. प्रांत, देश, भाषा, वंश या सीमांपलीकडचा विश्वमानव जोतीला दिसत होता आणि त्याच्या हक्कांवर गदा आणणाऱ्या कुठल्याही उद्दाम शक्तीविरुद्ध तो प्राणपणानं तुटून पडणार होता.

'परीक्षेची घटका जवळ आली आहे. भिऊ नकोस. मी तुला साहाय्य करीन.' प्रभू येशू दोन्ही हात उभारून सांगत होता...

२

नित्याप्रमाणे उपदेशासाठी गेलेले फादर जेम्स मिचेल घाईघाईनं लष्करातल्या प्रार्थनागृहाकडं निघाले होते. उपदेश संपवून निघायला त्यांना थोडासा उशीर झाला असावा. कमरेला लटकलेल्या घड्याळात पाहून त्यांनी आपला वेग वाढवला.

तेवढ्यात त्यांची वाटच पाहत असल्याप्रमाणे एका बोळातून काही पोरं बाहेर आली आणि त्यांच्या आगंमागं हुर्यो करीत खिदळू-नाचू लागली.

हातात बुक घेऊन शांतपणे निघालेले फादर मिचेल आणि हुर्यो करीत त्यांच्या मागं धावणारी पोरं हे दृश्य तसं नेहमीचंच होतं. ते काही लोकांच्या मनोरंजनाचं साधनही होतं. काही संभावितही त्या चेष्टेत आपल्या परीनं सहभागी होत. कधी हसून, तर कधी उणादुणा शब्द बोलून, टारगट पोरांना प्रोत्साहन देत.

ख्रिस्ती मिशनऱ्यांचा छळ करणं हा पुण्यातल्या रिकामटेकड्या पोरांचा एक उद्योगच असे. लष्करात त्यांनी शाळांबरोबरच दवाखाने आणि धर्मशाळाही सुरू केल्या होत्या. गोरगरिबांची काही पोरं तिथं शिकत. अनाथ-अपंगांना आसरा मिळे; परंतु मिशनरी बाटवतील, या भीतीनं अनेक लोक तिकडं फिरकायलाही तयार नसत. तीच कथा त्यांच्या उपदेशाची. त्यांचा उपदेश कोणी फुकटसुद्धा ऐकून घ्यायला तयार नसे. काही नवशिके तरुण फुकट मिळणारी बुकं तेवढी खिशात घालत आणि वरून कुठं उपदेश सुरू असला, तर टवाळी करायला गोळा होत.

त्यात फादर जेम्स मिचेल हे फार भोळे गृहस्थ. भेटेल त्या माणसाला ते प्रेमानं उपदेश करीत. आपल्याजवळचं बुक त्याला भेटीदाखल देत. वाचा म्हणून सांगत. त्यांच्याकडून बुक उपटून आणलं नाही, असा माणूस पुण्यात शोधावाच लागला असता.

एक बोळ पार करून फादर दुसऱ्या बोळात शिरणार, तोच मागच्या बाजूनं गरगरत आलेला दगड सण्णकन त्यांच्या डोक्यावर आदळला. जीवघेणी वेदना डोक्यात झणझणली. शिव्या, हेटाळणी, कुत्सित टोमणे, शेणमार, टवाळी या सर्व गोष्टींचा प्रेमानं स्वीकार करणाऱ्या फादरना हा प्रकार अनपेक्षित होता; परंतु कधीतरी हे घडेल, याची त्यांना खात्री असावी.

रक्ताची धार डोक्यावरून ओघळत खाली आली आणि फादर भानावर आले. त्यांचा पांढराशुभ्र पायघोळ झगा रक्तानं माखून निघाला. त्याकडं दुर्लक्ष करीत त्यांनी आकाशाकडं पाहिलं. गळ्यातला क्रूस वर उंचावला गेला आणि त्यांच्या तोंडून एकच उद्‌गार बाहेर पडला,

"आमेन."

जवळच एका घराच्या ओट्यावर उभे असलेले एक गृहस्थ तिथं आले. फादरना, आपल्या घराच्या ओट्यावर या, म्हणून आग्रह करू लागले. फादर

हातानंच नको नको म्हणून सांगू लागले. इकडची तिकडची दोन-चार माणसं जमली. उगीच आपली दिखाऊ सहानुभूती व्यक्त करू लागली. दगड मारणारा कोण असावा, याचे तर्कवितर्क सुरू झाले. फादरना त्यात रस नव्हता.

तेवढ्यात धावत आलेल्या मोरोनं फादरना हात दिला; परंतु आतापर्यंत फादरनी स्वत:ला सावरलं होतं. त्यांना आधाराची गरज नव्हती. ब्राह्मणाच्या पोराचं ते धाडस पाहून जमलेल्या ब्राह्मणांनी तिरस्कारानं तोंडं फिरवली.

''तुम्ही तरी एवढं कसं सहन करता हो फादर?'' एकानं फादरना प्रश्न केला.

''सहनशील व्हा, ही प्रभूची शिकवण आहे शास्त्रीबुवा.'' फादर नम्रपणे म्हणाले.

''अग्नीनं अग्नी विझत नाही. त्याप्रमाणे भांडणानं भांडण मिटत नाही. मी त्या मुलाला दोष का द्यावा? प्रभू त्याला क्षमा करील. तो फारफार दयाळू आहे.''

इंग्रज असूनही त्यांचे उच्चार इंग्रजाळलेले नव्हते. त्यांच्या बोलण्यातली ती सहजता पाहून शास्त्रीबोवांचं पित्तच खवळलं. गोरा पाद्री ब्राह्मणासारखं बोलतो, म्हणजे काय? संतापून ते म्हणाले,

''हूं... म्हणे, दयाळू आहे. तुमच्या त्या प्रभूच्या टाळक्यात धोंडा घालतील ही पुण्यातली कारटी. आहात कुठं?''

मोठाच हास्यकल्लोळ उडाला.

''शहाणे असाल, तर पळ काढा पुण्यातून!'' कुणीतरी ओरडलं.

ती बोलणी ऐकून मोरोला राहवलं नाही.

''ही बोलणी बरी नव्हेत, शास्त्रीबुवा.'' तो म्हणाला.

''तू काही बोलू नकोस हो मोऱ्या. पाद्र्यांच्या शाळेत शिकून पाखंडीपणा शिकतोस नि ब्रह्मवृंदासमोर तोंड वर करून बोलतोस?'' शास्त्रीबुवा संतापानं फणफणले.

''तोही लवकरच बाटणार, हो.''

''पुण्यातल्या या ब्राह्मणांच्या पोरांना झालं आहे तरी काय? सगळं ताळतंत्रच सोडलंय.''

त्यांच्या तोंडी लागण्यात अर्थ नाही, हे जाणून मोरो गप्प झाला.

अशा स्थितीत प्रार्थनास्थळी जाणं सभ्यतेला धरून झालं नसतं. प्रार्थनागृहाच्या दिशेनं हात उंचावून फादरनी प्रभूची क्षमा मागितली आणि ते हळूहळू चालू लागले. प्रभुसेवा चुकली, याबद्दल त्यांना फार दु:ख झालं होतं. उपदेश ऐकण्यासाठी मंडळी आली असतील आणि आपण तिथं नाही, ही कल्पनाच त्यांना सहन होईना. त्या दु:खापुढं जिव्हारी लागलेली जखमेची वेदना काहीच वाटत नव्हती. त्यांना प्रभूचे शब्द आठवत होते :

'माझ्यासाठी लोक तुम्हाला शिव्याशाप देतील, तुमचा छळ करतील, तुमच्यासंबंधी

खोट्यानाट्या कंड्या पिकवतील; तेव्हा तुम्ही आनंदी राहा. स्वत:ला धन्य माना. कारण ईश्वराच्या राज्यात तुम्हाला या तपश्चर्येचं पारितोषिक मिळेल. तुमच्या आधीच्या प्रेषितांचाही असाच छळ झाला होता.'

मोरो त्यांच्या शेजारून चालत होता. त्याच्या डोळ्यांतील प्रश्न वाचून ते म्हणाले,

"प्रभूचा संदेश त्याच्या लेकरांपर्यंत पोचविण्यासाठी थोडा त्रास सहन केला पाहिजे, बाळ ती प्रभूची आज्ञा आहे."

त्यांच्यासोबत काही अंतर चालून गेल्यावर मोरो म्हणाला,

"फादर, आपणांस मिशनपर्यंत..."

"काही आवश्यकता नाही बाळ काळजी करण्यासारखं काही नाही. मी जाऊ शकेन."

नाइलाज होऊन मोरो पर्वतीकडे वळला आणि त्यांच्या बोलण्याचा विचार करीत चालत राहिला.

...फादर जेम्स मिचेल हे त्याचे गुरू डॉक्टर मरे मिचेल यांचे मित्र. मरे मिचेल यांच्या मदतीनं त्यांनीच स्कॉटिश मिशनमध्ये इंग्रजी शाळा सुरू केली. शिकायची इच्छा असलेल्या मुलांची मोठीच सोय झाली. डॉ. मरे मिचेल यांच्या सोबत तेही धर्मोपदेश देत. स्कॉटिश मिशननं केवळ लिहण्या-वाचण्याचं नव्हे, तर धर्माचं ज्ञान दिलं. कसं वागावं, कसं जगावं याचे धडे दिले. तिथंच जोती, सदाशिव, सखाराम यांच्यासारखे मित्र मिळाले. फादर मिचेल यांचा असा अपमान व्हावा – होत राहावा, ही गोष्ट त्याच्या जिव्हारी लागली आणि आपल्या धर्मबंधूंचं ते वर्तन पाहून त्याची मान शरमेनं खाली झुकली.

"मोरो..."

जोतीनं दिलेली हाक ऐकताच मोरो थबकला.

"का? आज आखाड्यात गेला नाहीस?" मोरो म्हणाला.

"आजपासून आखाडा बंद."

"का रे बाबा? आणि काल का आला नाहीस? आम्ही तुझी खूप वाट पाहिली."

"सांगतो. आधी आपल्या जागी जाऊन बसू या. खूप बोलायचं आहे. तू आखाड्यात दिसला नाहीस ते?"

"सर्वांच्या नजरा चुकवून आखाड्यात जायचं, म्हणजे कोण मारामार. त्यातनं उशीर झाला, म्हणजे जायला नको वाटतं." मोरो म्हणाला.

दोघे मित्र पर्वती चढू लागले. वाटेत मोरोनं रस्त्यात घडलेला प्रकार जोतीला सांगितला. जोतीला फार वाईट वाटलं. तो म्हणाला,

''त्यांचं शेवटचं हत्यार तेच आहे.''

जोतीला झालेलं दुःख मोरोपंताला जाणवलं. त्याच्या भावना जाणून तो म्हणाला,

''फादर स्टिव्हन्सन यांनाही लोक असाच त्रास देतात; पण मला वाटतं जोती, त्यांच्या धर्मप्रचाराची पद्धती आदर्श आहे. ते कुणावर जबरदस्ती करत नाहीत. त्यांचा मारी हृदय-परिवर्तनाचा आहे.''

मोरो म्हणाला, ते खरंच होतं. जोतीनं स्वत: हा अनुभव अनेकदा घेतला होता. लहानपणी तो सगुणा आऊसोबत फादर जॉन यांच्या घरी जात असे. फादर जॉन आणि त्यांची पत्नी मेरी जोतीवर मुलासारखं प्रेम करीत. तिथंच जोतीला जेम्स हा बालमित्र लाभला होता. त्या कुटुंबामुळेच पुढं त्याची फादर जेम्स मिचेल आणि फादर डॉक्टर मरे मिचेल यांच्याशी ओळख झाली. फादर डॉक्टर मरे मिचेल हे तर त्यांचे पंतोजीच होते. डॉ. मिचेल आणि मॅडम मिचेल यांच्याकडून ख्रिस्ताच्या धर्माचं खूप ज्ञान मिळालं. शिवाय जॉन विल्सन आणि इतर अनेक विद्वानांचे ग्रंथ वाचायला मिळाले. आपला उपदेश ऐकून जोती आज ना उद्या ख्रिस्ती धर्माचा अंगीकार करील अशी आशा त्यांना वाटे; परंतु त्यांनी स्वत: कधीही तसा आग्रह केला नाही की कुठलं प्रलोभन दाखवलं नाही.

सदाशिव आणि सखाराम समोरून येत होते.

''जोती, तुझं काय चाललं आहे? दोन दिवसांपासून आखाड्यात आला नाहीस की इकडंही फिरकला नाहीस.'' सदाशिव म्हणाला.

''मी आखाड्यात जायचं बंद केलं आहे.''

''का?'' मोरो हे दुसऱ्यांदा ऐकत होता. ''आखाड्यात जाण्यासाठी आम्हाला किती खटपटी कराव्या लागतात, ते आम्हालाच माहीत आणि हे तू काय सांगतो आहेस?''

''आता तुला त्या खटपटी करायची गरज नाही.''

''म्हणजे?''

''इंग्रजांशी लढाई करून पेशवाई आणणं हे आपलं ध्येय असू शकत नाही. मला तो एक वेडाचार वाटतो. त्यात आपल्या समाजाचं कल्याण नाही.''

''हे काय?'' आश्चर्यचकित झालेला सदाशिव म्हणाला.

''कालपर्यंत तू कंपनी सरकारची सत्ता पालथी घालायच्या गोष्टी बोलत होतास आणि आज हे काय? छत्रपती शिवाजी, जॉर्ज वॉशिंग्टन यांची चरित्र वाचून आपण हेच ध्येय नाही का ठरवलं? पुण्यात बंडाचे वारे वाहत आहेत. जोरात तयारी सुरू आहे. गुप्त मसलती शिजत आहेत. कित्येक देशभक्त तरुण बेलभंडार उचलण्यासाठी पुढं येत आहेत.''

''तेच म्हणतो मी, सदाशिव. आजच्या या स्थितीत आपलं ध्येय काय असावं, याचा पुन्हा विचार करायची गरज आहे. कंपनी सरकारला हाकलून बंडवाल्यांना

पेशवाई आणायची आहे; परंतु बाजीरावीत काय काय झालं, ते जरा आठवा. शिवाजी राजाच्या स्वराज्याचे हेतू पेशवाईनं मातीला मिळवले आहेत. शिवाजी राजाचं स्वराज्य समाजातल्या प्रत्येक माणसासाठी होतं. त्या राज्यात प्रत्येक माणसाला न्याय मिळत होता. पेशवाईत ती परिस्थिती राहिली नाही. शिवाजी राजाच्या स्वराज्यात भटशाहीला थारा नव्हता; परंतु पेशवाईत पुन्हा जातपात वाढली. नुसती भटशाही मातली. पेशवाई म्हणजे भटशाहीच होती. तिची फळं आजही आपला समाज भोगतो आहे. वॉशिंग्टनच्या काळातली अमेरिकेची परिस्थिती आणि आपली आजची स्थिती यांतही मोठा भेद आहे. आज राजकीय स्वातंत्र्य हेच एक आपलं उद्दिष्ट समजून चालणार नाही. कंपनी सरकारशी लढाई करून कुणाचं राज्य आपण मिळवणार आहोत? लढाई करून पुन्हा पेशवाईच आणायची असेल, तर शूद्रातिशूद्र माणसाला कोणता न्याय मिळणार आहे?...

"आपल्या सुधारल्या विद्वानांनी पेनच्या ग्रंथाचा खोल विचार केलेला नाही. धर्माविषयीचं अज्ञान आणि नाना प्रकारचे जातिभेद यामुळे आपल्या समाजाची फाटाफूट झाली आहे; त्यामुळेच इथं आक्रमकांचं फावलं आहे. मुसलमानांबाबत जे घडलं, तेच आज इंग्रजांबद्दल झालं आहे; परंतु ही गोष्ट लक्षात घ्यायला ते तयार नाहीत. मतलबी धर्माचा आधार घेऊन अज्ञानी, भोळ्या लोकांना देशाभिमानाच्या खुळ्या समजुतीत पाडणं न्यायाला धरून नाही. तो खरा देशाभिमान नाही.

"आपणा सर्व लोकांची एकी झाल्याशिवाय इंग्रजांना हाकलून देण्याची ताकद आपल्यात येणार नाही. राज्य सर्वांचं व्हावं, असं वाटत असेल, तर आधी समाजात एकी नांदली पाहिजे; अशी एकी होईपर्यंत इंग्रजांचं राज्य जाणं आपल्या हिताचं नाही. आजच्या स्थितीत राजकीय स्वातंत्र्य मिळालं, तर सनातनी लोक पुन्हा सत्ता बळकावून बसतील आणि आहेत ते भेदाभेद आणखी पक्के होतील. अशी राज्यव्यवस्था निर्माण करणं हाच एक गुन्हा ठरेल आणि त्या गुन्ह्याचे आपण भागीदार ठरू. पेशवाईमुळे आपल्या समाजाची किती दुर्दशा झाली, याचा थोडा विचार करा. त्या ब्राह्मणी राज्यानं फक्त ब्राह्मणांच्या स्वार्थाचा विचार केला. धर्मसत्ता आणि राजसत्ता बटकीसारख्या राबवल्या. अशा राज्याचा अंत होणारच होता. कारण ती राज्यव्यवस्था समाजानं निर्माण केलेली नव्हती. पेशवाई बुडाली, तेव्हा शेतकऱ्यांनी आणि स्त्रियांनी समाधान मानलं, ते उगीच नाही. मग पुण्यातले ऐदी ब्राह्मण कितीही उसासे टाकोत. या ऐदी भटांच्या अंगांतून अजूनही पेशवाईचं वारं गेलेलं नाही. ज्यांना श्रम न करता फुकटात खायला मिळालं, ओगराळी भरभरून दक्षिणा मिळाल्या, ते पेशवाईचे गोडवे गाणारच आहेत; परंतु इतर माणसांनी आता सुटकेचा श्वास टाकला आहे. पेशवाईच्या वणव्यातून ते पोळून निघाले आहेत. अशा स्थितीत आम्ही हातात तलवार घेतली तर पेशवाईचं वारं प्यालेल्या लोकांना मदत केल्यासारखं होईल...

"...लोकसत्ता हीच खरी राजसत्ता होऊ शकते. तिची स्थापना होण्यासाठी आपल्या देशाची स्थिती आज अनुकूल नाही. जातीजातींत वाटलेला आपला समाज आधी एकमय झाला पाहिजे. ते घडेल, त्या दिवशी आपल्या देशात लोकांचं राज्य स्थापन झालेलं असेल. ते पाहायला कंपनी सरकार इथं असणार नाही. कारण तोवर आम्ही स्वतंत्र झालेले असू."

परंतु सदाशिव म्हणाला, तेही काही खोटं नव्हतं. कालपर्यंत जोतीच्या डोक्यात उठावाचे मनसुबे घोळत होते. डोंगरचे राजे उमाजी नाईक यांचं चरित्र वाचल्यापासून तर त्यानं उठावाचं वेडच घेतलं होतं. राजे उमाजी नाईक यांचे दूरदर्शी विचार, त्यांच्यासमोर असलेला शिवाजी राजांचा आदर्श, त्यांना स्त्रियांविषयी वाटणारा आदर, त्यांचा निर्व्यसनीपणा आणि शेवटी त्यांना करावं लागलेलं आत्मबलिदान या सगळ्या गोष्टी त्यानंच नाही का आवेशानं सर्वांना सांगितल्या होत्या?

कालपर्यंत उठावाचं स्वप्न पाहणारा जोती आज वेगळंच बोलतो आहे, हे पाहून सर्वांच्या आश्चर्याला सीमा राहिली नाही.

"परंतु आता उमाजी नाइकाचा मुलगा आणि त्याचे साथीदार पुन्हा उठावात उतरणार आहेत, त्याचं काय?" सदाशिव म्हणाला.

"त्यांना या मतलबी देशाभिमान्यांचा कावा कळलेला नाही. डोंगरचे राजे उमाजी नाईक यांनी 'जातिभेद, धर्मभेद बाजूला ठेवून इंग्रजांविरुद्ध एक व्हा' ही आरोळी दिली, तेव्हा हे देशाभिमानी साखरझोपेत होते का? ती हाक यांना ऐकू गेली नाही. कारण एक रामोशी माणूस यांना राजा म्हणून नको होता. खरं म्हणजे, राजा कसा असावा, याचा ते आदर्श होते. स्वत:ला राजे म्हणवून घेऊनही त्यांना विलासी जीवनाचा मोह झाला नाही. ते दरोडेखोर नव्हते. प्रजाहितदक्ष न्यायी राजे होते. पुरंदरच्या परिसरात त्यांनी असं छोटंस राज्य चालविलंही होतं. तसं न्यायनीतीचं राज्य यांनी एक दिवस तरी केलं आहे का? यांचं राज्य म्हणजे लुटालूट आणि पेंढारगर्दी. ती आता कोणालाही नको आहे."

"जोती म्हणतो, ते बरोबर आहे." मोरो म्हणाला.

"परंतु देशाचा म्हणून आपल्याला काही अभिमान बाळगायला नको?" सखाराम म्हणाला.

"तो आम्ही जरूर बाळगतो. परंतु आमची देशाभिमानाची कल्पना वेगळी आहे. जे लोक गाईचं मल-मूत्र पवित्र मानून प्राशन करतात आणि माणसाच्या हातचं स्वच्छ पाणी अपवित्र मानतात, त्यांना पशूंपेक्षाही हीन वागवतात; त्यांचा देशाभिमान मला अपवित्र देशाभिमान वाटतो. आपल्या देशातल्या प्रत्येक माणसाच्या हितासाठी झटणारा माणूसच खरा देशाभिमानी म्हणता येईल. आपल्या भट विद्वानांनी भरवून दिलेल्या देशाभिमानाच्या खुळ्या समजुती डोक्यातून काढून टाका. खऱ्या देशाभिमानाशी त्यांचा काहीएक संबंध नाही."

"मग हा निर्णय आपण बदलायचा?" सदाशिव म्हणाला.

"होय. मी तरी तेच ठरवलं आहे." जोती म्हणाला. "आम्हाला पाहिजे आहे, ते बंड करून साध्य होणार नाही. ब्राह्मणशाहीच्या जाचामुळे गोरगरिबांना अगणित दुःखं भोगावी लागत आहेत. सरकारी नोकरशाहीतही भटशाही माजली आहे. सरकारी नोकरीत असलेले कलमकसाई ब्राह्मण गोरगरीब-अडाणी लोकांना छळत आहेत. या भटशाहीच्या शोषक विळख्यातून समाजाला सोडवणं हे आपलं पहिलं कर्तव्य आहे आणि त्यासाठी आजची परिस्थिती अनुकूल आहे. पेशवाई बुडवून कंपनी सरकारनं आमच्या समाजावर उपकारच केले आहेत. कंपनी सरकारशी लढाई करणं आज इतकं सोपंही नाही. बंडवाल्यांच्या कच्छपी लागलेले आपले रामोशी, कोळी बांधव आपला आत्मघात करून घेत आहेत, हे चिंतेला कारण आहे."

"परंतु त्यामुळे आम्हाला इंग्रजांचे पक्षपाती, इंग्रजांचे हस्तक म्हटलं जाईल, त्याचं काय?"

"तुम्ही काहीही केलं, तरी ते नावं ठेवणारच आहेत, सदाशिव. कंपनी सरकारची राजवट आज ना उद्या जाणारच आहे. तेव्हा त्यांचं राज्य आहे, तोवर आपण समाजाला भटशाहीच्या जोखडातून सोडवू या. अज्ञानी लोकांना नागवून खाणारी ही ऐदी भटशाही हाच आजचा खरा शत्रू आहे."

जोतीची ती ठाम भूमिका पाहून सदाशिव निरुत्तर झाला. निर्माण झालेल्या शांततेचा भंग करीत तो म्हणाला,

"टॉमस पेनच्या विचारांमुळे तुझं बरंच मतपरिवर्तन झालेलं दिसतं. मलाही ती पुस्तकं वाचायला दे."

"आजच घेऊन जा आणि वाच. माझं म्हणणं तुला खात्रीनं पटेल. आमच्या डोक्यात देशाभिमानाच्या चुकीच्या कल्पना भरवून देण्यासाठी त्या ग्रंथांचा वापर व्हावा, याचा तुला अचंबा वाटेल."

"धर्माविषयी त्याची मतं कोणती आहेत?" मोरो म्हणाला.

"तुझ्या डोक्यातून धर्मांतराचा किडा जात नाही बघ मोरो..." जोती म्हणाला.

सर्वजण हसले. वातावरण थोडंसं निवळल्यासारखं झालं.

जोती म्हणाला,

"टॉमस पेनच्या मते ईश्वरनिष्ठा आणि नैतिक सत्याचं आचरण हेच खरं धर्मजीवन. नीतीचा उगम प्रत्येकाच्या विवेकबुद्धीत आहे. धर्मसाधनेसाठी कुठलाही ग्रंथ प्रमाण मानण्याची किंवा ठरावीक प्रकारची उपासनापद्धती अंगीकारण्याची गरज नाही. धर्मग्रंथ पवित्र आणि पूज्य मानले गेले असले, तरी ते ईश्वरप्रणीत नाहीत. ते माणसांनीच निर्माण केले आहेत. लुच्च्या धर्ममार्तंडांनी आपल्या स्वार्थासाठी उगाच त्यांचं स्तोम माजवून ठेवलं आहे. ईश्वरानं निर्माण केलेली सृष्टी हाच त्याच्या

मते महान धर्मग्रंथ होय. तो आपण कोणाही मध्यस्थाच्या मदतीशिवाय वाचू शकतो. जगातील सर्व माणसांचा धर्म एकच असून, तोच मानवताधर्म होय; परंतु आज असा विश्वधर्म उपलब्ध नसल्यानं प्रत्येकाला धर्मस्वातंत्र्य आहे. मानवाच्या या धर्मस्वातंत्र्यात ढवळाढवळ करायचा अधिकार कुणालाही नाही. व्यक्तीच्या धर्मजीवनात कोणी अडथळा आणण्याचा प्रयत्न केला, तर त्यापासून त्या व्यक्तीस संरक्षण देण्याची जबाबदारी सरकारची आहे. प्रत्येकास त्याचे नैसर्गिक, सामाजिक आणि धार्मिक हक्क निर्विघ्नपणे उपभोगता आले पाहिजेत, अशी परिस्थिती निर्माण करणं हेच सरकारचं काम आहे. कारण राज्यसंस्था ही मुळात लोकांनी निर्माण केलेली संस्था आहे. राज्यसंस्था हा जनता आणि राज्यकर्ते यांच्यातील एक करार आहे. हा करार मोडेल, त्या दिवशी सरकारला सत्तेवर राहण्याचा अधिकार उरत नाही. सरकार आनुवंशिक असू शकत नाही. एवढंच नव्हे, तर प्रत्येक पिढीला आपल्याला योग्य वाटेल तशी शासनव्यवस्था निर्माण करण्याचा हक्क आहे...''

तिघे मित्र थक्क होऊन जोतीचं बोलणं ऐकत होते. काहीतरी वेगळं, नवं, विचारांना चालना देणारं ऐकायला मिळत होतं.

''मानवता हाच एक धर्म आणि धर्म ही खासगी बाब मानली, तर धर्मांतर करून काहीच साधत नाही.'' सदाशिव म्हणाला.

जोती म्हणाला,

''कुठल्याही धर्माला आज अद्वितीय महत्त्व उरलेलं नाही. कारण प्रत्येक धर्मात दोष शिरले आहेत, हिंदू धर्माप्रमाणे ख्रिस्ती धर्मातही काही गोष्टी श्रद्धेनं स्वीकाराव्या लागतात. धर्माची मूळ तत्त्वं आपल्या सदसद्विवेकबुद्धीतच असताना सद्वर्तन हाच एकमेव धर्ममार्ग ठरतो. बाबा साने यांनीही हेच सांगितलं होतं. कुठलाही धर्म मूळ शुद्ध स्वरूपात उरलेला नसताना धर्मांतराला काहीच अर्थ राहत नाही. अर्धवट विचार करून आपण ख्रिस्ती झालो नाही, हे बरंच झालं. आमचा तो निर्णय योग्य ठरला हे पाहून मला आनंद होतो.''

मोरोपंतानं काही बोलावं, या अपेक्षेनं जोती त्याच्याकडं पाहत होता. बाबा साने यांचा सल्ला त्यानंही मान्य केला होता; परंतु जोतीच्या वक्तव्यामुळे त्याच्या मनात अनेक प्रश्न उचंबळून आले होते. त्यांची उत्तरं मिळाल्याशिवाय जोतीचं म्हणणं त्याला मान्य करवत नव्हतं.

''एकंदरीत आम्हाला वेळीच शहाणपण सुचलं, ते बरंच झालं, म्हणायचं.'' सखाराम म्हणाला.

''नाही. टॉमस पेनच्या विचारांची पूर्ण छाननी केली पाहिजे.'' मोरो म्हणाला.

''जरूर कर आणि धर्माविषयीचे तुझे विचार पुन्हा एकदा तपासून घे.'' जोती म्हणाला.

जोतीचा तो टोमणा उमजून मोरो गप्प राहिला. जे काही घडलं होतं, ते सर्वांच्या मसलतीनंच. तरीही जोतीनं टोमणा द्यावा, याचं त्याला वाईट वाटलं. जोतीचा हा स्वभाव त्याला पुरता माहीत होता. तो आपली मतं कोणावर लादत नसे; परंतु विरोधी मतं मांडणाऱ्यावर तेवढ्याच त्वेषानं तुटून पडत असे. त्याला वेगवेगळ्या पद्धतींनी डिवचून सोडत असे.

तिरीमिरीनं मोरो म्हणाला,

''आपण सर्वजण धर्मांतराच्या विचाराकडं ओढले गेलो होतो, हे तू विसरलास का जोती?''

''मलाच काय, कोणालाही आवडावीत अशीच त्या धर्माची तत्त्वं आहेत. शत्रूवरही प्रेम करायला सांगणाऱ्या येशूचा तो महान धर्मविचार आहे; परंतु तिथंही धर्मगुरूंचा जुलूम आहे. म्हणून धर्मांतराच्या विचारापासून मी कधीच दूर गेलो आहे.''

''म्हणजे माझ्या मनातून तो विचार गेलेला नाही, असंच ना?''

''तसंच समज आणि त्या गुंतवळ्यातून लवकर बाहेर पड.''

''मुंबईत श्रीपत शेषाद्रीचा किती छळ सुरू आहे, ते माहीत आहे ना? देवळादेवळांत तुपाचे दिवे लागलेत. काशीच्या पंडितांनी त्याला जातीत घेऊ नये, असा धर्मनिर्णय दिला आहे. त्याला प्रायश्चित्त देणाऱ्या बाबाजी बिवलकरांवर पुण्याच्या लोकांनी बहिष्काराचा बडगा उगारला आहे.'' सदाशिव म्हणाला.

''ते सारं भटांचं पैसे लाटायचं कारस्थान आहे.'' एकदम संतापून मोरो म्हणाला. ''श्रीपत शेषाद्री ख्रिस्ती झालेलाच नाही, तर त्याला वाळीत टाकायचा प्रश्न येतोच कुठं? पण आपण सांगू, तो धर्म आणि ठरवू, ते कर्म, हीच वृत्ती बोकाळली आहे. ख्रिस्ती झालेल्या भावाजवळ राहिला; म्हणून याचाही धर्म गेला, हा कुठला कायदा आहे? त्याचा भाऊ ख्रिस्ती झाला, म्हणून त्यानंही व्हावं, असं मिशनऱ्यांना वाटतं आणि तेच या सनातनी लोकांना नको आहे. धर्मांतराविषयी भीती निर्माण व्हावी, म्हणून हे कारस्थान चाललं आहे. काशीच्या भटांना यातलं काहीच माहीत नाही. ते आपले दक्षिणा वाजवून घेऊन पाहिजे तो शास्त्रार्थ काढून देतात. उद्या कुणी त्याहून जास्त दक्षिणा दिली, तर दोघा भावांना जातीत घ्यायला हरकत नाही, म्हणून शास्त्रार्थ काढून दाखवतील. दक्षिणा टाकली की, त्यांची शास्त्रं पाहिजे तसं बोलू लागतात.''

श्रीपत शेषाद्री प्रकरणाची चर्चा निघाली की, मोरोच्या अंगाची नुसती आग होऊन जाते. ख्रिस्ती झालेल्या मोठ्या भावाजवळ राहिला, म्हणून श्रीपत बाटला, या अजब न्यायाची त्याला फार चीड येते.

बाळशास्त्री जांभेकर, गंगाधरशास्त्री फडके, नाना शंकरशेट यांच्यासारख्या सुधारल्या विचाराच्या लोकांनी त्याला प्रायश्चित्त देऊन जातीत घ्यावं, म्हणून प्रयत्न

केले. परंतु मुंबईतल्या ब्राह्मणांचा ठेका एकच. ज्याला प्रायश्चित्त नाही, असं महापातक यानं केलं आहे. उलट, श्रीपतला प्रायश्चित्त देणारे बाबाजी बिवलकर आणि बाळशास्त्री जांभेकर व त्यांचे मित्र यांनाच जातिबहिष्कृत करण्यात आल्याची पत्रं सगळीकडं पाठविण्यात आली. पुण्याच्या ब्राह्मणांचं मत पडलं की, अशा पातक्याला प्रायश्चित्त देणं हे तर श्रवणासही अनुचित आहे.

बाबाजी बिवलकर सध्या पुण्यात आलेले होते; परंतु त्यांचं कोणीच काही ऐकून घ्यायला तयार नव्हतं; नव्हे, त्यांचं तोंड पाहायलाही तयार नव्हतं. मुरलीधराच्या देवळात सभा घेऊन पुण्यातल्या ब्राह्मणांनी एकच अभिप्राय दिला. अशा पातक्याला प्रायश्चित्त देण्याचं महापातक करणाऱ्या बिवलकरानंच आधी प्रायश्चित्त घ्यावं आणि नाक घासत आमची क्षमा मागावी. असे बाटलेले परत जातीत घेतले, तर वर्णभेद म्हणून काही शिल्लकच राहणार नाही. ब्राह्मण जातीत भ्रष्टाचार माजवणाऱ्या बाबाजी बिवलकरांना जातिबहिष्कृत केल्याची बोंब ठोकून ब्राह्मण मोकळे झाले.

सदाशिव म्हणाला,

''जगात जेवढे म्हणून धर्माभिमानी लोक आहेत, त्यांच्यात हिंदू धर्मी लोकांइतके दुष्ट आणि घातकी लोक क्वचितच असतील. धर्मतत्त्वांऐवजी दुष्ट रूढींचं पालन करणं हाच आमचा धर्म होऊन बसला आहे. या दुष्ट रूढींनी आम्हाला जगणं कठीण केलं आहे... याच अमानुष रूढींनी माझ्या बहिणीचा बळी घेतला. लहान वयात तिला सती जायला भाग पाडलं.''

हिंदू धर्मातील रूढींचा विचार समोर येताच सदाशिवच्या मनातली ही जखम ताजी होऊन भळभळू लागत असे. सुस्कारा टाकून तो पुढं म्हणाला,

''एकीकडं धर्म सती जायला सांगत नाही म्हणायचं आणि दुसरीकडं रूढी दाखवायची, हे मोठं विचित्र गारूड आहे. धर्मशास्त्रात सतीविषयी बरीच उलटसुलट वचनं आढळतात. कितीही पोथ्या पालथ्या करा; एक निश्चित असा अर्थ नाहीच. मुळात ती चाल नव्हती; परंतु ती कशी रूढ झाली, तेही सांगता येत नाही. आम्ही या दुष्ट रूढींचे दास झालो आहोत मोरो. जोती म्हणतो, ते खरंच आहे. हे खरं धर्मजीवन नाही; पण धर्मांतर करूनही काहीच साधत नाही, हेही तेवढंच खरं आहे.''

सखाराम म्हणाला,

''आहोत त्या धर्मात राहूनच आपल्याला धर्मसुधारणा केल्या पाहिजेत किंवा टॉमस पेनच्या विचारांचा प्रसार केला पाहिजे. त्याशिवाय या अमानुष रूढी-परंपरा आणि अडाणी धर्मविचार नामशेष होणार नाहीत; परंतु मित्रहो, ही धर्मचर्चा आता पुरे, नाही तर राहिलेली चर्चा पोलीस गेटवर करावी लागेल.''

''ठण्... ठण्...'' पहाऱ्यावरचे सोजीर दस्ते आपटत हिंडत होते. रात्रीची बंदीची तोफ उडायला फार वेळ उरला नव्हता. इतकी रात्र झाली, तरी आज

कोणालाही वेळेचं भान राहिलं नव्हतं. चौघांनी पर्वतीचा पायथा जवळ केला. तेवढ्यात बंदीची तोफ गडगडली. पुण्याचे दरवाजे, वेशी बंद झाल्या.

३

सनई-चौघड्याच्या मंदमधुर ध्वनीमुळे वातावरण प्रसन्न वाटत होतं. मारुतीच्या मंदिरापासून निघालेली वरात लग्नमंडपाकडं निघाली होती. संध्याकाळ होत आली होती; परंतु सूर्यास्त व्हायचा होता. तो गोरज मुहूर्त गाठायच्या इराद्यानं वरात झरझर पुढं सरकत होती. पुढं वाजंत्री, त्यानंतर वरघोडा, त्यामागं ठेवणीतले कपडे आणि जरीच्या झिरमिळ्या लावलेल्या पगड्या घातलेली ब्राह्मणमंडळी आणि थोडं अंतर सोडून इतर निमंत्रित असा वरातीचा थाट होता. ब्राह्मणाघरचं लग्न असल्यानं सोवळं-ओवळं काळजीपूर्वक पाहिलं जात होतं. येणारे-जाणारे लोक दुतर्फा उभे राहून वरातीला वाट देत होते.

जोती, सदाशिव आणि मोरो गप्पागोष्टी करत वरातीसोबत चालले होते. सखारामला आज मित्रांशी बोलायलाही वेळ नव्हता. भावाचं लग्न म्हटल्यावर त्याची धांदल उडून जावी, यात नवल नव्हतं. ठेवणीतले कपडे घातलेला सखाराम कुठं काय हवं-नको, ते पाहत होता.

सदाशिव आणि मोरो यांनीही आज आपल्या ठेवणीतल्या पगड्या डोकीवर चढवल्या होत्या. आजूबाजूच्या लालपिवळ्या पगड्यांमध्ये जोतीचा तुरेदार तांबडा फेटा तेवढा वेगळेपणानं उठून दिसत होता. तिघे ब्राह्मण मंडळींत मिसळून चालत होते. त्यांच्या आगंमागं चालणाऱ्या दोघा-तिघा गृहस्थांनी त्यांच्याकडं पाहिलं आणि त्यांच्या कपाळावर एकदम आठ्या चढल्या. कोणी तो प्रकार पाहताच एकदम नापसंतीदर्शक मान हलवली. पुढं चालणाऱ्या आणखी दोघा गृहस्थांनी मागं वळून पाहिलं आणि त्यांच्या मस्तकावरची शीर तडकली. ते पुढं चालणाऱ्या दोघा-तिघा पगड्यांच्या कानाशी लागले. त्यासरशी दोन-चार पगड्या इकडून तिकडं गेल्या. पुन:पुन्हा मागं वळून पाहू लागल्या. डोळे विस्फारले गेले. शूद्र कुणबटाचं एक पोरटं ब्राह्मण मंडळींत शिरलं होतं. ब्रह्मवृंदाच्या बरोबरीनं चालत होतं.

'अब्रह्मण्यम!' संतप्त उद्‌गार बाहेर पडले.

एक पगडी तरातरा पुढं आली आणि कडाडली,

"ए शुद्रा, कुणबटा! वरातीत ब्रह्मवृंदासह चालण्याचे तुझे धाडस तरी कसे झाले? तू स्वत:ला ब्राह्मणांच्या बरोबरीचा समजतोस की काय? जातपात, रीतिरिवाज यांचा तुला काही विधिनिषेध? चल, बाजूला हो!" शास्त्रीबुवा संतापानं नुसते थरथरत होते.

"इतर मंडळी ब्रह्मवृंदाच्या मागून येत आहेत, हे दिसत नाही का?" दुसरे गृहस्थ किंचाळले.

"शिव शिव! विटाळली सारी वरात."

"शास्त्रीबुवा, ब्राह्मण्य आजच लयाला गेले काय?" धर्मावर झालेला तो आघात सहन न होऊन कासावीस झालेले दुसरे एक गृहस्थ ओरडले. त्यांच्यावर आकाशच कोसळलं होतं.

तीक्ष्ण भाल्यांसारखे ते शब्द कानांत शिरताच जोतीचं मस्तक संतापानं बधीर झालं.

दोघा मित्रांसोबत वरातीत सहभागी झालो, म्हणून एवढा अपमान?

त्याच्या मस्तकात अग्निलोळ उसळला आणि काय घडते आहे, हे कळायच्या आत तो वरातीतून बाहेर पडला.

"आताशा हे लोक भारीच पायरी सोडून वागू लागले आहेत हो."

"म्लेंच्छ राज्याचा परिणाम! पेशवाईत असे घडले असते?" जिंकल्याच्या आविर्भावात शात्रीबुवा गरजले.

"त्या शुद्राच्या पोराला एक अक्कल नाही; पण या गोवंड्यांच्या आणि वाळवेकरांच्या पोरांना तरी कळायला हवे!"

"मूर्ख कुठचे!"

"कोणाचे पोर हो ते?"

"गोविंदा माळ्याचे..." तोंड वेडंवाकडं करीत एक गृहस्थ म्हणाले.

जोती ताडताड घराकडे निघाला होता. आजपर्यंत तो जे पाहत, ऐकत आला होता, ते आज त्यानं प्रत्यक्ष अनुभवलं होतं.

धुमसत्या ज्वालामुखीसारखा जोती घरात शिरला. जोतीकडे पाहून दादा बुचकळ्यात पडले. तो कधीही असा उद्विग्न होऊन घरी येत नसे. काहीतरी विपरीत घडलं आहे, हे त्यांनी ओळखलं.

आपल्या इंग्रजी शिकणाऱ्या या मुलाविषयी त्यांना विलक्षण अभिमान वाटत असे. मुन्शी जनाब यांच्या सांगण्यावरून त्यांनी जोतीची थांबलेली शाळा पुन्हा सुरू केली होती. सदान्‌कदा त्याच्या हातात साहेबाच्या भाषेतली पुस्तकं दिसायची. जनाब त्याच्या अभ्यासू स्वभावाचं कौतुक करीत, त्या वेळी त्यांना अधिकच आनंद होई. सगुणा आऊ तर म्हणत,

'माजा जोती शिकून फादर जॉन सायबावानी हुईल... अडानी लोकांना शिकवील. गोरगरिबांची सेवा करील.'

अलीकडे जोतीच्या स्वभावात, वागण्या-बोलण्यात होत चाललेले बदल ते न्याहाळत होते. मुलगा आता मोठा झालाय. त्याला सारं काही कळतं, यावर त्यांचा विश्वास होता. परंतु कधीकधी त्याचं बोलणं ऐकून त्यांना भीती वाटे.

"काय झालं जोती?" दादांनी विचारलं.

– आणि बांध फुटल्यासारखा जोती ढसाढसा रडू लागला.

"अपमान... अपमान केला त्यांनी माझा... वरातीत त्यांच्याबरोबर चाललो, म्हणून." संतापानं त्याच्या तोंडून शब्द फुटत नव्हते. श्वास कोंडल्यासारखा झाला होता. एक प्रचंड ज्वालामुखी बाहेर यायला धडपडत होता.

जोतीनं ब्राह्मणांची वरात विटाळली होती तर! प्रसंगाचं गांभीर्य लक्षात येताच दादा हादरले. जोतीचं ते वागणं त्यांना मुळीच आवडलं नाही. आता काय घडेल, याचा अंदाज बांधणं अशक्य होतं. कदाचित माळी जातीवर ब्राह्मणांची इतराजी होईल. कदाचित ब्राह्मणांच्या धाकानं माळी लोक आपलं घर जातीबाहेर टाकतील.

दादांचा संताप अनावर झाला; परंतु जिभेवर आलेले शब्द त्यांनी प्रयत्नपूर्वक अडवले. मुलाला समजावून सांगणं हेच कदाचित अधिक हिताचं ठरेल, असं त्यांना वाटलं असावं; कपाळावर दरदरून आलेला घाम उपरण्यानं टिपत ते विचार करू लागले.

जोतीच्या मुखातून तडतडत्या ठिणग्यांप्रमाणे शब्द बाहेर पडू लागले,

"वरातीच्या घोड्याचा, एका पशुचा त्यांना विटाळ होत नाही. माणसांचा मात्र विटाळ होतो. हा त्यांचा धर्म...? हा त्यांचा आचार...?"

"ते बामन भूदेव आहेत, बाळा. त्यांना आपला विटाळ होतो, हे तुला माहीत नाही का? आपन त्यांची बरोबरी करू नये. नशीब समज, त्यांनी फक्त तुझा अपमान केला. आज पेशवाई असती, तर त्यांनी हत्तीच्या पायी दिलं असतं. घरादारावरून गाढवाचा नांगर फिरला असता." समजुतीच्या सुरात दादा सांगू लागले.

"हं... हत्तीच्या पायी दिलं असतं!' दाणकन् पाय आपटून जोती गरजला. "त्यांचा आणि माझा धर्म एकच आहे. ते हिंदू आहेत, तसा मीही हिंदू आहे. मग मी हीन कसा? मीही एक माणूसच आहे ना? कशाच्या आधारावर ते मला हीन समजतात? कशासाठी मी हा जुलूम सहन करायचा?"

जोतीचे ते उद्गार ऐकून दादांना फार दु:ख झालं. ते म्हणाले,

"त्यांच्या जुलमाचे पाढे फार मोठे आहेत, बाळा; पण ते जातिधर्मानं मोठे आहेत. अरे, आजही हरपरकारानं ते आपला छळ करतील. माळी जातीवर बहिष्कार टाकतील. जातीच्या लोकांना धाक दावून आम्हाला वाळीत घालायला लावतील. कायबी करतील. अरे, त्यांनी कोण अडवनार?"

"मी अडवणार! त्यांच्या जुलमांचे पाढे मी वाचणार. त्यांनी आमच्यावर लादलेली गुलामगिरी मी झुगारून देणार!"

जोतीच्या एकेका वाक्यासरशी दादांच्या मस्तकावर एकेक प्रहार होत होता. त्यांच्या चेहऱ्यावर विकलतेचं भयाण दु:ख पसरलं. ते म्हणाले,

''अरे बाळा, आपण खालच्या जातीची माणसं. त्यांची सेवाचाकरी हाच आपला धर्म. तो देवानंच नाही का नेमून दिला?''

परंतु जोती ऐकून घेण्याच्या मन:स्थितीत नव्हता. तरीही त्याच्या कानांवर पडावं, त्यातून त्याची समजूत पटलीच तर बरं, या अपेक्षेनं दादा बोलत राहिले.

''तरी आजचे दिवस बरे म्हनायचं. तुला काय सांगायचं, पेशवाईत तर बामनांची बरोबरी करायला जानं हाच मोठा गुन्हा होता. त्याबद्दल लोकांनी काय काय शिक्षा सोसल्या, त्या काय सांगायच्या? कपाळावर गंध कसं लावायचं, धोतर कसं नेसायचं, याचे कायदे होते. आडवं धोतर आणि आडवं गंध लावायचा अधिकार फक्त बामनांचा. आपल्या इथं आपल्या घरामागं राहणारा तो शेनू सुतार त्याची गोष्ट तुला माहीत आहे? तो आडवं धोतर नेसला, म्हणून पेशवे सरकारनं त्याचा कुल्ला कापला होता. सोनार लोकांनी आडवं गंध लावलं, तर त्यांच्या कपाळावर लोखंड तापवून डाग दिले. न्हावी-तेली लोकांना सकाळी घराबाहेर पडनं कठीन हुतं. सकाळच्याला ते नुसते नदरंला पडले, तरी बामन लोक त्यांना बेदम मार द्यायचे. महार-मांगांची गोष्ट तर विचारूच नको. तेलशेंदूर पाजून त्यांना सर्रास बांधकामाच्या पायात गाडलं जायचं. ऊन डोक्यावर आल्याशिवाय त्यांना गावात येता यायचं न्हाई. आणि आलं, तर गळ्यात गाडगं आणि कमरंला फास बांधावा लागायचा... अरे, फुलांचे पोशाख द्यायला आम्ही पेशवेवाड्यात जायाचो, तवा अशा किती गोष्टी पाहिल्या, म्हनून सांगू? एकदा एका बाईनं बामनांच्या पानोठ्यावरनं पानी घेतलं, म्हनून तिला तीन दिवस शनवारवाड्यात बसवून ठेवलं. तिसऱ्या दिवशी तिची अब्रू घेऊन आणि नाजूक जागी डाग देऊन सोडून दिलं. तुला काय काय म्हनून सांगायचं? गोरगरिबाच्या देखन्या बायका बिनबोभाट शनवारवाड्यात पोचत्या केल्या जायच्या...''

''आज त्यांची ती पेशवाई नाही, दादा. हा जुलूम मी सहन करणार नाही आणि जे सहन करत आहेत, त्यांनाही सहन करू देणार नाही.''

''त्यांना जुलूम करायला पेशवाईच कशाला पाहिजे? नुसता सावलीचा विटाळ झाला, म्हनून ते अजून गुलटेकडीच्या मैदानात मानसांना हालहाल करून मारायचे. त्यांच्या वाटंला जाऊ नको जोती. त्यांनी तुला सुखानं घरी येऊ दिलं, हे आपलं नशीब म्हनायचं.''

परंतु जोतीचा संताप कमी झाला नाही. उलट, दादांनी सांगितलेल्या गोष्टींमुळे तो आणखी वाढला.

''आम्हाला छळण्याचा अधिकार त्यांना कोणी दिला?'' जोती गर्जू लागला. ''ते आम्हाला छळतात, हीन समजतात आणि आम्ही मात्र त्यांना देव मानायचं? भूदेव म्हणून त्यांच्या पायांवर डोकं ठेवायचं? हा कुठला धर्म...? कुठला न्याय...?

माणसांना अशी वागणूक देणं हा धर्म आहे...? नाही... हा धर्म नाही! हे सगळं थोतांड आहे. हे भेद त्यांनीच निर्माण केले आहेत आणि देवाधर्माच्या नावाखाली आमच्या माथी मारले आहेत. आम्ही सर्वजण परमेश्वराची लेकरं आहोत ना? मग आपल्याच लेकरांमध्ये असे हीन भेद निर्माण करण्याइतका देव पक्षपाती कसा असेल? आमचा वारा लागताच विटाळण्याइतकं पावित्र्य त्यांनी कोठून मिळवलं? आणि कोणाला आमच्या स्पर्शाचाही विटाळ व्हावा, एवढी नीचता आम्हाला कशामुळे आली? मीही माणूस आहे. त्यांचा आणि माझा धर्म एक आहे. मग मी नीच कसा आणि ते श्रेष्ठ कसे?''

सगुणाआऊ आणि सावित्रीबाई उंबऱ्यात येऊन थांबल्या होत्या. सगुणाआऊच्या वृद्ध चेहऱ्यावर काळजीचं जाळं पसरलं होतं. सावित्रीच्या शांत-सोज्वळ मुद्रेवर भीती आणि उत्सुकता जाणवत होती. जोतीचं हे रूप तिला नवं होतं. रात्र रात्र अभ्यास करत बसणारा, वेळोवेळी तिला आणि आऊला काहीबाही वाचून दाखवणारा जोती आज तिला आणखी काही वेगळाच वाटत होता. काळीज फोडून येणारा त्याचा एकेक शब्द ती मनात साठवत होती.

आऊकडं वळून जोती म्हणाला,

''आऊ, माझे कपडे दे. आर्यभटांच्या त्या खल्लड धर्माच्या नावानं एकदाची अंघोळ करतो.''

जोती विहिरीवर गेला. भराभर बादल्या ओढून घेऊन डोक्यावर रित्या करू लागला.

दिवेलागण झाली. सावित्रीनं सगळं घर उजळून टाकलं. शून्यात नजर लावून बसलेला जोती आज जेवायलाही उठला नाही. राजाराम जेवण घेऊन मळ्याकडे निघून गेला. आऊच्या आग्रहाखातर दादांनी दोन घास खाल्ले आणि ते अंथरुणावर जाऊन पडले.

जोतीच्या मस्तकात विचारांचं आवर्त भणाणत होतं.

यातून बाहेर पडलं पाहिजे. ही जन्मजात वर्णश्रेष्ठता, तिच्या पोटातून जन्मलेली जातीयता, शब्दप्रामाण्य, कर्मविपाक, स्वर्ग-नरकाच्या या खुळचट कल्पना, तेहतीस कोटी देवांचं लेंढार हे सगळं आंधळं गारूड म्हणजे एक थोतांड आहे. हा सगळा या धूर्त आर्यभटांचा कावा आहे. त्यांनीच ही उतरंड रचून ठेवली आहे. प्रत्येकाला जातींच्या खोड्यात घालून माणसालाच माणसाविरुद्ध उभं केलं आहे.

समाजही त्यांच्या भूलथापांना बळी पडून, आहे त्या स्थितीत समाधान मानतो आहे. एवढंच काय, आपल्या जातीचा अभिमान बाळगण्यात धन्यता मानतो आहे. अशी भीषण समाजस्थिती जगात कुठंच नसेल. जो समाज हजारो वर्षांपासून अस्पृश्यतेचे चटके सोसतो आहे, त्याचं दुःख काय असेल? गळ्यात गाडगं आणि

ढुंगणाला झाडाची फांदी बांधून हिंडताना त्यांना काय वाटलं असेल? दररोज त्यांच्या मनाला किती जखमा होत असतील? किती पिढ्यांच्या जखमा त्यांच्या काळजात भळभळत असतील? कोण त्या जखमांवर फुंकर घालत असेल? मी आजच्या एका प्रसंगानं एवढा पेटून उठलो; परंतु जी माणसं रोज अस्पृश्यतेची वेदना घेऊन जगत आहेत, त्यांच्या मनात केवढे आगडोंब उसळत असतील?

आजच्या प्रसंगामुळे आपल्याला अस्पृश्यतेच्या दु:खाची पहिल्यांदा जाणीव व्हावी, या विचारानं जोतीला स्वत:चीच शरम वाटली. अस्पृश्यतेची वेदना आज त्यानं पहिल्यांदा अनुभवली होती.

ब्राह्मणांच्या दृष्टीनं शूद्र हाही अस्पृश्य ठरतो, तर शूद्रांच्या दृष्टीनं अतिशूद्र अस्पृश्य कसे ठरतात? ते कोणत्या आधारावर स्वत:ला श्रेष्ठ समजतात? ब्राह्मणी धर्माच्या दृष्टीनं शूद्र आणि अतिशूद्र हे दोघेही अस्पृश्य ठरतात; तर मग शूद्रातिशूद्र एकमेकांना अस्पृश्यांसारखं का वागवतात? त्यांच्यात ही कलागत कोणी आणि कशी लावली? मग हा मुळात हिंदू धर्म की ब्राह्मणी धर्म? सर्व शूद्र आणि अतिशूद्र याविरुद्ध पेटून का उठत नाहीत? का त्यांची मनंच मेली आहेत?

प्रश्नामागून प्रश्न उसळत होते. एकीकडं मी विश्व आहे, विश्व माझ्यात आहे, प्रत्येक प्राणिमात्रात ईश्वर आहे, असं पोकळ अध्यात्म सांगायचं आणि दुसरीकडं जातिधर्माच्या नावाखाली माणसांना लाथाडायचं, आपलं ब्रह्मगारूड उघडं पडू नये, म्हणून त्यांना ज्ञानाचे दरवाजे बंद ठेवायचे, त्यांच्यात श्रेष्ठ-कनिष्ठतेची दुही माजवून आपली पोळी भाजायची, हीच आर्यभटांची नीती आहे. शूद्रातिशूद्र समाज पिढ्यान्‌पिढ्या ही दुर्दशा भोगतो आहे. अज्ञान! अज्ञान हेच या दुर्दशेला कारणीभूत आहे. या भटशाहीला सुरुंग लावायचा असेल, तर शूद्र-अतिशूद्रांच्या विराट समाजाला शिकवून शहाणं केलं पाहिजे. स्त्रिया, शूद्र आणि अतिशूद्र यांच्यासाठी ज्ञानाचे दरवाजे उघडले पाहिजेत. या सर्व अनर्थाचं मूळ अज्ञानात आहे. त्या मुळावरच घाव घातला पाहिजे. अज्ञानाचा अंधार दूर केल्याशिवाय ब्रह्मकपटाला सुरुंग लागणार नाही. त्याशिवाय ही गुलामगिरी संपणार नाही. शिक्षण... शिक्षण... शिक्षणाशिवाय तरणोपाय नाही...

अतिशूद्र हा या उतरंडीच्या तळाशी आहे. त्याच्यापासून सुरुवात केली पाहिजे. स्त्री शिकली, तर कुटुंब शिकतं. कुटुंब शिकलं, तर समाज सुधारतो. अतिशूद्र स्त्रीसमाजापासून शिक्षणाला प्रारंभ केला पाहिजे...

''जोती...'' आऊनं हाक दिली.

बरीच रात्र झाली असावी. आऊ आणि सावित्री तशाच बसून होत्या. दिवसभर शेतात राबणारी आऊ अजून जेवली नव्हती. मोठ्या जाऊबाईबरोबर गुरा-ढोरांची

उस्तवार आणि घरकाम यांत थकून जाणारी सावित्री जोती जेवल्याखेरीज पाण्यालाही स्पर्श करीत नसे.

जोतीच्या मनात कणव दाटून आली. आपल्यासाठी आऊ आणि सावित्री अजूनही थांबल्या आहेत; आपण जेवलो नाही, तर त्याही जेवणार नाहीत, ही जाणीव होताच तो उठला.

''आऊ, जेवायला वाढ.'' जोती म्हणाला.

भांड्यांची खुडबूड सुरू झाली. सावित्रीनं तांब्या भरून दिला. हातपाय धुऊन जोती पाटावर बसला.

दुसऱ्या दिवशी सकाळपासून पुस्तकात डोकं खुपसून बसलेला जोती संध्याकाळपर्यंत जागेवरून हलला नाही. आज तो शाळेतही गेला नाही. वाचता-वाचता तो मध्येच थांबत होता. चिंतनात गढून जात होता. पेनपाठोपाठ त्यानं गौतम बुद्ध, महात्मा बसवेश्वर, तीर्थंकर यांच्या विचारांचा अभ्यास सुरू केला होता. संत साहित्यात तुकारामबुवांच्या गाथेनं त्याच्या मनाचा ठाव घेतला होता. त्यांचे कित्येक अभंग त्याला तोंडपाठ झाले होते. प्रो. विल्सन, सर विल्यम जोन्स यांनी हिंदू धर्मावर केलेली टीका त्याला फार आवडली होती. मार्टिन ल्यूथरचं चरित्र वाचल्यापासून त्याला धर्मसुधारणेची अधिकच निकड भासत होती.

संध्याकाळी सखाराम, सदाशिव आणि मोरो भेटून गेले. मित्राची समजूत घालायला त्यांना शब्द सापडले नाहीत.

''मी बाबांना म्हणालो'', मोरो सांगत होता, ''कित्येक ब्राह्मणांपेक्षा जोती जास्त शिकला आहे; तरीही तुम्ही त्याला कनिष्ठ का मानता?'' तर ते म्हणाले, 'शिकला, म्हणून शुद्राचा ब्राह्मण होत नाही.'

आपल्यामुळे तो प्रसंग ओढवला, म्हणून सखारामला फार दुःख झालं होतं. जोतीनं प्रतिक्रिया व्यक्त केली नाही. उलट, त्यानंच मित्रांची समजूत घालून त्यांचं सांत्वन केलं.

मित्र निघून गेल्यावर जोतीनं पुन्हा पुस्तकात डोकं खुपसलं.

रात्री बापलेक जेवायला बसले. सावित्री वाढत होती. कोणीच काही बोलत नव्हतं. दादांचं जेवण आटोपलं. हात धुऊन ते उठले. जोती एक एक घास घेत होता. आऊ त्याच्याकडं पाहत होती. समईच्या प्रकाशात उजळलेला जोतीचा गौर चेहरा कुठल्यातरी निर्णयावर आल्याप्रमाणे वाटत होता. तो बदल पाहून आऊला समाधान वाटलं. नकळत ती स्वत:शीच हसली.

"आऊ, तू का हसतेस?" जोती म्हणाला.

"उगीच."

"तू उगीच हसणार नाहीस."

"हसू आलं, ते याचं की, तिकडं बामणांनी तुझा विटाळ झाला, म्हणून अंघोळ केली असंल आणि इकडं त्यांच्या धर्माच्या नावानं तूही अंघोळ केलीस. म्हणजे दोघांच्या मनांतला विटाळ गेलाच न्हाई."

"जाऊ दे आऊ. रागानं बोललो मी ते." जोती हसून म्हणाला.

आऊच्या युक्तिवादानं मनातल्या अंधाऱ्या कोपऱ्यावर झगझगीत उजेड पडला आहे, असंच जोतीला वाटलं. तो अंतर्मुख झाला. त्याला वाटलं,

खरंच आपली प्रतिक्रिया अशीच का व्हावी?

त्यानं चोरून सावित्रीकडं पाहिलं. ती गालातल्या गालात हसत होती. सावित्रीचा चेहरा मुळातच हसतमुख. त्यात असं काही घडलं की, ती गालातच बारीक हसायची. आऊचं हे असंच. मोजकं बोलून चोरासारखं पकडते.

जोती म्हणाला,

"तुझं बरोबर आहे, आऊ. मनातली द्वेषभावना गेली पाहिजे, हे खरं. परंतु असं काही घडल्यावर अंगाची आग होणारच आणि ते तर सर्वांशीच असं वागतात."

"तू कोनावर राग धरू नको. प्रभू येशू तर शत्रूवरसुद्धा प्रेम करायला सांगतो."

रात्री कितीतरी वेळ जोती आऊनं दिलेल्या संदेशावर विचार करीत राहिला.

माणसांना अपवित्र मानणारे हे लोक आपले शत्रू आहेत की मित्र आहेत? ते आणि आम्ही एकाच देशाचे – धर्माचे आहोत, तर या भेदाची कारणं कोणती? की त्यांच्यात आणि आमच्यात मुळातच काही बेबनाव आहे?

काहीच कळेनासं झालं.

आऊनं दिलेला संदेश मनाला टोचत होता.

फादर मरे मिचेल यांचे शब्द मनात उचंबळू लागले :

'बाळ, तू ख्रिस्ताचा स्वीकार कर. त्याशिवाय तुला खऱ्या धर्माचा प्रकाश दिसणार नाही.'

फादर नेहमी सांगत :

'तो यहुद्यांचा राजा होता; परंतु त्यानं राजेपण कधी उपभोगलं नाही. साक्षात देवाचा पुत्र असूनही, आपलं प्रेषितपण त्यानं कधी मिरवलं नाही. मासेमारी करणारे कोळी, खाणकाम करणारे मजूर, जकात गोळा करणारे लोक, वेश्याव्यवसाय करणाऱ्या स्त्रिया यांच्यात तो मिसळला. ईश्वराचं शुभवर्तमान सांगून त्यांना सन्मार्गावर आणू लागला. यहुदी धर्माधिकारी त्याला सुताराचं पोर समजत. शत्रूवर प्रेम करण्याच्या

त्याच्या शिकवणुकीची टवाळी करत; परंतु तो डगमगला नाही. यहुदी धर्माधिकाऱ्यांचा दांभिकपणा त्यानं चव्हाट्यावर आणला. प्रभू येशूची शिकवण किती सोपी आहे! खोटं बोलू नका, शत्रूवर प्रेम करा, धार्मिकतेचं प्रदर्शन करू नका. चौकात उभं राहून केलेल्या लांबलचक प्रार्थनेऐवजी एकांतात बसून केलेली छोटीशी प्रार्थना ईश्वराला अधिक आवडते...

'येशूचं ते बंड यहुदी धर्माधिकाऱ्यांना असह्य झालं. येशूला त्यांनी रोमचा गव्हर्नर पायलेटच्या स्वाधीन केलं. रोमन साम्राज्याच्या न्यायासनासमोर यहुद्यांचा राजा येशू गुन्हेगार ठरला. हातापायांना खिळे ठोकून त्याला सुळावर चढवण्यात आलं. मानवाच्या कल्याणासाठी तो यहुद्यांचा राजा काटेरी मुकुट धारण करून सुळावर गेला...'

फादर मिचेल यांचे शब्द जोतीला पुन:पुन्हा आठवत राहिले,

'तू ख्रिस्ताचा स्वीकार कर. त्याशिवाय तुला खऱ्या धर्माचा प्रकाश दिसणार नाही.'

'फादर, ख्रिस्ताची शिकवण अंगी बाणवायची, तर त्याचा धर्म स्वीकारलाच पाहिजे का? शिवाय, तोसुद्धा देव आणि माणूस यांच्यातला मध्यस्थ असेल, तर त्याचं शिष्यत्व स्वीकारून कोणता लाभ होणार?' जोती म्हणायचा. पण त्यांचं म्हणणं एकच :

'मानवाच्या कल्याणाचा संदेश घेऊन आलेला येशू देवाचा पुत्र आहे. तोच आम्हाला आमच्या पापांबद्दल क्षमा करू शकतो.'

झोप येत नव्हती. जोती अंगणात आला.

वर आकाश लखलखत होतं. आकाशाची विराटता मनाला साद घालत होती.

जोती आकाशाकडं पाहत राहिला. पाहता-पाहता त्या विराटतेत हरवून गेला. त्याच्याही नकळत ते तेजोगोल त्याच्या मनात नवं तेज ओतत होते. त्या तेजानं जोती न्हाऊन निघाला.

आता भोवतालचा अंधकार, अंधकार राहिला नाही. तो केवळ प्रकाशाचा अभाव होता.

४

मिशनशाळा सोडली, तर जोती फारसा कुठं जात नव्हता. मन उदास झालं, तर तो शेतात जाई. कामांत मन रमवण्याचा प्रयत्न करी; परंतु कशातच मन लागत नव्हतं. कोणाला भेटावंसं वाटत नव्हतं की कोणी आपल्याकडं यावं, असंही वाटत नव्हतं. भर रस्त्यात झालेला अपमान विसरायला मन अजूनही तयार नव्हतं.

हळूहळू डोक्यातलं मळभ निवळू लागलं. दिशा दिसू लागली. परंतु एका

प्रश्नात अनेक प्रश्न गुंतले होते. प्रश्नांचं आव्हान मनाला अस्वस्थ करीत होतं. मध्येच आऊचा संदेश आठवायचा :

'तू कोनावर राग धरू नको. प्रभू येशू तर शत्रूवरसुद्धा प्रेम करायला सांगतो.'

आऊ म्हणते, ते खरं आहे. ब्राह्मणांनी द्वेषाची बीजं पेरली असली, तरी आपण ती वेचून, ठेचून काढली पाहिजेत. माणूस, मानवताधर्म हेच आपल्या कामाचं केंद्र असलं पाहिजे. ब्राह्मणांतही काही विचारी आणि सुज्ञ मंडळी आहेत. त्यांचं सहकार्य मिळवलं पाहिजे. मिशनरी लोकांचीही या कामी मदतच होईल. ते महार-मांग मुलांना शिकवायला तयार आहेत; परंतु लोकांनाच त्यांच्याजवळ जायची भीती वाटते.

त्या प्रश्नातल्या अनेक गुंतागुंती ध्यानात येताच जोती पुन्हा अस्वस्थ झाला. विचारात गढून गेला...

...जुलमी पेशवाई नष्ट होऊन, कंपनी सरकारचं राज्य आलं. आमचं कायिक दास्य संपलं, परंतु मानसिक दास्य संपलं नाही. बहुसंख्य समाज पोथ्या-पुराणांच्या मानसिक गुलामीत जखडला आहे. ब्राह्मणो मम दैवतम हे वेड त्याच्या डोक्यातून जायला तयार नाही. हे दास्य संपवण्यासाठी शिक्षण हाच एकमेव उपाय आहे... आपण कोणती गुलामगिरी भोगत आहोत, हेच या समाजाला माहीत नाही. शिक्षण मिळाल्याशिवाय त्याला त्याच्या गुलामगिरीचं रहस्य उमगणार नाही. आपल्या माणूसपणाची जाण येणार नाही आणि त्याशिवाय तो बंड करून उठणार नाही.

अडाणी शेतकऱ्यांकडून करभार घेऊन सरकारनं ब्राह्मणांच्या शिक्षणाची तेवढी उत्तम व्यवस्था केली आहे. विश्रामबागेतल्या पाठशाळेत आता संस्कृतसोबत इंग्रजी शिक्षणाचीही सोय झाली आहे. ब्राह्मणांची मुलं सोवळी-ओवळी सांभाळून तब्येतीनं शिक्षण घेतात. सणावारांच्या दिवशी तिथं स्नानसंध्या आणि फराळाचीही व्यवस्था असते. पोटभर अनारसे, कडबोळी खाऊन शास्त्रीपंडित आणि शिष्यवर्ग शास्त्रचर्चेत रंगून जातो. पाठशाळेच्या खर्चाचा मोठा वाटा जेवणावळीसाठीच राखून ठेवलेला आहे.

पाठशाळेचे प्रमुख खुद्द मेजर कँडी यांना तिथं अस्पृश्यासारखी वागणूक मिळते. त्यांना वाड्यात येण्याची परवानगी नाही. वाड्याला बाहेरच्या बाजूनं रस्त्याला लागून एक खोली आहे. त्या खोलीत त्यांचं ऑफिस. त्यांनी बाहेरून यावं आणि बाहेरच्या बाहेर जावं, अशी खाशी सोय. त्यांनी एकदा चुकून वाड्यात पाय ठेवला, तर त्याच दिवशी वाड्याची उदकशांती करावी लागली. कँडीसाहेब निघाले की, एकजण त्यांच्यामागे त्यांच्या येण्याचा विटाळ घालवण्यासाठी पाणी शिंपडत चालू लागतो. तो सारा जुलूम कँडीसाहेब मुकाट्यानं सहन करतात. त्यांची मिशनरी सहनशीलता त्यांना इथंही अशी कामी येते.

शेवटी रोजच्या त्या कामाला शास्त्रीपंडित कंटाळले आणि शास्त्रार्थ काढायला बसले. बिचारे कोठवर उदकशांती करतील? राजा हा विष्णूचा अवतार. मेजरसाहेब

हे राजाचे प्रतिनिधी. तेव्हा त्यांचा विटाळ मानायचं कारण नाही. शास्त्रार्थ असाच आहे. घरी गेल्यावर स्नान केलं की, झालं. पुस्तकांना शिवल्याचा विटाळही त्यातच धुऊन जाईल.

त्या सनातनी प्रकारांना विटूनच सदाशिव लष्करातल्या मिशनशाळेत आला. परंतु ती बुधवार वाड्यातली इंग्रजी शाळा सुरू होण्यापूर्वीची गोष्ट. त्याला इंग्रजी शिकायचं होतं आणि त्या वेळी ती सोय गावात इतरत्र कुठंही नव्हती; परंतु त्यामुळेच जोतीला एक चांगला मित्र लाभला. जोती, मोरो आणि सखाराम या त्रिकुटात सदाशिव सामील झाला, चौघांची मैत्री जडली ती मिशन शाळेत. चौघांनी मिळून रोज आखाड्यात जाणं, आसपासच्या डोंगरदऱ्यांत मनमुराद भटकणं सुरू झालं, ते तेव्हापासून. रोज एकत्र जमून चर्चा झडल्या नाहीत, असा एकही दिवस गेला नाही.

दरम्यान, बुधवार वाड्यात इंग्रजी शाळा सुरू झाली. सदाशिवनं त्या शाळेत नाव दाखल केलं. नव्या शाळेत त्याला गोपाळ हरी देशमुख यांच्यासारखे बुद्धिमान आणि सुधारकी विचारांचे मित्र मिळाले. झालं तेवढं शिक्षण पुरेसं झालं, असं म्हणून मोरो आणि सखाराम यांनीही मिशनशाळा सोडली. जोती फादर मरे मिचेल यांच्या नजरेसमोर इंग्रजी धडे गिरवत मिशनशाळेतच राहिला.

शिक्षणात खंड पडल्यावर जोती पुन्हा मिशनशाळेत जाऊ लागला, तेव्हा त्याला पंधरावं वर्ष होतं. दरम्यान, सदाशिवचं शिक्षण पूर्ण झालं. काही दिवस त्यानं बुधवार वाड्यातल्या शाळेत पंतोजीपण केलं. सध्या तो कंपनी सरकारच्या रस्ते आणि तळी खात्यात कारकुनाची नोकरी करतो. मोरो आणि सखाराम हेही उद्योगधंद्याच्या शोधात आहेत. जोती अजून फादर मिचेल यांच्या शाळेतच शिकतो.

सर्व मित्रांची लग्नं कधीच आटोपली. चौदाव्या वर्षी जोतीचंही आठ वर्षाच्या एका चिमुरड्या मुलीशी लग्न झालं. त्यानंतरच तो पुन्हा शाळेत जाऊ लागला होता. शिक्षणाशिवाय माणसाच्या आयुष्याला मोल नाही, हे त्यानं ओळखलं, ते इंग्रजी शिक्षणाच्या वाघिणीचं दूध प्याल्यावरच.

शेजारीपाजारी, आसपासच्या पेठांतून राहणारी आपल्यासारखी अनेक मुलं जोतीला दिसत होती. त्यांच्या आयुष्याची माती होऊ द्यायची नसेल, तर पंतोजी होऊन आपण त्यांना शिकवावं, चांगल्या-वाईटाचं ज्ञान देऊन शहाणं करावं, असं त्याला वाटे; परंतु शाळा म्हणजे काय, शिक्षण म्हणजे काय, हे त्यांना माहीत नाही. काही असो, मी त्यांना शिकवीन; शहाणं करीन. जोती मनोमन निर्धार करत होता.

काळ बदलत होता. त्याची बदलती पावलं जोती ओळखू पाहत होता.

पुण्यातल्या काही हुशार ब्राह्मणांनी मात्र ती कधीच ओळखली आहेत. इथून पुढं खांद्यावर शालजोडी टाकून हिंडण्यात शहाणपण नाही, हे त्यांच्या पुरेपूर लक्षात

आलं आहे. माधुकरी मागून शिकणारे ब्राह्मण विद्यार्थीसुद्धा इंग्रजी शाळेत जायची इच्छा धरतात. ते काहीही शिकले, तरी त्यांना माधुकरी मिळणार हे ठरलेलं आहे. फक्त इंग्रजी शिकतो म्हटलं, तर माधुकरी वाढणाऱ्या यजमानाच्या कपाळावर आठी उमटलेली दिसते तेवढीच! थोडक्यात काय, तर पुण्यातले ब्राह्मण इंग्रजांना शिव्या घालत इंग्रजी शिकत आहेत. तेवढ्यापुरतं त्यांनी आपलं सोवळंओवळं बोचक्यात बांधून ठेवलं आहे. संध्याकाळी घरात शिरण्यापूर्वी अंघोळ केली की, त्या अमंगळ फिरंगी बुकांचा आणि शाळेचा विटाळ सहज धुऊन निघतो. गोमातेची चरबी घातलेली शाई वापरून छापलेली ती अमंगळ बुकं बाहेर कुठंतरी सांदीकोंदीत, नाहीतर आडविहिरीच्या कोनाड्यात ठेवून दिली की झालं. मग तो विटाळ घरात येतच नाही.

कर्तव्याचा बहाणा करीत कंपनी सरकारनं इंग्रजी शिक्षणालाच उत्तेजन दिलं आहे. कारण सरकारला कारकुनांच्या फौजा पाहिजे आहेत आणि त्या इंग्रजी शिकणाऱ्या ब्राह्मण जातीतूनच निर्माण होणार आहेत. म्हणूनच तर संस्कृत पाठशाळेतही इंग्रजीचे वर्ग सुरू झाले. त्याच शाळेचं आता पूना कॉलेजमध्ये रूपांतर होणार आहे. तिथलं सोवळंओवळं अजूनही तसंच आहे. ब्राह्मणांखेरीज इतर मुलांना त्या शाळेत प्रवेश नाही. ब्राह्मणांचे लाड पुरवणारं कंपनी सरकार शूद्रातिशुद्रांच्या शिक्षणाबाबत उदासीन आहे. शूद्रांना शिकवून आपल्या खजिन्यात भर पडणार नाही, हे त्याला माहीत आहे. उलट, ज्याच्या मदतीनं राज्य करायचं, तो ब्राह्मणवर्ग दुखावला जाण्याची भीती. हिंदुस्थानी लोकांच्या शिक्षणाविषयी काळजी दाखवणाऱ्या अलपिष्टनसारख्या गव्हर्नरनंही त्यासाठी फार काही केलं नाही.

परंतु बऱ्याच लोकांना या सरकारी कृपेची खबरवार्ताही नाही. आजही ते पेशवाईतच वावरत आहेत. अजूनही काहीतरी चमत्कार घडेल, सद्दी फिरेल आणि पुन्हा पेशवाई अवतरेल, अशी गोड स्वप्नं त्यांना पडत असतात. कित्येकजण बाजीरावानं दिलेल्या जहागिऱ्या भोगत दुधातुपात लोळत आहेत. उद्योग एवढाच की, दिवसभर दिवाणखाण्यात बसून खाण्या-पिण्याच्या चर्चा कराव्या. सोबत पेशवाईचं गुणगान सुरूच असतं. ते सारं ऐकायला पदरी फुकट पोसलेले आश्रित आहेतच. जाता-जाता आचारी-पाणक्यांनासुद्धा जहागिऱ्या देऊन आणि अशा रीतीनं सर्व मुलूख वाटून बाजीराव निघून गेला. जहागीरदारी अमलात रयतेच्या हलाखीला सीमा राहिली नाही. जो तो मन मानेल तेवढा सारा वसूल करतो. नाहीतर घरंदारं लुटून नेतो. त्यांची आपसांत भांडणं चालतात, ती वेगळीच! एक जहागीरदार दुसऱ्यावर केव्हा चालून जाईल आणि त्याची मालमत्ता हडप करील, याचा काही नेम राहिलेला नाही. सगळी अंदाधुंदी माजली आहे. कायदा औषधालाही उरलेला नाही. बाजीरावाकडं बायका पाठवून सरदारकीची वस्त्रं मिळवलेले सरदार पुण्यात पैठणी सरदार म्हणून

ओळखले जातात. आता मर्दुमकी दाखवायला जागा उरलेली नाही तेव्हा दुसऱ्यापेक्षा जास्त अंगवस्त्रं बाळगून त्यांना आपली मर्दुमकी सिद्ध करावी लागते. या ना त्या कारणानं वाड्यात कसबिणी नाचवणं यातच त्यांना भूषण वाटतं. सणावारांच्या दिवशी भटांसोबत कसबिणींनाही भरपूर बिदागी मिळते. स्वत: बाजीरावसाहेब कृष्णाचे अवतार! त्यांचा एक न एक गुण स्वामिनिष्ठ सेवकांनी सहीसही उचलला आहे. वडिलांच्या पावलावर पाऊल टाकणारी त्यांची पोरं अल्पवयातच व्यसनाधीन आणि दुर्बल होऊन मृत्यूमुखी पडतात.

धर्माच्या नावाखाली चालणारे अनाचार तर विचारू नये. पुणे ही ब्राह्मणी धर्माची राजधानी; तेव्हा धर्मरक्षणाची सारी जबाबदारी आपल्याच टाळक्यावर आहे, अशी पुण्यातल्या प्रत्येक ब्राह्मणाची पक्की समजूत आहे. दिवसभर भिक्षुकी करून गोमुखीचा गोमा घालणारे भट-जोशी रात्री कसबिणींचे नाच-तमाशे पाहायला हमखास हजर असतात. कित्येकजण अंधार पडतो, न पडतो तोच बावनखणीचा रस्ता धरतात; ते दुसऱ्या दिवशी भिक्षुकीसाठी तिथूनच बाहेर पडतात. दिवसभर झोळ्या गळ्यात घालून हिंडणारे कित्येत भट अंगवस्त्रं बाळगून आहेत. कित्येक पैशाला पैसा जोडून सावकारीही करतात.

घटकंचुकीवाल्या शाक्तपंथीयांनी तर डोळे झाकून घ्यावेत, असे अनाचार मांडले आहेत. मद्य, मांस आणि मैथुन या तीन मकारांनी पुण्यात हैदोस घातला आहे. कितीतरी देवळं अनाचाराचे अड्डे झाली आहेत. पेशव्यांनी मद्यपानाला प्रतिष्ठा दिली आहेच. इंग्रजी राज्यात त्याचा अधिक फैलाव झाला. शेकडो ब्राह्मण सुरेला सोमरस हे नाव देऊन सुरापान करतात आणि त्या नशेत तल्लीन होऊन गटारगप्पांमध्ये रंगून जातात. पुण्याच्या पलीकडे दुनिया नाही आणि वेदांपलीकडे ज्ञान नाही, याविषयी अनेकांची पक्की खात्री आहे आणि समुद्रात कुठंतरी कलकत्ता नावाचं बेट असून, तिथून हा माकडतोंड्या गोरा इंग्रज पुण्यात आला, याविषयी कोणालाही शंका नाही. त्यांचं म्हणणं असं की, रामायण-महाभारत काळी आमच्याकडं विमानंसुद्धा होती; पण पुढं सद्दी फिरली आणि सगळं गेलं. इंग्रज एवढे शहाणे झाले, ते आमचं ज्ञान चोरून नेऊनच. नाहीतर त्या माकडतोंड्यांना काय अक्कल आहे? सद्दी फिरली की, जातील ढुंगणाला पाय लावून. मग तिथं कोणाचं काही चालणार नाही.

बुधवार वाड्यातल्या शाळेत पृथ्वीचा गोल आला, तेव्हा पुण्यातले कितीतरी लोक तो पाहून गेले. परंतु या विद्वान शास्त्र्यांचा त्या गोष्टीवर विश्वास नाही. त्यांचा निर्वाळा एकच; इंग्रजी शिकणारे लोक मूर्खशिरोमणी आहेत. हे इंग्रजी शिक्षण वाढवल्यामुळेच नास्तिकता आणि रोगराई वाढली. इंग्रजी शिक्षण थांबवा; सगळं सुरळीत होईल. मुंबईत तर, म्हणे धर्माचं पार वाटोळं झालं आहे. बरेच लोक ख्रिस्ती झाले आहेत. कोणी एक माणूस धर्माज्ञा उल्लंघून थेट सातासमुद्रांपलीकडच्या इंग्लंड देशात जाऊन आला आहे.

एवढंच कशाला काही लोक तर, म्हणे बिस्किटं आणि बर्फदेखील खातात. चहा नावाचं कसलंसं पेयसुद्धा पितात. पुण्यात अजून तेवढा भ्रष्टाचार झालेला नाही, हो! पण उद्या काय होईल, ते कोणी सांगावं? हेच पाहा ना, इंग्रजांच्या नादी लागून हे शहाणे, पृथ्वी अधांतरी फिरते म्हणून सांगतात. या मूर्खांची तोंडं कुणी धरावी? आणि इंग्लिशांच्या ज्ञानाची महती कोणाला सांगता? वेदांपलीकडे कुठले कप्पाळाचे ज्ञान आले आहे? पृथ्वी शेषाच्या टाळूवर उभी आहे, हे कळायला विलायती विद्या हो कशाला? अशानं ब्रह्मविद्येचा लोप होऊन जगबुडी होणार नाही, तर काय होईल?

—आणि कंपनी सरकारला तरी आम्हास शिकवायचं काय एवढं अगत्य पडलं आहे? हा सगळा आम्हास बाटवायचा डाव आहे, असा आमचा तर्क धावतो.

कधी लहर लागलीच, तर शास्त्रचर्चाही रंगतात. सहस्र ब्राह्मणभोजनास किती शेर तूप लागतं? उन्हाळ्यात किती पायल्यांचं पुरण लागतं तर हिवाळ्यात किती पायल्यांचं पुरतं, असे एकाहून एक नामी विषय चर्चेसाठी घेतले जातात. कधीकधी या चर्चा यापेक्षाही गहन विषयांकडे वळतात. पाऊस कसा पडतो असा एखादा विषय निघाला, तर कुणीतरी विद्वान तारे तोडू लागतो- इंद्र हा पर्जन्यदेव, ढग हे त्याचे हत्ती. इंद्रदेव ढगांना आज्ञा देतो, तेव्हा ते पाऊस पाडतात किंवा सती जाण्यापासून फायदे अशा एखाद्या विषयावर जाडेजाडे विद्वान शास्त्रार्थ काढायला बसतात. निष्कर्ष एवढाच की, रस्त्यानं जाताना बोडक्यांमुळे अपशकून होतात, हे त्या सगळ्या सती गेल्या असल्या, तर कशाला झाले असते? आम्हाला अपशकून व्हावेत, म्हणूनच गोऱ्या सरकारनं सतीबंदीचा कायदा आणला. सरकारला कळत नाही, ते नाही; सती गेल्यानं नवऱ्याच्या अंगावर जितके केस असतात तितकी वर्षं म्हणजे साडेतीनशे कोटी वर्षं स्वर्ग मिळतो, हे या बोडक्यानासुद्धा कसं कळत नाही? आमच्या धर्मात ढवळाढवळ करणाऱ्या सरकारचं नि:संतान होईल, तळपट तळपट होईल... आणि हे विधवांच्या नावानं रडणारे सुधारलेले विद्वान! म्हणतात की, विधवांना किती हो, दु:खं असतात. त्यांना कसले आले आहे हो, दु:ख? त्यांचा सगळा वेळ तर धुणी-भांडी करण्यातच जातो. अनेकजणींचे नवरे त्यांच्या लहानपणीच वारले असल्यानं पुढे त्यांना नवऱ्याची आठवणही होत नाही. अशा चर्चा रंगू लागल्या की, श्रोते सुरापानाशिवायच तल्लीन होऊन डोलू लागतात.

रिकामटेकडे भिक्षुक आणि आचारी-पाणके रोज भांग्या मारुतीजवळ गोळा होतात. तिथं जमणाऱ्यांत भटांचा भरणा विशेष! म्हणून त्या जागेला भटचावडी असंही एक नाव आहे. एकदा भटचावडी भरली की, गावगप्पांना असा काही ऊत येतो की, विचारू नये. तिथून गावाची घाण वाहून नेणारं गटार गेलं आहे; त्यामुळे इथल्या गप्पांना गटारगप्पा हे आणखी एक नाव मिळालं आहे. एखाद्याला फुकट करमणूक पाहिजे असेल तर तो हमखास गटारगप्पा ऐकायला जातो. वेळ कसा भुरकन निघून जातो, ते त्याचं त्यालाही कळत नाही. एखादा गृहस्थ म्हणतो,

'अहो, ऐकलेत काय? मुंबईत बायका रस्त्यांनी फिरू लागल्यात. पदरचं नाही सांगत; छाप्यात दिखील आलंय.'

परंतु हे सांगून तो स्वत:च अडचणीत येतो. कारण दुसरा विचारतो,

'सांगता काय? आणि छाप्यात पाहायला तुम्ही कोठे गेला होता?'

यावर पहिला म्हणतो,

'जातो कुठला? आपला तो हा सांगत होता, ते ऐकलं. मी नाही हो, असल्या हीन गोष्टींच्या वाटेला जात. मला धर्मभ्रष्ट व्हायचं नाही, म्हटलं.'

हे सारं शांतपणे ऐकत असलेला एकजण म्हणतो,

'एक वेळ धर्मभ्रष्ट झालेलं परवडलं; पण वेड लागलं तर कसं?'

यावर सगळे खुदूखुदू हसू लागतात किंवा एखादा ढेरपोट्या ब्राह्मण पेशवाईची कीर्ती सांगत असतो,

'काय सांगायचं, महाराजा, पेशवे सरकार म्हणत, 'पायलीची खाईल क्षिप्रा, पालखी द्यावी तया विप्रा.' खुद्द पेशवे सरकारांची ही इच्छा! इच्छा म्हणजे काय? आज्ञाच ती. मग काय? खीर खायची जी चढाओढ लागायची म्हणता! मरण्यापूर्वी एकदा तरी पालखीत बसणारच, अशी प्रतिज्ञा करून ब्राह्मण खीर खायला बसायचे. गेले ते दिवस – साक्षात परमेश्वरी अवतार पेशवे सरकार निराश्रित झाले. तिथे तुमचा आमचा काय पाड?'

रात्र पडली की, रस्तोरस्ती चालणारे तमाशे ही बहुसंख्य लोकांची एकमेव करमणूक. रात्री बंदीची तोफ उडेपर्यंत सर्वत्र हाच धिंगाणा सुरू असतो. तमाशे पाहत हिंडणारे रिकामटेकडे तमासगीर मोकाट जनावरांसारखे रात्रभर गल्ली-बोळांतून हिंडताना दिसतात. रोज निदान एकतरी तमाशा पाहिल्याशिवाय जमिनीला पाठ न लावणारे दर्दी पुण्यात पुष्कळ.

कधी तमाशा नसलाच, तर लोकांना तुळशीबागेत किंवा बेलबागेत चालणाऱ्या भजन-कीर्तनाची आठवण येते. तेवढंच देवाचं नाव कानांवरून जाऊ दे, म्हणून मग तिकडंही वाट वाकडी केली जाते; परंतु तिथंही वेश्या आणि त्यांच्या चाहत्यांचीच गर्दी जास्त!

कित्येक गुलहौशी आजही पागोटं कंगणीदार, शेंडी संजाबदार, भिवया कमानदार, मिशा कल्लेदार, ओठ पोवळेदार, अंगरखा तंगदार, जोडा अणीदार, बोलणं खुबीदार, बसणं ऐटदार, चालणं टुमदार, खाणं मजेदार, बायको छानदार अशी बाजीरावसाहेबांनी घालून दिलेली 'अठरा कलमं' बाळगून आहेत. हेच अक्कलशून्य टोणगे डोचक्यावर कंगणीदार पगड्या आणि खांद्यावर जरीच्या शालजोड्या टाकून गावात दक्षिणा उपटत हिंडताना दिसतात. दुरून पाहिल्यावर वाटावं की, कुणी मोठे विद्वान शास्त्री येत आहेत; पण जवळून पाहावं तर ते नुसते भीकमागे निघतात...

अशा मूर्ख लोकांना, केवळ ते ब्राह्मण आहेत, म्हणून सहस्त्रभोजनं मिळतात. परंतु कष्टी-उपाशी शूद्र माणूस थेंबभर पाण्याच्या दयेलाही पात्र नाही. पुण्याच्या काही पेठा चैनीत लोळत आहेत आणि इतर काही पेठांतली माणसं दोन वेळच्या अन्नाला महाग झाली आहेत; परंतु त्या गोष्टीची कोणाला खबरही नाही. इंग्रजी राज्यात शांतता नांदू लागली खरी; परंतु नव्या राज्यात शेतकरी – कुणब्याचा सैनिकी पेशा बुडाला. त्याच्या कुटुंबाचा सर्व भार शेतीवर पडला. करभार, जहागीरदारांचा जुलूम यांनी शेतकरी त्रस्त झाला आहे, तर धंदे बुडालेले कास्तकार रोजगाराच्या प्रश्नानं बेजार झाले आहेत. पिढ्यान्‌पिढ्यांचं अज्ञान आणि ब्राह्मणी गुलामगिरीच्या चरकात त्यांची आयुष्यं भरडून निघत आहेत.

गंज पेठ, मीठगंज, भवानी पेठ, नाना पेठ, घोरपडे पेठ, वेताळ पेठ या पेठांतून हाच समाज पसरला आहे. पेठा आणि जातीगणिक इथली भाषा आणि राहणी वेगवेगळी आहे. जोतीच्या गंज पेठेत माळी, साळी, तेली, तांबोळी, महार, मांग, रामोशी असे अठरापगड लोक राहतात. गीर गोसावी आणि कबीरपंथी लोकही बरेच आहेत. श्रावणाच्या दिवसांत चालणारी पुराणं सोडली, तर इतर वेळी इथं ती ब्राह्मणी थेरं चालत नाहीत. रात्री घरांच्या ओट्यांवर कायम कबीरपंथी भजनं चालतात. नाना पेठेत राहणारे ज्ञानगिरीबाबांसारखे कबीरपंथी साधू व्रजभाषेचे जाणकार आहेत. महात्मा कबीराचे दोहे ते चांगले फोडून सांगतात.

ब्राह्मण किती लबाड आहेत, हे या लोकांना चांगलं माहीत आहे; पण तरीही तिथी-वार सांगायला आलेले भिक्षुक इथून पडश्या भरभरून धान्य घेऊन जातात. भविष्य म्हणून काहीतरी सांगून लोकांना गृहशांतीच्या फेऱ्यांत टाकून जातात. केवळ भिक्षुक होऊनच नाही, तर इतरही अनेक मार्गांनी ब्राह्मण त्यांना पिळत असतात. सकाळी भिक्षा मागायला येणारा जोशी दुपारी सावकारी करतो. वरून काय करावं, काय करू नये, हा सल्लाही तोच देतो. गोरगरीब शेतकऱ्यांकडून दानदक्षिणा घेऊन नंतर ती त्यांनाच व्याजानं देणारे असे अजब सावकार जोतीनं कुठे पाहिले नव्हते की ऐकले नव्हते.

या लोकांच्या वागण्याचं रहस्यच जोतीला समजत नाही. ब्राह्मण इतके लबाड आहेत, हे दिसत असूनही ते त्यांच्या पायांवर डोकं का ठेवतात? कर्ज काढून त्यांना तूप-पोळ्यांची प्रयोजनं का देतात? ब्राह्मणांच्या तोंडावर ते त्यांना भूदेव म्हणतात; पण त्यांची पाठ फिरली की, शिव्या देतात. तुझ्या कामात भट पडो, ही त्यांची नेहमीची शिवी. असं सांगतात की, पूर्वी पेशवाईत कोणी वैजनाथ भट नावाचा कारभारी होता. त्याच्या सल्ल्यामुळे गोरगरीब लोकांना खूप त्रास झाला. तेव्हापासून ती शिवी प्रचलित झाली आहे.

इथला प्रत्येक शेतकरी कर्जात बुडाला आहे. कित्येकांनी बायकापोरांसकट सावकारांना शेतीची गहाणखतं लिहून दिली आहेत. कितीही राबलं, तरी कर्ज फिटत

नाही. शेतकऱ्यांच्या लेकीसुना गहाणखतापोटी सावकारांच्या घरांत राबतात आणि त्यांच्या वासनांना बळी पडतात. ब्राह्मणांच्या अंधाऱ्या वाड्यांतून जन्म कंठणाऱ्या विधवांच्या शोककहाण्या तर त्याहून भीषण आहेत. कोवळ्या वयात विधवा झालेल्या त्या मुलींचं जगणं म्हणजे जिवंत मरण! कितीतरी विधवा एक एक दिवस मोजत आयुष्य कंठत आहेत.

मीठगंज पेठेत महार-मांग लोक राहतात. कंपनी सरकारचं राज्य आल्यापासून त्यांना रस्त्यानं जायची मोकळीक झाली खरी, परंतु सामाजिक बहिष्कार तसाच सुरू आहे. ज्या माणसांनी मनगटाच्या बळावर मराठी दौलतीचं रक्षण केलं, ती माणसं रोज हातात भांडी घेऊन गल्लोगल्ली वणवणताना दिसतात.

आपल्या अवतीभोवती राहणाऱ्या त्या दीन, अन्यायी जीवांचा मूक आक्रोश जोतीला हाकारत राहिला. कोणत्या भयंकर परिस्थितीत वाटचाल करावी लागणार आहे, याचा तो मनोमन पडताळा घेत राहिला.

संध्याकाळी देवराव ठोसर आला. इंग्रजीत उत्तम निबंध लिहिल्याबद्दल मिचेल साहेबांनी एकदा त्याला बायबल बक्षीस दिलं होतं. ती आठवण होऊन जोती म्हणाला,

''पाहिलंस देवराव, आमच्या समाजातील शूद्र विद्यार्थ्यांना परकीय इंग्रज लोक उत्तेजन देतात! परंतु ब्राह्मणांकडून हे घडत नाही.''

देवराव म्हणाला,

''जे लोक आम्हाला शाळेची पायरी चढू द्यायला तयार नाहीत, ते कुठलं उत्तेजन देणार?''

जोती म्हणाला,

''ब्राह्मण आम्हाला शिकवणार नाहीत. शूद्रांना विद्या देणं हा त्यांना अधर्म वाटतो; परंतु प्रश्न फक्त आमच्या शिक्षणाचा नाही. आमच्या अतिशूद्र समाजाला कोण शिकवील, हा खरा प्रश्न आहे आणि ते इंग्रजांकडून किती घडेल, हे सांगणं अवघड आहे...!''

देवराव विचारात पडला. ब्राह्मण त्यांच्यापर्यंत जाणार नाहीत आणि ते ब्राह्मणांजवळ येणार नाहीत, हे स्पष्टच होतं; परंतु ते इंग्रजांकडून घडेल की नाही, यावर त्यानं कधीच विचार केला नव्हता.

''देवराव, कंपनी सरकारनं ब्राह्मणांच्या शिक्षणाची खाशी सोय करून ठेवली आहे. फार तर ते आम्हाला शिकवायला तयार होईल; परंतु अतिशूद्रांना शिकवायला ते तयार नाही. सरकारी शाळांमध्ये महार-मांग मुलांना दाखल करून घेतलं जात नाही, याचा अर्थ दुसरा कोणता आहे? कंपनी सरकारला ब्राह्मणांची मर्जी राखायची

आहे, हीच यातली खरी गोम आहे. ब्राह्मणांच्या मदतीशिवाय इथं राज्य करणं शक्य नाही, हे त्यांनी ओळखलं आहे आणि ब्राह्मणांनाही तेवढंच पाहिजे आहे. गावोगाव काय चाललं आहे? ते सरळ धमक्या देतात. महार-मांगांची मुलं शाळेत घेतली तर आमची मुलं त्या शाळांमध्ये जाणार नाहीत. अशा स्थितीत त्यांनी काय करावं? कोणाच्या तोंडाकडं पाहावं? प्रजेला मोफत आणि सक्तीचं शिक्षण देणं ही सरकारची जबाबदारी असते; परंतु हे सरकार ती जबाबदारी टाळत आहे... म्हणून ते काम आम्हालाच करावं लागणार आहे. स्वत: शिकून आमच्या अतिशूद्र देशबांधवांना शहाणं करणं हे आमचं पहिलं कर्तव्य आहे...''

काहीच न उमजल्याप्रमाणे देवराव जोतीच्या तोंडाकडे पाहत होता.

''आपल्या समाजाच्या उन्नतीसाठी आधी अतिशूद्र बांधवांना आणि स्त्रियांना शिकवलं पाहिजे. समाजाची उभारणी करणारा तो मोठा घटक असूनही तोच नेमका शिक्षणापासून दूर आहे. देवराव, मी हे काम हाती घेणार आहे. त्यात तू कोणती मदत करशील, ते सांग. आणखी एक गोष्ट पक्की ध्यानात ठेव. इथले ब्राह्मण शूद्रांना शिकवायला तयार होणार नाहीत, हे मिशनऱ्यांनी पुरतं ओळखलं आहे. म्हणूनच तर त्यांनी धर्मशाळेला जोडून शाळा सुरू केल्या आहेत. शिक्षणाचे दरवाजे त्यांनीच आम्हाला उघडून दिले, हे खरंच आहे. त्याबद्दल आमच्या कातड्यांचे जोडे करून त्यांच्या पायांत घातले, तरी त्यांचे उपकार फिटणार नाहीत; परंतु आपल्या अतिशूद्र समाजाला मिशनऱ्यांच्या हवाली करून चालणार नाही. ते काम आम्हीच केलं पाहिजे. परक्या देशांतून आलेले मिशनरी जे करू शकतात, ते आम्हाला का करता येऊ नये?'' जोतीनं आपलं म्हणणं पूर्ण केलं.

''तू सांगशील, ती मदत मी करीन.'' देवराव म्हणाला.

देवराव जोतीच्या विचारांनी काहीसा गोंधळला होता. जोती सांगत होता, ते त्याला पटत होतं; परंतु ते काम तो कसं करणार होता, हे त्याला कळेना. जोतीच्या बोलण्याचा विचार करीत देवराव तिथून निघून गेला आणि जोती पुन्हा विचारात गढून गेला...

दाराआड पावलं वाजली. सावित्री येत होती. तारुण्यात पदार्पण करणारं रूप नऊवारी लुगड्यात खुलून दिसत होतं. कपाळावर आडवं कुंकू ल्यालेली लोभस, उजळ मुद्रा मनाला मोहवीत होती. एक हात दारावर ठेवून सावित्री शालीनपणे उभी राहिली. तिला काहीतरी बोलायचं आहे, हे जोतीनं ओळखलं. तो अपेक्षेनं सावित्रीकडे पाहू लागला.

''आऊबाईंनी सांगितलं, ते पटलं न्हाई, जनू?''

जोती हसला. तो विषय उडवून लावीत म्हणाला,

"ते सगळं मी कधीच विसरलो आहे."

सावित्री गोरीमोरी झाली. म्हणाली,

"मंग आता एवढा कशाचा विचार करता? गेले काही दिवस कुठं गेला न्हाई, ते."

"विचार करतोय... आमच्या कपाळावरचा काळा डाग कसा पुसून टाकता येईल, याचा! आपल्या समाजाला स्वाभिमानानं कसं जगता येईल, याचा!"

यावर सावित्री काहीच बोलली नाही. शक्य झालं, तर जोतीची समजूत काढावी, एवढाच तिचा माफक उद्देश होता; परंतु प्रत्येक वेळी हे असंच होई. ती काही बोलायला गेली की, विषयातून विषय निघत जाई आणि जोती आपले विचार सावित्रीच्या गळी उतरवत राही. त्यांतले अनेक विचार तिच्या डोक्यावरून जात; परंतु त्यांच्या वेगळेपणानं ती भारावून जाई आणि त्यावर विचार करत राही. एवढं करून पटलेले विचार अमलात आणणं सोपं का होतं? इकडं आड आणि तिकडं विहीर, अशी बिचारीची अवस्था होऊन जाई.

"ये सावित्री, अशी माझ्यासमोर बैस."

सावित्री शहारली. इकडं तिकडं पाहिलं. कोणी नाही, हे पाहून ती अदबीनं जोतीसमोर येऊन बसली.

"यावर एकच इलाज आहे आणि तो म्हणजे शिक्षण. शिक्षणच आम्हाला तारू शकेल. नुसतं पुरुषांनी शिकून चालणार नाही. स्त्रियांनीही शिकलं पाहिजे. स्त्रीशिक्षण आणि स्त्रीसुधारणा हाच समाजाच्या सुधारणेचा पाया आहे. अतिशूद्र स्त्रियांच्या शिक्षणापासून या कामाला सुरुवात केली पाहिजे." एवढं बोलून जोती थबकला. कसलासा विचार करून पटकन् म्हणाला, "सावित्री, तू लिहा-वाचायला शिकशील?"

"मी शिकून आनी काय करू?" खुदकन् हसून सावित्रीनं तोंडाला पदर लावला.

"ही थट्टा नाही, सावित्री. केवळ बोलून समाजसुधारणा होत नाहीत. विचारांना कृतीची जोड नसेल, तर त्या विचारांना काहीच अर्थ नसतो. तू शिकलीस, तरच लोकांना आपण सांगितलेलं पटेल. हे काम आपल्या घरापासूनच सुरू होऊ दे."

सावित्रीला काय बोलावं, तेच सुचेना. ती गांगरल्यासारखी तशीच बसून होती.

"माझं म्हणणं तुला पटतं ना?"

"जी, पटतं की, पन..."

– आणि तत्क्षणी सावित्रीच्या डोळ्यांत नजर खुपसत जोती म्हणाला,

"लोक काय म्हणतील, दादा काय म्हणतील, सदूभाऊ काय म्हणतील; असंच ना?"

क्षणात जोतीचा आवाज खाली उतरला. पाहता-पाहता त्या घाऱ्या डोळ्यांच्या जादूत सावित्री गुरफटत चालली.

"शिक्षण घेणं हे काही पाप नाही, सावित्री. आऊ, दादा यांनीच मला शिकवलं ना? मग तू त्यांची भीती का बाळगतेस? लोक नावं ठेवतील म्हणून भीती वाटते का? ते नावं ठेवणार, हे अपेक्षितच आहे. कारण ते अज्ञानात आहेत. एके दिवशी त्यांनाही स्त्रीशिक्षणाचं महत्त्व कळणारच आहे. त्यांना काय वाटेल, यापेक्षा आपल्याला काय योग्य वाटतं, हेच आज महत्त्वाचं आहे."

सावित्री भारल्यासारखी होकारार्थी मान हलवीत होती. जोती सांगत होता, ते पटत होतं; परंतु त्यात फार मोठं धाडस आहे, हेही दिसत होतं. मन मागंपुढं करीत होतं. निर्णय होत नव्हता; परंतु ही अवस्था फार काळ टिकली नाही. जोतीवरचा तिचा विश्वास तेवढाच मोठा होता.

"शिकेन मी लिवायला!" सावित्री म्हणाली.

सावित्री म्हणाली होती की बोलून गेली होती? निर्णयाचा तो क्षण कदाचित सावित्रीलाही माहीत नव्हता.

सावित्रीच्या तोंडून आलेले ते शब्द ऐकताच जोती आनंदून गेला. सावित्रीविषयीच्या अभिमानानं त्याचे डोळे चमकले. आनंदातिशयानं सावित्रीचे हात हाती घ्यावेत, म्हणून तो पुढं झुकला.

सावित्री झटकन् मागे सरकली. जोतीनं स्वत:ला सावरलं. तो म्हणाला,

"उद्यापासूनच आपण तुझ्या शिक्षणाला सुरुवात करू. आऊला सोबत घेऊन तू मिशनमध्ये मिचेलबाईंच्या शाळेत जात जा. मी त्यांना तुझं आणि आऊचं नाव दाखल करायला सांगतो."

मिशनशाळेत जावं लागणार, म्हटल्यावर सावित्री एकदम चरकली. एक नवीच बिलामत अंगावर पडली होती. जोती आपल्याला घरीच शिकवील, असं तिला वाटलं होतं. तिची अवस्था ओळखून जोती म्हणाला,

"काळजी करू नकोस. तिथं शिकायला गेलात, म्हणून तुम्हाला कोणी ख्रिस्ती करत नाही."

"पण रोज जायला कसं जमनार?" सावित्रीला पुढच्या अडचणी दिसू लागल्या.

"जमणार नाही, त्या दिवशी मी तुम्हाला घरी शिकवीन. आऊला वाचायला येतं. तीसुद्धा तुझा अभ्यास घेऊ शकेल." उत्साहानं बोलत सुटलेला जोती क्षणभर थांबला. थोडा विचार करून पुढं म्हणाला, "मला जे काम करायची इच्छा आहे, त्यात कदाचित तुझी मोठी मदत होईल."

"ती आनि कशी?" सावित्री बुचकळ्यात पडली.

"जोती, अरे, घरी आहेस का?"

अंगणातून सदाशिवनं हाक दिली.

सावित्री चटकन उठून आत गेली.

तो विषय तेवढ्यावरच राहिला.

सदाशिव बैठकीत येऊन बसला.

"इकडं आला नाहीस." जोती म्हणाला.

"हे मलाच विचार. तुझीच वाट पाहत असतो आम्ही रोज आणि इकडं यायचं, ते कोणत्या तोंडानं?"

"वाईट वाटून घेऊ नकोस. त्या प्रसंगातून आम्हाला खूप शिकायला मिळालं आहे."

"म्हणजे?"

"आपण काय केलं पाहिजे, ते स्पष्ट झालं आहे."

"तू काय ठरवलं आहेस?"

"शाळा काढायची. पशूपणा प्राप्त झालेल्या माणसांना त्यांच्या माणूसपणाची जाणीव करून द्यायची. त्यातही आधी स्त्रियांची शाळा. स्त्री हा ब्राह्मणी धर्माचा पहिला बळी आहे. तिलाच आधी शहाणं केलं पाहिजे. स्त्री शिकली, तर मुलं शिकतील. कुटुंब शिकेल. असं घडेल, तेव्हा ही समाजस्थिती पालटायला मग वेळ लागणार नाही. महार-मांग मुलांसाठी मी शाळा सुरू करणार आहे. तुमची सहमती आहे ना?"

सदाशिव विचारात पडला होता. जोतीच्या प्रश्नानं चमकून तो म्हणाला,

"म्हणजे काय? मी तुझ्याबरोबरच आहे. मोरू, सखाराम यांनाही शिक्षणाच्या कामाला वाहून घ्यावं, असंच वाटतं. त्यांची मदत तुला होईलच. मीही नगरहून जे जे शक्य होईल, ते सर्व करीनच. पण..."

"नगरहून म्हणजे?"

"माझी बदली झाली. कालच हुकूम मिळाला."

"आणि पण काय?"

"व्यावहारिक अडचणींचा विचार केला आहेस?"

"अडचणी आहेतच; पण आता पाय मागं घेऊन चालणार नाही. टॉमस पेन काय म्हणतो, माहीत आहे ना? तुमच्यापुढील संघर्ष जेवढा बिकट असेल, तेवढं तुमचं यशही अधिक उज्ज्वल असेल. आपण प्रयत्न केला, तर काहीच अशक्य नाही. आता हेच पाहा, तुझ्या वहिनीनं शिकायचं ठरवलं आहे."

"खरंच की काय? फार आनंद झाला ऐकून. आता आमच्या घरीही द्या, म्हणावं, ही दीक्षा."

माजघरात काकणं किणकिणली. मित्रांचं बोलणं ऐकत उभी असलेली सावित्री लाजून आत गेली.

दोघे मित्र खळखळून हसले.

"पण जोती, थोडा व्यावहारिक अडचणींचा विचार कर." सदाशिवनं चर्चेची गाडी पुन्हा मूळ मुद्द्यावर आणली. "महार-मांग लोक एकदम आपल्या मुलींना शिकवायला तयार होणार नाहीत. त्यापेक्षा आधी आपण ब्राह्मण मुलींसाठी शाळा काढू आणि त्यानंतर हळूहळू शूद्र आणि अतिशूद्र मुलींच्या शिक्षणाचा विचार करू. आज आपण एवढं केलं, तरी फार मोठं काम होईल. आम्ही ब्राह्मण मुलींसाठी शाळा काढतो आहोत, म्हटलं तर पुण्यातल्या सुधारकांचीही आपल्याला लगेचच मदत मिळेल. तात्यासाहेब भिडे, सदाशिवराव हाटे मदत करायला एका पायावर तयार होतील बघ."

हो-नाही करताकरता जोतीला तो विचार पटला. तात्यासाहेब भिड्यांनी, सदाशिवराव हाट्यांनी मदतीची तयारी दाखवली होती, ही गोष्ट खरीच होती. प्राप्त परिस्थिती, सुधारकांच्या मर्यादा, त्याची स्वत:ची झालेली बदली या सगळ्या गोष्टींचा विचार करता, सदाशिव सांगत होता, त्यात काहीच चुकीचं नव्हतं.

तात्यासाहेब भिड्यांनी मुलींच्या शाळेसाठी जागा दिली तर प्रश्नच मिटणार होता. पुण्यात मुलींसाठी उघडण्यात आलेल्या शाळांचा इतिहास जोतीला माहीत होता. यापूर्वी काही मिशनऱ्यांनी आणि ख्रिस्ती झालेल्या एक-दोघा ब्राह्मण तरुणांनी मुलींची शाळा काढण्याचा आटोकाट प्रयत्न केला होता; परंतु अत्यंत गुप्तपणे चालवूनही त्या शाळा बंद पडायच्या, त्या पडल्याच. कोणा सौ. वुइल्सन नावाच्या ख्रिस्ती बाईंनीही तो प्रयत्न करून पाहिला. बंगालात आणि मुंबईत शाळा सुरू करण्याचा अनुभव त्यांच्या गाठीशी होता; परंतु पुण्यातल्या सनातनी वातावरणात त्यांचेही प्रयत्न टिकाव धरू शकले नाहीत. त्या पार्श्वभूमीवर अशी शाळा काढणं हे मोठंच आव्हान ठरणार होतं आणि ते स्वीकारायला खरंच हरकत नव्हती.

तात्यासाहेबांनी जागा दिली, तर कोणाकोणाची, कसकशी मदत मिळवता येईल, यावर बराच खल झाला. सर्वांत महत्त्वाचं म्हणजे, प्रत्यक्ष शाळा सुरू होईपर्यंत याबाबत कुठे वाच्यता करायची नाही, यावर दोघांचं त्वरित एकमत झालं.

सदाशिव म्हणाला,

"नगरची मिशन शाळा फार नामांकित आहे. विशेष म्हणजे, एक स्त्री ती शाळा चालवते. अभ्यास कोणता असावा, शिकवण्याची पद्धत कशी असावी या सर्व गोष्टी त्या शाळेवरूनच आपण ठरवू. तू माझ्यासोबत नगरला चल."

जोतीला सदाशिवचा विचार योग्य वाटला. त्या अनुभवातून काही गोष्टी शिकायला मिळतील, याची त्याला खात्री वाटली.

बोलताबोलता संध्याकाळ झाली. सर्वत्र धूसर संधिप्रकाश पसरू लागला.

शेतात गेलेली माणसं घराकडं परतू लागली. पाहता-पाहता अंधारानं कडं धरलं. दोघे मित्र अजूनही अनेक प्रश्नांच्या भोवऱ्यात गरगरत होते. शेवटी सकाळी उठून तात्यासाहेब भिड्यांची आणि सदाशिवराव हाट्यांची भेट घ्यायचं ठरलं. त्यांची भेट घेतल्यानंतर लगेचच नगरला निघायचं ठरलं.

जोती नगरहून परतला, तो नवी दृष्टी घेऊनच! फॅरारबाईंनी अगदी आनंदानं त्याला आपली शाळा दाखवली. मुला-मुलींना शिकवण्याची पद्धत कशी असावी, याविषयी मार्गदर्शक चर्चा केली. स्त्रियांची अत्यंत आबाळ झालेल्या या देशात जोती, सदाशिव यांच्यासारखे तरुण पुढं यावेत, याबद्दल समाधान व्यक्त केलं.

वेळ न दवडता जोतीनं सदाशिव आणि मोरो यांना पुढं घालून तात्यासाहेबांची भेट घेतली. बसल्या बैठकीला त्यांनी शाळेसाठी जागा द्यायचं मान्य केलं. तात्यासाहेब भिडे खरोखर सुधारल्या विचारांचे गृहस्थ. त्यांनी शाळेसाठी जागा तर दिलीच; पण सुरुवातीच्या खर्चासाठी एकशे एक रुपयांची भरघोस देणगीही दिली आणि वरून दरमहा पाच रुपये वर्गणी द्यायचं कबूल केलं. एक महत्त्वाचा प्रश्न सुटला. सदाशिव नगरहून पाट्या-पुस्तकं पाठवणार होता. पंतोजीचं काम स्वत: जोतीच करणार होता.

राहता राहिला पटसंख्येचा प्रश्न. तो सोडवणं हेच खरं आव्हान होतं. तो सोडवण्यासाठी सदाशिवराव हाटे पुढं आले. त्यांनी आपल्या स्नेही मंडळींच्या गाठी घेतल्या. त्यांच्या मुलींसोबत आपल्या घरच्या मुली पाठवायचं ठरवलं. एक-दोन करता आठ मुलींची नावं पटावर नोंदली गेली.

सर्वांच्या गाठीभेटी घेऊन घरी आलेला जोती पुन्हा बाहेर पडला. सावित्रीला आणि आऊला उद्या काय घडणार आहे, याची माहिती देऊन तो भिड्यांच्या वाड्यात जाऊन आला. त्यानं स्वत:च्या हातानं खोली झाडून घेतली. पाण्याचा माठ भरून ठेवला. सोबत आणलेला कापडी फळा भिंतीवर अडकवला. सगळी तयारी झाली.

रात्री तो गफारचाचांकडं गेला. जोतीचा इरादा जाणून घेऊन चाचा म्हणाले,

"इरादा बहुत नेक है, बेटा। तुमसे मुझे यही उम्मीद थी। बस अब मेरा मशवरा यही है की, किसी भी हालमें पीछे नहीं हटना।"

तिथंच उस्मानचीही भेट झाली. गोष्टी इथपर्यंत येऊन पोचल्या, तरी त्यानं उस्मानला काहीच सांगितलं नव्हतं. तेवढा वेळच मिळाला नव्हता. उस्मान जोतीचा बालमित्र. जनाब गफारचाचांकडं शिकायला यायचा, तेव्हापासून झालेली ओळख मिशन शाळेत अधिक दृढ झाली होती. जातीतल्या लोकांशी विरोध पत्करून उस्मान इंग्रजी शिकत होता. घरात बहीण होती. तिलाही शिकवायचा त्याचा निर्धार होता. जोतीला उस्मानच्या सहवासाचे बालपणातले दिवस आठवले. उस्मानच्या सहवासातच

अनेकदा त्याला ब्राह्मणांच्या हीन वृत्तीची प्रचिती आली होती. उस्माननंही त्याला मदतीचं आश्वासन दिलं. जोतीचा आत्मविश्वास आणखी दुणावला. जनाब चाचा आणि उस्मानचा निरोप घेऊन जोती घराकडं परतला, तेव्हा बरीच रात्र झाली होती.

सकाळी इकडं बुधवार पेठेत मुलींची शाळा भरली आणि तिकडं पुण्यात आग लागली. भिडे वाड्यात सात-आठ मुलींना शिरताना बघून कुणीतरी चौकशी केली आणि वणवा पेटल्यागत झालं.

चौकाचौकांत कुजबूज सुरू झाली. ब्राह्मण बरळू लागले,

'स्त्रियांस विद्या? अहो, हे तर अनर्थाचे मूळ! स्त्रियांस विद्या धार्जिणी का असते? अशाने त्या विधवा होतील. नीतिहीन होतील. वडीलधाऱ्यांचा अपमान करू लागतील. स्त्रियांस विद्या पाहिजे कशाला? त्यांना काय पुरुषांसारखे रोजगार करायचे आहेत? तांदूळ कांडता आले, उष्टे-खरकटे काढता आले आणि पतीची सेवा केली, म्हणजे झाले. विद्येवाचून काही कुठे अडलेले नाही. स्त्रियांनी विद्या शिकावी, तर पुरुषांनी काय पोळ्या भाजाव्या? न स्त्री स्वातंत्र्यं अर्हति, असे मनुस्मृती सांगते, ते काय उगीच? स्त्रियांस विद्या मिळाली आणि त्या उद्या पुरुषांना डोईजड झाल्या, तर पुरुषांनी कोणाच्या तोंडाकडे पाहावे बरे? अरे, त्या शिकवणाऱ्यांना तर रौरव नरकातही जागा मिळायची नाही!'

भिडे वाड्यातली शाळा सुटत नाही, तोवर तिकडं बेलबागेत ब्राह्मणशाळा भरली. जोतीची आणि त्याच्या मित्रांची निंदा सुरू झाली. शिव्याशाप ओकले गेले, तळतळाट तळतळाट झाला. हा प्रकार थांबवण्याचे निर्धार व्यक्त झाले.

– आणि जोती फुल्याचे ते ब्राह्मण मित्र. ब्राह्मणाच्या पोटी जन्म घेऊन त्यांनीही हा अधर्म करावा? अरे, अरे, अरे, ब्राह्मणच असा धर्म बुडवू लागले, तर आम्ही इतरांस काय बोल लावावा? म्हणतात ना, कुऱ्हाडीचा दांडा गोतास काळ. तशातली गत हो, तशातली गत...

५

नको नको ते कानांवर येत होतं. सगळ्या गोष्टी राम दीक्षित, आपटे, बंडूनाना रानडे यांच्यापर्यंत पोचल्या होत्या. जोती मात्र शांत होता. नियमित शाळेला जाणं, शिकवणं, लोकांच्या भेटीगाठी घेणं आणि घरी येताच अभ्यासात रंगून जाणं हाच क्रम सुरू होता. या कामात त्याची स्वत:ची शाळा सुटल्यासारखीच झाली होती. वेळ मिळेल, तेव्हा सावित्रीची शिकवणी सुरू होती. शिकवणीच्या वेळी आऊ समोर येऊन बसायची. ती जगावेगळी शिकवणी मन लावून ऐकायची.

सावित्रीनंही शिकायचं मनावर घेतलं. आऊला सोबत घेऊन ती नियमितपणे मिचेलबाईंच्या शाळेत जाऊ लागली. तिला सोबत म्हणून आऊनंही पाटी-पेन्सिल हातात घेतली. दोघींची अभ्यासातली प्रगती पाहून मिचेलबाईंनी त्यांना तिसऱ्या वर्गात घेतलं. असंच आणखी एक वर्ष पार पडलं की, सावित्रीचं शिक्षण पूर्ण होणार होतं.

सगळं मनासारखं चाललं होतं. भिडे वाड्यातली शाळा चालवण्यासाठी सर्वांनी मिळून मंडळीची स्थापना केली. सगळ्या गोष्टी आपसांत विचार होऊन अमलात येऊ लागल्या. कुठला मतभेद नव्हता की भांडण नव्हतं; परंतु जोती मनातून अस्वस्थ होता. रात्ररात्र अंथरुणावर तळमळत होता. त्याला महार-मांग मुलींसाठी शाळा काढायची होती; परंतु तेच अजून घडलं नव्हतं.

जागेची अडचण सुटली, तरच पुढं हालचाल करायला वाव मिळणार होता. वेताळ पेठेतले सुदामजी आल्हाट जोतीची आणि त्याच्या मित्रांची विचारपूस करीत. त्यांच्या पाठीवर शाबासकीचा हात ठेवीत. त्यांच्या वाड्यात जागा होती. जोतीला वाटलं, त्यांना विचारलं तर?

मनात आलेला विचार ताबडतोब अमलात आला. सुदामजींनी तत्काळ होकार दिला. जोतीनं मग आणखी उशीर केला नाही. सावित्रीला आपला बेत समजावून सांगितला. मित्रांनी चर्चा केली. महार-मांग मुलींच्या शाळेसाठी आता आणखी उशीर व्हायला नको होता.

दुसऱ्या दिवशी सकाळी जोती उठला, तो नव्या निर्धारानंच. महार-मांग लोकांची मनं वळवायला तो आज मीठगंजात जाणार होता. पहिल्यांदा त्याला नाव आठवलं, ते राणबाचं. राखणदारीचं कामं करणारे प्रेमळ राणबा. मळ्याच्या वाटेवर त्यांची नेहमी भेट व्हायची; परंतु त्यांच्या घरी जायचा प्रसंग कधी आला नव्हता. राणबा आपलं म्हणणं ऐकून घेतील, असं त्याला खात्रीनं वाटलं. राणबांचं घर विचारत तो मीठगंजात शिरला. कुणीतरी घर दाखवलं.

राणबा सकाळची न्याहारी करत होते. जोतीला पाहताच ते चटक्यानं उठले. हात धुऊन त्याला सामोरे येत म्हणाले,

''या, जोतिबा, आज इकडं कुठं वाट चुकलासा?''

''तुमच्या भेटीसाठीच आलो आहे, राणबा.''

राणबांचा चेहरा आनंदानं फुलून आला होता. त्यांनी जोतीसाठी घोंगडं अंथरलं आणि स्वत: थोड्या अंतरावर जाऊन बसले. त्यांची दोन्ही-तिन्ही लहान मुलं दाराआडून कुतूहलानं बघू लागली.

''काय काम काढलंसा?''

''शाळा सुरू करतोय आपल्या मुलांसाठी. परवाच्या दिवशी मुलांना शाळेत पाठवा.''

जोती काय म्हणतोय ते राणबांच्या मुळीच लक्षात आलं नसावं. गोंधळून गेलेले राणबा म्हणाले,

"साळा... म्हंजे तुमी लिवायला जाता, तसली?"

"होय."

"आँ, म्हारा-मांगांच्या घरी लिवनं? आवं, आसं कदी झालं का?"

"आज त्याचीच गरज आहे, राणबा. तरच आपली या गुलामगिरीतून सुटका आहे. म्हणूनच आजवर घडलं नाही, ते आता करायचं आहे."

एव्हाना सगळा महारवाडा राणबांच्या घरासमोर गोळा झाला होता. प्रत्येकजण जोतीचं आणि राणबांचं बोलणं लक्षपूर्वक ऐकत होता.

राणबांना जोतीचं म्हणणं काही कळेना. ते म्हणाले,

"तुम्ही लिवायचं सांगता. पर ते आमच्या पोरांना कसं वळायचं?"

"त्यात अवघड असं काहीच नाही, राणबा. मुळात वाचन, हिशेब असे सोपे विषय शिकवायचे आहेत. लिहिता-वाचताना त्यांना चांगल्या-वाइटाचा बोध होईल. कसं वागावं, कसं राहावं याचं ज्ञान येईल. मुख्य म्हणजे, आपणही माणसं आहोत, आपल्यालाही इतर माणसांसारखा जगण्याचा अधिकार आहे, हे कळू लागेल; हा केवढा मोठा लाभ आहे!"

"आवो, पन लोक थुकतील की आमच्या तोंडावर." कुणीतरी म्हणालं.

"थुंकणाऱ्यांची तोंडं हळूहळू आपोआप बंद होतील. आजवर सोसलं, तसंच आणखी थोडं सोसू या आणि या गुलामगिरीतून बाहेर पडू या."

"पोरं लिवायला शिकली, तर किरीस्ताव होतील की." आणखी एक गृहस्थ म्हणाला.

"नसत्या शंका काढू नका. मी ख्रिस्ती लोकांच्या शाळेत शिकतो. मी कुठं ख्रिस्ती झालो? माझं ऐका. शिक्षणाशिवाय आम्हाला माणूसपण येणार नाही आणि तोवर आमच्या अंगाला लागलेला अस्पृश्यतेचा डाग धुतला जाणार नाही. शिवाशीव, सगळे भेदाभेद हा सगळा ब्राह्मणांचा कावा आहे. तुम्ही आम्ही शिकून शहाणे झालो तर त्यांचा हा कावा फार दिवस चालणार नाही. आता तो जुना काळ राहिलेला नाही. शिकून शहाणं व्हायची संधी आली आहे ती वाया घालवू नका."

"पर पोरींस्नी लिवायला पाठवायचं, म्हंजी..."

"मुलींनाच शिकवायची जास्त गरज आहे, राणबा. मुली शिकल्या, तर समाजात कोणीही अडाणी राहणार नाही. मुलींसोबत मुलांनाही पाठवा. बहीण-भावंडं एकत्र शिकू देत."

"ते झालं खरं, पन..."

"आता पण परंतु काही नको, राणबा." जोतीनं संधी घेतली. "आता काळ

बदलला आहे. कायदे बदलले आहेत. कंपनी सरकारच्या राज्यात कुणीही आमच्या शिक्षणाला आडकाठी आणू शकत नाही. सरकारी शाळेत आपली मुलं नाहीत, हे खरं; पण आम्ही शिकायचं ठरवलं, तर शिकू शकतो. आजची परिस्थिती उद्या राहणार नाही. सरकारी शाळेची दारं आमच्यासाठी जरूर खुली होतील...''

जोती पुन:पुन्हा शिक्षणाचं महत्त्व सांगत राहिला. मुलींना शाळेत पाठवणं किती आवश्यक आहे, हे परोपरीनं समजावत राहिला. मुला-मुलींना पाट्या-पुस्तकं, खाऊ आणि कपडे मिळतील, हेही त्यानं सांगितलं.

काहींना त्याचं म्हणणं पटलं. काहींना पटलं नाही. ज्यांना पटलं, ते मुलींना पाठवायचं नाव मात्र काढत नव्हते. पाय ठेवायला जिथे बंदी, त्या वाड्यात शाळा, ही कल्पनाच त्यांना करता येईना. नाही नाही त्या शंका निघतच राहिल्या.

शेवटी तो कालवा पाहून राणबा म्हणाले,

''तसं नगं. रात्री आम्ही काय ते ठरीवतो आणि उद्याच्याला तुमाला सांगतो. तुमचं म्हननं खरं हाय; पर समद्यांची समजूत पटंना, म्हनून म्हनलं.''

शेवटी, बैठकीतच काय ते ठरू दे, या निर्णयावर वाद मिटला.

नाइलाजानं जोती घराकडे परतला. उद्यापर्यंत वाट पाहणं भाग होतं.

ती रात्र कशीबशी गेली आणि सकाळीच जोतीनं राणबांना गाठलं. जोतीला पाहताच ते म्हणाले,

''आवो, तुमी कशाला आलासा? मीच येनार हुतो, न्हवं का?''

''तुमचं काय ठरलं, ते सांगा राणबा!''

''ठरलं तर! आवो, कसली झोंबी. कुनी आयकायलाच तयार नव्हतं. शेवटी म्हनलं, मी माजी पोरं पाठीवनार. तुमी काय बी करा. लहूजीबुवाबी हुतं. त्यांनी मग सगळ्यांना ठनकावलं. ते म्हनले, 'मी जोतीला चांगला वळिकतो. त्यानं अंगावर घेतलेलं हे काम आपल्या कल्याणाचं हाय. पोरांना पाठवा.' हो-नाही करताकरता समदी तयार झाली, बगा.''

जोतीला पाहताच पुन्हा सगळी माणसं गोळा झाली होती. काहीबाही विचारू लागली होती; परंतु आता जोतीला चर्चेत वेळ घालवायचा नव्हता. त्यानं लागलीच शाळेत येणाऱ्या मुला-मुलींची नावं लिहून घेतली. उद्या त्यांना शाळेत आणून सोडा, म्हणून विनंती केली.

जोतीची ती विनंती ऐकताच लोक गडबडले. आपली चूक जोतीच्या लक्षात आली.

''ठीक आहे, मीच मुलांना घेऊन जाईन.''

''ती काळजी तुमाला नगं. ते माज्याकडं लागलं.'' राणबा म्हणाले.

राणबा, लहूजीबुवा यांच्यासारखी माणसं उभी झालेली पाहून जोतीला मनस्वी आनंद झाला. त्यांनी विरोध केला असता, तर सगळ्या कष्टांवर पाणी पडलं असतं; परंतु तसं झालं नाही, याबद्दल त्यानं ईश्वराचे आभार मानले.

''खरचं तुमी फार मोठी गोष्ट केली, राणबा.'' जोतीच्या डोळ्यांत कृतज्ञता दाटून आली.

सर्वांचा निरोप घेऊन जोती परतला. अंगातोंडावर रया नसलेली नागडी-उघडी पोरंबाळं इकडंतिकडं वावरत होती. त्यांना पाहून जोतीचं आतडं तुटत होतं. उद्या यांतली कोण कोण मुलं शाळेत येतील, याचा विचार तो करीत होता. शिक्षण म्हणजे काय, हेही जिथं माहीत नाही; तिथं ज्ञानाचा प्रकाश पडणार कधी? या स्थितीतून ही माणसं बाहेर पडणार तरी कधी? अनेक प्रश्नांचं मोहोळ डोक्यात घोंगावू लागलं.

सरकारनं काही ठिकाणी शाळा सुरू केल्या होत्या; परंतु लोक मुलांना त्या शाळांमध्ये पाठवायला तयार नव्हते. देशी शाळा हाच त्या समस्येवर खरा उपाय होता. परंतु विद्येच्या ठेकेदारांकडून ते घडेल, ही अपेक्षा नव्हती. इंग्रजी विद्वानांनी नवा शोध लावला होता. म्हणे, वरच्या जाती सुधारल्या, तर इतर जातीही सुधारतील. ही म्हणे, फिल्टर डाऊन थिअरी! वरच्या मडक्यातलं पाणी झिरपून खालच्या मडक्यात जाईल. काही ब्राह्मण विद्वान तीच तळी उचलून धरीत होते; परंतु जोतीचा त्या तर्कटावर विश्वास नव्हता. आपली पोटं जाळण्यासाठी ज्यांनी इतरांना अज्ञानात ठेवलं, ते म्हणे, शिक्षणप्रसार करतील!

जोतीला वाटलं, आपला प्रयत्न लहानसा असला, तरी त्याची दिशा योग्य आहे. गावागावांतून, वाडी-वस्त्यांतून राणबासांरखी माणसं उभी राहिली, तर तो यशस्वी झाल्याशिवाय राहणार नाही. शूद्रातिशूद्रांना हळूहळू शिक्षणाचं महत्त्व कळू लागेल. ते स्वाभिमानानं जगू लागतील. काळ पालटेल.

बदललेल्या काळाचं सुखस्वप्नं पाहण्यात जोती रंगून गेला. त्या आनंदात उत्साहानं पावलं उचलू लागला. त्याच्या दृष्टीनं उद्याचा दिवस फार महत्त्वाचा होता; परंतु उद्याचा विचार मनात येताच क्षणभरापूर्वी आनंदाच्या लाटांवर हेलकावणारा जोती चिंताग्रस्त झाला.

उद्या मुलं शाळेत आल्यावर त्यांच्या हातात द्यायला पुस्तकं होती कुठं? सदाशिवनं पाठवलेल्या काही पाट्या हाताशी होत्या, तेवढ्याच! नवी काळजी मन पोखरू लागली. मुळात पटसंख्येचा प्रश्न इतक्या सहज आणि लवकर सुटेल, असं वाटलं नव्हतं. म्हणूनच अजून शाळा नेमकी कधी सुरू करायची, याविषयी काहीच ठरलं नव्हतं. मुली येतील, तोच शाळेचा पहिला दिवस ठरणार होता.

पुन्हा पहिल्यापासून तयारी सुरू झाली. आल्हाटाच्या वाड्यात जाऊन जोतीनं सगळी व्यवस्था केली. होत्या तेवढ्या पाट्या आणि पुस्तकं तिथं नेऊन ठेवली.

दुसऱ्या दिवशी सकाळी महार-मांग मुला-मुलींची शाळा भरताच पुण्यात धरणीकंप झाला. विद्यादेवी अतिशूद्रांच्या घरी चालली, म्हणून सनातन्यांनी कपाळाला हात लावला. असल्या पातक्यांची जीभ झडत कशी नाही, याबद्दल आश्चर्य व्यक्त झालं.

आता जोतीच्या मनासारखं झालं. भिडे वाड्यातली शाळा मोरो आणि सखाराम सांभाळू लागले. जोतीची मात्र सकाळी या शाळेत, तर दुपारी त्या शाळेत अशी धावपळ सुरू झाली.

जोतीला आपल्या जीवित-कार्याची दिशा सापडली होती... पुढील वाट अनिश्चित भविष्यात दडली होती; परंतु तो भविष्यकाळ उज्वल असणार होता, हे निश्चित! जोतीनं अदम्य इच्छाशक्तीची प्रखर दिवटी उभारून वाटचालीला प्रारंभ केला होता... आता ती कधी संपेल, कुठं संपेल, याची क्षिती उरली नव्हती; पण भविष्याच्या उदरात दडलेली ती अंधूक वाट आता नजरेसमोर उलगडू लागली होती... उलगडत राहणार होती...!

६

दोन्ही शाळांची कामं मनासारखी सुरू होती खरी; परंतु जोती मनातून दुःखी होता. अनेक दिवसांपासून त्याचं दादांशी बोलणं झालं नव्हतं. लिहिता-वाचता येऊ लागल्यापासून मळ्यातल्या कामाचे, पिकांचे हिशेब जोतीच पाहायचा; परंतु ही शाळा सुरू झाल्यापासून दादांनी जोतीशी बोलणं टाकलं होतं. एक-दोनदा तो वही घेऊन हिशेब लिहायला गेला, तर 'काही नको, मी काय ते बगतो,' म्हणून त्यांनी झिडकारून टाकलं होतं. जोतीनं सावित्रीला शिकवायला सुरुवात केली तेव्हापासूनच ते नाराज होते. घरोघरच्या सुना अशा पाटी-पुस्तक घेऊन मिशनच्या शाळेत जात नव्हत्या किंवा नवऱ्यापुढं बसून धडे घेत नव्हत्या. आपण काय करतोय ते दादांना आवडत नाही, हे जोतीला कळत होतं; परंतु त्यांची समजूत घालणंही अवघड होतं.

शेतात दिसेल ते काम उपसून जोती घराकडं परतला, तेव्हा संध्याकाळ झाली होती. आऊ स्वयंपाकाच्या कामाला लागली होती. जोतीनं सावित्रीला हाक मारली. सावित्री पाटी-पेन्सिल घेऊन जोतीच्या पुढ्यात येऊन बसली. आता तिला चांगलं लिहिता-वाचता येऊ लागलं होतं. म्हणून आता गणिताची शिकवणी सुरू होती. जोतीनं गणित घातलं; परंतु आजचं गणित काही केल्या जमत नव्हतं. जोतीनं पाहिलं, आज सावित्रीचं लक्ष नव्हतं.

"काय झालं?" जोतीनं विचारलं.

"कुठं काय? काई न्हाई." फुरफुरतं नाक पुसत सावित्री म्हणाली.

बराच वेळ जोती काही बोलला नाही. सावित्रीही गप्पच होती. कुठंतरी पाहत मनातला कढ आवरू पाहत होती.

"काय झालं, सावित्री?"

"हे असं कुठवर चालनार? दादा आनि तुमी बोलत न्हाई. त्यांचं जेवनबी किती कमी झालंय. आऊ मनातल्या मनात दुक करतात. कोनी काई बोलत न्हाई. तुमची शाळा अन् माजं शिक्षन हेच्या पायी घरातलं समदं सुख दूर गेलंया."

"मी तरी काय करू? त्यांना कसं समजावून सांगू?"

"पण तुमी निदान तेंच्याशी बोला तरी. त्यांचं म्हननं तरी आयकून घ्या."

आपला त्रागा बरा दिसत नाही, या विचारानं सावित्री चरकली.

"ठीक आहे. संध्याकाळी बोलतो." जोती म्हणाला.

रोज दिवेलागण होण्याच्या आत घरी परतणारे दादा गेले बरेच दिवस झाकड पडली, तरी मळ्यातच थांबत. दिवसाउजेडी घराकडं येताना वाटेत कुणीतरी भेटायचं. काहीबाही विचारायचं. विचारणारा माणूस पोराच्या आणि सुनेच्या वागण्यापायी आपल्याला हसतोय असंच त्यांना वाटायचं. दोन-चारदा असं झाल्यावर अंधार पडल्याशिवाय ते घराकडं परतत नसत. बाकीची काम राजाराम सांभाळून घेई. त्याच्या मदतीला गडीमाणसं होतीच.

दिवेलागण झाली. गल्ली-बोळांतून अंधार दाटला तेव्हा कुठं दादा अंगणात दिसले. सावित्रीनं त्यांना पाणी दिलं. हातपाय धुऊन दादा विसावले. जोती त्यांच्या जवळ जाऊन बसला. त्याला पाहताच दादांनी तोंड फिरवलं.

"दादा, तुम्हाला राग आला आहे, हे खरं; पण..."

"तू काय बी सांगू नगंस." एकदम स्फोट झाल्यासारखे दादा फिसकारले. "तुला लिवायला शिकवलं, ते कशासाठी? वाटलं होतं, शिकून कायतरी नौकरी करशील; पण तुजं तेबी लक्षन दिसंना. आता शाळा सोडून हे काय सुरू केलंस? म्हारा-मांगांत बसतोस. त्यांच्या पोरांना लिवायला शिकिवतोस." त्यांच्या झुबकेदार गलमिशा थरथरत होत्या.

"यात मी काही वाईट केलेलं नाही, दादा."

"बायकांनी लिवायला शिकनं धर्माच्या इरुद्ध हाय. तू देवाधर्माच्या इरुद्ध का जातोस?"

दादांना सगळ्या गोष्टी समजावून सांगणं कठीण होतं. जोतीचा नाइलाज झाला. तो म्हणाला,

"कोणताही खरा धर्म माणसाला शिकायला बंदी करत नाही, दादा आणि शिकायला बंदी करत असेल, तर तो धर्म तरी कसा म्हणता येईल?"

"हेच. विंग्रजी शिकून तुजं डोस्कंच बिघडलंय. कुठून बुद्धी झाली आनि तुला शाळेत घातला, असं मला झालंय. तुझी शाळा थांबली हुती, तेच चांगलं झालं हुतं. पाद्री लोकांच्या नादाला लागल्यावर हे असंच हुयाचं..."

"दादा, पश्चात्ताप कशाला? मला शाळेत पाठवून तुम्ही काहीही वाईट केलेलं नाही."

"तू मात्र वाईट कर. देवाधर्माच्या इरुद्ध जा."

"जोती खरं तेच सांगतोय, दादा." आऊ म्हणाली. "विद्या घेनं आणि विद्या देनं हे पुन्न्याचं काम हाय. जोतीनं बामनी कावा वळखला, तसा आपनबी वळखाय पाहिजे. तू ज्या क्रिश्नाजी कारकुनाच्या सांगन्यावरनं जोतीची शाळा थांबवलीस, तो त्याचा कावाच हुता, नव्हं का? तुझा पोरगा शिकला असता, तर त्याला हिसाबात घसके कसे मारता आले असते? तवा त्यानं भरवलं तुझ्या मनात, पोराला कशाला शिकवतोस, म्हनून."

"शिकून तो शाना झाला, तेवढं लई झालं की. आता त्या पोरीला कशाला शिकिवतोय? का तिलाबी पाठीवनार हाय शाळंत मडमीन करून?"

"दादा, तू तरास करून घेऊ नको. जोती कायबी चुकीचं करनार न्हाई."

दादा बराच वेळ बोलत होते. बरंचसं स्वत:शी, बरंचसं जोतीला उद्देशून; त्यातलं काही काही ऐकायला येत होतं...

हा असं वागायला लागल्यावर कसं व्हायचं? लोक मला न्हाई न्हाई ते इचारतात. कुनाकुनाला तोंड द्यायचं?'

"आता जेवायला चला की. किती दिवस असा अबोला धरनार हाईसा तुमी बापलेक?"

आऊची इच्छा म्हणून दादा उठले. पाटावर जाऊन बसले.

जोती चटकन हातपाय धुऊन आला आणि त्यांच्या शेजारी जाऊन बसला.

जेवण झाल्यावर जोती अंथरुणावर जाऊन पडला; पण झोप येणार नव्हती. त्यानं समईची वात पुढं सारली आणि पुस्तक उघडलं; परंतु पुस्तकातल्या विचारांपेक्षा डोक्यातलं विचारचक्र प्रभावी टरलं. दादांचा त्रागा तो समजू शकत होता; परंतु आता त्यांची नाराजी स्वीकारूनच पुढं जाणं भाग होतं.

सगळी सामसूम झाल्यावर सावित्रीची चाहूल लागली. जोती उठून बसला. आज त्याला सावित्रीशी बरंच बोलायचं होतं.

सावित्रीनं जोतीच्या उशाशी तांब्या-भांडं ठेवलं आणि ती आपल्या अंथरुणावर जाऊन बसली.

''दादांचं बरोबर आहे, सावित्री...'' जोती म्हणाला, ''परंपरा टाळून ते विचार करू शकत नाहीत. ब्राह्मणी धर्माच्या दृष्टीनं आम्ही शूद्र आहोत. मग आम्हाला विद्येचा अधिकार कुठला? माणसांचे जगण्याचे मूलभूत हक्क मागायला आम्ही माणसं तरी आहोत का? अतिशूद्रांची स्थिती तर आमच्याहून भयंकर आहे. त्यांच्या जिण्याला कुत्र्या-मांजराचीही किंमत नाही. हे सहन होत नाही, सावित्री... हे सहन होत नाही...''

सावित्री जोतीचं बोलणं लक्षपूर्वक ऐकत होती. शब्दाशब्दांतून जोतीच्या मनातली तडफड तिला दिसत होती.

सावित्रीकडं एकटक पाहत जोती म्हणाला,

''सावित्री, दादांना किंवा जगाला काय वाटतं, याचा विचार करू नकोस. मनाला साक्षी ठेवून एकच सांग – मी जे काही करतोय ते तुलाही चुकीचं वाटतं?''

''जी, नाही. तुम्ही करताय ते काम चांगलंच आहे.''

''खरंच! तुलाही असंच वाटतं ना?'' जोतीचा चेहरा समाधानानं उजळला.

''आता शाळा बंद पडू देऊन चालणार नाही. पोटासाठी कामधंदा केला पाहिजे, हे खरंच आहे; पण तो असा पाहिजे की, तो सांभाळून हे काम करता आलं पाहिजे. नद्या-नाले, पशु-पक्षी आपल्या परीनं जगाच्या कल्याणासाठी उपयोगी पडत असताना आपण मात्र स्वत:पुरतं जगावं, हे योग्य वाटत नाही. मित्रांची, इतर बऱ्याचजणांची मदत मिळते आहे; परंतु तूर्त काही दिवस शिक्षकाचं काम मलाच केलं पाहिजे... अडचणी तर अनेक आहेत.''

बोलताबोलता जोती विचारविश्वात हरवून गेला आणि एकदम अचानकपणे सावित्रीला उद्देशून तो म्हणाला, ''आता एकच सांग, सावित्री... मी करतोय ते चुकीचं नाही, अशी तुझी खात्री आहे तर आतापर्यंत माझं ऐकलंस, तसंच पुढंही ऐकशील?''

सावित्रीनं होकार दिला. तो आश्वासक शब्द जोतीच्या हृदयाला जाऊन भिडला. मनावरचं ओझं उतरल्यासारखं झालं.

''पन तुमी असं का इचारता?''

सावित्रीच्या त्या प्रश्नानं जोती निरुत्तर झाला. प्रत्येक वेळी सावित्रीनं आपलं ऐकलं आहे, दिलेला शब्द पाळला आहे; हे तो विसरू शकत नव्हता. शाळा सुरू करताना सावित्री म्हणाली होती :

''तुमी शाळा सुरू करा. मला होईल, ती मदत मी करीन. गरज लागली, तर शाळेत येईन. तुमी शिकवा. मी मुलींना वळन लावीन.'' किती सहज बोलत होती सावित्री.

''मी एक सांगते, ते ध्यानात घ्या...'' सावित्री म्हणाली, ''इस्वास नसल्यावानी असं पुन्हा इचारायचं न्हाई.''

“रागावू नकोस, सावित्री. हे काम परीक्षा घेणारं आहे.... म्हणून...”

“काही झालं, तरी मी सोबतीला आहे, एवढं समजा.” सावित्री निश्चयानं म्हणाली.

आनंदानं जोतीचे डोळे चमकले. अभिमानानं त्याचा ऊर भरून आला.

“आता आणखी मला काही नको.” तो म्हणाला. “आता आम्हाला कोणीही अडवू शकणार नाही. एक गोष्ट सांगायची राहिली. नगरहून निरोप आला आहे. वहिनींनी तुला बोलावलं आहे.”

“हीच गोष्ट बरी सांगायची राहिली.” लटकं रुसून सावित्री म्हणाली.

“माफ कर. विसरलोच होतो.” जोती हसून म्हणाला.

सरस्वतीबाई नगरला गेल्यापासून दोघा मैत्रिणींची भेट झाली नव्हती. खरं म्हणजे, बायकोनं नवऱ्यासोबत नोकरीच्या गावी जाणं हे एक नवलच घडलं होतं. त्या नगरला गेल्या, त्याही तशा न सांगता, न सवरता.

“सध्या त्या फार काळजीत आहेत.”

“काळजी? कशाची?”

“सदाशिव नगरला राहिला, तर मिशनऱ्यांच्या संगतीत ख्रिस्ती होईल, या भीतीनं घरातल्या लोकांना घेरलं आहे. त्यासाठीच त्या नगरला गेल्या आहेत.”

सरस्वतीबाई इतक्या तातडीनं नगरला का गेल्या, याचं रहस्य सावित्रीला उलगडलं. ती म्हणाली,

“पन तुम्ही तो इचार मागं टाकला हाय ना?”

“पण घरातल्या मंडळींचा त्या गोष्टीवर अजून विश्वास नाही.”

“तुम्ही ती काळजी करू नका. मी वहिनींची समजूत घालीन. त्यांचं शिक्षन कुठवर आलं आहे?”

“सदाशिव सांगत होता, चाललं आहे, म्हणून. आणखी एक सांगायचं, म्हणजे तिथं फॅरारबाईंच्या मुलींच्या शाळा आहेत. त्या पाहून ये.”

मैत्रिणीची भेट होणार, तिच्याशी जिवाभावाचं बोलायला मिळणार या विचारानं सावित्री हरखून गेली.

रात्र उलटून गेली, तरी आज दोघं बोलतच होते. बोलताबोलता सावित्रीचा डोळा लागला. जोती जागाच होता. त्याच्या उघड्या डोळ्यांसमोर अनेक स्वप्नं तरळत होती.

दूर अंधारातून तासाचे ठोके कानांवर पडत राहिले.

क्षणाक्षणांनी, घटकाघटकांनी रात्र संपत होती. भल्या सकाळी झोप जवळ येऊ लागली आणि थोड्याच वेळात मार्कंडेयाच्या घंटांचा घणघणाट कानांवर येऊ लागला. पुणे नगरी साखरझोपेतून जागी होऊ लागली.

७

बैठकीच्या खोलीत भाऊबंदांची बैठक सुरू होती. राणोजी, त्यांचा मुलगा बाबाजी, सटवाजी, खंडूजी अशी बरीच मंडळी जमली होती. या वेळी मळ्यात असणारा राजाराम आज घरीच होता. जो तो तावातावानं बोलत होता. दादा गुपगुमान सारं ऐकून घेत होते.

''आपल्या जातीत कोनालाबी जोतीचं काम पटलेलं न्हाई. तो हे थांबिवनार की न्हाई, तेवढं सांग.'' राणोजींनी प्रस्ताव मांडला.

''आनि जातीत राहायचं का जातीबाहेर पडायचं, तेबी सांगा.''

''तुमच्या पोरापायी आमाला खाली बगायची येळ आली, बघा.''

''कालच तिघं-चौघं बामन मंडळी भेटली हुती...'' एक गृहस्थ म्हणाला. बोलताना त्यांची मान हलत होती.

''आवो, ते एक शास्त्रीबुवा तर म्हणले, जोत्याला आवरा. न्हाईतर तुमाला अद्दल घडवू.'' त्या वृद्ध गृहस्थांना न जुमानता एकाने मध्येच तोंड खुपसलं.

''याचे परिनाम वाईट व्हतील, म्हनले...'' ते गृहस्थ आपलं सांगतच होते.

''ते घरच जातीभायेर टाका, म्हनले. हे बघा, अशानं तुमावर तर बहिष्कार पडनारच; पण तुमापायी आमच्यावरबी पडनार!''

''त्येनी जर तसं केलं, तर फुडं कसं हुयाचं, हो? देवाबामनांचा कोप कुनी अंगावर घ्यायचा?''

''तुमाला तरास द्यायची का आमची विच्छा हाय? पन तुमी जर का असं वागू लागला, तर हे घर जातीभायेर पडंल, एवढं ध्यानात ठिवा.''

''मी तरी काय करू, बाबांनू? तो माजं काय बी आयकत न्हाई. आता तुमीच काय ते सांगून बघा त्याला. आता तर तो त्येच्या बायकोलाबी शिकवाय लागलाय.'' दादा कावल्यागत झाले.

दादांनी दिलेल्या माहितीनं कोणालाच आश्चर्य वाटलेलं दिसलं नाही. ती गोष्ट सगळ्या गावाला माहीत झाली होती.

''ते नका सांगू आम्हाला. आम्ही न्हाई त्येला सांगनार.''

''ते तुमचं तुमी बघा. आपसांत हाय, तवर मिटवा. उद्या परकरन जातपंचायतीत गेलं, तर लई आवघड हुईल.''

''तुमी आमाला एकच काय ते सांगा.''

''पन हे बरं तरी दिसतं का? आपल्या जातीत शिकली हुती का कुनी बाई आजपतूर?'' मघाचे ते म्हातारे गृहस्थ पुन्हा बोलू लागले. परंतु त्यांच्याकडं कोणीच लक्ष देत नव्हतं.

"हे बघा काका, तुमाला समजुतीनं सांगतो. पोरीचं शिक्षन तर बंद कराच; पन आधी ही शाळंची थेरं थांबव, म्हनावं." एक आवाज काहीसा खाली येत म्हणाला.

"थेरं? पापकर्म हाय ते, पापकर्म."

"तेच ते. ते आधी थांबव, म्हनावं. न्हाईतर जड जाईल, एवढंच सांगतो." मघाचा आवाज पुन्हा वर चढला होता.

कोणी खेकसत होतं, कोणी समजुतीनं सांगण्याचा आव आणून धमक्या देत होतं. एकच कालवा सुरू होता.

दादा पार येडबडून गेले. जोतीपायी ही वेळ आली, म्हणून त्यांचा संताप संताप झाला. उत्तरादाखल काय सांगावं, निदान काय बोलावं, हेही सुचत नव्हतं.

अंगणात जमलेले पाच-सात बघे आपसांत कुजबुजत मागं सरकले आणि जोती घरात आला. त्याला पाहताच मंडळी चपापली. जो तो कसल्या ना कसल्या निमित्तानं निसटण्याचा विचार करू लागला. काहीजण त्या गावचेच नसल्याप्रमाणे मख्ख बसून राहिले.

सगळे कशासाठी जमले आहेत, हे जोतीला माहीत होतं. त्यांना समजून सांगायला पाहिजे होतं; परंतु ते ऐकून घेणार नव्हते. अशा वेळी सांगत बसण्यात अर्थ नव्हता. जमलेल्या मंडळींकडं निर्भयपणे पाहत जोती घरात गेला. आऊ आणि सावित्री दाराआड भेदरल्यागत उभ्या होत्या.

जोती हातपाय धुऊन बाहेर आला, तोवर बैठक संपली होती. दादा खिन्न बसून होते. त्यांच्याशिवाय बैठकीत कोणीच नव्हतं.

आज बरंच काम करायचं होतं. शाळेत मुलींना कपडे द्यायचं चाललं होतं. त्यासाठी काही धनिकांना भेटायचं होतं. मदतीची याचना करणारे अर्ज लिहायचे होते. सरकारकडेही एक अर्ज पाठवायचा होता. जोतीनं कागद पुढ्यात ओढले आणि तो कामाला लागला.

रात्री उशिरा जेवणं आटोपली.

जोती पुन्हा जेठा मारून कामाला बसला.

रात्री सावित्रीची चाहूल लागली, तोवर काम बरचसं आटोपत आलं होतं. सावित्रीच्या चेहऱ्यावरची काळजी पाहून जोती म्हणाला,

"त्या भांडणाला एवढी भितेस, सावित्री? दोन दिवस ओरडतील आणि गप्प बसतील. या भांडणांना भीक घालून चालणार नाही.'

"न्हाई... पन सगळीजनं मिळून दादांना किती बोलले ते."

"दादा ऐकून घेतात, म्हणून. सरळ सांगायचं, जोतीला तुम्हीच जाऊन सांगा, म्हणून. दादांजवळ ते एवढे भांडतात, मग मला का सांगत नाहीत? मी आल्याबरोबर का निघून गेले? याचं कारण उघड आहे. ते स्वत: आलेले नाहीत. त्यांना

पाठवण्यात आलं आहे. शिक्षण देण्या-घेण्यात काही वाईट नाही, एवढं त्यांना जरूर कळतं.''

''पन त्यांनी दिलेल्या धमक्या तुम्ही ऐकल्या?''

जोती उपहासानं हसला. म्हणाला,

''जातीबाहेर टाकू, रोटीव्यवहार बंद करू दुसरं काय? स्वत: जातिभेदांच्या, अज्ञानाच्या डबक्यातून बाहेर पडायचं नाही आणि इतरांनाही पडू द्यायचं नाही. या सवयी लवकर जाणार नाहीत आणि त्यांना फूस लावणारे ते आर्यभट! त्यांनीच तर हे जातीच्या अभिमानाचं विष इथल्या प्रत्येक माणसाच्या अंगात भिनवलं आहे. त्यांना तरी किती दोष द्यायचा?'' बोलताबोलता जोती उद्विग्न झाला. ''वाईट याचं वाटतं की, त्यांच्या कारस्थानाला आपला समाज बळी पडतो. ब्राह्मण इतके लाथाडतात, तरी प्रत्येकाला आपल्या जातीचा मोठा अभिमान आहे... पण ती चर्चा राहू दे. आज मला तुझ्याशी एका महत्त्वाच्या गोष्टीविषयी बोलायचं आहे.''

सावित्री अपेक्षेनं जोतीकडे पाहू लागली.

''आज तुला तुझा शब्द पाळावा लागणार आहे, सावित्री. उद्यापासून तू शाळेत शिकवायला जायचं. जननिंदेला मी भीत नाही; परंतु जननिंदाच कधीकधी चांगला मार्ग दाखवते. ब्राह्मणांनी खालची पायरी गाठली आहे, म्हणून आपण आता आणखी वरच्या पायरीवर चढायला हवं आहे. स्त्रियांना पुरुषांनं शिकवणं अनिष्ट आहे, यातून अनाचार माजेल, अशी हूल त्यांनी उठवली आहे.''

जोतीच्या शाळेतल्या मुला-मुलींचे ते निष्पाप भाबडे चेहरे सावित्रीच्या डोळ्यांपुढे तरळू लागले. पोटापुरतं अन्न, अंगभर कपडा यांनाही वंचित असलेल्या त्या गोड मुली. त्यांच्याविषयी असा हिणकस विचार मनात आणणाऱ्या नीच वृत्तीची तिला कीव आली.

''शाळेत मुलींची हजेरी कमी झाली आहे का?''

''अजून नाही; परंतु ती अज्ञानी माणसं त्यांच्या भूलथापांना बळी पडली, तर? आपण कल्पनाही करू शकणार नाही, असे मार्ग ते सहज अवलंबतात.''

''म्हणूनच तुम्ही हे ठरवलं आहे का?''

''तसंच समज. उद्या या कार्याचा व्याप वाढत जाणार आहे आणि मुलींच्या बाजूनं विचार केला तर मला वाटतं, उद्या त्यांनाही कदाचित पुरुष शिक्षकासमोर बसायला संकोच वाटेल. म्हणूनच आता तू ही जबाबदारी घ्यायला हवी. त्यासाठी आणखी शिक्षण घ्यायला पाहिजे; पण तुझी तयारी आहे ना?''

''आहे.''

''खरंच, सावित्री?'' जोतीचा आनंद त्याच्या शब्दांत मावत नव्हता. ''माझी फार मोठी काळजी मिटली. हळूहळू ती शाळा तू सांभाळायची. ती शाळा स्थिर झाल्यावर हे काम आणखी वाढवायला हवं आहे.''

“आणि त्या शाळांना मास्तरणी कुठल्या आणणार आहात?”

“तुझ्यासारख्या अनेक मास्तरणी तुझ्याच हातून घडणार असल्यावर ती काळजी कशाला?”

सावित्रीच्या गोंडस चेहऱ्यावर हास्य फुललं.

आवेगानं पुढं होऊन जोती सावित्रीजवळ गेला. हात हाती घेऊन प्रेमभरानं तिच्या डोळ्यांत पाहू लागला.

सावित्री जोतीच्या कुशीत नाहीशी झाली.

जोतीचा हात तिच्या पाठीवर विसावला होता. तो स्पर्श सावित्रीला नवं बळ देत होता.

सावित्रीच्या लोभसवाण्या चेहऱ्याकडं पाहत जोती म्हणाला,

“ठीक आहे. तू आता झोप. तेवढं राहिलेलं काम मला पूर्ण केलं पाहिजे. उद्या सकाळी तुला शाळेत पोचवून मी उरवणे शेटजींकडे जाऊन येणार आहे.”

“नको. मी जाईन एकटी.”

“एकटी?” जोती अवाक् झाला.

“जी...” सावित्री म्हणाली.

सावित्रीचं ते धाडस पाहून, जोतीला पुढं काय बोलावं, तेच सुचलं नाही.

८

न्याहारी आटोपून जोती गावात गेला होता. तिकडून तो परस्पर शाळेत जाणार होता. दादा मळ्यात जायची तयारी करत होते. सावित्रीची लगबग सुरू होती. अजून राजारामभाऊंची न्याहरी पाठवायची होती. दुपारचं जेवण रांधून ठेवायचं होतं. आऊ आपल्या परीनं मदत करत होती.

रोज हे असंच चालायचं. अगदी सकाळपासून जोतीची घाई सुरू व्हायची. याला त्याला भेटायची हजार कामं असायची. मग सावित्रीची एकच धांदल उडून जाई. त्यानं दोन घास खाऊन जावं, म्हणून ती लवकर उठून स्वयंपाकाला लागायची. कारण एकदा गावात गेलेला जोती जेवायला म्हणून घरी येईल, याची खात्री नसे. गावातली कामं आटोपून तो परस्परच शाळेत यायचा.

शाळेत जाऊ लागल्यापासून सावित्रीची जबाबदारी अधिकच वाढली होती. दादांची नाराजी ओळखून ती एकटी सगळं घरकाम सांभाळत होती. सर्वांचं दुखलं खुपलं पाहत होती. कष्टांना कमी पडू देत नव्हती. होईल तेवढं दादांच्या कलानं घेत होती; परंतु त्यांच्या मनात काय चालू आहे, हे कळत नव्हतं. आऊ बोलायला गेली, तर तिला ते हिडीसफिडीस करत. तुझ्यापायीच हे समदं झालं, म्हणून तिला बोल लावत. मग आऊही कोपरा धरून बसे. दोघा बापलेकांनी आपण आणि आपलं काम

एवढा एकच घोशा धरला होता; यात सावित्रीच्या जिवाची जी ओढाताण होई, ती तिलाच माहीत.

चिमणाआई या कशातच भाग घेत नाही. ती कोणाला काही सांगत नाही की विरोधही करत नाही. दिवसभर ती मळ्यातच असते.

सगळं काम आवरल्यावर सावित्रीनं दोन घास खाल्ले. जमिनीवर एक फडकं अंथरलं. त्यावर भाकरी ठेवून वर कोरड्यास घातलं; त्यावर तशीच एक भाकरी ठेवून दोन्ही भाकरी दुमत्या केल्या आणि बांधून घेऊन पिशवीत ठेवल्या. पुन्हा एकदा गठुळी सोडली आणि असावी, म्हणून आणखी एक जास्तीची भाकरी ठेवली. सकाळी जोतीचं खाण्यावर लक्ष नसे. दिवसभर ही शाळा, ती शाळा फिरण्यात त्याला भाकरी खायला फुरसतच मिळत नसे. शेणमारा झाला तर बदलायला होईल म्हणून लुगड्याची घडी पिशवीत ठेवली.

सगळी कामं आटोपून सावित्री शाळेकडं निघाली. भिड्यांचा वाडा घरापासून तसा फार दूर नव्हता; पण घरातून बाहेर पडताच तो फार दूर वाटू लागे. पायांखालची वाट लवकर संपतच नसे. कधी एकदा वाडा येतो आणि आपल्या शाळेत शिरतो, असं सावित्रीला होऊन जाई.

सावित्री शाळेत निघाली की, लोक दारात उभे राहत. कुचेष्टेनं हसत. यांत काही स्त्रियाही सहभागी होत. तिची वाट पाहत थांबलेले टगे टोमणे मारीत. एखादा मुद्दाम अंगावरून पुढं जाई. त्यांच्या चिथावणीवरून पोरंटोरं हुल्लड माजवीत. अंगावर शेण-चिखल फेकत. मग सगळे फिदीफिदी हसू लागत.

त्या सर्व प्रकाराकडे दुर्लक्ष करीत सावित्री चालत राही आणि वाड्यात शिरताच सुटकेचा निःश्वास टाकी.

कधीकधी जोती बरोबर असायचा; परंतु अशा वेळी उलट जास्तच त्रास होई. नवरा-बायकोची ती वरात पाहायला सगळा गाव गोळा होई. सावित्रीला ते अधिकच अपमानाचं वाटे.

सावित्री चार पावलं चालून गेली असेल नसेल, तेवढ्यात शीळ घुमली आणि त्या पाठोपाठ आवाज उमटला.

''मड्डम निघाली रे, शाळेला.''

प्रतिसाद मिळाल्याप्रमाणे पलीकडच्या बोळातून तशीच शीळ घुमली.

सावित्री चटचट पावलं उचलत होता; परंतु पायांखालची वाट इतक्या लवकर सरणार नव्हती. आजूबाजूच्या घरांतून कुचेष्टेची बोलणी कानांवर आदळत होती.

मागून पाच-सहा लोक येत असल्याप्रमाणे आवाज येऊ लागला.

सावित्रीची छाती धडधडली. मागं वळून पाहायची तिची हिंमत होत नव्हती.

''अडवा रे, अडवा तिला. कुठं फेडशील म्हणावं, हे पाप.''

''धोंडा घाला कपाळात.''

समोरून येऊन डावीकडच्या बोळात शिरत असलेले तिघे तरुण जागीच थबकून उभे होते. त्यांच्यापैकी एकाला काय वाटलं कुणास ठाऊक. या आज्ञेची वाटच पाहत असल्याप्रमाणे त्यानं पायाखालचा धोंडा उचलला आणि सावित्रीच्या दिशेनं भिरकावला.

खाडकन कानावर आदळलेला तो दगड रक्ताची धार घेऊनच खाली पडला. झपाट्यानं रक्तानं भिजत चाललेला पदर सावित्रीनं तसाच कानाखाली दाबला. डोळ्यांपुढे अंधार दाटत होता. रस्ता दिसेनासा झाला होता. सावित्री चालत होती.

आपल्या हातून काय घडलं आहे, याची जाणीव होताच तो तरुण भेदरल्यागत झाला आणि लुटूलुटू शेंडी हलवीत बोळात दिसेनासा झाला. त्याच्या पाठोपाठ त्याचे दोघे मित्रही अदृश झाले.

सावित्रीच्या मागून चालत असलेले टगे खदाखदा हसत होते.

''शूद्र स्त्रिये, तुला अशीच अद्दल घडायला हवी, हो.''

''मागे फिर, नाही तर मरशील.''

''स्त्रीधर्माची तुला काही चाड?''

चार-पाच तोंडं एकाच वेळी बोलू लागली. अनावर झालेली वेदना ओठांखाली चिरडत सावित्री चालत होती. जखमेच्या वेदनेपेक्षा त्या शब्दांनी होणाऱ्या वेदना अधिक असह्य होत्या.

अनपेक्षितपणे सावित्री थांबली. स्थिर नजरेनं तिनं मागं वळून पाहिलं. ती म्हणाली,

''बंधूंनो, मी माझ्या धाकट्या बहिणींना शिकवण्याचं पवित्र काम करीत आहे. तुमच्या या कृत्यापासून मी एवढीच शिकवण घेते की, अशीच आपल्या बहिणींची सेवा करीत राहावं. बंधूंनो, मी माझं कर्तव्यच करीत आहे. ते करताना अंगावर पडणारे हे दगड मला फुलासारखे वाटतात, ईश्वर तुम्हाला सुखी ठेवो.''

सावित्रीचं ते धैर्य पाहून टग्यांचं अवसान गळालं. तरीही उसना धीर आणून एक म्हणाला,

''भूदेव ब्राह्मणांसमोर तोंड वर करून बोलताना जीभ झडत कशी नाही?''

नाकातून बोलण्याच्या आपल्या लकबीवर तो स्वत:च खूश होता.

''महारवाड्यातल्या पोरांना सांग तो शहाणपणा.''

पुन्हा एकदा हास्यकल्लोळ उडाला.

सावित्री मार्गक्रमण करीत होती. शाळा जवळ येत होती; परंतु पावलांत जोम उरला नव्हता.

भिडे वाड्याच्या पायरीवर जोती एकटाच उभा होता. त्याचे डोळे सावित्रीच्या वाटेकडं लागले होते. एका हातात पिशवी आणि दुसरा हात डोक्याला लावलेला अशा अवस्थेत येणाऱ्या सावित्रीला पाहून तो भरभर चालत पुढे आला. त्यानं हातातली पिशवी घेतली. दोघे वाड्यात आले. सावित्रीभोवती मुलांचा गराडा पडला.

"यासाठी मी म्हणत होतो, सोबत येत जाऊ, म्हणून!" जोती म्हणाला.

"असू द्या. फार लागलेलं नाही."

"नाही कसं?"

जखमेतून अजूनही रक्त वाहत होतं.

जोतीनं जखम दाबून धरली. कोणीतरी कापूस आणला. हळद आणली. कशीबशी जखम बांधली. रक्त थांबलं.

"काकू... पानी..." एका चिमुरडीनं पाण्याचा तांब्या सावित्रीपुढं ठेवला.

"सावित्री, आज मी शिकवतो. तू थोडी विश्रांती घे." जोती म्हणाला.

सावित्री म्हणाली,

"काळजीचं कारण नाही. मी शिकवते. भाकरी आणली आहे; तेवढी खाऊन घ्या."

जोतीचा नाइलाज झाला.

काहीच घडलं नसल्याप्रमाणे सावित्री मुलींसमोर उभी राहिली.

बाळशास्त्री जांभेकरलिखित नीतिकथेचा पाठ सुरू झाला. सावित्री वाचू लागली...

'धनी अहंकार नसे, अहंकार मनी वसे. वये ज्ञानी होत नसे, ज्ञानाने ज्ञानी होतसे.

मुलांनो, सर्व धनवान लोक अहंकारी असतात, असे नाही; परंतु बहुत वेळी दरिद्री लोकही अहंकारी असतात. जर द्रव्यापासूनच अहंकार उत्पन्न होतो, तर सर्व धनवान लोकांस अहंकार असावा. तसे सर्वत्र दिसत नाही. म्हणून द्रव्याने अहंकार येतो, असे म्हणता येत नाही. मी सर्वांहून मोठा, असे मानणे हे केवळ मनेकरूनच होते. यास्तव अहंकाराचे कारण द्रव्य नव्हे; पण मन आहे, असे सर्व विद्वान लोक बोलतात... उदक डोंगराच्या शिखरावर जात नाही, तसे ज्ञान अहंकारी पुरुषाकडे जात नाही. म्हणून ज्याला ज्ञानाची इच्छा आहे, त्याने कदापि अहंकार धरू नये आणि मी थोर, असे मानू नये. वृक्ष जसा फळांच्या भाराने नम्र होतो, साळीच्या काड्या धान्याच्या भारामुळे लवून जमिनीस मिळतात, तशी पुरुषाने ज्ञान संपादून नम्रता धरावी. त्यातच थोरपणा आहे. वयाने मोठा झाला, म्हणून थोरपणा येत नाही; तर थोरपणाचे कारण विद्या आहे. म्हणून सर्वांनी अभिमान सोडून विद्या शिकावी, म्हणजे ज्ञान प्राप्त होते, त्यापासून सर्व गोष्टींचा लाभ होतो...'

९

सगळे उपाय थकले होते. जोतीच्या शाळा बंद पडत नव्हत्या. गोविंदा माळ्याचं

घर वाळीत पडलं. एवढं करून भाऊबंद थांबले नाहीत. त्यांच्या कागाळ्यांवरून नायगावहून सदूभाऊ येऊन गेले. त्यांनीही खूप बोलून घेतलं.

शेवटी ते सावित्रीला म्हणाले,

"शाळेत जायची जबरदस्ती होत असेल, तर नायगावला चल."

सावित्रीनं त्यांचा गैरसमज दूर केला आणि पुन्हा असं काही मनात आणायचं नाही, म्हणून निक्षून सांगितलं.

बेलबागेत रोज बैठकी सुरू होत्या. चर्चा झडत होत्या. या प्रश्नात एकदा जातीनं लक्ष घालायचं घाटत होतं. चर्चेचा सारांश एकच : ब्रह्मतेज सहन न होऊन जोती फुल्यानं हे खूळ हुडकून काढलं आहे. सरकारनं शाळा सुरू केल्या, त्या फक्त ब्राह्मणांसाठी. तर तिथंही हे शूद्र कडमडतात. शूद्राघरी विद्या गेली, तर धर्मग्लानी होईल, प्रलय ओढवेल; हे सरकारला कधी कळणार आहे, कुणास ठाऊक. सरकारला एक धर्मशास्त्र माहीत नाही; पण या शूद्राला तरी आपलं हित कळावं. शिक्षणासारख्या धार्मिक बाबीत ढवळाढवळ करायचा त्या माळ्याच्या पोराला मुळी अधिकारच नाही. जोती फुले आणि त्याच्या बायकोच्या पापाला क्षमा नाही. शिकवणारे आणि शिकणारे नरकात जाणार आहेत. बायका शिकल्या तर विधवा होणार आहेत. वर्णसंघर्षाचं संकट समोर दिसत आहे आणि हे पापकृत्य पेशव्यांच्या पुण्यनगरीत घडावं, हे सर्वांत भयंकर आहे.

गोविंदा माळ्याची भेट घेऊन त्याला समज द्यावी, असा विचार पुढं येत होता. चर्चा फिरून फिरून तिथंच येऊन थांबत होती.

सगळं काही शिजलं आणि दुसऱ्या दिवशी सकाळीच सात-आठजणांची धाड पडली.

जोती सकाळीच घराबाहेर पडला होता. सावित्री शाळेत गेली होती. कशातच मन लागत नसल्याप्रमाणे दादा खिन्नसे बसून होते.

"गोविंदा, घरी आहेस ना?"

अंगणातून हाक आली आणि त्या हाकेसरशी अंगणात हजर झालेले इतके ब्राह्मण पाहताच दादांच्या पोटात भीतीचा गोळा उठला.

"या जी, महाराज."

"आम्ही नाही येत. तूच बाहेर ये." एकजण खेकसला.

हडबडून दादा अंगणात आले आणि अपराध्यासारखे उभे राहिले.

"शिंच्या, मुलगा तुझे ऐकत नाही, तर निदान सुनेला तरी आवर. ही थेरे माळगंडाच्या घरात रे, कशाला?"

"तुझ्या पोराने धर्माला काळिमा फासला, तेवढा पुरेसा नाही का झाला? उद्या महारा-मांगांची पोरे शिकून अंमलदार झाली, तर आम्ही काय त्यांना मुजरे करायचे काय, रे?"

"त्याला म्हणावे, हे कलकत्ता नाही की मुंबई नाही. पुण्यनगरीत असले काही चालत नाही."

"ब्रह्मवृंद किती संतप्त झालाय, ते पाहतोस ना?"

"हा अनर्थ त्वरित थांबला पाहिजे. अन्यथा ब्रह्मकोपास बळी पडशील हो."

"नि:संतान होईल..."

"तळपट होईल..."

"बेचाळीस पिढ्या नरकात जातील..."

एकेका आघातासरशी दादा खचत होते.

"महाराज..."

"एक शब्द बोलू नकोस. तुझ्या पोराची ही थेरे थांबलीच पाहिजेत. ही आमची आज्ञा आहे. तुला शक्य नसेल, तर आधी त्या दोघांना घरातून हाकलून दे."

"बोल, तुला हे मान्य आहे ना?"

दादांचं सर्वांग बधिर झालं होतं. जीभ जड झाली होती. तोंडातून शब्द फुटत नव्हता.

"मान्य न करून सांगतो कोणाला? चला, रे."

सगळे आले, तसे तणतणत निघून गेले.

दादांना आतापर्यंत आऊचा धिंवसा होता. तिच्या आड राहून ते सारं सहन करीत होते. जोती करतोय, त्यात काही चुकीचं नाही, हे दिसत होतं; परंतु त्याचा अर्थ कळत नव्हता. वाट चुकलेल्या ढोरासारखा तो कधीतरी वाटेवर येईल, असंही वाटत होतं; परंतु आता सहनशीलता संपली होती. एकदाच काय तो कंडका पाडायला पाहिजे होता. आऊ समजावणी करत होती. परंतु आज तिचा उपयोग होणार नव्हता.

झाली गोष्ट कानांवर येताच जोती घराकडं आला. दादांना एकटं गाठून बरंवाईट बोलणाऱ्या भटांची त्याला भयंकर चीड आली होती.

जोती समोर दिसताच दादा कडाडले,

"तोंड काढायला जागा ठेवली नाही तुम्ही नवरा-बायकूंनी."

"दादा..." आऊ त्यांना शांत करण्याचा प्रयत्न करू लागली.

"तुमची मान खाली होईल, असं आम्ही काहीही केलेलं नाही, दादा." जोती म्हणाला.

"काय करायचं ठेवलंस? तुझ्यापायी जातीनं वाळीत टाकलं. देवाबामनांचा कोप झाला. तू हे थांबवणार का नाही, तेवढं सांग."

जोतीनं समोर पाहिलं.

सावित्री येत होती. मुलांना घरी पाठवून ती शाळेतून निघून आली होती.

''जी, नाही!'' जोती ठामपणे म्हणाला. त्याची मान नकारार्थी हलत होती.

''नाही?'' दादा ओरडले.

''जीव गेला तरी हे काम मी थांबवणार नाही, दादा.''

''असं असंल, तर ह्या घरात राहू नका, तू आणि तुझी बायकू कुटंबी जावा.''

कधीतरी असा प्रसंग उद्‌भवेल, याची खूणगाठ जोतीनं मनात बांधून ठेवलेली होती. तरीही तो प्रहार त्याच्या मनावर खोल जखम करून गेला. मन व्याकूळ झालं.

दादा ओठांतल्या ओठांत स्वत:शीच काहीतरी बडबडत होते.

''ठीक आहे, दादा...'' जोतीचा आवाज जड झाला होता. ''तुम्ही काळजी करू नका. माझा मार्ग मी शोधतो. यानंतर ते लोक आले तर त्यांना सांगा, जोतीनं घर सोडलं आहे.''

अचानक काय झालं, कुणास ठाऊक. दादांच्या डोळ्यांतून घळघळा अश्रू सांडू लागले.

''पोरा, अरे, तुला शिकवला, एवढा मोठा केला, तो काय असा तोडन्यासाठी?''

''तुम्ही काही मनात आणू नका, दादा. मी कुठंही असलो, तरी नातं तुटणार का आहे?''

''नाही, नव्हं?'' दादांचा आवाज लहान मुलासारखा असहाय झाला होता. ''जोती, पोरा, तुझी तळमळ मला समजते. तू करतोस, ते काम चांगलं आहे, तेबी दिसतं. पन मला भीती वाटते. त्या लोकांशी झगडायची हिंमत माझ्याजवळ नाही.''

''ती हिंमत येईल तरी कशी? पिढ्यान्‌पिढ्या त्यांच्या अरे ला कारे म्हणून उत्तर देण्याचं धाडसच केलं नाही आम्ही.''

''म्हनूनच म्हनतो, तू बी ते करू नगंस. जोती, पोरा, माजं ऐक.''

''आता ते शक्य नाही, दादा. माझा मार्ग मी निवडला आहे. आता माघार नाही.''

जोतीनं अपेक्षेनं सावित्रीकडे पाहिलं.

ती स्थिर नजरेनं त्याच्याकडे पाहत होती. ते डोळे मूकपणे आपली संमती कळवीत होते.

त्या डोळ्यांतला अर्थ कळताच आऊला रडू फुटलं.

थोड्याच वेळात दोघांनी निघायची तयारी केली. पुस्तकं, वह्या, पाट्या इत्यादी साहित्य जोतीनं एका भल्या मोठ्या गोणपाटात भरलं. आई-दादांना आणि आऊला नमस्कार केला. गणपतीला उचलून घेऊन त्याचा मुका घेतला आणि ते गोणपाटाचं बोचकं काखोटीला घेऊन तो अंगणात जाऊन उभा राहिला. सावित्री जोतीचं

अनुकरण करत होती. घरातल्या सर्वांचा निरोप घेऊन तिनं कपड्यांचं बोचकं काखोटीस घेतलं आणि जोतीपाठोपाठ अंगणात पाय ठेवला.

सावित्री आलेली पाहून जोती चालू लागला. कुठं जायचं, काय करायचं, काहीच माहीत नव्हतं. जोती चालत होता. सावित्री सावलीसारखी मागून येत होती. जोतीच्या नकळत त्याचे पाय जनाबचाचांच्या घराकडं वळले होते.

१०

जोती सावित्रीसह जनाबचाचांकडं आला असल्याचं कळताच उस्मान धावत आला. त्यानं जोतीला आपल्या घरी बोलावून नेलं. राहायला जागा दिली. संसारापुरती भांडी दिली. अधूनमधून विचारपूस करायला म्हणून आऊ येऊन जायची. येताना कधी भाजी-भाकरी घेऊन यायची, तर कधी शेरपसा धान्य आणायची.

ही शाळा सुरू झाल्यापासून सावित्रीचं मिशन शाळेत जाणं बंदच झालं. तिचा नॉर्मल कोर्स पूर्ण व्हावा, म्हणून जोती धडपडत होता. सदाशिव आला, म्हणजे तोही सावित्रीला काही धडे लिहून द्यायचा. वेळ मिळेल, तेव्हा सावित्री ते सोडवून ठेवायची. इथंच तिला फातिमा ही आणखी एक जिवाभावाची मैत्रीण मिळाली. दोघी मिळून अभ्यास करीत; परंतु झालेला अभ्यास डोक्यातच राहू लागला. कारण शाळेत मुलींची संख्या रोडावत चालली होती. बऱ्याच दिवसांपासून मुलांना पंतोजींच्या घरचा खाऊ मिळाला नव्हता. जेमतेम पाट्या-पुस्तकं देणं एवढंच काय ते शक्य होतं. सावित्रीनं शाळा सांभाळून घरखर्चासाठी गोधड्या शिवायचं काम सुरू केलं. वेळ मिळेल, तसा जोतीही त्या कामाला हातभार लावत होता. दोघे रात्रंदिवस खपत होते. प्रयत्नांची शिकस्त करत होते.

परंतु आता दमछाक होत चालली होती. मुलांना बाटवण्यासाठी हे सारं चाललंय असा अपप्रचार सुरू होता. तशात सुदामजींना वाळीत टाकायची धमकी मिळताच ते पुरते गळाठले. शेवटी तोही दिवस उजाडला. जिच्यासाठी जोती-सावित्रीनं घरदार सोडलं, ती शाळा बंद पडली. समाधानाची गोष्ट एवढीच की, बुधवार पेठेतली शाळा सुरळीत चालली होती.

याच काळात सावित्रीबाई आणि सरस्वतीबाई गोवंडे या दोघी मैत्रिणींनी मिळून महिला सेवा मंडळाची स्थापना केली. मंडळाच्या वतीनं पुण्याचे कलेक्टर जोन्स साहेब यांच्या पत्नी मिसेस जोन्स यांच्या अध्यक्षतेखाली संक्रांतीच्या हळदी-कुंकवाचा समारंभ घडवून आणला. कार्यक्रमाच्या छापील पत्रिकेत स्पष्ट आश्वासनच देण्यात आलं की, सर्व स्त्रियांना कुठलाही जातिभेद न करता एकाच जाजमावर बसवण्यात येईल. सर्व कार्यक्रम त्याप्रमाणेच पार पडला. गावातल्या अनेक स्त्रिया आपल्या लेकी-सुनांसह हळदी-कुंकवाला येऊन गेल्या. सर्वांना एकाच जाजमावर बसवण्यात

आलं. कुठलाही पक्षपात न करता सर्वांना सारखं धरून हळदी-कुंकू लावण्यात आलं. तिळगूळ वाटण्यात आला.

११

भर दुपारी सावित्री चिंध्यांचं गाठोडं उपसत बसली होती. कापडाचा प्रत्येक तुकडा उलटापालटा करून निरखून पाहत होती आणि त्याचा कसा उपयोग होईल, याचा अंदाज घेऊन पुढ्यातल्या दोन ढिगांपैकी एका ढिगात टाकत होती. पुरण म्हणून घालायचे तुकडे एका ढिगात पडत होते, तर वरून लावायला उपयोगी पडतील असे तुकडे दुसऱ्या ढिगात पडत होते.

ते काम आटोपलं. सावित्रीनं काही तुकडे जमिनीवर अंथरले. त्यांना टीप घालायची होती. लांबलचक दोरा ओवलेली सुई हातात घेऊन जोती आज्ञाधारक मुलासारखा समोर बसला होता. सावित्री सांगेल, तसे टाके घालायचे होते. काम सुरू झालं. रेखीव टाके पडू लागले. गोधडी शिवली जाऊ लागली.

सदाशिव येताना दिसला. त्याच्यासोबत केशवराव भवाळकर येत होते.

सावित्रीनं पटकन काठी आडवी घालून गोधडी गुंडाळली आणि ती आतल्या खोलीत नाहीशी झाली.

जोतीनं सुरू केलेल्या शाळेविषयी केशवरावांना फार जिव्हाळा वाटत असे. शाळा पाहायला ते दोन-तीन वेळा येऊन गेले. जोतीलाही केशवरावांचे विचार आवडले. परमहंस सभेचं लोण त्यांनीच पुण्यात आणलं. त्यांच्या सहवासातच राम बाळकृष्णजी जयकर यांच्यासारख्या थोर लोकांच्या विचारांचा आणि कार्याचा परिचय झाला. सभेचं कार्य पुढं नेण्याचे त्यांचे प्रयत्न सुरू होते. दादोबा पांडुरंग आणि राम बाळकृष्णजी यांनी स्वतःच ती जबाबदारी भवाळकरांवर सोपवली होती. मोरोपंत वाळवेकर त्यांना पाहिजे ती मदत करायला तत्पर होता.

दोघं स्थानापन्न झाले.

सदाशिव म्हणाला,

"सुदामजींचं काही मतपरिवर्तन?"

"नाही!" नकारार्थी मान हलवीत जोती म्हणाला, "त्यांनी शाळा दुसरीकडं भरवा, असं सांगितलं आहे. आपल्या कळचेट्या धर्मबंधूंनी वाळीत टाकायची धमकी दिल्यावर त्यांचा नाइलाज झाला."

"ठीक आहे. मी आता एक ठरवलं आहे. आमच्या वाड्यात शाळा सुरू करायची. मी बाबांशी बोलतो. बहुतेक त्यांची संमती मिळायला अडचण पडणार नाही."

"पण पैशांचं काय? मुलांना, थोडा का होईना, पगार देता आला पाहिजे. त्याशिवाय त्यांना शाळेची गोडी लागणार नाही."

सदाशिव म्हणाला,

''ते मी बघतो. आज केशवराव तुझ्याशी एका विषयावर बोलायला आले आहेत.''

''हो. आज मुद्दामच तुमच्या भेटीस आलो आहे.'' केशवराव म्हणाले आणि त्यांनी मुद्द्यालाच हात घातला. ''स्त्रीशिक्षणाच्या कामाला अधिक गती द्यायची असेल, तर शिक्षिकांसाठी प्रशिक्षणाचे वर्ग चालवले पाहिजेत. त्याच वेळी हे काम अधिक योग्य पद्धतीनं होऊ शकेल असा एक वर्ग काढायचा माझा विचार आहे. मला वाटतं, सावित्रीबाईंनी या वर्गाला यावं.''

सावित्रीचं शिक्षण पूर्ण झालं, तर ती मुलींची शाळा स्वतंत्रपणे सांभाळू शकेल याची जोतीला खात्री होती. सावित्रीलाही तो आत्मविश्वास होताच; परंतु नगरची फॅररबाईंची शाळा पाहून आल्यापासून तिला आपल्या अभ्यासातली कमतरता जाणवत होती. त्यासाठी ती रात्रीचा दिवस करून राबत होती. मिचेलबाई, जोती, आऊ, सदाशिवराव अशा अनेक गुरूंकडून शिकत होती. मिळेल, तेवढं ज्ञानधन गाठीला बांधत होती.

विचारात गढून गेलेल्या जोतीकडं पाहून केशवराव म्हणाले,

''त्यांना वर्गात येणं शक्य नसेल, तर मी त्यांना इथं येऊन शिकवीत जाईन. तुमच्या शाळेकडे कोणत्याही स्थितीत दुर्लक्ष होऊ नये. माझी प्रशिक्षण वर्गाची योजना प्रत्यक्ष अमलात यायला अजून अवकाश आहेच. तोवर त्यांना मी इथं शिकवीत जाईन.''

केशवरावांची सद्भावना पाहून जोतीला आनंद झाला. मुळात बंद पडलेली शाळा पुन्हा कशी सुरू होईल, हा प्रश्न आज अधिक महत्त्वाचा होता. अर्थात त्याबाबत केशवराव काही करू शकणार नव्हते. तरीही त्यांनी हाती घेतलेलं काम तेवढंच उपयुक्त होतं.

जोती म्हणाला,

''या स्वरूपाचं शिक्षण देणाऱ्या देशी शाळांची खरोखर आवश्यकता आहे. कारण हिंदू स्त्रिया मिचेलबाईंच्या नॉर्मल स्कूलमध्ये जायला बिचकतात. सावित्रीला शिक्षणाची गरज आहेच. कारण कोणत्याही परिस्थितीत आम्ही शाळा पुन्हा सुरू करणार आहोत. तुम्ही सावित्रीच्या शिक्षणाची जबाबदारी घेतलीत, तर तिला आपल्या अभ्यासाचा वेळ शाळेसाठी देता येईल.''

आर्थिक प्रश्नाचा मुद्दा पुन्हा उपस्थित झाला.

''देणग्या मिळवल्या पाहिजेत.'' जोती म्हणाला.

सदाशिव म्हणाला,

''जागेचं उद्याच सांगतो. नगरला गेल्या गेल्या आणखी पाट्या-पुस्तकं पाठवतो.

मुलांच्या खाऊसाठी दरमहा दोन रुपये पाठवतो. काही होवो आपली शाळा पुन्हा सुरू झालीच पाहिजे.''

दुसऱ्या दिवशी गोवंडे वाड्यात जागा मिळाली. जोती पुन्हा नव्या उत्साहानं कामाला लागला. मीठगंज, भवानी पेठ, नाना पेठ इथं जाऊन त्यानं सर्वांच्या भेटी घेतल्या. समज-गैरसमज दूर केले. मुला-मुलींना शाळेत पाठवायला सांगितलं. बंद पडलेली शाळा पुन्हा सुरू झाली. दगडगोटे, शेणमारा सहन करीत सावित्री भिडे वाड्यातल्या शाळेत जात होती. ती आता याही शाळेत जाऊ लागली.

सावित्री आणि जोतीची ही धडपड पूना कॉलेजचे प्राचार्य मेजर कँडी यांच्यापर्यंत पोचली. त्यांनी शाळेसाठी पुस्तकांची मदत पाठवून दिली.

आता मुलांना खाऊ मिळू लागला; पण पाण्याची गैरसोय दूर करता येईना. घोटभर पाण्यासाठी मुलांना या त्या विहिरीवर वणवण हिंडावं लागे. महार-मांगांची पोरं म्हणून त्यांची कोणाला दया येईना. मुलांचे होणारे ते हाल पाहवत नव्हते. शेवटी पाणी विकत आणायची वेळ आली. जे पैसे खाऊसाठी पुरत नव्हते, ते आता पाण्यात जाऊ लागले. मिळणाऱ्या देणग्या इतक्या अपुऱ्या होत्या की, पाणी तुटत नव्हतं. शाळेला पुन्हा ओहोटी लागली आणि जोतीची झोप उडाली. लहूजी उस्तादांना गाठणं हाच एक पर्याय समोर दिसत होता.

मधल्या काळात बऱ्याच घडामोडी झाल्या; परंतु जोती आखाड्याकडे फिरकलाही नव्हता. कर्नल मॅकिंटॉशनं भांगऱ्यांची बंडाळी मोडून काढली. बापू भांगऱ्यांना अटक झाली. राघोजी भांगरे परागंदा झाले. त्यांना पकडून देणाऱ्यासाठी सरकारनं पाच हजारांचं बक्षीस जाहीर केलं.

पेशव्यांच्या नावानं राज्याचा ताबा घेण्याचा प्रयत्न पूर्ण फसला. पुरंदर आणि सातारा भागात फैलावलेलं बंड उमाजी नाइकाच्या मुलांना अटक होताच पूर्ण थंडावलं.

परंतु लहूजीबुवांनी मात्र इंग्रजी राज्य उलथून टाकायचा ध्यास घेतला. शूर पूर्वजांचं लढाऊ रक्त त्यांच्या अंगांगांत सळसळतंय. त्यांच्या तोंडून लढाईच्या आख्यायिका ऐकताना आखाड्यातल्या तरुणांचं रक्त उसळून उठे. जोतीलाही आपल्या शूर पूर्वजांच्या हकिगती आठवू लागत. त्याच्याही पूर्वजांनी मराठी दौलतीसाठी रक्त सांडलं होतं. कटगुणचा चौगुला राणोजी गोरे शिवाजी राजांच्या घोडदळात शिलेदार होता. विजापूरच्या लढाईत राजांच्या संगतीनं लढताना तो कामी आला. आजोबा चाफाजी नारायणराव पेशव्यांचं रक्षण करताना ठार झाले. त्या पराक्रमी पूर्वजांचं रक्त जोतीच्या नसानसांत खेळतंय; परंतु ब्राह्मणी राज्याचे दुष्परिणाम पाहिल्यावर ती ऊर्मी राहिली नाही.

मराठी दौलत लयास गेली. मांग-रामोश्यांचा सैनिकी पेशा संपला. राजा गेला, प्रजा उघडी पडली. पोटासाठी चोऱ्यामाऱ्या करायची वेळ आली; पण स्वातंत्र्याची आस लोपली नाही. त्याच परंपरेचा पाईक उमाजी नाईक फासावर गेला; पण इंग्रजांना शरण गेला नाही. उमाजीची मुलंही त्याच वाटेवर चालत राहिली. लहूजीबुवा तोच वसा पुढं चालवीत आहेत.

परंतु जोतीला एका प्रश्नाचं उत्तर हवं होतं. ते कोणीच दिलं नाही. आज शिवरायांचं ते स्वराज्य परत मिळणार आहे का? उस्ताद म्हणतात,

'शनवारवाड्याचा जरीपटका खाली आला, त्याच दिवशी आम्ही ह्या लाल माकडांचं सरकार उलथायची शपथ घेतलिया. ज्या लढाईत माजा बा पडला, त्याच लढाईत माजीबी कुडी पडणार. ज्या लालतोंड्या माकडांनी माज्या बाला ठेचून मारलं, त्यांना आम्हीबी ठेचून मारणार!'

जोती जनाईच्या मळ्यात पोचला, तेव्हा सकाळची तालीम आटोपून उस्ताद विश्रांती घेत बसले होते.

''या जोतीराव, आज कसं येनं केलं?' प्रसन्नपणे हसून लहूजीबुवांनी जोतीचं स्वागत केलं. 'आता तुमास्नी तात्या म्हनलं पाहिजे. तुम्ही पंतोजी झालाय, नव्हं का?''

नम्रपणे नमस्कार करून जोती उस्तादांजवळ बसला. म्हणाला,

''आम्ही सुरू केलेल्या शाळेची माहिती तुम्हाला आहेच.''

''व्हय तर. लई चांगलं केलंसा!'' लहूजीबुवांच्या पारदर्शक पैलवानी चेहऱ्यावर आपल्या शागीर्दाविषयीचा अभिमान स्पष्ट दिसत होता. ''पन आमाला वाटलं हुतं, का तुमी आखाड्यातल्या शिक्षनाचा काई उपेग कराल.''

उस्तादांच्या म्हणण्यातील हेतू लक्षात घेऊन जोती म्हणाला,

''इंग्रज काय आज ना उद्या जाणारच आहेत, उस्ताद. आज खरी गरज आहे, ती आपल्या समाजाला शिकवून शहाणं करायची.''

''ते खरं हाय. जोतीराव, तुमी शिकलेली मानसं. तुमी म्हनता, त्यात कायबी चूक न्हाई; पण नुसत्या शिक्षनानं समद्या गोष्टी कशा जमायच्या?''

''जमतील, सगळ्या गोष्टी जमतील. इंग्रजांनी राज्यसत्ता काबीज केली असली, तरी त्यांच्यामुळेच आमचं कायिक दास्य संपलं आहे. ब्राह्मणशाहीनं आमची मनं गुलाम करून ठेवली आहेत, त्याचं काय? आम्ही शूद्र – अतिशूद्र कसे, याचा विचार करणार आहात की नाही? इंग्रज जेवढे परके आहेत, तेवढेच आमच्यावर मानसिक आणि शारीरिक गुलामगिरी लादणारे आर्यभटही परकेच आहेत. आमच्या शूर पूर्वजांना जिंकून त्यांनी हे खोट्या धर्माचं भूत आमच्या मानगुटीवर दिलं आहे.

आम्हाला शिक्षणाची बंदी करून आम्ही कधीही पुन्हा उठून उभं राहू नये, अशी कडेकोट व्यवस्था करून ठेवली आहे. आर्यभटांनी केलाला हा बामणी कावा हेच आमच्या समाजाच्या दु:खाचं मूळ कारण आहे. उस्ताद, कंपनी सरकार आज आहे; उद्या नाही. देशातल्या विराट समाजाला पशूसारखं वागवणारी ऐतखाऊ भटशाही हाच आजचा खरा शत्रू आहे.''

जोती म्हणतो ते खरं असलं तरी टोपीवाल्यांकडं दुर्लक्ष व्हावं हे उस्तादांना पटत नव्हतं. ते म्हणाले,

''तुमी म्हनता, ते खरं; पण त्यांनी मांग-रामोश्यांवर धार धरलिया, त्याचं काय करायचं? माजा उमाजी फासावर गेला. राघोजी टोपीवाल्यांना झुकांड्या देत रानोमाळ पळतोय. तुमी येगळा मार्ग धरला. आमचं काही म्हननं न्हाई; पन हे सरकार आमचं न्हाई. त्याला हाकलून लावल्याशिवाय आमच्या जीवाला शांतता नाही.''

जोती म्हणाला,

''मांग-रामोश्यांनी टोपीवाल्यांशी लढत मरायचं आणि पेशव्यांच्या जहागीरदारांनी कसबिणी नाचवून दमल्यावर घरात स्वस्थ झोपा काढायच्या, अशा स्थितीत उठाव यशस्वी कसा होणार, उस्ताद?''

''त्यांची आशा धरलिया कुनी?'' लहूजीबुवा म्हणाले, ''आमी आमच्या बळावरच लढणार. मारता-मारता मेलो, तरी जन्माचं सार्थक झालं, म्हणायचं.''

लहूजीबुवा आपल्या मताशी चिकटून राहिले. समाजाला शिकवून शहाणं केलं पाहिजे याविषयी मात्र कुठलाच मतभेद झाला नाही.

उस्ताद म्हणाले,

''जाऊ द्या, जोतीराव. या गोष्टीवर तुमचं आमचं पटायचं न्हाई; पण तुमी शाळा सुरू केली, हे कामदिखील चांगलंच हाय. लई सोसलंसा तुमी. मला समदं ठाव हाय. एक ध्यानात ठिवा. तुमचं हे उपकार लोक पिढ्यान्‌पिढ्या इसरनार न्हाईत. शाळेचं बरं चाललंया न्हवं? आमची काही मदत लागत असली, तर सांगत जावा.''

''तुम्ही या कामाचं मोल जाणता, म्हणूनच आज एक काम घेऊन आलोय, उस्ताद.''

''आवो, एक का धा सांगा...''

''शाळेत मुलांची संख्या रोडावली आहे. तुम्ही फक्त एकच करा. वस्तीतल्या लोकांना मुलं शाळेत पाठवायला सांगा.''

''तुम्ही ती काळजी करू नका, जी. उद्याच्याला पटावर पोरं दुप्पट झालीच म्हणून समजा.''

''तसं नाही, उस्ताद. मुलं फार वाढली, तर ती कुठं बसवायची हाही प्रश्नच आहे. शाळेची जागा पाहता आहेत तेवढी राहिली, तरी खूप आहे.''

''मग काळजी कशाला करतासा? महारवाड्यात आनि शाळा सुरू करा. आमी जागा देतो.''

''जी. तोही विचार करू; परंतु तूर्तास उद्या मुलं पाठवायची व्यवस्था करा.'' उस्तादांना दंडवत घालून जोतीनं तालीम सोडली.

दुसऱ्या दिवशी सकाळी महार-मांग वाड्यात एकच गलका उसळला. कोणावर खेकसून, तर कोणाला समजावून सांगत उस्ताद लहूजीबुवा आणि राणबा आपलं काम उरकत होते. कडेखांद्यावरून, पाठुंगळीवरून मुलं शाळेत आणली जाऊ लागली. सावित्री आणि जोती त्यांचे अश्रू पुसत होते. त्यांना वर्गात आणून बसवत होते.

काही दिवस हा क्रम चालला. पटसंख्या भरमसाट वाढली. जागा अपुरी पडू लागली. आसपासच्या गावांतून शाळेची कीर्ती पसरली. लोक पोरांना पाठुंगळी घालून शाळेत आणू लागले. शाळा गजबजून गेली.

१२

संध्याकाळी जोती खर्चाचा ताळमेळ लावत बसला होता. ओट्यावर सावित्रीचं निवडणं-टिपणं सुरू होतं.

''काय म्हणतात मास्तरीण काकू? पंतोजी तात्या आहेत का घरी?'' मोरो अंगणात उभा होता.

''याच्यासाठीच तर शिकवलं तुमच्या तात्यांनी.'' आपलं काम आटोपतं घेत सावित्री म्हणाली.

''म्हणजे, जोती, तुझा कावा शेवटी लक्षात आलाच तर वहिनींच्या!'' खो खो हसत मोरोपंत जोतीजवळ येऊन बसला.

शाळेत मुलं सावित्रीला काकू म्हणत आणि जोतीला तात्या. आता घरीदारी दोघांना तीच संबोधनं रुळली होती. गालांत हसत जोती सावित्रीकडं पाहू लागला. हा टोमणा कधीतरी मिळेल, याची त्याला खात्री असावी.

सावित्रीनं चोरून पाहिलं आणि जोतीनं ओठ आवळले. त्यालाही आता हसू आवरलं नाही.

''जोती, एक आनंदाची बातमी आहे.'' मोरोपंत म्हणाला, ''आपला शिक्षकाचा प्रश्न मिटला आहे. विष्णुपंत थत्ते यांनी आपल्या कामात मदत करायचं ठरवलंय. मी त्यांना विचारलं, तर त्यांनी तत्काळ होकार दिला.''

जोती काहीच बोलला नाही. तो काहीसा विचारात पडलेला दिसत होता.

''का, आश्चर्य वाटलं?''

“आश्चर्यच आहे!” किंचित हसत जोती म्हणाला.

“आपल्या कार्याचं महत्त्व समाजाला कळू लागलं आहे, याची ही खूण आहे.”

“समाजाला ते कधीच कळलं आहे; परंतु विष्णुपंतांसारख्या लोकांना ते इतक्या लवकर कळेल, अशी अपेक्षा नव्हती.”

“तुझा गैरसमज होतोय, जोती. तुझ्या आणि वहिनींच्या कामानं ते फार प्रभावित झाले आहेत. ते म्हणाले, ‘ब्राह्मणांनी निंदा केली, म्हणून जोतीच्या कार्याचं मोल कमी होत नाही.’ त्यांनी तुला भेटीला बोलावलं आहे. ते जुन्या वळणाचे गृहस्थ आहेत, हे कबूल; परंतु आज आपल्या शाळेला त्यांची मदत होते आहे आणि तीही सनातन्यांच्या नाकावर टिच्चून, हे काय थोडं आहे?”

जोतीला हा व्यवहारवाद मुळीच मान्य नव्हता. तो म्हणाला,

“दोन दिवस येतील आणि तिसऱ्या दिवशी प्रायश्चित्त घेऊन मोकळे होतील.”

हसू न आवरून सावित्रीनं तोंडाला पदर लावला.

काहीसा खजील झालेला मोरोपंत पुढं म्हणाला,

“ते पुढचं पुढं पाहता येईल; परंतु आज तरी त्यांची मदत घेण्यात मला काही चूक दिसत नाही.”

मित्राचा आग्रह जोतीला टाळता येईना. हो ना करता तो तयार झाला आणि दोघे मित्र विष्णुपंतांच्या वाड्याकडं चालू लागले.

स्वत: जोती आलेला पाहून विष्णुपंतांना फार आनंद झाला. त्यांनी आस्थापूर्वक सर्व विचारपूस केली. तुम्हा सर्वांचं कौतुकच केलं पाहिजे, हे मान्य करून ते म्हणाले,

“खरं म्हणजे, हे काम समाजातल्या आम्हा सर्व शिक्षितांचं आहे. ते आमच्याकडून झालं नाही. उलट, शिक्षित म्हणवणारेच तुमचा छळ करीत आहेत, हे लांच्छनास्पद आहे. आता याबाबत माझी भूमिका एवढीच की, तुम्हा लोकांना होईल ते सहकार्य करावं. मोरोपंताकडून मला सारं काही कळलं आहे. यापूर्वी पुण्यात मिशनऱ्यांनी स्त्रीशुद्रांसाठी शाळा काढण्याचे प्रयत्न केले होते; परंतु ते शेवटास गेले नव्हते. त्यामुळे तुमचं हे धाडस मला विषेश कौतुकाचं वाटतं. ख्रिस्ती लोकांपेक्षा आपल्या समाजातील तरुणांनी केलेलं हे कार्य समाजाला अधिक जवळचं वाटेल.”

तो इतिहास पुन्हा उगाळायची गरज नव्हती. यापूर्वीच्या प्रयत्नांना सपशेल अपयश आलं होतं; त्यामुळेच सनातनी इतके शेफारले होते.

–आणि खरोखरच दुसऱ्या दिवसापासून विष्णुपंत शाळेत येऊ लागले. पुण्यात आणखी एक अघटीत घडलं.

पटसंख्या वाढली खरी; परंतु त्यामुळे परिस्थिती आणखी बिकट झाली.

एकदा जनाबचाचांनी ही परिस्थिती पहिली. ते म्हणाले,

"जोतिबा, एक काम करते हैं। यहाँपर नजदीक एक मुस्लीम भाईकी जगह है। वहाँ पानी की कोई कमी नही है। हां... थोडाबहुत किराया देना पडेगा।"

जोतीनं स्वत: जाऊन जागा पाहिली. जागा चांगली ऐसपैस होती. जागेचं भाडं भरणं अवघड जाणार होतं; परंतु दुसरा मार्गही नव्हता.

गोवंडे वाड्यातली शाळा गंज पेठेतल्या नव्या जागेत आली. सर्वजण मिळून शाळा सांभाळू लागले आणि अचानक विष्णुपंत शिकवायला यायचे बंद झाले. अपेक्षित तेच घडलं होतं.

विष्णुपंतांची मनधरणी करण्यात वेळ घालवणं जोतीला शक्य नव्हतं. आता हे कार्य गंज पेठेपुरतं मर्यादित राहिलं नव्हतं. गावोगावांहून बोलावणी येत होती. कामाचा व्याप वाढत चालला होता; परंतु सकाळ-संध्याकाळ पोटाची काळजीही छळत होती. त्यासाठी जोतीनं कपडे-शिलाईचं दुकान सुरू केलं. तिथं नोकर असला, तरी लक्ष देणं आवश्यकच होतं. वेळ मिळेल, तसं देणग्यांसाठी भटकावं लागत होतं. सर्व व्यापांतून वेळ काढून जोती गावोगाव हिंडत होता. लोकांशी बोलत होता. हडपसर, ओतूर, सासवड, कसबा पुणे, तळेगाव ढमढेरे, शिरूर, शिरवळ, अंजीरवाडी, करंजे, भिंगार या गावांतून शाळा सुरू झाल्या.

'महारवाड्यात आनि एक शाळा सुरू करा. आमी जागा देतो...' उस्ताद सहज बोलून गेले होते; परंतु जोतीच्या मनात त्यांचं ते वाक्य घर करून बसलं होतं. त्यांना दिलेलं आश्वासन पूर्ण करावं, असं वाटत होतं.

तोही दिवस उजाडला. मीठगंज पेठेत महार-मांग मुला-मुलींसाठी आणखी एक शाळा उघडण्यात आली. शिक्षिकेची जबाबदारी घ्यायला स्वत: सगुणाआऊ पुढे आल्या.

१३

गावात सध्या एकच खळबळ माजली होती. काही सुधारल्या विचारांच्या लोकांविरुद्ध ग्रामण्य रचण्याचा घाट सुरू होता.

अण्णासाहेब चिपळूणकर, केशवराव भवाळकर, बापूसाहेब मांडे यांचीही नावं चर्चिली जात होती. दक्षिणा निधीच्या खर्चाविषयी सरकारी धोरण बदलावं, म्हणून कसला तरी विनंतीअर्ज पाठवण्यात आला होता. निधीची अर्धी रक्कम मराठी ग्रंथांना पारितोषिक देण्यासाठी वापरली जावी, अशी मागणी करण्यात आली होती.

लोकहितवादी गोपाळ हरी देशमुख हेच या प्रकारचे मुख्य सूत्रधार होते. तीन वर्षांपूर्वी त्यांनी उपस्थित केलेली मागणी आज धसाला लागली होती.

ती एक गंमतच झाली. बापूसाहेब मांडे यांनी अर्ज लिहिला. तो अण्णासाहेबांनी सह्यांसाठी विश्रामबाग वाड्यातल्या शाळेत नेला. काही पंतोजींनी सह्या केल्या न केल्या, तेवढ्यात शाळेचे हेडपंतोजी बाळाराम किराड यांनी बोंब ठोकली की, तो

अर्ज हिंदू धर्माच्या विरोधात आहे. झालं! तिथंच झोंबाझोंबी सुरू झाली. अण्णासाहेबांनी सह्यांचा कागद टरकावून त्यांच्या अंगावर फेकला आणि मूळ अर्ज घेऊन शाळेबाहेर धूम ठोकली. शाळेचे विद्यार्थी पाठलाग करीत त्यांच्यामागं पळाले. त्यांचा रस्ता अडवून मूळ अर्जाची मागणी करू लागले; परंतु अण्णासाहेब बधले नाहीत. बरीच तणातणी झाली. अर्ज तसाच सरकारकडं पाठवण्यात आला आणि प्रकरण पेटलं.

खरं तर, सदर प्रश्न आता ब्राह्मणांपुरता मर्यादित राहिला नव्हता. दक्षिणा निधीबाबत सरकारचं धोरण बदललं पाहिजे, असं सर्वांनाच वाटत होतं. बुधवार वाड्यातल्या लायब्ररीत त्याविषयी नेहमी उघडउघड चर्चा व्हायची. जोतीनंही त्या चर्चेत भाग घेतला होता; पण आयत्या दक्षिणेला सोकावलेल्या ब्राह्मणांनी प्रकरणाला वेगळाच रंग दिला. अर्ज मागं घेतला जावा, म्हणून त्यांनी जंग जंग पछाडलं. गोपाळ हरी देशमुख एकदा तुळशीबागेत गेले असता त्यांना सुमारे पाच हजार ब्राह्मणांनी गाठलं. धाक दाखवून त्यांना दुसऱ्या एका अर्जावर सही करायला भाग पाडलं. प्रकरणाचा रागरंग ओळखून देशमुखांनी सही केली खरी; परंतु घरी येताच सरकारला दुसरं पत्र लिहिलं आणि आपला पूर्वीचाच अर्ज खरा समजावा, अशी विनंती केली.

त्या अर्जावर परमहंस सभेच्या काही सभासदांच्याही सह्या असल्याचं कळलं होतं. केशवराव भवाळकर हे उघडच परमहंस सभेचे सभासद होते. सनातन्यांना आयतं कोलीत सापडलं. कुठंही आणि कशीही आग भडकत चालली होती.

सामाजिक सुधारणांच्या बाबतीत नरमगरम धोरण घेणाऱ्या सुधारकांनी एवढी उडी मारावी, याचं जोतीला आश्चर्य वाटलं. त्यात केशवराव भवाळकरांनी अधिक ताठर भूमिका घेतल्याचं ऐकिवात होतं. खरं तर, मंत्रतंत्रांची अर्थशून्य पोपटपंची करणाऱ्या घोक्या ब्राह्मणांपासून ते अक्कलशून्य ब्राह्मणांपर्यंत दिसेल त्याला ओगराळ्यानं दक्षिणा वाटायची पेशव्यांची पद्धत पेशवाईबरोबरच संपुष्टात यायला पाहिजे होती. परंतु सरकारनं अजूनही ती पद्धत जशीच्या तशी सुरू ठेवली होती. गोऱ्या कातडीवाल्यांचं ब्राह्मणांना खूश ठेवण्याचं काळं कारस्थान यात दडलं होतं.

पुण्यातल्या ब्राह्मणांचं म्हणणं एकच. या नतद्रष्ट लोकांनी कुठलं हे विद्वत्तेचं लचांड काढलं आहे, कोणास ठाऊक! अहो, ब्राह्मण म्हटला की, तो विद्वान असायचाच. पेशवे सरकार आम्हाला ओगराळ्यानं दक्षिणा वाढत होते, ते काय उगीच? ती पवित्र प्रथा तशीच पुढं सुरू ठेवणारा आणि त्यासाठी खास निधी राखून ठेवणारा अलफिष्टन काय वेडा होता की काय? अशा नतद्रष्ट लोकांमुळे उद्या ब्राह्मणांना कष्ट करून जगायची वेळ येणार खास! अहो, काय ते दिवस! सकाळी स्नान आटोपत नाही, तोवर दारात यजमान उभे असत. आज कुठं सत्यनारायण, उद्या कुठं पारणं, तर परवा कुठं तेराव्याचं प्रयोजन. पेशवाईत तर विचारूच नका. शनवार वाड्यात रोज हजारो ब्राह्मणांच्या पंक्ती उठत असत. आज काय मोतीचूर,

उद्या काय पुरणपोळी, परवा काय बासुंदी-पुरी. वरून घसघशीत दक्षिणा मिळे, ती वेगळीच! अशी चंगळ होती, महाराज. हर हर – गेले ते दिवस!

संध्याकाळी घरी आलेला जोती त्याच एका विषयावर बोलत होता. त्याची नजर अधूनमधून रस्त्याकडं वळत होती.

एकीकडं त्याच्याशी बोलत सावित्री स्वयंपाक करत होती.

''कोनाची एवढी वाट पाहताय?'' सावित्री म्हणाली.

''केशवराव येणार आहेत. तसा त्यांचा निरोप आला आहे.''

''तात्यासाहेब कधीपासून निरोप पाठवू लागले?''

जोती बाहेर पाहत होता. गल्ली-बोळांतून आता अंधार दाटू लागला होता.

सावित्रीकडे वळून तो म्हणाला,

''तसं नाही. त्यांना ही भेट गुप्त ठेवायची आहे.''

''ह्या सुधारल्या लोकांच्या मनांतून भीती जात नाही, हेच खरं!''

जोती हसला. म्हणाला,

''सुधारक झाले, म्हणून काय झालं? त्यांना जातीत राहायचं आहे. जातीला चिकटून राहूनच सुधारणा करायच्या आहेत.''

बाहेर चाहूल लागली. इकडं तिकडं पाहून घेत केशवराव घरात आले.

''एवढं काय भिता, तात्यासाहेब?'' जोती म्हणाला.

''कुणी पाहिलं, तर मोठीच पंचाईत होईल. अत्यंत महत्त्वाच्या गोष्टीत तुमची मदत हवी आहे, जोतीराव.''

''ते निरोप मिळाला, तेव्हाच ओळखलं. हवी असेल ती मदत मी जरूर करीन. बसा.''

''सगळंच त्रांगडं होऊन बसलं आहे.'' बैठकीवर टेकत केशवराव म्हणाले. त्यांचा स्वर हताश वाटत होता. ''पेशव्यांनी ऐतखाऊ सवयी लावून ठेवल्या आहेत, त्या का लवकर जाणार आहेत? मराठी ग्रंथकारांना उत्तेजन मिळालं पाहिजे, ही ओरड आजची का आहे? ते दक्षिणानिधीतून व्हावं असा अर्ज आम्ही पाठवला, तर आमच्या जातभाईंनी नुसता गहजब मांडला आहे. गोपाळराव देशमुखांना तुळशीबागेत केवढा वेढा पडला, ते तुम्ही ऐकलं असेलच. खरं म्हणजे, इतकं घडेल, हे आमच्या स्वप्नीही नव्हतं. मुंबईत असा प्रकार मी पाहिला नाही. हे पुण्याचे ब्राह्मण म्हणजे फारच आहेत. माझंच चुकलं. पुरेशा सह्या झाल्या होत्या. पाठिंब्यादाखल आणखी असू देत, म्हणून मी अण्णासाहेबांना विश्रामबाग वाड्यात पाठवलं. त्यांची वाट पाहत बाहेरच थांबलो होतो. दोघं जीव घेऊन पळालो, म्हणून वाचलो. नाहीतर काही धडगत नव्हती. आता त्यांनी हे

संकट उभं केलं आहे. आम्हा सातजणांना लेखी सूचना आल्या आहेत. सपशेल माफी मागा, नाहीतर ग्रामण्य पडेल. उद्याच आम्हाला तुळशीबागेत पंचापुढे उभं राहिलं पाहिजे.''

सारं शांतपणे ऐकून घेऊन जोती म्हणाला,

''तात्यासाहेब, आपण केलं ते योग्यच आहे, अशी तुमची खात्री आहे ना?''

''होय...'' केशवराव म्हणाले.

''मग एवढं भ्यायचं कारण काय? जातीबाहेर पडायची एवढी भीती वाटते?''

गळ्याभोवतीच्या उपरण्यानं कपाळावरचा घाम टिपत केशवराव म्हणाले,

''मला स्वत:ला ती भीती वाटत नाही. मुख्य म्हणजे, माफी मागायची माझी मुळीच इच्छा नाही. मी सांगूनच ठेवलं आहे की, मी एकटा याबाबतची सर्व जबाबदारी घ्यायला तयार आहे. मला भीती वाटते, ती एकच; एवढं आश्वासन देऊनही आमच्यापैकी एखादा ढेंढाळला, तर प्रकरण उलटेल आणि पुन्हा तोंड काढायलाही जागा राहणार नाही.''

केशवराव बोलत होते.

जोती शांतपणे ऐकून घेत होता, एवढी तयारी असूनही केशवरावांना भीती का वाटते, हेच त्याला कळेना.

''आम्ही योग्य तेच केलं आहे, अशी तुमची खात्री आहे ना, जोतीराव?'' केशवराव म्हणाले.

''त्याबद्दल शंकाच नको. रयतेच्या घामाचा पैसा या घोक्याशास्त्र्यांवर उधळण्याचा सरकारला कोणता अधिकार आहे? पेशव्यांनी सुरू केलेली ती वाईट प्रथा आजही जशीच्या तशी सुरू ठेवणं हे चुकीचं आहे. साधं एखाद्या पुलाचं उद्‌घाटन असलं, तरी सरकारी तिजोरीतून मूर्ख ब्राह्मणांना दक्षिणा वाटली जाते. हा कुठला न्याय आहे? याबाबत मी तुमच्याशी पूर्ण सहमत आहे.''

''तर मग हा पेच सुटण्याचा एकच उपाय मला दिसतो.''

''तो कोणता?''

''तो म्हणजे सदर अर्ज तुम्ही लिहिला आहे, हे सांगणं.''

जोती विचारात पडला. केशवरावांचा हेतू त्याच्या लक्षात येईना. तो म्हणाला,

''त्यामुळे प्रश्न मिटेल?''

''जरूर मिटेल आणि सुधारक पक्षाचं बळही वाढेल.'' केशवराव आत्मविश्वासानं म्हणाले.

''याबाबत तुमचं आपसांत काही बोलणं...''

''...झालं आहे आणि तुमची संमती मिळवायची जबाबदारी मी माझ्याकडं घेतली आहे.''

''ठीक आहे.'' क्षणाचाही विलंब न करता जोती म्हणाला. ''तसं असेल, तर जरूर माझं नाव सांगा.''

डोक्यावरचं फार मोठं ओझं उतरल्यासारखे केशवराव प्रसन्न दिसू लागले. ते म्हणाले,

''जोतीराव, तुम्ही मोठी काळजी दूर केलीत, एवढं ऐकलंत तसं आणखी थोडं ऐका. तुम्ही स्वत: आमच्यासोबत आलात, तर...''

''ठीक आहे. तशीच वेळ आली, तर मी स्वत: तो अर्ज लिहिला आहे म्हणून सांगतो. तुम्ही काळजी करू नका.''

''जातो. सर्वांना भेटून हे सांगितलं पाहिजे. दरम्यान, आणखी काय घडलं आहे, कुणास ठाऊक!''

केशवराव उठले. त्यांचा गौर चेहरा पुन्हा काळजीनं ग्रासल्यासारखा दिसू लागला.

''काळजी करू नका, तात्यासाहेब. तुम्ही योग्य तेच करीत आहात. म्हणूनच तुम्हाला मदत करणं हे माझंही कर्तव्यच आहे. तुम्ही ब्राह्मणसभेला कसं तोंड द्यायचं, त्याची तयारी करा. तुमच्या केसालाही धक्का लागणार नाही, याची व्यवस्था मी करतो.''

केशवराव घाईघाईनं बाहेर पडले आणि चटकन जवळच्या एका बोळात नाहीसे झाले.

सकाळी दिवस चढू लागला तसतसं पुण्याचं वातावरण तापू लागलं. रात्री मीठगंज पेठेत जोतिबा फुल्याच्या घरात काहीतरी शिजलं असल्याचा सुगावा लागला होता, परंतु निश्चित काय घडलं; हे कोणालाच माहीत नव्हतं. परंतु आता जोतिबा फुले या प्रकरणात उतरला आहे, एवढं मात्र निश्चित होतं. तर्कवितर्क सुरू होते. बंडूनाना रानडे यांच्या घरी ढेरपोट्या ब्राह्मणांची वर्दळ वाढली होती. काहींच्या मते जोतिबा फुले हाच या प्रकरणाच्या मुळाशी होता. त्याला शह द्यायचा असेल, तर या सातजणांना सोडून चालणार नव्हतं. तशीच वेळ आली, तर हातघाईचीही तयारी सुरू होती.

जोती भल्या सकाळी जानाईच्या मळ्यात जाऊन आला. लहूजीबुवांनी दिलेले निरोप हातोहात पोचवण्यात आले. ठरल्या वेळी ठरल्या ठिकाणी पाच-पन्नास तालीमबाज न चुकता हजर राहणार होते.

दुपारी तुळशीबागेत पाय ठेवायलाही जागा उरली नाही. उंच जागी पीठासन तयार करण्यात आलं होतं. स्वत: बंडूनाना रानडे चौकशीला बसणार होते.

केशवराव आणि मंडळी सकाळपासून शुक्रवार पेठेत गोपाळ हरी देशमुखांच्या

वाड्यात जमली होती. एकजण येऊन बोलावलं असल्याचा निरोप देऊन गेला, तेव्हा ऊन डोक्यावर आलं होतं. बारा वाजले असावेत. ताबडतोब निघायला पाहिजे होतं.

तळपत्या उन्हात सातजणांची ती वरात तुळशीबागेकडं निघाली. स्वत:ला मोठे सुधारक म्हणवून घेणारांची ती मिरवणूक पाहायला रस्त्याच्या दुतर्फा प्रचंड गर्दी लोटली होती. 'पाखंडी, नास्तिक, धर्मबुडवे, चांडाळ' चहूबाजूंनी भडिमार सुरू झाला. सर्वजण खाली मान घालून तसेच चालत राहिले.

बारामतीकरांच्या वाड्याजवळ जोतिबा फुले सुमारे पन्नास-साठ तालीमबाज लोकांना घेऊन उभा होता. त्यांना पाहताच केशवरावांचा धीर चेपला. तालीमबाज वरातीच्या मागं-पुढं चालू लागले. आता कुणाची भीती बाळगण्याचं कारण नव्हतं.

हेटाळणीला आणखी ऊत आला. ब्रह्मवृंदाच्या विरोधात जाऊन शूद्र-अतिशूद्रांची मदत घेतल्याबद्दल आणखी शिव्याशाप ओकले जाऊ लागले.

मिरवणूक बुधवार वाड्याजवळ आली. नानाच्या दप्तरावरील सरकारी अधिकारी टरक्वांड साहेब वाड्याच्या दारात उभे होते. त्यांच्या हातात वर्तमानपत्र होतं. नित्याप्रमाणे वर्तमानपत्र वाचत बसले असताना, बाहेर सुरू असलेला हा गोंधळ कानांवर येताच काय प्रकार आहे, हे पाहण्यासाठी ते बाहेर आले होते.

"व्हॉट इज द मॅटर, मिस्टर मांदे?" साहेबांनी विचारणा केली.

बापूसाहेबांनी सर्व प्रकार सांगितला.

साहेबांच्या गोऱ्या कपाळावरची शीर एकदम तडकली.

"सिपॉय..." साहेब ओरडले. "गो इमीजिएटली अँड कॉल द पोलीस सब-इन्स्पेक्टर हिअर."

हुकूम होताच शिपाई फरासखान्याकडं धावला. फौजदार शेख हसन फरीद आणि फौजदार अभ्यंकर पंचवीस पोलिसांची तुकडी घेऊन हजर झाले. पोलिसांना पाहताच टवाळखोर ब्राह्मण भेदरलेल्या उंदरांसारखे इकडंतिकडं पळत सुटले. पाहतापाहता गल्ली-बोळ सुने झाले.

साहेबांनी फौजदार अभ्यंकर यांच्यावर सर्व असामींच्या सुरक्षिततेची जबाबदारी सोपवली आणि मिरवणूक पुन्हा तुळशीबागेकडं चालू लागली. अभ्यंकर फौजदार सनातनी पक्षाचा, परंतु साहेबांचा हुकूम डावलणं त्याला शक्य नव्हतं. मिरवणूक परतेपर्यंत साहेब स्वत: लायब्ररीत थांबणार होते.

बाग जवळ येताच पुढं चालणारी मंडळी थांबली आणि त्यांनी केशवरावांना वाट करून दिली. सभामंडप खचाखच भरला होता. विश्रामबाग वाड्यातल्या विद्यार्थ्यांचाही मोठा भरणा दिसत होता. त्या शाळेतले पंतोजी, गावातले वैदिक, शास्त्री व भिक्षुक आणि अनेक सरकारी कामगार लोडाला टेकून बसले होते.

पीठासनावर मध्यभागी बंडूनाना बसले होते. त्यांच्या दोन्ही बाजूंना मोरोबा शास्त्री, बाबा साठे, नारायणशास्त्री थत्ते, कृष्णंभट गोखले, विष्णुभट जटापाठी इत्यादी मंडळी बसली होती. बंडूनानांच्या डोळ्यांत आग पेटली होती.

केशवराव पुढं झाले. इतरांनी त्यांचं अनुकरण केलं. सर्वजण नम्रपणे पंचांसमोर उभे राहिले.

"तुमच्यासोबत ते लोक कशासाठी आलेत?" बापूसाहेबांकडे रोखून पाहत बंडूनाना गरजले.

बापूसाहेबांनी इकडंतिकडं पाहिलं.

कमालीची शांतता पसरली होती. प्रत्येकाच्या चेहऱ्यावरचे स्नायू उत्सुकतेनं ताणले गेले होते.

"ते लोक इथं कशासाठी आलेत? या धर्मसभेत त्यांना आणण्याचं कारण कोणतं?" आपल्या ठाशीव आवाजावर जोर देत बंडूनाना पुन्हा ओरडले.

त्या प्रश्नाचं उत्तर देण्याची आवश्यकता नव्हती.

कुठंतरी कुजबूज झाली आणि शांततेचा भंग करीत आवाज उमटले,

"हे खपवून घेतलं जाऊ नये."

"हा प्रश्न ब्रह्मवृंदाचा आहे."

"शांत राहा." हात उंचावत बंडूनाना म्हणाले.

उसळलेला गलका जिरल्यासारखा जागीच शांत झाला.

बाहेर उभ्या असलेल्या तालीमबाज लोकांना पाहून काही लोक धसकले होते; तर काहींचे डोळे आग ओकत होते.

बंडूनानांनी पंचांकडे दृष्टीक्षेप टाकला. आता ते अधिकच संतप्त झाले होते.

आरोपींकडे तिरस्काराचा कटाक्ष फेकत एका गृहस्थांनी हात उडवला. त्यात 'पुढं विचारा' एवढाच अर्थ होता.

समोर उभ्या असलेल्या सातहीजणांवर नजरेचं पातं फिरवत बंडूनाना म्हणाले,

"आर्जी कुठं आहे?"

कुणीच काही बोललं नाही. आर्जी सरकारकडं पोचती झालेली असताना हा प्रश्न विचारण्यात काहीच मतलब नव्हता; पण बंडूनानांना हे कोण सांगणार?

"आर्जी कुठं आहे?" नाना पुन्हा कडाडले.

"आर्जी अण्णासाहेबांनी या– यांच्याकडं दिली. हे आमच्यादेखत घडलं." केशवरावांकडे बोट दाखवत एक विद्यार्थी म्हणाला,

"हे कोण?"

"मी केशवराव भवाळकर."

"अस्सं. तुम्ही कुठले?"

“मी जुन्नरचा. मुंबईला होतो. सध्या बुधवार वाड्यातल्या शाळेत पंतोजी आहे.”

“अण्णासाहेबानं तो आर्ज तुमच्याकडं दिला काय?”

“हो.”

“तर तो आर्ज द्या.”

“तो आर्ज आता माझ्याजवळ नाही.”

“तर मग कुठं आहे?”

“तो आर्ज त्याच रोजी टपालानं नामदार गव्हर्नर बहादुरांकडे पाठवून दिला आहे.”

“बरं, त्या आर्जाची नक्कल आहे का?”

“नाही.”

“नाही? बरं, तो आर्ज तुमच्यापैकी कोणी लिहिला?” केशवरावांचा अदमास घेत बंडूनाना म्हणाले.

केशवराव शांत उभे होते.

केशवरावांचं ते मौन पाहताच बंडूनानाचा संताप अनावर झाला. त्यांच्या नाकातून उष्ण वारे वाहू लागले.

“मी काय विचारतोय?” बंडूनाना कडाडले.

लोकांची उत्सुकता शिगेला पोचली होती. अर्ज लिहिणाऱ्या पाखंड्याचं नाव समोर यायलाच पाहिजे होतं.

ठरलेलं उत्तर द्यायला हीच वेळ योग्य होती.

“जोतीराव फुल्यांनी!” ताडकन केशवराव म्हणाले.

“जोतीराव फुल्यांनी?”

जोतीराव फुल्यांचं नाव ऐकताच नाना गोंधळले. वाचा गेल्याप्रमाणे ते एकदम गप्पच झाले.

“नाही. तो आर्ज सोन्याबापूनं लिहिला आहे, हे आम्हाला माहीत आहे!” गर्दीत कोणीतरी ओरडलं.

“जोतीराव आमच्यासोबत आलेले आहेत. पाहिजे तर त्यांनाच इथे बोलावतो.” केशवराव म्हणाले.

“काही नको. त्याची काही आवश्यकता नाही.” नांगी मोडलेल्या विंचवाप्रमाणे बंडूनाना जागीच चडफडू लागले.

त्यांच्या ब्राह्मणसभेत जोतिबा फुल्यांना जाब विचारण्याची ताकद नव्हती.

इतर पंचांचीही तीच अवस्था झाली.

“परंतु म्हणून तुम्ही निर्दोष ठरत नाही!” बंडूनानांना गडबडलेले पाहताच पंच म्हणून बसलेले एक शास्त्री तशातही पुढं सरसावले.

"तुम्ही त्या अर्जावर सह्या का केल्या?" दुसरे एक पंच ओरडले.

परंतु तो हल्ला केशवरावांनी अंगावर घेतलाच नाही. त्यांनी पुन्हा मौन धारण केलं.

"तो आर्ज देववाणी आणि वेदशास्त्रसंपन्न शास्त्रीपंडितांच्या विरोधात असताना तुम्ही ब्राह्मणांनी त्यावर सह्या का कराव्या?" बंडूनानांनी आपली मुत्सद्देगिरी पणाला लावली.

"हे सांगतात, ते खोटं आहे."

"तो आर्ज सोन्याबापूनं लिहिला आहे."

"धर्मबुडवे!"

"पाखंडी!"

"चांडाळ!"

"हे त्या शूद्र जोती फुल्याचं कारस्थान आहे."

एकच गोंधळ सुरू झाला.

पंचांच्या चेहऱ्यांवरचं पाणी कधीच मावळलं होतं. आता चौकशीत काहीच अर्थ उरला नव्हता. वातावरणात एक विचित्र तणाव निर्माण झाला होता. हीच संधी होती. प्रकरणाला आणखी फाटे फुटायच्या आत निसटायला पाहिजे होतं.

"नाना, आम्ही जातो." केशवराव म्हणाले आणि त्यांच्या परवानगीची वाट न पाहता ते चालू लागले.

"थांबा, पंचांच्या परवानगीशिवाय तुम्हाला जाता येणार नाही." पीठासनावर बसलेले एक वयोवृद्ध गृहस्थ किंचाळले.

परंतु केशवराव आता थांबणार नव्हते.

"अरे! बघता काय अडवा त्यांना."

"ठेचून काढा !"

गर्दीत लोक ओरडू लागले. जमाव चवताळल्यासारखा झाला. काहीतरी भयंकर घडणार, या भीतीनं धावपळ सुरू झाली; परंतु हात उचलायची कोणाची हिंमत होत नव्हती. केशवराव आणि त्यांचे मित्र पाहतापाहता बागेबाहेर पडले आणि तालीमबाज लोकांच्या गराड्यात नाहीसे झाले.

१४

मुंढव्याला शाळा काढायची होती. सकाळपासून तिकडंच गेलेला जोती संध्याकाळी घरी आला, तेव्हा सावित्री आणि फातिमा यांची शिकवणी सुरू होती. सावित्रीनं पाण्याची बादली अंगणात नेऊन ठेवली आणि ती पुन्हा केशवरावांसमोर येऊन बसली.

केशवरावांनी गणित घातलं आणि जोतीकडं वळून ते म्हणाले,

"जोतीराव, अण्णासाहेब चिपळूणकरांशी आपल्या परवाच्या विषयावर माझी बरीच चर्चा झाली. उच्चवर्णीयांतही स्त्रीशिक्षणाचा प्रसार झाला पाहिजे, या आपल्या विचाराशी ते सहमत आहेत. चर्चेअंती त्यांनी एक प्रस्ताव मांडला. तुम्ही पुढाकार घेणार असाल, तर ब्राह्मण मुलींसाठी आणखी एक शाळा सुरू व्हावी, अशी त्यांची इच्छा आहे. त्यासाठी ते आपल्या वाड्यात जागा द्यायला तयार आहेत. दक्षिणानिधीच्या वेळी झालेल्या ग्रामण्य प्रकरणात तुम्ही जे धैर्य दाखवलं; त्यामुळे ते तुमची फार प्रशंसा करतात."

अण्णासाहेबांकडून हा प्रस्ताव यावा, याचा जोतीलाही आनंदच झाला. अशी आणखी शाळा सुरू करावी, हा विचार त्याच्या मनात कित्येक दिवसांपासून घोळत होता. एकंदरीत केशवरावांशी झालेली चर्चा अशी फलद्रूप झाली होती.

परंतु त्या प्रस्तावावर जोतीचा एकदम विश्वास बसेना. आलेल्या अनुभवांतून स्वभावच असा बनत गेला होता की, प्रत्येक गोष्ट तावूनसुलाखून घेतल्याशिवाय राहवत नव्हतं आणि अण्णासाहेबांचा सुधारणावाद अजूनतरी बोलकाच होता. प्रत्यक्ष कृतीत अजून काहीच आलेलं नव्हतं. ग्रामण्य प्रकरणात त्यांची उडालेली घाबरगुंडी जोती अजून विसरला नव्हता.

"विष्णुपंतांचा अनुभव मी अजून विसरलो नाही, तात्यासाहेब. बोलायला अघळपघळ, करायला टंगळमंगळ!" जोती म्हणाला.

जोतीनं मारलेला टोमणा उमजून केशवराव हसू लागले. ते म्हणाले,

"पण या बाबतीत चिपळूणकर सनातनी पक्षाला जुमानतील, असं वाटत नाही."

"या बोलक्या सुधारकांच्या मानेवरून सनातन्यांचं भूत कधीच उतरत नाही, तात्यासाहेब. अण्णासाहेबांच्या मानेवरून ते उतरलं आहे, असं तुम्हाला वाटतं?" जोती केशवरावांकडे रोखून पाहत होता.

"सामाजिक सुधारणा अशा गोगलगाईच्या गतीनंच व्हायच्या, जोतीराव."

"मनाची अशी समजूत घालत राहणं मला मान्य नाही. आमच्याकडं हा प्रस्ताव पाठविण्याऐवजी ते स्वतःच का शाळा सुरू करत नाहीत? स्त्रीशिक्षण हे आमचं उद्दिष्ट आहेच; परंतु म्हणून उच्चवर्णीय स्त्रियांच्या शिक्षणासाठीही आम्हीच पुढाकार घ्यायचा आणि यांनी मात्र कट्ट्यावर उभं राहून सुधारक म्हणवायचं, हे चूक आहे."

"ते धाडस त्यांच्याजवळ नाही, हे स्पष्टच आहे."

"म्हणजेच सनातन्यांचं भूत मानेवरून उतरलेलं नाही. शाळेसाठी जागा देण्याची उदारता आहे; परंतु शिकवण्याचा अधर्म करण्याचं धाडस नाही. ब्राह्मण

स्त्रियांची स्थिती त्यांना दिसते आणि आम्हाला दिसत नाही, असं का आहे? चीड येते, ती या दुटप्पीपणाची. ते स्वत:ला सुधारक म्हणवतात, तर याबाबत थोडं धैर्य त्यांनीही दाखवावं. दुसऱ्याचं कौतुक करणं सोपं आहे...''

''मग हा प्रस्ताव...''

''ब्राह्मणांना स्त्रीशिक्षणाची कळकळ वाटू लागली आहे, ही गोष्टसुद्धा आनंदाची आहे. त्यांच्या प्रस्तावाचा आपण जरूर विचार करू. त्यांनी शाळेसाठी जागा देण्याची तयारी दाखवली आहे, हेही खूपच आहे.''

त्या आश्वासनानं केशवराव संतुष्ट झाले.

सदाशिव आल्यावर सर्वांची बैठक होऊन, अण्णासाहेबांकडून आलेला प्रस्ताव सर्वानुमते मान्य करण्यात आला. बुधवारात श्रीमंत सावकार अण्णासाहेबांच्या वाड्यात ब्राह्मण मुलींसाठी आणखी एक शाळा सुरू झाली.

पहिल्या दिवशी पटसंख्या अत्यंत कमी, अगदी आठ एवढीच होती. मुलींची संख्या वाढावी म्हणून सर्वांचा आटापिटा सुरू होता. त्यांना बघूनच लोक दारं लावून घेत. भलभलत्या शंका काढत. तोंडाला येईल ते बोलत.

अण्णासाहेब म्हणाले,

''जोतीराव, एकवेळ अक्षरशत्रू लोकांना समजावून सांगणं सोपं आहे; परंतु या अतिशहाण्या ब्राह्मणांना सांगणं फार अवघड आहे बरं!''

राघोबा पांडुरंग, कृष्णशास्त्री चिपळूणकर, लोकहितवादी हरी देशमुख, सोन्याबापू ऊर्फ बापूसाहेब मांडे इत्यादी अनेक लोकांनी या कामाचं मोल ओळखून शाळेला सहकार्य करायला प्रारंभ केला. मासिक वर्गणी, देणग्या यांद्वारे रक्कम उभी केली जाऊ लागली. शाळेत येणाऱ्या मुलींना पाट्या-पुस्तकं, खाऊ यांबरोबरच कधीकधी कपडेही द्यावे लागत. सर्व खर्चाचा विचार करता मासिक वर्गणी आणि तुटपुंज्या देणग्या अपुऱ्या पडत होत्या. सनातन्यांचा अपप्रचार आणि शिक्षणविषयक अनास्था यामुळे देणग्या द्यायला लोकांचा हात उचलत नव्हता; परंतु म्हणून जोतीरावांची जिद्द हटणार नव्हती. पुण्याच्या लोकांनी सुरू केलेल्या या स्तुत्य उपक्रमाची बातमी मुंबईला न्यायमूर्ती थॉमस अर्स्किन पेरी यांना कळली आणि आश्चर्याची गोष्ट म्हणजे, त्यांनी तातडीने पन्नास रुपयांची देणगी पाठवून दिली. ही पन्नास रुपयांची देणगी ते इथून पुढं प्रत्येक महिन्याला पाठविणार होते. विष्णुपंत थत्त्यांनी माघार घेतली असली, तरी वामनराव खराडकरांसारखे नवे लोक जोतीरावांना येऊन मिळाले. जोतीरावांचा उत्साह आणखी दुणावला.

सवित्रीबाईंची बदली गंज पेठेतून बुधवार पेठेत करण्यात आली. आता त्यांनी मुख्याध्यापिका म्हणूनच या शाळेची सूत्रं हाती घेतली.

सनातनी अधिकच पिसाळले होते. सावित्रीबाईंचा छळ सुरूच होता; त्यांना शाळेत नेण्या-आणण्यासाठी संस्थेनं बळवंतराव कोल्हे यांची नेमणूक केली. शाळेत येणाऱ्या मुलींच्या संरक्षणाची काळजी घ्यावी लागत होती, ती वेगळीच! त्यांना शाळेत आणणं, घरी पोचवणं ही कामंही बळवंतरावांनाच करावी लागत.

सावित्रीबाईनी फातिमाबाईंच्या मदतीनं तरुण विवाहित स्त्रियांसाठी आणखी एक वर्ग सुरू केला. हा वर्ग फार गुप्तपणे चालवावा लागत असे.

रात्र थोडी, सोंगं फार अशी सारी अवस्था होती. अन्न-पाणी, झोप– कसली कसली पर्वा न करता जोतीराव राबत होते. दिवसातून काही तास गंज पेठेतल्या शाळेत, तर काही तास बुधवार पेठेत अशी त्यांची धावपळ सुरू होती.

अण्णासाहेब सहस्रबुद्धे, बापूसाहेब मांडे, प्रो. विष्णू मोरेश्वर भिडे, प्रो. कृष्णशास्त्री चिपळूणकर, विष्णुशास्त्री पंडित इत्यादी नामांकित मंडळी संस्थेच्या कार्यकारी मंडळावर नियुक्त करण्यात आली. कार्यवाहपदाची जबाबदारी जगन्नाथ सदाशिव यांच्यावर सोपवण्यात आली.

संस्थेच्या कामाचा व्याप वाढत चालला होता.

नुकतंच जोतीरावांनी आणखी एक यश संपादन केलं. रास्ता पेठेत मुलींची आणखी एक शाळा सुरू झाली.

आणखी काही दिवस गेले आणि मुंबईहून एक वार्ता येऊन थडकली. मुंबईहून न्यायमूर्ती पेरी साहेब आणि ज्युडिशिअल सेक्रेटरी लूम्सडेन हे जोतीरावांच्या शाळा पाहायला पुण्याला येणार होते. शाळेचे उदार आश्रयदाते न्यायमूर्ती पेरी साहेब स्वत: येणार ही बातमी आनंदाची असली, तरी ती जोतीरावांना चिंतेत टाकणारी ठरली. शाळा पाहायला येणाऱ्या लोकांमुळे पालकांची मनं दुखावली जाण्याची भीती होती. इतरांच्या दृष्टीला पडू देऊ नयेत, या मुख्य अटीवर मुलींना शाळेत पाठवलं जात होतं. विशेषत: विवाहित स्त्रियांच्या बाबतीत ही अट कठोरपणे पाळावी लागत होती. अशा स्थितीत पेरीसाहेबांची भेट जोखमीची ठरणार होती.

काही दिवसांपूर्वी पुण्याचे न्यायाधीश जॉन वॉर्डन बुधवार पेठेतल्या शाळेत आले होते. विवाहित स्त्रियांसाठी चालविण्यात आलेला प्रशिक्षणवर्ग पाहायची त्यांची फार इच्छा होती; परंतु सावित्रीबाईंना अत्यंत नाइलाजानं त्यांच्या विनंतीचा अव्हेर करावा लागला होता. लहान मुलींची शाळा पाहून त्यांना परतावं लागलं होतं. तशी वेळ पुन्हा येऊ नये, अशी जोतीरावांची इच्छा होती.

१५

संध्याकाळी जोतीराव पत्रव्यवहार पाहत बसले होते. सुपरिंटेंडेंट, गव्हर्नमेंट व्हर्नाक्युलर स्कूल यांच्याकडून आलेला तो लखोटा पाहताच ते चमकले. आधी

त्यांनी तेच पत्र फोडून पाहिलं. पत्राखाली दादोबा पांडुरंग तर्खडकर यांची सही होती. देशी शाळांचे पर्यवेक्षक दादोबा पांडुरंग स्वत: जोतीरावांच्या शाळांची परीक्षा घ्यायला येणार होते. न्यायमूर्ती अर्स्किन पेरी आणि लूम्सडेन साहेब यांच्या भेटीच्या पार्श्वभूमीवर हे पत्र जोतीरावांना महत्त्वाचं वाटलं. सरकार आपल्या कार्याची दखल घेत आहे, याबद्दल त्यांची खात्री पटली.

त्यादृष्टीनं सर अर्स्किन पेरी आणि लूम्सडेन यांची भेट संस्मरणीय ठरली. मुलींनी आणि प्रशिक्षण वर्गातील स्त्रियांनी त्यांच्या सर्व प्रश्नांना अत्यंत समाधानकारक उत्तरं दिली होती; परंतु त्यासाठी जोतीरावांना घरोघर जाऊन पालकांची मनं वळवावी लागली. महत्त्वाचं म्हणजे, आपल्या शाळा आता स्थिरस्थावर होऊ लागल्या आहेत, याची खूण जोतीरावांना पटली होती.

बापूसाहेब मांडे आणि इतर शिक्षणप्रेमी सुधारक मंडळी आता या कामात अधिक आस्थेनं लक्ष घालू लागली होती. खुद्द दादोबांचे बंधू राघोबा पांडुरंग यांचा संस्थेच्या कार्यात महत्त्वाचा सहभाग होता. परिणामी, जोतीराव आणखी काही शाळा उघडण्याचा विचार करत होते. वेताळ पेठेत महार-मांग आणि कुणबी समाजांतील मुला-मुलींसाठी शाळा उघडायला पाहिजे होती. शक्य झालं, तर मुला-मुलींचे वेगवेगळे वर्ग असावेत, अशीही एक सूचना होती.

सकाळी जोतीरावांनी संस्थेच्या सर्व सभासदांना ती आनंदाची बातमी सांगितली. राघोबा पांडुरंग यांची भेट घेऊन त्यांना सर्व वृतान्त सांगितला. दादोबा पांडुरंग यांच्यासारखा विद्वान माणूस आपल्या वाड्यात येणार, म्हणून अण्णासाहेबांना कितीतरी आनंद झाला. जोतीरावांनाही दादोबांच्या भेटीची उत्कंठा होतीच. त्यांनी स्थापन केलेल्या परमहंस सभेविषयी ते ऐकून होते. त्यापूर्वीचं त्यांचं मानवधर्मसभेचं कार्यही त्यांना माहीत होतं. परमहंस सभेची तत्त्वं जोतीरावांना जवळची वाटत. त्यातील एकेश्वरवाद आणि जातिधर्मापलीकडच्या मानवधर्माचा स्वीकार ही तत्त्वं त्यांना अधिक आवडली होती. थॉमस पेनच्या विचारांशी त्यांचा अर्थ जुळत होता.

अण्णासाहेबांनी दादोबांच्या स्वागताची जंगी तयारी केली. केशवराव पुढाकार घेऊन सर्व व्यवस्था पाहत होते. एका शुद्राच्या स्वागतासाठी चाललेली एवढी तयारी पाहून सनातन्यांच्या पोटात दुखू लागलं. शूद्र जातीत जन्मलेल्या दादोबांसारख्या माणसानं वेदांचा अभ्यास करावा आणि वरून धर्मविचार सांगावा, हाच त्यांच्या दृष्टीनं मोठा अधर्म होता. पेशवाईत या अधर्माला क्षमा झाली नसती याविषयी त्यांना पूर्ण खात्री होती. म्हणूनच आज पेशवाई नाही, याचं त्यांना फार वाईट वाटत होतं.

पुणे महाविद्यालयाचे प्राचार्य मेजर कॅंडी यांच्या उपस्थितीत परीक्षेचा कार्यक्रम

पार पडला. अगदी कमी वेळात शाळेनं केलेल्या प्रगतीबद्दल दादोबांनी समाधान व्यक्त केलं आणि सोबतच कार्यकारी मंडळाचंही अभिनंदन केलं.

या निमितानं जोतीरावांना दादोबांच्या विचारांचा परिचय झाला. वेगवेगळ्या धर्मांतील उदात्त तत्त्वांच्या आधारे दादोबा धर्मसुधारणा आणि समाजसुधारणा करू पाहत होते. सरकारची वक्रदृष्टी सहन करीत त्यांनी आपलं कार्य अप्रत्यक्षपणे सुरू ठेवलं होतं. त्यांची विचारसरणी जोतीरावांना विचारात टाकून गेली; परंतु एकीकडं कोणताही धर्मग्रंथ ईश्वरप्रणीत नाही, असं म्हणणारे दादोबा वेदांची अपौरुषेयता मात्र स्पष्ट शब्दांत नाकारत नव्हते. उलट, आपल्या प्रतिपादनासाठी वेदशास्त्राचा आधार देत होते. जोतीरावांना हे विसंगत वाटत होतं. तथापि, त्यांच्या विचारातील मानवतावादाचा पुरस्कार त्यांना अनुकरणीय वाटत होता. तेही त्याच मानवतेच्या ध्यासानं झपाटले होते. सामान्य, शोषित-वंचित माणूस हाच त्यांच्या विचारांचा आणि कृतीचा केंद्रबिंदू होता. मानवतावादाचं हे जागरण त्यांना शिक्षणप्रसारातून साधायचं होतं. त्यासाठी प्रथम माणूसपण नाकारलं गेलेला माणूस जागा करायचा होता. ज्यांना धर्म म्हणजे काय, हेच माहीत नाही, त्यांना एकेश्वरवाद, मानवतावाद हे शब्द तरी कुठून कळणार होते? त्या शब्दांचा अर्थ कळण्यासाठी आधी त्यांना अक्षरांची ओळख करून द्यायला हवी होती.

शिक्षणाशिवाय कुठल्याही धर्मसुधारणेला किंवा समाजसुधारणेला अर्थ नव्हता. त्यासाठी दहा-पाच शाळा उघडून भागणार नव्हतं. गावागावांतून, वाड्या-वस्त्यांतून शाळांचं जाळं विणायला पाहिजे होतं.

वेताळ पेठेत शाळा सुरू करण्याच्या दृष्टीनं जोतीरावांच्या हालचाली सुरू झाल्या; परंतु त्या शाळेत शिकवणार कोण, हाच मोठा प्रश्न होता. शिक्षक मिळविण्याचे जोतीरावांचे प्रयत्न सुरू होते.

याच सुमारास बुधवार पेठेतल्या शाळेची पहिली प्रकट परीक्षा घ्यायचं ठरलं.

परीक्षा समारंभ अत्यंत चांगला झाला. अण्णासाहेबांच्या वाड्यातील जागा पुरली नसती, म्हणून तो समारंभ फडके वाड्यात आयोजित करण्यात आला. त्या दिवशी फडके वाड्याला लगीनघराचं स्वरूप आलं. मुली नेमकं शिकल्या तरी काय, हे पाहण्यासाठी प्रचंड गर्दी लोटली होती. सदाशिवराव, मोरोपंत यांच्याबरोबरच बापूसाहेब मांडे, केशवराव भवाळकर ही सगळी माणसं मनापासून झटली. न्यायमूर्ती ब्राऊन अध्यक्षस्थानी होते.

समारंभाला लोटलेली बघ्यांची गर्दी पाहून बापूसाहेबांना राहवलं नाही. ते म्हणाले,

''या समारंभासाठी जमलेल्या सन्माननीय नागरिकांनाही स्त्रीशिक्षणाचं महत्त्व कळलेलं नाही, याचं मला वाईट वाटतं.''

त्यांच्या भाषणानंतर स्त्रीशिक्षणाचे फायदे सांगून ब्राऊनसाहेब म्हणाले,

''या देशातील निदान काही लोक तरी योग्य दिशेनं विचार करीत आहेत आणि देशाच्या उद्धारासाठी झटत आहेत याचा मला अतिशय आनंद वाटतो. परमेश्वर त्यांना विजयी करो.''

उदार मनानं त्यांनी शाळेसाठी भरघोस देणगीही जाहीर केली.

मुलींना उत्तरं देताना पाहून जोतीराव समाधानी झाले. स्त्रीशिक्षणाच्या यशाची साक्ष पटताच त्यांच्या आनंदाला पारावार राहिला नाही.

१६

समईचा मंद प्रकाश घरभर पसरला होता. जोतीराव महार-मांग मुलांच्या शाळेचा जमाखर्च लिहीत होते. सी. एम्. हॅरीसन : दरमहा वर्गणी दहा रुपये शून्य आणे शून्य पैसे, गोपाळराव हरी देशमुख : दरमहा वर्गणी एक रुपया शून्य आणे शून्य पैसे, प्रोफेसर कृष्णशास्त्री : दरमहा वर्गणी चार आणे शून्य पैसे, प्रोफेसर केरू लक्ष्मण : दरमहा वर्गणी चार आणे शून्य पैसे, राघोबा पांडुरंग : दरमहा वर्गणी आठ आणे शून्य पैसे, दादोबा पांडुरंग : देणगी पाच रुपये....

जमेच्या तुलनेत खर्चाची बाजू मोठी होती. शिक्षकांच्या पगारापोटी होणारा खर्च झेपत नव्हता. मुळात शिक्षक मिळत नव्हते आणि मिळाले, तर कमी पगारामुळे टिकत नव्हते. आर्थिक अडचणीतून मार्ग काढणं कठीण झालं होतं. सरकारकडे पाठवलेल्या अर्जावर अजून निर्णय नव्हता. तो अर्ज दक्षिणा प्राइज कमिटीकडं पाठविण्यात आला असल्याचं पत्र तेवढं आलं.

याही काळात उत्साह वाढावा, अशा गोष्टी घडत होत्या. एकदा बाळाचार्य नावाच्या एका अनोळखी ब्राह्मण गृहस्थाकडून बारा रुपयांची देणगी आली. तो त्यांचा एका महिन्याचा पगार होता.

वेताळ पेठेतली शाळा आता रुळली होती; परंतु तरुण मुली मुलांबरोबर बसायला संकोच करीत. त्यांच्यासाठी वेगळा वर्ग सुरू करणं आवश्यक होतं. याही शाळेच्या कारभारासाठी जोतीरावांनी स्वतंत्र संस्था स्थापन केली. सदाशिवराव, मोरोपंत आणि सखाराम हे संस्थेचे प्रमुख पदाधिकारी झाले. जोतीरावांनी सामान्य सभासदत्व स्वीकारलं. तथापि, बरीचशी कामं त्यांनाच पाहावी लागत. पत्रव्यवहार पाहण्याच्या कामी सुरुवातीला देवराव ठोसर यांची मदत होत होती; परंतु त्यांनी पोलीस खात्यात नोकरी धरल्यानं तो सर्व भार जोतीराव आणि मोरोपंतांवर पडला. बुधवारातली शाळा अण्णासाहेब सांभाळत होते. गंज पेठ आणि वेताळ पेठेतल्या शाळेची काळजी घेणं अधिक जरुरीचं होतं. त्यासाठी जोतीरावांनी आपल्या तिघा मित्रांना पुन्हा एकत्र आणलं होतं.

बाहेर कोणीतरी आलं होतं.

"याऽ..." जोतीराव म्हणाले.

जगन्नाथ सदाशिवजी आत आले. पत्र हाती पडल्यापासून केव्हा एकदा जोतीरावांची भेट होते, असं त्यांना झालं होतं.

"जोतीराव, दक्षिणा प्राइज कमिटीकडून पत्र आलं आहे. सरकारनं आपल्या शाळेसाठी दरमहा पंचाहत्तर रुपयांचं अनुदान मंजूर केलं आहे." जगन्नाथराव म्हणाले.

"खरंच?"

जोतीरावांनी घाईनं ते पत्र वाचलं आणि ते आनंदानं ओरडलेच :

"सावित्री, हे पत्र पाहिलंस?"

ती हाक कानांवर पडताच हातांतलं काम टाकून सावित्रीबाई बाहेर आल्या.

"बघ, वाच हे पत्र. दक्षिणा प्राइज कमिटीकडून आपल्या शाळांना अनुदान मिळणार आहे. भाई उस्मान, ये खत देखा तुमने?" पत्र हातात नाचवत जोतीरावांनी उस्मानभाईंना हाक दिली.

उस्मानभाई आले. त्यांनीही ते पत्र वाचलं.

गेल्या कित्येक दिवसांपासून या अनुदानासाठी प्रयत्न सुरू होते. शिक्षण मंडळात नाना शंकरशेट, भाऊ दाजी यांच्यासारखी जाणती मंडळी होती. मेजर कँडी यांनी तर जोतीरावांचं कार्य जवळून पाहिलं होतं. त्या पत्रात संस्थेचे हिशेब पाहण्याची आणि सरकारला रिपोर्ट पाठविण्याची जबाबदारी त्यांच्यावरच सोपवण्यात आली होती.

सकाळी जोतीरावांनी सर्वांना निरोप पाठवून बोलावून घेतलं. पत्राचं सामुदायिक वाचन झालं. बरीच चर्चा झाली. अनुदान मिळालं, तेही दक्षिणानिधीतून, याचा सर्वांना अधिक आनंद झाला. मागचं प्रकरण अजून थंड झालं नव्हतं. तोच सनातन्यांना ही दुसरी चपराक मिळाली होती.

मोरोपंत वाळवेकर म्हणाले,

"आता शिक्षकांच्या पगाराचा प्रश्न आपण मिटवू शकू. जोती आणि वहिनी यांनीही काही मेहनताना घ्यावा, असं मला वाटतं."

"नाही..." जोतीराव निक्षून म्हणाले. "मी आणि सावित्री या अनुदानातून एक पैसाही घेणार नाही. हे अनुदान फक्त शाळेच्या कामासाठी खर्च होऊ द्या. आम्ही स्वीकारलेलं काम आणि आमचा उदरनिर्वाह या दोन गोष्टी वेगवेगळ्या आहेत."

आपल्या बोलण्याचा विपर्यास झालेला पाहून मोरोपंत दुखावले. म्हणाले,

"तसं नाही, जोती. आम्ही आमचे उद्योग-व्यवसाय सांभाळून या कार्यात सहभागी झालो आहोत. तुम्ही मात्र या कामाला वाहून घेतलं आहे, म्हणून मी म्हणालो. शेवटी उदरनिर्वाहही झाला पाहिजेच ना?"

"ते या निधीतून घडणार नाही. उदरनिर्वाहापुरतं उत्पन्न माझ्या दुकानातून मला मिळतं." जोतीराव आपल्या निर्णयावर ठाम होते.

तो विषय तिथंच संपला. इतर विषय पुढं आले. वेताळ पेठेतल्या शाळेत मुलींसाठी वेगळे वर्ग असावेत, या विषयावर पुन्हा चर्चा झाली आणि मुलींसाठी वेगळा वर्ग भरवायचं ठरलं. शाळेसाठी वाचनालय असावं, ही जोतीरावांची बऱ्याच दिवसांपासूनची कल्पना होती. तीही प्रत्यक्षात आणायचं ठरलं आणि बैठक संपली.

संध्याकाळच्या आत ती बातमी वणव्यासारखी पसरली. ब्राह्मणांसाठी राखून ठेवलेलं डबोलं असल्या पापकृत्यासाठी दिलं जावं, हा कलियुगाचा महिमा असल्याचं निदान करण्यात आलं. आधीच सरकारनं दक्षिणानिधीतून मराठी पुस्तकांना पारितोषिकं देण्याची मागणी मान्य केली होती. सरकारनंही अशा पापात सहभागी व्हावं, ही प्रलयकाळ जवळ आल्याची लक्षणं होती. सरकारला शिव्याशाप मिळाले. जोती फुल्याचं तळपट झालं. त्याच्या नादानं ब्राह्मणांनीही अक्कल गहाण टाकावी, याचं अनेकांना प्राणांतिक दु:ख झालं. काही त्याच्या शाळेत शिकवायचं पापकृत्य करीत होते! काही तर, म्हणे, चक्क पैसेही देत होते!! अब्रह्मण्यम्... अब्रह्मण्यम्...

१७

"तात्या आले... तात्या आले..."

एकच गलका झाला. कोणाला पेन्सिलीचा तुकडा मिळाला. पाटी नव्हती, त्याला पाटी मिळाली. एकाला टाक मिळाला. कुणी गोष्टींचं पुस्तक आणायला सांगितलं होतं; त्याची उद्यावर समजावणी झाली.

"तात्या, तुम्ही निबंध लिहायला सांगितला होता ना? मी लिहिलाय हा पाहा." लिहिलेले काही कागद तात्यांच्या हातात ठेवत मुक्ता म्हणाली.

मुक्ता जोतिबातात्यांची फार लाडकी. शाळेतल्या सर्व मुलींमध्ये ती फार समंजस आणि अभ्यासू होती. तात्या जे जे शिकवत, त्यातला प्रत्येक शब्दन्‌शब्द ती मनात साठवायची. त्यांनी दिलेला अभ्यास वेळच्या वेळी बिनचूक करायची. शिवाय घरून काहीबाही लिहून आणायची, तात्यांना दाखवायची. वक्तृत्व सभा म्हटली की, मुक्ताचं भाषण ठरलेलं.

जोतीराव मुक्तानं लिहिलेला निबंध वाचू लागले. प्रत्येक शब्दावरून त्यांची नजर झरझर फिरत होती.

जोतीरावांच्या चेहऱ्यावर कौतुकाचं हास्य उमललं. शाळेच्या वक्तृत्व सभेत मुक्ता भाषण करायची. निबंधातली वाक्यं वाचताना तीच मुक्ता जोतीरावांच्या डोळ्यांसमोर उभी राहिली.

"शाब्बास, बाळ...!" निबंध वाचून होताच जोतीराव उद्‌गारले.

आनंदून गेलेली मुक्ता जागेवर जाऊन बसली; परंतु नुसती शाबासकी देऊन जोतीरावांचं समाधान होणार नव्हतं. त्यांनी शाळेतली सर्व मुलं एकत्र केली आणि त्यांच्यासमोर तो निबंध वाचून दाखवायला सांगितला.

मुक्ता निबंध वाचू लागली...

'लाडूखाऊ ब्राह्मणलोक म्हणतात की, वेद तर आमचीच मत्ता आहे. आम्हीच त्याचे अवलोकन करावे. तर यावरून उघड दिसते की, आम्हास धर्मपुस्तक नाही. जर वेद ब्राह्मणांसाठी आहेत, तर वेदाप्रमाणे वर्तन करणे हा ब्राह्मणांचा धर्म होय. जर आम्हास धर्मासंबंधी पुस्तक पाहण्याची मोकळीक नाही, तर आम्ही धर्मरहित आहो, असे साफ दिसते की नाही, बरे...? तर हे भगवान, तुजकडून आलेला कोणता धर्म तो आम्हास कळीव, म्हणजे आम्ही सर्व त्याच्यासारख्या रीतीने अनुभव घेऊ.

...इमारतीच्या पायात आम्हास तेलशेंदूर पाजून पुरण्याचा व आमचा निर्वंश करण्याचा उपक्रम चालविला होता. ...ज्या वेळी बाजीरावाचे राज्य होते, त्या वेळी आम्हास गाढवाप्रमाणे मानीत होते की काय! त्या समयी मांग अथवा महार ह्यांतून कोणी तालीमखान्यापुढून गेला असता गुलटेकडीच्या मैदानात त्याच्या शिराचा चेंडू आणि तलवारीचा दांडू करून खेळत होते...'

पुढं आपल्या निबंधात तिनं इंग्रजी राज्यात महार-मांग जातींना मिळालेल्या मोकळिकीचं वर्णन केलं होतं. निबंधाचा शेवट करताना मुक्तानं लिहिलं होतं :

'अहो, दरिद्रांनी व दुःखांनी पिडलेले महार-मांग लोकहो, तुम्ही रोगी आहात, तर तुमच्या बुद्धीला ज्ञानरूपी औषध द्या. म्हणजे तुम्ही चांगले ज्ञानी होऊन तुमच्या मनातील कुकल्पना जाऊन तुम्ही नीतिमान व्हाल...'

आज जोतीरावांचं उद्दिष्ट सफल झालं होतं. अतिशूद्र समाजातील एक चिमुरडी स्वतंत्रपणे विचार करत होती. ते विचार सुसूत्रपणे कागदावर उतरवत होती. जोतीरावांच्या डोळ्यांसमोर भविष्याचं चित्र तरळू लागलं :

मुक्ता, रायनाक या मुलांना आपले हक्क कळू लागले आहेत. त्यांच्या रूपानं समाज जागा होतो आहे. उद्या हीच पिढी अन्यायाच्या विरोधात उभी राहणार आहे. त्यांच्या मनांत पेटलेली ज्योत इतरांची मनं जागवील. अन्याय करणाऱ्यांनाही आपल्या कृतीचा पश्चात्ताप होईल. सारे गुण्या-गोविंदानं जगू लागतील. समाजजीवन सुखासमाधानानं उजळून जाईल...

मुक्ताचा निबंध सर्वांना आवडला.

जोतीरावांनी तो निबंध स्वत:कडं घेतला आणि काळजीपूर्वक बाराबंदीच्या आतल्या खिशात ठेवून दिला. मुक्ताचं कौतुक करताना त्यांनी छोटंस भाषण दिलं.

हिंदू धर्मातील अडाणी कल्पनांचा फोलपणा स्पष्ट केला. वेद म्हणजे भेद, हे ठासून सांगितलं. आपल्या मुलांनी पुस्तकी पंडित म्हणून नव्हे, तर विवेकी माणूस म्हणून जगावं ही त्यांची तळमळ होती. त्यासाठी आधी अशी काही जळमटं साफ करावीच लागणार होती.

संध्याकाळी सावित्रीबाईंनीही तो निबंध वाचला.

जोतीराव म्हणाले,

''मुलांमध्ये ही विचारशक्ती जागी होत आहे, हे महत्त्वाचं आहे. शिकून नोकरीधंदा कोणीही करील. शिक्षणातून माणूस घडला, तरच त्या शिक्षणाचा उपयोग. पुढचं शिक्षण मिळालं तर या मुलांचा अधिक विकास होऊ शकेल; परंतु त्याबाबत आपण फार काही करू शकत नाही. ते मिशनऱ्यांच्या शाळेत गेले, तर तिथूनही ते आर्यभट त्यांना हाकून लावतात; त्यामुळेच तर इच्छा असूनही रायनाक पुढं इंग्रजी शिकू शकला नाही. कदाचित मुक्ताचंही शिक्षण तसंच थांबेल... तसाच तो वेताळा. एका चांभाराचा मुलगा. फार हुशार आहे; परंतु त्याच्याही शिक्षणाचं पुढं कसं होईल, याची काळजी वाटते...''

आपल्या मर्यादांची जाणीव होताच जोतीरावांना फार असहाय वाटलं.

बऱ्याच स्तब्धतेनंतर सावित्रीबाई म्हणाल्या,

''आऊ येऊन गेल्या. दादांची प्रकृती बिघडली आहे.''

वरचेवर दादांच्या ढासळत्या प्रकृतीचं वर्तमान कळताच जोतीरावांच्या काळजीत नवी भर पडे. त्यांची प्रकृती बिघडायला आपणही कुठंतरी जबाबदार आहोत, ही जाणीव त्यांचं मन पोखरत राही.

दादांच्या मनाविरुद्ध आऊ मीठगंजमधली शाळा सांभाळत होत्या. घरकाम, शेतकाम आणि शाळा यांत आऊंची ओढाताण होत होती. दादांचा सगळा संताप त्यांच्यावर निघायचा. दादा संतापत, कातावून बोलत. त्या दिवशी आऊ इकडं निघून येत. दादांसाठी, जोती-सावित्रीसाठी आऊ सारं सहन करत होत्या.

''दादांचा काही निरोप?'' जोतीराव म्हणाले.

''नाही.''

जोतीरावांना खूप आशा होती. दादा कधीतरी स्वत:हून बोलावतील. सावित्रीलाही बरोबर घेऊन ये, म्हणून सांगतील. अजून ते घडलं नव्हतं; परंतु कधीतरी तेही घडेल. दादा तेवढं धाडस जरूर दाखवतील, याची त्यांना खात्री वाटे.

सततची ओढगस्त, कष्ट आणि उपासमार यांनी कोळपून गेलेली सावित्री त्यांच्यासमोर बसलेली होती.

जोतीराव खंतावले. सावित्रीचं सासर तुटलं, तसं माहेरही तुटल्यासारखंच झालं होतं. गेल्या तीन वर्षांत नायगावहून कुणीही आलं नव्हतं की कुठला निरोप-परताळा

नव्हता. दादांविषयी कळायचं, तेही असं आऊ आल्या-गेल्या, तरच. सावित्रीबाईंनी कधी आपलं दुःख बोलून दाखवलं नव्हतं; परंतु बोलून दाखवायची काही गरजही नव्हती. न सांगताच सारं कळत होतं.

दादांच्या भेटीला जाऊन यायला पाहिजे होतं.

दोन घास खाऊन जोतीराव बाहेर पडले.

१८

प्राचार्य मेजर कॅंडी भेटीला येणार असल्याचा निरोप होता; त्यामुळे संध्याकाळी जोतीराव थोडे लवकरच घरी परतले. मेजर अत्यंत वक्तशीर असत. त्यापूर्वी ते अनेकदा शाळेत येऊन गेले होते. त्या त्या वेळी त्यांनी निरोपाबरोबर वेळही कळवली होती आणि ती न चुकता पाळली होती. मेजर आज भेटीसाठी घरी येणार आहेत, म्हटल्यावर जोतीरावांना आश्चर्य वाटल्यावाचून राहिलं नाही. बापूसाहेब मांडे, जगन्नाथ सदाशिवजी, अण्णासाहेब चिपळूणकर यांनाही त्यांनी निरोप पाठवून बोलावून घेतलं. सदाशिवराव गोवंडे, मोरोपंत वाळवेकर हेही आले.

दिलेल्या वेळी जोतीरावांच्या अंगणात घोडागाडी थांबली. आपल्या सर्व मित्रांसह जोतीराव साहेबांच्या स्वागतासाठी अंगणात उभे होते. पायांपर्यंत पोचणारा ओव्हरकोट आणि हातातली लांबलचक काठी सावरत मेजर खाली उतरले. काड्यांच्या गोल चश्म्यामुळे त्यांचा धीरगंभीर गौर चेहरा अधिकच गंभीर वाटत होता. पांढरीशुभ्र दाढी छातीवर रुळत होती.

जोतीरावांनी दोन्ही हात जोडून मेजर साहेबांचं स्वागत केलं.

मेजर झुकले. किंचित स्मित करून त्यांनी जोतीरावांच्या नमस्काराचा स्वीकार केला.

समयांच्या मंद प्रकाशात जोतीरावांचं दीडखणी घर उजळून निघालं होतं. मेजरना खुर्चीत बसवून जोतीराव आपल्या डेस्कजवळील आसनावर स्थानापन्न झाले. बापूसाहेब आणि इतर मंडळीही स्थानापन्न झाली.

क्षेमकुशल झाल्यावर मेजर म्हणाले,

"जोतीराव, आज आपल्या भेटीला यायचं कारण असं की, स्त्रीशिक्षणासाठी केलेल्या कार्याबद्दल सरकारनं आपला गौरव करायचं ठरवलं आहे. त्यासाठी आपली संमती घेण्यासाठी मी आलो आहे."

"ते कार्य माझ्या एकट्याचं नाही. माझ्या मित्रांच्या आणि सावित्रीबाईंच्या सहकार्याशिवाय ते अशक्य होतं. गौरव करायचा असेल तर त्यांचा केला पाहिजे, साहेब." आपल्या मित्रांकडे अभिमानानं पाहत जोतीराव म्हणाले.

जोतीरावांची कृतज्ञता पाहून साहेबांना फार आनंद झाला. किंचित हसून ते म्हणाले,

''आपली कृतज्ञता मला समजते. तुम्ही म्हणता, ते बरोबरच आहे; परंतु माझी अशी विनंती आहे की, त्यांच्या वतीनं हा गौरव आपण स्वीकारावा.''

मेजर साहेबांच्या सद्‌भावना आणि आतापर्यंत त्यांनी केलेलं सहकार्य या गोष्टी लक्षात घेता प्रस्ताव नाकारणं कठीण होतं.

जोतीरावांची मूक संमती लक्षात घेऊन मेजर कँडी उभे राहिले. त्यांचे दोन्ही हात हाती घेऊन म्हणाले,

''जोतीराव, मी आपलं हार्दिक अभिनंदन करतो.''

जोतीरावांच्या नम्रतेनं प्रसन्न होऊन साहेबांनी सर्व वृत्तान्त कथन केला. थेट लंडन दरबारापर्यंत जोतीरावांच्या कार्याची कीर्ती पोचली होती. सरकारी शिक्षा मंडळाची शिफारस लक्षात घेऊन सरकारनं मेजर कँडी यांना जोतीरावांचा सत्कार करण्याची आज्ञा दिली होती.

मेजर म्हणाले,

''सरकारी शाळांच्या तुलनेत आपलं कार्य अधिक नजरेत भरणारं आणि मोलाचं आहे. विशेषत: खालच्या जातींसाठी तुम्ही करीत आहात, ते कार्य मला अधिक महत्त्वाचं वाटतं. मला एक सांगा, वेताळ पेठेतल्या शाळेतील शिक्षकाची अडचण मिटली की नाही?''

मेजरना वेताळ पेठेतल्या शाळेविषयी विशेष आस्था होती. गेल्या भेटीत त्यांनी जोतीरावांच्या महार-मांग मुलांच्या शाळेसाठी खास म्हणून दक्षिणा प्राइज कमिटीच्या निधीतून दरमहा पंचवीस रुपये देण्याचं आश्वासन दिलं होतं आणि ती मदत पाठवायला सुरुवातही केली होती.

''ती अडचण नेहमीचीच आहे. एकतर ब्राह्मण शिक्षक इतर मुलांना शिकवायला तयार नसतात आणि इतर जातींत शिक्षक मिळत नाहीत; त्यामुळे आम्हीच शक्य होईल, तसं शिकवतो. एक ब्राह्मण तरुण आमची तळमळ पाहून आमच्या मदतीला आला होता; परंतु भट लोकांनी त्याच्याविरुद्ध कट केल्यामुळे तो गेला, तो परत आलाच नाही. आपल्या शाळेतही अशीच काही गुंतागुंत झाल्याचं ऐकतो.''

''होय, ब्राह्मण अध्यापकांनी इतर जातींतल्या मुलांना शिकवायला नकार दिला आहे; त्यामुळे त्यांना शिकवायचं काम मलाच करावं लागतं.''

पुण्याची संस्कृत पाठशाळा सर्व जातिधर्मांच्या मुलांना खुली करावी, असं चाललं होतं. परंतु पाठशाळेतल्या ब्राह्मण पंतोजींना तो विचार मुळीच मान्य नव्हता. काहींनी ब्राह्मणेतर विद्यार्थ्यांना संस्कृत शिकवण्यापेक्षा राजीनामा देण्याची तयारी दाखवली.

मेजरना अध्यापक आणि विद्यार्थ्यांकडून कसा त्रास होतो, याची जोतीरावांना पूर्ण कल्पना होती. तशात या सरकारी निर्णयामुळे ते अधिकच चिडले, तर नवल नव्हतं.

“खरं म्हणजे, त्यांना भीती वाटते, ती जातिबहिष्काराची; मुंबईत बरेच ब्राह्मण इतर जातींतल्या लोकांना आणि इंग्रज लोकांनाही संस्कृत शिकवत आहेत. इतर प्रांतांत ब्राह्मणेतर जातींतल्या मुलांचा शाळाप्रवेशाचा प्रश्न मिटला आहे. हे पुण्यातले लोक फार सनातनी आहेत. रेव्हरंड मिचेल यांची भेट झाली होती. त्यांच्या शाळेत तुम्ही कोणी एक कनिष्ठ जातीतला विद्यार्थी पाठविला होता का?”

“होय, तो माझाच विद्यार्थी. इंग्रजी विद्या शिकायची त्याची फार इच्छा होती.”

“त्याविषयीच ते सांगत होते. त्या मुलाच्या शिक्षणासाठी आपण काहीच मदत करू शकलो नाही, याबद्दल त्यांना फार वाईट वाटत होतं.”

“मिचेल साहेबांनी वाईट वाटून घेण्याचं कारण नाही.” जोतीरावांनी पुढील प्रकार सांगितला. “इतर मुलांनीच त्याला वर्गात घेण्यास विरोध केला. तो शाळेत येणार असेल, तर आम्ही शाळा सोडतो, असं सांगितलं; त्यामुळे त्यांचा नाइलाज झाला. वाईट हे की, शिक्षकांनाही त्याची दया आली नाही. त्याला मिळालेल्या हीन वागणुकीमुळे तो विद्यार्थी शिक्षणापासून कायमचा दुरावला. अनेक विद्यार्थ्यांबाबत हे घडत आहे.”

“मला या लोकांचं एक कळत नाही. त्यांना आमचा स्पर्श चालतो; परंतु आपल्या धर्मबंधूंचा मात्र विटाळ होतो. हे एक कोडंच आहे.”

“मतलबावर डोळा ठेवून त्यांनी घर्मग्रंथ रचले आहेत. तुम्ही राज्यकर्ते, म्हणजे राजे आणि राजा हा विष्णूचा अंश असतो, असा शास्त्रार्थ सांगून ते तुमचा विटाळ सहन करतात आणि घरी गेल्यावर आधी अंघोळ करतात.”

मेजर हसले. म्हणाले,

“खरं आहे, त्यांच्या या शास्त्रार्थाचा अनुभव मी सध्या घेतो आहे.”

सावित्रीबाईंनी फराळाचं आणून ठेवलं.

“बाई, आम्ही आपलंही अभिनंदन करतो. आपणही सत्काराचा स्वीकार केला पाहिजे.”

सावित्रीबाई संकोचल्या. त्यांनी जोतीरावांकडे पाहिलं आणि त्या आल्या, तशा लगबगीनं निघून गेल्या.

“जोतीराव, या कार्यांत बाईंचा वाटा फार मोठा आहे, असं मला वाटतं.”

जोतीरावांनी सहमतीदर्शक स्मित केलं. त्यांच्या दृष्टीनं या गोष्टी बोलून दाखवायच्या राहिल्या नव्हत्या.

“निश्चितच!” जोतीराव म्हणाले.

बोलताबोलता फराळ आटोपला. शिष्टाचाराला धरून आणखी थोडं बोलणं झाल्यावर साहेबांनी घड्याळात पाहिलं आणि ते म्हणाले,

“ठीक आहे. मला आता निघालं पाहिजे.”

“ठीक आहे, या.”

साहेबांना सोबत करीत जोतीराव अंगणात आले. निरोपाचं हस्तांदोलन होऊन घोडागाडी वाटेला लागली.

सायंकाळच्या नीरव शांततेवर टापांचा आवाज आपली मुद्रा कोरत दूरदूर जात राहिला.

११

अखेर १६ नोव्हेंबर १८५२ चा दिवस उजाडला. गेल्या आठवड्यात 'पूना ऑब्झर्व्हर'मध्ये ती बातमी प्रसिद्ध झाल्यापासून निंदा-हेटाळणी यांना नुसता ऊत आला होता. लाल तोंडाचं विलायती सरकार शाल-श्रीफळ देऊन एका शुद्राचा सत्कार करणार होतं. प्रकांडपंडित संस्कृत विद्वानच ज्या सन्मानाचे अधिकारी असतात, तो सन्मान एका शूद्राला मिळणार होता. पुण्यातल्या लोकांनी असा अधर्म कधी पाहिला नव्हता.

विश्रामबाग वाड्यात सकाळपासून कार्यक्रमाची तयारी सुरू झाली. संयोजनाची सर्व जबाबदारी बापूसाहेबांनी स्वत:हून अंगावर घेतली होती. वाड्यासमोरचा रस्ता पताकांच्या माळांनी सजला होता. व्यासपीठाच्या उजव्या बाजूला सरदार आणि इतर प्रतिष्ठितांसाठी गाद्या-लोड टाकून बैठक केली होती. त्यामागे चौथऱ्यावर स्त्रियांना बसण्यासाठी गालिचे अंथरले होते. विलायती पाहुण्यांसाठी खुर्च्या-कोच अशी व्यवस्था केली होती. जोतीराव तात्यांचे विद्यार्थी अंग मोडून काम करीत होते. व्यासपीठासमोर अंथरण्यासाठी सतरंज्या आणल्या जात होत्या. कुठंच, काही कमी पडत नव्हतं. सरकारनं पाठवलेले नोकर त्यांना पाहिजे ती मदत करीत होते.

दुपार कलली आणि विश्रामबाग वाड्याच्या दिशेनं लोकांची गर्दी लोटू लागली. गेल्या सहा महिन्यांपासूनची उत्सुकता आज निवणार होती.

कार्यक्रमाची वेळ जवळ आली. व्यासपीठानजीकच्या मोकळ्या जागेत काही मुली येऊन बसल्या. या कार्यक्रमाच्या निमित्तानं त्यांची परीक्षा घेतली जाणार होती. त्या लाजऱ्याबुजऱ्या मुली आजूबाजूला पाहून ओंजळीत चेहरे लपवीत होत्या.

धुपाचा वास दरवळू लागला. एक एक करून सरदार मंडळी घोडागाड्यांतून पायउतार होऊ लागली. पाहतापाहता पूर्ण सभामंडप गच्च भरला. लोकांनी जागा मिळेल तिथं दाटीवाटी केली.

सरस्वतीबाई गोवंडे यांनी सावित्रीबाईंना घेऊन प्रवेश केला. सोबत सगुणाआऊ, फातिमाबाई याही होत्या.

मेजर कँडी साहेबांची घोडागाडी येत असल्याची वर्दी मिळाली आणि बापूसाहेब अंगणाकडं धावले. बाहेर अण्णासाहेब चिपळूणकर, मोरोपंत, सदाशिवराव इत्यादी मंडळी स्वागतासाठी उभी होती.

घोडागाडी थांबली. जोतीराव आणि मेजर कँडी खाली उतरले. जमलेला जनसमुदाय पाहून मेजरसाहेबांच्या चेहऱ्यावर स्मित झळकलं.

उपस्थितांच्या स्वागताचा स्वीकार करून दोघे व्यासपीठाकडं चालू लागले. तांबडं मुंडासं, पांढरं धोतर आणि लालसर रंगाचा कोट या वेशातले जोतीराव अग्रभागी चालत होते. पडणारं प्रत्येक पाऊल आत्मविश्वास प्रकट करीत होतं. सतेज, करारी चेहऱ्यावर मनातली निर्भयता अवतरली होती. पंचविशीतल्या खुरट्या दाढीनं मर्दानी सौंदर्य बहाल केलं होतं. सोबत चालणाऱ्या मित्रांचे चेहरे अभिमानानं फुलून आले होते.

सभामंडपात त्यांचा प्रवेश होताच टाळ्यांचा कडकडाट झाला. सर्वजण स्थानापन्न झाले. टाळ्यांचा कडकडाट थांबला. साहेबांसोबत आलेल्या नोकरानं शालजोडीचं आणि वस्त्रांचं तबक टेबलावर आणून ठेवलं.

कार्यक्रम अत्यंत आटोपशीर होता. टेबलावर ठेवलेल्या कार्यक्रमपत्रिकेवर नजर फिरवून साहेबांनी संमतीदर्शक मान हलवली. बापूसाहेबांच्या प्रास्ताविक भाषणानंतर ते बोलायला उभे राहिले.

''बंधू-भगिनीनो, आज आपणा सर्वांचे मित्र जोतीराव फुले यांचा गौरव करण्यासाठी आपण जमलो आहोत. त्यांचा गौरव करायचं ठरवून सरकारनं ती जबाबदारी माझ्यावर सोपवली, हे मी माझं भाग्य समजतो. स्त्री-शिक्षणासाठी जोतीरावांनी केलेलं कार्य अत्यंत मोलाचं आणि अविस्मरणीय आहे. महाराष्ट्रातली सामाजिक स्थिती पाहता हे कार्य अत्यंत कठीण होतं; परंतु त्यांच्या ध्येयनिष्ठेमुळे ते शक्य झालं. त्यांच्या पत्नी सौ. सावित्रीबाई फुले आणि त्यांचे मित्र हेही अभिनंदनास पात्र आहेत. विशेषत: सावित्रीबाई फुले यांना मी अधिक धन्यवाद देतो. जोतीराव फुले यांच्याबरोबर आम्ही त्यांचाही सत्कार करीत आहोत, आमचा हा सत्कार त्यांनी स्वीकारावा, अशी माझी नम्र विनंती आहे.''

एवढं बोलून साहेबांनी तबकातली शालजोडी उचलून घेतली आणि ती उलगडत ते पुढं म्हणाले,

''त्यांच्या या कार्याबद्दल मी प्रथम जोतीराव फुले यांना ही शालजोडी अर्पण करतो.''

टाळ्यांचा कडकडाट झाला. साहेबांनी जोतीरावतात्यांच्या अंगाखांद्यावर शालजोडी पांघरली. हारगुच्छ अर्पण केला. उपस्थितांना अभिवादन करून जोतीराव स्थानापन्न झाले.

सावित्रीबाईंकडे साडी-चोळीचं तबक पाठविण्यात आलं. अण्णासाहेब, मोरोपंत, सदाशिवराव, सखारामपंत आणि इतर मान्यवरांनाही पुष्पहारांनी सन्मानित करण्यात आलं.

कार्यक्रम पुढं सुरू झाला. मोरेश्वरशास्त्री आणि काही विद्वानांची भाषणं व्हावयाची होती. स्त्रीशिक्षणासंदर्भात त्यांनी आपले विचार व्यक्त केले आणि शेवटी जोतीराव फुले बोलायला उभे राहिले. ते म्हणाले,

''माझ्या बंधू-भगिनींनो, या सन्मानाबद्दल मी शिक्षा मंडळाचे सर्व सभासद आणि राज्यपाल फॉकलंड यांचे आभार मानतो. हा गौरव माझा एकट्याचा नसून, तो माझ्या मित्रांचा, सावित्रीबाईंचा, राणबा व लहूजीबुवा यांचा, आमच्या विद्यार्थी मुला-मुलींचा आणि शिक्षणाविषयी आस्था असलेल्या आपणा सर्वांचा आहे. शाळेसाठी उदार मनानं जागा देणाऱ्या सदाशिवरावांचा, अण्णासाहेबांचा यात मोठा वाटा आहे. अनेक देणगीदारांचा शाळांच्या विकासात मोठा हातभार लागला आहे. हितचिंतक मित्रांमुळेच आम्ही सर्व अडचणींवर मात करू शकलो. मेजर कँडी साहेबांनी शाळेसाठी पुस्तकं पाठवली. दक्षिणानिधीतून मदत पाठवली. म्हणून त्यांच्या हातून हा गौरव स्वीकारताना मला आनंद होतो आहे.'' अनुभवांच्या मुशीत तावून सुलाखून निघालेला एक एक शब्द श्रोत्यांच्या मनाचा ठाव घेत होता.

जोतीराव बोलत होते,

''बंधूंनो, आपल्या देशबांधवांपैकी अतिशुद्रांची स्थिती फार वाईट आहे. ते अज्ञानात साफ बुडाले आहेत. तेच त्यांच्या दुःखाचं मूळ कारण आहे. दयाळू परमेश्वराच्या कृपेनं त्यांची स्थिती सुधारण्याविषयी विचार करताना, माझं असं मत झालं की, पुरुषांच्या शाळेपेक्षा स्त्रियांच्या शाळेची अधिक आवश्यकता आहे. कारण स्त्रिया आपल्या मुलांना दुसऱ्या-तिसऱ्या वर्षात जे वळण लावतात, त्यातच त्यांच्या पुढील शिक्षणाची बीजं असतात.

''अहमदनगर येथील मिशन शाळा पाहिल्यानंतर परकीय लोक आपल्या देशात सुधारणा घडवीत आहेत आणि आपला सुशिक्षित वर्ग मात्र त्याबाबत उदासीन आहे, याचा मला फार खेद झाला. म्हणूनच आम्ही या कामाला प्रारंभ केला. पुढं शिक्षणाचं महत्त्व कळलेल्या लोकांमुळे त्याचा विस्तार झाला. त्या सर्व मंडळींचे मी आभार मानतो.

''सरकारनं आम्हाला मदत केली आहे; परंतु एवढ्यानं सरकारची जबाबदारी संपत नाही. या कामी सरकारनं अधिक लक्ष घालून, गावोगाव अतिशूद्र मुला-मुलींसाठी शाळा उघडल्या पाहिजेत.

''बंधूंनो, माझ्या सदसद्विवेकबुद्धीनं मला या कार्याची प्रेरणा दिली. यात मी विशेष असं काय केलं? मी फक्त माझं कर्तव्य केलं. ईश्वर दयाळू आहे. त्याच्या कृपेनंच हे घडून आलं. सर्व सुशिक्षितांनी या कामी पुढाकार घ्यावा आणि आपल्या दीनदलित बांधवांना अज्ञानाच्या खाईतून बाहेर काढावं, एवढीच विनंती मी करतो...''

जोतीरावांचा खणखणीत आवाज भरून आला. शब्द अस्पष्ट झाले. पुढं बोलणं अशक्य झालं आणि ते खाली बसले.

उपस्थित जनसमुदाय हेलावला. सर्वत्र भारल्यासारखी शांतता पसरली होती. जोतीरावांचा एक एक शब्द लोकांच्या मनावर कोरला गेला होता.

समारंभाचा उर्वरित भागही तेवढाच महत्त्वाचा होता. लोक त्यासाठीही तेवढेच उत्सुक होते. कोणीही जागेवरून हललं नाही. सावित्रीबाई आणि फातिमाबाई पुढं झाल्या. बाळबोध वाचन, हिशेब, प्रश्नोत्तरं सुरू झाली. सर्व लोक कौतुकानं माना डोलवीत होते.

परीक्षा संपत आली, तोवर संध्याकाळ झाली. जोतीरावांचा निरोप घेऊन आणि त्याचं पुनश्च अभिनंदन करून निमंत्रित परतू लागले.

समोर जनाबचाचा दिसताच गर्दीतून वाट काढत जोतीराव त्यांच्याजवळ गेले आणि त्यांनी जनाबचाचांच्या पायांवर डोकं ठेवलं.

"अरे, उठो बेटा, उठो." खाली वाकलेल्या जोतीरावांना वर उठवत ते म्हणाले. आनंदातिशयानं त्यांनी जोतीरावांना हृदयाशी धरलं. जोतीरावांच्या नजरेत ओसंडणारी कृतज्ञता पाहून त्यांचे वृद्ध डोळे भरून आले होते.

"इन्शाल्ला! बहुत नाम कमाया बेटा, बहुत नाम कमाया. बहुत बडा काम किया!" चाचांच्या तोंडून उद्‌गार बाहेर पडले.

जोतीरावांच्या विशाल डोळ्यांमध्ये त्यांना एक वेदना दिसत होती. ऐकू येत होती.

"आज दादा आले असते, तर...?"

रात्री सगळी गंज पेठ जोतीरावांच्या घरी गोळा झाली. आज सावित्री आणि जोतीरावांच्या कष्टांना फळ मिळालं होतं. सगुणाआऊंनी अलाबला घेऊन दोघांचं अभीष्टचिंतन केलं. परंतु या कौतुकाच्या वर्षावातही जोतीराव अस्वस्थ होते. एक मन भविष्यात भरारी घेत होतं, तर दुसरं मन भूतकाळाच्या अंधारात भटकत होतं. त्यांना सगुणाआऊंचं ऋण आठवत होतं. मावसबहीण असून आई झालेली सगुणाआऊ. जोतीनं शिकून शहाणं व्हावं, म्हणून झटणारी सगुणाआऊ...

...जोतीरावांना विचार पडला, जोती नावाच्या हातभर पोराला सगुणाआऊनं पदरात घेतलं नसतं, तर... परंतु तसं व्हायचं नव्हतं. जन्मदात्री आई गेली आणि सगुणाआऊ आई म्हणून लाभली. हा कुठला नेमानेम होता?

आऊ, तूच लहानाचं मोठं केलंस, तोंडातला घास भरवून ही कुडी घडवलीस. वेळोवेळी दोन गोष्टी सांगून चांगल्या-वाईटाची जाणीव दिलीस. जनाबचाचांना सांगून तूच दादांचं मन वळवलंस. माझी थांबलेली शाळा पुढं सुरू झाली. एके दिवशी तूच

हाताला धरून मिचेल साहेबांच्या शाळेत बसवून आलीस. तूच सावित्रीला सून म्हणून घरी आणलंस. तुझी पारख चुकली नाही. हे सारं तुझ्याच कष्टाचं फळ आहे. तेव्हा शिक्षण घेतलं नसतं, तर शिक्षणाचं मोल कळलं असतं? आणि हा दिवस दिसला असता? धन्य तू. तूच मला माझ्या माणूसपणाची जाणीव करून दिलीस. कधीही कमी न पडणारी ज्ञानाची शिदोरी दिलीस. जगावर, मुला-माणसांवर कुठलाही भेदभाव न करता प्रेम करायला शिकवलंस. घरदार सुटलं. आई-वडील दुरावले; पण तू दूर गेली नाहीस. प्रत्येक वेळी तू सावली होऊन उभी राहिलीस. तुझं हे ऋण कधीही फिटणार नाही...

२०

जोतीरावांच्या शाळेमध्ये नवचैतन्य संचारलं होतं. बोर्ड ऑफ एज्युकेशनचे अध्यक्ष नामदार जॉन वॉर्डन साहेब शाळांना भेट द्यायला येणार होते. गेल्या वर्षी जोतीरावांचा सत्कार झाल्यानंतरची ही आणखी एक महत्त्वाची घटना ठरणार होती.

त्यादृष्टीनं सर्वजण तयारीला लागले. नुकत्याच झालेल्या परीक्षांमध्ये मिळालेल्या यशानं मुलींचा आत्मविश्वास दुणावला होता. नारायणशास्त्री, गणेश रामचंद्र, बाळशास्त्री ठकार असे नवे विद्वान पंतोजी मुलींच्या शाळांना लाभले होते.

दोन वर्षांपूर्वी लावलेल्या रोपट्याचा केवढा वटवृक्ष झाला होता! दोन्ही शाळांत मिळून आता पावणेतीनशे मुली दाखल झाल्या होत्या. रास्ता पेठेत नवी शाळा सुरू झाली होती; तशीच एक शाळा वेताळ पेठेतही सुरू करावी, या ठरावावर संस्थेचा विचार सुरू होता.

बुधवारातल्या शाळांचा परीक्षा समारंभ तसाच संस्मरणीय ठरला. पुण्यात कुठल्याही समारंभाला आजवर एवढी गर्दी लोटली नव्हती. १२ फेब्रुवारी १८५३ रोजी पूना कॉलेजच्या चौकात म्हणजे विश्रामबाग वाड्यात तो समारंभ मोठ्या थाटानं पार पडला. परीक्षा समारंभासाठी खास मंडप उभारण्यात आला होता. समारंभास ब्रिगेडियर ट्रायडेल, सौ. ट्रायडेल, कलेक्टर ई. सी. जोन्स, फीमेल एज्युकेशन सोसायटीच्या उदार आश्रयदात्या सौ. ई. सी. जोन्स, रेव्हरंड जेम्स मिचेल, सौ. मिचेल, प्राचार्य मेजर कँडी, प्रोफेसर फ्रेझर इत्यादी अनेक विलायती गृहस्थांबरोबर मेहेंदळे, सरदार दाजीबा पानसे, सरदार बाळासाहेब पटवर्धन, सरदार रावसाहेब खासगीवाले, सरदार कृष्णराव तुळशीबागवाले, प्रोफेसर केरो लक्ष्मण छत्रे, प्रोफेसर विष्णुशास्त्री चिपळूणकर इत्यादी बरीच एतद्देशीय मंडळी उपस्थित होती. समारंभास एवढी गर्दी झाली की, पूना कॉलेजचा चौक अपुरा पडला. व्हरांड्यात उभे राहून लोकांनी समारंभ पाहिला. बाहेर रस्त्यावरही लोक उभे होते. विश्रामबाग वाड्याभोवती हजारो लोकांचा गराडा पडला होता.

समारंभ प्रेक्षणीय, तसाच श्रवणीय झाला. बापूसाहेब मांडे यांनी संस्थेचा अहवाल सादर केला. बालविवाहाची दुष्ट प्रथा हाच शिक्षणातला सर्वांत मोठा अडथळा असल्याचे त्यांनी सांगितले.

अण्णासाहेब चिपळूणकर हिंदू लोकांच्या स्वार्थी मनोवृत्तीवर निकरानं तुटून पडले. हिंदूंना स्त्रीशिक्षण हा अधर्म वाटावा, याविषयी तीव्र खेद व्यक्त करून त्यांनी स्त्रीशिक्षणाचे फायदे कथन केले. शाळेला मदत करणाऱ्या इंग्रजी आश्रयदात्यांची उदाहरणं देऊन ते म्हणाले,

"...या कामास आजपावेतो साहेब लोकांकडून बहुत मदत झाली आहे, हे सांगणं मोठं लज्जास्पद आहे. कारण आपले लोकही मोठमोठ्या पदव्यांवर असून त्यांच्यानं याविषयी विचार करवत नाही, ही त्यास ईश्वराघरी शासन होण्याजोगी गोष्ट आहे. श्रेष्ठहो, निदान आपल्या नातवा-पणतवंडांच्या हितासाठी तरी याकडं किंचित लक्ष द्याल, तर बरे होईल; इतकीच माझी आपणांस विनंती आहे."

अण्णासाहेबांचे ते उद्गार ऐकून अवघा जनसमुदाय स्तब्ध झाला होता.

त्यानंतर मुलींची परीक्षा घेण्यात आली. इंग्रजी या विषयात मुलींची विशेष प्रगती दिसून आली. काही मुलींनी गणिताची उदाहरणं पूर्णपणे इंग्रजीत सोडवून दाखवली. नानाशास्त्री आपटे यांची लहानगी कन्या दुर्गा इतकी हुशार की, तिनं मराठीतल्या एका धड्याचं इंग्रजीत भाषांतर करून दाखवलं. एका लहानशा मुलीनं दाखवलेली ती हुशारी पाहून लोक आश्चर्याने थक्क झाले.

आभाराचं भाषणही उपस्थितांची कानउघाडणी करणारं ठरलं. प्राचार्य मेजर कँडी साहेबांनी प्रोफेसर फ्रेझर यांना संस्थेचे आभार मानायची विनंती केली. प्रोफेसर फ्रेझर म्हणाले,

"सद्गृहस्थहो, स्त्रीला हीन आणि गुलाम समजणारा समाज दीर्घकाळ टिकणारी प्रगती करू शकणार नाही. स्त्रीजीवनात प्रगती झाल्याशिवाय मानवी संस्कृतीचा विकास होणार नाही. त्यासाठी स्त्रीशिक्षण ही आवश्यक गोष्ट आहे."

तिसऱ्या प्रहरी सुरू झालेला समारंभ संध्याकाळी सहा वाजता संपला.

याच वेळी एक गमतीची गोष्ट घडली. शाळांच्या आश्रयदात्या सौ. ई. सी. जोन्स मुलींना बक्षिसादाखल पातळं आणि ग्रंथ वाटत होत्या. बक्षीस घेण्यासाठी नाव पुकारलं गेल्यावर मोकाशी यांची सुमती म्हणाली,

"बाई, आम्हाला बक्षीस नको. ग्रंथालय द्या."

चिमुरड्या मुलीच्या सभाधीटपणाचं सर्वांनाच मोठं कौतुक वाटलं. सुमती अत्यंत हुशार आणि हजरजबाबी मुलगी. रात्री बारा वाजेपर्यंत अभ्यास करते. अवघी सहा वर्षांची असून घडाघडा इंग्रजी वाचते. पंतोजी सांगतील, तसं बरोबर लिहून दाखवते.

आपल्या शाळेतील एक महत्त्वाची उणीव सुमतीनं दाखवून दिली; परंतु त्यातूनच एका नव्या संकल्पाची प्रेरणा मिळाली. प्रत्येक शाळेत ग्रंथालय उघडायचा निर्णय घेतला गेला.

वेताळ पेठेतल्या शाळेचा परीक्षा समारंभ झाला, तेव्हाही तसाच जनसमुदाय लोटला. याही वेळी श्री. आणि सौ. ट्रायडेल, कॅप्टन गिलमोर, मेजर कँडी, रे. जेम्स मिचेल, प्रोफेसर फ्रेझर, प्रोफेसर नीलकंठशास्त्री, प्रोफेसर केरो लक्ष्मण छत्रे, अण्णासाहेब सहस्त्रबुद्धे, वामनराव परांजपे अशी मंडळी उपस्थित होती. जोतीरावांनी आपल्या भाषणात लहूजीबुवा आणि राणबा यांचे विशेष आभार मानले.

या सर्व गोष्टींचा परिमाण होऊन मुलींची पटसंख्या भराभर वाढत चालली. स्त्रीशिक्षणाविषयी साशंक असलेले सरदार विंचूरकरांसारखे प्रतिष्ठित लोकही आपल्या मुलींना स्वेच्छेनं शाळेत पाठवू लागले. अधूनमधून अनेक शिक्षणप्रेमी हितचिंतक शाळांना भेटी द्यायला येत. श्री. आणि सौ. ट्रायडेल नेहमीच येत. कधीतरी निरोप पाठवून कँडीसाहेबही येऊन जात. नव्यानं बदलून आलेले कमिशनर रिव्हज यांचंही वेताळ पेठेतल्या शाळेकडं विशेष लक्ष असे. दरमहाच्या वर्गणीखेरीज ते स्वत: शाळेत येऊन मुलांच्या अभ्यासाची विचारपूस करीत. त्यांना अभ्यासासाठी उत्तेजन देत. खंत एकाच गोष्टीची होती, या शाळांचे हितचिंतक पेरीसाहेब गतवर्षी मायदेशी परतले होते.

जोतीरावांच्या शाळांनी पुण्यात शिक्षणाचा नवा आदर्श निर्माण केला होता. इथले पंतोजी प्रत्येक मुलाकडं जातीनं लक्ष देत. त्यांचा अभ्यास करवून घेत. प्रत्येक वर्ग वेगळा बसवला जाई आणि त्याला वेगवेगळं शिकवलं जाई.

नाहीतर ब्राह्मण पंतोजींच्या शाळा म्हणजे शाळा सुरू आहे की बाजार भरला आहे हेही कळू नये, अशी परिस्थिती. गुरं वळून आणावीत, त्याप्रमाणे पंतोजी पाच-पन्नास पोरं गोळा करून आणत आणि त्यांना एका खोलीत कोंडून शिकवण्याचा गोंधळ उडवून देत. कोणी पाढे म्हणतो आहे, कोणी मोठमोठ्यानं ओरडून घोकंपट्टी करतो आहे. कुणी पंतोजींच्या हातचा चोप खातो आहे, कुणी भोकाड पसरून बोंब मारतो आहे आणि हातात छडी घेतलेले पंतोजी त्याच्या बेचाळीस पिढ्यांचा उद्धार करत आहेत, असं ते मोठं मनोहारी दृश्य असे.

जोतीरावांच्या शाळांनी शिकवण्याची ही तोंडी पद्धत पूर्णपणे बंद केली आणि खडू-फळ्याचा वापर सुरू केला. त्यांच्या शाळेत पंतोजींच्या हातात छडीच्या जागी खडू असे.

पंतोजीछाप शाळांची परंपरा अशी की, ज्यांना दुसरं काही येत नसे, अशीच माणसं पंतोजीपणा करीत. पुण्यात म्हणच पडली होती की, मागता येत नसेल भीक, तर पंतोजीपणा शिक; पण हे पंतोजी सकाळी भीकही मागत आणि दुपारी

पंतोजीपणा करीत. संध्याकाळी ते बावनखणीचा रस्ता धरीत, ते दुसऱ्या दिवशी सकाळी भीक मागायला तिथूनच बाहेर पडत. कधीकधी बैठक चांगली रंगली तर सकाळी शिष्यांनाच तिथपर्यंत जाऊन त्यांना घेऊन यावं लागे. मिशन आणि बुधवार वाड्यातल्या शाळेखेरीज इंग्रजी शिकवणाऱ्या आणखी एक-दोन शाळा पुण्यात होत्या; परंतु त्यांची अवस्था पंतोजीछाप शाळांपेक्षा वेगळी नव्हती.

कालच मेजर कँडीसाहेबांचा निरोप पोचला होता. म्हणजे ठरलेली वेळ चुकणार नव्हती. प्रथम ते वेताळ पेठेत येणार होते.

दोन्ही संस्थांचे सभासद सकाळी लवकरच शाळेत हजर झाले. शिक्षकांची धांदल सुरू होती. साहेबांच्या नजरेला उणं दिसू नये, याची काळजी घेतली जात होती. वाचनालय, पाणी, मुलांना दिला जाणारा फराळ इत्यादी व्यवस्था स्वत: जोतीराव पाहत होते.

सकाळी ठीक आठ वाजता घोडागाडी शाळेसमोर थांबली. जॉन वॉर्डन यांनी चटकन खाली उतरून कँडीसाहेबांसाठी हात पुढं केला. मेजर आता पन्नाशीकडं झुकले होते; परंतु कामाचा उरक तोच होता. अंगवळणी पडलेली लष्करी शिस्त प्रत्येक कामात दिसून येत होती.

एवढी मंडळी सामोरी आलेली पाहताच मेजर साहेबांच्या जिवणीवर हास्य पसरले. उत्साहमूर्ती वॉर्डन साहेबांनी सर्वत्र हिंडून शाळेची पाहणी केली. दोघा-तिघा मुलांशी बातचीत करून मेजरनी वॉर्डनसाहेबांसमोर शाळेच्या प्रगतीचा खडा अहवालच सादर केला. शाळांमध्ये वेगवेगळ्या वयोगटातली मुलं होती. गंज पेठेतल्या शाळेतली मोठी मुलं त्यांनी आता या शाळेत आणली होती. वेताळा, लहूजीबुवांचा मुलगा धोंडिबा यांची अभ्यासातली प्रगती फारच उत्तम होती. धोंडिबाला तालमीची फार आवड असल्यामुळे मुलांचे मैदानी खेळ घेण्याची जबाबदारी जोतीरावांनी त्याच्यावरच सोपवली होती.

परिस्थितीनं गांजलेली, परंतु विद्येच्या ओढीनं शाळेला येणारी ती मुलं, एकूण शैक्षणिक वातावरण, शिक्षकांची तळमळ, संस्थाचालकांचा जिव्हाळा या सर्व गोष्टी पाहून जॉन वॉर्डन भारावून गेले.

शाळेच्या प्रगतीबद्दल जोतीरावांचं खास अभिनंदन करताना ते म्हणाले,

"अत्यंत थोड्या काळात तुम्ही फार मोठं काम केलं आहे. तुलनेनं आमच्या सरकारी शाळांची स्थिती फार वाईट आहे."

"ते खरं आहे..." मेजर कँडींनी वॉर्डन साहेबांना दुजोरा दिला.

"ठीक आहे. आता आपण दुसऱ्या शाळेकडं जाऊ या." वॉर्डन साहेब म्हणाले.

मेजर कँडी, वॉर्डन आणि जोतीराव यांना घेऊन घोडागाडी बुधवार पेठेच्या दिशेनं चालू लागली. तिथं सावित्रीबाई, अण्णासाहेब, सगुणाआऊ इत्यादी मंडळी त्यांच्या स्वागतासाठी सज्ज असणार होती.

बोलताबोलता थोडी भीड चेपल्यावर जॉन वॉर्डनना उद्देशून जोतीराव म्हणाले, ''गेल्या वेळी स्त्रियांचा प्रशिक्षणवर्ग तुम्हाला पाहता आला नव्हता. तो वर्ग आजही सुरू आहे. आज तुम्ही तो पाहू शकाल.''

''ओह, शुअर!'' जोतीरावांची मन:स्थिती लक्षात घेऊन वॉर्डन म्हणाले, ''आता स्थिती बदलली आहे, असंच ना? यू डोन्ट माइंड. जोतीराव, तुम्ही कोणत्या अडचणींतून काम केलं आहे, हे मला माहीत आहे. युरोपीय देशातही शिक्षणप्रचारकांना अशाच छळाला आणि अडचणींना तोंड द्यावं लागलं आहे. खऱ्या तळमळीशिवाय हे शक्य नाही आणि माझं म्हणाल, तर या कामाची मला आवड आहे आणि आता तर धिस इज अ पार्ट ऑफ माय ड्युटी.'' एवढं बोलून वॉर्डन साहेब खदखदा हसले.

वॉर्डन साहेबांच्या मनाचा मोठेपणा पाहून जोतीराव ओशाळले. उगीचच ती गोष्ट आपण मनात ठेवली, असं त्यांना वाटलं.

जोगेश्वरीच्या बोळातला अण्णासाहेबांचा वाडा दिसू लागला. बरीच मंडळी जमली होती. शाळेची दोन वर्षापूर्वीची स्थिती जोतीरावांना आठवत होती. दारं बंद करून; चोरून ती शाळा चालवावी लागे. कोणत्याही परिस्थितीत इतरांच्या नजरेला पडू दिलं जाणार नाही, या अटीवर विवाहित स्त्रियांना प्रशिक्षण वर्गासाठी आणलं जाई. त्या काळात जॉन वॉर्डन यांना भेट नाकारावी लागली होती; परंतु आज तो वर्ग स्वत:च साहेबांच्या स्वागतासाठी उभा होता.

२१

शाळांची प्रगती पाहून समाधान पावलेले जॉन वॉर्डन जाताना सहकार्याचं आश्वासन देऊन गेले. त्यानंतरच्या बैठकीत सभेसमोर नवा विषय आला. महार-मांग मुलांच्या शाळेसाठी स्वतंत्र इमारत असावी, यावर सर्वांचं एकमत झालं. स्वतंत्र जागेअभावी या शाळा बंद पडल्या, तर नव्या जागेची अडचण आ वासून समोर उभी राहणार होती. शेवटी शाळेसाठी स्वतंत्र इमारत असावी आणि त्यासाठी सरकारकडे मदत मागावी, असं ठरलं. संस्थेचे चिटणीस मोरोपंत वाळवेकर यांनी विनंतीअर्ज तयार केला. नामदार लॉर्ड फॉकलंड यांना उद्देशून लिहिलेल्या या अर्जात त्यांनी अत्यंत नम्रपणे संस्थेपुढील अडचणी मांडल्या.

महार-मांग इत्यादी जातींचे लोक अन्य जातींनी बहिष्कृत केल्यामुळे आणि शिक्षणाच्या अभावामुळे किती दु:खात पडले आहेत, याचं वर्णन करून मोरोपंत पुढं म्हणाले,

'...या अफाट देशातील लोकांचे रक्षण करणारे आणि त्यांच्या सौख्याबद्दल नेहमी चिंता बाळगणारे ज्ञानसंपन्न अशी लॉर्ड साहेबांची कीर्ती आहे. रा. जोती गोविंद फुले यांनी स्थापिलेल्या व सध्या महार-मांग इत्यादिकांस शिक्षण देणाऱ्या

संस्थेने चालविलेल्या शाळेच्या २१ मार्च १८५३ रोजी घेतलेल्या परीक्षांची हकिकत देण्याऱ्या रिपोर्टाच्या पाच प्रती पोस्टाने डाक-हशील आगाऊ भरून आपल्या पायांजवळ ठेवण्याचे धैर्य मी करीत आहे. लॉर्ड साहेबांनी त्यांचा स्वीकार करावा, अशी याचना मी करीत आहे.

शिक्षकांचे पगार, वेतनी विद्यार्थी, पट्टेवाले, पुस्तके, नकाशे, बाके, लेखन-सामग्री, घरभाडे इत्यादी शाळेच्या आवश्यक खर्चाची तोंडमिळवणी करण्यास पुरेसा धनसंचय आमच्या संस्थेजवळ नाही, हे निवेदन करण्याची लॉर्ड साहेबांनी परवानगी द्यावी. शाळा उघडून आज मितीला दीड वर्ष झाले आहे. मुलगे आणि मुली यांचा अभ्यासही बराच झाला आहे. तेव्हा यापुढे योग्य शिक्षकाकडून शिक्षण देण्याची व्यवस्था करणे चालकांस आवश्यक वाटू लागले आहे. योग्य शिक्षक शोधून काढणे सोपे आहे; परंतु त्यांच्याकडून काम करवून घेण्याचे सामर्थ्य आम्हाजवळ नाही. बहुजनांनी तुच्छ मानिलेल्या महार-मांग इत्यादी जातींच्या मुलांच्या शाळेत प्रवेश करून कमीपणा पदरी घ्यावयास शिक्षणदानकला अवगत असलेले शिक्षक मोठा पगार मिळाल्याशिवाय तयार नाहीत.

शाळेतील सामान वारंवार बदलावे लागते. जुन्या पुस्तकांचा अभ्यास संपल्यावर नवी पुस्तके घेणे भाग पडते. विद्यार्थ्यांनी नियमितपणे काही वर्षे अभ्यास करणे अवश्य असल्यामुळे वेतनी विद्यार्थी ठेवणे भाग पडते. तरुण विद्यार्थ्यांनी लक्ष देऊन अभ्यास करावा म्हणून त्यांना मासिक पगाराचे आमिष दाखवावे लागते. सध्याची शाळेची जागा पराकाष्ठेची वाईट आहे. नवी इमारत बांधण्याचे अथवा अधिक चांगली जागा भाड्याने घेण्याचे सामर्थ्य संस्थेस नाही. शाळेकरिता चांगली इमारत बांधता आली, तर अधिक विद्यार्थी येतील आणि त्यांच्या प्रकृतीही निकोप राहतील.

महार आणि मांग यांच्या शाळेची ही शोचनीय स्थिती लक्षात ठेवून दीडशे मुले आणि शंभर मुली यांना बसण्यास पुरेशी इमारत बांधण्यासाठी संस्थेस द्रव्याची मदत करून पुण्याचे कलेक्टर साहेबांस पुणे शहरात ही इमारत बांधण्यास एक सोयीची जागा देण्याचा हुकूम द्यावा, अशी नम्रपणे व पूर्ण आशेने लॉर्डसाहेबांस आग्रहाची विनंती करतो.

लॉर्ड साहेबांचा आज्ञांकित
पुणे मोरो विठ्ठल वाळवेकर
महार-मांग इत्यादी यांस शिक्षण
देणाऱ्या संस्थेचे चिटणीस'

१६ डिसेंबर १८५३

अर्जातील मजकुराविषयी मतभेदाचा प्रश्न नव्हता. दुसऱ्या दिवशी तो अर्ज टपालाने मुंबईला रवाना करण्यात आला.

२२

खिडकीच्या फटींतून थंड वाऱ्याचे झोत घरात येत होते. कुंद पावसाळी हवेनं सगळं वातावरण भरून गेलं होतं. जोतीराव तात्या घोंगडी पांघरून समईजवळ बसले होते. समईचा प्रकाश त्यांच्या भरदार मर्दानी चेहऱ्यावर खेळत होता. वाचतावाचता हातातल्या पेन्सिलीनं ते कुठं कुठं खुणा करत होते.

आज मध्यरात्र उलटून गेली, तरी त्यांचं वाचन सुरूच होतं. समईत तेल घालण्यापुरताच काय तो वाचनात खंड पडत होता. दिवसभर इतके श्रम झालेले असूनही त्यांच्या चेहऱ्यावर थकल्याचं चिन्ह दिसत नव्हतं. जोतीरावांचं हे असंच, दिवसभर कितीही श्रम झालेले असोत. रात्रीचं वाचन कधी टळायचं नाही. त्यात एखादं चांगलं पुस्तक किंवा नवी माहिती हाती लागली, तर काही विचारू नये. मग ती रात्र कधी संपली, तेही कळत नसे.

सावित्रीबाई जाग्याच होत्या. त्यांच्या डोक्यात एकामागून एक अनेक विचार उड्या मारत होते. सध्या जोतीरावांचं नाव नव्या वादळात गरगरत होतं. सरकारनं महार-मांग मुलांच्या शाळेसाठी त्रिंबकजी डेंगळ्यांच्या तोफखान्याजवळची जागा मंजूर केली होती आणि पुण्याच्या कलेक्टरनं पाच हजार रुपये द्यावेत, असा हुकूमही निघाला होता. गावात उलटसुलट चर्चा सुरू होत्या. जोतीराव मात्र शांत होते. कारण तो आदेश देणारे राज्यपाल लॉर्ड फॉकलंड साहेब काल-परवाच मायदेशी परतले असल्याची बातमी होती आणि ब्राह्मणी नोकरशाहीच्या झिरपणीतून संस्थेच्या हातावर काही पडेल, असं वाटत नव्हतं.

तशात ते आज गावातल्या ब्राह्मणांचे शिव्याशाप घेऊन घरी परतले होते. त्याला कारणही तसंच घडलं. त्यांनी गावातल्या विहिरी विटाळल्या होत्या. शहरात रस्त्यारस्त्यांवर साठलेले कचऱ्याचे ढीग आषाढाच्या पावसानं कुजून दुर्गंधी माजली होती आणि सोबतच गढूळ पाण्यामुळे ढाळ-उलट्यांची साथही पसरली होती. पुणे शहरातला पटकीचा फेरा ही दरवर्षीचीच पीडा. पुण्यासारख्या मोठ्या गावात पटकी यायला घाण पाणी कारण ठरत असे, तर खेड्यापाड्यांतून पसरणाऱ्या पटकीला पंढरीची यात्रा कारणीभूत ठरत असे. आषाढी आली की, पंढरीला जायचं, पांडुरंगाचं दर्शन घ्यायचं, पटकीनं आजारी पडायचं आणि घरी येऊन मरायचं, हाच उपक्रम या दिवसांत गावोगाव सुरू असे. पंढरीची वारी करून आलेली अशी कितीतरी माणसं लगेचच वैकुंठवारीला निघून जात.

आज सकाळपासून जोतीरावांनी आपल्या आखाड्यातल्या मित्राच्या मदतीनं शहरसफाईची मोहीम हाती घेतली होती. गावातल्या प्रत्येक आड-विहिरीत जंतुनाशकं

टाकली होती. विरोध होईल, तिथं पोलिसांची मदत घेतली होती. सकाळपासून सुरू झालेलं हे काम संध्याकाळपर्यंत चालूच होतं.

जोतीरावांच्या अभ्यासाच्या या सवयीमुळे सावित्रीबाईंचीही वाचनाची गोडी वाढली. जोतीराव जागे असत, तोवर त्याही हाती येईल ते पुस्तक वाचत बसत. त्यातील मुद्द्यांवर जोतीरावांशी चर्चा करीत. बऱ्याचदा स्वत: जोतीराव काही महत्त्वाचा मजकूर वाचून दाखवत. ऐकूनऐकून बऱ्याच गोष्टी सावित्रीबाईंना माहीत झाल्या; परंतु अनेकदा दिवसभराच्या श्रमामुळे हातात पुस्तक घेताच डोळे मिटू लागत. तरीही जोतीराव जागे असत, तोवर त्यांना झोप कशी ती येतच नसे. सध्या शाळेतल्या मुला-मुलींसाठी त्यांनी काही उपदेशपर ओव्या लिहायला सुरुवात केली होती. जोतीरावांचा अभ्यास सुरू झाला की, त्यांचं हे काम सुरू होई. अशा ओव्यांची एक वहीच त्यांच्याजवळ तयार झाली होती.

जोतीरावांच्या हातात आज वेगळेच कागद होते. वाचतावाचता ते थांबले आणि चिंतनात गढून गेले.

"एवढं काय वाचताय ते?" सावित्रीबाई म्हणाल्या.

"वुड साहेबाचा खलिता आहे. साहेबानं आपल्या सरकारला फार चांगला सल्ला दिला आहे. सरकारी शाळेत कोणालाही जातीची सबब सांगून प्रवेश नाकारला जाऊ नये, असं त्यांनी सांगितलं आहे."

"तसं झालं तर किती चांगलं होईल. मुलांची वणवण तरी थांबेल."

"तोच विचार मी करतो आहे. तसं झालं तर किती चांगलं होईल. आमच्या चार-दोन शाळा कुठवर पुरणार आहेत? सरकारनं सर्वांसाठी जलदीनं सक्तीचं शिक्षण सुरू केलं पाहिजे. ती सरकारची जबाबदारी आहे; परंतु कंपनी सरकारचा व्यवहारी हेतू इथंही आडवा येतो. महार-मांग लोकांच्या शिक्षणासाठी पैसा खर्च करण्यापेक्षा कंपनी सरकारला ब्राह्मणांना शिकवणं सोयीचं वाटतं. भराभर कारकून तयार करून त्यांना तिजोऱ्या भरायच्या आहेत; पण कंपनी सरकारला सल्ला देणाऱ्यांत वुड साहेबांसारखे काही चांगले दयाळू लोकही आहेत, ते आमच्या कल्याणाचा सल्ला देतात; पण त्यांच्या सांगण्याप्रमाणे घडायला किती वर्षे जातील, याची खात्री कोण देणार?"

"सरकारनं तसा कायदाच करावा." सावित्रीबाई ठासून म्हणाल्या.

"पाळणाऱ्यांसाठी कायदा, न पाळणाऱ्यांसाठी काय? कायदा झाला, तरी ब्राह्मण पंतोजी मुलांना खरं शिक्षण देतील, याची खात्री कोणी द्यावी? सरकारी शाळांची स्थिती काय आहे? तिथं पंतोजींचा सगळा वेळ सोवळंओवळं सांभाळण्यातच जातो. उरल्या वेळात नित्यबोधाच्या नावाखाली थोतांडी मनुमते मुलांच्या मनांवर ठसवून ते त्यांना खोट्या धर्माचे अभिमानी आणि राजद्रोही बनवून सोडतात; हे त्यांचं शिक्षण. शूद्र मुलांनी शिकावं, असं त्यांना वाटतच नाही. खरं म्हणजे, असले कपटी

पंतोजी नेमून सरकार आमच्या शिक्षणाची माती करीत आहे. मुळात ज्या व्यवसायात शिक्षकांना रस नाही आणि तो मन लावून कसा करावा याचं ज्ञान नाही ते मुलांना ज्ञानाची गोडी कशी लावणार? मुळात ते 'मागता येत नाही भीक तर पंतोजीपणा शिक' म्हणतच त्या उद्योगाला लागले आहेत. हे घडू द्यायचं नसेल, तर शूद्रांतील पंतोजी तयार करून शाळांवर नेमले पाहिजेत. शूद्रातिशूद्रांना सक्तीनं शिक्षण दिलं पाहिजे. तरच शिक्षणाचा खरा उद्देश सफल होईल.'' जोतीराव म्हणाले.

''आणखी काय म्हणतात वुडसाहेब?''

जोतीराव खलित्यातले मुद्दे सांगू लागले. सगळं सांगून झाल्यावर ते म्हणाले,

''आणि बरं का सावित्री, स्कॉटलंड मिशननं मुलींसाठी शाळा सुरू करायचं ठरवलं आहे. त्यांना आपल्या मदतीची गरज आहे.''

''आणि आपल्या शाळा?''

''तो विचार करूनच ते काम स्वीकारलं आहे. सकाळचे चार तास त्या शाळेत जावं लागणार आहे.''

''पण तुम्हाला ते शक्य होईल?'' सावित्रीबाईंच्या डोळ्यांसमोर जोतीरावांचं दिवसभराच्या कामांचं चक्र फिरू लागलं.

''म्हटलं तर शक्य नाही; पण केलं पाहिजे. ज्या शाळेत मी शिकलो; ती शाळा स्त्रीशिक्षणाच्या कार्यात उतरते आहे, ही गोष्ट मला महत्त्वाची वाटते.''

सावित्रीबाई पुढं बोलू शकल्या नाहीत. त्यांनी जोतीरावाकडे पाहिलं.

त्यांच्या डोळ्यांवर झोप तरळत होती. कुठलीही वादळं झेलून घेणारी कणखर छाती मंद मंद हलत होती. चेहऱ्यावर कुठल्याही वादळाचा ओरखडा नव्हता; परंतु अतिकष्टांनी त्या मेहनतसुदृढ शरीराची आबाळ झाली होती. दिवसभर या शाळेतून त्या शाळेत करावी लागणारी पायपीट, सकाळ-संध्याकाळ दुकान, संस्थांची कामं, देणग्यांसाठी करावी लागणारी भ्रमंती यांत त्यांना अन्नपाणी लाभत नव्हतं. त्यात आता या कामाची भर पडणार होती. शरीर अजून तक्रार करीत नव्हतं आणि त्यानं तक्रार केली असती, तरी त्याकडं लक्ष द्यायला जोतीरावांना फुरसत नव्हती. अशा स्थितीत, ते सांगून ऐकतील याची खात्री नव्हती.

नवनवे संकल्प समोर उभे होते. शेतकऱ्यांसाठी रात्रीचा वर्ग सुरू करायचा होता. लोकांची मनं वळवायचा प्रयत्न सुरू होता. त्यासाठी जोतीराव रात्री-अपरात्री खेड्यापाड्यांतून हिंडत होते. विशेष म्हणजे, शेतकऱ्यांच्या प्रबोधनासाठी त्यांनी एक नाटक रचायचं ठरवलं होतं; परंतु कामांच्या रेट्यात ते लिहून काढायला त्यांना वेळच मिळत नव्हता.

''केव्हापासून जाणार?'' सावित्रीबाई म्हणाल्या.

''उद्यापासून दररोज.''

बोलताबोलता जोतीरावांच्या डोळ्यांवर झोप आली आणि सावित्रीबाईंची झोप मात्र कुठल्याकुठं पळून गेली. त्यांच्या डोक्याखालचा पदर आसवांनी भिजत राहिला.

सकाळी न्याहारी आटोपताच जोतीराव शाळेला जायच्या तयारीला लागले.

"तात्यासाब, हाईसा का घरी?" अंगणातून आवाज आला.

भोकरवाडीच्या शाळेत शिपायाचं काम करणारे शिदबा अंगणात उभे होते. भोकरवाडीची शाळा आता बरीच मोठी झाली होती. मुलांना शाळेत नेण्या-आणण्यासाठी जोतीरावांनीच शिदबांची नेमणूक केली होती.

"या शिदबा, तुम्ही आला, ते बरं झालं. मीच भोकरवाडीला येणार होतो. माझं ऐकणार असाल, तर तो विचार तुम्ही सोडून द्या."

"काय करू? गरिबीनं गांजलोय, तात्यासाब." शिदबांनी अडचणींचा पाढा वाचायला सुरुवात केली.

सारं ऐकून घेऊन जोतीराव म्हणाले,

"ख्रिस्ती झाल्याबद्दल काय मिळणार आहे तुम्हाला?"

"न्हाई... पर मिसनमधी एखादी नवकरी तरी."

"हे पाहा शिदबा, नोकरीसाठी ख्रिस्ती होऊ नका. तुम्ही त्या धर्माचा अभ्यास केला आहे का?"

"न्हाई, पर... त्यापायीच तुमच्या भेटीला आलोय, नव्हं...!"

"म्हणूनच म्हणतो, तुम्ही ख्रिस्ती होऊ नका. नोकरीच्या आशेनं तर मुळीच होऊ नका."

बोलताबोलता जोतीरावांनी चिठ्ठी लिहिली. ती शिदबांच्या हातावर ठेवत ते म्हणाले,

"ही चिठ्ठी जगन्नाथ सदाशिवजी यांना द्या. ते जरूर तुमचा पगार वाढवतील. माझी आणि त्यांची भेट होईल, तेव्हा मी त्यांना सांगतोच. तोवर ही चिठ्ठी द्या. पुन्हा काही अडचण आली, तर सांगा."

"लई उपकार झालं बगा, तात्यासाब..."

जोतीरावांना दुवा देत शिदबा मार्गस्थ झाले.

जोतीराव मिशन शाळेच्या वाटेला लागले.

२३

मध्यरात्र उलटून गेली असावी. जोतीराव लेखनात दंग होते. झपाट्यानं लेखन चाललं होतं. नाटकाचा राहिलेला भाग आज पूर्ण व्हायलाच पाहिजे होता. रोज कोंडिबा पाटील तेवढी एकच गोष्ट विचारत असत. शेवटी, उद्या रात्री नाटक वाचूनच दाखवीन, असं आश्वासन त्यांनी जोतिबातात्यांकडून मिळवलं होतं. बऱ्याच

दिवसांपासून मागं पडलेलं एक काम आज पूर्ण होणार, या आनंदात सावित्रीबाईनाही झोप येत नव्हती.

शेतकऱ्यांची पोरं शहाणी होऊ लागली; परंतु त्यांचे आई-बाप मात्र अजूनही बामणी काव्याला बळी पडताना दिसत. त्यांना ब्रह्मकपट उघड करून सांगावं, या उद्देशानं जोतीराव या नाटकाची रचना करीत होते.

समाजात माजलेला अंधश्रद्धांचा बुजबुजाट तात्यांना अस्वस्थ करीत होता. भोंदू भटजोशी गरीब अज्ञ शेतकऱ्यांना भोंदाडून खात होते. बारसं असो, नाहीतर बारावं असो; त्यांचा मलिदा चुकत नव्हता. मग यजमान उपाशी मेला काय आणि कर्जात बुडाला काय, त्यांना पर्वा नव्हती.

आसपासच्या खेड्यांवरचे शेतकरी मुलांना रोज कडेखांद्यावरून शाळेत आणून सोडत. हे दृश्य रोजचंच होतं; परंतु पौर्णिमा आणि अमावास्येच्या दिवशी ते दुर्मीळ होई. जवळपास शाळाच ओस पडे. कधी एखादं मूल अचानकपणे शाळेत यायचं बंद होई. जोतीराव विचारायला गेले, तर उत्तर मिळायचं, पोराला साळंत घातलं, तवापासून ते आजारीच पडतंय बघा. त्येच्या नशिबाला, काई लिवनं सिकायचं दिसत न्हाई. एखादा शेतकरी आपल्या हुशार मुलीला न सांगता सवरता घरी ठेवून घ्यायचा आणि एकच घेऊन बसायचा की, तिला इद्या दिली, तर ती इधवा व्हईल की हो. एक ना दोन; अशा कितीतरी गोष्टी घडत. छापलेली बुकं हातात घेतली तर माणसाला वेड लागतं ही अशीच आणखी एक वेडी समजूत. तिलाही काही लोक बळी पडलेले असत. मग प्रत्येकाला समजावत बसावं लागे. एवढं करूनही उपयोग होईलच याची खात्री नसे; परंतु जोतीरावांची चिकाटी दांडगी होती. शेतकऱ्यांची परोपरीनं समजूत घालून ते मुलांना पुन्हा शाळेत आणत.

पण पोरांनी शिकलंच पाहिजे, हा आग्रह कशासाठी, ही गोष्ट अजूनही एखाद्या टाळक्यात शिरलेली नसे. मग जोतीराव त्याची समजूत घालत :

मुलं शिकली नाहीत, तर उनाड होतील. चोर-दरोडेखोर बनतील; त्यामुळे आमचं सुखसमाधान तर नष्ट होईलच; पण त्यांना शिक्षा करण्यासाठी सरकारला जी जास्तीची न्यायालयं उभारावी लागतील, त्याचा भार आमच्याच बोडक्यावर पडेल. शिवाय ही पोरं उद्या दुर्वर्तनी आणि व्यभिचारी निघाली, तर त्यांची बेड्या घालून धिंड निघेल, तेव्हा ते पाहताना तुम्हाला किती दुःख होईल?

एवढं प्रबोधन झाल्यावर तो माणूस मुलाला हमखास शाळेत पाठवू लागे.

याच्या मुळाशीही त्या अंधश्रद्धा! रक्तात भिनलेल्या शुभाशुभाच्या घातक कल्पना!! या अनुभवांतून जोतीरावांनी शेतकऱ्यांसाठी रात्रीची शाळा सुरू करायचं ठरवलं. त्यासाठी ते गेला संपूर्ण उन्हाळा पायपीट करत होते. कारण मुलांप्रमाणे त्यांच्या आई-बापांनाही शिकवून शहाणं करायची तेवढीच गरज होती. आता काय

मशागतीचे दिवस आहेत, आता काय पेरण्या आल्या, अशा अनेक सबबी झाल्यावर त्यांचा हा वर्ग सुरू झाला होता. पावसापाण्यात लांबूनलांबून स्त्री-पुरुष येत. पोथी-पुराणाला जाऊन डुलक्या घेत बसण्याऐवजी जोतिबा तात्यांचे आणि सावित्रीबाईंचे शहाणपणाचे बोल मनात साठवण्याचा प्रयत्न करीत.

त्यांना नुसती अक्षरओळख करून देऊन किंवा ज्ञानाच्या दोन गोष्टी सांगून चालणार नव्हतं. त्यांना लुटून खाणाऱ्या ब्राह्मणशाहीचा बुरखा त्यांच्या समोरच फाडायला पाहिजे होता. त्यासाठीच जोतीरावांनी त्या विषयाची अशी नाट्यरूप मांडणी केली होती. ज्ञानाच्या तृतीय नेत्राची महतीही त्यातून सहज पटणार होती.

शेवटची ओळ लिहून झाली आणि जोतीरावांनी समाधानाचा सुस्कारा सोडला. नाटक पूर्ण झालं, हे सावित्रीबाईंनी ओळखलं. त्याचीच वाट पाहत असलेल्या सावित्रीबाई उत्सुकतेनं म्हणाल्या,

''द्या इकडं मी वाचून पाहते.''

''कशाला? मीच वाचून दाखवतो.'' हसू दाबत जोतीराव म्हणाले आणि त्यांनी समईची वात पुढं सरकवली.

तेवढ्या रात्री जोतीरावांचं नाट्यवाचन सुरू झालं. सावित्रीबाईंनी यापूर्वी काही पानं वाचली होती; परंतु नाटकाचा शेवट कुठं होतो, याची त्यांना उत्कंठा लागली होती.

विद्येचे महत्त्व पटल्याने ते दोघं नवरा-बायको सावित्रीबाई आणि जोतीरावांच्या रात्रशाळेकडे निघून जातात, असा नाटकाचा एकूण शेवट होता. नाटकात आपल्या नावाचा समावेश झालेला पाहून सावित्रीबाई लाजल्या.

''हे काय? असा शेवट का केला?''

''तुमचं नाव आलं आहे म्हणून म्हणता? पण लोकांना शहाणं करायला हाच शेवट योग्य आहे. तुम्ही रात्रशाळा चालवता. मग तुमचं नाव नाटकात येणारच.''

जोतीरावांच्या युक्तिवादापुढं सावित्रीबाईंचा नाइलाज झाला; पण नाटकात आपलं नाव आलेलं पाहून त्यांना अवघडल्यासारखं झालं होतं खरं.

हातातला टाक बाजूला ठेवून जोतीरावांनी बोरू तासला. पाहिजे तेवढं अक्षर येईल, याची खात्री झाल्यावर हसू आवरत ते म्हणाले,

''आता आपल्या या नाटकाला काय नाव ठेवायचं, ते सांगा.''

दातांखाली ओठ दाबत सावित्रीबाई जोतीरावांकडं पाहत होत्या. ओठांतलं हसू गालांवर फुललं. त्या म्हणाल्या,

''ते तुम्ही ठेवलं असणारच की! उगीच आपलं मला विचारायचं.''

''ज्ञान हा माणसाचा तिसरा डोळा. त्याचं महत्त्व सांगणारं नाटक म्हणून मी आपलं तृतीय नेत्र हे नाव द्यायचं ठरवलं आहे.''

थट्टा विसरून सावित्रीबाई म्हणाल्या,

"मला विचारत असाल, तर नाटकाला तृतीय रत्न हेच नाव नक्की करा. तुम्हीच तर सांगत असता पृथिव्यां त्रीणि रत्नानि–"

सावित्रीबाईंची ती सूचना एकदम पसंत पडून जोतीराव म्हणाले,

"खरंच, फार चांगलं नाव सुचवलंत. पृथिव्यां त्रीणि रत्नानि जलं, अन्नं सुभाषितम् । मूढै पाषाणखण्डेषु रत्नसंज्ञां विधीयते ।। सुभाषितकारानं सांगितलं ते खरंच आहे. पृथ्वीवर खरी रत्नं तीनच आहेत. पाणी, अन्न आणि सुभाषितं. मूर्ख लोक दगडाच्या तुकड्याला रत्न म्हणतात. सावित्रीबाई, संस्कृत पोथ्यांमध्ये कधीकधी चांगले विचारसुद्धा सापडतात, ते असे."

बोलतबोलत जोतीरावांनी बोरू शाईत बुडवला आणि वहीच्या वरच्या पानावर ठळक अक्षरांत लिहिलं

'तृतीय रत्न.'

"तात्यासाब, आज नाटक ऐकल्याबिगर आम्ही जानार न्हाई, बगा." रात्री कोंडिबा पाटलांनी आल्याआल्याच आपला निर्णय जाहीर केला.

जोतीरावांनी नाटक पूर्ण झालं असल्याची सुवार्ता सांगताच मंडळी आलकट पालकट घालून सरसावून बसली. जोतीरावांचं नाट्यवाचन सुरू झालं. सुरुवातीला गालांत हसणारी मंडळी हळूहळू मोठ्यानं हसू लागली. आपलंच जीवन नाट्यरूप झालेलं पाहून श्रोत्यांना मोठं अप्रूप वाटत होतं.

नाटकातला जोशी मोठा लबाड होता. तो एका शेतकरी स्त्रीला सांगत होता की, तुझ्या मुलाचा जन्म तुझ्या नवऱ्याला घातक ठरणार आहे. ते संकट टाळण्यासाठी तू ब्राह्मणभोजन घाल. ती स्त्री त्याच्या कपटाला बळी पडली होती खरी; परंतु ऐनवेळी एक ख्रिस्ती पाद्रीबुवा आल्यामुळे जोशीबुवांची चांगलीच फजिती झाली होती. विदूषक तर फारच गमत्या होता. तो प्रत्येक वेळी जोशीबुवांच्या लबाड्या श्रोत्यांना उघड करून सांगत होता. एकदा तो म्हणाला, 'ब्राह्मण इतरांवरचं अरिष्ट दूर करू शकतो, तर स्वत:वरचं अरिष्ट का दूर करू शकत नाही?' हसूनहसून सर्वांच्या मुरकुंड्या वळल्या. तो शेतकरी आणि त्याची बायको जोतीराव आणि सावित्रीबाई यांनी सुरू केलेल्या रात्रशाळेत यायला निघतात, या शेवटच्या प्रसंगी सावित्रीबाईंनाही हसू आवरलं नाही.

एके ठिकाणी नाटकातला विदूषक सर्वांना विचारात टाकणारं वेगळंच काही बोलून गेला होता. तो म्हणाला होता,

"ब्राह्मणांनी शूद्रातिशूद्रांवर घातलेली विद्याबंदी उठवून त्यांना शहाणं करण्याकरिता ईश्वरानं इंग्रजांना पाठविलं आहे; पण पुढं जर इंग्रज लोक या देशातील प्रजेला छळतील, तर शहाणे झालेले शूद्र-अतिशूद्र जहांमर्द शिवाजीप्रमाणे आपलं राज्य

स्थापून अमेरिकेतील लोकांप्रमाणे आपला राज्यकारभार आपण पाहतील; पण भटांची ती दुष्ट व नष्ट पेशवाई कधीच पुढं येणार नाही.''

नाटक वाचून संपलं. जोतीराव म्हणाले,

''बंधूंनो, इंग्रजी राज्य हा आपल्या दास्यमुक्तीचा काळ समजा. पेशवाईत शक्य नव्हतं, ते आज शक्य आहे. मुलांना शिकवा. शहाणं करा. हे सरकार आज आहे; उद्या नाही. ते आहे, तोवर आपण आपली उन्नती करून घेतली पाहिजे. नाहीतर तो मोठा करंटेपणा ठरेल आणि आपल्या भविष्यातील पिढ्यांच्या दृष्टीनंही ते फार घातक ठरेल.''

आतापर्यंत खदखदून हसणारी सर्व मंडळी विचारात पडली.

''तात्यासाब, आमाला तुमचं म्हणणं पटलं.'' शांततेचा भंग करीत कोंडिबा म्हणाले,

''आमची पोरं सांगत्यात, काकूसायबांनीबी अशीच इच्यार करन्याजोगी गानी लिवल्यात. तेचं पुस्तकबी झालंय, म्हनं. तवा...''

''व्हय, व्हय त्यांनाबी वव्या म्हनून दावायला सांगा.'' कोंडिबांचा प्रस्ताव सर्वांनी एकमुखानं उचलून धरला. आतापर्यंत हसून श्रोत्यांना साथ देणाऱ्या सावित्रीबाई एकदम गप्पच झाल्या. ही सूचना त्यांना अनपेक्षित होती. सर्वांचा आग्रह पडल्यावर मग त्यांचाही नाइलाज झाला. सावित्रीबाई गाऊ लागल्या :

''उठा बंधूंनो, अतिशूद्रांनो, जागे होऊनी उठा
परंपरेची गुलामगिरी ही तोडण्यासाठी उठा
बंधूंनो, शिकण्यासाठी उठा ॥''

या कार्यक्रमात किती रात्र झाली, याचं कोणालाही भान राहिलं नाही.

२४

नोकरीनिमित्त नगर, मुंबई अशी भटकंती झाल्यावर सदाशिवराव पुण्यात इनाम कमिशन ऑफिसात स्थिरावले. ही नोकरी करून त्यांना आता दोन वर्षं झाली असतील; त्यामुळेच शाळांच्या कामात लक्ष घालायला त्यांना आता अधिक वेळ मिळू लागला. ते पुन्हा आपल्या कामांत समरसून गेले. परंतु काही गोष्टी मनाविरुद्ध घडत होत्या; त्यामुळे उत्साह वाटत नव्हता. तशी नेहमीची कामं सुरूच होती. लवकरच होणाऱ्या मीटिंगमध्ये हिशेब ठेवायचे होते. त्या संदर्भात जोतीरावांची भेट घेणं जरुरीचं होतं.

तिसऱ्या प्रहरी ते मोरोपंतांसह वेताळ पेठेतल्या शाळेत पोचले. तेव्हा जोतीराव शिकवण्यात रंगून गेले होते. त्यांना बसायला सांगून जोतीराव पुन्हा शिकवू लागले. हाती घेतलेला विषय त्यांना आज पूर्ण करायचा होता.

परमेश्वरी अवतार कल्पनांचा फोलपणा ते आज मुलांना उकलून सांगत होते. जोतीरावांचं बोलणं दोघां मित्रांना बसल्या जागी ऐकू येत होतं. अधूनमधून मुलांच्या हसण्याचा आवाज कानांवर येत होता.

जोतीराव सांगत होते :

"मुलांनो, तुम्ही लहानपणापासून देव-दानवांच्या लढायांच्या आणि त्यांत झालेल्या दानवांच्या पराभवाच्या गोष्टी ऐकत आला आहात. तो मुळात आर्य-अनार्यांच्या लढायांचा इतिहास आहे. बाहेरून– म्हणजे इराणमधून आलेल्या आर्यांनी येथील मूळ रहिवासी असलेल्या क्षेत्रपती क्षत्रियांवर अचानक हल्ले केले आणि त्यांच्यावर कायमची गुलामी लादली. तोच आजचा शूद्र आणि अतिशूद्र वर्ण. परशुरामानं एकवीस वेळा क्षत्रियांशी युद्ध केलं. त्यांच्या स्त्रिया आणि मुलंसुद्धा ठार मारली. आर्यांनी त्यांची संस्कृती आणि देवसुद्धा आमच्या समाजावर लादले. इथल्या क्षत्रियांचा वंशच्छेद करणाऱ्या परशुरामाचा आम्हाला तिरस्कार वाटला पाहिजे; परंतु झालं आहे, ते उलटंच! आमच्या पराक्रमी आणि न्यायी बळीराजाला ठार करणारे क्रूर जेते हेच आमचे देव होऊन बसले आहेत. तो दुष्ट परशुराम आजही जिवंत असल्याचा दावा आर्यभट करत असतात; परंतु जगात कोणीही अमरपट्टा घेऊन आलेलं नाही. आम्हाला भीती घालून ठेवायची, ती त्यांची खास युक्ती आहे. परशुराम जिवंत आहे, तर तो समोर का येत नाही? मी त्याला आव्हान देतो, अरे परशुरामा, तू चिरंजीव आहेस, तर एकदा माझ्यासमोर येऊन उभा राहा...."

मुलं खदखदा हसू लागली.

"मोरो, जोतीच्या शिकवण्याच्या पद्धतीबाबत तुला काय वाटतं?" अचानकपणे सदाशिवराव म्हणाले.

मोरोपंत जोतीरावांचं शिकवणं लक्षपूर्वक ऐकत होते. ते म्हणाले,

"तू त्याच्या शिकवण्याच्या पद्धतीबाबत विचारतो आहेस की तो सांगत असलेल्या गोष्टीबद्दल म्हणतो आहेस?"

मोरोपंतांच्या त्या सावध प्रतिप्रश्नानं सदाशिवराव चपापले; परंतु त्यांना आता आपल्या मनातलं बोलायचं होतं. ती संधी अनायासेच चालून आली होती. ते म्हणाले,

"या शाळा सुरू करताना आपण काय ठरवलं होतं?"

"तुला काय म्हणायचं आहे, सदाशिव?" मोरोपंत आपल्या स्वभावाप्रमाणे तटकन म्हणाले.

सदाशिवरावांनीही आपल्याला काय म्हणायचं आहे, ते सांगायला मुळीच विलंब लावला नाही. ते म्हणाले,

"या शाळा काढताना अतिशूद्र मुलांना केवळ व्यवहारज्ञान शिकवावं, एवढाच आपला उद्देश होता."

सदाशिवरावांना काय म्हणायचं आहे, हे लक्षात येऊन मोरोपंत म्हणाले,

"त्यावेळी तुझ्या मनात हा विचार असला तरी जोतीलाही तसंच वाटत होतं, असं म्हणता येणार नाही. आपण या शाळा सुरू केल्या, त्या एकमतानं. मात्र, त्यावेळी मीही एवढा विचार केलेला नव्हता."

"म्हणजे आज करतो आहेस, असंच ना?"

मोरोपंत शब्दांत सापडले होते. बाजू सावरून घेण्याचा प्रयत्न करीत ते म्हणाले,

"पण आज तू हे काय बोलतो आहेस, सदाशिव? हिंदू धर्मातल्या अनिष्ट गोष्टीच सर्व अनर्थाला कारणीभूत आहेत, या विचारानं आपण या शाळा सुरू केल्या होत्या."

"प्रश्न आहे, तो शिक्षण कोणत्या गोष्टींचं द्यायचं, याविषयी. या पद्धतीनं आपण शिक्षण देत राहिलो, तर ब्राह्मणांच्या विरोधात असंतोष माजेल आणि आपली अवस्था कुऱ्हाडीचा दांडा गोतास काळ अशी होईल."

सदाशिवरावांच्या विचारानं मोरोपंत बुचकळ्यात पडले. ते म्हणाले,

"हिंदू धर्माला विटूनच आपण ख्रिस्ती धर्माकडं वळलो होतो आणि त्या निर्णयापासून परावृत्त होताना आपण शैक्षणिक कार्याला वाहून घ्यायचं ठरवलं होतं, हे तू विसरलास का, सदाशिव?"

"ते मी विसरलेलो नाही. आपला तो विचार चुकीचा होता आणि त्या वेळी जोतीनंच आपल्याला त्या विचारापासून परावृत्त केलं होतं, हेही मी विसरलेलो नाही. त्याची कठोर भाषा सोडली, तर तो कधीही ब्राह्मणद्वेषातून बोलत नाही, हे मला माहीत आहे; परंतु शेवटी त्याचा परिणाम काय होणार आहे, हे महत्त्वाचं आहे. प्रत्येक धर्मात काही गोष्टी श्रद्धेनं स्वीकाराव्या लागतात किंवा श्रद्धेवर सोडून द्याव्या लागतात, असं आपण मानतो; मग हा नियम आपण हिंदू धर्मालाही लावला पाहिजे. मी हे म्हणतो आहे, ते राजकीय दृष्टिकोनातून. गेल्या अनेक दिवसांपासून मी विचार करतोय. राजकीय स्वातंत्र्याचा विचार आपल्याला नजरेआड करून चालणार नाही."

"ते कसं? याचा अर्थ जोतीला राजकीय स्वातंत्र्य नको आहे का?"

"जोतीची राजकीय स्वातंत्र्याची कल्पना फार वेगळी आहे. नजीकच्या भविष्यात राजकीय स्वातंत्र्य मिळवायचं असेल तर कनिष्ठ जातींच्या मनांतला ब्राह्मणांविषयीचा आदर नष्ट होऊन चालणार नाही. तसं झालं, तर त्या जाती आमच्या विरोधात जाऊन इंग्रजांच्या पाठीराख्या बनतील. त्या पुन्हा कोणत्याही बाबतीत ब्राह्मणांवर विश्वास ठेवणार नाहीत आणि तसं झालं, तर आपले राजकीय हेतू दुरापास्त ठरतील. आमची विचित्र कोंडी झाली आहे. एकीकडे स्वकीयद्रोह आणि दुसरीकडे इंग्रजांशी वरपांगी मैत्री अशी आपली त्रिशंकूसारखी अवस्था झाली आहे. परिणामी, आपण अधिकच अप्रिय ठरतो आहोत."

मोरोपंत विचारात पडले. सदाशिवरावांच्या म्हणण्यात बराच विचार करण्यासारखा भाग होता. सनातनी लोकांचा संताप केव्हा आणि कसा उफाळून येईल, हे सांगणं अवघड होतं. जोतीच्या जीवाला धोका असल्याची बोलवा पसरली होती. काही अकल्पित घडलं, तर? ती कल्पनाही मोरोपंतांना सहन होईना; परंतु त्याच वेळी जोतीचे शुद्ध हेतूही त्यांना नजरेआड करता येईनात. मोरोपंतांच्या डोक्यात उलटसुलट विचारांचा एकच गोंधळ माजला.

सदाशिवराव म्हणाले,

''आम्हाला आमचे राजकीय हक्कही पाहिजे आहेतच. केवळ सामाजिक सुधारणा एवढंच उद्दिष्ट ठेवून चालणार नाही.''

मोरोपंत निरुत्तर झाले. सदाशिवरावांचा युक्तिवाद बिनतोड ठरला होता. ते म्हणाले,

''परंतु सदाशिव, आपले हे मतभेद चव्हाट्यावर आले तर आपल्या या कार्याला खीळ बसेल, असं नाही का वाटत तुला? आणखी त्यामुळे सनातनी पक्षाचं अधिकच फावेल, याचा काय विचार केला आहेस?''

एकात एक अनेक प्रश्न गुंतले होते. त्यातून मार्ग काढणं अवघड दिसत होतं.

आसपासच्या वाडी-वस्तीतून आलेले लोक अंगणात गोळा होऊ लागले होते.

''ठीक आहे. परवाच्या बैठकीत तू हा विषय चर्चेला घे.'' एवढं बोलून मोरोपंत अंगणात आले. आलेल्या लोकांची विचारपूस करू लागले.

शाळा सुटल्याची घंटा झाली. मुलं वासरांसारखी उधळत घराकडं धावली. वाड्या-वस्त्यांवरून आलेले लोक मुलांना घेऊन निघून गेले आणि तिघा मित्रांची बैठक सुरू झाली.

२५

मोरोपंतांच्या घरी संस्थेची बैठक बोलावण्यात आली होती. कार्यकारी मंडळाचे सर्व सभासद नेहमीप्रमाणे न चुकता हजर होते. अध्यक्षस्थानी सदाशिवराव गोवंडे बसले होते. सचिव या नात्यानं मोरोपंतांनी बैठकीचं प्रास्ताविक केलं आणि एकेक विषय चर्चेसाठी पुढं येऊ लागला.

बाबाजी मनाजी डेंगळे यांनी, सरकारनं मंजूर केलेली जागा आणि रक्कम संपादन करण्यासाठी प्रयत्न केले पाहिजेत, हा विषय पुन्हा पुढं आणला. याबाबत सरकारी अधिकारी चालढकल करत असल्याची वस्तुस्थिती समोर आली.

कलेक्टर कचेरीतले लोक प्रत्येक वेळी नवी सबब सांगत. म्हणे, शाळेच्या बांधकामासाठी टेंडर्स मागवली; परंतु ती मुदतीत आलीच नाहीत. सध्या रेल्वेची आणि इतर सरकारी बांधकामं सुरू आहेत; त्यामुळे मालाच्या किमती भरमसाट

वाढल्या आहेत. असं होता-होता एके दिवशी इमारतीचं बांधकाम तहकूब केल्याचं पत्र कलेक्टर डेव्हिडसन यांच्या सहीनं सरकारकडं पाठवण्यात आलं. निदान मंजूर झालेले पाच हजार रुपये संस्थेला द्यायला काहीच हरकत नव्हती; परंतु त्याबाबतही तशीच चालढकल सुरू होती.

शूद्रातिशूद्रांना शिकवून सरकारचा काय फायदा होणार आहे, याचा विचार करणारं महाज्ञानी सरकार आणि शूद्रातिशूद्रांचे वैरी होऊन त्यांच्या अहितावर टपून बसलेले ब्राह्मण अंमलदार यांच्या कैचीतून संस्थेच्या हातावर काही पडेल, ही आशाच खोटी होती; त्यामुळे त्या विषयावरील चर्चेत अधिक वेळ खर्च करण्याऐवजी इतर मुद्द्यांवर चर्चा व्हावी, हेच उपयुक्त ठरणार होतं.

जोतीरावांनी वेताळ पेठेतल्या शाळेच्या अभ्यासक्रमांत कोणत्या सुधारणा करता येतील किंवा त्यात नव्यानं कोणती भर घालता येईल, यावर चर्चा व्हावी, अशी सूचना केली. जोतीरावांनी आपली सूचना मांडताच अप्रिय विषय समोर यावा, त्याप्रमाणे सदाशिवरावांच्या चेहऱ्यावर नाराजी प्रकटली. ते म्हणाले,

''त्याऐवजी त्या शाळेत आपली शिकवण्याची पद्धत कोणती असावी, यावर चर्चा झाली पाहिजे, असं मला वाटतं आणि याबाबत सर्व सभासदांच्या मतांचा विचार व्हावा.''

जोतीराव चमकले. सदाशिवरावांचं हे बोलणं त्यांना अनपेक्षित होतं.

''त्याचप्रमाणे आपण राजकीय बाबतीत न बोलण्याचं पथ्य पाळतो, तसं ते हिंदू धर्म आणि त्याचे ग्रंथ यांविषयी बोलतानाही पाळलं पाहिजे.'' सदाशिवरावांनी आपलं म्हणणं पूर्ण केलं आणि ते जोतीरावांची नजर टाळत इकडंतिकडं पाहू लागले.

''याबाबत मी सदाशिवशी सहमत आहे.'' मोरोपंत म्हणाले.

दोन मित्रांच्या हल्ल्याचा रोख जोतीरावांच्या लक्षात आला. शांतपणे ते म्हणाले,

''सर्वांच्या विचारानं शाळांचा कारभार चालवा यासाठीच आपण या संस्था स्थापन केल्या आहेत. सर्व सभासद निर्भयपणे आपली मतं मांडू शकतात. याबाबत माझं स्पष्ट मत आहे की, उच्चवर्णीय मुलींच्या शाळेतील आपलं शिक्षणाविषयीचं धोरण आणि शूद्र-अतिशूद्र मुला-मुलींच्या शाळांतील शिक्षणविषयक धोरण एकच असू नये. त्यांना फक्त लिहिणं-वाचणं शिकवणं एवढाच आपला उद्देश असू शकत नाही. त्यांना शिक्षणाबरोबरच माणूस म्हणून स्वाभिमानानं जगण्याचा आत्मविश्वासही मिळवून दिला पाहिजे आणि माणूस म्हणून जगताना माणुसकीच्या आड येणाऱ्या प्रत्येक गोष्टीचा उच्छेद करण्याचं शिक्षणही आपण त्यांना दिलं पाहिजे. त्याशिवाय त्यांना आपले हक्क कळणार नाहीत आणि त्यांचं रक्षण करण्याची जाणीवही निर्माण होणार नाही.''

''परंतु त्यामुळे समाजात एकमेकांविषयी द्वेषबुद्धी निर्माण होऊ नये.''

"एकमेकांविषयी म्हणजे? स्वत:ला श्रेष्ठ समजणाऱ्या ब्राह्मणांविषयीच ना? जे अजूनही मनुस्मृती डोक्यात ठेवून वावरत आहेत, त्यांच्याविषयी द्वेष नव्हे, तर तिरस्कार निर्माण झाला पाहिजे आणि एक ध्यानात घ्या. फार दिवस ते अज्ञानात राहणार नाहीत. आज ना उद्या ते शहाणे होणारच आहेत आणि हिंदू धर्मग्रंथांतली कारस्थानं त्यांना समजणारच आहेत."

"परंतु आज आपण ते करू नये; त्यामुळे बेबनाव निर्माण होईल."

सदाशिवराव आपला हेका सोडायला तयार नव्हते. त्यांनी आपल्या प्रतिपादनाचा हेतू स्पष्ट करण्याचा खूप प्रयत्न केला; परंतु जोतीरावांची समजूत पटली नाही. ते म्हणाले,

"बेबनाव या हिंदू वर्णाश्रमाच्या पोटातच आहे. त्यावरच या समाजाची रचना झाली आहे आणि राजकीय हेतूचं हे भूत आजच कुठून उभं राहिलं? समाजाला शिकवून शहाणं केलं पाहिजे, हाच आपला निश्चय ठरला होता, हे तुम्ही विसरलात का? कित्येक सामाजिक प्रश्न आज भेडसावत आहेत. विधवांच्या आयुष्याची परवड, शेतकऱ्यांची पिळवणूक पाहवत नाही. त्यांच्या या स्थितीला हिंदू धर्मातील दुष्ट रूढी हेच एकमेव कारण असताना आपण काही करणार आहोत, की नाही? का अशी खुसपटं काढून त्याकडे पाठ फिरवणार आहोत? मला गाडलेली मढी उकरून काढायची हौस नाही. सत्य सांगून लोकांना शहाणं करायचं आहे. ठीक आहे. माझे विचार तुम्हाला पटत नसतील, तर मी संस्थेतून निवृत्त होतो. तुम्ही तुमच्या पद्धतीनं शाळा चालवा; परंतु आपल्या गोरगरीब शूद्र-अतिशूद्र बांधवांना शिक्षणापासून वंचित ठेवू नका. एकही शाळा बंद पडू देऊ नका, एवढीच माझी नम्र विनंती आहे." एवढं बोलून जोतीरावांनी नम्रपणे हात जोडले.

जोतीरावांनी हात जोडलेले पाहून मोरोपंतांचं हृदय हललं. काही क्षणांपूर्वी ज्वालामुखीसारख्या उफाळलेल्या जोतीची ती लीनता त्यांना पाहवत नव्हती. जोतीरावांच्या डोळ्यांतलं कारुण्य त्यांच्या मनाला पाझर फोडून गेलं. जोतीशिवाय शाळा ही कल्पनाच शक्य नव्हती. ते म्हणाले,

"जोती, कृपया विपर्यास करू नकोस. तुम्हा दोघांशिवाय आपली कुठलीही शाळा चालू शकणार नाही. तसा विचारही मनात आणू नकोस. आता माझी एकच विनंती आहे, आपल्या मतभेदांना भांडणाचं स्वरूप येऊ नये."

मोरोपंतांच्या भावना जोतीराव समजू शकत होते. त्यांची ती विनंती अव्हेरणं त्यांना शक्य नव्हतं. ते म्हणाले,

"ठीक आहे, मी शिकवायला येत जाईन; परंतु यापुढं शाळेचा कारभार संस्थेनं पाहावा आणि हळूहळू शिकवण्याची जबाबदारी घेणारे शिक्षक शोधून त्यांच्यावर ते काम सोपवावं."

यावर कोणीच काही बोललं नाही. बोलण्यासारखं काही उरलंच नव्हतं.

रिवाजाप्रमाणे जोतीरावांनी ईशप्रार्थना म्हटली आणि सर्वांनी एकमेकांचा निरोप घेतला.

२६

त्या चढत्या रात्री जोतीरावांना काही केल्या झोप येत नव्हती. डोक्यात विचारांचा दर्या उसळला होता. गावात जोती आणि त्याची बायको बाटल्याच्या अफवा उठल्या होत्या. जोतीरावांना त्याचं काही वाटत नव्हतं. वाटत होतं, ते वर्णवर्चस्वाच्या कुलंगड्यात अडकलेल्या मित्रांबद्दल; मेकॉलेच्या विळख्यात सापडलेल्या तरुण पिढीबद्दल. मेकॉलेच्या झिरपणीतून काळ्या रंगाची गोरी नोकरशाही बाहेर पडली होती. तीच पिढी सरकारी नोकरीत शिरून अधिकाराच्या जागा बळकावत होती आणि आपल्या देशबांधवांना छळत होती. राज्य साहेबांचं, परंतु सत्ता नोकरशाहीची, अशी सारी अवस्था होती. कलमबहादरांच्या काळ्या नोकरशाहीच्या वरवंट्याखाली शूद्रातिशूद्र माणूस भरडून निघत होता. साहेबासारखा सूट-टाय करून हिंडणाऱ्या नव्या पिढीला मराठी बोलायची लाज वाटत होती. आपल्याच समाजबांधवांना अज्ञ म्हणून हिणवण्यात धन्यता वाटत होती.

सनातन्यांनी पुन्हा एकदा मनूचं भूत उभं केलं होतं. जोडीला मिशनरी धर्मप्रचाराचा बागुलबुवा उभा होताच. समाजात कधी नव्हे एवढं कर्मकांडाचं स्तोम माजलं होतं. ब्राह्मणांची पोळी पिकली होती. जोतीराव आणि त्याचा शूद्रातिशूद्र समाज त्यात होरपळून निघत होता. इंग्रज सांगतील, तो कायदा आणि ब्राह्मण सांगतील, तो धर्म या चरकात पिळून निघत होता.

वेताळ पेठेतील शाळा हा जोतीरावांचा दुसरा प्राण. तिच्याविषयी वाद निर्माण व्हावा, याचं त्यांना फार दु:ख झालं होतं. धुमसणारे मतभेद आता अधिक स्पष्ट झाले होते.

प्रत्येक गोष्टीत मनापासून सल्लामसलत देणाऱ्या, पडतील ती कामं अंगावर घेऊन पार पाडणाऱ्या मित्रांना शेवटी सहानुभूतीची मर्यादा पडली होती. या वाटचालीत ते कुठंतरी मागं रेंगाळत आहेत, हे कधीच जाणवलं होतं. एकेकाळचे जिवाभावाचे मित्र आज दुरावल्यासारखे झाले होते. खांद्याला खांदा लावून उभी होती, ती फक्त सावित्रीच. त्यांना अधिक आश्चर्य वाटत होतं, ते सदाशिवविषयी. पुण्याबाहेर असूनही मनानं पुण्यात असलेला, नगरहून पाट्या-पुस्तकं घेऊन येणारा, दरमहा शाळेसाठी दोन रुपये पाठविणारा, शाळेच्या जागेसाठी वणवण फिरणारा, आपल्या वाड्यात महार-मांग मुलांची शाळा भरवणारा सदाशिव कशानं एवढा बदलला होता? जोतीरावांना उत्तर सापडत नव्हतं. इंग्रजांना परकं मानून हिणवणं सोपं आहे;

परंतु आज त्यांचं राज्य नसतं, तर ब्राह्मणांनी आम्हाला शिकवून शहाणं केलं असतं? आम्ही शिकतो, म्हटलं असतं तर शिकू दिलं असतं? इंग्रज आश्रयदात्यांच्या मदतीखेरीज आपल्या हातून तरी झालं एवढं कार्य झालं असतं? सर्व प्रश्नांची उत्तरं नकारार्थी येत होती. एवढं मात्र निश्चित की, इंग्रजी राज्य आहे, तोवरच शूद्रातिशूद्रांना उन्नतीची आशा आहे.

विचारशृंखलांच्या असंख्य साखळ्या मेंदूत गरगरत होत्या.

ठाण्... ठाण्... दूरवर प्रहराचे टोल वाजले. मध्यरात्र उलटून गेली असावी. विचारांच्या तंद्रीत झोप लागली आणि कुठंतरी खसपसलं. जोतीराव कुशीवर वळले. डोळ्यांवरची झोप पुन्हा दूर गेली. समोरची खिडकी करकरली आणि एक काळी आकृती धपकन खाली उतरली. तिच्या पाठोपाठ एक तशीच आकृती उतरताना दिसली आणि जोतीराव उठून बसले. तत्काळ त्यांची नजर भिंतीवर लटकलेल्या दांडपट्ट्याकडं गेली.

पायगतीला सावित्रीबाई अंगाचं मुटकूळ करून कलंडल्या होत्या. समईतली ज्योत मंद झाली होती. त्या अंधूक प्रकाशात त्या काळ्याकभिन्न आकृत्या भीषण दिसत होत्या.

एक आकृती समईच्या दिशेनं पुढं सरकली आणि ताडकन उठून जोतीरावांनी दांडपट्ट्याला हात घातला.

''कोण... कोण ते?'' जोतीरावांनी दरडावलं.

उत्तर मिळालं नाही.

समईच्या दिशेनं सरकलेली आकृती सावधपणे मागे सरकली. त्या अंधूक उजेडात फरशी कुऱ्हाड चमकली. मस फासलेली ती काळी तोंडं भयंकर वाटत होती.

''कोण तुम्ही? काय पाहिजे तुम्हाला?''

दचकून उठलेल्या सावित्रीबाई भिऊन जोतीरावांना बिलगल्या.

''तुजा जीव.''

''पण कशाबद्दल? मी तुमचा काय अपराध केला आहे?''

''... ...''

''सांगा, मी तुमचा काय अपराध केला आहे?'' जोतीरावांचा आवाज नकळत चढला होता. दांडपट्ट्यावरची पकड घट्ट झाली होती.

''आम्ही ती कामगिरी घेतलीया.''

''कामगिरी? आणि का म्हणून?''

''पैशासाठी.''

''पैशासाठी? म्हणजे तुम्ही चोर नाही, तर...'' जोतीराव क्षणभर विचारात पडले. हृदयाचा थरकाप झाला. दांडपट्ट्यावरची पकड सैल झाली. मारेकऱ्यांचा हेतू लक्षात येताच ते पुढं म्हणाले,

''असे किती पैसे मिळणार आहेत बाबांनो, तुम्हाला?''

''एकेक हजार रुपयं.''

''तर मग ठीक आहे.'' हातातला दांडपट्टा खाली ठेवत जोतीराव म्हणाले, ''मला ठार मारून तुमचं भलं होणार असेल, तर जरूर मला ठार करा. आजवर तुमच्यासाठी झटलो. मरणसुद्धा तुमच्या भल्यासाठी येणार असेल, तर तेही मला आनंददायकच वाटेल. घ्या, आपली कामगिरी पार पाडा. परंतु, माझ्या बंधूंनो, मला फक्त एकच सांगा. तुमची मुलं शाळेत जातात?''

दोघांपैकी कोणीच काही बोललं नाही. उत्तराच्या अपेक्षेनं थांबलेले जोतीराव म्हणाले,

''तर मग माझी एक विनंती मान्य करा. मुलांना शाळेत पाठवायला विसरू नका. निदान त्यांच्यावर तरी अशी कामगिरी घेण्याची वेळ येऊ देऊ नका...''

जोतीरावांचा प्रत्येक शब्द मारेकऱ्यांचं काळीज भेदून गेला होता. कुऱ्हाडींच्या छायेत निर्भयपणे उभा असलेला माणूस ते आज पहिल्यांदाच पाहत होते. क्षणात काय झालं, ते त्यांचं त्यांनाही कळलं नाही. हातांतल्या कुऱ्हाडी गळून पडल्या. दोन्ही हात जोडले गेले.

''माफी करा... तात्यासाब, माफी करा...''

दोघांनी जोतीरावापुढे गुडघे टेकले.

''थू... थू... आमच्या जिनगानीवर! आमच्या पोराबाळांस्नी शिकिवनाऱ्या देवमानसाच्या जिवावर आमी उठलो...''

''उठा, उठा, बंधूंनो, मी तुम्हाला दोष देणार नाही.''

''देवमानूस, देवमानूस हायेसा, जी तुमी, तात्यासाब.''

दोघांच्या डोळ्यांतून पश्चात्तापाचे अश्रू ओघळू लागले.

काही वेळापूर्वीचा तणाव क्षणात निवळला.

माणुसकीचा तो साक्षात्कार पाहून जोतीरावांचं मन भरून आलं. त्यांनी सावित्रीबाईंकडे पाहिलं. त्यांच्या डोळ्यांतून आनंदाश्रू वाहत होते.

मनात येईल ते सरळ बोलून टाकणारी ती साधीसरळ माणसं मन मोकळं करू लागली. जोतीरावांनी विचारपूस केली. एकाचं नाव होतं धोंडिबा रोढे आणि दुसऱ्याचं धोंडीराम कुंभार.

सावित्रीबाईंनी समईची वाट पुढं सारली. प्रकाश उजळला. दोघांनी आपली काळी तोंडं पुसून घेतली.

"अरे, तुम्ही तर धोंडीराम शाहीर. तुमची कवनं मी ऐकली आहेत." जोतीराव म्हणाले.

धोंडीराम ओशाळला. कौतुकाचे बोल ऐकून त्याला रडू कोसळलं.

"तात्यासाब, तुमच्यावानी मायेचं बोलणारा मानूस आजपतूर भेटला नव्हता. आज आमचं डोळं उघडलं. तात्यासाब, आता तुमी सांगायचं आनी आमी ऐकायचं." धोंडीराम म्हणाला.

"तात्यासाब, आमची एक इनंती मान्य करा. ज्यांनी आम्हाला ही कामगिरी सांगितली, त्येंचा निकाल लावायची परवानगी आम्हाला द्या." धोंडिबा म्हणाला.

"नाही, धोंडिबा. असा विचारही मनात आणू नका. त्यांनी एक चूक केली, म्हणून तुम्ही दुसरी चूक करू नका. त्यांना क्षमा करणं हीच त्यांना मोठी शिक्षा ठरेल. आपलं अज्ञान हेच या अनर्थाला कारणीभूत आहे. ते दूर करण्यासाठी झटू या. कोणावर सूड घेऊन, रक्तपात करून का आपली उन्नती होणार आहे? आपण सारी एकाच ईश्वराची लेकरे. त्या नात्याने तेही आपले बांधवच आहेत. आज ना उद्या त्यांना आपल्या कृत्यांचा पश्चात्ताप होईल. तीच त्यांना खरी शिक्षा ठरेल."

"पर, तात्यासाब, तुमच्या जिवाला धोका हाय." धोंडिबा म्हणाला.

"पण त्यांना मारून का तो धोका टळणार आहे? मृत्यू कधीतरी येणारच आहे. तो सत्कार्य करताना आला, तर मला आनंदच आहे... आणि तुमच्यासारखी चांगलंवाईट जाणणारी माणसं जगात असताना मी संकटांची काळजी का करावी? आता एकच करा, इथं जे घडलं, त्याविषयी कुठंही बोलू नका."

तात्यांचं म्हणणं पटून दोघांनी संमतीदर्शक मान हलवली.

"पर तात्यासाब, माजं एक आयका. कधी कुठं जायाचं आसंल, तवा मला संगतीला घेत जावा." धोंडिबा म्हणाला.

"धोंडिबा म्हनतोय ते खरं हाय, तात्यासाब; तुमाला जपून ऱ्हायाला हवं." धोंडीरामनं पुस्ती जोडली.

सरळ स्वभावाच्या धोंडिबाची विनंती जोतीरावांना अमान्य करवली नाही.

"आणि बरं का शाहीर, तुम्हालाही एक सांगतो. आता कवनं करायची, ती समाजाला शहाणं करण्यासाठी."

"आमची कसली कवनं, तात्यासाब. र ला ट जोडून आम्ही भेदिक रचतो."

"तुमच्या भेदिक कवनांतून मनाचं रंजन होत असलं, तरी त्यांपासून सामाजिक लाभ नाही. आपल्या अज्ञानी लोकांसमोर वेदान्ताची फोलपटं पाखडल्यानं त्यांचा देवभोळेपणा आणखी वाढेल. त्यापेक्षा शिक्षणापासून होणारे लाभ त्यांना वर्णन करून सांगा. शिक्षणाशिवाय आपल्या समाजाला तारणारा दुसरा मार्ग नाही."

"जी तात्यासाब."

थंड वाऱ्याची झुळूक उघड्या खिडकीतून आत आली आणि समईची वात थरथरली. भली पहाट जवळ आली होती.

घोंडीरामनं खिडकीतून डोकावून बाहेरचा अंदाज घेतला. धोतराच्या सोग्यानं पुन्हा एकदा तोंड पुसलं आणि जोतीरावतात्यांच्या पायाला हात लावत तो म्हणाला,

''जातो आम्ही, तात्यासाब. आईसाब, माफी करा. तात्यासाब, आता इथून पुढं तोंडाला कधीबी आसं काळं लागनार न्हाई.''

२७

सुमारे सात-आठ वर्षांनंतर सावित्रीबाई दिवाळीसाठी माहेरी आल्या होत्या. कित्येक दिवस आईपासून दुरावलेली लेक पुन्हा एकदा आईच्या कुशीत शिरली. लक्ष्मीआईचा मायेचा हात लेकीच्या पाठीवरून फिरला.

आल्यानंतर दोन दिवस असे तसे गेले आणि सावित्रीबाईंच्या प्रकृतीनं काय उचल खाल्ली, कोणास ठाऊक; त्यांना अंथरूण धरणं भाग पडलं.

कधी नाही ती घरी आलेली मुलगी अशी आजारी पडलेली पाहून आईचा जीव वाऱ्यासारखा होऊन गेला. सदूभाऊ रात्रंदिवस बिछान्याजवळ बसून होते. सारखं औषधपाणी करीत होते.

आठ-पंधरा दिवस असे गेले, तेव्हा कुठं तब्येत ताळ्यावर आली.

सदूभाऊंनी केलेली माया पाहून इतके दिवस तोंडही न पाहणारा भाऊ तो हाच का, असा प्रश्न सावित्रीबाईंना पडला.

आता बरं वाटू लागलं होतं; परंतु अंथरूण आणि औषध काही सुटलं नव्हतं. सावित्रीबाईंना रात्रंदिवस शाळेची काळजी छळत होती.

शेवटी एके दिवशी सावित्रीबाई म्हणाल्या,

''आई, मला गेलं पाहिजे.''

मुलीच्या बोलण्याचं आईला मोठं आश्चर्य वाटलं. तोंडात बोट घालत आई म्हणाली,

''अशा आजारपनात?''

''आता मला बरं वाटतंय.''

''नाही. तब्येत पूर्ण दुरुस्त झाल्याशिवाय जायचं नाही.'' सदूभाऊंनी आपला निर्णय दिला.

शाळेचा विषय काढला तर भाऊला राग येईल, हा विचार मनात येऊन सावित्रीबाई म्हणाल्या,

''घरी वाट पाहत असतील.''

''काही वाट पाहत नाहीत.'' सदूभाऊ एकदम तडकले. ''शाळेसाठी तुझा जीव

तुटतो आहे. आता तरी कुळाला बट्टा लावणारं ते काम बंद करा; त्यामुळे तुम्हीही वाळीत पडलात आणि आम्हालाबी संकटात घातलंत. इथून तरी पुढं देवा-ब्राह्मणांच्या इच्छेप्रमाणे वागा. जिवावरचा प्रसंग गेला, तरी तुम्हाला शहाणपण येत नाही. तात्या कोणाचं ऐकत नाहीत. ते इंग्रजी बुकं वाचून शहाणे झाले. तू त्यांचं मन वळवायचं, तर तूही त्यांच्या कामात सामील झालीस.''

बऱ्याच दिवसांपासून पोटात साचून राहिलेलं एकदम बाहेर यावं, त्याप्रमाणे सदूभाऊ ताडताड बोलून गेले.

त्यांच्या बोलण्याचा अधिकार सावित्रीबाईंना मान्य होता; परंतु त्यांनी जोतीरावतात्यांना बोल लावावा, याचं त्यांना फार दु:ख झालं.

जोतीरावांच्या कार्याचं मोल जगाला कळलं, परंतु घरच्या लोकांना ते कधीच कळलं नव्हतं.

सावित्रीबाईंच्या चेहऱ्यावर पसरलेली दु:खाची छटा पाहून आई म्हणाली,

''असं बोलू नको, सदू. तुझ्यासारख्या माळकऱ्याच्या तोंडी हे बोलनं शोभा देत नाही.''

सावित्रीबाई म्हणाल्या,

''भाऊ, तू माळकरी - वारकरी आहेस; पण भट लोकांच्या शिकवणीनं तुझी बुद्धी कोती आणि दुर्बल झाली आहे. तू शेळी, गाय या प्राण्यांना जवळ घेऊन कुरवाळतोस, नागपंचमीच्या दिवशी विषारी नागाला हातात धरून दूध पाजतोस आणि महार-मांग ही तुझ्यासारखीच माणसं असताना त्यांना अस्पृश्य का मानतोस? तू माळकरी असूनही ब्राह्मण तुझा विटाळ मानतात. म्हणजे तुला महारच समजतात, याचा तू कधी विचार केला आहेस का?''

सदूभाऊंचा चेहरा खर्रकन उतरला. सावित्रीबाईंनी सांगितलं, ते कटू सत्य होतं; परंतु सत्य होतं. तरी त्यांच्या मनातला अहंकार नांगी टाकायला तयार नव्हता.

''पण महार-मांगांना शिकवायची काय गरज आहे? पुण्यात लोक तुम्हाला शिवीगाळ करतात, त्रास देतात; ते आम्हाला ऐकूनबी सहन होत नाही. आपल्या गावातबी लोक बोलतात. तुमच्याबरोबर आमचीबी निंदा करतात.''

''भाऊ, विद्याहीन माणूस आणि पशू यांत काहीएक फरक नाही. विद्येमुळेच माणसाला श्रेष्ठत्व येतं. महार-मांग लोकांनी माणूस म्हणून जगावं, यासाठी आम्ही त्यांना शिकवतो. त्यात वाईट काय आहे? आमचं हे काम त्यांना अपायकारक होईल या भीतीनं ब्राह्मण लोक आमची निंदा करतात आणि तुझ्यासारख्या लोकांच्या मनांत किल्मिष पेरतात; परंतु तुला सांगते, माझे स्वामी देवमाणूस आहेत. त्यांची सर या देशी कोणालाच येणार नाही. तुझ्यासारखं हरिनाम घेत वाऱ्या करण्यापेक्षा ते करीत आहेत, ते काम अधिक श्रेष्ठ आहे. ते प्रत्यक्ष देवाचं काम आहे. त्या कामात त्यांना

मदत करताना मला परमानंद होतो. माणसाच्या माणुसकीची अनेक रूपं पाहायला मिळतात.''

दोघं मायलेक एकाग्रपणे सावित्रीबाईंचं बोलणं ऐकत होते.

''सावित्री. आई म्हणाली, 'तुज्या जिभंवर जनू सरसोती नांदतीया गं, माज्या लेकी. किती शानपनाचं बोललीस.''

खरंच, सावित्री किती शहाणपणाचं बोलली होती, हे सदूभाऊंनाही पटलं. मनातलं किल्मिष कधीच जळून गेलं. ते म्हणाले,

''ताई, तू म्हणतेस ते खरं आहे. मनात किल्मिष ठेवून मी तुला टाकून बोललो. मला माफ कर.'' सदूभाऊचं मन पश्चात्तापानं जळत होतं. सावित्रीबाईंची प्रकृती ठीक नसताना हे घडावं, याची खंत त्यांना लागून राहिली. त्यांचं वारकरी मन स्वत:लाच दोष देऊ लागलं.

एवढं झाल्यावर पुन्हा पुण्याला निघायचा विषय काढणं अशक्यच होतं. सावित्रीबाईंच्या मनात अनेक विचार येत होते. बराच वेळ गेला आणि सावित्रीबाईंनी पत्र लिहायला घेतलं. वळणदार मोडी अक्षरं कागदावर उतरू लागली...

'सत्यरूप जोतिबा स्वामी यांस

सावित्रीचा शिरसाष्टांग नमस्कार

पत्रास कारण की,

माझ्या तबीयतीत अनेकदा उलटापालटी होऊन ती ताळ्यावर आली आहे. या दुखण्यात भाऊने अपरिमित श्रम घेऊन माझी सेवा केली आहे. यावरून तो किती प्रेमळ आहे, हे दिसून येते. मी परिपूर्ण दुरुस्त होताच पुण्यास येईन. काळजीत असू नये. फातिमास त्रास पडत असेल, पण ती कुरकुर करणार नाही...'

पत्र लिहिता-लिहिता आज घडलेला वृत्तान्त त्यांना जोतीरावांना कळवावासा वाटला. तो लिहून झाल्यावर शेवटी सावित्रीबाईंनी लिहिलं

'...यावरून तुमच्या ध्यानात येईल की, पुण्यात आपल्याविषयी दुष्टावा माजविणारे विदूषक पुष्कळ आहेत; तसेच येथेही आहेत. त्यांना भिऊन आपण हाती घेतलेले कार्य का सोडून द्यावे? सदासर्वदा कामात गुंतावे. भविष्यात यश आपलेच आहे.'

भाग : २

२८

उत्तर हिंदुस्थानात उसळलेला उठावाचा वणवा थंड होऊन पाच वर्षांचा काळ लोटला; परंतु दिवसाउजेडी फिरंग्यांना हाकलून लावायची स्वप्नं पाहणारे लोक अजूनही त्याच तारेत वावरत होते.

चारजण एकत्र आले की, अजूनही उठावातल्या आख्यायिकांची गप्पाष्टकं रंगू लागत. फिरंग्यांची शंभरी भरलीच होती; पण काय करणार? दैवच त्यांना अनुकूल ठरलं.

त्या दिवसांत सगळीकडं एक विचित्र हूल उठली होती. राजाची खुशामत करताकरता कोणी एक संस्थानी ज्योतिषी म्हणाला,

'महाराज, फिरंगी अंमल हिंदुस्थानात आला, त्याला या वर्षी शंभर वर्षं झाली. शंभरी भरली, सद्दी फिरली. आता हे राज्य जाणार. पुन्हा आपला अंमल येणार.'

जोतिष्याची भविष्यवाणी वाऱ्यासारखी सगळीकडे पसरली. ठिकठिकाणचे राजे महाराजे-संस्थानिकांना आनंद झाला. खरोखर प्लासीची लढाई जिंकून फिरंग्यांनी बंगालात पाय रोवला, त्याला शंभर वर्षं झाली. हे तर फिरंगी. साता समुद्रांपलीकडून आलेले. आमच्यावर जुलूम करतात. दत्तक नामंजूर करून आमची राज्यं बळकावतात. तनखे बंद करतात;

पण आता आम्ही ठेवून घेतो म्हटलं, तरी ते राहणार नाहीत. सद्दीच फिरली, तिथं कोणाचं काय चालणार? त्यांनी स्वत:हून जावं, हे उत्तम! पण ते तसे जाणार नाहीत. त्यांना हाकलूनच लावलं पाहिजे. बस्स! सर्वांनी मिळून एकच उठाव करायचा. गोरा फिरंगी समुद्रातून आला; तसा पुन्हा समुद्रात निघून जाईल.

असंतोषानं धुमसत असलेले बाजीराव पेशव्यांचे दत्तक पुत्र बिठूरचे नानासाहेब पेशवे, बिहारचा वृद्ध राजा कुंवरसिंह हे कंबर कसून तयारच होते. झाशीची राणी लक्ष्मीबाई, अयोध्येची बेगम हजरत महल उठावात उतरायला उत्सुक होत्या. या ना त्या कारणावरून प्रत्येकाचं कंपनी सरकारशी भांडण चाललंच होतं.

बाजीराव पेशवे यांना मिळणारा सालीना आठ लाखांचा तनखा त्यांच्या मृत्यूनंतरही सुरू राहावा, ही नानासाहेबांची मागणी; परंतु कंपनी सरकारनं ती साफ धुडकावून लावली. झाशीची राणी दत्तक वारसाच्या मंजुरीसाठी कंपनी सरकारशी भांडत होती. बेगम हजरत महल आपल्या लहान मुलासह इंग्रजांविरुद्ध झगडत होती. गेली अनेक वर्षे हा असंतोष धुमसत होता. नानासाहेब पेशव्यांनी पुढाकार घेतला. जिकडं तिकडं संदेश पोचते केले. उठावाचा बेत नक्की झाला. अगदी दिवससुद्धा मुक्रर झाला. ३१ मे १८५७. गुप्त मसलती शिजू लागल्या. उठावाच्या हालचालींनी वेग घेतला.

परंतु काडतुसांचं निमित्त होऊन ३१ मेपूर्वीच उठावाची ठिणगी पडली. फिरंगी फौजेतल्या शिपायांना जी काडतुसं दिली जात, त्यांना जनावरांची चरबी लावलेली असे. काडतुसं बंदुकीत ठासताना त्यांची सिलं दातांनी तोडावी लागत. हिंदी सैनिकांना हे कळताच ते एकदम बिथरले. फिरंगी सरकारनं म्हणे, त्यांना धर्मभ्रष्ट करायचा घाट घातला होता!

हे वृत्त कळताच मीरतच्या फिरंगी छावणीतील मंगल पांडे नावाचा एक शिपाई अंतर्बाह्य पेटून उठला. एके दिवशी अचानक तो दिसेल त्या फिरंग्याला गोळ्या घालत मैदानात उतरला. हिंदी सैनिकांना उठावाचं आवाहन करू लागला. थोड्याच अवधीत फिरंगी शिपायांनी त्याला चहूबाजूंनी घेरलं. मंगल पांडेला अटक झाली. आठव्या दिवशी त्याला फासावर चढवण्यात आलं. संशयित शिपायांना अंधार-कोठड्यांमध्ये डांबण्यात आलं.

परंतु धुमसता असंतोष आणखी उफाळला. बिथरलेले शिपाई अनावर झाले. सगळीकडे एकच आरोळी घुमली, 'मारो फिरंगी को!' पहिला हल्ला जेलखान्यावर झाला. शिपायांना मुक्त करून त्यांनी दिल्ली गाठली. दिल्लीचं तख्त इंग्रजांच्या ताब्यातून मुक्त झालं. दिल्लीचा बादशहा बहादुरशहा जफर पुन्हा इतमामानं सिंहासनावर आरूढ झाला. दिल्लीतल्या उठावाचं नेतृत्व त्यानं स्वत: स्वीकारलं.

उठावाचा वणवा पसरत चालला. हिंदी शिपाई उठावाचा संदेश घेऊन खेडोपाडी पसरले. त्यांच्या हातांतली चपात्यांची गठुडी हाच उठावाचा संदेश होता. हातात

चपात्यांची गठुडी घेतलेला माणूस गावात आला की, लोक काय समजायचं, ते समजत. आलेल्या चपात्या ठेवून घेऊन दुसऱ्या चपात्या बनवून देत. अन्नाची शपथ घेऊन लोक उठावात सामील होऊ लागले.

ठरलेल्या दिवसाची वाट पाहायला फुरसत सापडली नाही. नानासाहेब पेशव्यांनी कानपूर जिंकून एकूण एक फिरंगी कापून काढला आणि शहरात आपल्या नावाची द्वाही फिरवली; परंतु हा विजय फार काळ टिकला नाही. निकराचा हल्ला करून इंग्रजांनी त्यांना कानपुरातून हुसकावून लावलं. धन्याची पीछेहाट झालेली पाहून सेनापती तात्या टोपे त्यांच्या मदतीला धावला. हातांतून गेलेलं कानपूर पुन्हा पेशव्यांच्या ताब्यात आलं; परंतु जनरल हॅवलॉकशी झालेल्या लढाईत तात्याचा पराभव झाला.

कानपुरातून पळ काढून तात्यानं पुन्हा सैन्याची जमवाजमव केली. काल्पीचा किल्ला जिंकून घेतला. फिरंगी सैन्यातले कित्येक शिपाई तात्याला येऊन मिळाले. तात्या आणि नानासाहेबांनी मिळून झाशीची कुमक करायचं ठरवलं.

तिकडं झाशीची राणी उठावात उतरताच सर ह्यू रोज झाशीवर चालून गेला. राणी लक्ष्मीबाईनं निकराचा लढा दिला; परंतु फितुरीनं झाशीचा घात केला. काल्पी गाठायच्या इराद्यानं फिरंगी सैन्याची फळी फोडून राणी लक्ष्मीबाई किल्ल्यातून बाहेर पडली. फिरंगी शिपायांनी पाठलाग सुरू केला. दत्तक पुत्र दामोदर याला पाठीशी बांधून राणी काल्पी जवळ करत होती. नानासाहेबांची मदत मिळाली, तर कदाचित वेगळं घडेल, हीच एक आशा होती; परंतु त्यापूर्वीच अखेरची लढाई द्यावी लागली. त्या अटीतटीच्या चकमकीत राणी लक्ष्मीबाई ठार झाली.

फिरंगी फौज पाठीवर घेऊन तात्या वाऱ्यासारखा धावत होता. अनेक राजे-रजवाडे आणि संस्थानिकांकडून खंडण्या वसूल करत संपूर्ण उत्तर हिंदुस्थान टापांखाली तुडवत तो महाराष्ट्रात आला. महाराष्ट्रातून गुजरातेत गेला. तसाच तिकडं राजपुतान्याच्या अरण्यात घुसला.

रिचर्ड मीड क्षणाचीही उसंत न घेता रात्रंदिवस त्याचा पाठलाग करत होता. धावूनधावून मीड थकला; परंतु तात्या सापडत नव्हता. पुन्हा फितुरीनं घात केला. ज्यांच्यावर विश्वास टाकला, त्यांनीच तात्याला पकडून दिलं. घोड्यावर स्वार झाला की, वाऱ्यालाही गुलाम करणारा सेनापती तात्या टोपे साखळदंडांत जखडला गेला.

सैन्य जमवून ताज्या दमानं फिरंग्यांशी टक्कर द्यायचा तात्याचा मनसुबा मातीला मिळाला. गोळा केलेली फौज परागंदा झाली.

बहादुरशहा जफर दिल्ली लढवण्याचा आटोकाट प्रयत्न करत होता. बरेलीचा बख्तखान रोहिला आपल्या फौजेसह बादशहाच्या मदतीला आला. बहादुरशहानं त्याला आपला सेनापती बनवलं. बख्तखानच्या नेतृत्वाखाली दिल्ली फिरंग्याशी लढू लागली.

लांब पल्ल्याच्या तोफा घेऊन जॉन निकल्सन दिल्लीवर चालून गेला. दिल्ली जिंकण्यासाठी त्याला फार बळ खर्ची घालावं लागलं नाही. फंद-फितुरी आणि आपसांतल्या वैमनस्यांनी दिल्लीचा उठाव पोखरून निघाला होता. खुद्द शहाजाद्यांनीच बख्तखानसारख्या एका रोहिल्याचा हुकूम मानायला नकार दिला. बादशहाच्या एका नातेवाइकानंच फितुरी केली. फिरंगी सैन्य दिल्लीत घुसलं. बहादुरशहा लालकिल्ल्यात कोंडला गेला. प्रचंड लुटालूट, कत्तल आणि अत्याचार सुरू झाले. अत्याचारी कृत्य आणि क्रौर्य यांना सीमा उरली नाही. दिल्ली पराभूत झाला आणि बहादुरशहा जफर कैद झाला.

हिंदुस्थानच्या या शेवटच्या बादशहाला इंग्रजांनी फार वाईट वागवलं. त्याच्या सेनापतीची आणि नातेवाइकांची त्यांनी गाढवावरून धिंड काढली. त्यांना अमानुषपणे गोळ्या घातल्या. शहाजाद्यांची मुंडकी तोडून ती बादशहाला नजर केली.

उठावाच्या ज्वाला पराभवाच्या धुरात काळवंडू लागल्या. फिरंगी हत्यारं आणि हिकमतीपुढं उठावाचं बळ कमी पडलं. अनेक सैनिकांना फिरंग्यांनी हालहाल करून मारलं. इतरांना कायमची दहशत बसावी म्हणून त्यांची प्रेतं झाडाला टांगली. जीव वाचवण्यासाठी कित्येकांनी वेषांतरं केली. खुद्द नानासाहेब पेशवे संन्यासाचा वेश घेऊन नेपाळच्या घनदाट अरण्यात नाहीसे झाले. त्यांच्या सैनिकांनाही त्यांचा ठावठिकाणा लागला नाही.

नेपाळचा राजा जंगबहादूर इंग्रजांना सामील झाला. जीवाच्या भीतीनं नेपाळमध्ये घुसलेले हजारो हिंदी सैनिक त्यानंच इंग्रजांच्या हवाली केले.

बिहारमध्ये पाटण्यात उसळलेला दंगा जागीच चिरडला गेला. महाराष्ट्रातल्या उठावाची तीच गत झाली. कोल्हापूर संस्थानात छत्रपतींचे बंधू चिमासाहेब महाराजांना अटक झाली. साताऱ्यात रंगो बापूजींच्या नेतृत्वाखाली शिजलेला कट फितुरीमुळे उघडकीला आला. कटाच्या नेत्यांची धरपकड सुरू होताच रंगो बापूजी फरार झाले. सापडतील तेवढ्या बंडवाल्यांना फासावर चढवण्यात आलं.

वणवा पेटत जावा, तसा उठाव कुठल्या कुठं पेटत गेला; परंतु त्यामुळेच तो चिरडून टाकणं कंपनी सरकारला सहज शक्य झालं. मुळात बळ आणि एकी यांचा अभाव असलेल्या त्या उठावात कंपनी सरकार उलथून टाकायची ताकद नव्हती. शिंदे-होळकर यांच्यासारख्या बलिष्ठ संस्थानिकांनी तटस्थ राहून सरकारचं बळ शतपटींनी वाढवलं. कारण उठाव करून त्यांना काहीच मिळवायचं नव्हतं.

एरवी हातभर जीभ काढून राष्ट्रभक्तीच्या गोष्टी करणारे पुणेरी राष्ट्रभक्त त्या दिवसांत शेपट्या घालून दडून बसले होते; परंतु त्याही धामधुमीत त्यांनी जोतीरावांना बदनाम करायची संधी सोडली नाही. गणपत माळी, मौलवी नुरुल हुदा यांना अटक होताच जोतीरावांविषयी अनेक वावड्या उडू लागल्या. जोतीरावांचे आणि बंडवाल्यांचे

जुने संबंध लोकांना आठवले. गणपत माळी यांना बुधवार वाड्यासमोर भरचौकात फटके मारून कैदेत डांबण्यात आलं. नुरुलभाईंवर कर्नाटकात बंडवाल्यांशी संधान बांधल्याचा आरोप ठेवण्यात आला.

हळूहळू वाऱ्यावरच्या वावड्यांचे परिणाम दिसू लागले. आजवर मित्रत्वानं वागणाऱ्या इंग्रज गृहस्थाचं वागणं बदललं. जोतीरावांना पाहताच त्यांच्या कपाळावर आठ्या चढू लागल्या. एक-दोनदा असं घडलं आणि जोतीरावांनी त्यांच्याकडे जाणं-येणं बंद केलं.

अजूनही कित्येक लोक उठावाचे दुष्परिणाम भोगत होते. उठावात उतरलेले हिंदी शिपाई परागंदा होऊन देशोधडीला लागले. कित्येक शत्रूच्या तावडीत सापडून मरण पावले, तर कित्येक वेषांतर करून कायमचे फरार झाले. उठावाच्या नेत्यांना कंपनी सरकारनं क्षमा केली नाही. त्यांच्यावर खटले भरण्यात आले.

फिरंगी सरकारनं लादलेला देशद्रोहाचा आरोप भूषणासारखा मिरवीत तात्या टोपे फासावर गेला. कंपनी सरकारविरुद्ध बगावत केल्याच्या आरोपाखाली बहादुरशहाला हद्दपारीची शिक्षा झाली. त्याला ब्रह्मदेशात रंगूनच्या तुरुंगात पाठवण्यात आलं. हिंदुस्थानचा शेवटचा मुघल बादशहा रंगूनच्या किल्ल्यात दुःखानं झिजून मरण पावला. बेपत्ता झालेल्या नानासाहेब पेशव्यांचं पुढं काय झालं, ते कोणालाही कळलं नाही. कोणी म्हणालं, ते संन्यासी झाले. तर कोणी म्हणालं, नेपाळच्या जंगलात मरण पावले.

हिंदुस्थानात पेटलेल्या या असंतोषाची वार्ता इंग्लंडची महाराणी व्हिक्टोरिया हिच्यापर्यंत पोचली. कंपनी सरकार बरखास्त करून महाराणीनं हिंदुस्थानचा कारभार ब्रिटिश पार्लमेंटवर सोपवला. हिंदुस्थानावर आता इंग्लंडची राणी व्हिक्टोरिया हिचा एकछत्री अंमल सुरू झाला.

हिंदुस्थानच्या प्रजेसाठी राणीनं खास जाहीरनामा प्रसृत केला. हिंदुस्थानी लोकांच्या हक्कसंरक्षणाचं अभिवचन दिलं. इत:पर त्यांच्या धर्मात ढवळाढवळ केली जाणार नाही, असा निर्वाळा दिला. हादरलेली इंग्रजी सत्ता पुन्हा स्थिर झाली. पुन्हा सर्वत्र शांतता नांदू लागली.

पेशवाईचे गोडवे गाणाऱ्या लोकांना या गोष्टींचं सोयर नव्हतं की सुतक नव्हतं. ते पुण्यातल्या न्हाव्यांवर ग्रामण्य रचण्यात गुंतले होते. कोणा ब्राह्मणानं म्हणे, न्हाव्याच्या घरी वास्तुशांतीच्या वेळी वेदोक्त मंत्र म्हणून धर्मशास्त्राचा अपमान केला होता. त्या ब्राह्मणाला तर त्यांनी छळलंच; पण शिक्षा म्हणून न्हाव्यांनाही त्रास द्यायला सुरुवात केली. त्या छळानं त्रस्त झालेले न्हावी जोतीरावांकडं आले. जोतीरावांनी त्यांना न्हावण्यास्त्र उगारण्याचा सल्ला दिला. ग्रामण्यास्त्राविरुद्ध न्हावण्यास्त्राचा मारा सुरू झाला. न्हाव्यांनी ब्राह्मणांच्या हजामती सुरू केल्या. ब्राह्मण न्हावी धोकट्या गळ्यात अडकवून गल्लोगल्ली हिंडू लागले. अशानं तरी न्हावी जेरीस येतील, असं

त्यांना वाटलं होतं; परंतु शेवटी न्हावण्यास्त्राचा विजय झाला. ब्राह्मणांना नाक घासत शरण यावं लागलं. तडजोड झाली. तंटा मिटला. ब्राह्मणांनी पुन्हा आपली डोकी न्हाव्यांच्या गुढघ्यांवर टेकवली.

तंटा मिटला; परंतु जोतीरावांवर सुरू असलेली आगपाखड थांबली नाही. रावबहाद्दूर गोपाळ हरी देशमुख यांच्यावरील ग्रामण्याच्या वेळीही त्यांनी असाच हस्तक्षेप केला. अगदी जाहीर सभा घेऊन त्यांनी ब्राह्मणांची अब्रू वेशीला टांगली.

तशा धामधुमीच्या काळातही जोतीरावांची वाटचाल सुरू होती; परंतु आता पुन्हा दमछाक होऊ लागली. इंग्रजी आणि मिशनरी हितचिंतकांनी मदतीचा हात आखडता घेतला होता आणि देशबांधव तर अगदी उदासीनच होते.

अशाही स्थितीत वेळोवेळी झालेल्या शाळातपासणीत महार, मांग, चांभार, कुणबी या मुलांची डोळ्यांत भरण्यासारखी प्रगती दिसून आली. आता धुराजी अप्पाजी चांभार, गणू शिवजी मांग असे नवे शिक्षक तयार होऊ लागले. रामचंद्र मोरेश्वर, राघो सखाराम, केसो त्रिंबक यांच्यासोबत आत्मविश्वासानं काम करू लागले. धोंडी, साधू, विठू, गणू, पर्वता, इब्राहिम, तुकाराम, नामा, लखा असे कितीतरी विद्यार्थी त्यांच्या हातांखाली तयार होऊ लागले.

संस्थेच्या वतीनं बाबाजी डेंगळे यांच्या वखारीत महार-मांग मुलांच्या शाळेचा परीक्षा समारंभ आयोजित करण्यात आला. जोतीरावांचे मित्र कमिशनर रिव्हज यांच्या अध्यक्षतेखाली झालेल्या समारंभानंतरचा हा आणखी एक संस्मरणीय समारंभ ठरला. बरीच देशी आणि विदेशी मंडळी या समारंभासाठी आली होती. एज्युकेशनल इन्स्पेक्टर लेस्टर यांनी हुशार मुलांची यादीच सरकारला पाठवली आणि ती भविष्यात खूप प्रगती करतील, अशी आशा व्यक्त केली.

शिक्षण संस्थांची कामं सुरू होती; परंतु पाहिजे तो झपाटा उरला नव्हता. शाळा बांधण्याचा संस्थेचा संकल्प अजून कागदावरच राहिला होता. त्यासाठी मंजूर झालेली सरकारी रक्कम संस्थेपर्यंत पोचू दिली जात नव्हती. अंतर्गत मतभेद विकोपाला जाऊ पाहत होते. एक विचित्र कुंठा जोतीरावांच्या वाट्याला आली होती. ज्यांना शिकायची गोडी नव्हती, ते आता शिक्षणाकडं वळू लागले होते आणि अशा वेळी शाळा वाढवायच्या, तर त्या बंद करायची वेळ आली होती.

परंतु जोतीरावांचा जीवननद फार काळ असा कुंठित राहणार नव्हता. तो नव्या पात्राच्या शोधात होता.

दरम्यान, जोतीराव मीठगंजमधील नव्या जागेत राहायला आले. गृहप्रवेशाच्या वेळी सर्व मित्र येऊन गेले. सदाशिवराव सपत्नीक भेटून गेले. सगुणाआऊ आणि सदाशिवराव यांच्या मदतीमुळेच जोतीरावांना ही जागा घेणं शक्य झालं होतं. तशाता भाऊबंदकीच्या भांडणांनी जोतीरावांचं डोकं उठवलं. वडिलोपार्जित

इस्टेटीच्या भांडणात भाग घ्यायची त्यांची मुळीच इच्छा नव्हती. पुतणी ठकूबाईच्या लग्नाला ते आपुलकीनं जाऊन आले; परंतु रक्ताच्या नात्याचे भाऊबंद त्यांच्याशी बोलायलाही तयार नव्हते. त्या वेळी उफाळून आलेली भांडणं उलट त्यांनाच सोडवावी लागली. जोतीरावांनी सर्वांना सबुरीचा सल्ला दिला; परंतु भांडणं थांबली नाहीत आणि तशी ती थांबणारही नव्हती.

मन काळवंडून जावं, असा अंधार घेरून आलेला असताना हिंदू विधवांचा मूक आक्रोश जोतीरावांच्या कानांवर कोसळत होता. त्या अश्राप जीवांना रडायचीही चोरी होती. रडलं, तर नवरा पाहिजे म्हणून रडतेस का, म्हणून आणखी छळ केला जाई. झिजत कुजत मरणाची वाट पाहत जगणाऱ्या त्या स्त्रियांसाठी काय करता येईल, हाच एक विचार रात्रंदिवस तात्यांचं काळीज कुरतडत होता. विधवांची ती करुण हाक जोतीरावांच्या कार्यशक्तीला नवी प्रेरणा देत होती. लग्न म्हणजे काय, हेही नकळत्या वयात बोहल्यावर चढून विधवा झालेल्या चिमुरड्या मुली घरोघर दिसत. मन मारत, शरीर कष्टवीत जगणाऱ्या तरुण विधवांच्या हातून वासनेला बळी पडून भृणहत्या, आत्महत्या असे गुन्हे घडत. अनेकदा कुठंतरी नदीकाठी किंवा कुठल्यातरी पडक्या विहिरीत अशी नवजात अर्भकं आढळून येत. कधीकधी त्यांच्या माताही तिथंच कुठंतरी मृतावस्थेत सापडत. जगल्यावाचल्या तर आपलं काळं तोंड लपवण्यासाठी कुठंतरी परागंदा होत किंवा वेश्याव्यवसायाच्या भीषण गर्तेत ढकलल्या जात. अशा कितीतरी स्त्रिया घरातून पळून जाऊन कसबिणी झाल्या होत्या.

एक चालतं-बोलतं पातक, एक अशुभ म्हणूनच त्यांच्याकडं पाहिलं जात होतं. आई-बाप, बहीण-भाऊ, सासू-सासरे, अवतीभोवतीची सर्व माणसं त्यांचे वैरी होते. कोणालाही त्यांच्या जखमी मनांवर फुंकर घालावीशी वाटत नव्हती. उलट विधवेला छळलं नाही तर देवाचा कोप होईल, असं त्यांना वाटे. विधवेचं जगणं हे एक जिवंत मरण होतं; परंतु मानवतेच्या या भीषण विटंबनेचं कोणालाच काही वाटत नव्हतं. पेशवाईनं समाजाला दिलेली ही आणखी एक भयंकर देणगी होती.

जोतीरावांचे मित्र बाबा पदमनजी यांनी 'यमुना पर्यटन' हा ग्रंथ लिहून विधवांची दुरवस्था वर्णन केली; परंतु तेवढ्यानं समाजाची माणुसकी जागी होणार नव्हती किंवा कायदा झाला म्हणून काही घडेल, अशी शक्यता दिसत नव्हती आणि हे जाणूनसुद्धा डोळ्यांवर कातडं ओढून घेतलेल्या बोलक्या सुधारकांच्या हातूनही काही घडेल, ही आशा नव्हती. बाबांची तळमळ जोतीरावांना कळत होती; परंतु त्यांनी सुचवलेला मार्ग त्यांना संमत नव्हता. ख्रिस्ती धर्माचा अंगीकार हा या समस्येवरचा उपाय होऊ शकत नव्हता आणि हिंदू धर्ममार्तंडांनी तर इथंही पोट जाळायची सोय करून ठेवली होती. त्यांचा सिद्धान्त असा की, मुलगी ही एकदाच दिली जाते. विधवेचं कन्यादान कोण करणार? जिवंत असली तरी ती तिच्या नवऱ्याचीच आहे. तिनं सती जावं,

हे उत्तम! जिवंत राहिलीच, तर केशवपन करून, व्रतस्थ होऊन राहावं. देह कष्टवीत पतिचिंतनात काळ घालवावा. सौभाग्य अलंकार अंगावर घेऊन गेली तर स्वर्गात तो तिला जवळ घेईल? आणि अशा स्त्रियांसाठी एवढा कंठशोष हो, कशाला? मुळात अशा बायका आहेत तरी किती? आणि तेवढ्यासाठी धर्मशास्त्र बुडवावं, यात कोणता लाभ?

नगरच्या मुक्कामात शंकराचार्यांनी केलेले प्रताप कानांवर आले. गावोगाव विधवांच्या हजामती करवत ते नगर मुक्कामी पोचले होते. शंकराचार्य येणार असल्याचं कळताच गावातल्या सकेशा विधवा गाव सोडून पळून जात. ज्या त्यांच्या तावडीत सापडत, त्याची जुलमानं हजामत केली जाई. नगरलाही तेच घडलं. एका बालविधवा कन्येच्या हातून घडू नये ते घडलं, म्हणून तिच्या बापाला लठ्ठ दक्षिणेच्या मोबदल्यात त्यांच्या पायाचं पाणी पिऊन शुद्ध व्हावं लागलं. मुलीच्या शुद्धीचा मार्ग मोठा अजब होता. आचार्यांनी सांगितलं, आंब्याच्या बुंध्यात एक ढोली तयार करा. त्या ढोलीत मुलीला बसवून वरून पालापाचोळा घालून बुंध्याला आग लावा. बरीच धग लागल्यावर तिला बाहेर काढून तिचं वपन करा आणि एवढं झाल्यावर शेवटी एक हजार ब्राह्मणांना भोजन घाला.

पण याच शंकराचार्यांना काही विधवांनी म्हणे कायद्याचा बडगा दाखवला. जबरदस्तीनं केशवपन केल्यास पोलिसांना बोलावण्याची तंबी दिली. जगद्गुरू शंकराचार्यांना हात चोळत गप्प बसावं लागलं.

परंतु सर्व स्त्रिया असं धैर्य दाखवू शकत नव्हत्या. त्यांना असहायपणे या जुलमी रूढीपुढं मान तुकवावी लागत होती.

शूद्रातिशूद्र समाजात रूढ असलेली पुनर्विवाहाची चाल विद्येचा मक्ता घेतलेल्या या मूढांना का घ्यावीशी वाटू नये? मसणात गोवऱ्या पोचलेले थेरडे नऊ-दहा वर्षांच्या मुलींशी लग्नं करून त्यांच्या आयुष्याची धूळधाण करतात... धिक्कार असो त्यांचा आणि त्यांच्या त्या धर्माचा!...

जोतीरावांच्या मनात चीड उफाळत होती.

तशात आणखी एक भृणहत्येची घटना घडली आणि तीही खुद्द सदाशिवराव गोवंडे यांच्या वाड्यात. काशीबाई या मोलकरणीच्या हातून ते कृत्य घडलं. आपल्या नवजात अर्भकाचा गळा चिरून तिनं ते प्रेत वाड्यामागच्या विहिरीत टाकून दिलं. फुगून वर आलेलं ते मूल दिसताच कोणीतरी बोंब ठोकली. पोलीस आले. जाबजबाब झाले. काशीबाईनं गुन्हा कबूल केला. पोलीस काशीबाईला ओढून घेऊन गेले.

जोतीराव अस्वस्थ झाले. चेंडूसारखं पाण्यावर तरंगणारं ते मूल त्यांच्या डोळ्यांपुढून हलत नव्हतं. गोवंड्यांच्या वाड्याशेजारी राहणाऱ्या एका शास्त्रीबोवांनीच त्या सुंदर आणि सालस बालविधवेचा घात केला होता.

काशीबाईवर भृणहत्येचा खटला भरण्यात आला. अमानुष रूढींचा बळी ठरलेली अभागी विधवा न्यायालयासमोर उभी राहिली.

जोतीरावांच्या मनात भयंकर उलथापालथ सुरू होती. एक सावित्रीबाई सोडल्या तर कोणालाही तिचा थांग लागणार नव्हता.

२९

ती बातमी कळताच अवघं शहर भूकंप झाल्याप्रमाणे हादरलं. सत्र न्यायालयानं काशीबाईला जन्मठेप ठोठावली होती. एका स्त्रीला काळं पाणी? असं कधी घडलं नव्हतं की ऐकलंही नव्हतं!

हातातल्या वर्तमानपत्राकडं पाहत जोतीराव चिंतनात गढून गेले होते.

नाही! हे पुन्हा घडू देता कामा नये. मानवतेला काळिमा फासणारी ही रूढी गाडून टाकली पाहिजे. विधवांचे विवाह रूढ झाले पाहिजेत. त्या कोवळ्या अर्भकांचे प्राण वाचवण्यासाठी लवकरात लवकर काहीतरी केलं पाहिजे.

''एवढा कशाचा विचार चालला आहे?'' सावित्रीबाई म्हणाल्या.

जोतीरावांचं मौन त्यांना असह्य झालं होतं.

''सावित्रीबाई, विधवांची स्थिती तुम्ही पाहता आहात ना?''

सावित्रीबाई अवाक् झाल्या. जोतीरावांच्या मनात काय चाललं आहे, याचा काहीसा अदमास त्यांना आला होता. ते सारखा तोच विचार करत होते तर!

''सावित्रीबाई,'' जोतीराव म्हणाले, ''स्त्री हा फार मोठा अन्यायग्रस्त मानवसमाज आहे. पुरुषाहून अनेक पटींनी श्रेष्ठ असूनही, पुरुषी समाजव्यवस्थेच्या वरवंट्याखाली स्त्री भरडली जाते आहे...''

हातातलं वृत्तपत्र त्यांनी तसंच सावित्रीबाईंच्या हातात ठेवलं आणि एका बातमीकडं बोट दाखवत ते म्हणाले,

''वाचा.''

सोलापूर जिल्ह्यातल्या माढा या गावात घडलेली ती एक घटना होती. एका ब्राह्मण गृहस्थाची विधवा बहीण अतिवृष्टीमुळे कोसळलेल्या घराखाली सापडून मरण पावली होती. विधवा असूनही तिचं वपन झालेलं नसल्यानं गावातले ब्राह्मण तिच्या प्रेताला हात लावायला तयार नव्हते. शेवटी शूद्राच्या हातून तिला अग्निसंस्कार द्यावा लागला होता.

''यापेक्षा सतीची चाल फार बरी. रोजच्या तीळ तीळ मरणापेक्षा ते एक मरण परवडलं.'' दुःखद निःश्वास टाकून सावित्रीबाई म्हणाल्या.

जोतीराव म्हणाले,

''शेकडो पिढ्यांची गुलामी सोसल्यावर तिचीही सवय पडते. कालांतरानं तोच धर्म वाटू लागतो. मग तिच्याविरुद्ध प्रतिकार करावा, हे कुठून घडणार?

स्त्रियांबाबत हेच घडलं. हजारो वर्षं जुलमानं जाळल्यावर त्यांनाही सती जाण्यातच आयुष्याचं सार्थक वाटू लागलं तर त्यात आश्चर्य करण्यासारखं काय आहे? काल-परवापर्यंत पुण्यात स्त्रिया सती जात होत्या. सतीबंदीचा कायदा आल्यापासून आम्ही त्या गोष्टी ऐकतो आहोत. ब्राह्मणांनी हजारो वर्षं स्वत:ला समाजाच्या उच्चस्थानी ठेवलं; परंतु त्या उच्च स्थानाला शोभेल, असं वर्तन मात्र केलं नाही. सतीची चाल बंद करायची बुद्धी सुचली, ती आधी मुसलमानांना आणि त्यानंतर आमच्या हितकर्त्या कंपनी सरकारला; परंतु हे दुराचारी त्याबद्दल सरकारला दुवा देण्याऐवजी शिव्याशाप देतात. एवढं झालं तरी या दगडांना पाझर फुटत नाही. उलट सती जाण्यापासून कोणते फायदे होतात, हे सांगण्यासाठी ते शास्त्राधार हुडकीत बसतात... सती गेलेल्या स्त्रियांना स्वर्ग मिळतो तर मग हेच का सरणावर चढत नाहीत?''

आऊंनी सांगितलेल्या सतीच्या अनेक घटना सावित्रीबाईंना आठवत होत्या. सतीबंदीचा कायदा होण्यापूर्वी अशा अनेक घटना घडत. एकदा कोणी राधाबाई नावाची दुर्दैवी स्त्री पेटत्या चितेतून बाहेर पडून, गावाकडे पळत आली होती. तिला गावात शिरलेलं पाहताच ब्राह्मणांना अपशकुनाचे भास झाले. सती गेलेली स्त्री चितेवरून उठून परत आली, म्हणून गावावर म्हणे संकटं कोसळणार होती. कोणी तिचं तोंड पाहिलं नाही की तिला कोणी घरातही घेतलं नाही. गोऱ्या शिपायांनी तिच्यावर उपचार केले. परंतु ब्राह्मणांना तिची दया आली नाही. तिसऱ्या दिवशी बिचारी मरण पावली.

अशीच आणखी एक स्त्री पेटत्या ज्वाला अंगाला लागताच सरणावरून उडी टाकून नदीच्या पाण्याकडं धावत सुटली होती; परंतु ब्राह्मणांनी ओढत आणून तिला जुलमानं सरणात ढकललं होतं आणि वरून मोठेमोठे ओंडके टाकून तिचा प्राण घेतला होता. पापडासारखी उलटीपालटी करून तिला मरेपर्यंत भाजून काढलं होतं.

ती दृश्यं अगदी डोळ्यांसमोर दिसत असल्यासारख्या सावित्रीबाई अस्वस्थ झाल्या होत्या.

''आपणच शास्त्रं लिहून ठेवायची आणि आपणच त्यांचा आधार दाखवायचा.'' उद्विग्न होऊन सावित्रीबाई म्हणाल्या.

जोतीराव म्हणाले,

''स्त्रियांनी शास्त्रं लिहिली असती तर त्यांनी निश्चितच इतका दुष्टावा केला नसता. निसर्गनियमानं पाहिलं तरी स्त्री ही पुरुषापेक्षा श्रेष्ठ आहे; परंतु तिच्या असहायतेचा फायदा घेऊन पुरुषांनी तिला गुलाम केलं आहे. पातिव्रत्याचे गोडवे गाणाऱ्या या दुष्टांपैकी एकजण तरी बायको मेली म्हणून तिच्यासोबत सता गेला आहे का? बायकोच्या उरावर सवती आणून बसवणारे हे दुष्ट स्वत:च्या उरावर सवता का आणून बसवत नाहीत? विधवांना लग्नाची परवानगी नाही, मग विधुरांना ती कोणी

दिली? आर्यभटांच्या स्वहितसाधू शास्त्रात तसा एखादा लेख का सापडत नाही? हा सगळा या स्वार्थसाधू आर्यभटांचा गोमकाला आहे. या दुष्टांनीच स्त्रियांवर अन्याय करणारे पक्षपाती आणि तर्कहीन लेख शास्त्रात घुसडून त्यांना अधोगतीच्या पाताळगर्तेत ढकललं आहे. निदान त्यांनी आपणही एका स्त्रीच्या पोटी जन्म घेतला आहे, याची तरी आठवण ठेवायची होती. स्त्रीच्या पोटी जन्म घेऊन त्यांनी तिचे चांगले उपकार फेडले आहेत, सावित्रीबाई. स्त्रियांचा छळ केल्यामुळेच या देशाची ही अधोगती झाली आहे. ती थांबवायची असेल तर आधी स्त्रियांवरचे अत्याचार थांबले पाहिजेत.''

''मनात काय विचार चालला होता, ते नाही सांगितलंत.'' सावित्रीबाई म्हणाल्या.

''विधवांना बालहत्येच्या गुन्ह्यापासून वाचवण्यासाठी अनाथ बालाश्रम सुरू करावा, असं वाटतं.''

सावित्रीबाई विचारात पडल्या. मिशनरी लोक अशा काही बालकांचा सांभाळ करीत; परंतु त्यांचा हेतू वेगळा असे. टाकून दिलेलं का असेना, आपलं मूल ख्रिस्ती होऊ नये, या विचारानं त्या बापड्या आपल्या पोटचे गोळे नरड्याला नख लावून मारून टाकत आणि त्यामुळेच एका संकटातून दुसऱ्या संकटात सापडत.

''तुम्हाला काय वाटतं, सावित्रीबाई?'' आणि सावित्रीबाईंच्या प्रत्युत्तराची वाट न पाहता ते पुढे म्हणाले, ''मला एकच वाटतं, यानंतर पुन्हा कोण्या स्त्रीवर काशीबाईसारखं काळं पाणी भोगायची वेळ येऊ नये.''

''जरूर सुरू करू या.'' सावित्रीबाई म्हणाल्या. ''अर्धी खायची, तिथं चतकोर खाऊ; पण त्या बालकांना जगवू. त्या बापड्यांचं तेवढं तरी दुःख हलकं होऊ दे.''

''वाटलंच होतं, तुम्ही नाही म्हणणार नाही म्हणून!'' झालेला आनंद व्यक्त करीत जोतीराव म्हणाले.

''आपल्या विचाराबाहेर का मी आहे? परंतु जागेबाबत काय विचार आहे?''

''इथं आपल्या घरीच आपण हे काम सुरू करू. या कामात आम्हाला कोणाचीही मदत नको. ज्यांच्यानं आपल्या बहिणींच्या हजामती करणाऱ्या न्हाव्यांच्या हातचा वस्तरा काढून घेववत नाही, तसल्या लोकांचा या कामात काय उपयोग आहे? हे काम आपणच केलं पाहिजे आणि कोणाच्याही मदतीची अपेक्षा न बाळगता केलं पाहिजे. आणि...'' सावित्रीबाईंनी शंका काढण्याआधीच जोतीरावांनी स्पष्टीकरण द्यायला सुरुवात केली. ''वेताळ पेठेतली शाळा सदाशिव सांभाळतो आहे. तुमची शाळा इतर शिक्षकांवर सोपवू. अण्णासाहेब या विचाराला नाही म्हणणार नाहीत.''

जोतीरावांची अधीर मन:स्थिती सावित्रीबाईंना स्पष्ट दिसत होती. ते हाती घ्यायला निघाले होते, ते कार्य निश्चितच मोलाचं होतं. त्यातला आपला वाटा उचलायला सावित्रीबाई तेवढ्याच उत्सुक होत्या.

''लवकरच हे काम सुरू करू या.'' सावित्रीबाई निर्धारपूर्वक म्हणाल्या.

सावित्रीबाईंच्या त्या निर्धारानं जोतीरावांचा आत्मविश्वास आणखी दुणावला. जोतीरावांच्या जीवनप्रवाहानं पात्र बदललं होतं.

जोतीरावांना आज सगुणाआऊंची फार आठवण आली. या कार्यात साथ द्यायला त्या आज हयात नव्हत्या. सावित्री-जोती यांना दु:खात लोटून त्या कधीच निघून गेल्या होत्या.

आईच्या उदराबाहेर जोतीरावांच्या देह-मनाला आकार देणाऱ्या सगुणाआऊ. आऊ दोन दिवसांसाठी म्हणून फुरसुंगीला गेल्या आणि पटकीनं आजारी पडल्या. तो निरोप मिळताच जोती-सावित्री फुरसुंगीला गेले; परंतु आऊंची भेट झाली नाही.

चितेला अग्नी देताना सगुणाआऊंचा जीवनप्रवास जोतीरावांना पुन:पुन्हा आठवत राहिला...

जोतीरावांची जन्मदात्री आई चिमणाआई आणि सगुणाआऊंची आई धोंडाबाई या दोघी सख्ख्या बहिणी. झगडेवाडीच्या पाटलांच्या मुली.

दोघी बहिणी हाकेच्या अंतरावर दिलेल्या. एक बहीण गंज पेठेत पुण्याला, तर दुसरी हडपसरला. चिमणाआई दोन मुलांना जन्म देऊन भरल्या संसारातून उठून गेली. धोंडाआईच्या मागं सगुणाआऊला तेवढंही संसारसुख लाभलं नाही. लग्नानंतर थोड्याच दिवसांत ती विधवा झाली.

नऊ महिन्यांच्या पोराला टाकून चिमणाआई गेली. ते सारं सगुणाआऊसमोर घडलं. आईच्या दुधासाठी रडणाऱ्या जोतीला आऊनं ओटीत घेतलं. तेव्हापासून आऊ हडपसर सोडून गंज पेठेत आली आणि जोतीची दुसरी आई झाली. त्यानंतर जोतीला सावत्रआई आली. तिचंही नाव दादांनी चिमणाबाई ठेवलं; पण जोतीची चिमणाआई गेली, ती गेलीच. जोती सगुणाआऊच्या अंगावरच वाढला.

आऊ जॉन नावाच्या ख्रिस्ती मिशनऱ्याकडं मुलं सांभाळायचं काम करायची. तिथंच तिला मेरी ही जिवाभावाची मैत्रीण मिळाली. तिच्यामुळेच आऊला शिक्षणाची गोडी लागली. शिक्षणप्रेमाचे ते संस्कार आऊंनीच जोतीच्या बालमनावर घडवले.

आयुष्यातला जिव्हाळ्याचा काळीजधागा तोडून सगुणाआऊ निघून गेल्या; पण इतरांच्या मुलांवर प्रेम कसं करावं, याची शिकवण देऊन गेल्या. सगुणाआऊंच्या मदतीनं बांधलेल्या आपल्या घरात अनाथ बालाश्रम उघडायचा जोतीरावांनी निर्धार केला. तीच सगुणाआऊंना खरी श्रद्धांजली ठरणार होती.

३०

भल्या पहाटे उठणाऱ्या घंटानादांनी पुणे नगरी जागी होऊ लागली. त्या धुंधरुक उजेडात हातात पळीपंचपात्रीचं तबक घेऊन राम दीक्षित देवळाकडे निघाले होते. सकाळचा थंड वारा उघड्या अंगाला झोंबत होता. समोरच्या भिंतीवर काहीतरी

पांढुरकं दिसत होतं. कुतुहलाने ते थबकले. डोळे फाडून पाहू लागले. पांढऱ्या कागदावर कसलासा मजकूर लिहिलेला दिसत होता. ठळक अक्षरांतला तो मजकूर ते प्रयत्नपूर्वक वाचू लागले.

काळे पाणी टाळण्याचा उपाय

–विधवा भगिनींनो, अज्ञानपणाने वाकडे पाऊल पडून गर्भ राहिला असेल, तर जोतीराव गोविंदराव फुले यांच्या घरी येऊन सुरक्षितपणे बाळंत व्हा. बाळंतिणीचे नाव गुप्त राखण्यात येईल. हवे असल्यास मूल घेऊन जा किंवा नको असल्यास ठेवून जा. हे तुमच्या खुशीवर अवलंबून राहील. त्याचा सांभाळ आम्ही करू.

तशा थंडीतही राम दीक्षितांना अंगातून गरम वाफा निघत असल्यासारखं वाटू लागलं. त्यांनी आजूबाजूला पाहिलं. आसपास कोणी दिसत नव्हतं. तत्काळ हातातलं तबक खाली ठेवून ते भिंतीला झोंबले. कागदाच्या टराटरा चिंध्या केल्या आणि जोती फुल्याचं तळपट करीत ते देवळाकडं चालू लागले. समोरून येणारा एक पुजारी मोठमोठ्यानं बडबडत येत होता. राम दीक्षितांनी कान दिला. तोही जोती फुल्याच्याच नावानं शिव्याशाप ओकत होता. त्यानंही तसाच कागद पाहिला होता की काय?

आरतीसाठी आलेले लोक त्याच विषयावर बोलत होते. त्यांच्यापैकी अनेकांनी ते कागद वाचले होते. शक्य तिथं त्यांचा चोळामोळा केला होता. कशीबशी आरती झाली आणि राम दीक्षितांनी तोफखाना उघडला.

"जा... जा... जिथं जिथं ते अमंगळ कागद चिकटवले असतील, तिथून ते काढा आणि सूर्योदयापूर्वी गोमूत्र शिंपून भिंती शुद्ध करा."

जमलेल्यांची पांगापांग झाली; परंतु दोन-चार कागद फाडून काहीच होणार नव्हतं. गावात जिकडं तिकडं असे अनेक कागद चिकटवले होते. भूकंपानं गाव जागं व्हावं, तसं पुणे शहर खडबडून उठलं. जोती फुल्यानं डागलेल्या तोफेनं सनातन्यांच्या साखरझोपा कुठल्या कुठे उडून गेल्या.

पुण्यातच काय; पण पुण्याबाहेर पांढरपूर, नाशिक, वाई आणि काशी इथंही असेच भूकंप होणार आहेत, हे त्यांना माहीतच नव्हतं.

हजार जिभा हजार तऱ्हांनी बडबडू लागल्या. जोती फुल्यानं पुण्यनगरीत नवं पापकृत्य सुरू केलं होतं. पापिणींची बाळंतपणं करून तो आपले हात पापानं अधिकच बरबटून घेणार होता आणि त्यात त्याची बायकोही म्हणे, त्याला मदत करणार होती. शिकण्या-शिकवण्याचा अधर्म केला. त्यात आता या पापाची भर पडणार होती. परमेश्वर मूल देत नव्हता, म्हणून दोघं आता विधवांची पापं सांभाळणार होते आणि एवढं करून स्वत:ची पापं कुठं धुणार होते, कुणास ठाऊक!

असल्या पातक्यांना रौरव नरकातदेखील जागा मिळणार नाही. अशानं कुळबुडव्या बोडक्यांना रान मोकळं होणार नाही, तर आणखी काय होईल? मेल्यांनो, देवानं चाली लावून दिल्या, त्या का अशा मोडण्यासाठी? सतीची प्रथा होती, तेव्हा ऐकली होती असली शिंदळकी? सतीबंदीचा कायदा आला, त्याचा हा परिणाम!

माणुसकी विसरलेले लोक माणसासारखं वागणाऱ्या माणसांना बदनाम करायला उठले; परंतु अंगावर येणारे कोणतेही प्रहार सोसायला जोतीराव फुल्यांची कणखर छाती सज्ज होती.

दोन दिवस गेले आणि एका मध्यरात्री जोतीरावांचं दार वाजलं. जोतीरावांनी दार उघडलं, तर उरीपोटी तटतटलेली एक विधवा दारात उभी होती. वपन केलेल्या डोक्यावर खुरटे केस वाढलेले आणि कपाळावर भली मोठी डागल्याची खूण. दार उघडताच ती एकदम दचकल्यासारखी झाली आणि पटकन बाजूला सरकून अंधारात उभी राहिली. काही न बोलता सावित्रीबाईंनी तिला आत घेतलं. आत येताच नकोसं झालेलं अंग जमिनीवर टाकून देऊन ती मुसमुसून रडू लागली.

"कोण तुम्ही?" हळुवारपणे सावित्रीबाईंनी विचारलं.

"तेवढं विचारू नका हो, तेवढं विचारू नका." अलवणाच्या पदरात तोंड लपवून घेत ती विनवू लागली. हंबरडा फुटावा असा प्रचंड हुंदका तिच्या उरात दाटून आला होता.

समजुतीच्या स्वरात सावित्रीबाई म्हणाल्या,

"मी सहज म्हणून विचारलं. नका सांगू. रडू नका, तुम्ही इथं सुरक्षित आहात. तुमचं नाव कोणालाही कळणार नाही."

"नाही ना?" मोडल्यासारखी खाली गेलेली तिची मान वर झाली. डबडबल्या डोळ्यांत प्राण गोळा झाले होते.

"मला माझं बाळ मारून टाकायचं नाही हो. मला माझं बाळ मारून टाकायचं नाही." एवढं बोलून ती उठली आणि अनपेक्षितपणे दाराकडं धावली.

सावित्रीबाई तिच्या मागे गेल्या. म्हणाल्या,

"त्यासाठीच हे अनाथालय आहे. काळजी करू नका. तुम्ही केव्हाही या. आम्ही तुमची वाट पाहू."

तिला खूप काही बोलायचं असावं; परंतु ती बोलू शकत नव्हती. कोणी पाहिलं तर नसेल ना, या भीतीनं तिचा थरकाप होत होता.

"येईन हो, मी जरूर येईन; पण माझं बाळ तुम्ही सांभाळाल ना?"

"अगदी माझ्या बाळासारखं सांभाळीन."

पुन्हा एकदा सावित्रीबाईंचं आश्वासन मिळताच ती झपाझप चालू लागली.

‘‘फार तर एखादा दिवस घेईल बिचारी.’’ अंधारात अदृश्य होणाऱ्या तिच्या आकृतीकडे पाहत सावित्रीबाई म्हणाल्या.

दुसऱ्याच दिवशी रात्री पुन्हा दार वाजलं. सावित्रीबाईंनी हाताला धरून तिला आत घेतलं. पाठीवरून मायेचा हात फिरवला. आग्रह करून बिछान्यावर बसवलं. प्रसूती जवळ आली होती. प्रसूतीवेदनांनी कमरेत असह्य कळा उठत होत्या.

चूल पेटवून सावित्रीबाईंनी पाणी ठेवलं. थोड्याच वेळात नवजात अर्भकाच्या रडण्याचा आवाज उमटला. जोतीरावांच्या घरात बाळानं जन्म घेतला होता. सावित्रीबाईंनी बाळाची नाळ कापून त्याला आपल्या कुशीत घेतलं.

‘‘रडू नका. तुम्ही पडून राहा. मी सगळं करते.’’ सावित्रीबाई म्हणाल्या आणि त्यासरशी ती स्त्री एकदम दचकली. उठून उभं राहण्याचा प्रयत्न करू लागली.

‘‘नाही. मला थांबता येणार नाही. ते मला जिवंत ठेवणार नाहीत. एकदाच, फक्त एकदाच मला माझं बाळ दाखवा. मी जाते...’’

सावित्रीबाईंनी पुढ्यात धरलेलं बाळ डोळे भरून पाहून घेऊन ती दाराकडं धावली आणि अंधारात दिसेनाशी झाली. सावित्रीबाईंना काही बोलायची संधीच मिळाली नाही.

थोड्या वेळानं पुन्हा दार वाजलं. जोतीराव आत आले.

‘‘बाळाच्या आईला जाताना पाहिलंत?’’

‘‘हो. पाहिलीत ही अवस्था. या स्त्रीनं गेल्या काही महिन्यांत सूर्यप्रकाशही पाहिला नसेल. तिच्यावर आत्महत्येची वेळ येणार होती. आज दोन जीव वाचले, सावित्रीबाई. सतीबंदीचा कायदा सरकारनं आपल्या सुखासाठीच केला; पण विधवाविवाह रूढ झाले नाहीत म्हणून या समस्या निर्माण झाल्या.’’

पाखराच्या चोचीसारखी जिवणी वासून केविलवाणेपणानं रडणारं ते आईवेगळं मूल पाहताच जोतीरावांच्या मनात कालवलं.

‘‘द्या त्याला माझ्याकडं.’’ जोतीराव म्हणाले.

‘‘अजून अंघोळ व्हायची आहे.’’

जोतीरावांना मुखावलोकनावरच समाधान मानावं लागलं. गर्भपाताच्या औषधांचे विपरीत परिणाम झालेलं ते अर्भक अत्यंत कृश दिसत होतं. त्याची ती अवस्था पाहून जोतीरावांचे डोळे पाणावले.

पाणी तापलं. सावित्रीबाई बाळाला अंघोळ घालायला बसल्या. जोतीराव तांब्या घेऊन पाणी घालायला उभे राहिले.

दिवसा, दोन दिवसाआड ही पुनरावृत्ती होत राहिली. काही मुलं जन्मताच मृत्युमुखी पडत, तर काहींना वाचवणं कठीण होऊन बसे. अनाथालयात मुलांची

संख्या वाढू लागली. दोघं मायबाप मुलांचं करण्यात थकून जात. शाहीर धोंडीराम आणि धोंडिबा रोडे रात्री येऊन जात. या दिवसांत त्यांचा मोठाच आधार झाला होता.

नेहमीप्रमाणे अपरात्री दार वाजलं आणि जोतीराव उठले. दार उघडलं, तर घरात पहिल्या दिवशी आलेली ती विधवा उभी होती. कपाळावर तीच डागल्याची खूण.

''या, आत या.'' सावित्रीबाईंनी तिचं स्वागत केलं.

''बाळ, माझं बाळ कुठं आहे?''

दुपट्यात गुंडाळून ठेवलेल्या पाच-सहा अर्भकांतून नेमकं तेच मूल उचलून घेऊन तिच्या हातात देत सावित्रीबाई म्हणाल्या,

''हा घ्या तुमचा शांताराम.''

''शांताराम... शांताराम... तुम्ही ठेवलंत हे नांव? किती छान आहे.'' ती शांतारामचे पटापट मुके घेऊ लागली. घळघळा ओघळणाऱ्या उष्ण अश्रूंनी शांतारामचं अंग भिजू लागलं.

माय-लेकरांची ती अपूर्व भेट जोती-सावित्री ओलावल्या डोळ्यांनी पाहत होते.

''बाळाला भेटलात. त्याचं नांवही ऐकलंत; पण तुमचं नांव नाही सांगितलंत.''

सावित्रीबाईंच्या प्रश्नानं ती शहारली.

''भीती वाटत असेल. तर सांगू नका.''

काळीज घट्ट करून ती म्हणाली, ''गोदी-गोदी म्हणतात मला.''

''हे काय? ''गोदा... गोदावरी... किती छान नांव आहे. गोदी म्हणे!'' कृतक कोपानं सावित्रीबाई म्हणाल्या.

कित्येक वर्षांनी कानावर पडलेले ते वात्सल्यपूर्ण शब्द ऐकताच गोदावरीला रडू कोसळलं. डबडबून आलेले अश्रू अलवाणाने पुसून घेत ती म्हणाली, ''लहानपणी आई गोदा, गोदू म्हणून हाक मारायची. कधी कोणास ठाऊक विधवा झाले आणि तेव्हापासून ए गोदे, ए गोदी हीच हाक ऐकते आहे.''

भूतकाळात हरवलेली गोदा क्षणात पुन्हा वर्तमानात परत आली आणि म्हणाली,

''माझ्या बाळाला डोळे भरून पाहायचं होतं. तेवढीच एक इच्छा होती. ती पूर्ण झाली. पुन्हा येणार नाही, हो.'' बोलता बोलता ओंजळीत चेहरा झाकून घेऊन ती रडू लागली.

जोतीराव आणि सावित्रीबाई प्रश्नार्थक मुद्रेनं एकमेकांकडं पाहू लागले.

''गोदाबाई, तुम्ही असं का बोलता?'' सावित्रीबाई म्हणाल्या.

''नकोसा झालेला जीव ठेवून तरी काय करू?''

''गोदाबाई, असं करू नका. तुम्ही इथं राहा. आम्ही तुमचाही सांभाळ करू.'' जोतीराव म्हणाले.

"गोदाबाई, तुमच्या शांतारामाचा तरी विचार करा." विचारात पडलेल्या गोदाबाईकडे पाहत सावित्रीबाई म्हणाल्या.

"तळपट होईल या कंपनी सरकारचं! सतीची चाल असती, तर एकदाची जळून तरी मेले असते. कुठवर सोसायचं? कुत्र्या-मांजरांना असते तेवढीही किंमत नाही. कसं जगू? कोणाच्या आधारावर जगू? नको नको. आता मोहात पाहू नका. तुम्ही माझ्यासाठी देवासारख्या धावून आलात. तशा आता माझ्या शांतारामच्या आई व्हा, एवढंच मी मागते. तुमच्यासारखी आई मिळाली असती, तर धन्य झाले असते; पण माझं तेवढं भाग्य कुठलं?" गोदाबाईच्या डोळ्यांना आसवांच्या धारा लागल्या. कधी रडायला न मिळाल्यासारखं ती रडू लागली. उरात दाटलेला आगडोंब आसवांच्या पाण्यानं विझणार नव्हता. तरीही ऊर मोकळा होईपर्यंत ती रडत राहिली.

"गोदाबाई, शांतारामची काळजी करू नका. तो आमचाच आहे; परंतु सोन्यासारख्या बाळाला टाकून जाणं बरं आहे का? पाहा, तुमच्या शांतारामसारखी किती मुलं इथं आहेत. त्यांनाही आईच्या मायेची गरज आहे. त्यांच्यासाठी तुम्ही आणखी एक आई व्हा, गोदाबाई." सावित्रीबाई समजूत घालू लागल्या.

सावित्रीबाईंच्या या शब्दांनी गोदाबाईचं काळीज हललं. कधी नव्हे ते मायेचे दोन शब्द तिच्या कानांवर पडत होते. हो ना करता तिची समजूत पटली. गोदा भडभडून बोलू लागली. जिवाभावाच्या माणसांशी बोलावं, तसं मन मोकळं करू लागली.

गोदाच्या कपाळावरचा तो डाग सारखा सावित्रीबाईंच्या डोळ्यांवर येत होता.

"गोदाबाई, हा डाग हो कशाचा?"

"कर्म माझं!" कपाळाला हात लावत गोदा म्हणाली, "लहान होते हो तेव्हा. इकडून देवाघरी जाणं झालं आहे, हे मेलं ध्यानातच राहत नव्हतं. नेहमीसारखं कुंकू लावायला गेले आणि हे कुंकू कपाळावर कायमचं कपाळावर बसलं. म्हणाले, आता बरी कायमची आठवण राहील."

ती कहाणी ऐकताच सावित्रीबाई चरकल्या. अशा किती कहाण्या विधवांच्या अंधकारमय जीवनविवरात कोंडलेल्या होत्या?

जमिनीवर पडलेल्या मुलांकडं गोदा एकटक पाहत होती. जागं झालेलं एक मूल हातपाय हलवत होतं. गोदानं उचलून मांडीवर घेतलं आणि पदराआड धरून उराशी लावलं. तटतटलेला पान्हा भुकेल्या तोंडात रिता होऊ लागला.

"नशीब आमचं!" गोदा सांगत होती. "नवरा मेल्यावर आम्हाला डोळे फोडायची, नाहीतर नाक, कान कापायची शिक्षा दिली नाही."

बोलता बोलता पहाट झाली. उजाडणारी नवी पहाट गोदासाठी नवा उजेड घेऊन आली. आता ती एक अशुभ म्हणून जगणार नव्हती, तर अनाथालयातल्या मुलांची आई होऊन जगणार होती. अत्याचारांच्या खंदकात खितपत पडलेल्या आपल्या

इतर भगिनींसाठी माणुसकीचा आधार होणार होती. तात्यांना आज खरोखर काकूंचा फार अभिमान वाटला. लोक काय बडबडतील, याचा विचार न करता त्यांनी आपल्या घरात गोदाबाईला आसरा दिला होता. तात्यांना वाटलं, असंच जावं आणि विचारावं, 'एवढं धैर्य, मनाचा एवढा मोठेपणा कुठून मिळवला, सावित्रीबाई?' पण जाऊन विचारायचं धाडस त्याना झालं नाही.

परंतु गोदाबाई आपला निश्चय पूर्ण करू शकली नाही. जननिंदेचं प्रखर ऊन तिला सोसलं नाही. तिसऱ्या दिवशी बाहेर गेलेली गोदा परत आलीच नाही. सावित्रीबाई आणि जोतीराव तिची वाट पाहून थकले; परंतु गोदा परतीची वाट नसलेल्या अज्ञाताच्या काळोखात लुप्त झाली होती.

३१

अनाथालयाची कीर्ती मुंबईपर्यंत पोचली. रावबहाद्दूर मदन श्रीकृष्ण, मामा परमानंद, तुकाराम तात्या पडवळ इत्यादी अनेक हितचिंतकांची पत्रं, मदतीची आश्वासनं येऊन थडकली. गावात लोकहितवादी, विष्णुशास्त्री पंडित अशा काही सुधारकांची सक्रिय मदत मिळाली. आलेल्या देणग्यांचा हिशेब ठेवायचं काम पुन्हा जोतीरावांच्या पाठीशी लागलं.

परंतु जोतीराव आत कुठंतरी दु:खी होते. सतत कसल्याशा विचारात दंग होते.

एके दिवशी ते सावित्रीबाईंना म्हणाले,

"पुनर्विवाहाची प्रथा सुरू झाल्याखेरीज ही समस्या सुटणार नाही. कायद्यानं काहीच होणार नाही. पुनर्विवाह घडवावे लागतील."

बाहेर अंधार दाटला होता. जोतीरावांच्या डोक्यात विचारांची नवी मशाल पेटली होती...

जोतीराव म्हणाले,

"तो दिवस जरूर उगवेल. पुनर्विवाहाची प्रथा सार्वत्रिक होईल आणि अनाथालयासारखी आपल्या समाजाच्या अधोगतीची निशाणी कायमची नाहीशी होईल."

सावित्रीबाईंनी पाहिलं.

मुलं शांत पहुडली होती. समाजानं टाकून दिलेले ते अश्राप जीव महापुरात वाहून आलेल्या जीवाप्रमाणे जणू कुठल्यातरी वळचणीला येऊन पडले होते. माणूस म्हणून जगण्याची याचना करीत होते.

"तुम्ही एक पुनर्विवाह घडविणार होता, त्याचं काय झालं?"

"हालचाली सुरू आहेत. सुधारक मंडळींनी पुढाकार घेतला आहे."

"आणि आपल्या मदतीवाचून राहिलं आहे, असंच ना...? अंगाला शेक लागू न देता होईल तेवढं करायचं आणि सुधारक म्हणून मिरवायचं, एवढंच त्यांना हवं

आहे. बोलायला अघळपघळ आणि करायला टंगळमंगळ.''

शांत स्वभावाच्या सावित्रीबाईंना असं कडाडून उसळलेलं पाहून जोतीराव कौतुकानं हसले. म्हणाले,

''आता तुम्हीही आमच्या सुधारक मित्रांवर धार धरायला सुरुवात केली, तर! कळतं; पण वळत नाही, हे त्यांचं नेहमीचंच आहे; परंतु दोन पावलं का होईना, चालायचं धाडस ते करीत आहेत, हेही खूप आहे. विष्णुशास्त्री पंडितांसारखे तळमळीचे लोक यात उतरले आहेत, ही समाधानाची गोष्ट आहे.... आणि बरं का, सावित्रीबाई, हे लग्न झाल्यानंतर आणखी एक करायचं आहे. न्हावी बांधवांच्या भेटी घेऊन, त्यांना केशवपनासारख्या दुष्कर्मापासून परावृत्त करावं, असा माझा विचार आहे.''

''त्यासाठी विष्णुशास्त्री येणार नाहीत, एवढं ध्यानात ठेवा.''

''ती अपेक्षा आहेच कुठं?'' जोतीराव सावित्रीबाईंना शरण गेले. ''केवळ पुण्यात नाही, तर गावोगाव जाऊन रान उठवावं लागणार आहे आणि त्यासाठी विष्णुशास्त्र्यांनी नाही; तर सावित्रीबाईंनी माझ्याबरोबर यावं... ही माझी अपेक्षा आहे.''

श्रमभारांनी थकलेल्या सावित्रीबाईंनी अंथरुणावर अंग टाकलं. डोळे मिटून घेत त्या म्हणाल्या,

''ती काळजी तुम्हाला नको. त्यांना समजावून सांगायचं काम माझ्याकडं लागलं.''

सकाळी जोतीराव आणि धोंडीराम शाहीर व्हरांड्यात बसले होते. सावित्रीबाई मुलांच्या सरबराईत दंग होत्या. जोतीरावांच्या पुढ्यात हिशेबाचे कागद होते. नोकरांचा पगार द्यायचा होता. घरात वाणसामान आणून टाकायला पाहिजे होतं.

''सखारामपंत आलेत.'' धोंडीरामनं जोतीरावांचं लक्ष वेधलं.

''ये सखाराम. बऱ्याच दिवसांनी आलास.'' कागदांतून डोकं वर काढत जोतीराव म्हणाले.

सखारामपंत पायऱ्या चढून वर आले. इतके दिवस मित्राला न भेटल्याची अपराधी भावना त्यांच्या चेहऱ्यावर स्पष्ट दिसत होती.

''तुझ्या नव्या कामाविषयी कळलं. म्हटलं, तुला भेटावं.''

सखारामचा स्वभाव जोतीरावांना चांगला माहीत होता. नेमकं आणि मोजकं बोलणाऱ्या सखारामसाठी जोतीरावांच्या मनात खोलवर असं एक अढळ स्थान होतं. याबाबत मोरोपंतांशी त्यांचा स्वभाव जुळायचा. मतभेद झाले, तरी मैत्रीचं नातं तुटू द्यायचं नाही, हे त्यांचं तत्त्व सखारामपंतांनीही अंगीकारलं होतं. याउलट सदाशिवराव. मनात ठेवतील आणि एक दिवस फाडकन बोलून मोकळे होतील. मनात असेल, ते स्पष्ट बोलून दाखवण्याच्या बाबतीत जोतीरावांशी त्यांचा स्वभाव जुळत होता.

क्षणभर विचारात हरवलेल्या जोतीरावांनी समोर पाहिलं. एके काळी खांद्याला

खांदा लावून चालणारा सखाराम आज एखाद्या अनोळखी इसमासारखा त्यांच्यासमोर बसला होता.

''खरंच जोती, ज्या कार्यासाठी कुठलाही ब्राह्मण सुधारक पुढं आला नसता, ते तू करून दाखवलंस.''

''एक महत्त्वाची गोष्ट. लवकरच एक पुनर्विवाह घडवायचा आहे. त्यासाठी, गरज पडली, तर आपल्याला गेलं पाहिजे.''

''कुणकुण ऐकतोय खरी. परंतु तो कुठं होणार आहे?''

''तो होईल तेवढ्या गुप्तपणे लावायचं चाललं आहे. ठिकाण आणि वेळ अजून ठरायची आहे. लवकरच पुनर्विवाहोत्तेजक मंडळी या संस्थेची स्थापना होणार आहे. हे लग्न त्या संस्थेच्या वतीनंच होणार आहे.''

''राघोबा जनार्दन सारखा प्रकार तर नाही ना?'' सखारामपंत छद्मीपणे म्हणाले.

''नाही...'' सखारामपंतांचा रोख तात्यांच्या लक्षात आला; पण ते हसले नाहीत. ''तसा प्रकार असता, तर मी मदत केली नसती आणि तुलाही सांगितलं नसतं. पहिली स्त्री हयात असताना दुसरी स्त्री करणं हे समाजातल्या सुशिक्षितांना लांच्छनास्पद आहे. मग ती दुसरी स्त्री विधवा का असेना. आणखी एक; तुझी भेट झाली ते बरंच झालं. खडकवासला तलावाचं बांधकाम सुरू होणार आहे. त्यासाठी लागणाऱ्या दगडांचा ठेका मिळवायचा माझा प्रयत्न सुरू आहे. त्यात तू भागीदार झालास, तर...''

''जरूर, मीही उद्योगाच्या शोधात आहे.''

सखारामपंतांनी आवश्यक ती रक्कम आणि कागदपत्रांची पूर्तता करण्याची जबाबदारी स्वीकारली. साशंक मनानं आलेले सखारामपंत जोतीरावांनी टाकलेल्या विश्वासामुळे मनातून सुखावले.

आतून सावित्रीबाईंच्या बोलण्याचा आवाज येत होता. त्या कोणाशी तरी बोलत असाव्यात.

सखारामपंतांना बसायला सांगून जोतीराव आत गेले.

घराकडून निरोप आला होता. दादांची प्रकृती ठीक नव्हती. त्यांनी जोती आणि सावित्री यांना बोलावलं होतं. नायगावहून सदूभाऊही सहकुटुंब आले होते.

कोणीतरी वृद्ध स्त्री सावित्रीबाईंना मदत करीत होती. पेहरावावरून ती विधवा असावी, असं वाटत होतं.

''त्या बाई कोण आहेत?'' जोतीरावांनी सावित्रीबाईंना विचारलं.

''त्या गंगामाई. त्यांनाही कोणी नाही. नातेवाईक आहेत; पण आपलं म्हणावं, असं कोणी नाही. चार घरी धुणी-भांडी करूनही पोट भरण्याची वानवा. म्हटलं, आमच्या घरी या. आता त्या आपल्याकडंच राहणार आहेत.''

जोतीरावांनी सावित्रीबाईंच्या निर्णयाला दुजोरा दिला. त्यांनी आपुलकीनं गंगामाईंची चौकशी केली. इतर कोणी देईल, त्यापेक्षा दोन आणे जास्त देण्याचं आश्वासन दिलं. जोतीरावांच्या आश्वासनानं सुखावलेल्या गंगामाई दुप्पट जोमानं कामाला लागल्या.

दादांची प्रकृती वरचेवर बिघडत होती. आता वय झालं होतं; परंतु जोतीनं विधवांची पापं सांभाळायचं काम सुरू केलं आहे, म्हटल्यावर तिनं आणखी उचल खाल्ली होती. दादांच्या भेटीसाठी जोतीराव कधी स्वत: जाऊन येत, तर कधी त्यांचा निरोप येई. दादांनी एकच ध्यास घेतला होता. त्यांना नातवंडं हवी होती. त्यासाठी त्यांना काही वेगळं म्हणायचं होतं; परंतु ते म्हणू शकले नव्हते. दादांचं हे असंच. चांगल्या गोष्टी त्यांना, उशिरा का होईना पटतात; परंतु ते रूढींपुढे वाकतात.

गेल्या काही दिवसांत जोतीरावांना जायला जमलं नव्हतं आणि निरोपही नव्हता; परंतु आज सदूभाऊ आले आहेत, म्हटल्यावर त्यांच्या मनात शंका डोकावून गेल्याशिवाय राहिली नाही.

सावित्रीबाई आणि जोतीराव घरी पोचले, तेव्हा दिवेलागण होऊन गेली होती. लहानगा तुकाराम अंगणात खेळत होता. सावित्रीबाईंनी त्याला उचलून घेतलं. जोतीरावांनी बरोबर आणलेला साखरपोह्यांचा खाऊ त्याच्या हाती ठेवला. त्याचा गालगुच्चा घेऊन त्याला अंगाखांद्यावर खेळवलं.

सर्वजण त्यांची वाट पाहत होते. सदूभाऊ दादांच्या खाटेजवळ बसले होते. जोतीरावांनी त्यांना रामराम केला. दोघांच्या पाया पडून सावित्रीबाई आत गेल्या. बऱ्याच दिवसांनी सदूभाऊंची भेट होत होती. एवढ्या उलथापालथी झाल्या; पण रक्ताची नाती तुटली नव्हती, हेच खरं.

दादांच्या वृद्ध चेहऱ्यावर दाढी वाढली होती; त्यामुळे ते अधिकच आजारी वाटत होते. सर्वांच्या चेहऱ्यावर एक विचित्र तणाव जाणवत होता.

साखरपोह्यांच्या मुठी भरभरून दुडदुडत आलेला तुकाराम सदूभाऊंच्या मांडीवर जाऊन बसला. त्याच्या हातातले पोहे खाली सांडत होते.

जोतीरावांनी त्याला जवळ घेतलं. ते आपल्या हातांनी त्याला पोहे भरवू लागले. एकीकडे शेतमळ्याची विचारपूस करू लागले. राजारामभाऊ जेवढ्यास तेवढी उत्तरं देऊ लागले.

"तात्यासाहेब, भूक लागली म्हणजे भाकरी खावी लागते. पोटाला भाकरी बांधून नाही चालत." सदूभाऊंनी विषयाला तोंड फोडलं

जोतीरावांच्या कपाळावर नापसंतीची आठी उमटली. ते म्हणाले,

"आम्हाला मुलं नाहीत, म्हणून आम्ही ते काम करतो, असं का तुम्हाला वाटतं, सदूभाऊ?"

"तसं न्हाई; पण तुम्ही थोडा दादांच्या इच्छेचा विचार करावा, असं आम्ही म्हनतो."

"म्हणजे तुम्हालाही तसंच वाटतं?"

"अहो, आपला वंश वाढला पाहिजे, असं प्रत्येकाला वाटतं. वंशाचा दिवा म्हनतात कशाला? आनि निपुत्रिक जानं तर मोठं वाईट. तेव्हा दादांच्या इच्छेपरमानं तुम्ही दुसरं लगीन केलं, तर त्याला आमच्याकडून काही आडकाठी न्हाई."

"तुमच्याकडून नसेल, पण माझ्याकडून आहे!"

"ती कशी?"

जोतीराव इतके दिवस जो विषय टाळत होते; आज तो असा समोर आला होता. आता मुलाहिजा राखून चालणार नव्हतं...

"सदूभाऊ, एखाद्या जोडप्याला मूल होत नसेल, तर त्याचा दोष एकट्या स्त्रीकडं कसा? एकट्या स्त्रीला वांझपणाचा दोष लावणं हा निर्दयपणा आहे. नवऱ्यात वांझपणाचा दोष नसेल कशावरून?"

जोतीरावांचं ते बोलणं ऐकून सर्वांना आश्चर्याचा धक्काच बसला. पुरुषात वांझपणाचा दोष कसा असू शकेल, हे त्यांना कळेना.

"मूल नसलेल्या जोडप्यातल्या स्त्रीनं मी दुसरा नवरा करणार आहे असं म्हटलं, तर तिच्या नवऱ्याला काय वाटेल? त्याला तो अपमान वाटणार नाही का? त्याचप्रमाणे पुरुषानंही दुसऱ्या लग्नाचा विचार करताना पत्नीला काय वाटेल, याचा विचार करायला नको का?"

"नवरा हयात असताना बाईचं दुसरं लगीन? अहो, असं कुठं झालंय का?" सदूभाऊ म्हणाले.

"का होऊ नये? ज्या कारणानं नवऱ्याला दुसरं लग्न करायची मोकळीक असेल, त्याच कारणानं ती स्त्रीलाही असली पाहिजे."

जोतीरावांनी असं वाकड्यात शिरावं, याचा आता सदूभाऊंनाच राग आला. खरं तर, दादांच्या बोलावण्यावरून एवढ्यासाठीच ते नायगावहून आले होते आणि इथं जोतीराव त्यांना एक शब्दही बोलू द्यायला तयार नव्हते; परंतु राग दाखवून चालणार नव्हतं. पडतं घेत ते म्हणाले,

"दादांच्या तब्येतीकडं पाहून आम्ही म्हनतो, तात्यासाहेब. सावित्रीला सवत यावी, असं का आम्हाला वाटतं?"

"सदूभाऊ, आम्हाला मूल नाही, याचा संपूर्ण दोष तुम्ही सावित्रीवर ढकलून मोकळे होत आहात. मुळात पहिली स्त्री असताना, केवळ तिला मूल होत नाही,

म्हणून दुसरं लग्न करणं ही पद्धत अत्यंत हीन आणि मानवताशून्य आहे. त्यात स्त्रियांच्या मनाचा कोणता विचार करतो आपण? माझ्याबाबत म्हणाल, तर दुसऱ्या लग्नाचा विचार मी करू शकत नाही.''

एक घाव दोन तुकडे, या पद्धतीनं विषय संपला होता. काहीच बोलायचं शिल्लक राहिलं नव्हतं.

सदूभाऊ अपमानित झाल्याप्रमाणे गप्प झाले होते.

मुकाट्यानं जेवणं झाली.

दादांचा आणि सदूभाऊंचा निरोप घेऊन जोतीराव बाहेर पडले.

थोड्याच वेळात सावित्रीबाई आल्या आणि अंतर राखून जोतीरावांच्या मागोमाग चालू लागल्या.

३२

सूर्य माथ्यावर चढत होता. अंगातून घामाच्या धारा फुटत होत्या. काम वेगात सुरू होतं. खाणीवरून येणाऱ्या गाड्या काही क्षणांतच रिकाम्या होऊन पुन्हा खाणीकडं वळत होत्या. जोतीराव स्वत: कामावर नजर ठेवून उभे होते. पाहिजे तिथं कामाला हात लावत होते. धरणाचं बांधकाम सुरू व्हायला अजून अवकाश होता. तयारी सुरू होती. बराच दगड येऊन पडायला पाहिजे होता.

गेल्या पाच-सहा दिवसांपासून कामाची टिपरघाई उडाली होती. ग्यानोबा ससाणेचा मुक्काम सध्या पुण्यातच होता. तो सकाळी लवकर येऊन खाणीवर हजर होई. बैलगाड्या येताच वाहतुकीला सुरुवात होई. तोपर्यंत जोतीरावही येऊन पोहोचत.

अधूनमधून गोरे अधिकारी येत. जागेची पाहणी करीत.

जोतीरावांनी समोर पाहिलं.

पुण्याकडून येणारी बैलगाड्यांची रांग डोंगरउताराकडं सरकत होती. मागं-पुढं सोजिरांची घोडी होती. घोड्यांमागून आलेला एक माणूस सरळ जोतीरावांच्या दिशेनं येत होता. कपाळावर हात धरून जोतीराव त्याला हेरू लागले. तो आणखी जवळ आल्याशिवाय अंदाज येणं शक्य नव्हतं. कपड्यांवरून तरी तो सीताराम वाटत होता.

''काय रे, सीताराम?'' गळ्यातल्या उपरण्यानं कपाळावरचा घाम टिपत जोतीराव म्हणाले.

''मुंबईहून तुकारामतात्या आलेत.'' सीतारामनं खुलासा केला.

''तुकारामतात्या? केव्हा आले?''

''सकाळी. तुम्ही इकडं आल्यावर.''

‘जातिभेदविवेकसार’कर्ते तुकारामतात्या! अनाथालय सुरू झाल्याची बातमी कळताच मदत पाठवणारे तुकारामतात्या!

नाना भिडे यांच्या पुनर्विवाहाची बातमी संपूर्ण मुंबईभर पसरायला वेळ लागला नव्हता. त्या पुनर्विवाहाची सगळी तयारी पुण्यात झाली असली तरी ऐन वेळी पुण्यातले सनातनी लोक गोंधळ माजवतील म्हणून तो मुंबईत करावा लागला. आपल्या मृत पत्नीची धाकटी विधवा बहीण नाना भिड्यांनी पत्नी म्हणून स्वीकारली. स्वत: विष्णुशास्त्री पंडित कन्यादानासाठी उभे राहिले होते. त्या पुनर्विवाहासाठी विष्णुशास्त्री पंडित, जोतीराव फुले, बळवंतराव गोपर्डीकर यांनी घेतलेले परिश्रम तात्यांना माहीत झाले होते.

या सर्व पार्श्वभूमीवर पुण्याला येऊन आपली भेट घ्यायची इच्छा आहे, असं त्यांचं पत्र होतं.

गाडीवानासोबत खाणीवर निरोप गेला. निरोप मिळताच ग्यानोबा हजर झाला. जोतीराव म्हणाले,

“ग्यानोबा, मुंबईहून तुकारामतात्या पडवळ आले आहेत. त्यांच्या भेटीसाठी गेलं पाहिजे.”

“जा तुम्ही, तात्यासाहेब. इकडची काळजी करू नका. सखारामपंत येत असतीलच.”

ग्यानोबानं सांगितलं, ते खरंच होतं. ग्यानोबा असल्यावर काळजीचं कारण नव्हतं. जोतीरावांनी मुंडासं आवळलं आणि ते निघाले.

“तात्यासाहेब...” पुढं आलेला ग्यानोबा एवढं बोलून अडखळला. पुढचे शब्द गिळून टाकल्याप्रमाणे तो तसाच उभा राहिला.

“काय?”

“बैलगाडीनं जावं.”

“नको. तुम्ही आपलं काम सुरू ठेवा. आम्ही पायी जाऊ.”

“जेवून तरी...”

“आता आम्ही घरीच जेवू. काय, सीताराम?”

सीताराम हसला. दोघं वाटेला लागले.

तुकारामतात्या आतुरतेनं वाट पाहत होते. जोतीरावांचे विचार, त्यांच्या कार्याची महती कधीच त्यांच्यापर्यंत पोचली होती. जोतीरावांना प्रत्यक्ष पाहायला ते उत्सुक झाले होते.

मुंबईच्या सार्वजनिक जीवनात महत्त्वाची व्यक्ती म्हणून स्थान असलेले तात्या परमहंस सभेचे सुरुवातीचे सदस्य. दरम्यान, सभेचं अस्तित्व संपलं असलं, तरी

प्रार्थना समाजाची स्थापना करण्यासाठी मुंबईत जे प्रयत्न सुरू होते, त्यातच त्यांचाही सहभाग होता. परोपकारी स्वभावाचे तात्या मुंबईत दवाखानाही चालवीत.

बाराबंदी, एकटांगी आडवं धोतर आणि डोक्यावर तांबडं मुंडासं या वेशातला एक तडफदार तरुण सीतारामबरोबर येताना दिसला. बळकट बांध्याच्या त्या तरुणाच्या गालांवर खुरटी दाढी वाढली होती. गौर कांतीच्या मर्दानी चेहऱ्यावर अभ्यासातून आलेलं प्रौढत्व जाणवत होतं.

हेच ते जोतीराव, म्हणून ओळख करून द्यावी लागली नाही. तात्या स्वतःच जोतीरावांच्या स्वागतासाठी उभे राहिले.

खूप दिवसांनी भेटणाऱ्या जिवलग मित्रांप्रमाणे अनौपचारिक भेट झाली. जोतीरावांनी वासुदेव बाबाजींची विचारपूस केली. कळलं, ते फार वाईट होतं. त्यांच्या पेढीचं दिवाळं निघालं होतं; परंतु सर्वांची देणी भागविल्याशिवाय ते विलायतेहून परतणार नव्हते. तात्यांचं ते पुस्तक वासुदेव बाबाजींनीच छापून प्रसिद्ध केलं होतं. चर्चा सुरू होती; परंतु जोतीरावांचं लक्ष सारखं आतल्या घरात खेचलं जात होतं. आतून लहानग्या लक्ष्मीचा रडण्याचा आवाज येत होता.

जोतीराव म्हणाले,

"आपलं पुस्तक फार चांगलं आहे. त्याच्या काही प्रती शिल्लक आहेत का?"

"नाहीत. दुसऱ्यांदा छापलं पाहिजे."

"मग जरूर छापून घ्या आणि आमच्याकडं काही पुस्तकं पाठवून द्या. मी आलोच." एवढं बोलू जोतीराव आत गेले.

तो विषय तेवढ्यावरच राहिला.

सावित्रीबाई मुलांचा सांभाळ करत होत्या. लक्ष्मी त्यांच्या मांडीवर होती; परंतु तिचं रडं थांबत नव्हतं. दोन महिन्यांपूर्वी घरी आलेल्या या नव्या पाहुणीनं जोतीरावांना फारच लळा लावला होता. नेहमीप्रमाणे सकाळी लवकर उठून जोतीराव ओटीवर आले, तर दारात बांधून ठेवलेल्या झोळीत लक्ष्मी सापडली. रात्री कोणीतरी तिला झोळीत टाकून गेलं असावं. त्या गोडगोंडस गोऱ्यापान बाळाचं नाव लक्ष्मी ठेवण्यात आलं. आईचं नाव म्हणून सावित्रीबाईंनीच आवडीनं ठेवलं होतं; परंतु जोतीरावतात्यांना सारखी एक भीती वाटायची. लक्ष्मीनं एवढा लळा लावला खरा; पण एक दिवस ती सर्वांना रडवून निघून जाईल. कारण ती सारखी आजारी असे. गर्भात असताना आईनं घेतलेल्या विषारी औषधांचा तिच्यावर वाईट परिणाम झाला होता.

इतर मुलांचीही कमी-जास्त तीच अवस्था असे. जोतीराव त्यांना जगवण्याचा आटोकाट प्रयत्न करत होते.

गंगामाई स्वयंपाकाची तयारी करत होत्या. गंगामाईचं एक होतं. त्या स्वयंपाक, धुणी-भांडी सारं काही नीटनेटकं करीत; परंतु मुलांना फारसा हात लावत नसत.

जोतीरावांनी लक्ष्मीला उचलून घेतलं. तिला कडेवर घेऊन ते बाहेर आले. लक्ष्मी हळूहळू रडायची थांबली. मिटीमिटी डोळ्यांनी इकडंतिकडं पाहू लागली.

"जोतीराव, तुम्ही अनाथालयासाठी संस्था स्थापन केली आहे का?" तात्या विचारत होते.

कडेवरच्या लक्ष्मीला खांद्यावर घेऊन इकडंतिकडं हिंडवत तात्या म्हणाले,

"नाही आणि संस्था स्थापन करावी, असा विचारही नाही. कारण शिक्षण संस्थांमध्ये घडलं, ते इथं घडू नये. ज्या लोकांना आपल्या बालविधवा बहिणीचं दुःख दिसत नाही, त्यांना घेऊन हे काम शेवटास जाणार नाही. जगात एवढे बदल घडत आहेत. अमेरिकेत अब्राहम लिंकननं गुलामगिरी नष्ट करून समतेवर आधारित राज्यपद्धतीची ध्वजा फडकावली आहे आणि इथं मात्र स्वतःला देशभक्त म्हणवणारे आर्यभट गुलामगिरीचं दुसरं नाव अशी ती पेशवाई बुडाली, म्हणून उसासे टाकत आहेत. पुन्हा तीच पेशवाई आणण्याची स्वप्नं पाहत आहेत. काय पण ती पेशवाई! जगात जास्तीतजास्त जुलमी सत्ता कोणती, यावर बक्षीस लावलं असतं, तर पहिलं बक्षीस हमखास पेशवाईलाच मिळालं असतं."

"उत्तरेतल्या उठावाविषयी तुम्हाला असंच वाटतं?"

"तात्यासाहेब, भट नानाचं ते चपाती बंड यशस्वी झालं असतं, तर पुन्हा त्याच पेशवाईचा अवतार झाला असता. इंग्रजी राज्यामुळे अंकुरलेली आपल्या शूद्रातिशूद्रांच्या उद्धाराची आशा पार ठार झाली असती. इंग्रजी राज्य आज आहे, उद्या नाही. मुख्य प्रश्न आमची सामाजिक गुलामगिरी कशी नष्ट होईल, हाच आहे. त्या बंडाला मी कोर्तुशी चपाती बंड म्हणतो, म्हणून आमचे मित्रसुद्धा रुसले आहेत; पण तात्यासाहेब, काडतुसांचं निमित्त होऊन भडकलेल्या बंडाला उठाव कसं म्हणणार? संस्थानिक बंडात उतरले, ते त्यांच्या स्वार्थासाठी, देशासाठी नाही. त्यांच्या मागण्या कोणत्या? लाखो रुपयांचे तनखे द्या. दत्तक वारस मंजूर करा आणि पराक्रम कोणते? निरपराध प्रजेची लुटालूट, पेंढारगर्दी आणि इंग्रजांच्या निरपराध बायका-मुलांची कत्तल! धिक्कार असो त्यांच्या या चपातीतल्या आणि वरण-भातातील गूढास! ते मला काय पाहिजे ते म्हणू देत. त्यांच्या त्या कावेबाजीला मी भीक घालत नाही. वाईट हे की, त्यांचा कावा आमच्या समाजाच्या लक्षात येत नाही."

खांद्यावर घेतलेल्या लक्ष्मीला थोपटत जोतीराव बोलत होते. खूप वर्षं साठून राहिलेला पोटातला लाव्हाच जणू खदखदत बाहेर पडत होता.

"...आम्हाला चार पायांच्या पशूपेक्षा हीन समजून, स्वतः मात्र इंग्रजांचे बूट चाटणारे आमचे स्वकीय कसे होऊ शकतात? यांना आणि त्यांच्या पूर्वजांना खरोखर स्वदेशाभिमान ठाऊक असता, तर त्यांनी आपल्याच देशबांधवांना पशूपेक्षा हीन मानण्याजोगे लेख करून ठेवलेच नसते. ते विष्ठा खाणाऱ्या पशूचं मूत्र पिऊन पवित्र

होतात; परंतु शूद्राच्या हातचं स्वच्छ पाणी अपवित्र मानतात. कावेबाजपणा रक्तात भिनलेली ही माणसं स्वार्थासाठी कुठल्याही थराला जातात. नोकऱ्यांसाठी इंग्रजांचे पाय चाटतात आणि आम्ही शिक्षण मागायला गेलो, न्याय मागायला गेलो तर आम्हाला मात्र स्वकीयद्रोही ठरवतात. पाच-पंचवीस वर्षांची राजकीय गुलामगिरी त्यांना असह्य झाली आहे; परंतु हजारो वर्षांपासून आम्ही ज्या गुलामगिरीत खितपत पडून दुःख भोगतो आहोत, त्याचा विचार त्यांनी कधी केला आहे? मराठ्यांचं राज्य इंग्रजांच्या हाती दिलं, ते कोणी? यांच्या राघो भरारीनंच. इंग्रजांना उलटे दोन आणे लिहून देऊन तळेगावला आणलं. लांड्यालबाड्या करून यांनीच माळ्या-कुणब्यांना भिकेला लावलं आणि आता इंग्रज डोईजड झाले, तेव्हा त्यांच्या अंगात एकीचं वारं संचारलं आहे. देशप्रेमाचं आणि एकीचं सोंग आणून ते आम्हाला बंडात सामील करून घेऊ पाहतात; परंतु आता त्यांच्या या सोंगाला कोणी भुलावं? यांची एकी म्हणजे कामापुरती एकी. काम भागल्यावर तू तिकडं आणि मी इकडं. ये गे, कोई, तुझी डोई भाजून खाई आणि माझी डोई ब्याला ठेवी. त्यांना जर खरीच एकी करायची असेल, तर त्यांनी दुष्ट ब्राह्मणी धर्माला जलसमाधी देऊन, जातिभेदाच्या उरावर थयथय नाचून, भेदाभेद गाडले पाहिजेत आणि निर्मळपणे वागलं पाहिजे. तरच सर्वांची एकी होईल आणि त्याच वेळी या देशाच्या उन्नतीचे मार्ग दिसू लागतील. जातपात गाडून सगळे एका पातळीवर येतील, समतेनं नांदू लागतील तेव्हा देशावर आलेल्या संकटाविरुद्ध सगळे एका दिलानं तुटून पडतील. यांचं आपलं वेगळंच आहे. खानेकू मैं और लडनेकू मेरा चिच्चा.''

लक्ष्मी झोपली होती. जोतीरावांनी आत जाऊन तिला झोळीत घातलं आणि ते पुन्हा बाहेर आले.

तात्या म्हणाले,

''आमच्या सर्व दुःखाचं मूळ हा जातिभेदच आहे. साधूसंतांनी उच्च-नीचतेचा निषेध केला आहे. वज्रसूचीलाही जातिभेद मान्य नाही. जातिभेदाला, जन्मजात ब्राह्मण्याला धर्मशास्त्राचा आधार नाही.

''मुळात त्यांचं ते धर्मशास्त्रच मला मान्य नाही. त्यांचं ते जन्मजात ब्रह्मश्रेष्ठत्वच या जातिव्यूहाच्या केंद्रस्थानी आहे. परंतु लोकांच्या मनांवर त्याचा मोठाच पगडा आहे; त्यामुळे धर्मशास्त्राला जातिभेद संमत नाही, हे पटवून देणं हेही एका अर्थी चांगलंच आहे. जातिभेद हेच आमच्या समाजाचं खरं दुखणं आहे. म्हणूनच आपल्या 'जातिभेदविवेकसार'सारखी पुस्तकं लिहिली गेली पाहिजेत. संपली असतील, तर पुन्हा छापली पाहिजेत. संतांचा वारकरी पंथ मुळात चांगला असेलही. त्यात तुकोबांसारखे विचारी शेतकरी संत होऊन गेले, हेही मान्य आहे; परंतु संतांनी शूद्रांच्या गळ्याभोवतीच्या गुलामीच्या पट्ट्याला बोटसुद्धा लावून

दाखवलेले नाही. उलट, त्यांनी वर्णव्यवस्थेची भलावणच केली आहे. वारकरी संप्रदायाच्या वेदान्ती तत्त्वज्ञानावर माझा विश्वास नाही... तात्यासाहेब, इंग्रजी राज्यामुळे आम्ही आर्यभटांच्या कायिक दास्यातून मुक्त झालो खरे; परंतु मानसिक दास्यातून मुक्त झालो नाही. शिक्षण आणि प्रबोधन यातूनच ते संपेल. त्याशिवाय दुसरं हत्यार नाही. आता काळ बदलला आहे. आता नवे कायदे केले पाहिजेत आणि त्यासाठी आधी मनुस्मृतीसारख्या जुनाट खल्लड ग्रंथांची होळी करायची तयारी ठेवली पाहिजे.''

तात्यांच्या श्रद्धाळू मनाला जोतीरावांचे वारकरी संप्रदायाविषयीचे विचार पूर्ण मान्य झाले नाहीत. तरीही त्या विचारांतील आक्रमकता, तर्कशुद्धता त्यांना मोहवीत राहिली. जोतीरावांच्या बोलण्यावर विचार करीत तात्या म्हणाले,

''ते पुस्तक संपलं आहे. पुन्हा छापलं पाहिजे; परंतु वासुदेव बाबाजी केव्हा परत येतील, सांगता येत नाही. तुम्हाला शक्य असेल, तर तुम्हीच त्या पुस्तकाचं प्रकाशन करा. तुमच्याशिवाय आज ते धाडस कोणीही करणार नाही.''

तात्यांच्या प्रस्तावाला जोतीरावांनी तत्काळ होकार दिला. ग्रंथ-प्रकाशनाची संपूर्ण जबाबदारी स्वीकारली. हिंदुधर्माच्या सुधारणेसाठी तात्यांनी उपसलेले कष्ट पाहून, ते एके काळी ख्रिस्ती धर्मविचारांनी झपाटलेले होते, हे कोणाला खरं वाटलं नसतं. कारण तात्यांचा अध्यात्माकडेच अधिक ओढा होता.

दुसऱ्या दिवशी तात्यांच्या हातावर निरोपाची फुलं पडली.

जोतीरावांचे आभार मानून तात्या मुंबईला निघून गेले.

'एक हिंदू' या नावानं प्रसिद्ध झालेलं ते पुस्तक केवळ जोतीरावांनी छापून प्रसिद्ध केलं आहे, म्हणून पुण्यात घरोघर पोचलं. पुस्तककर्त्यानं समाजातील जातिभेदाबद्दल ब्राह्मणांना जबाबदार धरलं होतं. कारण मूळ धर्मग्रंथात आपल्या पदरची खोटी वचनं घुसडून त्यांनीच ब्रह्मश्रेष्ठत्वाचा डांगोरा पिटला होता. समाजात जातिभेदांची दुही माजविली होती. ब्राह्मणांचा हा आपमतलबीपणा सिद्ध करणारे मूळ संस्कृत ग्रंथातले कित्येक पुरावे पुस्तकात ठासून भरले होते. सामान्य हिंदू माणसाची या जातिभेदाच्या जोखडातून मुक्तता व्हावी, त्याला जातिव्यवस्थेचे भयंकर परिणाम कळावेत एवढीच लेखकाची तळमळ होती. एका जरी स्वदेशबंधूला आपला निबंध उपयोगी वाटला, तरी आपले कष्ट सफल झाल्याचं समाधान त्याला मिळणार होतं. 'ग्रंथकर्त्याच्या नावानं ग्रंथास वजन येत आहे, अशी त्याची खात्री झाली, तर तो आपलं नाव मोठ्या आनंदानं प्रसिद्ध करील' असं आश्वासनही त्यानं दिलं होतं. ग्रंथाच्या उपसंहारात त्यानं लिहिलं होतं :

'सांप्रत जो जातिभेद् आपणामध्ये चालत आहे, त्यास सच्छास्त्राचा आधार नाही आणि त्यापासून सांसारिक फायदाही म्हणण्यासारखा काही निष्पन्न न होता उलटे ऐहिक व पारमार्थिक असे उभयप्रकारे तोटेच आहेत आणि साधूसंत व पंडितजन यांची त्याच्याविरुद्ध संमती आहे, असे आपण आपल्या डोळ्यांनी धडधडीत पाहत असता अंधपरंपरेने अनर्थकारी जातीच्या बंधनात राहून चालावे, यात आपल्या मनुष्यपणास बट्टा येतो.'

असं हे पुस्तक जोतीरावांनीच लिहिलं असल्याची सोयीस्कर समजूत अनेकांनी करून घेतली. देवळादेवळांत आणि धर्ममार्तंडांच्या वाड्यांत सभा झडल्या. हिंदुधर्मव्यवस्थेवर मर्मांतक प्रहार करणाऱ्या लेखकावर हिंदुधर्मद्रोहाचा ठपका ठेवण्यात येऊन त्याचा निषेध करण्यात आला.

वस्तुतः तात्यांनी आपलं नाव गुप्त ठेवावं, ही गोष्ट जोतीरावांना मुळीच आवडली नव्हती. परमहंस सभेच्या कार्यातही अशीच गुप्तता राखली जात असे. एकेश्वरवाद, बंधुभाव ही तत्त्वं स्वीकारणाऱ्या परमहंस सभेनं जातिभेद-निर्मूलन, विधवाविवाह, बालविवाह-निषेध अशी सुधारणावादी उद्दिष्टं ठेवली होती; परंतु सभासदांची नावे बाहेर फुटताच सर्वांची तारांबळ उडाली होती. जोतीरावांना आदरस्थानी असलेली दादोबा पांडुरंग, राम बाळकृष्ण जयकर यांच्यासारखी थोर मंडळी त्यात होती. पुण्यात केशवराव, मोरोपंत ही मंडळी सभेचं काम करीत असत. एक-दोनदा जोतीरावही त्या सभांना गेले होते; परंतु ती कार्यपद्धती त्यांना मानवणारी नव्हती.

वर्णव्यवस्थेच्या जुनाट गढीवर असे गुप्त वार करून काहीच साध्य होणार नव्हतं. त्यासाठी दंड थोपटून मैदानात उतरायला पाहिजे होतं. तरीही तात्यांच्या पुस्तकामधून ब्रह्मघोळ उघड होणार होता, हेही थोडं नव्हतं. त्या ग्रंथातला वज्रसूचीच्या अनुवादाचा भाग विशेष महत्त्वाचा होता. म्हणूनच तर जोतीरावांनी ते पुस्तक प्रसिद्ध केलं होतं.

वर्तमानपत्रांतून उलटसुलट अभिप्राय छापून येत होते. कितीही कांगावे झाले तरी घाव अचूक बसले होते. जिव्हारी जखमा करून गेले होते. परिणामी, यापुढं जोतीरावांनाही घाव झेलायला सिद्ध राहावं लागणार होतं.

३ ३

जोतीराव तात्या कामावर देखरेख करीत होते. काम आपल्या गतीनं सुरू होतं. तीन-चारशे माणसं एका वेळी राबत होती. आता धरणाचं बांधकाम सुरू झालं होतं. तिथंही शे-पाचशे माणसं कामावर होती. सरकारी पद्धतीनं सगळं चाललं होतं. सरकारी अधिकारी शिकार-दारू यांत गुंग होते. कंत्राटदार बांधकामात माती घालत होता. कारकून खोट्या हजेऱ्या भरून मजुरी लाटत होते.

दगडांनी गच्च भरलेल्या गाड्या रिकाम्या झाल्या आणि दगडांचा ढीग लावण्याचं काम सुरू झालं. मोठेमोठे दगड हातोहात झोकले जाऊ लागले. इकडे तिकडे विखुरलेले दगड डोक्यांवरून आणले जात होते. स्वतः जोतीराव तात्या दगड उचलून देत होते.

तात्यांकडील कामाचा हा झपाटा थोड्या अंतरावर उभा असलेला एक तरुण बारकाईनं पाहत होता. बऱ्याच वेळापासून तो तसाच उभा होता. इशारा करून जोतीरावांनी त्याला जवळ बोलावलं आणि कोण, कुठला, म्हणून विचारपूस केली.

''मी पिराजी. भांबुर्ड्याचा...'' तो सांगू लागला. ''समोर तलावाच्या कामावर हुतो. काल मुकादमानं कामावून हाकलून दिलं.''

''का रे, बाबा?''

''दुपारच्याला तुमी मजुरांस्नी भाषन सांगत हुता, तवा मी आलतो. तितल्या कारकुनाला ते बघवलं नाय. त्येनं मुकादमाला सांगून मला घालवाय लावलं.''

''अरेरे, माझं भाषण बरंच महाग पडलं तुला.''

पिराजीसह सर्वजण हसले.

''ठीक आहे. तुला काम हवं असेल, तर ये आमच्या कामावर.'' तात्या म्हणाले.

''जी, तात्यासाब.''

''चल, लाग कामाला.''

''पर, तात्यासाब, मी आज भाकरी न्हाई आनली. विचारावं, म्हनून आलतो.''

''पण आम्ही आणल्या आहेत ना. तू उपाशी राहणार नाहीस.''

पिराजी शरमला. मुकाट्यानं कामाला लागला. बोलताबोलता तो पांडुरंगदादांचा शेजारीच निघाला. तात्यांनी त्याच्याकडं दादांची चौकशी केली. तो म्हणाला,

''जी, आता थकल्यात. तब्येतीला बरं न्हाई.''

भांबुर्ड्याचे पांडुरंगदादा तात्यांचे नातेवाईक. जोतीरावांनी अगदी लहानपणापासून त्यांना वाड्यात पाहिलेलं. दादा निष्ठावंत वारकरी. दरवर्षी पंढरीची वारी कधी चुकली नाही. ज्ञानेश्वरी हा त्यांचा हातखंडा विषय. ते फार चांगली प्रवचनं करतात. ज्ञानेश्वरीतील कठीण शब्दांचा कोश त्यांनी तयार केला आहे. त्यांच्यामुळेच जोतीरावांना संत तुकोबांचा लळा लागला आणि इतर संतांच्या अभंगवाणीचीही बरीच माहिती झाली. सध्या ते भांबुर्ड्यात सरकारी गाव कामगार म्हणून काम करतात.

डॉ. मिचेल हेही तुकोबांची फार महती गातात. लोकांशी त्यांना समजेल, अशा भाषेत बोलणारे संत म्हणून तुकोबा त्यांना फार महत्त्वाचे वाटतात. तुकोबांच्या काही अभंगांचे अनुवादही त्यांनी केले; परंतु याही बाबतीत जोतीरावांचा त्यांच्याशी मतभेद

झाला. कारण वारकरी संप्रदायानं शूद्रातिशूद्र कल्याणाचा खरा विचार कधीच मांडला नव्हता.

तुकोबांची गाथा वाचताना जोतीरावांना तुकारामतात्यांशी झालेली चर्चा आठवत राहते. तुकारामतात्यांचं पुस्तक त्यांनी छापून प्रसिद्ध केलं असलं, तरी तात्यांची भूमिका त्यांना पूर्णपणे मान्य नव्हती. वारकरी संप्रदायानं अठरापगड जातींना सामावून घेतलं असलं, तरी एकाही वारकरी संतानं शूद्राच्या गळ्यातल्या गुलामगिरीच्या पट्ट्याला बोट लावायचं धाडस केलेलं नव्हतं. त्यात तुकोबांसारखे शूद्रांचा कळवळा असलेले संत थोडेच होते. बाकी सगळाच ब्रह्मघोळ होता. रामदासासारखे संत तर जातिश्रेष्ठत्वाचा डंका पिटत होते. त्यांनी शूद्रांच्या हिताचा एकही विचार सांगितला नव्हता. उलट, त्यांच्या ज्ञातिहीनतेची ग्वाही दिली होती आणि त्यांचा ज्ञान घेण्याचा अधिकारही पूर्ण नाकारला होता.

दुपारी जेवणासाठी सर्व लोक एकत्र आले. गोपाळकाला झाला. जोतीराव तात्यांनी पिराजीला जवळ बसवून जेवायला घातलं. इतर मजुरांशी ओळख करून दिली. पांडुरंग दादांना सांगण्यासाठी निरोपही दिला.

कंत्राटाच्या या धंद्यात बरा फायदा राहत होता. आता पूर्वीसारखी चणचण राहिली नव्हती. तिकडं येरवड्याच्या पुलाचंही बांधकाम निघालं होतं. तिथलं चुना पुरवायचं कंत्राट मिळवायचा विचार तात्यांच्या मनात चालला होता.

जोतीराव तात्या देहानं कंत्राटाच्या कामावर असले, तरी त्यांचं सारं चित्त घराकडे लागलेलं असे. सावित्रीबाई घरी एकट्या होत्या. गंगामाई परगावी गेल्या होत्या. कोणी नात्यातला माणूस त्यांना चार दिवसांसाठी म्हणून आग्रहानं घेऊन गेला होता. सीताराम मदतीला होता; परंतु मुलांचं सारं काही सावित्रीबाईंनाच करावं लागत असे.

दिवस कलल्यावर तात्या घराकडं निघाले. घरी आल्या आल्या त्यांनी बालकांची दृष्टीभेट घेतली. लहानग्या लक्ष्मीला कडेवर घेऊन खेळवलं. शांतारामच्या पाळण्याजवळ रेंगाळले. तो शांत झोपला होता.

तात्यांनी सावित्रीबाईना हाक दिली. हातांतलं काम टाकून सावित्रीबाई तात्यांसमोर उभ्या राहिल्या.

''गंगामाई आलेल्या दिसत नाहीत त्या? आज पंधरा दिवस झाले.''

''आता त्या कधीच येणार नाहीत. त्यांनी आपल्याकडं काम करू नये, म्हणूनच तो माणूस घेऊन गेला.''

गंगामाई गेल्या, त्या दिवशीच तात्यांना ती शंका आली होती. तरीच आतापर्यंत

झोपलेल्या त्या दूरच्या नातेवाइकाला गंगामाईंविषयी एवढी माया दाटून यावी, याचं त्यांनाही आश्चर्य वाटलं होतं. ब्राह्मण बायका माईंना टोमणे मारत. पुरुष दुस्वास करीत. म्हणून त्या जास्त करून घरातच असत. तात्यांच्या घरात त्यांना काही कमी नव्हतं. तात्या-काकू त्यांना आईसारखा मान देत. मोलकरीण म्हणून राबल्यावर इतर कुठं मिळतील, त्यापेक्षा दोन आणे जास्तच मिळत.

"हे इथल्याच कळलाव्या नारदाचं कारस्थान दिसतं. शेवटी एका ब्राह्मण स्त्रीनं शूद्राच्या घरी धुणी-भांडी करावी, हेच त्यांना डाचलं, तर! हे दुष्ट विधवांना धड जगू देणार नाहीत...!" तात्या संतप्त झाले.

"असू द्या." सावित्रीबाई म्हणाल्या.

–आणि तो विषय तिथंच संपला; परंतु तात्यांच्या मनातली आग विझली नाही. लवकरच ती कवितेच्या रूपानं बाहेर पडली. अनेक पोवाडे रचून तात्यांनी ब्राह्मणी कारवायांवर झोड उठवली. तात्यांचे हे पोवाडे शाहीर धोंडीराम आपल्या पहाडी आवाजात गाऊन दाखवीत. कंत्राटावरच्या कामकरी मंडळींना तर ते फार आवडले. धार्मिक संस्कारांच्या नावाखाली ब्राह्मण लोक गरिबांना कसे बुचाडतात, ब्राह्मण अधिकाऱ्यांच्या ताटाखाली लपलेले कुलकर्णी अप्पा शेतकऱ्यांना कसे नाडतात, याविषयीच्या अनेक गमती त्या पोवाड्यांमध्ये त्यांनी वर्णन केल्या होत्या. लोकांना ते पोवाडे इतके आवडले की, तात्यांना त्याचं पुस्तक छापून घ्यावं लागलं.

अनाथालयाचं सर्व काम सावित्रीबाईंच्या अंगावर येऊन पडलं होतं.

अचानक एके दिवशी पुण्यात तापसरीची साथ पसरली. अनाथालयातले बाळजीव तापानं फणफणले. तात्या-काकू रात्रीचा दिवस करू लागले. साथ हटत नव्हती आणि हटली, तेव्हा हाती काहीच उरलं नाही. एकेक मूल मातीआड करताना तात्यांच्या हृदयात कालवलं.

असाच एके दिवशी त्यांचा लाडका शांतारामसुद्धा त्यांना सोडून निघून गेला.

३४

ठण्... ठण्... ठण्... ठण्...

भल्या पहाटेच्या शांत प्रहरी भिंतीवर लटकलेल्या रोमन घड्याळात तासाचे टोल पडले. जोतीराव तात्यांना जाग आली. डोळ्यांवरचं गडद झोपेचं जाडसर कांबळं दूर झालं.

तात्यांची उठायची वेळ झाली होती. त्यांनी घोड्याला चारापाणी घातलं. प्रातर्विधी आटोपले आणि ते पर्वतीच्या रस्त्यानं फिरायला निघाले.

तालीम बंद झाल्यापासून एवढा एकच व्यायाम उरला होता. गेली काही वर्षे तोही बंदच होता. कंत्राटी कामावर जाण्या-येण्यासाठी घोडा घेतला तेव्हापासून पुन्हा हा नियम सुरू झाला. रात्री झोपायला उशीर झाला तरी तात्यांचा सकाळचा हा फेरफटका सहसा टळत नसे. मनात आलं तर घोड्यावर बसून ते लांबचा फेरफटका करून येत.

रस्ते निर्मनुष्य होते. सकाळच्या शांत वातावरणात तात्यांच्या हातातल्या काठीचा आवाज अधिकच मोठा वाटत होता.

पायऱ्या चढून तात्या देवदेवेश्वराच्या मंदिराजवळ आले. अंधूक प्रकाशात वस्तूंचे आकार अस्पष्ट दिसत होते. मंदिरात अजून शांतता होती. तात्या मंदिराच्या पायरीवर विसावले.

इथं बसलं की, आकाशातून पृथ्वीवर उतरणारी पहाट पाहायला मिळते. हळूहळू दिशा उजळू लागतात. पूर्वक्षितिजाकडून फाकलेले प्रकाशकिरण उजेडाचे लोळ उठवीत आकाशात झेपावू लागतात. अंधारानं झाकलेली पृथ्वी प्रकाशानं न्हाऊन निघते. प्रकाशाची चाहूल लागताच देवदेवेश्वराच्या मंदिराचा सोनेरी कळस झळाळून उठतो. मग सकाळ आणखी खाली उतरते. झाडीत बुडालेल्या शहरातले वाडे हळूहळू डोकं वर काढू लागतात. सेंट मेरी चर्चचा टॉवर इथूनही स्पष्ट दिसतो.

हळूहळू शेतांचे लालकाळे तुकडे दिसू लागतात. खडकी, वानवडी, येरवडे, भांबुर्डे या गावांकडं जाणारे रस्ते काळ्या-तांबड्या जमिनीवर पांढरे पट्टे ओढल्यासारखे दिसतात आणि नदीपलीकडं पाहिलं, तर नजर पोचेल तिथपर्यंत किर्रऽऽ जंगल आणि त्यात लपलेलं भांबुर्डे गाव...

अंधारात कसलीतरी हालचाल जाणवली. तात्यांनी तिकडं नजर वळवली. त्या अंधारातून एक मानवी आकृती पुढं आली आणि तात्यांच्या दिशेनं पाहत असल्याप्रमाणे जागीच स्थिर झाली.

कुठून कुठून नशीब काढायला पुण्यात येणारे लोक रात्री देवळांचा आश्रय घेत. तात्यांना वाटलं, असाच कोणी कष्टी जीव असावा. ओवरीतल्या थंडगार शिळेवर काकडत पडण्यापेक्षा मानवी सहवासाच्या धिवशात बाहेर येऊन उभं राहणं हेच त्याला अधिक बरं वाटलं असावं.

"कोण आहे?" तात्या म्हणाले,

"मी हरी रावजी शिंदे."

सोळा-सतरा वर्षांच्या मुलाचा तो आवाज होता.

तात्यांना आश्चर्य वाटलं. ते कुतूहलानं उठून त्याच्याकडं गेले. तो मुलगा पुरता काकडला होता. अंगावरच्या अपुऱ्या धडप्यात अंग लपेटून घेण्याचा प्रयत्न करत होता. त्याचं धडधाकट, काटक शरीर नजरेत भरत होतं. लहान वयात त्या शरीरानं खूप कष्ट सोसले आहेत हे न सांगताही कळत होतं.

"कुठून आलास बाळ, तू?"
"कोकणातून... चिपळूणहून आलो."
"चिपळूणहून आणि ते कशाकरता?"
उत्तर मिळालं नाही. त्या मौनात तात्यांना अनेक उत्तरं दिसू लागली.
"सांग, बाळ. कशासाठी आलास तू पुण्यात?"
तात्यांच्या आश्वासक शब्दांनी हरीला धीर आला. त्यानं आपली संपूर्ण कथा त्यांना सांगितली.

हरीचं गाव चिपळूण. वडिलांचं नाव रावजी. लहानपणीच पोरका झालेला हरी पोटासाठी देशोधडीला लागला. लिहिण्या-वाचण्यापुरतं शिक्षण झालेलं होतं, तेवढंच! असा भटकत भटकत तो ठाण्याला गेला. तिथं काही दिवस काढून काल-परवाच तो पुण्यात आला होता.

तात्या म्हणाले,
"हरी, तू आज माझ्या घरी चल. तुला पुढं शिकायची इच्छा असेल, तर शीक. तुला नोकरीधंदा हवा असेल तर तोही पाहता येईल."

मंदिरात घंटा घणघणू लागल्या. दिशा उजळल्या होत्या. आकाशातला उजेड हळूहळू जमिनीवर उतरत होता.

हरीला सोबत घेऊन तात्या पर्वती उतरू लागले. तात्यांच्या डोक्यात चक्र सुरू झालं. भोलागीर महाराजांना त्यांच्या पेढीवर काम करण्यासाठी एक तरुण, होतकरू मुलगा पहिजे होता. हरी त्यासाठी कदाचित योग्य ठरेल, हा विचार तात्यांच्या मनात चमकून गेला.

हरीला घेऊन तात्या घरी आले. अंघोळी झाल्या. सावित्रीबाईंनी दोघांसाठी न्याहरीची ताटं वाढून आणली. बाजरीची शिळी भाकरी आणि दूध; तात्यांची आवडती न्याहरी! त्यासाठी काकू रात्री दोन भाकरी जास्तीच्या करूनच ठेवीत.

तात्यांनी भाकरी कुस्करली. त्यावर दूध ओतलं. हरी त्यांचं अनुकरण करत होता. दोघं खाऊ लागले. हरीच्या पोटात अन्न नसावं. तात्यांनी हळूच आपल्या ताटातली चतकोर भाकरी हरीच्या ताटात घातली. हरी संकोचला. तसाच मुकाट्यानं खात राहिला.

आज तात्यांना शोक-समाचारासाठी भांबुर्ड्याला जाऊन येणं जरुरीचं होतं. कारण कालच पिराजीनं पांडुरंगदादांच्या निधनाचं वृत्त सांगितलं होतं. शेवटी त्यांच्या भेटीला जायचं राहूनच गेलं, याचं तात्यांना फार वाईट वाटलं.

न्याहरी आटोपताच तात्यांनी घोडा काढला. ते टाकोटाक भांबुर्ड्याला पोचले. जोतीराव तात्या आले, म्हणून गावातली बरीच मंडळी जमली. तात्यांनी दादांचे वडील चिरंजीव भाऊसाहेबांचं आणि सर्व कुटुंबीयांचं सांत्वन केलं. तात्यांनी दादांविषयी

दोन शब्द सांगावेत, असा आग्रह झाला. त्यावरून त्यांनी 'सत्पुरुषाचा आत्मा' या विषयाला धरून दादांविषयीचं आपलं मनोगत व्यक्त केलं.

घरी परतताच तात्यांनी भोलागीर महाराजांची भेट घेतली. अगदी त्यांची अपेक्षा होती, तसंच घडलं. हरीच्या सालसपणावर खूश होऊन महाराजांनी त्याला आपल्या पेढीवर ठेवून घेतलं. तो आता हरी रावजी शिंदे म्हणून नव्हे, तर हरी रावजी चिपळूणकर या नावानं ओळखला जाणार होता.

३५

गावात पुन्हा एकदा सुधारकांच्या गळ्याला तात लगली होती. त्याला कारण ठरले होते जोतीराव तात्यांचे मित्र विष्णुशास्त्री पंडित! विष्णुशास्त्री विधवांच्या प्रश्नानं झपाटून जाऊन कामाला लागले होते. सरकारी नोकरीचा राजीनामा देऊन त्यांनी मामा परमानंद यांच्या सहकार्यानं मुंबईत पुनर्विवाहोत्तेजक मंडळीची स्थापना केली होती. त्यांच्या संपादनाखाली निघणारा 'इंदुप्रकाश' विधवाविवाहासाठी अथक झटत होता. 'मंडळी'चं कार्य महाराष्ट्रात फोफावू लागलं. विष्णुशास्त्र्यांनी पांडुरंग विनायक करमरकर या ब्राह्मण विधुराचा पुनर्विवाह वेणूबाई परांजपे नावाच्या एका विधवेशी घडवला. स्वतः विष्णुशास्त्री वेणूबाईच्या कन्यादानासाठी उभे राहिले. नाना भिडे यांच्या विवाहानंतरचं सुधारकांनी स्वत:च्या बळावर उचललेलं हे पाहिलं पाऊल ठरलं. नाना भिड्यांचा पुनर्विवाह चोरून-लपून लावावा लागला होता. त्यावर तो सांदीकोंदीत लावला गेल्याची टीका झाली होती. तिला उत्तर म्हणून हा विवाह मुंबईत थाटामाटानं लावण्यात आला. डॉ. भाऊ दाजी लाड, प्रोफेसर रामकृष्ण भांडारकर अशी मोठमोठी विद्वान आणि नावाजलेली माणसं समारंभाला हजर होती. न्यायमूर्ती रानडे, रावबहादूर गोपाळराव हरी, विष्णुशास्त्री पंडित, श्रीकृष्णशास्त्री तळेकर इत्यादी सात सुधारकांच्या सहीनं आलेली निमंत्रणपत्रिका आणि त्यासोबतची प्रश्नपत्रिका पाहून तात्यांना फार आनंद झाला होता.

न्यायमूर्ती मोरोबा कान्होबा यांच्या मुंबईतील गवळ्याच्या तलावाजवळील बंगल्यात लग्न थाटात पार पडलं; परंतु ते पार पडतं न पडतं, तोच सुधारकांची धाबी दणाणली. कारण संपूर्ण महाराष्ट्रातले सनातनी चवताळून उठले होते.

उलटसुलट प्रतिक्रिया उमटत होत्या. शास्त्राधार शोधले जात होते. बासनं उचकटली जात होती. सांदीकोंदीत झालेल्या एका लग्नाकडे त्यांनी दुर्लक्ष केलं होतं खरं; परंतु आता दिवसाढवळ्या धर्मावर घाला पडला होता. बोलके सुधारक पुन्हा एकदा त्यांच्या कचाट्यात सापडले होते. आता पुन्हा एकदा सुधारकांची कसोटी लागणार होती. त्या कसोटीला कोण उतरतं, हे काळच ठरवणार होता.

जोतीराव तात्यांनी स्वत:ला अनाथालयाच्या कामात गुंतवून घेतलं. तापसरीच्या

साथीतून फक्त पाच मुलं वाचली; परंतु तात्या हटणार नव्हते. पुन्हा तेच काम सुरू करावयाची नवी उमेद त्यांनी बांधली. अनाथालयासाठी स्वतंत्र घर बांधावं, अशी मोरोपंतांची सूचना होती. हातात थोडाफार पैसा खुळखुळत होता, तो कारणी लागावा हीच तात्यांची इच्छा होती.

संध्याकाळी तात्या घरी आले, तेव्हा सीताराम एकटाच पायरीवर बसला होता. मुलं ओसरीत खेळत होती.

"तात्या, काकू घराकडं गेल्यात. भाऊ बोलवायला आले होते." त्यांचीच वाट पाहत असल्याप्रमाणे सीताराम म्हणाला.

तात्या त्याच पावली घराकडं निघाले. गेल्या महिनाभरात दादांची प्रकृती फार खालावली होती. वय झालेलं शरीर शेवटच्या दुखण्याशी झुंजत होतं. तात्या एक-दोन दिवसांआड दादांच्या भेटीला जात. स्वत:च्या हातानं औषधपाणी करीत. अजूनही दादांची इच्छा त्यांच्या डोळ्यांतून बोलत होती; परंतु तिला मान देणं तात्यांना शक्य नव्हतं.

सर्वजण दादांच्या खाटेजवळ बसले होते. कोपऱ्यात समई तेवत होती. त्या उजेडात वहिनी चाटण उगाळत होत्या. त्याचा वास घरभर पसरला होता.

डोळे उघडून दादांनी आशेनं तात्यांकडे पाहिलं आणि पुन्हा डोळे मिटून घेतले. तात्या त्यांच्या उशाला जाऊन बसले.

"राजाराम....", दादा पुटपुटत होते. "विंग्रज बहाद्दरानं माज्या पोराचा एवढा मोठा सत्कार केला, पन मी ते बगायला गेलो न्हाई. बघितलं असतं, तर डोळ्यांचं पारनं फिटलं असतं. देवा परमेस्वरा, कुठल्या भीतीनं आमाला खाऊन टाकलंया रे..." दादांच्या डोळ्यांतून अश्रू ओघळले.

"तात्या...", दादांचा आवाज खोल गेला होता. तेवढ्या बोलण्यानंही त्यांना थकवा आला होता. "आता तरी असा दूर राहू नको. आपल्या घरी ये. तुम्ही दोघं भाऊ..." पुन्हा खोकल्याची उबळ आली. त्यात पुढचे शब्द विरून गेले.

तात्यांनी काकूंकडे पाहिलं. दादांचे शब्द ऐकून त्यांच्या चेहऱ्यावर समाधान तरळलं होतं. सर्वांनाच आनंद झाला होता.

पाहिजे होतं, ते बोलून झाल्यामुळे मनावरचा ताण विरल्याप्रमाणे दादाही समाधानी वाटत होते.

डोळ्यांत साकळलेलं पाणी त्यांनी निरपून काढलं आणि ते थकल्यासारखे पडून राहिले. जोतीला आज त्यांनी सगळ्या गोष्टी माफ केल्या होत्या.

दादांचे कष्ट, त्यांनी सोसलेला छळ हे सारं आठवून तात्यांच्या डोळ्यांत अश्रू उभे राहिले. आयुष्यभर भोळ्यासारखे जगलेले दादा. कोणीतरी, काहीतरी सांगावं

आणि त्यांना खरं वाटावं, हा स्वभाव. कृष्णाकाकांचा स्वभावही तसाच. पेशव्यांनी दिलेली इनामजमीन आणि झगडे आजोबांची इस्टेट मोठा भाऊ राणोजी बळकावून बसला तेव्हाही असंच घडलं. सगळं काही घडून गेल्यावर दोघा भावांना कळलं. भांडणं, मारामाऱ्या, कोर्टकचेऱ्या सगळं झालं; परंतु हाती काहीच लागलं नाही. तेव्हापासून घरात भाऊबंदकी शिरली, ती कायमची! कोणी कोणाचं तोंड पाहायलाही तयार नव्हतं. अगदी एकमेकांचं देवक आणि सुतकसुद्धा तुटलं. अशा परिस्थितीत निदान दोघं भाऊ तरी एकत्र राहावेत, एवढीच दादांची इच्छा होती.

त्यानंतर दोन दिवस तसेच गेले आणि एका सरत्या रात्री दादा सर्वांना सोडून गेले.

त्यांचे अंत्यसंस्कार, क्रियाकर्म करताना तात्यांनी ब्राह्मणी कर्मकांड पूर्णपणे बाजूला ठेवलं. दादांसोबतच त्यांनी त्या कर्मकांडालाही मूठमाती दिली. पिंडदान म्हणून वाया जाणारं अन्न अनाथांच्या आणि अपंगांच्या भुकेल्या तोंडात पडलं. गरीब विद्यार्थ्यांना वह्या-पुस्तकं मिळाली. जेवणावळीत खर्च होणारा पैसा सत्कारणी लागला.

दोघा भावांना समान वाटणी मिळाली. तात्यांना राहतं घर आणि राजारामभाऊंना शेजारचं माडीचं घर मिळालं. चिमणाआईसाठी दादांनी वेगळी तरतूद केली होती. रोख रुपये पाच हजार आणि शुक्रवार व कसबा पेठेतली दोन्ही घरं त्यांनी चिमणाआईच्या ओटीत टाकली. मुलं हयात असताना आईनं वेगळं राहावं, हे कुणालाच आवडणार नव्हतं; परंतु दादांच्या इच्छेआड कोणी आलं नाही. तात्यांचाही नाइलाज झाला. आपल्यामागं मुलं आईला सांभाळतील की नाही अशी शंका दादांच्या मनात यावी, या गोष्टीचं तात्यांना फार दुःख झालं. चिमणाआई कसबा पेठेतल्या घरात राहायला निघून गेली.

तात्या सुमारे सतरा वर्षांनंतर आपल्या वाड्यात राहायला आले. दोन्ही घरं गुण्यागोविंदानं नांदू लागली. आपला हा वडिलोपार्जित वाडा तात्यांना फार आवडे. बैठकीची खोली, व्हरांडा, ऐसपैस माजघर, स्वयंपाकघर आणि अंगणात विहीर असा सगळा थाट होता. अनाथालयासाठी वाड्यात भरपूर जागा होती. स्वयंपाकघर बरंच मोठं होतं. त्याच्यासमोरच अंगण. तात्यांनी अनाथालयासाठी तीच जागा मुक्रर केली. वाड्याचं मागचं दार त्याला जवळ होतं; त्यामुळे वावर सुलभ होणार होता. अंगणात विहीर होती; परंतु तिचा कठडा उंच असल्यानं काळजीचं कारण नव्हतं.

उत्तराभिमुख वाड्याच्या आवारात वडाचं मोठं झाड. शेजारीच पुढं पिंपळ. त्याच्यापलीकडे मार्कंडेयाचं मंदिर. आवारात दिवसभर भरपूर सावली खेळते. मुलांना खेळायला पाहिजे तेवढी जागा झाली.

बैठकीलगत माजघरात तात्यांनी आपलं पुस्तकांचं कपाट ठेवलं. तात्यांचं

पुस्तकाचं कपाट म्हणजे छोटीशी लायब्ररीच. त्यात अनेक विषयांवरच्या ज्ञानवर्धक पुस्तकांचा खजिना भरलेला असे. तात्यांचे विद्यार्थी आणि मित्र त्या लायब्ररीचा भरपूर लाभ घेत असत.

लायब्ररीच्या त्या कपाटाचा आडोसा करून तात्यांनी लिहायचं डेस्क मांडलं. माजघरातले देव देव्हाऱ्यासह राजारामभाऊंच्या घरी गेले. वाडी रत्नागिरीच्या जोतिबाचा टाक तेवढा तात्यांनी ठेवून घेतला. जोतिबा! महाराष्ट्राचा क्षेत्रपाल क्षत्रिय राजा. महाप्रतापी बळी राजाचा सेनापती. शूद्रातिशूद्रांचा मराठमोळा देव.

मीठगंजमधला मुक्काम हलविण्यापूर्वी तात्यांनी सर्वांच्या भेटी घेतल्या. इथं त्यांची जिव्हाळ्याची माणसं होती. रोज घरावरून लहूजीबुवा, राणबा यांचा वावर होता. कुठं जायचं म्हटलं, तर धोंडिबा रोडे संगतीला असत. तात्या आपल्या वाड्यात आले, म्हणून ते संबंध संपणार नव्हते ही गोष्ट खरीच. तरीही इतक्या दिवसांचा शेजार संपला, या जाणिवेनं तात्यांना फार दुःख झालं.

कंत्राटाचा धंदा तात्यांना चांगला फायदेशीर ठरला. त्यांतून त्यांनी बांधकाम साहित्यविक्रीचा नवा व्यवसाय सुरू केला. कंत्राटाची कामं संपली, तेव्हा त्यांनी सर्व कामगार बांधवांना दोन जेवणं दिली. अगदी वाजतगाजत सर्व मंडळी आली होती. ग्यानोबानं खर्चाचा हिशेब सुरू केला, तेव्हा तात्या म्हणाले,

''अरे ग्यानोबा, एका ऐदी ब्राह्मणाला जेवण दिलं असता जेवढं पाप लागेल, त्याच्या शेकडोपट पुण्य कष्टकरी मजुराला जेवू घातलं असता लाभेल.''

जेवणाचा बेतही तसाच चवदार होता. फोडणीचं वरण, भात, कांदा आणि भाकरी. कित्येक दिवसांनी फुले वाड्यात एवढ्या मोठ्या पंगती उठल्या.

उत्पन्नाचं आणखी एक साधन म्हणून तात्यांनी मुशींची एजन्सी घेतली. वासुदेव बाबाजी सर्वांची देणी चुकती करून विलायतेहून परतले होते. येताना त्यांनी आपल्या सचोटीच्या बळावर मुशींची सोल एजन्सी आणली होती. पुण्यात विलायती मुशी मिळत नसत. पुण्यातली एजन्सी मिळावी म्हणून तात्यांनी पत्र पाठवलं आणि वासुदेव बाबाजींनी भरपूर कमिशनच्या हमीवर माल पाठवून दिला. कंत्राटदार तात्यासाहेब फुले आता दुकानदार झाले. सोनार लोकांची मोठीच सोय झाली. हळूहळू दुकानाचा व्याप एवढा वाढला की, तात्यांना नोकर ठेवणं भाग पडलं.

दुकानामुळे बऱ्याच गोष्टी सोयीच्या झाल्या. एकतर तात्यांची धावपळ वाचली आणि दुसरं म्हणजे, त्यांची अभ्यासाची सोय झाली. सीताराम बांधकाम साहित्याच्या विक्रीचं काम पाहत होता. दुकानातल्या कामाची जबाबदारी रामाकडं होती.

वेताळ पेठेतलं तात्यांचं मुशींचं दुकान म्हणजे एक चर्चाकेंद्रच झालं होतं. दुकानाला माडी होती. तात्यांची बैठक माडीवर असे. कोणी भेटीला आलं, तर रामा

नाव विचारून वर वर्दी देई. कामातून वेळ काढून तात्या त्या माणसाला बोलावून घेत. दिवसभर हा क्रम चालत राही. रामशेट उरवणे, विनायकराव डेंगळे, लिंगू वकील, रामचंद्रराव शिंदे, गंगारामभाऊ म्हस्के वकील, रामभाऊ मन्साराम, कॉन्ट्रॅक्टर शिंदे, रावबहादूर गोपाळराव हरी देशमुख, नाना पेठेतील कबीरपंथी साधू ज्ञानगिरी बाबा अशी बरीच मंडळी येत. बाहेरगावांहून नारायणराव कडलक, नारायणराव नगरकर, देवराव ठोसर येऊन जात. डॉक्टर विश्राम रामजी घोले यांच्यासारखे आणखी काही नवे मित्र तात्यांना लाभले. असिस्टंट सर्जनची परीक्षा उत्तीर्ण झालेल्या डॉक्टर घोले यांचं वाचन खूप असे. त्यांच्याशी होणाऱ्या चर्चा तात्यांना अधिक उपयुक्त वाटत. एक-दोनदा न्यायमूर्ती रावसाहेब रानडेही येऊन गेले. त्या दृष्टीनं रविवारची बैठक अधिक महत्त्वाची असे. त्या दिवशी काही मंडळी रात्री उशिरापर्यंत थांबत असत.

३६

रामाकडं दुकानाची जबाबदारी सोपवून तात्या घराकडं निघाले होते. जेवून येणं हे एक कामच होतं. सावित्रीबाई वाट पाहत थांबल्या असतील, हे त्यांना माहीत होतं. जेवून आल्यावर ते पुन्हा आपल्या कामाला लागणार होते. तात्या सध्या लेखन-वाचन यांत पुरते रंगून गेले होते.

ब्राह्मणी कारवाया वर्णन करणारे पोवाडे लोकांना आवडल्यापासून त्यांना त्या धर्तीची आणखी काही कवनं करावीशी वाटत होती.

एके दिवशी त्यांनी 'विद्याखात्यातील ब्राह्मण पंतोजी' हा पोवाडा रचला. आळशी पंतोजी शूद्रातिशूद्रांच्या मुलांना शिकविण्याच्या कामी कशी टंगळमंगळ करतात, सरकारी पगार खाऊन मुलांना सरकारचा द्वेष करायला कसे शिकवतात, रात्री माळ्या-कुणब्यांमध्ये आपलं महत्त्व वाढविणाऱ्या पोथ्या वाचत कसे हिंडतात आणि वरून दक्षिणा-शिधा कसा उपटतात इत्यादी अनेक गोष्टी या पोवाड्यात त्यांनी लिहिल्या.

''ज्याचा माल, त्याचे हाल, पडल्या पठाणांच्या पंक्ती
मुले ती भलत्याची शिकती ।।
माळी कुणबी शेती खपुनी
करती पट्टीची भरती
मिळेना लंगोटी पुरती ।।''

असे म्हणून एकदा शाहीर धोंडीराम यांची थाप डफावर कडकडली की, माणसं बेभान होऊन माना डोलवू लागत. बाबा पदमनजी यांना तो पोवाडा इतका आवडला की, त्यांनी तो आपल्या 'सत्यदीपिके'त छापण्यासाठी घेतला.

सोबतच तात्यांनी अनेक देशांच्या इतिहासाचं वाचन सुरू केलं. इतर देशांमध्ये

अशी आपल्याच देशबांधवांना हाडवैरी मानण्याची अमानुष प्रथा नव्हती. याचं कारण काय असावं, हाच एक प्रश्न त्यांना रात्रंदिवस सतावत होता. ब्राह्मणांचं वर्तन आणि ग्रंथांचे पुरावे यांचा अभ्यास केल्यानंतर तात्यांच्या मनात एक सिद्धान्त मूळ धरू लागला. त्यांना ठामपणे वाटत होतं की, ब्राह्मणांचा या देशाशी काहीही संबंध नसावा. त्यांनी येथील मूळ क्षेत्रवासी क्षत्रियांवर लागोपाठ अनेक हल्ले करून त्यांना आपले दास बनविले आहे. तोच आजचा शूद्रातिशूद्र समाज. त्यांना दास करण्यासाठी ब्रह्मराजानं जे कायदे बनविले, तेच 'भेद'. पुढं त्यांस 'वेद' म्हणण्याचा प्रघात पाडला गेला. ब्रह्मराजाच्या मृत्यूनंतर उरलेल्या क्षत्रियांनी परशुरामाशी एकवीस वेळा युद्ध केलं. म्हणूनच त्यांना 'महाअरी' हे नाव पडलं. त्याचाच पुढं 'महार' असा अपभ्रंश झाला असावा. महासुभा म्हणजेच म्हसोबा, खंडोबा हे धारातीर्थी पडलेले क्षत्रिय महावीर होते. या देशाचं मूळ नाव बलिस्थान हेच असावं. बळी हाच या देशाचा राजा. वामनानं कपट करून त्याचं राज्य हिसकावून घेऊन, त्याला पाताळात घातलं. म्हणूनच आजही शेतकरी स्त्रिया इडापिडा जावो, बळीचं राज्य येवो, अशी प्रार्थना करतात.

पुढं मनूसारख्या क्रूर आणि मतलबी राजांनी ब्राह्मणांचं महत्त्व वाढवणारी कलमं वेदग्रंथात घुसडून ते देवानंच लिहून ठेवले आहेत, अशी हूल उठवली. माणसांची कणसं करून टाकणाऱ्या या आर्यभटांनीच जनमनाची लाज सोडून शूद्र ब्रम्ह्याच्या पायापासून जन्मले किंवा ब्राह्मण त्याच्या तोंडातून जन्मले, अशा नाना प्रकारच्या थोतांड गोष्टी ग्रंथात कोंबून ठेवल्या. शूद्रातिशूद्र आपले कायमचे दास होऊन राहावेत, म्हणून त्यांच्यातही जातिभेदाचं विष पसरवून ठेवलं. आपल्या बनावट ग्रंथातील सत्य उघड होऊ नये, म्हणून ते कोणालाही न कळणाऱ्या संस्कृतच्या कडीकुलपात बंद करून ठेवलं. शूद्रातिशूद्रांना शिकण्यास बंदी केली. अशा रीतीनं स्वत:ला अहं ब्रह्म घोषित करून त्यांनी सर्वशक्तिमान परमेश्वरालाच गौणत्व आणलं...

तात्यांच्या डोक्यात विचारचक्र सुरू होतं...

समोर विहिरीवर काही ब्राह्मण दुपारचं स्नान करीत होते. काही स्त्री-पुरुष मुलांना सचैल अंघोळी घालत होते. पलीकडच्या विहिरीवर इतर जातींतले लोक पाणी शेंदत होते. स्त्रिया धुणी-भांडी करीत होत्या. दूर अंतरावर बसलेल्या महार-मांग स्त्रिया पाण्याची याचना करीत होत्या. धर्म करा... मायबाप, म्हणून विनवीत होत्या. उघडीवाघडी लहानगी मुलं मातीची भांडी पुढ्यात घेऊन केविलवाणी बसली होती. अंघोळी करणाऱ्या मुलांकडे आसुसल्या डोळ्यांनी पाहत होती. बरेच दिवस अंगाला पाणी न लागलेली ती मुलं वाहत्या सांडपाण्यात हातपाय बुचकळत होती. स्त्रिया-म्हातारी माणसं त्यांना ओढून घेत होती. तसं करू नका, म्हणून दटावत होती. येणारे-जाणारे त्यांच्यावर खेकसत होते. त्यांची सावली अंगावर पडू नये म्हणून जपत होते. सदाशिव पेठ, शनिवार पेठ,

नारायण पेठ, बुधवार पेठ इत्यादी पेठांतून पाण्याची चंगळ चालते. तिथले हौद भरभरून वाहत असतात; पण गंज पेठ, मीठगंज या भागातल्या दीनदलित माणसांना नागझरीशिवाय पाणी कुठलं? पावसाळ्यात भरभरून वाहणाऱ्या नागझरीची माया या दिवसांत आटते आणि मग ती माणसं पाण्यासाठी अशी वणवण हिंडू लागतात.

तशा टळटळत्या दुपारी माणसं घोटभर पाण्यासाठी तळमळत होती. हातापाया पडत होती; परंतु कोणाला त्यांची दया येत नव्हती.

हे दृश्य तसं नेहमीचंच. ब्राह्मण ते ब्राह्मणच; परंतु शूद्रांना अतिशूद्रांची दया येऊ नये, याचा तात्यांना फार विषाद वाटला आणि पुण्याची ती नगरभवानी म्युनिसिपालिटी. हजार वेळा ओरड करूनही तिथं गोरगरिबांची दाद लागत नाही.

"रांडेच्यानो, महारवाड्यातली विहीर आटली होय?" कोणीतरी ओरडत होतं.

"व्हय, व्हय, मायबाप; म्हणून तर आलो." कोणीतरी सांगत होतं.

"वाडा वो, आयसाब, वाडा वो, दादासाब..." शब्द कानांत शिरत होते.

तरातरा चालत तात्या घराजवळ आले. सीताराम मुलांना चारचाकी गाडीत बसवून हिंडवत होता. तात्यांना पाहताच त्यांनी 'तात्या आले...' म्हणून ओरडा सुरू केला. 'वाडा वो, आयसाब... वाडा वो, दादासाब...' पुन्हा तेच शब्द. वाड्यामागच्या विहिरीकडून हाका येत होत्या.

तात्यांनी पुढं जाऊन पाहिलं.

पाण्याची याचना करणाऱ्या बायका-पोरांच्या घोळक्यात दोन-तीन म्हातारी माणसं दिसत होती. त्यांच्यात राणबा नाईक यांचे वडीलही होते.

"तात्यासाब, पानी वाडा वो, आमास्नी..." त्यांनी तात्यांना हाक दिली.

बायका-पोरांनी गिल्ला केला.

तात्या पुढं आले. जो तो आशेनं आपलं भांडं पुढं करू लागला; परंतु विहिरीकडं जाण्याऐवजी तात्या नाइकांजवळ आले. त्यांच्या पुढ्यातली घागर उचलून घेत ते म्हणाले, "नाईक, या माझ्याबरोबर." तात्या काय सांगताहेत हेच नाइकांना कळेना.

"नाईक, या माझ्याबरोबर, तुम्ही सगळेजण या." एवढं बोलून तात्या चालू लागले.

तात्या विहीर बाटवायला निघाले होते की काय?

"नगं, नगं, तात्यासाब, इथंच वाडा आमास्नी." नाईक विनवू लागले.

"नाईक, आमच्या वाड्यात या. चला माझ्याबरोबर."

तात्यांचं म्हणणं आता कुठं त्यांच्या लक्षात आलं. सर्वजण आनंदानं हरखून गेले. तात्यांच्या मागोमाग चालू लागले.

महार-मांगांचं हे लेंढार घेऊन तात्या कुठं निघाले होते? सर्व लोक डोळे फाडून पाहू लागले; परंतु ती वरात तर त्यांच्या वाड्याकडेच निघाली होती. घराघरांतून लोक डोकावून पाहत होते. काय चाललं आहे, काही कळत नव्हतं.

सर्वांना घेऊन तात्या वाड्याच्या मागील बाजूच्या दाराजवळ आले. दार उघडंच होतं.

“या, नाईक, तुम्हाला पाहिजे तेवढं पाणी घ्या.” तात्यांनी नाइकांची घागर त्यांच्या हातात दिली.

“तसं नगं, तात्यासाब, आमी हिरीला कसं शिवायचं?” पाय मागं घेत नाईक म्हणाले. त्यांचं पाहून सर्वजण भेदरल्यागत मागे सरकले. ‘पानी वाडा वो तात्यासाब, म्हनलं तर तात्यांनी हे काय चालविलं हुतं, तेच कळत नव्हतं. कानावर इस्वास बसू ने आसं काय तरी ते बोलत हुते.’

नाईक पुढं येणार नाहीत, हे तात्यांना माहीत होतं. झटकन त्यांनी नाइकांच्या हातातली घागर घेतली आणि तिच्या गळ्याला दोर आवळून विहिरीत सोडली. जमलेली बायका-पोरं, म्हातारी माणसं वाचा गेल्याप्रमाणे पाहत उभी होती. एका महाराची घागर तात्यांनी विहिरीत सोडली होती; असं कधी घडलं नव्हतं.

विहिरीत उतरलेली घागर डुबूक डुबूक करीत पाणी पिऊ लागली. त्या गोड आवाजानं कान सुखावून गेले. पोटभर पाणी पिऊन तुडुंब भरलेली घागर पाण्यानं निथळत वर आली. नितळगार पाण्यात न्हाऊन निघालेल्या त्या घागरीकडं सर्वजण एखादं अक्रीत पाहावं, तसं पाहत राहिले.

घागर ओढून कठड्यावर ठेवत तात्या म्हणाले,

“घ्या, नाईक, पाहिजे तेवढं पाणी तुमच्या हातानं काढून घ्या. ही विहीर आपली समजा. पाहिजे तेव्हा पाणी नेत जा. आता पाण्यासाठी भीक मागायची गरज नाही आणि तशीच वेळ आली, तर फडक्याच्या हौदातून पाणी आणायला सुरुवात करा. त्याशिवाय पुण्याच्या म्युनिसिपालिटीत आपली दाद लागणार नाही.”

“तात्यासाब, किती करतासा वो आमासाठी... तुमचं उपकार कसं फिटायचं?” नाइकांच्या डोळ्यांत पाणी डबडबलं.

परंतु ते शब्द ऐकायला तात्या हजर नव्हते. ते बैठकीच्या खोलीकडं निघून गेले होते. तात्या गेले, तिकडं पाहत उभे असलेले नाईक मागं वळले. रिकामी भांडी हातांत धरून उभी असलेली म्हातारी माणसं, पोरं, बायका, ती विहीर, ती भरलेली घागर सगळं काही खरंच होतं.

“घ्या, बाबांनु...” ते म्हणाले.

आज्ञा मिळताच सर्वजण विहिरीवर तुटून पडले. भराभर भांडी भरली जाऊ लागली. एकच झुंबड उडाली.

हां हां म्हणता ही बातमी सगळीकडं पसरली. माणसांच्या झुंडी फुल्यांच्या वाड्याकडं लोटू लागल्या. पाणी वाहणाऱ्यांची एकच रीघ लागली.

जेवणं झाल्यावर तात्या दुसरीकडं निघून गेले. माणसं येत. काकूंकडे पाणी

मागत. काकू त्यांना आपल्या हातानं घ्या, म्हणून सांगत आणि पुन्हा याल, तेव्हा असं विचारत बसू नका, हेही सांगत. ते एक कामच होऊन बसलं. काकू ते संध्याकाळपर्यंत करीत होत्या.

तात्या आजचं काम भराभर हातावेगळं करीत होते. रविवार असल्यानं आज संध्याकाळी बरीच मंडळी येणार होती. हडपसरहून ग्यानोबा ससाणे आला, तो काम घेऊनच. कात्रजच्या बोगद्याचं काम निघालं होतं. तात्यांनी त्याचं पोटकंत्राट घ्यावं, अशी त्याची इच्छा होती.

जिन्यात पावलं वाजली. रामा वर आला.

"तात्या, एक विद्यार्थी भेटायला आला आहे."

"पाठवून दे." तात्या म्हणाले.

रामा गेला आणि एक तरुण विद्यार्थी जिना चढून वर आला. तात्यांना नमस्कार करून तिथंच उभा राहिला. तात्यांनी तेवढ्याच नम्रपणे नमस्काराचा स्वीकार केला. त्यांची भेदक नजर त्या विद्यार्थ्याला आरपार न्याहाळत होती.

"ये, बैस. नांव काय तुझं?"

"तुकाराम हनुमंत पिंजन."

"राहतोस कुठं?"

"देवराव ठोसर यांच्या घरी."

"देवराव माझे मित्र आहेत. तुझं त्यांचं काही नातं आहे का?"

"ते माझे सासरे आहेत."

"छान." तात्या हसले. "तुम्ही तर जावईबापू निघालात. काही काम होतं का?"

तुकाराम अडखळला. तो दररोज दुकानावरून जात-येत असे. दुकानात जमणारी मोठमोठी माणसं पाहून त्याला फार अप्रूप वाटे. ती माणसं कशासाठी जमतात, काय चर्चा करतात, हे जाणून घ्यावंसं वाटे. म्हणून तो आज मुद्दामच तात्यांच्या भेटीसाठी आला होता; परंतु त्याला हे विचारण्याचं धाडस होईना.

"काही नाही. आपली भेट घ्यावी, म्हणून सहजच आलो होतो." तुकाराम उत्तरला.

"छान! भरपूर अभ्यास करा. काही अडचण असली, तर सांगत जा."

"हो तात्यासाहेब." तुकारामनं मान हलवली.

आणखी काही इकडची तिकडची बोलणी झाली आणि तुकाराम उठला.

"येत जा फावल्या वेळात." तात्या म्हणाले.

नमस्कार करून तुकाराम खाली आला. तात्यांच्या भेटीनं त्याला खूप आनंद झाला होता. त्याला पाहिजे होतं, ते मिळालं होतं. आता तो कधीही आणि केव्हाही तात्यांच्या भेटीला जाऊ शकणार होता.

३७

तात्यांनी पुन्हा एकदा शिवचरित्र वाचायला घेतलं. विद्यार्थीदशेतलं आकलन आणि आताचं आकलन यांत बरीच तफावत जाणवत होती. वीस-बावीस वर्षांपूर्वीचा जोती शिवचरित्र वाचून देशभक्तीच्या भावनेनं पेटून उठला होता. इंग्रजी राज्य उलथून टाकायला सज्ज झाला होता.

तात्यांनी ग्रँट डफ, मरी इत्यादी इतिहासकारांनी लिहिलेले इतिहास मिळवले. रात्री जागून वाचून काढले. आज त्यांच्या मनात निर्माण झालेली शिवाजी राजाची प्रतिमा निश्चितच वेगळी होती.

त्यांना दिसलेला शिवाजी हा क्षेत्रवासी शेतकऱ्यांचा राजा होता. तो कुळवाडीभूषण होता. महाराष्ट्राचा इतिहास घडवला, तो या कुळवाडीभूषण राजानं आणि त्याच्या शूद्रातिशूद्र मावळ्या कातकऱ्यांनी. पेशवाईत उगवलेल्या चित्पावनांनी नव्हे! शिवप्रभूंचं राज्य आयतं घशात घालून त्यांनी सोवळ्या-ओवळ्याचं तेवढं स्तोम माजवलं. पेशवाई आली आणि महाराष्ट्र धर्म लयाला गेला. ब्राह्मणी कर्मकांडाचा अंमल सुरू झाला. राज्यसत्ता धर्माची बटीक झाली. मनुस्मृतीतली वचनं हाच कायदा बनला. जातीच्या नावाखाली शूद्रातिशूद्रांवर अत्याचार सुरू झाले. राजरोसपणे स्त्रियांची विक्री होऊ लागली. परस्त्रीला मातेसमान मानणाऱ्या शिवाजी राजाच्या महाराष्ट्रातच हे सारं घडत होतं.

शेतसाऱ्यासाठी शेतकऱ्यांना तापल्या तव्यावर उभं केलं जात होतं. ओणवं करून मिरच्यांची धुरी दिली जात होती. पाहिलं, तर डोळे फुटावेत आणि ऐकलं, तर कानांची भोकं व्हावीत, असे ते अत्याचार!

शिवाजीराजाला मदत केली, ती देशस्थ ब्राह्मणांनी. तेही मूळचे इथले क्षेत्रवासी; परंतु चित्पावनांनी त्यांना आपल्या कटात सामील करून घेऊन त्यांना कुलकर्णीपद बहाल केलं. राज्याभिषेकप्रसंगी त्यांनीच शिवाजी राजा क्षत्रिय नसल्याचं झेंगट हुडकून काढून गागाभट्टांचं सट्टल वाढवलं. अट्टल वेदांती ब्राह्मण्यवादी रामदासस्वामींना शिवाजीराजांचे गुरू बनवलं आणि गोब्राह्मणप्रतिपालक म्हणून त्यांची द्वाही फिरवली.

हिंदुस्थानातल्या पातशाह्यांना जेरीस आणून लोकशक्तीच्या बळावर स्वराज्य स्थापन करणाऱ्या शिवाजी राजाचं कर्तृत्व पाहून तात्यांचं भान हरपलं. ते सारखे शिवाजी राजांच्या धोरणाचा, कर्तृत्वाचा विचार करीत होते. हिंदू-मुस्लीम, ब्राह्मण-शूद्रातिशूद्र या सर्वांना एका सूत्रात ओवणारा शिवाजी राजा कसा असेल, याचा विचार करीत होते. ब्राह्मण-मुस्लिमांपासून सर्वांना त्यानं मराठे म्हणून वागवलं. कुठलाही भेद केला नाही. म्हणूनच त्याला जीव देणारी माणसं मिळाली.

स्वराज्याची राजधानी पाहावी, राजांच्या समाधीचं दर्शन घ्यावं, ही इच्छा तात्यांच्या मनात पुन:पुन्हा उफाळून येत होती. शेवटी एके दिवशी तात्यांनी काकूंचा निरोप घेतला आणि ते रायगडासाठी मार्गस्थ झाले.

दोन दिवसांचा प्रवास करून तात्या महाडला पोचले. तिथून जमेल तसा प्रवास करून त्यांनी रायगड गाठला. सह्याद्रीच्या दुर्गम पर्वतरांगांनी वेढलेली स्वराज्याची राजधानी पाहून तात्यांचे डोळे तृप्त झाले.

काळ नदीच्या खोऱ्यात जमिनीतून वर आलेल्या प्रचंड सुळक्याप्रमाणे रायगड दिमाखानं उभा होता. आभाळात मस्तक खुपसून उभ्या असलेल्या उंचच उंच सह्यकड्यांनी त्याच्याभोवती दुर्भेद्य कडं घातलं होतं. त्या उत्तुंग पर्वतराजीनं वेढलेला रायगड खरोखर कोंदणात जडवलेल्या हिऱ्यासारखा झळकत होता. शिवछत्रपतींनी म्हटल्याप्रमाणे ज्यांच्यावर पर्जन्यकाळातही गवत उगवत नाही, असे त्याचे कडे बेलाग आणि ताशीव होते.

छत्रपतींच्या धोरणीपणाची आणि दूरदृष्टीची साक्ष देणारी ती मराठ्यांच्या राजाची राजधानी पाहून तात्यांचा ऊर आनंदानं आणि अभिमानानं भरून आला.

तात्या गड चढून वर आले. पूर्ण पडझड झालेल्या गडावरच्या वास्तू आजही जुन्या वैभवाची साक्ष देत होत्या. भेटेल त्या माणसाला ते छत्रपतींच्या समाधीचा ठावठिकाणा विचारू लागले; परंतु कोणालाच काही सांगता येईना. तात्या गड उतरून खाली आले. ग्रामजोश्याला भेटले, तर तोही उडवाउडवी करू लागला. तात्या पुन्हा गडावर गेले. गडावर राहणाऱ्या मावळ्या-कातकऱ्यांना भेटले. त्यांच्यापैकी अनेकांनी तात्या सांगत होते, तसा चौथरा पहिला होता. तो चौथरा असलेली जागा ते दाखवू शकत होते; परंतु तिथपर्यंत पोचणं त्यांनाही शक्य नव्हतं. तो संपूर्ण परिसर दाट झाडीनं वेढला होता. कुठं पाय ठेवायलाही जागा नव्हती; परंतु तात्यांचा निश्चय अढळ होता. राजांच्या समाधीचं दर्शन घेतल्याशिवाय ते परतणार नव्हते.

एका मावळ्याकडून कुऱ्हाड मागून घेऊन ते कामाला लागले. एक-दोन करता तिसरा दिवस उजाडला. आणलेल्या भाकरी कधीच संपल्या होत्या. गडावरची माणसं आपल्या झोपडीत असेल ती चटणी-भाकरी तात्यांना आणून देत. दिवसभर कुऱ्हाड चालवावी, मिळेल ती चटणी-भाकरी खावी, रात्री मावळ्या-कातकऱ्यांशी गप्पा करीत अंग टाकावं आणि सकाळी पुन्हा कामाला लागावं असा क्रम सुरू होता.

तिसऱ्या प्रहरी काटेरी झुडपं आणि झाडपाल्यानं झाकला गेलेला समाधीचा चौथरा दिसला. छत्रपतींच्या स्मृतीला तात्यांनी मनोभावे वंदन केलं. समाधीची ती अवकळा पाहून त्यांचं हृदय दु:खानं गलबलून आलं. वर्षानुवर्षं ऊनवारा खाल्लेले दगडी चिरे कुठंकुठं निखळले होते. खाचाखाचांतून झाडांच्या मुळ्या रुतल्या होत्या. तात्यांची कुऱ्हाड पुन्हा खचाखच चालू लागली. ते काम हातावेगळं होताच त्यांनी समाधीवर उगवलेलं गवत, वर्षानुवर्षं साचलेला पाचोळा साफ केला.

ते काम झाल्यावर तात्या एका मावळ्याच्या झोपडीसमोर उभे राहिले. घागर मागितली. चार घागरी पाणी ओतून समाधी धुऊन काढली. चार रानफुलं गोळा करून समाधीवर वाहिली आणि पुन्हा एकदा छत्रपतींच्या स्मृतीला वंदन केलं.

...तात्या एका वेगळ्याच विश्वात विहरत होते. ते विश्व होतं छत्रपतींच्या पराक्रमाचं, त्यांच्या असामान्य कर्तृत्वाचं, आपल्या मराठमोळ्या राजावर जीव ओवाळून टाकणाऱ्या मर्द मावळ्यांचं.

कोणीतरी ताडताड येत होतं. तात्यांनी वळून पाहिलं. ग्रामजोशी येत होता. गरगरा डोळे फिरवीत तो सगळीकडं पाहत होता. कोण, कुठल्या जातीच्या माणसानं यावं आणि असला आगाऊपण करावा, हे त्याला खपलं नव्हतं.

समाधीची ती पुष्पपूजा पाहून त्याचं मस्तक एकदम भडकलं. बेभान होऊन तो किंचाळू लागला.

"कुणबट शिवाजीच्या थडग्याची फुलं वाहून पूजा आणि मी ग्रामजोशी इथं असताना मला शिधा-दक्षिणा द्यायची; ते राहिलं बाजूला. केवढा हा माझा अपमान आहे!"

–आणि त्याच तिरीमिरीत पुढं होऊन त्यानं पूजेत वाहिलेली फुलं लाथ मारून उधळून लावली. तात्यांना उद्देशून तो पुन्हा बडबडू लागला,

"अरे शूद्रा, कुणबटा! तुझा तो शिवाजी काय देव होता की काय? का म्हणून त्याची ही पूजा केलीस? तो शूद्र कुणबटांचा राजा होता. त्याची मुंजसुद्धा झाली नव्हती. आहे ठाऊक?"

ते शब्द तात्यांचं हृदय फाडत गेले. घणाचे प्रहार झाल्यागत डोकं झणझणलं. तात्या बेभान झाले. छत्रपतींची निंदा करणारी ती बेमुर्वतखोर जीभ उभ्या जागी हासडून ठेवावी, इतका संताप अनावर झाला; परंतु त्यांनी प्रयत्नपूर्वक स्वत:ला सावरलं.

ज्यानं समाधीची देखभाल करावी, तो आता उपटला होता आणि तोंडाला येईल, ते बडबडत होता. मस्तकात आग पेटली होती. तात्यांनी प्रयत्नपूर्वक मौन पाळलं होतं.

...एवढा जात्याभिमान? अरे, तुम्हाला ज्या ब्राह्मणी राज्याचा एवढा अभिमान वाटतो, ते राज्य ज्यांच्या जीवावर पेशव्यांना मिळालं, त्या शिवप्रभूंची पूजासामग्री तुम्ही भटा-भिक्षुकांनी अशी पायातल्या खेटरानं लाथाडावी? धिक्कार असो तुमच्या या कृतघ्नपणाला!

छत्रपतींचं गोब्राह्मणप्रतिपालक हे बिरुद खोटं आहे. तुम्हीच त्यांना ते स्वार्थापोटी चिकटवलं आहे. तो खरा कुणब्यांचा राजा. कुळवाडीभूषण. गोब्राह्मणप्रतिपालक नव्हे! त्याची स्वराज्याची कल्पना ज्याला कळत नव्हती, ते दादोजी आणि रामदासस्वामींसारखे अट्टल वेदान्ती त्याचे गुरू असतीलच कसे? हे सारं तुमचंच गारूड आहे. पाण्यात पोहणाऱ्या माशाचा गुरू कोण असतो?

या देशातल्या मूळ रहिवाशांना क्षेत्रवासी क्षत्रियांना गुलाम बनवून या आर्यभटांनी एवढा तोरा मिरवावा? आमच्या क्षेत्रवासी राजाची पूजासामग्री लाथेनं उडवून लावावी?

ग्रामजोशी आला तसा तणतणत निघून गेला. तात्यांनी दुसरी फुलं आणून समाधीवर वाहिली, गडावरच्या लोकांचे आभार मानले आणि भावनांचे कढ पोटात कोंडून घालत ते परतीच्या वाटेला लागले.

हळूहळू मनावरची संतापाची लाट ओसरली. तात्या शांतपणे विचार करू लागले. महाराष्ट्रातला कुणबी आपल्या कुळवाडीभूषण शिवाजी राजाला विसरला होता. त्याला आपल्या राजाची, त्याच्या पराक्रमाची आठवण करून द्यायला पाहिजे होती. त्याच्या मनातला स्वाभिमानाचा निखारा फुलवण्यासाठी शिवाजी राजाचा पोवाडा रचायला पाहिजे होता. शिवाजी राजांनी घडविलेल्या तेजस्वी इतिहासातले अनेक प्रसंग तात्यांच्या डोळ्यांसमोर दिसू लागले. मन शिवप्रभूंचा पोवाडा गाऊ लागलं. शब्द ओठांवर नाचू लागले.

'कुळवाडी-भूषण पवाडा गातों भोसल्याचा ।
छत्रपती शिवाजीचा ।।
लंगोट्यांस देई जानवी पोशिंदा कुणब्यांचा ।
काळ तो असे यवनांचा ।।'

पुण्याला येताच तात्यांनी कागद पुढ्यात ओढले आणि पोवाडा लिहायला सुरुवात केली. प्रत्येक कवनातून राजांचा पराक्रम वर्णन करून झाल्यावर आपली नाममुद्रा टाकताना तात्या म्हणाले,

'जोतीराव फुल्याने गाईला पूत शूद्राचा
मुख्य धनी पेशव्याचा.'

पोवाड्याचा शेवट अभंगानं झाला. हिंदुस्थानची सम्राज्ञी इंग्लंडच्या राणीला उद्देशून त्यांनी एकच गाऱ्हाणं मांडलं होतं,

'सत्ता तुझी राणीबाई, हिंदुस्थान जागृत नाहीं ।।
जिकडे तिकडे ब्राह्मणशाई । डोळे उघडून पाहीं ।।
चहुंकडे भटभाई । कुणब्याची दाद नाहीं ।।
जोती म्हणे धांव घेई । दुष्टापासुनी सोडवी ।।'

तात्यांचा नवा पोवाडा ऐकून शाहीर धोंडीराम यांना फार आनंद झाला. खेड्यापाड्यांतून, वाड्या-वस्त्यांतून शिवाजी राजाचा पोवाडा दुमदुमू लागला.

आपल्या अक्षरशत्रू समाजबांधवांना सहज समजतील, असे साधेसोपे शब्द तात्यांनी वापरले होते. बाबा पदमनजी आणि गंगाधरशास्त्री फडके यांच्याशी चर्चा करून तात्यांनी पोवाड्याची शब्दरचना ठाकठीक करून घेतली. पोवाड्याच्या पुस्तकाला लहानशी प्रस्तावना लिहून तात्यांनी आपला सिद्धान्त रोखठोकपणे मांडला. आणि हा प्रयत्न सुज्ञ जनांस आवडल्यास आणखी याच मासल्याचे महासुभ्यासारखे जे महावीर होऊन गेले, त्यांचे पोवाडे मोठ्या उल्हासाने सादर केले जातील, असं आश्वासनही देऊन ठेवलं. तात्यांनी आपला हा पोवाडा परमप्रीतीनं आणि आदरानं कै. राम बाळकृष्ण जयकर यांना अर्पण केला. 'सत्यदीपिके'त छापण्यासाठी बाबांनी त्याची एक प्रत स्वत:कडं घेतली.

महत्त्वाचं म्हणजे, पूर्वीचा अनुभव जमेला असूनही शाहीर धोंडीराम यांच्या आग्रहावरून तात्यांनी आपला पोवाडा दक्षिणा प्राइज कमिटीकडं पाठवला.

अपेक्षेप्रमाणे सुज्ञ लोकांना पोवाडा फार आवडला आणि दिलेल्या आश्वासनाप्रमाणे तात्यांनी 'ब्राह्मणांचे कसब' हा पोवाडा लिहून कावेबाज ब्राह्मणी वृत्तीवर पुन्हा हल्ला चढवला. पोवाड्याच्या पहिल्या भागात त्यांनी परशुराम आणि महासुभा व खंडोबा यांच्यातील लढाईचं आणि परशुरामानं केलेल्या भीषण अत्याचारांचं वर्णन केलं. ब्राह्मणांच्या कसबातील तात्यांची कवनं कोणालाही सहज पाठ व्हावीत, अशीच होती. एका अभंगात 'जळो जळो तुमचे जिणे । उद्योगाआधी ताजे खाणे' असं तुकारामबुवांच्या भाषेत ठणकावणारे तात्या दुसऱ्या एका ठिकाणी म्हणाले, 'बामणीकावा । समजुनी घ्यावा । आहेत अकलेचे खबरदार । शहाणे ठक आरपार ।।' ब्राह्मणी कसबापायी नाडल्या गेलेल्या गोरगरिबांची दुरवस्था सरकारपुढं मांडावी आणि सरकारला प्रजेतील या अत्युपयोगी वर्गाच्या शिक्षणाची आवश्यकता पटावी, या उद्देशानं त्यांनी ही रचना केली. त्यांचा उद्देश पूर्ण सफल झाला. तात्यांच्या या पोवाड्यानं पुन्हा एकदा धमाल उडवून दिली.

३८

रात्रीचं नाटक पाहिल्यापासून तुकाराम फार आनंदात होता. अगदी तात्या सांगत होते, तसेच काहीसे विचार त्या नाटकातून व्यक्त झाले होते. त्यातील पात्रांचे विनोदी संवाद त्याला सारखे आठवत होते. नाटकाचं नावही मोठं गमतीदार होतं. 'अज्ञानराव भोळे देशमुख.' गेल्या काही दिवसांपासून भांबुर्ड्यात झालेल्या या नाटकाविषयी तो ऐकून होता. काल ते नाटक होणार असल्याचा तपास ठेवून तो दोन-तीन मित्रांसह रात्री भांबुर्ड्याला गेला होता.

संध्याकाळी त्याचे पाय आपोआपच तात्यांच्या दुकानाकडं वळले. तात्यांना नाटकाविषयी सांगायची ऊर्मी त्याला गप्प बसू देत नव्हती. त्यांनी ते नाटक पाहिलं तर तेही त्या तरुणांना शाबासकी दिल्याशिवाय राहणार नाहीत, याची त्याला खात्री वाटत होती. रामाकडं वर्दी देऊन तो माडीवर गेला. तात्यांच्या पुढ्यात जाडजूड ग्रंथ पडले होते. लिखाणकाम सुरू होतं.

"ये, तुकाराम, बैस." ग्रंथातलं लक्ष काढून घेत तात्या म्हणाले.

"तात्यासाहेब, रात्री भांबुर्ड्याला गेलो होतो. तिथं एक नाटक होतं."

"कोणतं?"

"अज्ञानराव भोळे देशमुख."

"अज्ञानराव भोळे देशमुख?" नाटकाचं नाव ऐकून तात्यांना नवल वाटलं. "कोणी केलं आहे ते नाटक?"

"कृष्णराव नावाचा तिथलाच एक विद्यार्थी आहे. त्यानं ते नाटक लिहिलं आहे. तो स्वत:ही त्या खेळात काम करतो."

तात्यांनी भांबुर्ड्याला झालेल्या एका सत्यनारायणाच्या नाटकाविषयी ऐकलं होतं. त्या नाटकाचा कर्ता कोणी विद्यार्थी असल्याचं कळलं होतं. कदाचित त्याचंच हे काम असेल. तात्यांच्या मनात येऊन गेलं.

"तात्यासाहेब, तुम्ही ते नाटक जरूर पाहा. तुम्हाला ते फार आवडेल. नाटक पाहिल्यावर तुम्ही त्या तरुणांना शाबासकी देऊन याल."

तुकारामाचा आत्मविश्वास पाहून तात्यांना आनंद झाला.

"तात्यासाहेब, त्या फार्सात अज्ञानी देशमुखांवर आणि त्यांना नाडणाऱ्या देवऋषांवर आणि ब्राह्मण कारभाऱ्यांवर फार चांगली टीका केली आहे..." तुकारामानं फार्सचं कथानक, त्यातील विनोदी प्रसंग, सगळं काही साग्रसंगीत वर्णन करून सांगितलं.

ते वर्णन ऐकून तात्या फारच खूश झाले. त्यावरून सत्यनारायणाच्या पूजेचा फार्स कसा असावा, याचीही कल्पना त्यांना आली. ही नाटकं करणाऱ्या तरुणांचं, विशेषत: ती लिहिणाऱ्या कृष्णरावचं भेटून कौतुक केलं पाहिजे, असं त्यांना वाटू लागलं.

"तुकाराम, पुन्हा ते नाटक होईल, तेव्हा पाहायला जाऊच. आधी त्या तरुणाची भेट घेऊन त्याचं कौतुक केलं पाहिजे."

आपला विचार तात्या एवढा मनावर घेतील, असं तुकारामला वाटलं नव्हतं. आनंदानं हुरळून तो म्हणाला,

"खरंच, तात्यासाहेब, तुम्ही त्यांचं अभिनंदन केलं पाहिजे असंच नाटक त्यांनी केलं आहे."

"ठीक आहे. मी उद्याच भांबुर्ड्याला जाऊन येतो."

''तुम्ही जरूर जाऊन या, तात्यासाहेब.'' तुकारामनं तात्यांच्या विचाराला पुन्हा दुजोरा दिला.

रामानं शाहीर धोंडीराम आले असल्याची वर्दी दिली. दक्षिणा प्राइज कमिटीच्या पक्षपाती धोरणामुळे शाहीर सध्या फार अस्वस्थ होते. गणेशशास्त्री लेले यांच्या काव्यरचनेला पहिलं बक्षीस मिळालं होतं. महादेव मोरेश्वर कुंटे यांच्या शिवाजी राजावरील हेंगाड्या रचनेला दुसरं बक्षीस जाहीर झालं होतं. खरं तर, अपेक्षित तेच घडलं होतं; परंतु शाहिरांना हा न्याय मान्य नव्हता. काही केल्या त्यांच्या डोक्यातून तो विषय जात नव्हता. तात्यांच्या खणखणीत पोवाड्याऐवजी एका हेंगाड्या रचनेला बक्षीस मिळावं, हा उघडउघड पक्षपात होता.

बैठकीत आल्या आल्या शाहीर म्हणाले,

''तात्यासाहेब, तुमच्या एवढ्या ओळखी असताना तुम्ही बक्षिसासाठी प्रयत्न का करीत नाही? आपल्यामुळे मराठी पुस्तकांना बक्षिसं मिळू लागली...''

''अरे पण, धोंडीराम, म्हणून आपल्याच पुस्तकाला बक्षीस मिळालं पाहिजे, असं कुठं आहे? जिथं तो पोवाडा छापणारेच विरोधाला भितात आणि खुलासे देऊन मोकळे होतात, तेव्हा त्याचा विचार कसा होणार?''

तात्या हसले. त्यांच्या हसण्यातला विषाद शाहिरांना जाणवला.

'सत्यदीपिके'त छत्रपतींचा पोवाडा प्रसिद्ध होताच नवं वादळ उठलं होतं. 'विविध ज्ञानविस्तार'नं पोवाड्यातील इतिहास चुकीचा असल्याची कडक टीका केली होती आणि त्यामुळे बाबांनी तातडीनं, 'ज्ञानोदया'तून आपला खुलासा प्रसिद्ध केला होता. आपण फक्त भाषा वगैरे बाह्य गोष्टी पाहिल्या. पोवाड्यातील आशयाशी आणि मतांशी आपला संबंध नाही, असं म्हणून त्यांनी स्वत:चा बचाव केला.

साथ देणाऱ्या माणसांनी मध्येच असं अंग काढून घ्यावं, हे अनुभव तात्यांना नवे नव्हते. उलट, त्याबाबत बाबांनी दाखवलेली तत्परता नजरेत भरावी, अशीच होती. त्यामागील बाबांचं सावधगिरीचं धोरण शाहीर समजू शकत होते; परंतु बाबांचा तो खुलासा अनपेक्षित होता, यात शंकाच नव्हती.

छत्रपतींच्या पोवाड्याची गुणवत्ता बक्षिसानं मोजली जाणार नव्हती, हे खरंच होतं. तरीही शाहीर आपला आग्रह सोडायला तयार नव्हते. ते म्हणाले,

''ते काही नाही. आता 'ब्राह्मणांचे कसब'साठी वशिलाच लावू या. नुसतं बक्षीस मिळून चालणार नाही. ते पुस्तक प्रत्येक शाळेतून शिकवलं गेलं पाहिजे.''

''आपल्या पुस्तकाला बक्षीस द्यायचं साहेबाच्या मनात असलं, तरी भटसभासदांनी त्यांचं चालू दिलं पाहिजे ना. ते खोटंनाटं काहीतरी सांगून त्यांची मनं भरतात आणि आपल्या पदरात मापं घालून घेतात. 'तृतीय रत्न'ची चोपडी परत का आली, हे तू

विसरलास का? बक्षिसासाठी सरकारची स्तुती करणं आपल्याला जमणार नाही. ब्राह्मण्यविरोधी पुस्तकाला बक्षीस देणं हे सरकारलाही सध्या परवडणारं नाही आणि भटसभासदांच्या हातून ते घडणार नाही. ती बक्षिसं आपल्यासाठी नाहीत, असंच समज. शूद्र लेखकांना उत्तेजन देण्यासाठी त्या कमिटीनं आजवर कुठे दिवा लावून उजेड पाडला असेल, तर दाखव. अरे बाबा, जिथं शिवाजीराजांच्या पोवाड्याला बक्षीस नाही, तिथं 'कसब'ला कोण बक्षीस देणार? अशा स्थितीत ते पुस्तक शाळेत शिकवलं जाईल, हे शक्य तरी आहे का? आणि बरं का धोंडीराम, एक गोष्ट लक्षात असू द्या. चांगलं काम शेवटास नेण्यासाठी कधीही वाईट उपाय योजू नयेत. नाहीतर त्या कामाच्या चांगुलपणाला बट्टा लागतो. त्यांनी माझी एक चोपडी घेतली नाही, म्हणून काय झालं? मला देवाजीनं काही कमी केलेलं नाही. उलट, तसल्या लोकांचं आर्जव करायचं धिक्कारून उत्पन्नकर्त्यावर कसा भार घालावा, हे मी शिकलो. यास्तव मला त्यांचे आभारच मानले पाहिजेत.''

यावर शाहीर काय बोलणार? ते गप्पच झाले.

''बरं, ते जाऊ दे.'' तात्यांनी विषय बदलला. ''हा तुकाराम काय सांगतो आहे, ते ऐक–'' असं म्हणून तात्या भांबुर्ड्यात घडलेला वृत्तान्त सांगू लागले.

–आणि दुसऱ्या दिवशी हरी रावजी याला संगतीला घेऊन तात्या खरोखरच भांबुर्ड्याच्या वाटेला लागले. नाटक लिहिणाऱ्या त्या मुलाचं नाव कृष्णराव आहे, एवढंच त्यांना माहीत होतं. तात्यांनी मुठा नदी ओलांडली आणि ते विठोबाच्या मंदिराजवळ आले. विठोबाच्या मंदिरापुढं ते नाटक झालं होतं, असं तुकाराम म्हणाला होता.

तात्यांनी समोरून जाणाऱ्या एका गृहस्थाला हटकलं. ते म्हणाले,

''परवा रात्री इथं जे नाटक झालं, ते करणारा कृष्णराव कुठं राहतो?''

''कृष्णाला भेटायला आलाय? तुमी इथंच थांबा. मी त्याला आत्ता बोलावून आणतो.'' एवढं सांगून तो भरभर चालू लागला.

त्या माणसाला आपल्या गावातल्या नाटकाचा खेळ करणाऱ्या कृष्णाचा बराच अभिमान दिसत होता.

तात्या मंदिराचं निरीक्षण करू लागले.

कोपऱ्यातल्या एका कपाटात काही पुस्तकं आणि वर्तमानपत्रं दिसत होती. तात्यांनी जवळ जाऊन पाहिलं. 'ज्ञानचक्षु' आणि 'लोककल्याणेच्छु' या पत्रांचे काही अंक होते.

तात्यांना फार वेळ वाट पाहावी लागली नाही. थोड्याच वेळात पांढऱ्या शुभ्र पोशाखातला सतरा-अठरा वर्षांचा एक तरुण मुलगा त्यांच्यापुढं उभा राहिला.

''तूच का कृष्णराव?''

“होय. तात्यासाहेब, आपण...” तात्यासाहेब फुले आपल्याकडे कशासाठी आले असावेत, याचा अंदाज त्याला करता येईना.

त्याची ती गोंधळलेली अवस्था लक्षात घेऊन तात्या म्हणाले,

“तुम्ही मुलांनी फार चांगली नाटकं केल्याची वार्ता कानांवर आली. म्हणून तुमचं कौतुक करायला आलो.”

कृष्णराव चकित होऊन तात्यांकडं पाहतच राहिला. आपल्या नाटकाची कीर्ती ऐकून एवढा मोठा माणूस स्वतःहून आपल्या भेटीला यावा याचा आनंद त्याला लपवता येईना.

“तात्यासाहेब, तुम्ही इथंच थांबा. मी आमच्या नाटकातल्या मुलांना बोलावून आणतो.” कृष्णराव म्हणाला आणि त्याच पावली गावात निघून गेला.

भराभर सर्व मंडळी गोळा झाली. बराच जनसमुदाय जमला. कृष्णरावानं नारायण कानडे, नारायण पांढरे या आपल्या नाटकात काम करणाऱ्या मित्रांची ओळख करून दिली. त्यानंतर कृष्णरावानं तात्यांना आपली लायब्ररी दाखवली. कोपऱ्यातलं ते छोटंसं कपाट हीच त्यांची लायब्ररी होती. तिची प्रेरणा जोशीकाकांडून कशी कशी मिळाली, हेही त्यानं सांगितलं.

तरुण विद्यार्थ्यांची ती धडपड पाहून तात्यांना फार आनंद झाला.

सर्वांनी मिळून त्यांना भाषणाचा आग्रह सुरू केला. कृष्णरावानं सर्वांना बसायला सांगून त्यांची ओळख करून दिल्यावर तात्यांना दोन शब्द बोलण्याशिवाय इलाजच उरला नाही.

तात्या बसल्या बसल्या दोन शब्द बोलले. भाषण कसलं, तरुण मित्रांशी केलेलं हितगुजच होतं ते. कृष्णरावांचं आणि त्याच्या मित्रांचं कौतुक करून तात्या म्हणाले,

“बंधूंनो, तुम्हाला ब्राह्मणी धर्माच्या विकृत स्वरूपाचं ज्ञान झालं आहे, ही गोष्ट मला महत्त्वाची वाटते. तुमच्यासारखे तरुणच ही चळवळ अधिक जोमानं पुढं चालवतील आणि आपल्या शूद्रातिशूद्र बांधवांना त्यांच्यावर लादलेल्या गुलामगिरीतून मुक्त करतील, असा विश्वास मला वाटतो. म्हणूनच तुमच्या भेटीसाठी मी आज तुमच्या गावात आलो.”

भाषणाच्या शेवटी तात्या म्हणाले,

“बंधूंनो, एक वेळ आपल्या घरावर दरवडा पडला तरी परवडला; पण भटजोश्यांवर भरवसा ठेवणं आपल्या स्वप्नीसुद्धा नको.”

प्रचंड हास्यस्फोट होऊन टाळ्यांचा कडकडाट झाला.

तात्यांचं भाषण संपल्यावर कृष्णरावाला भाषणाचा आग्रह झाला. तो भाषणसुद्धा चांगलं करतो, हे तात्यांना माहीतच नव्हतं. कृष्णरावानं आपल्या आवेशपूर्ण

शैलीत भाषणाला प्रारंभ केला आणि गंमत म्हणजे, तात्यांनी सहज म्हणून मांडलेल्या मुद्द्यांची हजेरी घ्यायला सुरुवात केली. तात्यांना त्याच्या स्वतंत्र विचारांचं आणि धीटपणाचं कौतुकच वाटलं. बोलण्यात काहीसा आक्रमकपणा होता; परंतु मांडणीत सूत्रबद्धता होती, ठामपणा होता. शूद्रातिशूद्रांच्या दु:खासाठी केवळ ब्राह्मणांना दोष देण्याऐवजी मराठा वतनदार जहागीरदारांनाही तेवढाच दोष द्यावा, असा त्याचा आग्रह होता. आपल्या फार्समध्ये त्यानं हाच मुद्दा मांडला होता आणि जहागीरदार-देशमुखांना बदसल्ला देणाऱ्या ब्राह्मण कारभाऱ्यांवरही झोड उठवली होती.

भाषण संपवून कृष्णराव खाली बसला. तात्या म्हणाले,

"शूद्र जहागीरदार असं वागतात, त्याला कारण तरी ब्राह्मणच आहेत ना?"

कृष्णराव आपला मुद्दा सोडायला तयार नव्हता.

"ब्राह्मण कारभाऱ्यांचं ऐकताना त्यांनी आपली बुद्धी गहाण का टाकावी? त्यांच्या ऐशआरामाच्या सवयीमुळेच ब्राह्मण कारभाऱ्याचं फावतं. त्यांच्या सल्ल्यावरून भटांना दानधर्म करणं हाच धर्म समजणारे हे जहागीरदार शूद्र मेला, तरी तिकडं पाहायलाही तयार नसतात."

थोडा मतभेदाचा भाग सोडला, तर कृष्णरावाचं म्हणणं चुकीचं नव्हतं.

वाद अधिक न वाढवता तात्या म्हणाले,

"कृष्णराव, तुझे वडील कोण?"

"पांडुरंग राणोजी भालेकर."

"पांडुरंगदादा भालेकर? अरे, मग तू तर आमचा सोयराच आहेस. तुमच्या घरी मी अनेकदा आलो आहे."

"हो, दादा गेले त्या वेळीही तुम्ही आला होता."

दादांचा मुलगा इतका हुशार आणि हरहुन्नरी निघावा, ही गोष्ट तात्यांच्या दृष्टीनं अधिक आनंदाची ठरली. कृष्णरावाच्या पाठीवरून मायेनं हात फिरवून तात्यांनी त्याची सर्व विचारपूस केली. गेल्या काही वर्षांपासून तो रविवार पेठेतल्या मिशन शाळेत इंग्रजी शिकत होता.

बोलत-बोलत पानसुपारी झाली.

"तात्यासाहेब, घरी चला; जेवण झाल्यावर परत निघा." कृष्णराव आग्रह करू लागला.

"आज नको." तात्या म्हणाले, "मला गेलं पाहिजे. आता तू पुण्यातच शिकतोस, तर दुकानाकडं येत जा. वेताळ पेठेत आपलं दुकान आहे." एवढं सांगून तात्यांनी निरोप घेतला.

कृष्णराव आणि त्याचे मित्र तात्यांना सोबत करीत नदीपर्यंत आले.

३१

फुल्यांच्या दोन्ही घरांत आनंद झाला. गणपतीला मुलगा झाला. राजारामभाऊ आजोबा झाले. तात्या आजोबा झाले. अनाथालयाच्या मुलांमध्ये आता घरचं एक मूल खेळणार होतं.

परंतु हा आनंद फुल्यांना वाटता आला नाही. कारण भावकीतले लोक फुल्यांची पायरी चढायला तयार नव्हते. जोतिबा फुले ख्रिस्ती झाला असल्याची त्यांची खात्री पटली होती. त्याशिवाय का तो महार-मांग लोकांना आपल्या विहिरीवर पाणी भरू देत होता! ख्रिस्ती सोडले, तर सर्व जाती त्यांचा विटाळ मानत असताना जोतीरावतात्यांचं वागणं ख्रिस्त्यांपेक्षा वेगळं नव्हतं. जोतिबा फुले ख्रिस्ती झाला होता, यात आता शंकाच उरली नव्हती.

जातीचे लोक वाळीत टाकायच्या धमक्या देत. तात्यांनी त्यांना समजून सांगण्याचा प्रयत्न केला; परंतु कोणी ऐकून घेतलं नाही. राजारामभाऊ भाऊबंदांच्या कारवायांना तोंड देत होते. तात्या आपल्या कामात मग्न होते. सतत चाललेल्या वाचन-चिंतनातून त्यांचा सिद्धान्त अधिक बळकट झाला होता. त्याची सविस्तर मांडणी करणारा ग्रंथ त्यांना लिहायचा होता. त्यासाठी ते अमेरिकेतील गुलामगिरीचा अभ्यास करीत होते. गुलामगिरी संपल्यावर ती माणसं मनानंही मुक्त झाली होती; परंतु हिंदू धर्मानं शूद्रातिशूद्रांवर लादलेली मानसिक गुलामगिरी त्यापेक्षाही भीषण होती.

परमहंस सभा मोडल्यावर मुंबईत डॉ. भांडारकर आदी मंडळींनी प्रार्थना समाजाची स्थापना केली. गेल्या वर्षी न्यायमूर्ती रावसाहेब रानडे यांच्या पुढाकारानं पुण्यातही समाजाची शाखा स्थापन झाली होती; परंतु ब्राम्हो समाजाच्या या महाराष्ट्रीय आवृत्तीतून हिंदू धर्माची लक्तरं झाकण्याऐवजी काहीच साधलं नाही. पूर्वजांच्या लबाड्या झाकण्यासाठीच ब्राह्मणांनी तो खटाटोप रचला होता.

विष्णुशास्त्री पंडितांनी घडवलेल्या पुनर्विवाह प्रकरणावर एकदाचा पडदा पडला खरा; परंतु बऱ्याच गोष्टी पुन्हा स्पष्ट झाल्या. सनातन्यांनी एवढा जोर लावला की, सुधारकांनी मध्येच हातपाय गाळले. सपशेल शरणागतीशिवाय त्यांना मार्ग उरला नाही. त्यात रावबहादूर गोपाळराव हरी यांचाही समावेश होता. एवढंच कशाला, ते लग्नालाही गेले नव्हते. त्यांच्या बडोद्याच्या विहिणीनं म्हणे, तंबी भरली की, त्या लग्नाला गेलात, तर मुलगी कायमची माहेरी पाठवून देईन. नाही तर नदीत ढकलून देईन; पण घरात म्हणून घेणार नाही.

'आपण या पुनर्विवाह समारंभास मुंबईस याल काय? विवाहप्रसंगी स्त्रीवर्गाची विशेष

आवश्यकता असते, तेव्हा सहकुटुंब याल काय? आपणांस येणे शक्य नसल्यास कुटुंबीयांपैकी कोणास पाठवाल काय?' असे अनेक आर्जवी प्रश्न असलेल्या निमंत्रणपत्रिकेवर सही करणाऱ्या रावबहादुरांनी ऐन लग्नाच्या वेळी सुरतेचं तिकीट काढलं होतं.

रावबहादुरांची अशी गोची व्हावी, याचा तात्यांना फार खेद वाटला. कारण ब्राह्मणांमध्ये त्यांच्याइतका सडेतोड लिहिणारा, ब्राह्मणांची मापं त्यांच्या पदरात घालणारा दुसरा माणूस नव्हता. आर्याजींची नीती किती अमंगळ आहे, हे त्यांनीच पहिल्यांदा महाराष्ट्राला सांगितलं होतं.

विष्णुशास्त्री मात्र आपल्या भूमिकेवर ठाम राहिले. त्यांची अढळ कार्यनिष्ठा सर्वांनाच दिसून आली. इकडं विठोबाअण्णा दप्तरदार हे पुनर्विवाहाच्या निषेधाचा प्रचार करत होते, तर तिकडं विष्णुशास्त्री पंडित पुनर्विवाहाच्या पुरस्कारार्थ व्याख्यानं देत होते. पुण्याची हवा नुसती घुसळून निघाली होती.

तुळशीबागेत झालेल्या प्रचंड सभेत सातहीजणांवर बहिष्काराचा मसुदा मंजूर करण्यात आला. सुधारकांनी शरणागती पत्करली; पण तेवढ्यावर सनातनी पक्षाचं समाधान झालं नाही. हा प्रश्न कायमचा निकालात काढून त्यांनी सुधारक पक्षाला पुरतं नेस्तनाबूत करायचं ठरवलं.

योगायोग असा की, याच सुमारास जगद्गुरू श्रीमत् शंकराचार्यांची स्वारी पुण्यात आली होती. सनातनी पक्षानं पुनर्विवाहाचा हा प्रश्न थेट शंकराचार्यांच्या दरबारात नेला. शंकराचार्यांनी धर्मशास्त्राप्रमाणे निर्णय घ्यावा, असा निर्वाळा दिला.

धर्मचर्चेसाठी पंच म्हणून सत्पात्र ब्राह्मणांची नियुक्ती झाली. ग्वाल्हेरच्या गोपाळाचार्य कऱ्हाडकरांना सरपंचपदाचा सन्मान देण्यात आला. प्रोफेसर कृष्णशास्त्री चिपळूणकर सुधारक पक्षाच्या बाजूनं पंच म्हणून बसले; परंतु शास्त्री-पंडितांनी त्यांच्या नियुक्तीवर गंभीर आक्षेप घेतला. कारण त्यांच्या हातून युरोपियन लोकांसोबत बसून फळे आणि बर्फ खाण्याचा अधर्म घडला होता. त्याबद्दल पाचशे रुपये खंडणी भरून त्यांना आधी प्रायश्चित्त घ्यावं लागलं. प्रोफेसर रामकृष्णपंत भांडारकर यांनाही पंच म्हणून स्थान मिळावं, अशी मागणी सुधारक पक्षानं केली; परंतु ते पडले सारस्वत ब्राह्मण. पुन्हा धर्मशास्त्राचा दंडक आडवा आला. सारस्वत जातीत जन्मलेल्या माणसानं धर्मनिर्णय करावा, हाच मोठा अधर्म ठरणार, सबब त्यांना पंच म्हणून स्थान द्यावं ही मागणी फेटाळण्यात आली.

खुद्द शंकराचार्यांच्या साक्षीनं नऊ दिवस वाद चालला. पूर्वपक्ष, उत्तरपक्ष झाले. ती चर्चा ऐकायला लोक आनंदानं येऊन बसत. शहरात सर्वत्र तीच चर्चा सुरू होती. शुक्लपक्ष जिंकणार की कृष्णपक्ष जिंकणार? शुक्लपक्ष म्हणजे धर्मशास्त्राचा पक्ष आणि कृष्णपक्ष म्हणजे धर्मबुडव्या सुधारकांचा पक्ष अशी ती विभागणी होती.

पती मृत झाला असेल, संन्यास घेऊन निघून गेला असेल; तो नपुंसक

असेल किंवा पतित असेल, तर स्त्रीला दुसरा विवाह विहित आहे या अर्थाच्या पराशरस्मृतीतल्या एका श्लोकाचा आधार घेऊन सुधारकांनी आपली बाजू लढवली; परंतु त्याच वचनाचा आधार घेऊन शंकराचार्य म्हणे, रावबहादुरांना म्हणाले की, तुमचा मुलगा विलायतेत जाऊन आल्यानं पतित झाला आहे. तेव्हा त्याच्या पत्नीला त्याच न्यायानं दुसरा विवाह करून द्या. यावर रावबहादूर गोपाळराव हरि काही बोलू शकले नाहीत. त्यांनी पुढं केलेला आधार त्यांच्यावरच उलटला. रावबहादुरांना माघार घ्यावी लागली.

कृष्णशास्त्री चिपळूणकर आणखी आधार शोधू लागले. असाही एक युक्तिवाद झाला की, विधवा अक्षतयोनी असेल – म्हणजेच बालविधवा असेल तर तिचा विवाह शास्त्राला अमान्य नाही; पण शास्त्रात मात्र असा विवाह सांगितलेला नाही. त्यावर प्रतिवाद झाला की, शास्त्रात काय करावं, एवढंच सांगितलेलं आहे. काय करू नये, हे सांगितलेलं नाही. शास्त्रात जे सांगितलं आहे, त्याच्याविरुद्ध आचरण करण्याचा अधिकार आपला नाही. विधवा-पुनर्विवाह शास्त्रात सांगितलेला नाही. तेव्हा शास्त्रार्थ एवढाच की, पुनर्विवाह शास्त्रसंमत नाही...

...एका पोथीत अनुकूल आधार सापडला तर दुसऱ्या पोथीत प्रतिकूल आधार सापडे. त्यात पुन्हा अर्थ-अनर्थाचे हजार गोंधळ. एकेका संस्कृत शब्दाचे पन्नास अर्थ. कुठला अर्थ घ्यायचा हे कसं आणि कोण ठरवणार?

तरीही सुधारक पक्ष आपली बाजू लढवतच राहिला. प्रोफेसर भांडारकर सुधारणेला अनुकूल ठरतील, अशी वचनं हुडकून काढून सुधारक पक्षाला मदत करत होते. बाजू उलटायची भीतीच नको, म्हणून मग सनातनी लोकांनी वेगळाच बडगा काढला. ते म्हणाले, सुधारणेला अनुकूल शास्त्रार्थ निघाला, तरी तो कलियुगात लागू पडत नाही! ठेवणीतल्या या अस्त्रानं सगळी चर्चाच संपुष्टात आली. सुधारकांना तोंडात मारून घेऊन गप्प बसावं लागलं.

सुधारक पक्षाची बाजू पुरती लंगडी पडली. त्यात विनोद म्हणजे, ज्यांच्यावर त्यांनी एवढी भिस्त ठेवली, तेच दुटप्पी निघाले. खुद्द कृष्णशास्त्री चिपळूणकरांनी ऐनवेळी सनातनी पक्षाला अनुकूल ठरेल, असाच अभिप्राय दिला. सुधारक पक्षाला पराभव समोर दिसू लागताच केरूनानांना सोबत घेऊन तेच आधी प्रायश्चित्त घ्यायला पुढं झाले.

एवढं करून कोणत्या पक्षाची बाजू बरोबर, हे मतं टाकून ठरवण्यात आलं. अशी मतं टाकून आणि टाळकी मोजून का विधवांच्या यातनांचा फैसला होणार होता? शेवटी नऊ दिवस चाललेला तो वाद म्हणजे एक फार्सच ठरला. सुधारक पक्षातल्या लोकांना प्रायश्चित्ताची शिक्षा फर्मावली गेली. सनातनी पक्षाला आपल्या विजयाचा डांगोरा पिटायची मोठीच घाई झाली होती. 'विजय झाला, विष्णू हरला' अशी तार त्यांनी 'टाइम्स ऑफ इंडिया'ला ठोकून दिली.

एवढा नऊ दिवस वाद चालला खरा; पण शंकराचार्यांना कोणीही बोलताना असं पाहिलंच नाही. त्यांच्या बाजूनं दुसरे–म्हणजे सनातनीच बोलत होते. शंकराचार्यांना वादातलं काही कळत नव्हतं की बोलता येत नव्हतं, ते गुलदस्त्यातच राहिलं.

सर्वांनी नाकं घासत प्रायश्चित्तं घेतली. विष्णुशास्त्री पंडित, विष्णू परशुराम रानडे आणि रावसाहेब रानडे हे तिघे सुधारक बहिष्काराला तोंड देत राहिले.

पुण्यात हा वादाचा आणि बहिष्काराचा फुकट तमाशा सुरू असताना मुंबईत आणखी एक पुनर्विवाह झाला. न्यायमूर्ती कान्होबा विजयकर यांनी आपल्या गवळ्याच्या तलावाजवळील बंगल्यात सुमित्राबाई नावाच्या विधवेशी समारंभपूर्वक लग्न केलं. पहिला विवाहसुद्धा त्यांच्याच बंगल्यावर पार पडला होता. एका न्यायाधीशानं अशी कृत्यं करावीत, ही गोष्ट सनातन्यांना फार बोचली. त्यांनी हरप्रकारे न्यायमूर्ती विजयकर आणि सुमित्राबाईंचा छळ सुरू केला.

गुलदस्त्यात लपून बसलेल्या काही गोष्टी हळूहळू बाहेर येऊ लागल्या. सनातनी पक्षाने सुधारक पक्षाच्या बाजूने बसलेले व्यंकटशास्त्री माटे यांना धाक दाखवून आधीच आपल्या बाजूनं वळवून घेतलं होतं; त्यामुळे शंकराचार्यांकडं निवाडा करण्याची कुवत असली काय आणि नसली काय; सुधारकांची हार होणार, हे ठरलेलंच होतं. लोकहितवादींनी प्रायश्चित्त घेतलं खरं; पण आपण इथून पुढंही हे काम करीतच राहू, असं पंचांना पत्र लिहून कळवून टाकलं.

जोशीकाकांनी सुरू केलेल्या सार्वजनिक सभेची धोरणं चांगली होती; परंतु तिच्या कार्यांत शूद्रातिशूद्रांचा कुठलाही सहभाग नव्हता. खरं तर, ती एक सार्वजनिक भटसभाच होती. महार-मांग मुलांच्या शाळा सरकारी शिक्षण खात्याकडे सोपवून सदाशिवराव गोवंडे सार्वजनिक सभेचे कार्यवाह बनले.

सदाशिवरावांचा विचार मनात येताच तात्यांना मित्रांच्या सहवासातला भूतकाळ आठवू लागे. सदाशिवराव सध्या कुठल्या तरी बुवाच्या नादी लागले असल्याचं ऐकिवात होतं. एकेकाळी एका ध्येयानं झपाटलेल्या मित्रांच्या वाटा आज अशा कुठल्या कुठं पांगल्या होत्या. मोरोपंत आणि सखाराम मुंबईला गेले. मोरोपंत प्रार्थना समाजाचे सदस्य झाले. 'सुबोधपत्रिके'च्या संपादनाची जबाबदारी त्यांनी स्वीकारली. त्या कामासाठी ते कायमचे मुंबईलाच राहिले. सखारामपंतांनीही उद्योग-व्यवसायासाठी मुंबईतच राहायचं ठरवलं.

त्या त्या वेळी साथ देणारी माणसं आज कुठं होती? ठाणे-कुलाबा जिल्ह्यांत शाळांचे उपनिरीक्षक म्हणून बढतीवर गेलेले केशवराव भवाळकर पुण्यात परत आलेच नाहीत. तिथून ते परस्पर मध्यप्रांतात तहसीलदार म्हणून गेले. शादी होऊन

गेल्यापासून फातिमाबाई यांचीही भेट नव्हती. ती गफारचाचा गेले, त्या वेळी झाली. उस्मानही खूप दिवसांनी भेटला, तो त्याच वेळी. डॉ. मिचेल, रे. जेम्स मिचेल ही जिव्हाळ्याची माणसं कधीच मायदेशी परतली. मेजर कँडी यांनी आपला मुक्काम महाबळेश्वरला हलवला; त्यामुळे त्यांचीही भेट नव्हती.

रावसाहेब रानडे सध्या बदली होऊन पुण्याला आले होते. प्रार्थना समाज आणि सार्वजनिक सभेच्या कामाला त्यांच्या मार्गदर्शनाखाली अधिक चालना मिळाली.

तात्यांच्या कार्यांत सहभागी होणं शक्य नसलं, तरी त्यांनी चालविलेल्या कार्याविषयी रावसाहेबांना फार आस्था वाटे. लहान वयापासून ते जोतीराव फुल्यांच्या कार्याविषयी, त्यांच्या निधड्या स्वभावाविषयी ऐकत आले होते. मुद्दाम भेट घेऊन त्यांनी तात्यांच्या कार्यांची प्रशंसा केली. रावसाहेबांच्या मर्यादा तात्यांना दिसून आल्या; परंतु त्यांची विद्वत्ता, ज्ञानलालसा आणि सत्कार्यावरील निष्ठा या गोष्टी तात्यांच्या मनाला स्पर्श करून गेल्या.

त्यानंतर पुन्हा कितीतरी भेटी झाल्या. विचारांचं आदानप्रदान झालं. रावसाहेब रानडे आणि तात्यासाहेब फुले यांच्यातला स्नेह ही आता नवी गोष्ट राहिली नाही.

रावसाहेबांच्या भगिनी दुर्गाबाई विधवा झाल्या, त्या वेळी तात्या त्यांच्या भेटीला जाऊन आले. त्यानंतर रावसाहेबांची भेट झाली नव्हती; त्यामुळे दुपारी दुकानात निरोप आला, तेव्हा तात्यांना आनंद झाला. रावसाहेब आज संध्याकाळी तात्यांच्या भेटीला येणार होते.

संध्याकाळी ठीक सहा वाजता फुल्यांच्या वाड्यासमोर रावसाहेबांची घोडागाडी उभी राहिली. शुभ्र पेलेदार अंगरख्यावरून लपेटलेलं रेशीमकाठी उपरणं सावरत रावसाहेब गाडीतून खाली उतरले.

मूर्ती ठेंगणीशीच; परंतु व्यक्तिमत्त्वाचा प्रभावीपणा सहजच जाणवणारा. डोक्यावरची गुलाबी पगडी प्रभावीपणात आणखी भर घालत होती. कुठंही छानछोकीचा लवलेश नाही. एकंदर राहणीत आचारविचारांतला सरळसाधेपणा एकवटलेला. ओठांवर आलेल्या छपरी मिशामुळे थोडे गबाळेच वाटतात. शांत मुद्रा अथांग विद्वत्तेमुळे आणखी विचारी वाटते. रावसाहेबांचा व्यासंग तसाच दांडगा. सतत वाचनामुळे उजवा डोळा जवळजवळ अधू झाला आहे.

अनाथालयाची व्यवस्था पाहून रावसाहेब म्हणाले,

''पंढरपुरात असं अनाथालय सुरू करावं, अशी आमची इच्छा आहे. त्या दृष्टीनं आपलं अनाथालय पाहण्यासाठी लालशंकर उमियाशंकर येणार आहेत.''

तात्यांना तो विचार फार आवडला. ते म्हणाले,

''आपला विचार अगदी योग्य आहे. धार्मिक ठिकाणी रूढींचा जोर अधिक असतो. म्हणूनच आम्ही आमच्या या अनाथालयाच्या जाहिराती वाई, पंढरपूर,

नाशिक, काशी इथंही पाठवल्या होत्या. तिथून काही स्त्रिया आमच्या अनाथालयात येऊन गेल्या. अशा स्त्रिया काही वेळा धार्मिक ठिकाणी जाऊन प्राणत्याग करतात. त्या ठिकाणी अनाथालयं सुरू केली, तर निदान त्यांच्या मुलांना वाचवणं तरी शक्य होईल; त्यामुळे त्या तीर्थक्षेत्रांवरील सनातन्यांनाही कदाचित जाग येईल.''

''त्यांना जाग येणार नाही की त्यांच्या हृदयाला पाझर फुटणार नाही. आम्ही कसे तोंडघशी पडलो, ते पाहिलंत ना?'' रावसाहेब म्हणाले.

बोलत- बोलत दोघे स्नेही बैठकीत आले. रावसाहेबांच्या पगडीवरच्या झिरमिळ्या मंद मंद हलत होत्या. शांत चेहऱ्यावर दुःखाची सावली जाणवत होती. पुनर्विवाह-प्रकरणी सोसावा लागलेला मनस्ताप ते अजून विसरले नव्हते. त्यात बहिणीच्या वैधव्याची भर पडली होती.

''बोलणं-लिहिणं सोपं. प्रत्यक्ष सुधारणा करणं कठीण. काळाप्रमाणे शास्त्रासदेखील चालन असलं पाहिजे, असं म्हणणारे रावबहादूर स्वतः मात्र बदलायला तयार नाहीत.'' तात्या म्हणाले.

''पण, तात्यासाहेब, एवढं असूनही त्यांनी पुनर्विवाह पक्षाला पाठबळ दिलं आहेच ना?''

''विचारांना कृतीची जोड नसेल, तर शाब्दिक पाठबळाला कुठला अर्थ, रावसाहेब? फक्त भाषणं करून आणि लेख लिहून सुधारणा होणार नाहीत. सोसायची तयारी ठेवली, तरंच काही घडेल. तसं घडलं नाही तर विचार कितीही चांगले असले, तरी म्यानातल्या तलवारीसारखे गंजून जाऊन निरुपयोगी ठरतील.''

रावबहादुरांची कौटुंबिक अडचण सगळ्या गावाला माहीत होती. त्याविषयी अधिक चर्चा करण्यात काहीच मतलब नव्हता. अर्थात त्याविषयी तात्यांनाही सहानुभूती होती. नाही, असं नाही; परंतु रावबहादुरांसारख्या स्वतंत्र विचारांच्या माणसानं रूढींपुढं इतकं वाकावं हेच त्यांना पटत नव्हतं.

''माझ्यावरही दडपण आलं होतं; पण निभावलं, झालं.'' तो विषय टाळत रावसाहेब म्हणाले.

परंतु तात्यांनी पुन्हा त्याच विषयाकडं मोहरा वळवला. ते म्हणाले,

''सनातन्यांनी कितीही ओरड केली, तरी तो विवाह चुकीचा कसा ठरतो रावसाहेब? शूद्रातिशूद्र समाजामध्ये पूर्वापार पुनर्विवाहाची चाल आहे; ती चुकीची आहे का? तुम्ही त्यांच्या पोथ्यांपुढं मान तुकवता, म्हणून त्यांचं फावतं. तुम्ही मनातली शास्त्रं काढून टाका, म्हणजे सुधारक पक्षाचं बळ आपोआप वाढेल. शास्त्रांचा गडबडगुंडा मनातून हद्दपार होत नाही तोवर हेच घडणार. रावसाहेब, आधी मनातली धर्मशास्त्रं हद्दपार करा.''

''धर्मशास्त्र!'' रावसाहेबांनी हतबल निःश्वास टाकला.

“पुनर्विवाह होऊ नयेत, असं कुठल्या धर्मशास्त्रात लिहिलं आहे, रावसाहेब?”

“कुठल्याही धर्मशास्त्रात लिहिलेलं नाही; पण ‘करा’ म्हणूनही लिहिलेलं नाही, म्हणून करू नयेत, हा शास्त्रार्थ! नऊ दिवस एवढा काथ्याकूट झाला; पण सुधारणेला अनुकूल शास्त्रार्थ काढला, तर तो म्हणे, कलियुगात लागू पडत नाही.”

“पण रावसाहेब, सुधारणेला अनुकूल असलेला शास्त्रार्थ कलियुगात लागू पडत नसेल, तर सुधारणेला प्रतिकूल असलेला शास्त्रार्थ तरी कसा चालतो? याचा अर्थ ती शास्त्रं कालबाह्य झाली आहेत, हे त्यांनीच कबूल केलं आहे.”

थोडा वेळ रावसाहेब काहीच बोलले नाहीत. अंमळ विचार करून ते म्हणाले,

“रूढिर्बलीयसी. दुसरं काय? याबाबत रूढी हाच कायदा. जे आजवर घडलं नाही, ते पुढं करायचं नाही. या कायद्याचा वरवंटा आमच्या घरावरूनही फिरला... तात्यासाहेब. असो. परमेश्वर ठेवील, तसं राहणं भाग आहे.” रावसाहेबांनी सुस्कारा सोडला. भरून आलेले डोळे रावसाहेबांनी उपरण्यानं टिपून घेतले.

रावसाहेबांना झालेलं दु:ख जाणून तात्या स्तब्ध झाले.

काही वेळ तसाच गेला.

निर्माण झालेल्या शांततेचा भंग करीत तात्या म्हणाले,

“वाईट झालं. घडू नये, ते घडलं; परंतु रावसाहेब, एका सुधारकाची बहीण विधवा झाली आहे.”

रावसाहेब चमकले. तात्यासाहेबांना काय म्हणायचं आहे, याचा त्यांना अंदाज आला होता. आपल्याला काय म्हणायचं आहे, हे रावसाहेबांच्या लक्षात आलं आहे, हे पाहून तात्या पुढं म्हणाले,

“रावसाहेब, दुर्गाबाईंना विधवेचं जिणं जगायला भाग पाडू नका.”

“पण...” रावसाहेब चाचरले. त्यांच्या पगडीवरच्या झिरमिळ्या हलायच्या थांबल्या होत्या.

तात्या म्हणाले,

“समाजात ज्या सुधारणा झाल्या पाहिजेत, असं तुम्ही म्हणता, त्या स्वत: आचरणात आणायला तुम्ही का कचरता? जे घडलं पाहिजे, असं तुम्ही म्हणता, ते स्वत: करून दाखवायची संधी तुम्हाला मिळाली आहे. रावसाहेब, ही संधी सोडू नका. दुर्गाबाईंचा पुनर्विवाह घडवून आपले बोल खरे करा.”

रावसाहेबांना स्तब्ध झालेलं पाहून तात्या पुढं म्हणाले,

“माणसाचा विकास घडवून आणणं हाच धर्माचा उद्देश आहे. मानवसेवा हीच ईश्वरसेवा आहे, ही शिकवण आपणच समाजाला दिली आहे, रावसाहेब.”

तात्यासाहेब, सुधारणेसाठी असे निर्णय महत्त्वाचे ठरतात, हे खरं; परंतु त्या व्यक्तीला मोठ्या संघर्षाला तोंड द्यावं लागतं. तो संघर्ष प्रत्येकाला सोसतोच, असं नाही.

मोरोबा कान्होबा यांना किती छळ सोसावा लागतो आहे, याची माहिती तुम्हाला आहेच. मी पुनर्विवाहास पाठबळ दिलं, म्हणून आमच्या घरातल्या लोकांस अजूनही त्रास सोसावा लागतो आहे. आमच्या कुटुंबास कुठं लग्नसमारंभास बोलावलं जात नाही. बोलावलं, तरी जाणूनबुजून अपमान केला जातो. बहिष्काराच्या भीतीनं नोकरसुद्धा टिकत नाहीत. उद्या घरात कोणाचं निधन झालं, तर अग्निसंस्कारासाठी माणसं मिळतील की नाही, अशी भीती वाटू लागली आहे. अशा स्थितीत बहिणीचा पुनर्विवाह करायचा, म्हणजे...'

"झगडा दिल्याशिवाय कुठलीही चांगली गोष्ट कधी साध्य झाली आहे का, रावसाहेब?सामाजिक सुधारणा आपोआप घडणार नाहीत. त्या घडवाव्या लगतील. विधवाविवाह झाले पाहिजेत, हे तुम्हाला पटलं आहे ना? मग धैर्य दाखवून हा पुनर्विवाह घडवा. त्याच वेळी लोकांच्या मनांवर सुधारणेचं महत्त्व ठसेल."

"परंतु तात्यासाहेब, ज्यांच्या आयुष्यात सुधारणा घडणार आहे, त्यांची मानसिक तयारी लक्षात घेतली पाहिजे."

"प्रत्यक्ष सुधारणा घडवल्याखेरीज मानसिकता बदलणार नाही, रावसाहेब. आपला विचार योग्य आहे, अशी आपली खात्री असेल तर आपण त्यांना समजावून सांगितलं पाहिजे... इतकंच नव्हे, तर सुधारणांच महत्त्व आपणांस त्यांच्या गळी उतरवता आलं पाहिजे."

रावसाहेब खिंड लढवीत होते; परंतु त्यांचे युक्तिवाद टिकत नव्हते. शेवटी ते म्हणाले,

"तात्यासाहेब, मला तुमचं म्हणणं योग्य वाटतं. दुर्गाबाईचं वय फार नाही. अवघं वीस-एकवीस असेल. अशा स्थितीत तिनं विधवा म्हणून आयुष्य कंठावं, असं वाटत नाही; परंतु मला माझ्या वडिलांचा विचार केला पाहिजे. दुर्गाचा पुनर्विवाह घडविण्याचा प्रयत्न केला, तर त्यांना फार दुःख होईल, शिवाय ब्राह्मण आमच्या घरावर बहिष्कार टाकतील."

"मग, रावसाहेब, आपलं हे सुधारकाचं ढोंग पुरे करा." ताडकन तात्या म्हणाले.

त्या अनपेक्षित टोल्यानं रावसाहेब क्षणभर बावचळल्यासारखे झाले. त्यांच्या तोंडून शब्द फुटेना. तात्यांची नजर टाळत ते म्हणाले,

"तात्यासाहेब, सुधारकाला समाजाकडं दुर्लक्ष करून चालेल का?"

"समाजाचा विचार करणं आणि आयत्या वेळी कच खाणं या दोन्ही गोष्टी वेगळ्या आहेत, रावसाहेब. समाजसुधारणेच्या गोष्टी बोलणाऱ्या आपल्यासारख्या लोकांनी, वेळ येईल त्याप्रमाणे सुधारणा आचरणात आणल्या, तरच आपल्या विचारांना काही अर्थ आहे. समाजमन हळूहळू बदलत जाईल. त्याची एवढी काळजी कशासाठी?"

रावसाहेब निरुत्तर झाले.

तो विषय तिथंच संपला.

बाहेर अंधार दाटू लागला होता.

रावसाहेबांच्या हातावर निरोपाची फुलं पडली आणि घोडागाडी वाटेला लागली.

काकूंना तात्यांचं आजचं बोलणं मुळीच आवडलं नव्हतं. घरी आलेल्या कुठल्याही पाहुण्याशी तात्या कधीच इतके तोडून बोलत नसत. उलट ब्राह्मण विद्वानांशी ते अधिक नम्रतेनं वागत. जोतीराव फुले ब्राह्मणांचा वैरी आहे, असा कोणाचा समज होऊ नये, अशी त्यांची इच्छा असे. पोवाड्यांतून आणि भाषणांतून ब्राह्मणांवर कठोर टीकाप्रहार करणारे जोतीराव फुले ते हेच का, असा प्रश्न पडावा, इतकं त्यांचं वागणं-बोलणं स्नेहशील असे.

रावसाहेब जाताच काकूंनी तात्यांना तसं स्पष्ट सुनावलं. तात्या वरमले; परंतु त्यांच्या मनातला राग अजून गेला नव्हता. ते म्हणाले,

''त्यांना सुधारणा हव्या आहेत; पण त्या लोकांनी केलेल्या. हे स्वत: उंटावरून शेळ्या हाकणार. जे स्वत:च्या कुटुंबाची सुधारणा घडवू शकत नाहीत; ते लोक समाजसुधारणा ती काय घडवणार? ज्यांच्या कानांत स्वत:च्या बहिणीचा आक्रोश शिरत नाही, त्यांना इतर विधवांच्या किंकाळ्या कुठल्या ऐकू येणार? ते फक्त बोलके सुधारक आहेत. त्यांच्याकडून कृतीची अपेक्षा नाही.''

झाला, तेवढा वाद पुरेसा होता. तिकडं काम काकूंना हाका मारत होतं. त्या निघून गेल्या. तात्या मुलांच्या खोलीकडं वळले. काकूंचा स्वयंपाक होईपर्यंत मुलांना सांभाळण्याची जबाबदारी त्यांची असे. सारं विसरून तात्या बाळलीलांमध्ये रंगून गेले. काकूंनी डोकावून पाहिलं असतं, तर लेकरांना कडेखांद्यावर घेऊन खेळणाऱ्या, त्यांच्याशी बोबडं बोलणाऱ्या तात्यांना पाहून त्यांनाही थोड्या वेळापूर्वीचे तात्या ते हेच का, असा संभ्रम पडल्यावाचून राहिला नसता.

४०

तात्यांना कात्रजच्या बोगद्याचं दगड पुरवायचं पोटकंत्राट मिळालं. ते काम ग्यानोबा सांभाळत होता. सर्व व्याप सांभाळून, फावेल तशी फुरसत काढत तात्या 'गुलामगिरी'च्या लेखनात गढून गेले. संध्याकाळी दुकानातून आल्या आल्या ते लिहायला बसत. एकेका भागात हिंदू धर्मातल्या एकेक अवतारकल्पना निकालात निघत होत्या.

काही दिवसांपूर्वी त्यांनी आपल्या अज्ञानी देशबांधवांना जागं करण्यासाठी एक पत्र जाहीर केलं होतं. त्यांचं शीर्षक होतं :

'शूद्रांनी ब्रह्मराक्षसांच्या दास्यत्वापासून असे मुक्त व्हावे.'

युरोपियन व अमेरिकन सत्पुरुषांच्या उपदेशामुळे आपल्या वास्तविक हक्कांची जाणीव होताच मी ब्राह्मणी कैदखान्याच्या कृत्रिम कोटाच्या ब्रह्मकपाट दरवाजाला लाथ मारून बाहेर पडलो आहे आणि त्याबद्दल उत्पन्नकर्त्याचे आभार मानत आहे, अशी घोषणा करून आणि भटांच्या सर्व ग्रंथांचा धिक्कार करून तात्यांनी प्रतिज्ञा घेतली होती :

'जे दास (शूद्र) फक्त आपल्या उत्पन्नकर्त्यास मानून, नीतीस अनुसरून, स्वच्छ उद्योग करण्याचा निश्चय करून, त्याप्रमाणे आचरण करीत आहेत, अशी त्यांजविषयी माझी खात्री झाल्याबरोबर, मी त्यास केवळ आपल्या कुटुंबातील बांधवांप्रमाणे समजून त्यांजबरोबर अन्नव्यवहार करीन, मग तो कोणत्याही देशातील असो.'

सदर प्रतिज्ञापत्र त्यांनी अनेक वर्तमानपत्रांकडे पाठवलं; परंतु एकाही भट संपादकाने ते छापलं नाही. ते छापायचं नाकारताना 'लोककल्याणेच्छू'नं लिहिलं;

'आमचे प्रसिद्ध महाज्ञानी, महाविचारी आणि महाशोधक तत्त्ववेत्ते आझम जोतीराव गोविंदराव फुले यांनी एका मोठ्या गृहस्थाच्या शिफारसीने एक अप्रयोजक अशा प्रकारचे आत्मश्लाघेचे व ब्राह्मणांच्या निंदेचे पत्र आम्हाकडे पाठविले आहे, त्यास आमच्या पत्रात जागा मिळण्याचा संभव नाही. याबद्दल सदरहू आझम फुले आम्हास माफी करोत.'

कोल्हापूरच्या 'शुभवर्तमानदर्शक' या ख्रिस्ती मासिकानं मात्र ते आवर्जून प्रसिद्ध केलं. ते पत्र प्रसिद्ध करताना संपादक म्हणाले,

'असे छातीचे पुरुष या देशात पुष्कळ लवकर होवोत.'

संध्याकाळी तात्या घरी आले, तेव्हा काकूंची बाहेर जाण्याची तयारी दिसत होती. छोटी यमू काकूंबरोबर जायचा हट्ट करीत होती. तिला जवळ घेत तात्या म्हणाले,

''कुठं निघालात?''

''लग्नाला जायचं आहे. सोबत सरस्वतीबाई आहेत.''

तात्यांना सरस्वतीबाईंविषयी फार आदर वाटत असे. सार्वजनिक काका आणि न्यायमूर्ती रानडे यांच्या मार्गदर्शनाखाली त्यांनी आणि सरस्वतीबाई जोशी यांनी स्त्री विचारवती सभेची स्थापना केली होती. सभेच्या कामात सावित्रीबाईंनी सहभागी व्हावं, अशी त्यांची इच्छा होती. त्या निमित्तानं दोन्ही घरांचे ऋणानुबंध पुन्हा जुळू लागले होते, याचा तात्यांना आनंदच होता; त्यामुळे ते काकूंना होईल तेवढं प्रोत्साहन देत.

''जाऊन या.'' मुसमुसणाऱ्या यमूची समजूत घालत तात्या म्हणाले.

तोवर रांगत आलेला गजानन त्यांना चिकटला. आता तोही या घरातून त्या घरात दुडदुडू लागला होता.

आज्ञा मिळताच काकू निघून गेल्या. तात्या थोडा वेळ मुलांशी खेळले. आणलेला खाऊ सर्वांना दिला आणि सीतारामला मुलांकडे लक्ष द्यायला सांगून ते लिहायला बसले. लिहिता-लिहिता किती वेळ गेला, हे तात्यांनाही कळलं नाही.

बराच वेळ झाला असावा. काकू अजून आलेल्या दिसत नव्हत्या. तात्या मुलांकडं गेले. सीताराम त्यांना जेवायला वाढत होता. यमू एकटीच कोपऱ्यात बसून होती.

"यमू जेवली का?" तात्यांनी विचारलं.

"ती नाही म्हणते." सीताराम म्हणाला.

"यमू, जेवून घे." यमूजवळ जात तात्या म्हणाले.

यमूनं नाही म्हणून मान हलवली आणि ती पुन्हा फुरंगटून बसली. अनाथालयातील सर्व मुलांत यमू लहान होती. तात्यांनी तिला उचलून घेतलं. या मुलीनं तात्या-काकूंना फारच लळा लावला होता. तसाच तो शिवाजी. त्याला पाहून तात्यांना शांतारामची आठवण येई. लक्ष्मी, बाबू ही मुलं आता मोठी झाली होती. त्यांना शाळेत घालायला पाहिजे होतं.

"माझ्याबरोबर जेवनार?" तात्या यमूशी बोलू लागले.

"हो." यमूनं राजी होऊन मान हलवली.

"पण मी उशिरा जेवणार. काकू आल्यावर. तोवर थांबनार?"

यमूनं पुन्हा मान हलवली.

"पन तोवल तुमाला भूक लागनाल."

"नाही लागनाल."

यमू ऐकायला तयार नव्हती. तिला कडेवर घेऊन तात्या काकूंची वाट पाहू लागले.

"तात्या, मी जाऊन येऊ का?" सीताराम म्हणाला.

"नको. येतच असतील त्या. तू मुलांना झोपायला ने."

थोड्याच वेळात उंबऱ्यात पावलं वाजली. त्यांना पाहताच तात्या म्हणाले,

"सावित्रीबाई, इतका उशीर? तुम्हाला मुलांची काळजी वाटत नाही का?"

काकू दारातच थांबल्या होत्या. तात्यांच्या रागावण्याकडं दुर्लक्ष करीत त्या म्हणाल्या,

"सीताराम, दिवटी घेऊन ये."

"दिवटी कशासाठी? सोबत कोणी आलं आहे का?" दाराकडं येत तात्या म्हणाले. नकळत चढलेला आवाज एकदम खाली आला होता.

"सरस्वतीबाई सोबत आल्या आहेत." काकू म्हणाल्या.

"वहिनीसाहेब आल्या आहेत? मग त्यांना आत बोलवायचं नाही का? ही यमू रडत होती, म्हणून... थांब मी दिवटी आणतो..."

तात्या चटकन दिवटी घेऊन आले. समईवर धरून त्यांनी ती पेटवली. सीतारामच्या हाती दिवटी देत ते म्हणाले,

"सीताराम, वहिनीसाहेबांना वाड्यावर पोचवून ये."

तात्यांची सावरून घेण्याची ती धडपड पाहून काकूंना हसू फुटलं. यमूला उचलून घेत त्या आत निघून गेल्या.

काकूंवर रुसलेली यमू आज तात्यांच्या मांडीवर बसून जेवली.

तात्या गालांतच खजील हसत होते.

त्यांच्या हसण्याचं कारण उमजून काकूंनाही हसू येत होत.

४१

१८७३ च्या जूनमध्ये 'गुलामगिरी' हा ग्रंथ प्रसिद्ध झाला. ब्राह्मणी धर्मग्रंथ किती कपोलकल्पित आणि बाजारगप्पांनी भरलेले आहेत, त्यांतील अवतारकल्पना किती पोकळ आणि थोतांडी आहेत, हे तर्कशुद्धपणे सिद्ध करून आर्यभट इराणातून कसे आले, बळीराजा, जोतिबा, खंडोबा, महासुभा, भैरोबा हेच या देशाचे मूळ क्षेत्रपती कसे होते, त्यांच्या राज्यातल्या चालीरीती कोणत्या होत्या, त्यांचे अवशेष अजूनही कसे टिकून आहेत, वामनानं बळीराजाचं राज्य जिंकून त्याला पाताळात कसं घातलं, ब्राह्मण मुळात मांसाहारी कसे होते, नारद-शंकराचार्य यांनी कोणकोणती कारस्थानं करून शूद्रांना नाडलं इत्यादी अनेक गोष्टी ग्रंथात उघड करून सांगितल्या होत्या. परशुरामानं केलेल्या अत्याचारांचं तात्यांनी केलेलं वर्णन कोणाही सहृदय माणसाला पाझर फोडील, असंच होतं. सोबतच वतनदार कुलकर्णी, शेट सावकार, ऐदी संस्थानिक, सरकारी खात्यातील भट कामगार, शाळा खाते, म्युनिसिपालिटी, दक्षिणा प्राइज कमिटी, भट वर्तमानपत्रकर्ते यांच्यावरही तात्यांनी कठोर टीकाप्रहार केले होते.

'गुलामगिरी'च्या प्रस्तावनेत तात्यांनी शूद्रातिशूद्रांच्या गुलामगिरीची तुलना अमेरिकेतल्या गुलामगिरीशी केली आणि त्या गुलामगिरीपेक्षाही ही गुलामगिरी भीषण असल्याचं दाखवून दिलं. येथील अज्ञानी शूद्रांवर भटांच्या शिकवणुकीचा एवढा दृढ परिणाम झालेला होता की, ते अमेरिकेतील गुलामांप्रमाणे आपल्या हितकर्त्यांविरुद्ध लढायला उठत असत. स्वतःच्या तुंबड्या भरण्यासाठी ब्राह्मणांनी त्यांच्यात जातिभेदाचं विष भिनवून ठेवलं होतं. त्यांच्या आजच्या अवनतीस ब्राह्मणच जबाबदार होते. इंग्रजी राज्यामुळे त्यांचं कायिक दास्य संपलं होतं खरं; परंतु त्यांचं मानसिक दास्य अजून संपलं नव्हतं. ते संपविण्यासाठी सरकारनं त्यांच्या शिक्षणाकडं लक्ष पुरवावं, एवढीच ग्रंथकर्त्याची प्रार्थना होती. तात्यांनी दिलेला संदेश कोणाही शूद्रानं हृदयावर कोरून ठेवावा, असाच होता. त्यांनी लिहिलं होतं :

‘इंग्रज लोक आज आहेत, उद्या नाहीत. ते आपल्या जन्मास पुरतील, म्हणोन कोणाच्याने खास करून सांगवत नाही. यास्तव या लोकांचे राज्य या देशात आहे, तोवर आपण सर्व शूद्रांनी जलदी करून भटांच्या वडिलोपार्जित दास्यातून मुक्त व्हावे, यामध्ये मोठा शहाणपणा आहे.’

पुस्तकाची किंमत बारा आणे असली, तरी ज्यांच्यासाठी ते खास करून लिहिलं होतं, त्या शूद्रातिशूद्रांसाठी त्याची किंमत फक्त सहा आणे ठेवण्यात आली.

आपला ग्रंथ तात्यांनी गुलामगिरी नष्ट करण्याच्या कामी औदार्य दाखवणाऱ्या अमेरिकेतील सदाचारी लोकांना अर्पण केला होता आणि आपले देशबांधवही त्या स्तुत्य कृत्याचा कित्ता गिरवतील, अशी आशा व्यक्त केली होती. सोबतच आजच्या काळातल्या सुधारल्या विचारांच्या ब्राह्मण बांधवांविषयी तात्यांनी तेवढाच कृतज्ञ भाव व्यक्त केला होता. ते आपल्या पूर्वजांप्रमाणे कठोर अंत:करणाचे नसून, कोमल अंत:करणाचे असल्याची ग्वाही दिली होती.

परंतु काही देशबांधव मात्र संतापाची आग ओकत होते. ब्राह्मणी धर्माच्या आडपडद्यात लपलेले गुलामगिरीचे हस्तक खडबडून उठले होते. कारण ‘गुलामगिरी’ लिहून जोतीराव फुल्यानं त्यांच्या धर्माची अब्रू वेशीवर टांगली होती.

ईश्वराने सर्वांस सृष्टीतील सर्व गोष्टींचा सारख्या रीतीने उपभोग घेण्याची मोकळीक दिली आहे, भट लोकांनी ईश्वराच्या नावाचे खोटे ग्रंथ बनवून त्याच्या वैभवाला नीचपणा आणला आहे, मनुष्याला स्वतंत्रता असणे ही एक जरुरीची गोष्ट आहे, शूद्रांना शिक्षण दिले पाहिजे अशा अनेक अमंगळ गोष्टी त्यात लिहिल्या होत्या. आर्यभट म्हणे, इराणातून आले, त्यांच्या टोळ्या मचव्याकचव्यांतून आल्या आणि त्यावरून त्यांच्यावरील अधिकाऱ्यांना मत्स्य, कच्छ ही नावे पडली! नृसिंह खांबात लपून बसला होता!! चिरंजीव अवतार परशुरामाला उद्देशून लिहिलेलं पत्र वाचून तर त्यांचा नुसता संताप संताप झाला होता. पत्रात लिहिलं होतं :

अरे दादा परशुरामा, तू ब्राह्मणांच्या ग्रंथावरून चिरंजीव आहेस... तू असा तोंड चुकवून पळत फिरू नको. तू या नोटिशीच्या तारखेपासून सहा महिन्यांचे आत येऊन हजर झाल्यास, मीच काय; पण एकंदर सर्व जगातील लोक तुला तू सर्वसाक्षी आदिनारायणाचा खास अवतार आहेस, म्हणून मान देतील आणि तू तसे न केल्यास येथील महार-मांग आमच्या म्हसोबाच्या पाठीस लपून बसलेल्या तुझ्या विविधज्ञानी म्हणविणाऱ्या ब्राह्मण बच्चांस ओढून आणून त्यांची फटफजिती करण्यास कधी कमी करणार नाहीत...

आपला खरेपणा पाहणारा
जोतीराव गोविंदराव फुले

घराघरांतून दबल्या आवाजात चर्चा सुरू होती. जोती फुले स्वजनद्रोहाचं पातक करीत होता. हा तर म्हणे, गोऱ्या साहेबाचा डाव होता. गुप्तपणे शिजलेला तो एक मोठाच कट होता आणि त्यात आपला बळी जातो आहे, एवढंही त्याला कळत नव्हतं.

याच साडेभावार्थी नारदांनी न्यायमूर्ती मोरोबा कान्होबा यांना पत्नीसह आत्महत्या करायला भाग पाडलं. रावबहादूर गोपाळराव हरी यांना नाक घासत प्रायश्चित्तं घ्यायला लावली. रावसाहेब रानड्यांसारख्या सुधारणावादी लोकांना हतबल करून सोडलं; परंतु जोतीरावांपुढं त्यांची मात्रा चालत नव्हती. चालणारही नव्हती.

पुण्यात हा गदारोळ सुरू असताना तात्या आपल्या मुशींच्या दुकानात बसून हिशेब पाहत होते. समोर ग्यानोबा बसला होता. संध्याकाळ होत आली होती. रविवारचा दिवस असल्यानं आज ज्ञानगिरीबाबांचं प्रवचन होणार होतं. त्यातला बिप्रमती हा भाग ते सर्वांना समजावून सांगत होते.

दिवेलागण झाली आणि हळूहळू मंडळी जमू लागली. रामशेट, विठोबा गुठाळ, कुशाबा माळी, धोंडीराम कुंभार, ग्यानोबा झगडे, कृष्णराव भालेकर, तुकाराम हनुमंत पिंजन ही नेहमीची मंडळी जमली आणि ज्ञानगिरीबुवांनी आपल्या प्रवचनाला सुरुवात केली.

"सुनो भाई, कबीरजी कहते हैं..." ज्ञानगिरीबुवा सांगू लागले,

'नाना वरन गाय एक रंग है दूध ।
तुम कैसे बम्मन, हम कैसे सूद ॥'

ब्रजभाषेत लिहिलेल्या त्या ग्रंथात ब्राह्मणी कारस्थानांचं खुमासदार वर्णन केलेलं होतं. ज्ञानगिरीबुवा प्रत्येक शब्दाची फोड करून सांगत होते. समोरच्या जाणकार श्रोत्यांसमोर त्यांचं हिंदी वक्तृत्व चांगलंच बहरलं होतं.

४२

सर्वत्र अंधार... जीव घुसमटून जावा असा अंधार. कुठं उजेडाची तिरीप नाही की कुठं चिटपाखरू नाही. पायांखाली विस्तीर्ण उजाड माळरान आणि एकटी, एकाकी वाटचाल. कशासाठी चालत आहोत, कुठं जात आहोत, हेही कळत नव्हतं. पाय चालत होते...

पुढं पायऱ्या असलेली एक बारव. पायांखालचा पाचोळा चुरगळला. ती चाहूल लागताच सांदीकोंदीत दडून बसलेली कबुतरं फडफडली आणि विहिरीच्या तोंडातून फेकली गेल्यागत बाहेर उडाली. पायऱ्या संपत नव्हत्या. खोल... खोल... आणखी खोल. वरचा विहिरीच्या तोंडाचा अंधूक ठिपका अस्पष्ट झाला. अजूनही पायाला पाण्याचा स्पर्श नव्हता. ही विहीर की भुयार? तात्या डोळे फाडून पाहू लागले. परंतु सर्वत्र अंधाराचं साम्राज्य पसरलं होतं. भोवती कसला तरी कुबट वास भरला होता.

श्वास घेणंही कठीण झालं होतं. जीव घुसमटत होता. जिवाचं पाखरू अंधाऱ्या पोकळीतून बाहेर पडायला तडफडत होतं; परंतु कुठेच मार्ग दिसत नव्हता. पायांखालून सापाच्या पिल्लांची गुंतवळ सळसळत गेल्याचा भास झाला आणि तात्या दचकले. खाडकन् जाग आली. तात्या उठून बसले.

गेल्या काही दिवसांत झोप अशी नव्हतीच. आज गडद झोप आली, तर हे असं स्वप्नं पडलं होतं. मनातले विचार स्वप्नात उतरले होते. ते भुयार नव्हतं की विहीर नव्हती. तो तुरुंग होता! अवतीभोवती पसरलेला बिनगजांच्या ब्राह्मणी धर्मव्यवस्थेचा तुरुंग! तात्या अस्वस्थ होते. धर्माविषयीच्या उलटसुलट विचारांनी मन भंडावून गेलं होतं. शूद्रातिशूद्र समाजाला खऱ्या धर्माचा प्रकाश दाखवला पाहिजे. त्याला त्याचे माणूसपणाचे हक्क समजावून दिले पाहिजेत. त्यासाठी प्रथम आर्यभटांच्या मतलबी धर्मापासून त्यांची सुटका केली पाहिजे आणि त्यांना सहज समजेल, आचरणात आणता येईल, असा धर्मविचार मांडला पाहिजे.

तात्यांच्या डोक्यात पुन्हा विचारांचं वादळ घोंगावू लागलं. ज्ञानगिरीबुवांचं बीजकग्रंथावरचं निरूपण संपत आलं होतं. कबीरांच्या एकेका वचनावर तात्या रात्ररात्र विचार करत होते. त्यांचे विवेकनिष्ठ, सत्यनिष्ठ विचार तात्यांच्या मनाला भुरळ घालत होते.

रात्रीचा कोणता प्रहर होता, कोणास ठाऊक. आता झोप येणार नव्हतीच. तात्या उठून अंगणात आले.

सर्वत्र चांदण्याचा फिकट प्रकाश पसरला होता. उत्तररात्रीचा वारा भणभणत होता.

तात्यांनी आकाशाकडं पाहिलं.

काळ्या-पांढऱ्या ढगांच्या जाळीतून चंद्र पश्चिमेकडं सरकत होता. विश्वाच्या विराट अंगणात ऊन-सावलीचा खेळ सुरू होता. काळ्या ढगांच्या गर्द लाटा चंद्रावर येऊन कोसळत होत्या. पाहतापाहता चंद्र पुन्हा काळ्या ढगांच्या गर्दीत झाकला गेला आणि सर्वत्र अंधार पसरला. चांदण्या दुप्पट तेजाने लखलखू लागल्या.

विश्वाची अनंत विराटता तात्यांच्या मनाला साद घालत होती. विश्वनियंत्याचा तो ऊन-सावलीचा खेळ सुरूच होता. बघतच राहावी, अशी ती विराट सृष्टिक्रीडा तात्यांना विचारप्रवृत्त करत होती...

...हे विराट आकाश, हे तेजोमय ग्रहगोल, निसर्गचक्राचं हे सातत्य यामागं एक नियामक शक्ती आहे. ती शक्ती म्हणजेच ईश्वर. निर्मिक मानवाला जीवन देणारी जल आणि अन्न ही रत्नं, ही पृथ्वी त्याच्याच इच्छेची निर्मिती आहे. पिता आहे तो. आम्हा सर्वांचा पिता आहे; निर्माता आहे. हे सर्व त्याच्याच इच्छेनं घडून आलं आहे.

आकाशात विलसत असलेल्या त्या विराट निसर्गरूपावरून तात्यांची नजर हटत नव्हती. नकळत त्यांचे हात जोडले गेले. अंगावर रोमांच उठले आणि सहजच ओठांवर तुकोबांचे शब्द फुलून आले.

“तू करुणेचा सागर, देवा, तुजलाचि दु:ख सांगावे ।
तुजवाचुनि इतरांसी दीनमुख पसरोनी काय मागावे ॥”

वाऱ्याच्या झुळुकांनी जलाशयात लाटांची वलयं उठत राहावीत, तशा मनात विचारांच्या लाटा उमटत होत्या...

...ज्या सर्वशक्तिमान ईश्वरानं या विराट सृष्टिचक्राला जन्म दिला, त्यानंच माणसालाही जन्म दिला. ज्या विश्वनिर्मात्यानं झाडं-वेली, पशू-पशी निर्माण केले, त्यानंच माणूसही घडवला. माणूस इतर प्राणिमात्रांपेक्षा वेगळा दिसत असला, तरी तो मूलत: वेगळा नाही. त्याच्यात आणि इतर प्राणिमात्रांत फरक पडतो, तो बुद्धीमुळे! विश्वनिर्मात्यानं माणसाला दोन पायांवर उभं करून त्याला एक मोलाची देणगी दिली, ती म्हणजेच बुद्धी. सारासार विचार करण्याची शक्ती!

खरं म्हणजे, बुद्धीची ही देणगी म्हणजे त्याच्यावर पडलेली जबाबदारी आहे. तिचा उपयोग करून त्यानं स्वत:ला आणि इतर प्राणिमात्रांना सुखी करावं, हीच त्या देणगीदात्याची इच्छा आहे... परंतु ज्या देणगीमुळे तो इतर प्राण्यांपेक्षा वेगळा ठरला, त्या मौल्यवान बुद्धीचं सार्थक त्यानं केलं नाही. बुद्धीची देणगी देणाऱ्या विश्वनिर्मात्याच्या उदात्त हेतूलाच त्यानं हरताळ फासला. पावलोपावली तो बुद्धीचा दुरुपयोग करतो आहे. काहींनी सत्ता बळकावून माणसांनाच गुलाम केलं आहे. त्यांच्या मूलभूत हक्कांवर गदा आणून त्यांची जगण्यास आवश्यक अशी स्वतंत्रता नष्ट केली आहे. काही स्वार्थसाधू लोकांनी ईश्वरी इच्छेला काळिमा लावून धर्ममतांचा गलबला निर्माण केला आहे. ईश्वराला कमीपणा आणणारे ग्रंथ रचून ठेवून त्यांनी माणसांना धर्मसत्तेचे मानसिक गुलाम केलं आहे.

बळीस्थानात हेच घडलं. दुष्ट आर्यभटांनी धर्मसत्तेचं मतलबी गारूड निर्माण करून राजसत्ता दावणीला बांधली. परिणामी, वर्णव्यवस्थेतून उद्‌भवलेल्या जातिव्यवस्थेचं पालन आणि रक्षण हेच राजसत्तेचं काम बनलं. दंडसत्तेच्या बळावर अन्याय हाच न्याय ठरला. वर्णव्यवस्थेतील गुणांची कल्पना माणसाच्या अंगी असलेल्या गुणांशी नाही, तर त्याच्या जन्माशी जखडली आहे. त्यांच्या कर्मसिद्धान्ताप्रमाणे माणूस त्याच्या पूर्वजन्मीच्या गुणकर्मांचं संचित घेऊनच जन्माला येतो. गुणांना अनुसरून त्याचा स्वभाव बनतो आणि जन्मसिद्ध गुणांवरूनच कर्मही ठरतं. त्यांच्या मते सत्वगुण घेऊन जन्माला येतो, तो फक्त ब्राह्मण. इतरांचा त्यावर अधिकार नाही. इतर शूद्रातिशूद्र फक्त रजतमाचे धनी आहेत. त्यांनी ब्राह्मणांची गुणकर्मं घेण्याचा प्रयत्न करणं हा वर्णाश्रमधर्मानुसार गुन्हा ठरतो. म्हणूनच रामानं शंबूकाचा वध केला. गुणांच्या याच कल्पित थोतांडावर त्यांनी ही अन्याय्य समाजव्यवस्था निर्माण केली आहे. गुणांवरून कर्म ठरलं. कर्मावरून जात ठरली. प्रत्येक माणूस जातीजातींत कोंडला गेला...

...या जन्मसिद्ध जातिरचनेला आणि तिच्यातून उद्भवलेल्या उच्च-नीचतेला कुठलाही आधार नाही. शुद्रांत मूर्ख सापडतात, तसे ते ब्राह्मणांतही सापडतात. तरीही ब्राह्मण श्रेष्ठ आणि शूद्र कनिष्ठ हे कसं? शम, दम, तप हे ब्राह्मणांचे गुण आहेत, असं ते सांगतात; तर मग शूद्रांची सावली पडताच संयम सोडून शिव्या देऊ लागतो, तो ब्राह्मण कशावरून?

ब्रह्म सत्यं जगन्मिथ्या हे नास्तिकमत म्हणजे अज्ञानी शूद्रांची मती गुंग करणारं ब्रह्मगारूड आहे. अनेक प्रकारची मधुर फळं, सुवासिक फुलं, नाना चवींनी युक्त अशी धान्यं, मानवी जीवनास उपयुक्त अशा क्षारादिकांनी भरलेले सागर, जगण्यास अत्यंत आवश्यक असलेले वायू आणि आवश्यक तेवढी उष्णता देणारा सूर्य हे सारं निसर्गरूप मानवाचं जगणं सुखावह व्हावं, म्हणून ईश्वरानं निर्माण केलं आहे... यातलं काहीसुद्धा मिथ्या नाही. दुःख खरं, तेवढंच सुखही खरं. उन्हानं जीव कासावीस झाल्यावर घोटभर पाण्यासाठी पडणारा कंठशोष खरा, तेवढाच ईश्वरानं निर्माण केलेलं थंडगार पाणी कंठाखाली उतरताच जिवाला मिळणारा थंडावाही खरा; पण अज्ञानी शूद्रांच्या कानीकपाळी ब्रह्म सत्यं जगन्मिथ्या हा ताशा बडवत राहून त्यांना सुखोपभोगाच्या त्यागाची शिकवण द्यायची आणि आपण मात्र त्यांची संपत्ती लाटून त्यांच्याच जिवावर सुखोपभोगांत लोळायचं, असं त्यांचं मतलबी कारस्थान आहे... या ब्रह्म्याच्या बगलबच्च्यांपैकी एकानं तरी ब्रह्म पाहिलं आहे का? पाहिलं असेल, तर आम्हाला सांगावं; आम्हीही त्याची खात्री करून घेऊ.

अशा कल्पित आणि मिथ्या गोष्टी निर्माण करून त्यांनी आमची फसवणूक केली आहे आणि अजूनही करत आहेत.

मानवाला निष्क्रिय करणारं दैववादी तत्त्वज्ञान सांगून त्यांनी संपूर्ण समाज ऐहिक उन्नतीपासून आणि सुखांपासून दूर ठेवला; परंतु आपण स्वतः मात्र सर्व सुखोपभोगांचं आकंठ पान केलं. सोमरस म्हणून दारू ढोसली. यज्ञाच्या नावाखाली शेतीस उपयोगी गुरंढोरं कापून खाल्ली. अनंगव्रतदानासारखी घाणेरडी व्रतमाहात्म्यं सांगून शूद्रातिशूद्रांच्या स्त्रियांचाही उपभोग घेतला. या नीचांनी आम्हालाही नीच पातळीवर आणून ठेवलं... इथले मूळअधिपती क्षेत्रपती क्षत्रियांचा वंशच्छेद करून त्यांनाच राक्षस, असुर म्हणणारे आणि कृत्रिम ग्रंथ रचून इतरांच्या रक्तावर जगणारे आर्यभट हेच खरे राक्षस आहेत. चार पायांचे पशूसुद्धा एवढ्या दुष्टपणानं वागत नाहीत. ज्यांच्या अंगी दया दाखवायचं मनुष्यपण नाही, त्यांना माणूस म्हणणंही कठीण आहे... 'ब्राह्मण सर्वत्र पूज्य' या वाक्याला हरताळ लावल्याशिवाय आमचा उद्धार शक्य नाही!

ईश्वरनिष्ठ धर्मजीवनापासून माणूस आज वंचित झाला आहे. धर्माच्या नावाखाली माणसानंच माणसाला पशूपेक्षा हीन केलं आहे. ईश्वरनिष्ठा आणि धर्मनिष्ठा हाच

मानवी जीवनाचा मूलाधार आहे. चुकीच्या धर्ममतांची जळमटं दूर करून तो मूलाधार मजबूत केला पाहिजे.

...हे विराट विश्व ही परमेश्वरी इच्छेची निर्मिती असेल, तर ते मिथ्या कसं असू शकेल? ब्रह्म सत्यं जगन्मिथ्या असं सांगून इतरांचं ऐहिक सुखावरून लक्ष उडवायचं आणि त्यावर आपला ताबा ठेवायचा, अशी खाशी मसलत त्यांनी रचली आहे.

हे अनंत विश्व हेच एक मोठं कुटुंब आहे. आम्ही सर्व त्या परमेश्वराची लेकरं आहोत. तो आमच्या मनात कुठल्या भेदभावाचा बखेडा निर्माण करणार नाही की संकुचित देशाभिमानाचा वेडेपणा शिकवणार नाही...

हे विश्व आणि विश्वातील सर्व वस्तू सर्व माणसांसाठी निर्माण झाल्या आहेत. त्यांच्यावर कोणाही एका व्यक्तीचा किंवा समाजातील विशिष्ट गटाचा अधिकार नाही. सर्वांनी त्यांचा समानतेनं उपभोग घ्यावा आणि आनंदानं जगावं, हीच त्या विश्वनिर्मात्याची इच्छा आहे.

सर्वांशी समानतेनं आणि सत्यानं वागणं हाच माणसाचा धर्म होय. धर्ममतांचा गलबला हे व्यर्थ खूळ आहे. सर्व मानवजात ही ईश्वरी इच्छेची निर्मिती असताना माणसांसाठी वेगवेगळे धर्म असतीलच कसे? मानवता हाच एक धर्म ईश्वरानं माणसाला दिला आहे. त्याचं आचरण करण्याऐवजी देवाच्या नावावर स्वत:च काहीतरी रचून ठेवून त्याला देवाचा आशीर्वाद असल्याची खोटी हूल त्यांनी उठवली आहे. तेच लोक माणूस आणि तो सर्वशक्तिमान परमेश्वर यांच्यातले मध्यस्थ होऊन बसले आहेत. जो सन्मान फक्त ईश्वराला देणं योग्य ठरेल, असा सन्मान स्वत:कडे घेऊन त्यांनी ईश्वराला कमीपणा आणला आहे. एवढंच नव्हे, तर त्यांनी माणसांमध्ये भेदभावाच्या भिंती उभ्या करून माणसाची कणसं करून टाकली आहेत. त्यांना एकमेकांविरुद्ध उभं केलं आहे. अज्ञ माणूस परमेश्वराऐवजी या मध्यस्थांच्या भजनी लागला आहे. ईश्वराऐवजी तो या दलालांची भीती बाळगू लागला आहे... ही देव-देवळं, हा मध्यस्थांचा जुलूम हे खरं धर्मजीवन असूच शकत नाही. प्रत्येक धर्मात हीच अवस्था झाली आहे. खरा धर्मविचार लोप पावला आहे. सर्व मानवजातीला सारखा हितावह ठरेल, असा धर्मविचार सांगणं हीच आजची खरी गरज आहे. माणसाचं धर्मजीवन सुधारलं, तर त्याच्या ऐहिक जीवनाच्या सुधारणेला उशीर लागणार नाही. त्यासाठी मानवधर्माच्या प्रसाराचं कार्य हाती घेतलं पाहिजे. व्यापक पातळीवर धर्मविषयक विचारांचा प्रसार करणारी संस्था स्थापन केली पाहिजे... आज सर्वांना सारखा हितकारक ठरेल, असा धर्ममार्ग उपलब्ध नाही, म्हणून एक तर धर्मस्वातंत्र्य असलं पाहिजे किंवा सर्वांना आपलासा वाटेल, असा धर्ममार्ग निर्माण केला पाहिजे.

सर्वशक्तिमान, सर्वज्ञ परमेश्वर आणि माणूस यांच्यामध्ये धर्ममार्तंडांनी बनावट धर्मग्रंथ आणि दगडधोंडे आडवे टाकले आहेत. इतर धर्मांतही धर्ममार्तंडांचा जुलूम

आहेच. जुनाट खल्लड हिंदू धर्मापेक्षा ख्रिस्ती धर्म उदार आहे; पण तिथंही पोपशाहीचा जुलूम आहेच. महंमदी धर्मात समता आहे; परंतु त्या समानतेत स्त्रियांना सामावून घेण्याची उदारता नाही.

तात्यांना शिदबासारखी अनेक माणसं आठवत होती. त्यांच्यासारखी काही माणसं धर्मांतरापासून परावृत्त झाली असली, तरी अनेक लोक आंधळेपणानं त्या वाटेनं जात होते. त्यांना खऱ्या धर्माचा प्रकाश मिळणार होता का? समाजातले सुशिक्षित म्हणवणारे लोक प्रार्थना समाजाकडं वळत होते; परंतु प्रार्थना समाज असो किंवा आर्यसमाज असो, ते सर्व पूर्वजांच्या लबाड्या झाकण्यासाठी निर्माण झालेले नवे तितंबे होते. त्यांच्या नादी लागणाऱ्या शूद्रातिशूद्रांची दिशाभूल होत होती आणि यापुढंही होत राहणार होती... तो अनर्थ टाळायचा असेल, तर आपला धर्मविचार आपणच मांडायला हवा! प्रत्येक धर्माच्या मूलतत्त्वांचा करता त्यात काही ना काही सत्यविचार आहे; परंतु तो स्वार्थी धर्मगुरूंच्या हेकटपणामुळे झाकला गेला आहे. ख्रिस्ती, महंमदी आणि बौद्ध धर्मांतील काही तत्त्वं चांगली आहेत. त्यांचा अभ्यास करून नवा धर्मविचार मांडता येईल. त्यातून सहजच धर्मस्वातंत्र्याचं तत्त्व, स्वातंत्र्याचं तत्त्व सिद्ध होईल. कोणालाही कोणत्याही एका जन्मसिद्ध धर्माचं जोखड वागविण्याची गरज उरणार नाही. प्रत्येकानं योग्य वाटेल तो धर्म स्वीकारावा आणि निर्माणकर्त्याची आराधना करावी...

आकाशात सुरू असलेला ऊन-सावलीचा खेळ कधीच थांबला होता. हवेत गारवा आला होता आणि पूर्वेला शुक्रतारा लखलखू लागला होता.

तात्यांची फिरायला निघायची वेळ झाली होती.

तात्या उठले. अंगावरचं कांबळं काढून ठेवून त्यांनी बाराबंदीचे बंद आवळले. काकूंना हाक दिली. सीतारामला उठवलं आणि काठी हातात घेऊन ते बाहेर पडले. पडणाऱ्या दमदार पावलांबरोबर पायांतला पुणेरी जोडा फटक फटक वाजत होता. तात्या विचारांच्या तंद्रीत चालत होते. पायांखालची वाट मागं पडत होती. तात्यांच्या डोक्यात एक महत्त्वाचा निर्णय आकार घेत होता.

४३

तात्या पुन्हा एकदा टॉमस पेनच्या विचारांकडं वळले. ईश्वरनिष्ठा आणि नैतिक सत्याचं आचरण हेच खरं धर्मजीवन मानणाऱ्या पेननं धर्मसाधनेसाठी कुठल्याही मध्यस्थाची, प्रमाणग्रंथाची अथवा विशिष्ट उपासनापद्धतीची आवश्यकता नाकारली होती. धर्मग्रंथ ईश्वरप्रणीत आहेत, हेच त्याला मान्य नव्हतं. उलट, धर्मविचारांच्या बाबतीत मतभिन्नता असावी ही ईश्वराची इच्छा आहे; कारण सर्वांची धर्ममतं सारखी असती तर धर्माविषयी विचार, त्यावरची चर्चा या गोष्टी संपुष्टात आल्या असत्या, असं त्याचं म्हणणं होतं.

धर्मविचार ही प्रत्येकाची व्यक्तिगत बाब असल्यानं सरकारनं आणि समाजातील प्रत्येक व्यक्तीनं मनाचा क्षुद्रपणा टाकून वैचारिक उदारता स्वीकारली पाहिजे, ही त्याची भूमिका होती.

धर्मविचारांवरील जळमटं झटकून टाकणारा कबीर, ख्रिस्ती बांधवांना धर्मगुरूंच्या जुलुमांपासून सोडवून त्यांना खऱ्या धर्माची ओळख करून देणारा टॉमस पेन यांच्यासारखी माणसं तात्यांना मार्गदर्शन करत होती. यापुढील धर्मविचार सर्वधर्मीयांसाठी असणार होता; परंतु धर्मस्वातंत्र्याचा विचार समाजबांधवांच्या गळी उतरणं अवघड दिसत होतं. प्रत्येक धर्माची सदोष स्थिती आणि त्यातील धर्मगुरूंचं प्रस्थ यांतून बाहेर पडण्याचा मार्ग सापडत नव्हता.

सनातनी विद्वानांनी ख्रिस्ती धर्मप्रचाराविरुद्ध जोरदार मोहीम उघडली होती. मुंबईत ख्रिस्ती मिशनरी आणि हिंदू धर्माभिमानी यांच्यात जाहीर वाद रंगत होते. त्यांचे पडसाद पुण्यातही उमटत होते. मोरभट दांडेकर, कृष्णशास्त्री चिपळूणकर, विष्णुबुवा ब्रह्मचारी इत्यादी अनेक विद्वान या वादात पडले होते.

डॉ. मरे मिचेल, रे. जेम्स मिचेल, रे. एच्. एच्. विल्सन अशा अभ्यासू मिशनरी विद्वानांनी ब्राह्मण धर्माचं वस्त्रहरण सुरू केल्यावर हिंदू धर्माभिमानी विद्वानांना जाग आली. काहींनी ब्राह्मो समाज, प्रार्थना समाज असे काही समाज स्थापन करून धर्मसुधारणेचे उद्योग सुरू केले; परंतु ही केवळ प्रतिक्रिया होती. ते एक उसनं अवसान होतं. ते फार काळ टिकणार नव्हतं आणि त्यानं पूर्वजांच्या लबाड्या झाकल्या जाणार नव्हत्या. एकेश्वरवादाचा पुरस्कार करायचा, जातिभेद मानू नका म्हणून सांगायचं आणि पुन्हा त्याच जुनाट वेदग्रंथांमागे दडायचं, हा अनुभव जुनाच होता. शूद्रातिशूद्र माणसापर्यंत जायची त्यांची इच्छा नव्हती आणि तयारीही नव्हती. जी माणसं आजवर त्यांना कधी दिसली नव्हती ती आज दिसतील, याची खात्री नव्हती. पायांत चाळ बांधून नाचलं, म्हणून सर्वशक्तिमान ईश्वर संतुष्ट होणार नव्हता.

फ्री चर्च मिशनचे पालक बाबा पदमनजी हे तात्यांचे जवळचे मित्र. ख्रिस्ती धर्माचा स्वीकार केल्यापासून त्यांचा मुक्काम पुण्यातच होता. यापूर्वी मुंबईला असताना त्यांनी सत्यशोधक सभा स्थापन केली होती. तौलनिक धर्मचर्चा हा बाबांचा आवडता विषय. त्यासाठीच त्या सभेचा जन्म झाला होता. बाबांची प्रत्येक भेट तात्यांना चिंतनासाठी नवा विषय देऊन जात होती. त्यांच्याशी झालेल्या भेटींमध्ये मूर्तीपूजा, धर्मग्रंथांचं प्रामाण्य इत्यादी विषय हमखास समोर येत. वेदग्रंथ ईश्वरप्रणीत नाहीत, याविषयी आता कुठलीच शंका उरली नव्हती. अनेक इंग्रज विद्वानांचे ग्रंथ तीच साक्ष देत होते; परंतु बायबल ईश्वरदत्त आहे, यावर बाबांचा दृढ विश्वास होता आणि तो विचार तात्यांना पटत नव्हता. त्यांच्या मते कुठलाही धर्मग्रंथ ईश्वरदत्त

ठरत नव्हता. ख्रिस्ती धर्मविचार तात्यांना आवडत होता; परंतु तो उन्नतीचा एकमेव मार्ग ठरेल, याविषयी ते साशंक होते.

तात्या विचार करीत होते. मनाची ओढाताण-उलघाल होत होती. सर्व समाजाला हितकारक ठरेल, असा धर्मविचारांचा नवा दीपस्तंभ उभारणं जरुरीचं होतं.

रविवारच्या बैठकीत तात्यांनी आपला विचार बोलून दाखवला, ते म्हणाले,

"बंधूंनो, बनावट धर्मग्रंथ रचून ब्राह्मणांनी शूद्रातिशूद्रांना कसं बौद्धिक गुलाम करून ठेवलं आहे, हे आपण ऐकलं आहे. संत कबीरांचा हा विचार आपल्या अज्ञानी बांधवांपर्यंत आपण पोचविला पाहिजे. धर्मग्रंथांच्या गुलामगिरीतून मुक्त झाल्याशिवाय त्यांचे वास्तविक अधिकार त्यांना कळणार नाहीत आणि धर्माचंही योग्य ज्ञान होणार नाही. कोणी दाढी राखण्यात धर्म मानवा, कोणी शेंडी राखल्यानं धर्माचं पालन झालं, असं म्हणावं किंवा शुद्रांनी ब्राह्मणसेवा हाच धर्म आहे, असं समजावं, हे खरं धर्मजीवन नाही. त्यासाठी खऱ्या धर्मविचारांचा प्रसार करणारं मंडळ स्थापन करावं असं मला वाटतं."

तात्यांचा विचार सर्वांना मनापासून आवडला. भटांनी चालविलेल्या फसगफलतीविषयी कोणाचाही मतभेद नव्हता. प्रत्येकजण आपले विचार मांडू लागला. मंडळाची उद्दिष्टं काय असावीत, तत्त्वं कोणती असावीत, यावरची चर्चा बरीच लांबली. लवकर एकमत होण्याचं चिन्ह दिसेना. दोन आठवडे तीच चर्चा सुरू होती. शेवटी सत् म्हणणे खरे, शोधक म्हणजे शोधून काढणारे आणि समाज म्हणजे मंडळ या विचारावर एकमत होऊन 'सत्यशोधक समाज' हे नाव निश्चित झालं आणि तात्यांच्या नेतृत्वाखाली सत्यशोधक समाजाची स्थापना करायचं ठरलं.

बाबांच्या सत्यशोधक सभेपेक्षा या सभेचं उद्दिष्ट पूर्णपणे वेगळं असणार होतं. कुठलाही एक धर्म प्रमाण न मानता ही सभा आपला स्वतंत्र धर्मविचार मांडणार होती. त्याचप्रमाणे केवळ धर्मचर्चा करून न थांबता आपला नवा धर्मविचार समाजापर्यंत पोचविणार होती. समाजात खरा धर्मविचार रुजवून, लोकजीवन अंतर्बाह्य पालटून टाकणार होती.

चर्चेअंती एक व्यापक बैठक घ्यावी, असं ठरलं. त्यासाठी २४ सप्टेंबर १८७३ ही तारीख निश्चित करण्यात आली. मुंबई, नगर इत्यादी अनेक गावांहून लोकांना बोलवायचं ठरलं. तात्या, कृष्णराव भालेकर, शाहीर धोंडीराम सर्व मंडळी कामाला लागली. गावोगाव निमंत्रणं पोचती झाली. तात्या सत्यशोधक समाजाच्या तत्त्वांचं, दीक्षाविधीचं स्वरूप निश्चित करण्यात गढून गेले. अखिल महाराष्ट्रातल्या नवशिक्षितांची, शेतकरी-कामकऱ्यांची नवतरुण पिढी बाहू उभारून सत्यशोधक चळवळीत सामील व्हायला उत्सुक होती. त्याचं प्रत्यंतर लवकरच येणार होतं.

४४

२४ सप्टेंबर १८७३ रोजी फुले वाड्यात सकाळपासून वर्दळ सुरू झाली. बाहेरगावाहून बरीच मंडळी आली होती. भिल्लारहून गोविंदराव बापूजी, पर्वतीहून नारायणराव शिंदे आले होते. ग्यानबा झगडे मिस्त्री सकाळी लवकर येऊन, काय हवं, काय नको ते पाहून गेले होते. काल संध्याकाळी हजर झालेले नारायणराव नगरकर तात्यांशी काही महत्त्वाच्या बाबींवर चर्चा करीत होते. नारायणराव कडलक, शाहीर धोंडीराम प्रतिज्ञापत्रकं लिहीत होते. कृष्णराव भालेकर त्यांना मदत करीत होते. सीताराम, ग्यानोबा ससाणे बैठक व्यवस्था पाहत होते.

दुपारी बारा वाजेपर्यंत सुमारे पन्नास-साठ इतकी मंडळी जमली आणि बैठकीला सुरुवात झाली. सर्वांच्या विनंतीवरून तात्यासाहेब बोलायला उभे राहिले. त्यांनी आपल्या खणखणीत आवाजात बोलायला प्रारंभ केला :

''बंधूंनो, समाजघटनेसाठी धर्म ही एक आवश्यक बाब आहे; परंतु धर्मज्ञानाबाबत आपल्या समाजबांधवांची अवस्था आंधळ्यांच्या गोष्टीसारखी झाली आहे. धर्म म्हणजे नेमकं काय, हेच त्यांना कळेनासं झालं आहे. कारण स्वतंत्र विचार करण्याची कुवत त्यांच्या ठायी उरलेली नाही; त्यामुळे ते धर्माचं सत्यस्वरूप जाणू शकत नाहीत आणि त्याप्रमाणे आचरण करू शकत नाहीत. धर्मग्रंथांनी लादलेल्या मानसिक गुलामगिरीत ते जखडले आहेत. पोथ्यांची अर्थहीन पोपटपंची झाली की, ब्राह्मणांना धर्मरक्षण केल्यासारखं वाटतं आणि ब्राह्मणाच्या पायाचं पाणी प्यालं की, शूद्रांना धर्मपालन झाल्यासारखं वाटतं. हे खरं धर्मजीवन नाही. ही धर्माची थट्टा आहे. तुम्हा-आम्हाला जीवन देणाऱ्या सर्वशक्तिमान ईश्वराचा हा घोर अपमान आहे. त्या विश्वनिर्मात्या ईश्वराला हे वर्तन कधीही मान्य होणार नाही.

''प्रचलित हिंदू धर्म हे आर्यभटांचं कुटिल कारस्थान आहे. भेदांचे वेद आणि कर्माचा धर्म करून त्यांनी धर्माचा धंदा केला आहे. असा हा धर्म म्हणजे खरा धर्म नव्हे. वेदान्त सांगणारे लोक गोष्टी फार मोठमोठ्या सांगतात; परंतु व्यवहारात ते तसे वागत मात्र नाहीत. वेदान्तासारख्या नास्तिक मतांवर विश्वास ठेवणं हासुद्धा ईश्वराचा अपमान आहे; परंतु दुःखाची गोष्ट म्हणजे त्यांचा हा कावा लोकांच्या ध्यानात येत नाही. ब्राह्मणो मम दैवतम् हे वेड काही केल्या त्यांच्या डोक्यातून जात नाही. भट्ट सांगे आणि मठ्ठ ऐके, अशी आपल्या समाजाची स्थिती आहे. भट्ट सांगेल, ती पुनव आणि भट्ट सांगेल, ती अवस हे आता थांबवू या. एका गोष्टीचा निर्देश इथं केला पाहिजे. धर्मग्रंथांमध्ये ब्राह्मणांनी करून ठेवलेल्या लबाड्यांचं खरं स्वरूप कळण्याच्या कामी आम्हाला ज्ञानगिरीबुवांची फार मदत झाली. त्यांनी आम्हाला जे सत्यज्ञान घडवलं, त्याबद्दल मी त्यांचे आभार मानतो.

''या ब्रह्मगारुडाविरुद्ध झगडणं हे एका व्यक्तीचं काम नाही. त्यासाठी आपण सर्वांनी एकत्र येऊन झटलं पाहिजे. म्हणूनच ही बैठक घेतली आहे.

''बंधूंनो, पोथ्या-पुराणं ऐकण्यात आणि दगडधोंड्यांची पूजा करणं यामध्ये धर्म नाही. ती दिशाभूल आहे. ती काही लोकांची पोटं जाळायची सोय आहे. ती तशीच टिकून राहावी, म्हणून त्यांनी जातिभेदाचं आणि कर्मकांडाचं खूळ माजवलं आहे. शूद्र जातीतल्या कित्येकांना सारखीच बुद्धिशक्ती असूनही, आपण केवळ शूद्र जातीत जन्मलो म्हणून श्रेष्ठ होऊ शकत नाही, असं वाटत असतं. मनातल्या या भावनेमुळे आपल्या देशातली मनुष्यशक्ती वाया जात आहे. अस्पृश्यता, भेदाभेद नष्ट केल्याशिवाय समाजाची उन्नती होणं शक्य नाही. दीनदु:खी अक्षरशत्रू माणसाचे अश्रू पुसले नाहीत, तर आपलं मनुष्य म्हणून जगणं व्यर्थ ठरेल.

''प्रत्येक माणूस गुणांनी श्रेष्ठ ठरतो. जातीनं किंवा जन्मानं नव्हे. महार सदाचारी असला, तरी नीच आणि ब्राह्मण दुराचारी असला, तरी श्रेष्ठ– हा कुठला न्याय आहे? याबाबत आपणही थोडं आत्मपरीक्षण करण्याची गरज आहे. ब्राह्मणाच्या पायाचं पाणी तीर्थ म्हणून पिण्यात धन्यता मानू नका, त्याऐवजी आपली स्थिती सुधारण्यासाठी प्रयत्न करा. त्यातच खरं मनुष्यपण आहे.

''धर्माचा चुकीचा अर्थ लावण्यात आला असून, आमच्या शूद्र बांधवांनी तो अज्ञानानं तसाच स्वीकारला आहे. उदाहरणार्थ, मेंढरं पाळणं हा धनगरांचा धर्म नव्हे, तो त्यांचा उद्योग आहे. घर बांधणं हा सुतारांचा धर्म नव्हे, तो त्यांचा धंदा आहे किंवा शेती करणं हा कुळवाड्यांचा धर्म नव्हे, तो त्यांचा उद्योग आहे. त्याचप्रमाणे युद्धात पराजित झालेल्या आमच्या अज्ञानी लोकांना भोंदाडून खाणं हा आर्यभटांचा घर्म नव्हे; तो त्यांचा धूर्तपणा आहे. धर्माच्या नावाखाली लोकांना लुटून खावं हा आर्यभटांचा धर्म नव्हे, ती त्यांची उघड ठकबाजी आहे. शूद्राकडून दान घेऊन ते त्याच्या पितरांना स्वर्गाला पाठवतात, तर आपल्या पितरांना स्वर्गाला पाठवण्यासाठी स्वत: कोणाला दान करतात? दानधर्माचं लटांबर आमच्यामागं लावून त्यांनी आपली पोटं जाळायची खाशी शोय करून ठेवली आहे.''

एकच हशा उसळला. तात्या थबकले. त्यांचा आवाज आता चांगलाच तापला होता. ते पुढं बोलू लागले,

''एकाच घरातील तीन भाऊ वेगवेगळे धंदे करत असतील, तर त्यांच्या जाती वेगवेगळ्या आहेत असं तुम्ही मानता का? बंधूंनो, धर्माचा खरा अर्थ जाणून घेण्याची आवश्यकता आहे. त्यासाठी परमेश्वराची इच्छा काय आहे, हेही लक्षात घेतलं पाहिजे.

''ईश्वर एकच असून, तोच सत्य आहे. त्याला निर्मिक म्हटलं असता चिंता नाही. हे जग त्यानं सर्व मानवांसाठी, पशु-पक्ष्यांसाठी निर्माण केलं असून, येथील सर्व वस्तूंवर सर्वांचा सारखाच हक्क आहे. सर्वांनी सर्व वस्तूंचा सारखा उपभोग

घ्यावा, हीच निर्मिकाची इच्छा आहे. त्यानं निर्माण केलेली पानं-फुलं त्यालाच अर्पण करणं चुकीचं असून, त्यातून तो प्रसन्न होणार नाही. तुम्ही-आम्ही सर्व मानवांनी जगाच्या कल्याणासाठी झटणं हाच त्याला खरा नैवेद्य आहे. सर्वांनी बंधुभावानं आणि सत्यनिष्ठेनं वागलं, तरच त्याला संतोष होणार आहे.

''निर्माणकर्ता कसा नि कुठं आहे, हे जाणण्याची मनुष्यानं इच्छा न केलेली बरी. यत्किंचित मानवास त्याचा शोध घेणं शक्य नाही. कारण मानवाच्या बुद्धी-शक्तीला मर्यादा आहेत आणि तो जगाचा निर्माणकर्ता ईश्वर सर्वशक्तिमान आहे. त्याची प्रार्थना करण्यासाठी कोणाही मध्यस्थाची गरज नाही. कारण आम्ही सर्व त्याची लेकरं आहोत. मुलाला आईशी बोलायचं असेल, तर बापाची परवानगी घ्यावी लागत नाही. कुठल्याही मध्यस्थाशिवाय तो आईची भेट घेऊ शकतो. ईश्वराशी असलेलं आमचं नातं हे असं मायलेकरासारखं आहे. कुठल्याही मध्यस्थाशिवाय आम्ही त्याची उपासना करू शकतो. गुरू होऊन लोकांना भोंदाडणाऱ्या पातक्यांवर विश्वास ठेवू नका.

''पृथ्वीवर जेवढी म्हणून धर्मपुस्तकं आहेत, त्यांपैकी एकाही ग्रंथात सारखं सार्वजनिक सत्य नाही. कारण प्रत्येक धर्मपुस्तकात काही स्वार्थी लोकांनी हेकटपणा करून ठेवला आहे; त्यामुळे ते ग्रंथ सर्व मानवांस सारखे हितकारक ठरत नाहीत. प्रत्येक धर्मपुस्तकात त्या त्या वेळेस अनुसरून काही ना काही सत्य आहे; परंतु स्वार्थी लोकांच्या कारस्थानामुळे ते झाकलं गेलं आहे. ते सत्य शोधून त्याचं अनुसरण करणं हेच आपलं कर्तव्य आहे.

''देशाभिमान आणि धर्माभिमान हे माणसांमध्ये वैरभाव निर्माण करणारं खूळ आहे. कारण पृथ्वी हा एकच देश असून, त्याचा निर्माणकर्ता एकच आहे. आम्हा सर्वांना मानवी अधिकारांचा सारखा उपभोग घेता आला पाहिजे; परंतु असं घडत नाही. आम्हास कितीतरी दुःसह अडचणी सोसाव्या लागत आहेत...

''...पृथ्वीवरील अनेक देशांतील नद्या महासागरास मिळतात. त्यांपैकी एकाच देशातील नदी प्रवित्र कशी असेल? त्याचप्रमाणे एकंदर सर्व माणसे अवयवानं व बुद्धिकौशल्यानं एकसारखी असून, त्यांपैकी काही लोक फक्त पिढीजात पवित्र बनून श्रेष्ठ कसे ठरतील? बंधूंनो, सत्य जाणून घ्या आणि आपणही थोडं आत्मपरीक्षण करा. आत्मपरीक्षणानं आपले दोष दूर होतील. जुगार खेळू नका. व्यसनाधीन होऊ नका. उद्योगी व्हा. मुलांना शिकवा. दैववादी होऊन दुःखदारिद्र्याच्या नावानं बोटं मोडत बसू नका. आपण उद्योगी झालो, तर आपलं दारिद्र्य कुठल्या कुठे पळून जाईल.

''बंधूनो, धर्माचं सत्य-स्वरूप जाणून घेऊन त्यानुसार आचरण करणं हाच धर्म होय. सत्य म्हणजे नीती. सत्य म्हणजे कृती. मानवासाठी सत्यापरता वेगळा धर्म नाही.

तोच सत्यधर्म होय. सत्यधर्माचं आचरण केल्यानं प्रत्येक माणूस सुखी होईल. आणि अशा सुखीसमाधानी माणसाला पाहून निर्मिकालाही संतोष होईल. म्हणूनच आम्ही सार्वजनिक सत्यधर्माची, सत्यशोधक समाजाची स्थापना करावी, असं ठरवलं आहे...

"बंधूंनो, धर्म ही कोणाच्या मालकीची वस्तू नाही. सर्वांना सारखीच हितकर ठरेल, अशी ती सार्वजनिक गोष्ट आहे. हिंदू धर्म असा सर्वांचा, सार्वजनिक नाही. स्त्रियांना, शूद्रातिशूद्रांना तेथे धर्माचा अधिकार नाही.

याउलट ख्रिस्ती धर्म, महंमदी धर्म किंवा बौद्ध धर्म हे सार्वजनिक आहेत. दीक्षा घेऊन त्यांचं पालन करता येतं. तसं हिंदू धर्माचं नाही. या धर्मात जन्म घ्यावा लागतो आणि एकदा जन्म घेतल्यावर तुमची इच्छा असो नसो, तुम्हाला हिंदू म्हणूनच जगावं लागतं. ख्रिस्ती, महंमदी हे धर्म सार्वजनिक आहेत, म्हणून लगेच त्यांचा स्वीकार करा, असं मी म्हणणार नाही. कारण त्या धर्मांतही दोष शिरले आहेत. म्हणून सर्वांना सारखाच हितकारक ठरेल, असा धर्मविचार स्वीकारला पाहिजे. सर्व मानवजात एक आहे, सत्य हाच धर्म आहे, हे मानणारा सार्वजनिक सत्यधर्म आम्ही मानवसमाजापुढं ठेवत आहोत. आमचा धर्मविचार प्रत्येकानं स्वीकारलाच पाहिजे, असा जुलूम आम्ही कोणावर करणार नाही. कोणाही व्यक्तीच्या धर्मस्वातंत्र्याआड आम्ही येणार नाही. उलट, सत्यधर्माला अनुसरून अनेकधर्मीय व्यक्ती एका घरात गुण्यागोविंदानं नांदत आहेत, असा दिवस पाहायला मिळो, अशी आमची त्या सर्व शक्तिमान ईश्वराकडं प्रार्थना आहे. सार्वजनिक सत्यधर्म हे धर्मपीठ नाही. धर्मपीठ पुरोहितशाहीला जन्म देतं. कर्मकांड निर्माण करतं. असं धर्मपीठ निर्माण करणं हा सत्यधर्माचा उद्देश नाही. प्रत्येकानं बुद्धीची कसोटी लावून सत्याचा शोध घ्यावा आणि त्याप्रमाणे आचरण करावं, हीच सत्यधर्माची शिकवण आहे. आज आपल्या समाजबांधवांची स्थिती फार हलाखीची झाली आहे. भट-जोशी त्यांना धर्माच्या नावाखाली लुटून खात आहेत. पूर्वजांच्या लबाड्या झाकण्यासाठी निर्माण झालेले समाज त्यांच्या हिताचा विचार करणार नाहीत. ते काम आपणच केलं पाहिजे. जुलूम, अन्याय यांना बळी पडलेल्या आपल्या अज्ञानी देशबांधवांना त्यातून सोडवलं पाहिजे. याविषयी आपणही आपली मतं मांडावीत, अशी विनंती मी करतो."

तात्यांचं भाषण संपलं. वातावरण एकदम सुन्न होऊन गेलं होतं. तात्यांनी जणू प्रत्येकाच्या मनातले विचार बोलून दाखवले होते.

हळूहळू चर्चेला तोंड फुटलं. प्रत्येकजण मोकळेपणानं आपले विचार मांडू लागला.

कृष्णराव म्हणाले,

"तात्यासाहेब, सत्यधर्माचा स्वीकार केल्यानं आपला समाज ब्राह्मणी हिंदू धर्माच्या जोखडातून मुक्त होईल?"

"शंकाच नको!" तात्या म्हणाले, "ब्राह्मणी हिंदू धर्माची रचनाच असत्यावर आधारलेली आहे. सार्वजनिक सत्यधर्म समाजाच्या मानगुटीवर बसलेलं ब्राह्मणी धर्मसत्तेचं भूत जमीनदोस्त करील. ब्राह्मणांची मिरासदारी होऊन बसलेल्या हिंदू धर्मात शूद्रातिशूद्रांच्या हिताचा विचार नाही. सार्वजनिक सत्यधर्म सर्वांचा, सर्वांसाठी असेल. त्यात आंधळ्या कर्मकांडाला, गूढवादाला किंवा मूर्तिपूजेला थारा असणार नाही. आमचा हेतू केवळ धर्म सुधारणा हा नाही. धर्म म्हणजे काय, हे लोकांना जाणवून द्यावं, हा आमचा हेतू आहे. ब्राह्मणी अधर्माची गुलामी करण्यात आपलं हित नाही, तसं इतर कुठल्याही धर्माच्या कच्छपी लागण्यातही नाही. प्रत्येकाला धर्मस्वातंत्र्य उपभोगता आलं पाहिजे. त्यासाठी मनाला गुलाम करणाऱ्या गूढांना फाटा दिला पाहिजे. ख्रिस्ती धर्मावर टीका करूनही टॉमस पेननं वेगळा धर्म निर्माण केलेला नाही. धर्माचा विचार करण्याची स्वतंत्र बुद्धी त्यानं आम्हाला दिली. हे त्याचं कार्य आहे आणि त्याच आधारावर सत्यधर्माला विचारांची गुलामी नव्हे, तर विचारांचं स्वातंत्र्य अपेक्षित आहे."

स्वतंत्र धर्मविचार मांडलाच पाहिजे, याविषयी कोणाच्याही मनात कुठलाच विकल्प नव्हता. समाजाची तत्त्वं कोणती असावीत, हा प्रश्न अत्यंत महत्त्वाचा होता. चर्चेअंती तयार झालेली तत्त्वं तात्यांनी वाचून दाखवली :

१. ईश्वर एक असून, तो सत्यरूप आहे. तोच जगातील सर्व प्राणिमात्रांचा पिता आहे.

२. आईच्या भेटीसाठी अगर बापाला प्रसन्न करण्यासाठी ज्याप्रमाणे कोणा मध्यस्थाची गरज नसते, त्याप्रमाणे परमेश्वराच्या प्रार्थनेसाठी कुठल्याही धर्मगुरूची आवश्यकता नाही.

३. मनुष्य जातीनं श्रेष्ठ ठरत नसून, तो गुणांनी श्रेष्ठ ठरतो.

ही तत्त्वं ज्याला मान्य आहेत, तो सत्यशोधक समाजाचा सभासद होऊ शकतो.

कोणालाही सहज समजेल, असा धर्मविचार या तत्त्वांमध्ये आलेला होता.

नारायणराव नगरकर, नारायणराव कडलक, कृष्णराव भालेकर, शाहीर धोंडीराम यांचीही भाषणं झाली. त्यांनीही सार्वजनिक सत्यधर्माची आवश्यकता प्रतिपादन केली.

तात्यांनी दीक्षाविधीविषयी माहिती दिली. दीक्षाविधीत क्षेत्रीयांच्या मूळ धर्मपरंपरांचं भान ठेवण्यात आलं होतं. दिक्षाप्रसंगी घ्यावयाची प्रतिज्ञाही त्यांनी वाचून दाखवली.

"तात्यासाहेब, आता दीक्षाविधीला सुरुवात होऊ द्या." नारायणराव नगरकर म्हणाले.

"ही तत्त्वं सर्वांना मान्य आहेत का, हे आधी स्पष्ट होऊ द्या."

"काय ग्यानोबा, तात्या म्हणतात, ते पटतंय ना?"

तात्या सांगत होते, ते सारं काही भक्तिभावानं ऐकत असलेले ग्यानोबा दचकले.

"तात्यांनी सांगितलं, ते बरोबरच आहे. ते मला पटलं." ग्यानोबांनी आपला होकार भरला.

त्यांची प्रतिक्रिया सर्वांना आवडली.

"आम्हालाही समाजाची तत्त्वं मान्य आहेत; मान्य आहेत." त्यांना दुजोरा देत सर्वजण म्हणाले.

"ठीक आहे. सीताराम, तळी घेऊन ये."

तात्या उठले. एका घोंगड्याची घडी घालून त्यांनी मधोमध ठेवली. त्यावर काकूंनी भरून पाठवलेली, गूळ, गुलाल-खोबऱ्याची तळी ठेवली आणि सर्वांना तळी उचलण्याचं आवाहन केलं. सर्वांचे हात तळीला लागले. बळीस्थानातील क्षेत्रपतींचा येळकोट सुरू झाला.

"हर हर महादेव
चिंतामण मोरया
बहिरव की चांग बोलो
भवानी की जय
हनुमान की हूं
गरूड का झरारा
आस्मान का तारा
फेर वाजे नगारा
सोन्याची जेजुरी
रुप्याचा फवारा
मोत्याचा तुरा
देव आले घरा
सदानंदाचा येळकोट..."

"काळ बहिरीचं चांग भलं' तात्यांनी घोषणा दिली.
"काळ बहिरीचं चांग भलं' सर्वांनी जयजयकार केला.
"खंडोबाचा येळकोट."
"खंडोबाचा येळकोट."

सर्व क्षेत्रपतींचा जयजयकार झाला. गुलालभंडार उधळला गेला.

तात्यांनी प्रतिज्ञा म्हणायला प्रारंभ केला,

"सर्व मानवप्राणी एकाच देवाची लेकरं आहेत; सबब ती माझी भावंडं आहेत.

परमेश्वराची पूजा अगर भक्ती करते वेळी मी मध्यस्थाची गरज ठेवणार नाही. मी माझ्या मुला-मुलींना सुशिक्षित करीन. नेहमी राजनिष्ठेनं वागेन. सत्यरूप परमेश्वरास साक्षी ठेवून मी ही प्रतिज्ञा करीत आहे.''

तात्यांच्या नंतर राजाभाऊंसह इतर सर्वांनी प्रतिज्ञा म्हटल्या. लगेचच पदाधिकाऱ्यांची घोषणा करण्यात आली. समाजाचे अध्यक्ष आणि कोषाध्यक्ष म्हणून तात्यासाहेब फुले आणि कार्यवाह म्हणून नारायणराव कडलक यांची नावे जाहीर करण्यात आली.

समाजाच्या सभासदांची यादी तयार होऊ लागली. प्रत्येकजण आपापलं नाव पुकारत होता. नारायणराव कडलक लिहून घेत होते. प्रत्येकाच्या चेहऱ्यावर आत्मविश्वास दिसत होता. धर्माचा अधिकार नसलेल्या लोकांनी धर्म स्थापन केला होता! स्वतंत्रपणे आपला जीवनमार्ग निवडला होता! आता ते कोणाच्या ओंजळीने पाणी पिणार नव्हते! प्रत्येक धर्मनिष्ठ, ईश्वरनिष्ठ माणसासाठी सार्वजनिक सत्यधर्माची, सत्यशोधक समाजाची स्थापना झाली होती!

४५

दिवेलागण होऊन गेली. दुकानातली कामं आटोपून तात्या घराकडं निघाले. त्यांच्या चटचट उठणाऱ्या पावलांवरून ते घाईत आहेत, हे कोणीही सांगू शकलं असतं आणि ते खरंही होतं. थोड्या वेळानं शाहीर धोंडीराम येणार होते. त्यांना काही अखंड लिहून द्यायचं तात्यांनी कबूल केलं होतं; परंतु ते अजून लिहून व्हायचे होते. आज शनवारवाड्यासमोर शाहिरांचं भाषण होतं. तात्यांच्या ताज्या अखंडांशिवाय भाषणाला रंगत येणार नव्हती.

तात्यांना श्वास घ्यायला फुरसत नव्हती. अंगावर कामाचा डोंगर येऊन कोसळला होता. समाजाची स्थापना झाल्या झाल्या कार्तिक महिन्यात सर्व सभासदांनी ब्राह्मणांशिवाय तुळशीची लग्नं लावून बंडाचा झेंडा उभारला. त्या बातम्या गावोगाव जाऊन पोचताच समाजाच्या शाखा उघडण्याचा नुसता धूमधडाका उडाला. पर्वती, भिल्लार, भांबुर्डे, हडपसर इत्यादी अनेक ठिकाणी सत्यशोधक समाजाच्या शाखा स्थापन झाल्या. तात्यासाहेब फुले येणार आहेत, एवढं कळण्याचा अवकाश; माणसं दहा-दहा मैलांचं अंतर तोडून सभेला येत. शाहीर धोंडीराम, भीमराव महामुनी, कृष्णराव भालेकर असे फर्डे शाहीर आणि वक्ते सत्यशोधक चळवळीत उतरले. ठिकठिकाणी होणाऱ्या त्यांच्या सभा बेसुमार गाजल्या. कसबिणींचे नाच-तमाशे आणि कलगीतुऱ्याच्या शाहिरीत रममाण होणारे शेतकरी सत्यशोधकांचे पोवाडे ऐकण्यात रंगून जाऊ लागले. कलगी-तुरेवाले अनेक शाहीरसुद्धा आता सत्यशोधक जलसे करू लागले. कृष्णरावांचा राघू गाडीवानाचा पोवाडा लोकांच्या तोंडावर खेळू लागला. पुणे इलाख्यात नवचैतन्य संचारलं. त्याचं लोण हळूहळू महाराष्ट्राच्या इतर भागांतही पसरत चाललं.

थेट सातारा, बुलढाणा, ठाणे इथपर्यंत चळवळ पोचली. मुंबईतही हालचाली सुरू होत्या. आनंदाची गोष्ट म्हणजे कृष्णराव भालेकर, पंढरीनाथ आबाजी चव्हाण, रावजी शिरोळे असे नव्या दमाचे अनेक तरुण समाजाला लाभले. आपल्या भाषणांतून, निबंधांतून आणि कवनांतून त्यांनी जोमानं समाजजागृतीचं कार्य सुरू केलं. त्यासाठी कृष्णरावांनी नवीच शक्कल शोधून काढली. बुधवारी बुधवार पेठेत, गुरुवारी गुरुवार पेठेत अशी प्रत्येक दिवशी प्रत्येक पेठेत व्याख्यानं देणाचा धडाका त्यांनी सुरू केला. पुण्याच्या ब्राह्मणांनी त्यांच्या सभांचा धसकाच घेतला. सभा म्हटल्यावर अध्यक्ष हवाच; परंतु रावबहादूर गोपाळराव हरी सोडले, तर कोणीही ब्राह्मण विद्वान त्यांच्या सभेला अध्यक्ष म्हणून यायला धजत नसे.

ठाण्यात डॉ. संतूजी लाड, साताऱ्यात रामचंद्रराव धामणस्कर, बुलढाण्यात बापूजी हरी, मुंबईत स्वामी रामय्या व्यंकय्या अय्यावारू यांनी सत्यशोधक चळवळीचे ध्वज खांद्यावर पेलले. पुण्यात रामशेट उरवणे, विठ्ठलराव गुठाळ अशी कितीतरी मान्यवर माणसे समाजाच्या झेंड्याखाली एकत्र आली. दर रविवारी बैठकी झडत होत्या. पंधरा दिवसांतून एका शनिवारी एखाद्या उपयुक्त विषयावर व्याख्यानं होत. मद्यपानाचे दुष्परिणाम, विद्येपासून फायदे, अनिष्ट चालीरीती, खरा धर्मविचार, जातिभेद, मूर्तिपूजा असे कितीतरी विषय मांडले जात.

चहुबाजूंनी देणग्यांचा ओघ सुरू होता. तनमनधन लावून माणसं झटत होती. रविवारच्या बैठकीला परगावांहून माणसं येत. दुकानातील जागा अपुरी पडू लागली म्हणून सदोबा गावडे डॉक्टर यांच्या वाड्यात जमावं लागत होतं. आता ती रविवारची बैठक राहिली नव्हती. ती सत्यशोधक समाजाची साप्ताहिक सभा झाली होती.

या सर्व वातावरणात तात्यांची कवित्वशक्ती पुन्हा जागृत झाली. त्यांना चालता-बोलता अनेक अखंड सुचत. भाषणात ते त्याचा सहज वापर करीत. दिवसेंदिवस मनात घोळत राहिलेले अखंड ते रात्री, पहाटे– वेळ मिळेल, तेव्हा लिहून ठेवत. शाहीर धोंडीराम यांचा तगादा असे, तो वेगळाच! त्यांना व्याख्यानात दाखले देण्यासाठी तात्यांचे अखंड हवे असत. त्यांच्यामुळेच तात्यांचे बरेचसे अखंड कागदावर उतरत आणि हातोहात सत्यधर्माच्या प्रचारकांपर्यंत पोचविले जात.

पोट जाळण्यासाठी लहानसहान बातम्या मोठ्या करून छापणाऱ्या पुण्यातल्या गुलाबी वर्तमानपत्रांना अजून सार्वजनिक सत्यधर्माच्या स्थापनेची बातमी लागलेली दिसत नव्हती. नाही म्हणायला एका विविधज्ञानी मासिकानं 'गुलामगिरी'ची दखल घेतली. 'मूर्खत्वमय निंदाप्रचूर चोपडे (त्याला पुस्तक म्हणण्यास शरम वाटते.)' या शब्दांत 'गुलामगिरी'ची दखल घेऊन 'विविधज्ञानविस्तार'नं लिहिलं,

'त्याचे कर्ते जोतीराव गोविंदराव फुले कोणी आहेत. या नावाच्या गृहस्थाने काही वर्षांपूर्वी अशीच वेडगळ आणि निंदक चोपडी छापवली होती, तेच गृहस्थ हे असे दिसते.'

या निमित्ताने त्या लेखकाचा 'जातिभेदविवेकसार' या ग्रंथावरील राग दिसून आला. 'गुलामगिरी'तील व्याकरणज्ञान, भाषाज्ञान, इतिहासज्ञान, धर्मज्ञान, तर्कज्ञान इत्यादी सर्वच गोष्टी अद्वितीय असल्याची टवाळी करून, त्यानं फुल्यांचं ग्रंथकर्तृत्वच मुदलात संशयास्पद ठरवलं. हे चोपडं कोणी ख्रिस्ती होऊन फसलेल्या मत्सरी, खुजट, निराश मनुष्यानं निर्माण करून फुल्यांना टिक्क्याचा अधिकार दिला आहे, असं उघड दिसतं; हे चोपडं शिव्यांनी, अभद्र भाषणांनी आणि असह्य गोष्टींनी भरलेलं आहे, असे अनेक शेरे त्यानं मारले होते. 'गुलामगिरी'त 'विविधज्ञानविस्तार'कर्त्याला विविधज्ञानी म्हटल्याचा राग असा निघाला होता!

नेहमीच्या धावपळीतून वेळ काढून आज सकाळी तात्या रावसाहेब रानड्यांकडे शोकसमाचारासाठी जाऊन आले. गेल्या दोन वर्षांत रावसाहेबांकडे शोकसमाचारासाठी जायची ही दुसरी वेळ. दोन वर्षांपासून क्षयानं आजारी असलेल्या रमाबाईंचं निधन झालं. भगिनीच्या वैधव्यापाठोपाठ पत्नीवियोगाचं दुःख रावसाहेबांना सोसावं लागलं. सुधारक मित्रांनी आताच त्यांच्यामागं विधवेशी लग्न करा, म्हणून तगादा लावला होता; परंतु रावसाहेब त्याविषयी काहीच बोलायला तयार नव्हते.

'सत्यमेव जयते' हे शब्द लिहिलेला वाड्यावरचा तांबडा ध्वज मंदपणे फडफडत होता. दाटून आलेल्या अंधारात त्याचा तांबडा रंग अधिकच गडद वाटत होता. अंगण सुनं झालं होतं. ध्वजाखाली खेळणारी मुलं तात्यांची वाट पाहून घरोघर गेली होती. आता लक्ष्मी आणि बाबू शाळेत जाऊ लागले होते. संध्याकाळी तात्या घरी येत, त्या वेळी सवंगड्यांसह चाललेला त्यांचा खेळ रंगात आलेला असे. मुलांनी फुललेलं अंगण पाहून तात्यांनाही आनंदाचं भरतं येई. सारं काही विसरून तेही मग मुलांमध्ये मूल होऊन जात. खेळ, गप्पागोष्टी यांत संध्याकाळ कुठल्या कुठे हरवून जात असे.

तात्या घरात शिरले. काकू कुठं दिसत नव्हत्या. तात्यांनी हाक दिली,

''सीताराम, सावित्रीबाई कुठं गेल्या आहेत का?''

''जी, संध्याकाळी गोवंड्यांच्या वाड्यातल्या बाई आल्या होत्या. त्यांच्याबरोबर गेल्यात.'' सीताराम म्हणाला.

तात्यांनी उपरण्यात बांधून आणलेले साखरपोहे मुलांना दिले. हातपाय धुतले, सीतारामला काय हवं-नको ते विचारलं आणि डेस्कसमोर बैठक मारली. तात्यांनी चार ओळी लिहिल्या असतील, नसतील तेवढ्यात शाहीर आलेच.

“या शाहीर, तुमचीच वाट पाहत होतो. बसा, हा अखंड ऐका...” ओल्या अक्षरांवर वाळूची रांगोळी घालत तात्या म्हणाले.

“म्हणा, म्हणा तात्यासाहेब.” शाहीर सरसावून बसले.

तात्या अखंड गाऊ लागले :

“सर्वांचा निर्मिक आहे एक धनी । त्याचे भय मनीं । धरा सर्व ॥
न्यायानें वस्तूंचा उपभोग घ्यावा । आनंद करावा । भांडू नये ॥
धर्म राज्य भेद मानवा नसावे । सत्यानें वर्तावे । ईशासाठीं ॥
सर्व सुखी व्हावे भिक्षा मी मागतों । आर्यांस सांगतों । जोती म्हणे ॥

“वाहऽवा! तात्यासाहेब!”

“शाहीर, ब्राह्मणांवर झोड उठवलेली नाही, म्हणून आश्चर्य नाही ना वाटलं? शाहीर, एक गोष्ट नेहमी लक्षात ठेवा. ब्राह्मण जातीचा कोणीही माणूस आपला शत्रू नाही. जातिभेद करणारी ब्राह्मणी वृत्ती हा आपला शत्रू आहे. समाजाला सत्याचा मार्ग दाखवणं, आपल्या अज्ञानी देशबांधवांना खोट्या धर्माच्या कचाट्यातून सोडवून खऱ्या धर्माचा प्रकाश दाखवणं हा आपला हेतू आहे. सत्यधर्म सार्वजनिक आहे. तो स्त्रीशूद्रांसाठी आहे तसा ब्राह्मणांसाठीही आहे. माणसांसाठी वेगवेगळे धर्म असू शकत नाहीत. कारण या विश्वाचा निर्मिक एकच आहे. संपूर्ण मानवजात एक आहे. म्हणून संपूर्ण मानवजातीचा धर्म एकच आहे; परंतु आज असा एक धर्म जगात उपलब्ध नसल्याने धर्मस्वातंत्र्याचं तत्त्व सत्यधर्माला मान्य आहे. अनेक धर्मांचे लोक एका कुटुंबात सुखानं नांदू शकले, तर ते समाजातही एकोप्यानं नांदतील. तोच एकोपा सत्यधर्माला पाहिजे आहे. हा अखंड ऐका :

सत्यावीण नाही धर्म तो रोकडा । जनांशी वाकडा । मतभेद ॥
सत्य सोडूं जाता वादामध्यें पडे । बुद्धीस वाकडे । जन्मभर ॥
सत्य तोच धर्म करावा कायम । मानवा आराम । सर्व ठायीं ॥
मानवांचा धर्म सत्य हीच नीती । बाकीची कुनीती । जोती म्हणे ॥”

तात्यांनी दिलेले अखंड घेऊन शाहीर निघून गेले.

तात्यांनी दौतीत टाक बुडवला आणि ते पुन्हा लेखनात गढून गेले.

मानव सारखे निर्मिके निर्मिले । मी नाहीं केले । कोणी एक ॥
कमी जास्ती बुद्धी मानवा वोपिली । कोणा नाही दिली । पिढीजादा ॥
शूद्रादिक नाहीं कशामध्ये उणा । अवयवीं खुणा । आर्यांपरी ॥

“तात्यासाहेब, दोनजण भेटायला आलेत.” सीतारामनं वर्दी दिली.

“पाठव त्यांना आत.” तात्या म्हणाले.

मध्यम वयाचे दोन गृहस्थ तात्यांसमोर येऊन बसले. तात्यांच्या लक्षात होतं.

ते दोघं रविवारच्या सभेला आले होते. नाव-गाव सांगून त्यांच्यातला एक गृहस्थ म्हणाला,

''तात्यासाब, तुमाला एक इचारायचं हुतं.''

''विचारा.''

''तुमी म्हनता, आपल्या मराठी भाशेत प्रारथना केली, तरी ती देवाला पोचते. पन आपली मराठी भाशा देवाला कशी कळनार? देवांची भाशा तर सौंस्कृत हाय, नव्हं?''

''परवाच्या सभंला आम्ही इचारनार हुतो.''

''मग का विचारलं नाही?''

''कसं इचारायचं? लोक हासतील की.''

''त्यात हसण्यासारखं काय आहे? पण ही शंका तुमच्या मनात का आली?''

''आमच्या घरी जोशीबुवा तिथीवार सांगायला येत्यात. ते म्हनले, मराठी भाशेत केल्याला पूजापाठ देवाला पोचत न्हाई. देवाची भाशा सौंस्कृत हाय. तवा त्याच भाशेत त्याचे वेदमंत्र लिवल्याले हायेत आनि ते म्हनन्याचा आधिकार फकस्त आम्हालाच हाय, म्हनले.''

''मराठी भाशेत पूजापाठ करनं पाप हाय, म्हनले.'' दुसरा गृहस्थ दुजोरा देत म्हणाला.

''बंधूंनो, संत तुकारामबुवा, गोरा कुंभार, चोखा मेळा, सावता माळी यांनी आपले अभंग तुम्ही आम्ही बोलतो, त्या भाषेतच केले आहेत ना?''

''व्हय.''

''तर मग त्यांनी ते पाप केलं आहे का?''

दोघे एकमेकांकडं पाहू लागले. दोघे विचारात पडले होते.

''न्हाई.'' नकारार्थी मान हलवीत एक गृहस्थ म्हणाला.

''त्यांचा भक्तिभाव सर्वशक्तिमान ईश्वरापर्यंत पोचलाच, की नाही?''

''पोचला तर!''

''तर मग ही शंका मनातून काढून टाका. जगात इतर कुठल्याही देशात संस्कृत भाषा नाही. ते लोक आपापल्या भाषेतच देवाची प्रार्थना करतात. ईश्वर हा सर्वसाक्षी, सर्वज्ञानी आहे. तुमच्या मनात काय चाललं आहे, हे ज्याला कळतं, त्याला तुमची प्रार्थना कळणार नाही का? असं पाहा, पापी लोकांनी संस्कृत सोडून दुसऱ्या भाषेत खोटं बोलायचं पाप केलं किंवा पापी विचार केले, तर देवाला संस्कृतशिवाय दुसरी भाषा येत नसल्यानं तो त्यांना पापी ठरवू शकणार नाही, असं तुम्ही म्हणणार का?''

''असं कसं? पापी ते पापीच. देव त्यांना पापीच ठरवनार.''

''म्हणून सांगतो, ईश्वराला आपली भाषा कळेल की नाही, ही शंकाही मनात आणू नका. मन मोकळं ठेवून आपल्या भाषेतच त्याची प्रार्थना करा. सत्याला साक्षी ठेवून वागा. तोच खरा धर्म आहे. बंधूंनो, आम्हाला असं खोटंनाटं सांगून ते ईश्वराच्या सर्वज्ञतेला कमीपणा आणत आहेत. वेद जर सर्वांच्या उद्धारासाठी आहेत, तर ते तुम्हा-आम्हाला न कळणाऱ्या भाषेत का आहेत? ते जर खरोखर सर्वज्ञ, समदृष्टी देवानं केले असते, तर सर्वांना कळतील, अशा भाषेत केले असते. भेदाभेद माजवणारे वेद रचून ठेवणारा त्यांचा देवसुद्धा त्यांच्यासारखाच लबाड आहे...''

दोघे गृहस्थ खो खो हसू लागले.

''असं पाहा, जगात इतक्या भाषा आहेत.'' तात्या पुढं म्हणाले, ''पुढंही जगात आणखी अनेक भाषांची भर पडणार आहे, एवढंही त्यांच्या सर्वज्ञ देवाला कळलं नाही का? मुळात मूठभर लोकांनाच कळेल, अशा भाषेत धर्मग्रंथ रचून ठेवायला देव पक्षपाती कसा असेल? तेव्हा ती देवाच्या नावावर खपवलेली शुद्ध लबाडी आहे, हे लक्षात घ्या. बायबल, कुराण हे ग्रंथ सर्वांना खुले आहेत. वेद का नाहीत? याचं कारण उघड आहे. आपली लबाडी उघडकीस येईल, याची त्यांना भीती वाटते. ते ग्रंथ धर्मासंबंधी वाटले, तरी ते खरे धार्मिक ग्रंथ नाहीत. ते आम्हाला भोंदाडून खाण्यासाठी रचलेलं कारस्थान आहे. संस्कृतची आणि त्यांच्या देवांची भीती बाळगू नका. त्याऐवजी हिंदी शिका, इंग्रजी शिका. ज्ञानी व्हा. प्रत्येकाला मराठी, हिंदी आणि इंग्रजी या भाषा आल्याच पाहिजेत. तोच आपल्या कल्याणाचा मार्ग आहे. आता यापुढं तरी भूलथापा देऊन आपल्या तुंबड्या भरणाऱ्या लोकांना फसू नका. धर्माचा अधिकार नाकारून त्यांनी आजवर आम्हाला फसवून खाल्लं आहे. यापुढंही तीच स्थिती कायम राहावी, असंच त्यांना वाटतं. त्यांचा हा कुटिल डाव आपण ओळखला पाहिजे. ब्राह्मणीधर्म म्हणजे शूद्रांना लुटून खायची सोय आहे. बारशापासून बाराव्यापर्यंत आणि चैत्रमासापासून फाल्गुनमासापर्यंत तुम्ही धर्माच्या नावाखाली फक्त नागवले जाता. चैत्रमासात प्रतिपदेचा पाडवा, आषाढात एकादशी, श्रावणात नागपंचमी आणि नारळी पौर्णिमा, भाद्रपदात गणपती, कार्तिकमासात दिवाळी, पौषमासात संक्रांतफळ अशा या ना त्या निमित्तानं पोथ्या वाचून वर्षभर ते शूद्रांना भोंदाडतात आणि वर्षाच्या शेवटी होळीच्या दिवशी आता लुटण्यासारखं काही उरलं नाही, म्हणून ठणाणा बोंबा मारतात. दर आठ-पंधरा दिवसांनी येणाऱ्या या सणांशिवाय चंद्रग्रहण, सूर्यग्रहण, तीर्थयात्रेची मावंदी, पारायणं अशी नाना प्रकारची निमित्त आहेतच...''

ते दोघे गृहस्थ पुन्हा हसू लागले; परंतु तात्या हसले नाहीत. ते पुढं बोलत राहिले,

''जेजुरीची जत्रा असो, नाहीतर पंढरपूर-आळंदीची जत्रा असो, तिथंही ते दक्षिणेसाठी हात पसरून उभेच असतात. ज्यांना एवढीही अक्कल नसते, ते एखाद्या

बेवकूब ठोंब्याला गाठून त्याला ढवळेबुवा नाहीतर कवळेवुबा बनवून त्याचं माहात्म्य वाढवतात. शूद्रांना बुडवायच्या त्यांच्या एकेक युक्त्या सांगू लागलो, तर मोठाच ग्रंथ होईल. अशी ही पेंढारी लूटमार वर्षानुवर्षे, पिढ्यान्‌पिढ्या सुरू आहे. लुटणारे निर्ढावले आहेत आणि लुटले जाणाऱ्यांना त्याची सवय झाली आहे. अशा पेंढाऱ्यांपेक्षा खरेखुरे दरोडेखोर परवडले; पण यांची सावली नको.''

दोघा सद्‌गृहस्थांच्या चेहऱ्यावरचं संशयाचं मळभ अदृश्य झालं होतं. तात्यांच्या विचारांचा त्यांच्या मनावर मोठाच परिणाम झालेला दिसला.

''आता आम्ही त्यांच्या डावाला फसनार न्हाई, तात्यासाब. आम्हाला सत्य समाजाचं सभासद करून घ्या.'' एक गृहस्थ म्हणाला.

''या रविवारी काहीजण सभासद होणार आहेत; तुम्हीही या. यानंतरची चळवळ हीच आहे. आम्हाला नीच मानणाऱ्या धूर्त, कपटी आर्यभटांची आमच्या आयुष्यावर सावली म्हणून पडू द्यायची नाही. ते आम्हाला दासशूद्र समजतात; पण आमची दक्षिणा मात्र घेतात. हाच त्यांचा गोमकाला आहे. पोटं जाळण्यासाठी त्यांनी शूद्रातिशूद्रांतही उच्च-नीचतेची आग लावून ठेवली आहे आणि वरून देवाचे वकील होऊन बसले आहेत. एक गोष्ट लक्षात ठेवा. सर्वसाक्षी जगत्पती त्याला नकोच मध्यस्थी! ईश्वराच्या भक्तीसाठी कुठल्याही मध्यस्थाची गरज नाही. स्वत:ला ईश्वरदर्शन झालं असल्याचा आणि भक्तांना त्याचं दर्शन घडवण्याचा दावा करणारे लोक ढोंगी आहेत, हे पक्कं समजा. कारण ईश्वराचं स्वरूप समजून घेण्याची शक्ती मानवात नाही. त्याला त्याची गरजही नाही. ईश्वरला संतोष होईल, अशा रीतीनं वागण्यातच आपल्या आयुष्याचं सार्थक आहे.

''हिंदू धर्माचे ब्राह्मण वकील । लुटिले सकल । जन त्यानें ।
धर्म मिषें लोक नाडिले वकिले । स्वार्थ साधले । आपले ते ।।
न लगे वकील देव दरबारीं । भक्ती एक खरी । जोती म्हणे ।।

''या वकिलांना देव कधी दिसला आहे का? दिसला असेल, तर त्यांनी तो आम्हालाही जरूर दाखवावा, म्हणजे आम्हाला त्याचा खरेखोटेपणा तपासून पाहता येईल. आमच्या गुलामगिरीचा जाब विचारता येईल...

''बंधूंनो, उपास-तापास, कर्मकांड, व्रत-वैकल्यं किंवा मूर्तिपूजा म्हणजे धर्माचरण नव्हे किंवा सारखं भजन करून देवाचं डोकं उठवणं म्हणजे भक्ती नव्हे. अशी आंधळी भक्ती किंवा कर्मकांड करण्यात वेळ वाया घालवू नका. प्रयत्नांचा अंगीकार करून आपल्या जीवनात बदल घडवा. नीतिसंपन्न सुखी, आनंदमय जीवन जगा. त्यातच मनुष्यमात्राचं कल्याण आहे.''

“पन तात्यासाब, तुमी जो ईश्वर सांगता, त्याला म्हनायचं तरी काय? त्याला काय तरी नाव आसलंच की.” एकानं शंका काढली.

तात्या म्हणाले,

“त्याला असं कुठलंच नाव देऊ नका. त्याला ईश्वर म्हणा किंवा निर्मिक म्हणा; पण तो एकच आणि सर्वशक्तिमान आहे, हे जाणून घ्या. तो दगडात नाही की कुठल्या देवळात नाही. ईश्वर म्हणजे तेहतीस कोटी देवांचं लेंढार नाही. तेहतीस कोटी देव ही आंधळी श्रद्धा आहे. असे कोट्यवधी देव पुजायची सवय लागली की, तेही अपुरे पडतात. आता हेच पाहा, तुम्ही तांबड्या जोगेश्वरीला जाता. पिवळ्या जोगेश्वरीला जाता. चतु:शृंगीला जाता. शेख सल्ल्याच्या दर्ग्याला जाता. शादावलाच्या उरुसात जाऊन हायदोस दुल्ला करता! अगदी दिसेल त्या देवाला दंडवत घालता. असे देव देव करत बसलात, तर देवांना तोटा नाही.”

दोघे शरमले. तात्यांनी बरोबर वर्मावरच बोट ठेवलं होतं. तात्यांचं म्हणणं त्यांना मनोमन पटलं आणि त्याच वेळी त्यांची पाखंडी म्हणून निंदा का केली जाते, तेही लक्षात आलं.

तात्या म्हणाले,

“बंधूंनो, मोठमोठी मंदिरं बांधून भक्तांना बुचाडणारे लोक ईश्वराच्या नावाला काळीमाच लावत असतात. दाविद ससूननं दवाखाना बांधून गोरगरिबांच्या कल्याणाची केवढी सोय केली आहे; पण आपल्या देशातल्या श्रीमंत संस्थानिकांना हे सुचणार नाही. शिंदे सरकारनं पुण्यात लक्ष ब्राह्मण-भोजन दिलं. लक्षावधी रुपयांचं खत करण्याऐवजी असं एखादं परोपकाराचं काम केलं असतं, तर गोरगरिबांना सुख झालं असत; पण लाडूखाऊ ब्राह्मण कारभारी शिंदे सरकारांना हा सल्ला देतील कशाला?”

दोघांपैकी एक गृहस्थ म्हणाला,

“तात्यासाहेब, गावात बामन लोक तुमाला पाखंडी, धर्मबुडव्या म्हनतात. त्यांनी हूलच उठवलीया की, तुमी धर्मबुडवे, पाखंडी हाईसा म्हनून!”

तात्या हसले. म्हणाले,

“आपल्या स्वार्थासाठी धर्माला, राजसत्तेला आणि प्रत्यक्ष ईश्वरालाही दावणीला बांधणारे लोकच खरे पाखंडी आहेत. ज्या ज्या वेळी त्यांच्या स्वार्थावर गदा आली, त्या त्या वेळी त्यांनी असाच उलटा कांगावा केला आहे. चोराच्या उलट्या... म्हणतात, त्या याच! यज्ञाच्या धुन्या फुंकून फुंकून आंधळ्या झालेल्या या पाखंड्यांना खरा ईश्वर, खरा धर्म कधी दिसलाच नाही. यज्ञाच्या नावाखाली धनधान्याचा आणि तेला-तुपाचा नाश तेवढा झाला; पण हा झगडा आजचा नाही. जुन्या काळी बुद्ध, चार्वाक, बृहस्पती या थोर विद्वानांनी हिंदू धर्मावर याहून कठोर टीकेचे प्रहार केले आहेत; परंतु हा ब्राह्मणी हिंदू धर्मच असा गेंड्याच्या कातडीचा आहे की, त्याच्यावर

लवकर परिणाम होत नाही. पाखंडी म्हणून विरोधकांना हरवणं शक्य नसतं, तेव्हा ते विरोधकांना आपल्या जथ्यात ओढून घ्यायलाही मागं सरत नाहीत. बुद्ध आणि जैन धर्माचं काय झालं? ते खरे ईश्वर नाकारणारे धर्म; परंतु बुद्धाला हरवणं शक्य नव्हतं, तेव्हा त्यांनी बुद्धालाच परमेश्वराचा नववा अवतार म्हणून घोषित करून टाकलं. परस्परविरोधी शास्त्रवचनं लिहून ठेवून संपूर्ण समाजाला गोंधळात टाकलं. बंधूंनो, आपल्या शूद्रातिशूद्र समाजाला ब्राह्मणी धर्माचा गडबडगुंडा अजून पुरता कळलेला नाही आणि तो लवकर कळणारही नाही. समाजातल्या अज्ञ लोकांना छळण्यासाठीच त्यांनी आपल्या त्या पोथ्यांचा उपयोग केला आणि वरून त्या अडाणी तत्त्वज्ञानाला ज्ञान हे नाव ठेवून तुम्हा-आम्हाला शिकायची बंदी केली. गाढव ओझी वाहतात तसे हे फक्त पोथ्यांची ओझी वाहत राहिले. समाजाला नाडणं हाच ब्राह्मणांचा धर्म बनला आणि त्यांची आंधळी गुलामी हा इतरांचा धर्म बनला.''

''आता तुम्हीच सांगा तात्यासाब, आमच्यासारख्या अडानी लोकांनी कसं करावं?''

''तुम्ही फक्त एकच करा. प्रत्येक गोष्ट आपल्या बुद्धीच्या कसोटीवर पारखून घ्या. मी सांगतो, तेच पूर्ण सत्य आहे, असंही मानू नका. तोही आंधळेपणाच होईल. जे विचार योग्य वाटतील, त्यांचा स्वीकार करा आणि त्याप्रमाणे वर्तन करा किंवा एवढं कशाला? इतरांनी तुमच्याशी जसं वागावं, असं तुम्हाला वाटतं, तसं तुम्ही इतरांशी वागा. फक्त एका ईश्वराचं भय मनात बाळगून सर्वांनी बहीण-भावांसारखं वागलं असता सर्वजण सुखी होणार आहेत आणि तेव्हाच ईश्वरालाही संतोष होणार आहे. सत्य हे ईश्वराचं रूप आहे. सत्य हाच ईश्वर आहे. प्रत्येक व्यवहारात सत्याची स्थापना करणं म्हणजेच सत्यधर्माचं पालन करणं होय. व्यर्थ नामघोष करून ईश्वराचं मस्तक फिरवण्यापेक्षा सत्यानं वागा. हेच खरं धर्माचरण आहे. माणसामाणसांत कुठल्याही प्रकारचा भेदभाव करू नका. जो ग्रंथ असा भेदभाव करायला शिकवील, तो ग्रंथ अपवित्र आणि थोतांडी समजा. बंधूंनो, संस्कृतसारखी अवघड भाषा त्यांनी आमच्या विरुद्ध हत्यारासारखी वापरली आहे. मरू घातलेल्या त्या भाषेला देवभाषा हे नाव ठेवून मुद्दामच त्या भाषेत त्यांनी ग्रंथ लिहून ठेवले आणि वरून त्यात लपलेले आपले स्वार्थी हेतू उघड होऊ नयेत, म्हणून इतरांना ते ग्रंथ वाचायची मनाई करून ठेवली. त्यासाठीच शूद्रातिशूद्रांना विद्येची बंदी केली. आपली कपट-कारस्थानं शूद्रांच्या ध्यानी येऊ नयेत, म्हणून त्यांनी शिकू नये, असा कडेकोट बंदोबस्त करून ठेवला; त्यामुळेच त्यांच्या पोथ्यांत लपलेली गोम शोधून काढणं आजवर आम्हाला शक्य झालं नाही; परंतु आता हे काम आम्ही हाती घेणार आहोत. त्या कल्पित ग्रंथांना तर्काची कसोटी लावणाऱ्यालाच ते नास्तिक ठरवतात; परंतु थोडा विचार करा. त्यांनी रचून ठेवलेली एक तरी पोथी तर्काच्या कसोटीवर टिकाव धरते का? कल्पनेचे देव निर्माण करून त्यांच्याहीपेक्षा स्वतःच अहंब्रह्म व श्रेष्ठ

होऊन बसायचं, हे केवढं मोठं ब्रह्मगारूड आहे! कल्पनेचे देव कोरिले उदंड, रचिले पाखांड हितासाठी, हेच खरं! विश्वाचा निर्माणकर्ता ईश्वर–त्यालाच निर्माण केल्याची हूल उठवणं या नास्तिकपणाला जगात कुठं तोड सापडेल का?

"त्यांनी लिहून ठेवलेल्या कल्पित ग्रंथांविषयी पक्का शोध घेतल्याशिवाय त्यांच्या तोंडच्या थापांवरून जातिभेद, कर्मसिद्धान्त असली थोतांडं खरी मानणं हा शूद्रातिशूद्रांचा शुद्ध वेडेपणा होय. तुमच्या दुःखाचं कारण कोणतं, तर तुमचं गेल्या जन्मीचं पाप. मी दुःखी का, तर दुःख भोगणं माझ्या दैवात आहे म्हणून. संपूर्ण समाजाला कृतिशून्य बनवणारं हे कपटी तत्त्वज्ञान आहे. त्याचं खरं स्वरूप आणि त्याचा हेतू आपण ओळखला पाहिजे. ब्राह्मणाला ठार मारणाऱ्या शूद्राला मृत्यूदंड; परंतु ब्राह्मणानं शूद्रहत्या केली तर त्याला कावळा, बेडूक, घुबड यांसारख्या प्राण्यांना मारल्यावर घ्यायचं असतं, ते प्रायश्चित्त. म्हणजे त्यांच्या न्यायदानात शूद्रांना कावळ्या, बेडकाइतकी किंमत आहे. हा कुठला न्याय आहे? असं धर्मशास्त्र आपलं म्हणून कवटाळणं ही गुलामगिरी आहे. आता तरी 'ब्राह्मण सर्वत्र पूज्य' या वाक्याला हरताळ लावा आणि स्वतंत्रपणे विचार करून जगायला शिका. त्यांच्या त्या ब्राह्मणी कायद्याचा अनुभव आम्ही घेतला आहेच. आमचं दयाळू सरकार आज तो कायदा लावत नाही, म्हणून आम्ही सुखानं जगत आहोत."

दोघा गृहस्थांच्या सर्व शंका दूर झाल्या होत्या.

तात्यासाहेबांना नमस्कार करून ते निघून गेले.

तात्या विचारात पडले. कारवाया सुरू झाल्या होत्या. आता अधिक सावधगिरीनं पावलं उचलायला पाहिजे होती. पोटावर पाय पडल्यावर ते अधिकच पिसाळणार होते.

बराच वेळ गेला.

काकू अजून आल्या नव्हत्या. तात्यांना काळजी वाटू लागली. तेवढ्यात मागचं दार करकरलं. एका हातानं दार ढकलत काकू आत शिरल्या. त्यांच्या कुशीत जुनेऱ्यात गुंडाळलेलं एक नवजात अर्भक दिसत होतं. तात्यांनी पुढं होऊन त्यांच्या हातून ते मूल घेतलं. दोघं माजघरात आले. मूल रडूनरडून गाढ झोपलं होतं. रक्ताळलेली नाळ पोटावर तशीच लोंबत होती.

"कोण अडलं होतं, सावित्रीबाई?"

"काशीबाई म्हणून एक विधवा केसोपंत सिंदीच्या वाड्यात राहते. ती बिचारी कल्याणची आहे. भाऊ मोठा मामलेदार आहे, म्हणतात. त्यानंच इकडं आणून सोडलं. तसं पाहिलं, तर ती मूळची आपल्या गावातली नातू घराण्यातली आहे; पण कोणी आसरा द्यायला तयार नाही. धुणी-भांडी करून दिवस काढते. जीव द्यायला निघाली होती. किती समजूत घातली, तेव्हा राहिली. मुलगा द्यायलाही तयार नव्हती.

गळ्याला नख लावून मारून टाकणार होती. पोटच्या पोरासारखं सांभाळीन, कधी अंतर देणार नाही, असं किती किती समजावलं, तेव्हा कुठं द्यायला तयार झाली.'' बाळाकडं एकटक पाहत काकू बोलत होत्या.

''एवढं घडलं आणि तुम्ही मला काहीच का सांगितलं नाही?'' काकूंनी तात्यांकडं पाहिलं आणि ओठ मुडपत त्या म्हणाल्या, ''तुम्हाला तेवढा वेळ कुठं आहे, शेटजी.''

तात्या ओशाळले. काकू म्हणाल्या, ते खरंच होतं. अनाथालयाचं सारं काम काकूच सांभाळत होत्या.

''खरं आहे तुमचं; पण तुमच्यामुळेच मी निश्चिंत आहे ना?'' तात्या म्हणाले.

''तेही खरंच. द्या त्याला इकडं.''

बाळाला घेऊन काकू स्वयंपाकघरात निघून गेल्या. तात्याही त्यांच्या मागोमाग तिथं गेले. नव्या पाहुण्याचं सगळं होईपर्यंत पाळणा तयार करायला पाहिजे होता.

''सावित्रीबाई, बाळाचं नाव काय ठेवायचं?''

''काय ठेवायचं?''

''तुम्ही सांगा.''

''नाही, तुम्हीच सांगा.''

''येशू... यशवंत!... आवडलं?''

दातांखाली ओठ दाबत काकू बारीक हसल्या. त्यांना नाव आवडलं होतं आणि ते बोलून दाखवायची गरज नव्हती.

''पण हेच नाव का, म्हणून विचारलं नाहीत?''

''येशूचं म्हणूनच ठेवलंत ना? नाव छान आहे. येशू... यशवंत.''

''तुम्ही आपल्या वैऱ्यावर प्रीती करा व त्याचं बरं करा, असा सद्बोध देणाऱ्या महासत्पुरुषाचं हे नाव आहे. आपल्या येशूला हाक मारताना आम्हाला त्याची आठवण येत जाईल. तुम्हाला नाव खरंच आवडलं ना?''

''आवडलं.''

४६

शक्य तेवढ्या लवकर मुंबईत समाजाची स्थापना होण्याची आवश्यकता होती. त्या दृष्टीनं तात्यांनी स्वामी अय्यावारू यांच्याशी पत्रव्यवहार सुरू केला. स्वामी अय्यावारू कामाठीपुऱ्यात राहत. तिथं तेलंगणातून आलेले बरेच तेलुगु फुलमाळी लोक स्थायिक झालेले होते. कधीकाळी दुष्काळामुळे तेलंगणात गेलेली ही माणसं अनेक पिढ्यांच्या नंतर पुन्हा महाष्ट्रात आली होती. रस्ते आणि मोठमोठ्या इमारती बांधण्याची कंत्राटं ते घेत. कंत्राटाचा धंदा करणारे स्वामी हे त्याच समाजातले श्रीमंत आणि विद्वान गृहस्थ.

गेल्या वर्षी कंत्राटाच्या कामानिमित्त स्वामी पुण्याला आले होते. त्यावेळी आवर्जून तात्यांची भेट घेतली होती. त्यांनी सुरू केलेल्या कामात सहभागी होण्याची इच्छा बोलून दाखवली होती. ते स्वत: कामाठीपुऱ्यात शाळा, वाचनालय इत्यादी स्वरूपाचं काम करीत. वासुदेव बाबाजी, तुकाराम तात्या प्रार्थना समाजाचे सभासद झाले असले, तरी त्यांचंही पूर्ण सहकार्य मिळेल, यात शंकाच नव्हती. ठाण्याहून डॉ. संतूजी लाड यांचं पत्र आलं होतं. तात्यांना त्यांनी आग्रहानं ठाण्याला बोलावलं होतं.

मुंबई-ठाण्याचा दौरा उरकायलाच पाहिजे होता; परंतु तात्यांचा पाय निघत नव्हता. पुण्यात समाजविरोधी कारवायांना ऊत आला होता. समाजाच्या सभासदांना नोकरीतून काढणं, त्यांच्याविरुद्ध गोऱ्या साहेबांचे कान भरणं, बहिष्कार टाकणं, शिव्याशाप देणं, त्यांच्या घरांवर दगडफेक करणं असे प्रकार सुरू होते. सभासदांना हरप्रकारे त्रास दिला जात होता. कोणी सभासद होणार आहे, एवढं कानावर आलं तरी भट लोक त्याच्या घरी जाऊन आडवे पडत. ग्यानबा मल्हारजी मिस्त्री यांनी सुमारे पन्नास लोकांना सत्यशोधक समाजाचं सभासद करून घेतलं खरं; परंतु त्यामुळेच ब्राह्मण अंमलदारानं त्यांना फार त्रास दिला. शेवटी त्यांना नोकरी सोडणं भाग पडलं. नारायणराव कडलक यांची बदली थेट महाबळेश्वर इथं करण्यात आली. महादेवराव सूर्यवंशी यांनी घराची वास्तुशांत विठ्ठलराव गुठाळ यांच्या सल्ल्यावरून ब्राह्मणांना न बोलावता समाजमतानं केली, म्हणून त्यांना तर त्रास झालाच; पण त्यांना सल्ला देणाऱ्या विठ्ठलराव गुठाळानांही त्रास देण्यात आला. ब्राह्मणांनी त्यांच्या भागीदारांचे कान भरून त्यांची भागीदारी बंद पाडली. विठ्ठलरावांच्या धंद्यावर मोठंच गंडातर आलं.

परंतु म्हणून सत्यशोधक मागं हटणार नव्हते. सभासदसंख्या वाढत चालली होती. शिक्षणाला उत्तेजन देण्याचं कार्य समाजानं प्राधान्यानं अंगीकारलं होतं. सभासद-वर्गणी, देणगी यांतून हुशार मुलांसाठी शिष्यवृत्त्या सुरू करण्यात आल्या. अनेक ठिकाणी समाजाच्या शाखा आणि शाळा एकाच वेळी सुरू झाल्या; परंतु तात्या एवढ्यावर समाधानी नव्हते. समाजातले कौटुंबिक विधी समाजमतानं व्हावेत, हा त्यांचा आग्रह होता. ते उदाहरण तात्याच घालून देणार होते आणि ती वेळ लवकरच येणार होती.

घरात सीताराम आल्हाट विधुराचं जिणं जगत होता. बालवयात झालेलं लग्न त्याला आता आठवतही नव्हतं. लग्न करून देऊन सीतारामला संसाराला लावावं, हा विचार गेल्या कित्येक दिवसांपासून तात्यांच्या मनात घोळत होता. मुलगी पाहायला फार लांब जायची गरज नव्हती. गल्लीत राहणारे ग्यानबा निंबणकर यांची मुलगी राधा सीतारामसाठी अनुरूप होती. बजूबाई निंबणकर अनेकदा घरी येत. सावित्रीबाईंशी बोलत बसत.

संध्याकाळी या विषयावर बोलायचं ठरवून तात्या आपल्या कामाला लागले.

संध्याकाळी तात्या घरी आले, तेव्हा बैठकीत बाबाजी आणि त्यांची मुलं महादबा, सदबा हे बसलेले होते. कोपऱ्यात उभ्या असलेल्या काकू त्यांच्याशी बोलत होत्या. वडिलोपार्जित जमीनजुमल्यासाठी परके झालेले भाऊबंद आज घरी आले होते.

तात्यांनी बाबाजींना नमस्कार केला. त्याबरोबर महादबा, सदबा हेही जागेवरून उठले. त्यांनी आपल्या धाकट्या काकांना त्यांचे पाय शिवून नमस्कार केला. तात्यांनी कधी नव्हे ते घरी आलेल्या पाहुण्यांना तोंड भरून आशीर्वाद दिला. गोड शब्दांत त्यांची विचारपूस केली.

हवा-पाण्याची, शेतीभातीची बोलणी सुरू झाली; परंतु त्या भेटीचा मतलब तात्यांच्या ध्यानी येईना. वाड्यात बाबाजी आले आहेत, म्हणून राजारामभाऊही येऊन बसले.

''आज काय काम काढलंत, दादासाहेब?'' तात्या म्हणाले.

''काम कुठलं असायला? म्हनलं, असं कुठवर चालायचं? एका झाडाच्या दोन फांद्या. सारं इसरून गुन्यागोविंदानं नांदायचं आनि काय?''

बाबाजींचं बोलणं ऐकून तात्यांच्या चेहऱ्यावर समाधान तरळलं. बाबाजींचं म्हणणं खरं होतं. भांडण करणारे निघून गेले होते; परंतु भांडणं मागं राहिली होती. ती मिटली, तर तात्यांना आनंदच होता.

''आता काय द्यावं लागत नाही आणि घ्यावं लागत नाही. तवा, सुखानं नांदू या म्हनायला तुजं काय जातंय.'' राजारामभाऊ एकदम तडकले.

''ते खरं राजाराम; पण भांडन करायला मी तर आलो नव्हतो, नव्हं का? अरे, वडील भांडले, म्हनून आपनबी भांडत बसायचं का? त्यांची चूक झाली, हे मला बी दिसत हुतं; पन मी काय सांगणार हुतो? आणि माझं कोण ऐकनार हुतं?''

राजारामभाऊंचे ओठ पुन्हा शिवशिवले.

''भाऊ, तुम्ही वाद वाढवू नका.'' तात्यांनी त्यांना अडवलं.

ती संधी घेऊन बाबाजी पुढं म्हणाले,

''तात्या, तुम्ही आपल्या गोरगरीब लोकांसाठी समाज काढला, हे ऐकून आम्हाला फार बरं वाटलं. तेच्यात आम्हाला बी सामील करून घ्या.''

तात्यांना आनंद झाला. दुरावलेले भाऊबंद या निमित्तानं जवळ येत आहेत, सत्यशोधक समाजात सामील व्हायला उत्सुक आहेत, ही गोष्ट त्यांना फार मोलाची वाटली. सर्वांना दोन-दोन शब्द सांगून त्यांनी वाद मिटवला; परंतु राजारामभाऊंचं समाधान झालेलं नव्हतं.

बाबाजी निघून गेल्यावर ते म्हणाले,

''तात्या, आजच याला आमचा वाडा कसा दिसला? यात कायतरी काळंबेरं हाय एवढं खरं.''

भाऊंना काय म्हणायचं आहे, ते तात्यांच्या लक्षात आलं नव्हतं, असं नव्हे; परंतु त्यांनी ते बोलून दाखवलं नाही. आज त्यांच्या डोक्यात फक्त सीतारामच्या लग्नाचा विषय होता.

लग्नाचा विषय निघताच सीतारामचा सावळा चेहरा खुलला. तात्या जे करतील, ते आपल्या भल्यासाठीच करतील, याची त्याला खात्री होती. त्याचा होकार मिळताच तात्यांनी काकूंना गाठलं. त्यांनाही तो विचार आवडला. आता मुलीला मागणी घालायचं काम तेवढं राहिलं. ते काकूंनी आपल्याकडे घेतलं. बजूबाईंना पटलं, तर ग्यानबांना सांगायची जबाबदारी त्यांच्यावरच टाकायचं ठरलं.

बोलत बोलत जेवणं आटोपली. तात्यांनी समईची वाट पुढं सारली आणि ते वाचायला बसले.

नीरव शांततेत वाड्याचं मागचं दार वाजलं. कोणीतरी आलं असावं. चटकन उठून काकू तिकडं गेल्या. काकूंची ती लगबग पाहून तात्यांना काहीसं आश्चर्य वाटलं. कोणीतरी येणार आहे, हे त्यांना आधीच माहीत होतं की काय? थोड्याच वेळात तिकडून बोलण्याचा आवाज आला. कोणीतरी स्त्री काकूंच्या गळ्यात पडून मुसमुसून रडत होती.

तात्यांनी पुस्तक मिटलं. आढ्याकडं डोळे लावून ते बसून राहिले.

थोडा वेळ तसाच गेला.

रडण्याचा आवाज थांबला. पुन्हा दार करकरलं. आलेली स्त्री निघून गेली असावी.

''कोण होतं, सावित्रीबाई?''

''यशवंताची आई.''

तात्यांच्या अंगावर सर्रकन काटा आला. एक जन्मदात्री माता आपल्या बाळाच्या भेटीसाठी अशी चोरासारखी आली होती. यशवंत घरी आला. त्याचं बारसंही झालं; परंतु त्याच्या आईला तात्यांनी अजून पाहिलं नव्हतं. काकूंकडून कळलं होतं, तेवढंच!

''मला का नाही बोलावलं? मलाही यशवंताच्या आईला भेटायचं आहे.''

''काशीबाई तुमच्यासमोर येणार नाही, शेटजी. आपल्या हातून फार मोठं पाप घडलं आहे, असं तिला वाटतं. भीतीनं बिचारी वेड्यासारखी झाली आहे. तिची समजूत घालणं कठीण झालं आहे.''

''घडलं ते वाईट आहे; परंतु त्या बाळजीवाला वाचवणं हे तर पाप नाही ना? आणि ते जर पाप असेल, तर त्या अनाथ स्त्रीला फसवणाऱ्या दुष्टांना आणि त्यांच्या त्या थोतांडी धर्माला आधी पापी ठरवायला हवं. माणसाच्या निसर्गदत्त हक्कांवर गदा आणणारा धर्म हा धर्म असूच शकत नाही.''

''तात्यासाहेब, तात्यासाहेब...'' बाहेरून धोंडिबा हाका मारत होते. त्यांच्या आवाजावरून काहीतरी गडबड असल्याचं जाणवत होतं.

तात्या घाईघाईनं बाहेर आले.

''तात्यासाहेब, धोंडीरामला पोलीस चौकीवर नेलंया.'' धोंडिबा म्हणाले.

''पोलीस चौकीवर? का म्हणून? आज त्यांचं भाषण आहे ना?''

''तेच. शनवारवाड्यासमोर भाशन सुरू होतं. भाशनाला वाड्यासमोरच्या चौकीवरला फौजदारबी आलता. बामनांच्या धर्माला शिव्या का देतूस, म्हनून त्यानं चौकीवर नेलं बघा. आसपासच्या समद्या बामनांनी एकच कालवा मांडलाय.''

''चला.'' पायांत जोडा सरकवत तात्या म्हणाले.

धोंडिबासह तात्या पोलीस चौकीकडं निघाले.

तात्यांना पाहताच फौजदार चपापला.

''साहेब, या माणसाला चौकीवर आणण्याचं कारण?'' तात्या म्हणाले.

''हिंदू धर्माला बदनाम करणारी कवनं गाताना मी त्याला पकडलं आहे.'' फौजदार आपली बाजू मजबूत करण्याचा प्रयत्न करू लागला.

''सभेला आलेली माणसं हिंदू धर्माचीच होती ना? त्यांना त्याच्या भाषणाचा आणि कवनांचा राग आला नाही. तुम्हालाच का यावा?''

''तो ब्राह्मणांना शिव्या देतो. त्यांच्याविरुद्ध लोकांना भडकवतो.''

''साहेब, मुळात तो शिव्या देत नाही. तो जे बोलतो, ते पोटतिडकीनं बोलतो. त्याचं बोलणं तुम्हाला शिव्यांसारखं वाटतं, कारण त्याचं दुःख तुम्हाला माहीत नाही. तुम्ही ते जाणून घेण्याचा कधी प्रयत्नच केला नाही. तुम्ही त्याला ओळखत नसाल तर सांगतो. तो शाहीर आहे, तसाच अभ्यासू माणूस आहे. तो जी टीका करतो, ती अभ्यासातून करतो. हे मी खात्रीनं सांगतो. त्याचं एक विधान खोटं असल्याचं सिद्ध करून दाखवा आणि त्याच्याबरोबर मलाही अटक करा. कारण तो गात असलेली काही कवनं मीही रचली आहेत.''

तात्यांच्या या सडेतोड आव्हानामुळे फौजदारसाहेबांचे हातपाय गळाले. शाहिराविरुद्ध दाखवता येईल, असा कुठलाच पुरावा त्याच्याजवळ नव्हता. केवळ आपल्या जातभाईंना खूश करण्यासाठी त्यानं तो आगाऊपणा केला होता. तरीही आपला पराभव मान्य करणं त्याला कमीपणाचं वाटत असावं.

''फौजदारसाहेब...'' तात्या निक्षून म्हणाले, ''याउप्पर तुम्ही त्याला सोडणार नसाल, तर मला तुमच्या वरिष्ठ अधिकाऱ्यांची भेट घ्यावी लागेल.''

''माफ करा, माफ करा, तात्यासाहेब. मी चुकलो. मी त्यांना सोडतो. आमच्या साहेबांना तेवढं कळवू नका.'' फौजदारसाहेब गयावया करू लागले.

मात्रा लागू पडली. आतापर्यंत गुर्मीत बोलणारा फौजदार एकदम मऊ पडला.

त्याची विनंती मान्य करून तात्या शाहिरांसह चौकीबाहेर पडले.

जोतीराव फुल्यांची फजिती बघायला जमलेल्या तमासगिरांची तोंडं खेटर मारल्यासारखी झाली.

शाहिरांना घरापर्यंत पोचवून तात्या वाड्याकडे परतले, तेव्हा मध्यरात्र उलटून गेली होती.

खुद्द तात्यांनाही अनेकदा असे अनुभव येत. व्याख्यान सुरू असताना मध्येच एखादा माणूस भलतंच काहीतरी विचारी; परंतु ते आपली मन:शांती ढळू न देता त्याच्या प्रश्नाचं उत्तर देत. एखादा वाद घालण्याचा प्रयत्न करी. त्यालाही उत्तर द्यावं लागे. भरसभेत उठून वाद घालणाऱ्यांना निरुत्तर करण्यात शाहीर धोंडीराम आणि कृष्णरावही तेवढेच पटाईत होते. काही लोक वाद घालण्यासाठीच त्यांच्या सभांना येत. कधीकधी काही लोक हुल्लड माजविण्याचाही प्रयत्न करीत. ब्राह्मण ते ब्राह्मणच; पण हलक्या कानाच्या अज्ञानी समाजबांधवांना त्यात सहभागी होताना पाहून तात्यांना फार दु:ख होई. कधी भाऊबंदही त्यांना त्रास देण्याची संधी साधून घेत. मीठगंजमध्ये झालेल्या एका सभेत मेलेला साप बांधलेला हार गळ्यात घालणारा माणूस भाऊबंदांपैकीच होता. तो हार घालून निघून गेला, तेव्हा लोक व्याख्यानात रंगून गेलेले होते. अचानक एका श्रोत्याच्या ते लक्षात आलं आणि 'साप साप' म्हणून ओरडा झाला; परंतु तात्या शांतपणे एवढंच म्हणाले,

"बंधूंनो, काळजी करू नका, सध्या तो साप नसून, फुलांचा हार आहे. आपणा सर्वांप्रमाणेच त्यालाही आत्मा आहे. मी त्याचा आत्मा दुखावला नाही, तर तोही माझा आत्मा दुखवणार नाही."

कधी असे भटाळलेले कपटी लोक त्यांना पान-सुपारीसाठी बोलावण्याचं सोंग करून त्यांची फजिती करू पाहत आणि स्वत:च फजित होत. तात्यांचे हेही अनुभव वाया गेले नाहीत. त्यातूनही त्यांनी समाजासाठी मित्र जोडले. कधी अशा लोकांना निरुत्तर करण्यासाठी तर्कशक्तीचाही वापर करावा लागे.

एकदा अशीच गंमत झाली.

समाजाची स्थापना झाल्यानंतर एके दिवशी दोन माळकरी आले. बरं वाटत नसल्यानं त्या दिवशी तात्या घरीच विश्रांती घेत पडले होते. बळवंतराव कोल्हे आणि आणखी काही मंडळी बोलत बसली होती. साळसूदपणाचा आव आणून एक माळकरी म्हणाला,

"तात्यासाहेब, सत्याचा शोध घेऊन तुम्ही सत्यशोधक झाला आहात, तर आपल्या अंतर्मनात शोध घेऊन आमच्या मुठीत काय आहे, ते सांगा."

त्यांच्या बोलण्यातला खोचकपणा तात्यांच्या लक्षात आला; परंतु घरी आलेल्या माणसांना अपमानित करणं त्यांच्या स्वभावात नव्हतं.

ते दोघं आल्यापासून तुळशीच्या पानांचा वास येत होता.

क्षणभर विचार करून तात्या म्हणाले,

"मी सत्यशोधक आहे. जादूटोणावाला नाही; त्यामुळे छाछू करून मी काही सांगू शकणार नाही; पण एवढं सांगू शकतो की, तुमच्या हातात तुळशीची पानं आहेत."

ते उत्तर मिळाल्याबरोबर लज्जित झालेल्या त्या माळकऱ्यांनी तात्यांची क्षमा मागून सरळ घरचा रस्ता धरला.

तात्यांच्या या अजब तर्कशक्तीचा सर्वांना मोठाच अचंबा वाटला.

अशा अनुभवांना आणि लोकांना तोंड देत सत्यशोधक समाजाची वाटचाल सुरू होती.

४७

सीतारामचं लग्न आटोपलं. अगदी साध्या पद्धतीनं तो समारंभ झाला. ते लग्न होऊ नये, म्हणून करणाऱ्यांनी खूप खटपटी केल्या. ग्यानोबा निंबणकर यांना फितवण्याचाही प्रयत्न झाला; परंतु बजूबाई खंबीर होती. त्यांनी कोणाचंच काही चालू दिलं नाही.

वधु-वरांनी तात्यांनी रचून दिलेली मंगलाष्टकं म्हटली. एकमेकांच्या गळ्यांत पुष्पहार घातले. सभासद मंडळींनी आशीर्वाद दिले. बजूबाई, सावित्रीबाई आणि आणखी काही उपस्थितांनी नवविवाहित दाम्पत्याला संसारोपयोगी वस्तूंसाठी देणग्या दिल्या आणि लग्नविधी आटोपला.

बाबाजी राणोजी, मारुती सटवाजी, तुकाराम खंडूजी ही फुले मंडळी कुटुंबीयांसह लग्नाला आली होती. माळी समाजाचीही बरीच मंडळी होती. लग्नविधीनंतर लगेचच बाबाजी फुले, मारुती सटवाजी, तुकाराम खंडूजी यांनी सत्यधर्माची दीक्षा घेतली. आतापर्यंत प्रत्येक काम जीव तोडून करणारे भाऊबंद सीतारामच्या लग्नाला आले; एवढंच नव्हे, तर समाजाचे सभासद झाले हे पाहून तात्यांना फार समाधान झालं.

याच काळात तिकडं रावसाहेब रानडे यांचा दुसरा विवाह संपन्न झाला. सभेत विधवाविवाहाच्या गोष्टी सांगणाऱ्या रावसाहेबांनी बत्तिसाव्या वर्षी अकरा वर्षे वयाच्या मुलीशी लग्न करावं, ही गोष्ट तात्यांना मुळीच आवडली नाही. पत्नीच्या मृत्यूला पुरता महिनाही झाला नव्हता, तोवर रावसाहेब बोहल्यावर चढले होते. वडिलांच्या इच्छेपुढं म्हणे त्यांचा नाइलाज झाला. वडिलांना दिलेला शब्द पाळावा लागला. रावसाहेबांचा सुधारणावाद नुसता बोलका आहे, हे पुन्हा एकदा स्पष्ट झालं.

एके दिवशी जव्हेरीलाल उमाशंकर याज्ञिक तात्यांच्या भेटीला येऊन गेले. सोबत त्यांची मित्रमंडळीही होती. रावसाहेबांनी सांगितल्याप्रमाणे ते पंढरपूर आणि मुंबई इथं अनाथालयं सुरू करणार होते. त्या कामाचं स्वरूप, त्यातील अडचणी

त्यांनी आस्थेनं समजावून घेतल्या. सर्व व्यवस्था पाहून मंडळी फार खूश झाली. त्या दिवशी तात्यांनी सर्वांना आग्रहपूर्वक ठेवून घेतलं. दुसऱ्या दिवशी निरोप घेताना त्यांनी भेटीदाखल काकूंना पातळ आणि मुलांना कपडे दिले.

समाजातर्फे झालेलं पहिलं लग्न निर्विघ्नपणे पार पडलं म्हणून सभासद आनंदात होते; परंतु बजूबाईंना फार त्रास सोसावा लागत होता. घरात नवरा छळत होता आणि बाहेर जातीचे लोक त्रास देत होते. परंतु धीराच्या बजूबाई सारं सहन करीत होत्या.

रविवारच्या सभेत अशा अनेक घटना पुढं आल्या. भागीदारी मोडल्यामुळे विठ्ठलराव गुठाळ यांचं फार नुकसान झालं होतं. त्यांच्या मुलांचं शिक्षण थांबायची वेळ आली होती. विठ्ठलरावांवर कोसळलेल्या आपत्तीचं वृत्त कळताच गंगारामभाऊ म्हस्के वकील यांनी त्यांच्या मुलांसाठी दरमहा तीन रुपयांची शिष्यवृत्ती सुरू केली. नोकरी सुटल्यापासून ग्यानबा झगडे मिस्त्री यांचीही हलाखी चालली होती. तशाही स्थितीत न डगमगता ते समाजाचं कार्य पुढं चालवीत होते. घोरपडी इथं झालेला पुनर्विवाह त्यांनीच घडवून आणला. त्यांच्या चिकाटीवर खूश झालेल्या सभासदांनी त्यांना आर्थिक मदत द्यायला सुरुवात केली. या निमित्तानं सभासदांची माणुसकी आणि हितचिंतकांची उदारता दिसून आली. हरी रावजी चिपळूणकर हे उदार गृहस्थ घनश्याम किराड या गरीब विद्यार्थ्याला दरमहा पाच रुपये शिष्यवृत्ती देत. भिकोबादादा चव्हाण यांनी शाळेत जाणाऱ्या मुलींना उत्तेजन म्हणून चोळ्यांचे खण आणि मेणकापडाचे डगले पाठवून दिले.

बाबा पदमनजींची 'सत्यदीपिका', मोरोपंत वाळवेकर यांच्या संपादनाखाली निघणारी 'सुबोधपत्रिका' या मासिकांनी समाजाच्या उपक्रमांना योग्य ती प्रसिद्धी दिली. 'प्रमोदसिंधू', 'इंदुप्रकाश' या पत्रांनीही त्यांचा कित्ता गिरवला.

समाजाचे बहुसंख्य सभासद आणि हितचिंतक सभेला उपस्थित होते. प्रत्येकजण आपापले अनुभव सांगत होता. सत्यशोधकांच्या घरावर दगडफेक करणं, त्यांची बदनामी करणं, अपमानास्पद बोलणं हे प्रकार सुरूच होते. तेवढ्यानं भागत नव्हतं, म्हणून आणखीही अनेक उपाययोजना सुरू होत्या.

विठ्ठलराव म्हणाले,

''तात्यासाहेब, आम्हाला जातीतल्या लोकांनी वाळीत टाकावं, म्हणून त्यांचे प्रयत्न सुरू आहेत. ब्राह्मणांशिवाय झालेली लग्नं ही बेकायदेशीर आहेत. ती संतती अक्करमाशी ठरेल, अशी हूल त्यांनी उठवली आहे; त्यामुळे आपले गोरगरीब लोक बिथरले आहेत.''

"म्हणून आपली चळवळ आता अधिक वाढवायला पाहिजे." तात्या म्हणाले. "सगळा शूद्रातिशूद्र समाज सत्यधर्माच्या झेंड्याखाली एकत्र येईल, त्या दिवशी आम्हाला वाळीत टाकू पाहणारे स्वत:च वाळीत पडल्याप्रमाणे बाजूला पडतील आणि मग त्या वेळी त्यांनाही आमच्यात सामील व्हावं लागेल."

सर्वांच्या चेहऱ्यावर एकच निर्धार दिसत होता :

'आता आम्ही कोणत्याही स्थितीत त्यांना हार जाणार नाही!'

सभेच्या शेवटी प्रार्थना होऊन तात्या घराकडं निघाले तेव्हा त्यांना कृष्णरावांचं एक वाक्य सारखं आठवत होतं. कृष्णराव म्हणाले होते,

"तात्यासाहेब, आता लगीनसराई सुरू होते आहे. गावोगाव लग्नविधींचा धडाका सुरू केला पाहिजे. त्याशिवाय ते जेरीला येणार नाहीत."

सध्या तात्यांच्या मनात ग्यानोबांच्या लग्नाचे विचार घोळत होते; परंतु कामाच्या गर्दीत सगळ्या गोष्टी करून घ्यायला उसंत मिळत नव्हती. आता ग्यानोबाचंही लग्नाचं वय झालंच होतं.

ग्यानोबा– तात्यांचा अगदी जवळचा नातेवाईक. त्यांच्या मावसभावाचा, कृष्णाजीचा मुलगा. आई अंतरल्यानंतर मावशीच त्याची आई झाली होती. मावशी राहीबाईनंच लहानशा जोतीला सगुणाआऊंच्या ओटीत घातलं होतं. ते सारं घडलं, ते हडपसरला. मावशीच्या घरी. सगुणाआऊ कधीकधी ते सारं सांगायची. गरिबीत वाढलेल्या ग्यानोबासाठी तात्या-काकूंच्या पोटात खूप माया होती. लहान वयातच अंगाला राख फासून तो बैराग्यांबरोबर निघून गेला आणि त्यानंतर कितीतरी वर्षांनी वयाच्या सोळाव्या वर्षी घरी परतला. त्यांनंतर काही दिवस हडपसरलाच एका कंत्राटदाराकडं काम करीत असताना तो तात्यांच्या सहवासात आला आणि हळूहळू त्यांच्या सहवासात रमून गेला. त्यांच्या घरातलाच एक होऊन गेला. त्याचं थोडंसं इंग्रजी शिक्षण झालेलं होतं. त्याच्या बाळबोध आणि मोडीतल्या वळणदार अक्षरावर तात्या फार खूश असत. कंत्राटाच्या धंद्यात तात्यांना त्याची फार मोठी मदत होत होती.

काकूंनीही ग्यानोबाच्या लग्नाचा लकडा लावला होता. कधीकधी ग्यानोबासमोरच तो विषय काढून त्या म्हणत,

"सीतारामचं लग्न केलंत, आता ग्यानोबाचं कधी करणार?"

त्यावर तात्या गमतीने म्हणत,

"त्याचं लग्न कशाला? गेला पुन्हा बैरागी होऊन तर?"

"लग्न करून दिल्यावर बरा जाईल?" ग्यानोबाकडं पाहून काकू म्हणत.

ग्यानोबा मुकाट्यानं तिथून काढता पाय घेई.

जेवताना तात्यांनी तो विषय काढला. सभासदांचा निर्धारही सांगितला. पर्वतीच्या

नारायणराव शिंद्यांना निरोप द्यायचं ठरलं. त्यांची मुलगी लक्ष्मी लग्नाची होती. तिला मागणी घालावी असं ठरलं. वयाचा आणि गुणांचा विचार करता दोघे एकमेकांना अत्यंत अनुरूप होते.

जेवण झाल्यावर तात्या वाचत बसले. काकूंनीही पुस्तक उघडलं. ब्राह्मणी कारवाया, सभासदांची जिद्द, मुंबईसह बाहेरगावांहून येणारी बोलावणी, ग्यानोबाचं लग्न इत्यादी अनेक विषय तात्यांच्या डोक्यात घोळत होते. भाऊबंदांच्या सभासदत्वामागील रहस्यही आता लक्षात आलं होतं. मारुती सटवाजी आणि तुकाराम खंडूजी यांच्याकडून तात्यांनी आपली मुलं दत्तक घ्यावीत, असे वेगवेगळे प्रस्ताव आले होते; परंतु त्याकडं तात्यांनी पूर्ण दुर्लक्ष केलं. बाबाजींच्या मनातही तेच होतं. तेही योग्य वेळी आपला प्रस्ताव तात्यांपुढं मांडणार होते...

वाचतावाचता डोळा लागला आणि दार करकरल्याचा आवाज आला. तात्यांची झोप चाळवली. त्यांनी शेजारी पाहिलं. काकू जागेवर नव्हत्या. तात्या उठले. मुलं शांत झोपली होती. बाहेर बैठकीच्या खोलीत सीताराम झोपला होता. स्वयंपाकघरात काकू कोणा स्त्रीशी बोलत होत्या. थोडा वेळ तसाच गेला आणि काकूंना हात जोडून, काहीतरी सांगत ती स्त्री निघून गेली.

''कोण होतं सावित्रीबाई?'' तात्यांनी विचारलं.

''यशवंताची आई. त्याला पाहायला आली होती.''

''तुम्ही मला का उठवत नाही? असं अपरात्री दार उघडणं धोक्याचं आहे.''

''तिच्या येण्याची वेळ मला माहीत असते.''

''ते खरं, पण...''

''बायकांची दुखणी बायकांनाच कळायची, शेटजी.' काकूंनी दुःखद सुस्कारा टाकला. ''तिचं अन्नपाणी सुटलं आहे. पोराला पाहून ती जगते आहे. त्यात तिला क्षय झाला आहे.''

तात्या चरकले.

''अशानं...''

''ती फार दिवस जगेल असं वाटत नाही. भावाकडं जाणं शक्य नाही आणि इथं राहावं, तर जगणं कठीण, अशी अवस्था झाली आहे. त्यांना हे पाप घरात नकोसं झालं आहे...''

''तुम्ही तिची समजूत घाला. तिला आपल्या घरी राहू द्या. यशवंताही तिच्यासमोर राहील.''

नकारार्थी मान हलवीत काकू म्हणाल्या,

''दिवसाउजेडी जी स्त्री बाहेर पडायला तयार नाही, ती आपल्या घरी येऊन राहील असं वाटत नाही, शेटजी.''

आता या समस्येवर काय मार्ग सुचवावा, हेच तात्यांना कळेना.

काकू म्हणाल्या, ते खरंच होतं. बायकांची दुःख बायकांनाच कळायची.

''सांगून पाहते...'' काकू म्हणाल्या.

रात्रीच्या नीरव शांततेत कोल्ह्या-कुत्र्यांचं भुंकणं ऐकू येत होतं. तात्या अंथरुणावर तळमळत पडले होते. सकाळचे गार वारे वाहू लागले, तरी त्यांना झोप नव्हती. तात्यांची झोप उडालेली पाहून काकूंचीही झोप पळून गेली होती.

आठ-दहा दिवस तसेच गेले. काकूंच्या धडपडीला यश आलं. यशवंताची आई फुल्यांच्या वाड्यात राहायला आली; परंतु वाड्यात आल्यापासून तिची प्रकृती सुधारण्याऐवजी अधिकच ढासळली. काकू तिची पूर्ण काळजी घेत; परंतु प्रकृती ताळ्यावर येण्याची चिन्हं दिसत नव्हती. शरीर पोखरणारा क्षय; उपास, काळजी आणि जागरण यांनी तिचा सुंदर देह करपून गेला होता. त्यावर आता फक्त हाडकातडी उरली होती. आपल्या शरीरातलं रक्त-मांस आणि रूप यशवंताला देऊन काशीबाई शून्यवत झाली होती.

यशवंत दिसामासांनी मोठा होत होता. मातृमुखी यशवंत आईसारखाच सुंदर दिसायचा. त्याच्या बाळलीला पाहून तात्यांचं मन भरून येई. दिवसभर तो नुसता या हातावरून त्या हातावर हिंडत राही.

यशवंताला आई-वडील मिळाले, म्हणून काशीबाई हरखून गेली खरी; परंतु तिचं हाय खाल्लेलं मन पुन्हा उभारी धरू शकलं नाही. तिच्या मनाला रात्रंदिवस एकच चिंता खात होती. यशवंताचं पुढं कसं होईल? त्याचं लग्न होईल? तो सुखी संसारी जीवन जगू शकेल? की त्याला विधवेचं पोर म्हणून हिणवलं जाईल? काशीबाईचं मन अखंड आक्रोशत होतं. कोणाशी बोलायचं नाही, काही सांगायचं नाही; आपलं आपणच सोसत राहायचं, असा स्वभाव झाला होता. दिवसेंदिवस ती बाहेरही पडत नसे. थेट आतल्या खोलीत जाऊन कोंडून घेतल्यासारखं बसून राही. घोले डॉक्टरांचं औषध सुरू होतं; परंतु गुण नव्हता आणि तो येणारही नव्हता. काळजीनंच काशीबाईला खाऊन टाकलं होतं. क्षय आणखी बळावला.

एके दिवशी गुडघ्यात मान खुपसून बसलेल्या काशीबाईला पाहून तात्यांना राहवलं नाही. ते म्हणाले,

''काशीबाई, तुमचं दुःख आम्हाला कळत का नाही?''

काशीबाई आशेनं तात्यांकडं पाहू लागली.

''तुम्ही काळजी करू नका. यशवंत तुमचा नाही, आमचा आहे. त्याला आम्ही कधीही अंतर देणार नाही. मला मुलगा असता, तर त्याला मी ज्या आपलेपणानं

सांभाळलं असतं, त्याच आपलेपणानं यशवंताला सांभाळीन. यशवंत हा माझा मुलगा आहे. आणखी काय सांगू?''

''हे मी तुम्हाला किती वेळा सांगितलं आहे ना, काशीबाई?'' काकू काकुळतीला आल्या.

''तसं कशाला? मी त्याला दत्तकच घेतो. मग तर तुमचं समाधान होईल ना?'' तात्या म्हणाले.

काशीला हुंदका फुटला. काकूंनी तिला जवळ घेतलं. तिचे डोळे पुसले.

तात्यांनी मान फिरवली.

काशीबाईला शब्द दिला खरा; पण तो पाळता येईल?

तात्या अस्वस्थ झाले. गोदाबाईलाही त्यांनी असाच शब्द दिला होता; परंतु तो पाळणं शक्य झालं नाही. शांताराम आईच्या पाठोपाठ निघून गेला. तात्यांचा शब्द त्यांच्याजवळच राहिला.

शांतारामसारखी किती मुलं अंगाखांद्यावर खेळून निघून गेली. त्यांच्या आयांची नावंही तात्यांना माहीत नाहीत. कोणी कोणी कुठून कुठून आणून टाकलेली ती मुलं. लळा लावून, चटका लावून निघून जात. गर्भावस्थेतच विषारी औषधांचा विपरीत परिणाम झालेली ती मुलं काही वेळा जन्मतःच अपंग होऊन जन्माला येत. त्या नवजात अर्भकांचं जगणं म्हणजे मृत्यूशी झगडणंच असे. तो झगडा कुठं थांबेल, याची खात्री देणं कठीण असे आणि एवढं करून जे जगतील, त्यांचा भरवसा धरणं फार कठीण होत असे. लक्ष्मी आणि बाबू आता सात-आठ वर्षांचे झाले होते. शाळेतही जाऊ लागले होते; परंतु ते दोघं सतत आजारीच असत. शिवा, यमू यांचीही प्रकृती म्हणावी तितकी चांगली नव्हती. पुढं काय होईल, हे सांगणं कठीण होतं. अशा स्थितीत तात्यांनी यशवंतासाठी काशीबाईला शब्द दिला... तो पूर्ण करता यावा, एवढीच त्यांची त्या सर्वशक्तिमान ईश्वराकडं प्रार्थना होती.

४८

सर्व अडचणींवर मात करून ग्यानोबाचं लग्न पार पडलं. आता मुंबईचा दौरा अधिक लांबणीवर टाकून चालणार नव्हतं. पावसाळा तोंडावर आला होता. त्यापूर्वी जाऊन येणं आवश्यक होतं; परंतु नव्यानव्या अडचणी समोर येतच होत्या. घरात यमू आणि शिवाजी आजारी होते. काशीबाईंची प्रकृतीही चिंताजनक होती. सर्व भार काकूंवर टाकून तात्या मुंबईला निघाले...

सह्याद्रीच्या पर्वतराजीतून वळसे घेत आगगाडी मुंबईच्या दिशेनं धावत होती. गेल्या काही दिवसांत घडलेल्या घटना तात्यांच्या डोळ्यांपुढून सरकत होत्या...

...ग्यानोबाचं लग्न हे समाजासमोरचं फार मोठं आव्हान ठरलं. कोणत्याही

परिस्थितीत हे लग्न होऊन द्यायचं नाही, हा विरोधकांचा निर्धार होता. तात्यांच्या विनंतीला मान देऊन पर्वतीच्या नारायणराव शिंद्यांनी मुलगी द्यायचं मान्य केलं. कृष्णाभाऊंना भेटून तात्यांनी त्यांनाही राजी केलं. सीतारामच्या लग्नाला उपस्थित राहून ज्यांनी कार्यक्रमाची शोभा वाढवली होती, ते तात्यांचे जातभाईही यावेळी सत्यसमाजाच्या विरोधात गेले. सार्वजनिक सत्यधर्म हा त्यांना ख्रिस्ती बनवण्याचा एक डाव वाटला; परंतु तो शुद्ध कांगावा होता. त्यामागं कोण आहे, हे सगळ्यांना माहीत होतं. तात्यांनी एका विधवेचं पोर दत्तक घ्यायचं ठरवलं आहे, म्हटल्यानंतर त्यांना आता सभासदत्वात रस उरला नव्हता. फुले मंडळी कशासाठी सभासद झाली होती, हे पुन्हा एकदा स्पष्ट झालं. बाबाजी राणोजी यांनी मात्र ग्यानोबाच्या लग्नासाठी आपल्या पूर्ण सहकार्याचं आश्वासन दिलं आणि ते पाळूनही दाखवलं. तात्याही त्यांना अडी-अडचणीला मदत करीत. काही पैसाअडका लागला, तर देत. भाऊबंदांपैकी तेच तेवढे जवळ राहिले होते.

ग्यानोबाचं लग्न हडपसरलाच व्हायचं होतं. लग्नाचा दिवस जवळ येऊ लागला, तसतसा तणाव वाढत चालला. पुण्याच्या काही लोकांनी हडपसरच्या माळ्या-कुळंब्यांना चिथावलं. ग्यानोबालाही धमक्या मिळाल्या.

'तू जर समाजामार्फत लग्न करशील तर तुझं पाणी बंद करून तुझ्या दारी हाडूक रोवू' या धमकीनं ग्यानोबा पुरता भेदरून गेला होता.

''तात्यासाहेब...'' त्या दिवशी भल्या सकाळी हडपसरहून धावत आलेला ग्यानोबा तात्यांची विनवणी करत होता, ''मी जन्मभर लग्नाशिवाय राहीन; पण त्यांचा हा जाच मला सहन होणार नाही. ही सोयरीक मला नको, तात्यासाहेब.''

ग्यानोबाची मन:स्थिती लक्षात घेऊन त्याची समजूत घालताना तात्या म्हणाले,

''ग्यानोबा, ही पेशवाई नाही. आता इंग्रज बहाद्दराचं राज्य आहे. तू त्यांना भिऊ नकोस.''

परंतु ग्यानोबाच्या मनातली भीती गेली नव्हती. तो म्हणाला,

''पण, तात्यासाहेब, राज्य इंग्रजांचं असलं, तरी नोकरशाही ब्राह्मणांची आहे. ते मला हरप्रकारे छळतील. त्यांच्याकडे आपली दाद लागत नाही, तात्यासाहेब.''

तात्यांनी परोपरीनं त्याची समजूत घातली. सगळे ब्राह्मण अधिकारी सारखे नाहीत. काही इंग्रज अधिकारी चांगले आहेत, हेही सांगितलं. तात्यांनी सरकारच्या न्यायीपणाची खात्री दिल्यावर ज्ञानोबाचा धीर चेपला खरा; परंतु खरी संकटं आणखी पुढंच होती. बऱ्याच गोष्टी कानांवर येत होत्या.

सावधगिरीचा उपाय म्हणून तात्यांनी लग्न फुले वाड्यातच करायचं ठरवलं. आदल्या दिवशी रात्रीच वधू-वरांना वाड्यात आणून ठेवण्यात आलं. त्यांना कोणी पळवून नेईल, ही भीती संपली; परंतु भाऊबंदानी नवं विघ्नं उभं केलं. मारुती

सटवाजी आणि तुकाराम खंडूजी यांनी आपल्या दोन-अडीच वर्षांच्या मुला-मुलींची लग्नं त्याच दिवशी काढली. फुले वाड्यातल्या लग्नाला स्वत:ही जायचं नाही आणि जातीच्या लोकांनाही जाऊ द्यायचं नाही, असा डाव त्यांनी रचला. एवढ्यावर भागलं नाही. प्रत्यक्ष लग्नात सत्यशोधकांना मारहाण करण्याचा घाट घातला गेला.

परंतु तात्या कुठल्याही विरोधाला डरणार नव्हते. बाबाजी राणोजी, विठ्ठलराव गुठाळ झटून कामाला लगले. स्वत: तात्यांनी, पोलसानी राजन्ना लिंगू वकील यांची भेट घेऊन, सर्व वृतान्त सांगितला. त्यांनी आपले मित्र गंगारामभाऊ म्हस्के वकील यांच्या मदतीनं पोलीस इन्स्पेक्टर मि. ट्रेन यांच्याशी संपर्क साधून पोलीस-बंदोबस्ताची तजवीज केली. मीठगंजमधील स्नेही मंडळीही लग्नाला आली. पोलिसांच्या आणि तालीमबाज मंडळींच्या उपस्थितीमुळे बखेड्याची भीतीच उरली नाही.

लग्न थाटात पार पडलं; परंतु तात्या मनातून दु:खी होते. विरोधक ते विरोधक, जातभाई ते जातभाई; परंतु एका रक्ताच्या भाऊबंदांनी असं वागावं, त्यांच्या विरोधात पोलिसांची मदत घ्यायची वेळ यावी; याचं तात्यांना फार वाईट वाटलं.

स्वामी अय्यावारू आणि आणखी काही मंडळी तात्यांच्या स्वागतासाठी स्टेशनवर आली होती. कामाठीपुऱ्यात समाजाच्या बैठकी सुरू झालेल्या होत्या. व्यंकू बाळोजी कालेवार, राजू बाबाजी वंजारी, जाया यल्लाप्पा लिंगू, जाया कराडी लिंगू, नरसिंगराव सायबू वडनाला अशी बहुश्रुत आणि दानशूर माणसं स्वामींनी एकत्र केली होती.

तात्यांना टांग्यात बसवून स्वामींनी कामाठीपुऱ्यात आपल्या घरी आणलं. शेजारी जाया कराडी, नरसिंगराव ही मंडळी राहत होती. प्रत्येकाचा आपला स्वतंत्र व्यवसाय होता. व्यंकू बाळोजी, स्वामी अय्यावारू आणि नरसिंगराव हे मोठे कंत्राटदार होते. मुंबईतल्या मोठमोठ्या इमारती त्यांच्या देखरेखीखाली बांधल्या जात होत्या. स्वामी अय्यावारू आणि जाया यल्लाप्पा यांनी तेलुगु भाषक समाजासाठी शाळा सुरू केली होती. जोडीला वाचनालयही उघडलं होतं. जाया यल्लाप्पा यांचे लहान बंधू जाया कराडी धान्याचे मोठे व्यापारी होते. वडील बंधूनी सुरू केलेल्या सामाजिक कार्यांत त्यांचाही सक्रिय सहभाग होता.

तात्यांनी सर्वांच्या भेटी घेतल्या. ठिकठिकाणी व्याख्यानं झाल्यावर समाजाची रीतसर स्थापना झाली. बऱ्याच व्यक्तींनी सत्यशोधक समाजाचे विचार तातडीनं अमलात आणण्याचा निर्धार बोलून दाखवला. व्यंकू बाळोजी दरवर्षी गणेशोत्सवात हजारो ब्राह्मणांना मेजवानी आणि दक्षिणा देत. इथून पुढं तो पैसा गरिबांच्या आणि अपंगांच्या कल्याणासाठी खर्च केला जाईल, असं त्यांनी जाहीर केलं. जाया यल्लाप्पा यांनीही ती प्रथा बंद करायचं ठरवून, त्याऐवजी हुशार विद्यार्थ्यांना शिष्यवृत्ती

आणि मॅट्रिकच्या परीक्षेत प्रथम क्रमांक मिळवणाऱ्या विद्यार्थ्यास सोन्याचं पदक दिलं जाईल, असं जाहीर केलं.

तात्यांच्या सन्मानाप्रीत्यर्थ सभासदांसह मेजवान्या झडल्या. निरोपाचा प्रसंग अत्यंत हृद्य ठरला. नरसिंगराव वडनाला यांनी निरोपादाखल तात्यांना किमती धोतरजोडी आणि शाल दिली. व्यंकू बाळोजी आणि स्वामी अय्यावारू यांनी सत्यशोधक विचारांच्या प्रसारासाठी पुणे कार्यालयास छापखाना पाठवण्याची तयारी दाखवली. तसं पक्कं आश्वासनही दिलं.

मुंबईच्या या मुक्कामात तात्यांना मोठ्या माणसांबरोबर लहान सवंगडीही मिळाले. जाया कराडी यांचा व्यंकू, स्वामी अय्यावारू यांचा केशवस्वामी हे त्यांचे दोस्त झाले. तात्यांचा गोड उपदेश ती मुलं कधीही विसरू शकणार नव्हती. स्वामींच्या पत्नी रत्नम्माबाई याही बऱ्याच अभ्यासू होत्या. त्यांच्याशी झालेल्या चर्चा तात्यांना उद्‌बोधक वाटल्या.

लाखमोलाची माणसं तात्यांनी जोडली होती. गेले आठ-दहा दिवस प्रेमळ आदर आणि आतिथ्य यांचा एक दुर्मीळ अनुभव तात्या घेत होते. मामा परमानंद, राजारामशास्त्री भागवत, वासुदेव बाबाजी, तुकाराम तात्या, मोरोपंत वाळवेकर यांच्याही भेटी झाल्या. जिव्हाळा आणि प्रेमाचं ते ओझं मनावर वागवत तात्या ठाण्याचा प्रवास करत होते.

आगगाडीत त्यांच्यासमोरच फाटक्या कपड्यांतला एक गरीब माणूस बसला होता. तात्यांना त्याची दया आली. व्यंकू बाळोजी यांनी दिलेला तो किमती पोशाख तात्यांनी त्याच्या अंगावर घातला.

ठाणे स्टेशन जवळ येत होतं. डॉक्टर संतूजी रामजी लाड यांचा बऱ्याच दिवसांपासून सुरू असलेला तगादा आज पूर्ण होणार होता. तात्या ठाण्याच्या स्टेशनवर उतरले, तेव्हा तेथे संतूजी रामजी आणि समाजाचे सर्व सभासद स्वागतासाठी उभे होते.

ठाण्याच्या मुक्कामातही तात्यांना तोच अनुभव आला. माणसं भुकेल्यासारखी तात्यांचे विचार ऐकत होती. त्याप्रमाणे आचरण करण्याचा निर्धार करत होती.

एकंदरीत तात्यांचा मुंबई-ठाणे दौरा अत्यंत यशस्वी ठरला. तिथं पुण्याच्या तुलनेत सनातन्यांचा जोर कमी होता. समाजाच्या प्रसारास वातावरण बरंच अनुकूल होतं. पुण्यात विघातक शक्तींना तोंड देण्यातच अधिक शक्ती खर्च करावी लागत होती. जड मनानं स्नेही मंडळींचा निरोप घेऊन तात्या परतीच्या प्रवासाला लागले. मनाला मुलांची ओढ लागली होती. काशीबाईंच्या प्रकृतीची काळजी होती, ती वेगळीच!

घरी आल्या आल्या तात्यांनी यमूची विचारपूस केली; परंतु ती दुःखद बातमी सांगायची वेळ काकूंवर आली होती. तात्यांची लाडकी यमू त्यांना सोडून गेली होती.

तात्या मुंबईला गेले आणि तिनं कधी नाही एवढा तात्यांचा धोसरा काढला होता. तापात 'तात्या तात्या' म्हणून ती बडबडायची.

यमूच्या मृत्यूनं तात्या व्याकूळ झाले. मुलांना पोटाशी धरून ते घळघळा रडले. त्यांना एवढं रडताना काकूंनी कधीच पाहिलं नव्हतं.

४९

सकाळपासून कामात बुडून गेलेले तात्या दुपारच्या जेवणासाठी घराकडं निघाले होते. दुकानात बरंच काम तुंबलं होतं. कात्रजच्या बोगद्याचं काम संपल्यानंतर तात्यांनी नवं कंत्राट घेतलं. खडकवासल्याचं धरण बांधून पूर्ण झाल्यानं कॅनॉलची कंत्राटं खुली झाली. तात्यांनी रामचंद्र हरी शिंदे यांच्या सहकार्यानं 'पूना कमर्शिअल अ‍ॅण्ड कॉन्ट्रॅक्टिंग कंपनी'ची स्थापना करून कालव्याच्या कामाला दगड पुरवायचं कंत्राट मिळवलं. कृष्णराव आपली कोर्टातली कारकुनाची नोकरी सोडून सध्या रामचंद्र महादेव नावाच्या कंत्राटदाराकडं कारकुनी करीत आणि जास्तीतजास्त वेळ समाजकार्यासाठी देत. त्यांच्यासारख्या उत्साही तरुणांची समाजाला, तसेच कंपनीलाही गरज होती. तात्यांनी त्यांना आपल्या कंपनीत भागीदार करून घेतलं.

ग्यानोबाच्या लग्नाच्या निमितानं पोलसानी राजन्ना लिंगू वकील यांच्याशी आलेले संबंध अधिक दृढ झाले. त्यांनीही समाजाचं सभासदत्व स्वीकारलं. त्यांच्यानंतर डॉ. घोले हेही सभासद झाले. सरकारी नोकरीत असलेले इलायजा शालेमन हेही एकदा तात्यांच्या भेटीला आले. चर्चेअंती त्यांनीही सभासदत्व स्वीकारण्याचा निर्यण घेतला. गंगारामभाऊ म्हस्के वकील यांच्यासारखे हिंतचिंतक समाजाला मदत करत होते. साताऱ्याहून रामचंद्रराव धामणस्कर हेही एकदा तात्यांच्या भेटीला येऊन गेले. त्यांनी साताऱ्यात समाजाची स्थापना केली होती. गरीब होतकरू विद्यार्थ्यांना मदत करणं हे रामचंद्ररावांना आपलं कर्तव्य वाटत असे. ते स्वत: अत्यंत गरिबीत शिक्षण घेऊन हेडक्लार्क पदापर्यंत पोचले होते. त्यांचं जीवन हा कष्टमय विद्यार्थिजीवनाचा आदर्श होता. रामचंद्रराव धामणस्कर, इलायजा शालेमन यांच्यासारखे गरिबीची आच भोगलेले सरकारी अधिकारीच शूद्र समाजाला खरा न्याय मिळवून देतील, याची तात्यांना खात्री वाटत होती.

बरेच विद्वान लोक समाजाच्या कार्यात सहभागी होत होते. कामाच्या व्यापाबरोबर इतर अनेक गोष्टींचाही ताप वाढत चालला. गुंडांचा त्रास हे एक दुखणंच होऊन बसलं. सत्यशोधकांच्या घरांवर दगडफेक करण्यात एक टोळकं पुढे असे. रात्री-अपरात्री केव्हाही दगडफेक सुरू होई. लोक उठून आरडाओरडा सुरू झाला की, ते ढुंगणाला पाय लावत पळून जात. पोलसानी राजन्ना यांची वकिली आणि घोले डॉक्टर यांचं वजन इथं कामी आलं. त्या टोळक्याचा छडा लावून दमदाटी करण्यात आली, तेव्हा कुठं तो त्रास कमी झाला.

तात्या हडपसरलाही जाऊन आले. ग्यानोबाचं घर वाळीत पडलं होतं. जीवे मारण्याच्या धमक्या सुरूच होत्या. ते घर सर्व संकटांना धैर्याने तोंड देत होतं.

ज्यांनी प्रसंगी मदतीचा हात दिला, त्यांचेही स्वार्थ आता उफाळून आले. बाबाजी फुल्यांकडून दत्तकाचा प्रस्ताव आला. तात्या खरोखरच त्या विधवेचं पोर दत्तक घेतील, असं त्यांना वाटत नव्हतं. तात्या आपल्याच मुलाला दत्तक घेतील, अशी आशा त्यांना वाटत होती. इकडून तिकडून तात्यांचे कान कोरणं सुरू होतं. शेवटी राजारामभाऊंचं म्हणणं खरं ठरलं. एके दिवशी बाबाजीही असाच दूर जाईल आणि त्याच्यासाठी केलेलं वाया जाईल, हे भाकीत त्यांनी कधीच करून ठेवलं होतं. माणसातल्या चांगुलपणावरचा विश्वास उडावा, असेच अनुभव भाऊबंदांकडून येत होते. फुले मंडळींच्या समाजप्रवेशाचं आणि त्यांनी केलेल्या मदतीचं रहस्य शेवटी एवढंच होतं.

तात्या आपल्या गल्लीत वळले. तिथंच जबाजी आल्हाटाच्या घरासमोर एक म्हातारा उकिडवा बसून सांडलेलं धान्य वेचत होता. जमिनीवर धान्याचं ठिगळ पसरलं होतं. त्याच्या खांद्यावर विटक्या जुनेऱ्याची झोळी लटकली होती. झोळी फाटून सगळं धान्य खाली सांडलं होतं. विरलेल्या जागी गाठी मारून तो पुन्हा त्याच झोळीत ते धान्य भरत होता.

खांद्यावरचं उपरणं काढून त्याच्यापुढं धरत तात्या म्हणाले,

"हे घ्या. यात भरा ते धान्य. ती झोळी पुन्हा फाटेल."

इतक्या सहजपणे खांद्यावरचं उपरणं देऊन टाकणारा माणूस कोण आहे, हेही न पाहता भिकाऱ्यानं हात पुढं केला. तात्यांनी दिलेलं उपरणं घेत तो म्हणाला,

"जोतिबा तात्याची बायको मायमाउली हाय. बाबा, तूबी तिच्यासारखाच पुन्यशील देवमानूस दिसतोस. देव तुजं कल्यान करील."

नजर उचलून त्यानं तात्यांकडं पाहिलं. त्याच्या डोळ्यांत कृतज्ञतेचे भाव दाटून आले होते. उपरणं जमिनीवर अंथरून प्रथम त्यानं आपली झोळी त्यावर ठेवली आणि तो पुन्हा धान्य वेचू लागला.

भिकाऱ्यानं तात्यांना ओळखलं नव्हतं. समोरचं दार जोतीराव फुल्यांचं आहे, एवढंच त्याला माहीत असावं.

तात्या घरात शिरले, तेव्हा काकू 'गृहिणी' वाचण्यात गढून गेल्या होत्या. 'गृहिणी' मासिक काकूंचं फार आवडतं. दर महिन्याला मुंबईहून येणाऱ्या 'गृहिणी'ची त्या अगदी आतुरतेनं वाट पाहत असत. मोरोपंत 'गृहिणी'चे संपादक होते. त्यांच्या आग्रहावरून काकू 'गृहिणी'साठी लेख, कविता लिहून पाठवीत; परंतु लेखन देताना नाव छापायचं नाही, ही त्यांची पहिली अट असे.

तात्यांना पाहताच मासिक ठेवून काकू उठल्या.

आज तात्यांना काहीतरी चुकल्यासारखं वाटलं. आज मुलं 'तात्या आले... तात्या आले' म्हणत धावत येऊन त्यांना बिलगली नव्हती.

"मुलं कुठं आहेत, सावित्रीबाई?" तात्यांनी विचारलं.

"सीताराम त्यांना खेळायला घेऊन गेला आहे."

"मुलं जेवली?"

"जेवली."

"काशीबाईंना औषध दिलं?"

"दिलं. खांद्यावर उपरणं नाही, शेटजी."

तात्या हसले. म्हणाले,

"तुम्ही त्या गरिबाला भिक्षा घातली खरी; पण त्याची झोळी नाही पाहिलीत. इथं आल्हाटांच्या घराजवळ बिचाऱ्याची झोळी फाटली. धान्य वेचत बसला होता. मग काय करणार?"

भिकाऱ्याचे शब्द तात्यांनी जसेच्या तसे काकूंना ऐकवले.

काकूंच्या ओठांवर तेच नेहमीचं बारीकसं हसू फुटलं. सुखावल्या मनानं त्या आत निघून गेल्या.

जेवण झाल्यावर तात्या बैठकीच्या खोलीत आले. पोस्टमन एक लखोटा टाकून गेला होता. तात्यांनी लखोटा फोडला आणि ते वाचू लागले. असभ्य, हीन भाषेत लिहिलेलं तसलं पत्र तात्या आज पहिल्यांदाच वाचत नव्हते. शेवटी त्या भेकड पत्रलेखकानं सत्यशोधक समाज बंद न केल्यास जीवे मारण्याची धमकी दिली होती.

यापूर्वी अशी दोन पत्रं दुकानाच्या पत्त्यावर आली होती. त्यानंतर घरच्या पत्त्यावर आलेलं हे पहिलं पत्र. इतर सर्व प्रयत्न थकल्यावर आता हा उपद्व्याप सुरू झाला होता.

"या पत्रलेखकाला पत्र मिळालं, म्हणून कळवलं पाहिजे; पण तसं कळवायची सोय नाही." तात्या म्हणाले.

"का?" पत्रातला मजकूर ऐकण्याच्या तयारीत उभ्या असलेल्या काकू भाबडेपणानं म्हणाल्या.

"पत्रावर तो त्याचं नाव, पत्ता लिहायला विसरला आहे." बोलत-बोलत तात्यांनी त्या चिटोऱ्याच्या चिंध्या केल्या आणि केराच्या कोपऱ्यात टाकल्या.

"पत्र का फाडलंत?" काकू म्हणाल्या.

"आपल्या शुभचिंतकाचं पत्र होतं. समाजाच्या कार्याला त्यांनी शुभेच्छा पाठविल्या आहेत."

तात्यांचा थट्टेखोर स्वभाव काकूंना चांगला माहीत होता.

"काहीतरीच काय? त्या पत्रात मला न सांगण्यासारखं काही होतं का?"

"तसंच समजा, सावित्रीबाई. त्याशिवाय का मी ते असं फाडून फेकलं? पण काळजी करण्यासारखं काही नव्हतं. महाशय म्हणतात की, तुम्हाला त्रास होईल. घरावर दगड पडतील. दुसरं काय? ते तर रोजच पडतात."

खदखदा हसून तात्यांनी तो विषय उडवला आणि काकूंनी आणून दिलेलं जुनं उपरणं खांद्यावर टाकत ते दुकानाकडं निघून गेले.

काकू बळेबळे हसल्या खऱ्या; पण तात्या तो विषय हसण्यावारी नेत आहेत, हे त्यांच्या लक्षात आलं होतं. त्यांच्या स्त्रीमनात नको नको ते विचार येत राहिले.

रात्री तात्या उशिरापर्यंत वाचत बसले होते. त्यांनी पुस्तक मिटून अंग टाकलं. परंतु झोप येण्याऐवजी आज यमूची आठवण येत होती. यमू रोज त्यांच्याजवळ झोपायची. प्रत्येक गोष्टीत यमूचा हेवा करणारा शिवाजी यमू गेल्यापासून एकटा झाला होता. लक्ष्मी आणि बाबू त्याच्यापेक्षा वयानं मोठे. त्यांच्यात त्याचं मन रमत नसे. शांत स्वभावाचा शिवाजी घुमा, एकलकोंडा होत चालला होता. तात्यांची आणखी एक काळजी वाढली होती.

काशीबाईंचं औषधपाणी करून काकू आपल्या अंथरुणावर येऊन पडल्या. यशवंताला त्यांनी आपल्या कुशीत घेतलं. त्याच्या पाठीमागे शिवाजी झोपला होता. काकूंनाही आज झोप येत नव्हती. त्यांना सारखं दुपारचं ते पत्र दिसत होतं.

आतल्या खोलीतून काशीबाईंच्या खोकण्याचा आवाज येत होता. थोड्या वेळानं तो आवाज अधिकच वाढल्यासारखा वाटला. जीव कासावीस झाल्यासारखं ते खोकणं ऐकताच तात्या उठून बसले.

"सावित्रीबाई... सावित्रीबाई, उठा. काशीबाईंना बघून या." तात्या म्हणाले.

काकू उठून आतल्या खोलीत गेल्या आणि काही क्षणांतच घाबऱ्या होऊन बाहेर आल्या.

"डॉक्टरसाहेबांना बोलावणं पाठवा. लक्षण काही ठीक दिसत नाही." काकू म्हणाल्या आणि त्याच पावली पुन्हा काशीबाईंच्या खोलीकडं वळल्या.

सीतारामला हाक मारत तात्या बैठकीच्या खोलीकडं गेले. त्याला घोले डॉक्टरांकडे पाठवलं आणि ते काशीबाईंच्या खोलीकडे आले.

काशीबाईंच्या उशाजवळची औषधाची बाटली घरंगळून एकीकडं पडली होती. सांडलेल्या औषधाचा उग्र वास खोलीभर पसरला होता. काशीबाईंची तडफड पाहवत नव्हती. तशाही स्थितीत ती हातानंच नको नको म्हणून सांगत होती.

तात्यांना काही कळेना. त्यांनी काकूंकडे पाहिलं.

''डॉक्टरांना बोलावू नका म्हणते.'' काकू म्हणाल्या.

एखाद्या अपराध्यासारखे एक-एक पाऊल मोजत तात्या काशीबाईंजवळ गेले.

''शांत व्हा, शांत व्हा, काशीबाई. पडून राहा तुम्ही.'' तात्या म्हणाले.

परंतु परिस्थिती हाताबाहेर गेलेली होती. काशीबाईला बोलण्याचंही त्राण उरलेलं नव्हतं.

''यशवंत... माझा यशवंत...'' काशीबाई पुटपुटत होती.

वेळ घालवण्यात अर्थ नव्हता. तात्यांनी झोपलेल्या यशवंताला उचलून आणून काशीबाईंच्या कुशीत ठेवलं. काकूंच्या मांडीवर डोकं ठेवून काशीबाई यशवंताला शेवटचं पाहू लागली. त्याच्या बाळअंगावरून आपला विकल हात फिरवू लागली. पाहता पाहता पाहणं सरलं. डोळे कोमेजले. श्वास अडला...

–काशीबाई यशवंताला सोडून गेली.

५०

काशीबाई मुलाचं दत्तकविधान पाहायला थांबली नाही; परंतु तात्यांचा शब्द अढळ होता. त्यांनी समारंभपूर्वक यशवंताला दत्तक घेतलं. तात्यांच्या निर्णयामुळे जवळची म्हणवली जाणारी काही माणसंही काहीशी दुखावली गेली; परंतु त्याला तात्यांचा नाइलाज होता. कुठल्याही परिस्थितीत ते आपला निर्णय फिरवणार नव्हते.

सत्यशोधक समाजाचा पहिला वर्धापन दिन जवळ आला होता. त्यानिमित्तानं समाजाच्या ध्वजाची जंगी मिरवणूक निघायची होती. सर्वजण आपापल्या परीनं कामाला लागले. आनंदाची गोष्ट म्हणजे, मिरवणुकीच्या कार्यक्रमासाठी ओतूरहून भाऊ कोंडाजी पाटील येणार होते. त्यांचं तसं पत्रही आलं होतं. ओतूरला त्यांनी उत्स्फूर्तपणे समाजकार्यास प्रारंभ केला होता. असंच उत्स्फूर्त कार्य बुलढाण्याला बापूजी हरी शिंदे यांनी चालवलं होतं. सरकारी नोकर असलेल्या बापूजींना त्यापायी खूप त्रास होत होता; परंतु त्यांनी आपली चिकाटी सोडली नव्हती. उलट, त्यांना त्रास देणाऱ्या ब्राह्मण अधिकाऱ्यांचं पितळ त्यांनी उघडं पाडलं. तेव्हापासून त्यांच्या त्रासामध्ये थोडी घट झाली. सत्यशोधकांचा आत्मविश्वास वाढावा, अशाच या घटना होत्या.

पुण्यातही सत्यशोधकांच्या अडचणी हळूहळू सुटू लागल्या. विठ्ठलराव गुठाळ यांचा व्यापार पुन्हा सुरू झाला. ग्यानबा मेस्त्री यांनी दुसरी नोकरी मिळवली. एकमेकांच्या अडी-अडचणींसाठी सत्यशोधक अर्ध्या रात्री धावून जात होते. विठ्ठलरावांनी सविस्तर पत्र लिहून गंगारामभाऊंचे आभार मानले. आतापर्यंत केलेल्या सहकार्याबद्दल कृतज्ञता व्यक्त केली.

समारंभ दोन दिवसांवर आला, तशी कामाची घाई उडाली. दुकानात बसून तात्या आणि नारायणराव अहवाल तयार करत होते. विनायक बापूजी भांडारकर, धोंडिबा रोडे, त्यांचा मुलगा तात्यासाहेब, ग्यानोबा ससाणे अशी बरीच मंडळी बसली होती. गप्पागोष्टी करत काम चालल होतं. भरसभेत तात्यांशी प्रतिवाद करणारा तात्यासाहेब रोडे आता समाजाचा कट्टर समर्थक बनला होता. तात्या धोंडिबांच्या भेटीसाठी नेहमीच त्यांच्या घरी जात. गेल्या वेळी त्यांचं कौतुक करीत तात्या म्हणाले होते,

"धोंडिबा, तुमचा तात्या आता चांगला धीट झाला आहे. परवाच्या सभेत त्यानं मला विरोध केला; पण त्याचा मला आनंद आहे. मुक्या, मुर्दाड मुलांपेक्षा तात्यासारखी मुलं शंभरपटीनं चांगली! आज तो ब्राह्मण पंतोजीच्या उपदेशामुळे समाजाला विरोध करतो; पण पुढं त्याला कळू लागल्यावर तोच आपल्या समाजाचा पुढारी होऊन आपलं काम पुढं चालवणार आहे."

तात्यांचं ते भाकीत अपेक्षेपेक्षा लवकर खरं ठरलं. त्यानंतरच्या एका भेटीत तात्यांनी त्याच्या सर्व शंका दूर केल्या होत्या आणि तेव्हापासून तो तात्यांचा मित्र झाला होता.

कोणीतरी भेटायला आलं असल्याची वर्दी मिळाली. त्या पाठोपाठ पांढराशुभ्र फेटा बांधलेले एक गृहस्थ जिना चढून वर आले. त्यांच्या गव्हाळ करारी चेहऱ्यावर मुठीएवढ्या गालमिशा होत्या. त्यांची देहयष्टी शिडशिडीत आणि उंच होती. त्यांनी दुटांगी धोतर आणि बाराबंदी असा मराठमोळा वेश परिधान केलेला होता. एकूणच त्यांच्या व्यक्तित्वाचा भारदस्तपणा सहज नजरेत भरत होता.

"नमस्कार, मी भाऊ कोंडाजी पाटील..." हात जोडून ते गृहस्थ म्हणाले.

"नमस्कार..." हातांतले कागद नारायणरावांच्या हाती देऊन तात्या उभे राहिले. पाटलांचं मनःपूर्वक स्वागत करून, तात्यांनी त्यांना बैठकीवर आणून बसवलं.

खूप दिवसांचे स्नेही भेटावेत, तसा आनंद बैठकीत अवतरला होता.

भाऊ कोंडाजी हे एक कर्तृत्वसंपन्न गृहस्थ होते. ओतूरला काही वर्षं पाटिलकी केल्यावर ते नोकरीसाठी ग्वाल्हेरला गेले. तेथील नोकरीत त्यांना मामलेदारपदापर्यंत बढती मिळाली. तिथं सुमारे दहा वर्षं राहून ते पुन्हा ओतूरला परतले. ओतूर-जुन्नर भागांत त्यांनी सुरू केलेल्या कार्याची माहिती देऊन पाटील म्हणाले,

"तात्यासाहेब, आमच्या भागात शेतकऱ्यांवर फार जुलूम होत आहे. शेठ-सावकारांनी त्यांना पिळून काढलंय. आम्ही मोठी सभा घ्यावी, म्हणतो. तुम्ही आलं पाहिजे."

ते निमंत्रण तात्यांनी आनंदाने स्वीकारलं. भेटेल त्या माणसाला तात्या भाऊ कोंडाजींची ओळख करून देऊ लागले.

वर्धापन दिनाच्या कार्यक्रमाला बाहेरगावांहून आणखी बरीच मंडळी आली. सकाळी नऊ वाजता सुरू झालेली ध्वजाची मिरवणूक दुपारी तीन वाजता सोमवार पेठेत सदोबा गावडे यांच्या घराजवळ विसर्जित झाली. त्यावेळी झालेल्या सभेत तात्यांबरोबर भाऊ कोंडाजी आणि कृष्णराव भालेकर यांचीही भाषणं झाली. नारायणराव कडलक यांनी समाजाच्या वर्षभराच्या कार्याचा आढावा सादर केला. आपल्या भाषणात त्यांनी समाजाच्या स्थापनेसाठी सहकार्य केल्याबद्दल समाजाचे हितचिंतक विनायक बापूजी भांडारकर आणि सीताराम सखाराम दातार यांचे आभार मानले. तसेच, समाजाचे सभासद नसतानाही समाजाच्या सभासदांना संकटकाळी मदत करणाऱ्या गंगारामभाऊंसारख्या हितचिंतकांचेही आभार मानले.

नव्या वर्षासाठी कामात थोडा खांदेपालट करण्यात आला. अध्यक्ष आणि खजिनदार ही दोन्ही कामं तात्याच पाहत होते. कार्यवाहपदाची जबाबदारी नारायणराव नगरकर यांच्यावर सोपवण्यात आली. कृष्णराव भालेकर या नव्या दमाच्या तरुणाला कार्यकारी मंडळावर घेण्यात आलं.

त्या दिवशी सदोबा गावडे यांच्या वाड्यात गर्दी मावली नव्हती. वक्त्यांच्या घणाघाती भाषणांमुळे समाजाचा वर्धापन दिन संस्मरणीय ठरला. कार्यक्रमाच्या आठवणी मनात जागवत माणसं गावोगाव परतली. अडचण फक्त एकाच गोष्टीची जाणवली, सभासदसंख्या वाढल्यामुळे जागेचा प्रश्न पुन्हा सतावू लागला. गावडे डॉक्टरांच्या वाड्यातली जागा अपुरी पडू लागली होती; परंतु लवकरच ती अडचणही दूर झाली. त्यानंतर झालेल्या एका बैठकीला रामभाऊ मन्साराम नाईक कॉन्ट्रॅक्टर आले होते. वेताळ पेठेत त्यांच्या नव्या घराचं बांधकाम सुरू होतं. ते पूर्ण होताच घराचा दिवाणखाना समाजासाठी देऊ, असं आश्वासन त्यांनी दिलं.

यानंतर आणखी एक आनंददायक गोष्ट घडली. समाजाचे हितचिंतक आणि तात्यांचे मित्र विनायक बापूजी यांनी आपल्या विधवा कन्येचा पुनर्विवाह घडविला. सुधारकपणाची झूल न पांघरता विनायक बापूजींनी हा निर्णय घेतला होता. तो विवाह चोरून लपून किंवा कुठं सांदीकोंदीत झाला नाही. सत्यशोधकांच्या उपस्थितीत तो खुलेआम पार पडला.

तिकडं सुधारकांमध्ये कसोटीवर उतरले, ते फक्त विष्णुशास्त्री पंडित! कुठल्याही विरोधाला न जुमानता त्यांनी एका विधवेशी विवाह केला. मोरोबा कान्होबा यांची

सपत्नीक आत्महत्या लोक अजून विसरले नव्हते. त्या पार्श्वभूमीवर विष्णुशास्त्र्यांचं हे धाडस विलक्षणच ठरलं; परंतु पुण्यात तात्यासाहेब फुले, मुंबईत मामा परमानंद अशी पहाडासारखी माणसं पाठीशी असताना विष्णुशास्त्र्यांना कुणाची भीती बाळगायचं कारण नव्हतं.

मोरोबा कान्होबा यांच्या मृत्यूची घटना तर दगडालाही पाझर फोडेल, अशीच होती. ती आठवली की, अजूनही मनाचा थरकाप होतो. त्यांच्या बंगल्यामागच्या विहिरीत दोघा पतिपत्नींची प्रेतं एकमेकांना बांधलेल्या अवस्थेत सापडली. त्यांनी एकमेकांना बांधून घेऊन विहिरीत उडी घेतली होती की त्यांना तसं बांधून विहिरीत ढकलण्यात आलं होतं, हे गूढ कोणालाही उकललं नाही.

मोरोबा कान्होबा हा खरा छातीचा माणूस. मुंबईतल्या सनातन्यांना न जुमानता त्यांनी आपल्या विधवा मुलीचा पुनर्विवाह घडवून आणायचं ठरवलं होतं; परंतु त्यांच्या विचारांची गरुडझेप विधवा कन्येला सोसली नाही. तिने एके दिवशी स्वत:च विहिरीत उडी घेऊन आपल्या आयुष्याचा अंत करून घेतला.

परंतु मोरोबा कान्होबा हरले नाहीत. त्यांनी पुनर्विवाह पक्षाला पूर्ण पाठिंबा दिला. आपल्या बंगल्यावर पुनर्विवाह समारंभ घडवले. एवढंच नव्हे, तर स्वत: एका विधवेशी पुनर्विवाह करून त्यांनी आपले सुधारणावादी बोल खरे केले. मोराबांसारखी माणसं गेली; पण त्यांचे कीर्तिरूप आदर्श इतरांना प्रेरणा देण्यासाठी मागे राहिले.

५१

वेळ मिळेल, तेव्हा मित्रमंडळींसह आसपासच्या गावांतून हिंडून यावं, हा तात्यांचा आवडता छंद. ओतूरहून भाऊ कोंडाजी आलेले होते. आजच्या सहलीत तात्यांनी त्यांनाही सहभागी करून घेतलं. भिमाजीराव बिरमल, मारुतराव नवले, धोंडिबा रोडे यांच्या समवेत तात्या हडपसरला जाऊन आले.

परंतु आज म्हणावा असा सहलीचा आनंद मिळालाच नाही. सरत्या आषाढाचे दिवस; पण पावसानं फारच ताण दिला होता. या दिवसांत भुईतून वर आलेल्या कोवळ्या रोपांच्या रांगा शिवारात हसताना दिसत; पण आज पावसाअभावी कोळपून मलूल झालेली पिकं पाहावी लागली.

तशात पंढरीची यात्रा संपून आळंदीची यात्रा जवळ आलेली; त्यामुळे अपेक्षित भेटीही झाल्या नाहीत. बरेच लोक दिंडीबरोबर आळंदीला गेले होते. कृष्णाभाऊंची तीच तयारी सुरू होती. ज्या डोळ्यांतून उद्याच्या भरल्या पिकांची स्वप्नं तरळताना दिसायची, ते डोळे आज निरभ्र उघड्या आभाळाकडं लागले होते आणि पाय आळंदीची वाट चालत होते.

रात्री बरीचशी सत्यशोधक मंडळी गप्पा-गोष्टींसाठी जमली. शाहीर धोंडीराम स्वामी दयानंदांच्या प्रवचनाला गेले होते.

सध्या स्वामी दयानंदांचा मुक्काम पुण्यात पडला होता. त्यांचं आगमन झाल्यापासून पुण्याची हवा बरीच बदलली होती. रावसाहेब रानडे, रावबहादूर गोपाळराव हरी आणि महादेव मोरेश्वर कुंटे यांच्या खास निमंत्रणावरून स्वामीजी थेट लाहोरहून पुण्याला आले. गेल्या उन्हाळ्यात त्यांनी मुंबई मुक्कामी आर्य समाजाची स्थापना केली होती. सध्या पुण्यातही आर्य समाजाची स्थापना करायचं घाटत होतं.

बुधवारातल्या भिड्यांच्या वाड्यात रोज संध्याकाळी त्यांची प्रवचनं सुरू होती. अगदी पडत्या पावसातसुद्धा लोक प्रवचनांना हजेरी लावत; रावबहादूर गोपाळराव हरी, रावसाहेब रानडे स्वामींच्या प्रवचनाला रोज हजर असत. स्वामींची बडदास्त ठेवत. गंगारामभाऊ म्हस्के वकील यांनीही स्वामींच्या सरबराईत मुख्य सहभाग घेतला. रावबहादूरांनी आणि आणखी काहीजणांनी आर्य समाजाचं सभासदत्व स्वीकारलं.

सुरुवातीला काही दिवस तात्याही प्रवचनांना गेले; परंतु स्वामींच्या विचारांतील विसंगतींनी ते निराश झाले. एकीकडं जातिभेद नाकारायचे, अस्पृश्यता पाळू नका म्हणून सांगायचं आणि पुन्हा वेदच प्रमाण मानायचे, हा गोंधळ त्यांना पटला नाही. हा भाग वगळून मूर्तिपूजेचा निषेध करणं यात कुठलाच नवा मुद्दा नव्हता.

आपल्या अमोघ वक्तृत्वाच्या बळावर स्वामी दयानंद श्रोत्यांवर सहज छाप टाकत; परंतु तात्यांवर त्या वक्तृत्वाची छाप पडली नाही. त्यांना ते सगळं शुष्क पांडित्य वाटलं. आजच्या काळासाठी वेदकाळाचा हवाला कितपत उपयुक्त ठरणार होता? थोडक्यात, होमहवनाच्या धुरात धर्मसुधारणेच्या निष्फळ चर्चा सुरू होत्या.

शाहीर धोंडीराम आणि कृष्णराव भालेकर स्वामींचं रोजचं प्रवचन सहसा चुकवत नसत. रात्री प्रवचन संपून शाहीर वाड्याकडं परतले, तेव्हाही फुले वाड्यातल्या गप्पागोष्टी सुरूच होत्या.

"या, शाहीर. कसं झालं आजचं पुराण?" तात्या म्हणाले.

"जी. नेहमीसारखं झालं. स्वामीजी म्हणतात, मूर्तिपूजा करू नका, जातिभेद करू नका; पण वेदप्रामाण्य सोडू नका. तो गोमकाला काही समजत नाही, तात्यासाहेब."

तात्या म्हणाले,

"तुम्हा-आम्हाला त्या गोमकाल्याचा उलगडा पडू नये, अशीच त्यांची इच्छा

आहे. अध्येमध्ये संस्कृत बोलून ते वेळ तेवढी मारून नेतात; त्यामुळे त्यांची विद्वत्ता दिसते; पण ऐकणाऱ्यांच्या डोक्यातला गोंधळ कमी होण्यापेक्षा आणखी वाढतो; पण असा गडबडगुंडा करून का पूर्वजांच्या लबाड्या झाकल्या जाणार आहेत? त्या संस्कृत पोथ्यांचं खरं स्वरूप आम्हाला कधीच कळलं आहे.''

भाऊ पाटील म्हणाले,

''पण स्वामीजींच्या वाणीत मिठास आहे. ऐकतच राहावं, असं बोलतात.''

तात्या म्हणाले,

''ते मात्र खरं. बोलणं कसं असावं, हे स्वामीजींकडून शिकण्यासारखं आहे. आपले कृष्णराव प्रवचनाला असतीलच.''

''जी. सोबत भांबुर्ड्याची मंडळी होती. स्वामींना आपल्या गावात बोलवायचं, म्हणतात.''

''असं. स्वामीजींची संस्कृत भाषा आमच्या अज्ञानी लोकांना समजली, तर मोठीच मेहेरबानी होईल.''

एकातून दुसरी गोष्ट निघत राहिली. गप्पागोष्टी लांबतच चालल्या.

शाहीर म्हणाले,

''तात्यासाहेब, उद्या आळंदीची यात्रा सुरू होते आहे. यात्रेत आपली भाषणं झाली, तर चांगली जागृती होईल.''

यात्रेला जायची तात्यांना फार आवड. लहानपणी ते दरवर्षी दादांसोबत आळंदीच्या यात्रेला जात. अगदी अजूनपर्यंत हा क्रम सुरू होता. तसाच देहूचा तुकाराम बीजेचा उत्सव. मुंबईहून वासुदेव बाबाजी, तुकाराम तात्या आले की, त्यांची देहूची वारी ठरलेली असे. नेहमीच्या जाण्या-येण्यानं देहूचे नारायण सदानंद तात्यांचे स्नेही झाले होते. समाजाची स्थापना झाल्यापासून जाणं-येणं कमी झालं असलं तरी तुकोबांच्या गाथेची साथ तशीच होती.

सत्यधर्माचा विचार लोकांपर्यंत पोचविण्यासाठी संतश्रेष्ठ कबीर आणि तुकोबांचा आंधळी श्रद्धा नाकारणारा धर्मविचार तात्यांना उपयुक्त वाटत असे. सत्यधर्माचा विचार आवडल्यानं अनेक वारकरी सांप्रदायिक लोक सत्यशोधक समाजाचे सदस्य झाले होते.

शाहिरांची सूचना तात्यांनी उचलून धरली ते म्हणाले,

''सत्यधर्माचा विचार आमच्या अज्ञ समाजबांधवांपर्यंत पोचवायचा असेल, तर या संधीचा उपयोग केला पाहिजे. त्यांच्या हिताची कळकळ असेल तर आम्हीच त्यांच्यापर्यंत गेलं पाहिजे.''

सकाळी आळंदीला निघायचा विचार निश्चित झाला. शाहिरांनी कवनं गाऊन लोकांचं मनोरंजन करायचं आणि तात्यांनी व भाऊ पाटलांनी व्याख्यानं द्यायची असा विचार ठरला.

संध्याकाळपर्यंत परतायचं, तर सकाळी लवकर निघायला पाहिजे होतं. सकाळी दिवस उगवायला एका हातात काठी, दुसऱ्या हातात शिदोरी आणि पाठीवर डफ अशा थाटात शाहीर हजर झाले. थोड्याच वेळात धोंडिबा, तात्यासाहेब हे पिता-पुत्र आणि मारुतराव हेही आले. सर्वजण आळंदीच्या वाटेला लागले.

आळंदीची सत्यशोधक मंडळी भेटणार होतीच; परंतु असाव्यात, म्हणून सर्वांनी सोबत शिदोऱ्या घेतल्या होत्या.

नाही म्हटलं, तरी निघायला थोडा उशीरच झाला. ऊन चढायच्या आत आळंदीला पोचायचं, या इराद्यानं सर्वजण झपाट्यानं निघाले. चालताना पुण्याहून निघालेले दोघे-तिघे वारकरी त्यांना येऊन मिळाले. त्यांच्यात मिसळून चालू लागले. ते पुणेरी वारकरी तात्यांना चांगलं ओळखत होते.

सोबत चालणाऱ्या मित्राकडं डोळे मिचकावत एक वारकरी म्हणाला,

"तात्यासाहेब, तुम्ही सत्य समाजाचे लोक ज्ञानेश्वरांचे भक्त नसताना आळंदीला निघाला आहात, हे कसं?"

सत्यशोधक मत– म्हणजे काहीतरी नास्तिक मत, अशी त्याची कल्पना असावी. अशी कल्पना त्यानं एकट्यानंच करून घेतली होती, असं नाही. सत्यशोधक मताविषयी अशा अनेक चुकीच्या कल्पना लोकांमध्ये पसरल्या होत्या. सत्यशोधक मत म्हणजे पाद्रीमत, असाही एक समज होता.

प्रश्नातली खोच ओळखून तात्या म्हणाले,

"बंधूंनो, अज्ञानाचा अंधार पसरवून सत्य लपवून ठेवण्याचा प्रयत्न होतो, तेव्हा सत्याचाही शोध घ्यावा लागतो. इथं असंच घडलं आहे, म्हणून आम्ही सत्याचा शोध घेणारे सत्यशोधक झालो आहोत. सत्य हाच आमचा ईश्वर आहे आणि सत्यावर आधारलेली नीती हाच आमचा सत्यधर्म आहे. विश्वनिर्माता ईश्वर एकच असून, तो सर्वत्र आहे आणि त्याची प्रार्थना करणं हेच आपलं खरं धर्मकर्तव्य आहे, हे आपल्या बांधवांना सांगण्यासाठी आम्ही आळंदीला निघालो आहोत."

त्या उत्तरानं तो वारकरी एकदम गप्पच झाला. इतर दोघांनीही तात्यांचं म्हणणं लक्षपूर्वक ऐकून घेतलं खरं; परंतु त्यावर फार विचार केला नाही. ते पुन्हा आणखी काही वावदूक प्रश्न विचारू लागले.

तात्या म्हणाले,

"बंधूंनो, सत्यधर्मी लोकांना तुम्ही पाखंडी समजत असाल, तर ते चूक आहे. विश्वनिर्माता परमेश्वर एकच असून, तो कुठल्याही मूर्तीत किंवा मानवी देहात सामावलेला नाही, हीच आमची श्रद्धा आहे. मूर्तिपूजा किंवा आंधळी धर्मश्रद्धा यांना सत्यधर्मात जागा नाही. ऐदी पुरोहितशाही बोकाळायला याच गोष्टी कारणीभूत ठरल्या आहेत. सत्य हीच नीती आणि सत्यवर्तन हाच खरा मानवी धर्म आहे."

बोलताबोलता दिघी मागं पडलं. ऊन चपचपू लागलं होतं. अशा वायफळ लोकांशी बोलण्यापेक्षा वाट कापलेली बरी, म्हणून तात्यांनी चालण्याचा वेग वाढवला.

शेताशेतांत उभी असलेली कोवळी रोपं पावसाची वाट पाहत ताटकळत होती. चढत्या उन्हात त्यांच्या माना मलूल होऊन खाली झुकल्या होत्या. आभाळात कुठंही पावसाचं चिन्ह दिसत नव्हतं.

झाडाचं पान हलू नये, अशा जड हवेत उष्मा कोंडला होता. अंगाची तलखी होत होती. अपुऱ्या पावसामुळे जमीन जणू उष्ण उसासे टाकत होती. तिच्या पोटातली आग उष्ण वाफा होऊन बाहेर पडत होती.

समोरून काही वारकरी येताना दिसले. त्यांचा घोळका मागं पडताच तात्यांचं लक्ष एका वृद्ध वारकऱ्यांकडं गेलं. तो इतका थकला होता की, त्याला चालणंही अशक्य झालं होतं. तशाही स्थितीत तो ओढला गेल्याप्रमाणे त्यांच्या मागोमाग चालत होता; परंतु ते चालणं त्याला झेपलं नाही. चक्कर येऊन तो एकदम खालीच पडला.

तात्या धावले. त्याला काय झालं, ते पाहू लागले. त्याच्या सोबतची माणसं बरीच पुढं निघून गेली होती. मागं काय झालं आहे, याकडे त्यांचं लक्षही नव्हतं.

सोबतच्या तिघा वारकऱ्यांमधला एकजण म्हणाला,

"म्हातारबाबा, या वयात यात्रेला जायची काय गरज होती? आता इथूनच शेवटची यात्रा सुरू होईल, त्याचं काय?"

ते बोलणं त्या वृद्धाला ऐकू गेलं नाही. तो बेशुद्ध झाला होता. आपल्या मित्राच्या बोलण्यावर त्याचे दोघे मित्र खदखदून हसू लागले.

तात्यांनी चटकन त्याचं डोकं मांडीवर घेतलं आणि ते त्याला उपरण्यानं वारा घालू लागले.

तात्या म्हणाले,

"मारुतराव, तात्यासाहेब, इथं कुठं पाणी आहे का, बघा."

दूर अंतरावर एक मळा दिसत होता. पोरवायाचा तात्यासाहेब वेगानं धावत सुटला. मारुतराव त्याच्या मागोमाग गेले. तिथं विहीर होती पण दोर, बादली कुठं दिसत नव्हती. मारुतरावांनी आपलं पागोटं काढलं. तात्यासाहेबानं त्याला आपलं उपरणं बांधून ते विहिरीत सोडलं. भिजलेलं उपरणं घेऊन तो पुन्हा त्याच वेगानं धावत आला. तोवर भीमाजीरावांच्या आणि शाहिरांच्या मदतीनं तात्यांनी त्या वृद्धाला सावलीत आणलं होतं.

तोंडावर पाण्याचे हबके बसताच वृद्ध वारकऱ्याची शुद्ध परत आली. थोड्या वेळात त्याने डोळे उघडले.

तेच उपरणं पिळून तात्यांनी त्याला दोन घोट पाणी पाजलं.

म्हातारा सावध झाला. शिदोरीतली भाकरी काढून हातावर घेत तात्या म्हणाले,

"घ्या, थोडं खाऊन घ्या. म्हणजे तुम्हाला बरं वाटेल."

वृद्ध वारकऱ्याचे डोळे कृतज्ञतेने ओथंबून आले होते. तात्यांनी दिलेली भाकरी उपरण्यात घेत तो म्हणाला,

"बाबा रे, मी आळंदीला गेलो. ज्ञानेश्वराचं दर्शन घेतलं; पण मला ज्ञानेश्वर भेटला नाही. तूच मला खरा ज्ञानेश्वर भेटलास." एवढं बोलून त्यानं पटकन तात्यांचे पाय धरले.

त्या वृद्ध गृहस्थानं एकदम पायांना हात लावलेला पाहून तात्यांना अवघडल्यासारखं झालं. पाय बाजूला घेत ते म्हणाले,

"नाही, बाबा. असं करू नका. आपल्या वृद्ध समाजबांधवांची काळजी घेणं हे प्रत्येकाचं कर्तव्य आहे. त्या कर्तव्याला धरूनच मी तुम्हाला मदत केली. तसं म्हटलं, तर यात माझा स्वार्थच आहे. कारण उद्या मलाही म्हातारपण येणारच आहे."

तात्यांचे विचार ऐकून म्हातारा चकितच झाला. तात्यांच्या तोंडाकडं पाहत तो म्हणाला,

"धन्य तुझे ते आई-वडील. त्यांना तुझ्यासारखा पुत्र मिळाला."

उपास असूनही त्यानं तात्यांनी दिलेली भाकरी खाल्ली. तोपर्यंत सर्वजण बसून राहिले. आता त्याला चांगली हुशारी आली होती. तात्यांना दुवा देत तो उठला आणि आपल्या वाटेनं चालू लागला.

थोडं अंतर गेल्यावर तो सुखरूप जाऊ शकेल, याची खात्री पटली.

"चला, मंडळी..." तात्या म्हणाले.

सर्वजण आळंदीच्या वाटेनं निघाले.

तो वृद्ध वारकरी पुन:पुन्हा मागं वळून पाहत होता.

"तात्यासाहेब, आम्हाला क्षमा करा. आम्ही मनात ठेवून तुम्हाला बोललो..." सोबतच्या वारकऱ्यांपैकी एकजण म्हणाला.

तात्या हसले आणि झपझप पाय उचलू लागले.

समोर ज्ञानेश्वरांच्या समाधिमंदिराच्या आवारातील सोन्याचा पिंपळ दृष्टीपथात येत होता...

५२

रात्री रावसाहेबांचा निरोप घेऊन ते दोघे गृहस्थ निघून गेले आणि तात्यांनी तातडीनं हालचाली सुरू केल्या. त्यांनी ताबडतोब लहूजीबुवांचा मुलगा धोंडिबा, तात्यासाहेब रोडे यांना निरोप पाठवून बोलावून घेतलं.

"कशासाठी बोलावणं केलंसा, तात्यासाहेब?" धोंडिबा म्हणाला.

तात्या म्हणाले,

"धोंडिबा, उद्या संध्याकाळी स्वामी दयानंदांची हत्तीवरून मिरवणूक निघणार आहे. सनातनी ब्राह्मणांनी मिरवणूक उधळून लावायचं ठरवलं आहे. त्याच वेळी ते गाढवाची मिरवणूक काढणार आहेत."

"काही काळजी करू नका, किती माणसं घेऊन यायची, तेवढं सांगा..." धोंडिबा म्हणाला.

"फार नकोत. पंधरा-वीसजण असले, तरी पुरेसे आहेत. पुळक्या भटांना तेवढा धाक खूप होईल."

तात्यासाहेबाची समजूत घालायला थोडा वेळ लागला. त्या मिरवणुकीला मदत करणं त्याला मुळीच मान्य नव्हतं. तात्या म्हणाले,

"अरे बाळा, या सुधारणावादी लोकांना आपण मदत केली पाहिजे. त्याशिवाय सनातन्यांचा जोर कमी होणार नाही."

हो नाही करता-करता तात्यासाहेबाची समजूत पटली. सगळं ठरल्यावर धोंडिबा आणि तात्यासाहेब निघून गेले.

तात्या मनोमन स्वामींच्या पुणे-भेटीचा आढावा घेत होते. गंगारामभाऊंनी बरीचशी प्रवचनं इतर पेठांतून आणि आसपासच्या खेड्यांतूनही घडवून आणली. सुमारे दोन-अडीच महिने हा उपक्रम सुरू होता. कृष्णरावांनी भांबुर्ड्याला प्रवचन घडवून आणलं; परंतु ही गोष्ट तात्यांना रुचली नाही. सर्व प्रकारच्या भेदाचं मूळ ज्या वेदांमध्ये दडलेलं आहे, तेच वेद शेतकऱ्याच्या गळी उतरवणं म्हणजे त्यांच्या जखमेवर मीठ चोळणं ठरणार होतं.

पुण्यातल्या सनातन्यांची प्रतिक्रिया वेगळीच झाली. आधीच सत्यशोधक समाजाच्या कार्यानं त्रासलेले सनातनी दयानंदांच्या विचारांनी पिसाळून उठले. दयानंद जातिव्यवस्थेविरुद्ध बोलत होते– म्हणजेच वर्णाश्रम व्यवस्थेविरुद्ध बोलत होते. स्त्रीशिक्षण, विधवाविवाह अशा धर्मबाह्य गोष्टी शास्त्रसंमत आहेत, म्हणून सांगत होते. त्याचा निषेध व्हायलाच हवा होता!

दोन-अडीच महिन्यांच्या मुक्कामानंतर आता स्वामी दयानंदांना निरोप द्यायची वेळ आली होती. तत्पूर्वी त्यांच्या सन्मानार्थ ही मिरवणूक निघायची होती; परंतु त्या पाखंडी माणसाची हत्तीवरून मिरवणूक निघणार, म्हणताच सनातनी ब्राह्मणांचे नेते रामदीक्षित आपटे यांनी ती मिरवणूक उधळून लावायची प्रतिज्ञा केली.

वातावरण तापलं होतं; परंतु मिरवणुकीचा निर्णय आता बदलणार नव्हता. पोलीस बंदोबस्त मागवला, तरी गोंधळ होणार नाही, याची खात्री देणं अशक्य होतं. अशा वेळी सर्व मतभेद बाजूला ठेवून रावसाहेब रानड्यांनी तात्यांना निरोप पाठवावा यात आश्चर्य वाटण्यासारखं काहीच नव्हतं. कितीही मतभेद असले,

तरी मैत्री अजून शाबूत होती आणि सनातन्यांना शह द्यायचा तर ही मदत करायलाच पाहिजे होती.

मिरवणूक संध्याकाळी निघायची होती; परंतु गर्दभानंदांच्या शिष्यांना तेवढा धीर धरवला नाही. त्यांनी सकाळी सहा वाजल्यापासूनच गर्दभानंदांची मिरवणूक सुरू केली. पडत्या पावसात बँडताशांच्या जल्लोषात सुरू असलेला तो धुमाकूळ पुण्याच्या लोकांना मनोरंजनसाठी पुरेसा होता आणि तो पाहण्यासाठी पायरी उतरून कुठं जायची गरज नव्हती. गर्दभानंद प्रत्येक गल्ली-बोळांतून हिंडत होते. दिवसभर ही मिरवणूक चालली होती.

हा धुडगूस सुरू असताना तिकडं भिड्यांच्या वाड्यात दयानंदांच्या निरोपाच्या व्याख्यानाची तयारी सुरू होती. चार वाजण्याच्या सुमारास तात्या ग्यानोबा ससाणे, तात्यासाहेब रोडे, धोंडिबा लहूजी यांना घेऊन भिड्यांच्या वाड्याकडं निघाले. त्यांच्या मागून हातात जाडजूड सोटे घेतलेले पंधरा-वीस तालीमबाज चालत होते. धोंडिबानं त्या सर्वांना आधीच योग्य त्या सूचना देऊन ठेवल्या होत्या.

वाड्याचा दिवाणखाना श्रोत्यांनी गच्च भरला होता. व्यासपीठासमोरचं यज्ञकुंड अजूनही धगधगत होतं. त्यातून उठणारी धूम्रवलयं हवेत विरघळत होती. व्यासपीठावर महर्षी दयानंद बसले होते. जरीकाठी पिवळी शाल त्यांनी पागोट्यासारखी डोक्याला बांधली होती. तिचे शेमले दोन्ही खांद्यांवरून उपरण्यासारखे पुढं आले होते.

पाहताक्षणीच छाप पडावी, असं ते धिप्पाड व्यक्तिमत्त्व. त्यांच्या वक्तृत्वाची हातोटीही तशीच विलक्षण! त्यांच्या शैलीदार वाणीचा ओघ एकदा सुरू झाला की, श्रोते भान हरपून ऐकत राहत. त्यांच्या प्रखर बुद्धिमत्तेनं आणि दांडग्या स्मरणशक्तीनं वेडावून जात.

साडेचार वाजता स्वामी दयानंदांनी निरोपाचं भाषण केलं. आज विषय असा नव्हताच. इतके दिवस श्रोत्यांनी आपली प्रवचनं मन लावून ऐकली आणि स्नेहभाव दिला, याबद्दल त्यांनी आभार मानले. पुण्यातही आर्य समाजाचा विचार पसरावा, ही अपेक्षा व्यक्त केली.

भाषण संपलं. श्रोत्यांना पान-सुपारी मिळाली.

मिरवणुकीची वेळ जवळ येत चालली. लोक वाड्याबाहेर पडू लागले. बेलबागेसमोरच्या पटांगणात सजवलेला हत्ती उभा होता. त्याच्यापुढं वेदग्रंथांची पालखी सज्ज होती. त्यांच्या भोवती तालीमबाज लोकांचा गराडा पडला होता. काहीजणांच्या हातात पेटल्या मशाली फरफरत होत्या. थोड्या अंतरावर आठ-दहा पोलीस शिपाई उभे होते. सर्व तयारी झाली होती. अनायसे पावसानंही उघडीप दिली होती. मिरवणूक सुरू करण्यास काहीच हरकत नव्हती.

रावसाहेब रानडे, तात्यासाहेब फुले, लोकहितवादी, गंगारामभाऊ म्हस्के आदी

मंडळी दयानंदांसमवेत हत्तीजवळ आली. रावसाहेबांनी महर्षींना हत्तीवर बसण्याची विनंती करताच माहुतानं हत्ती खाली बसवला. जयजयकाराच्या जल्लोषात स्वामी अंबारीत स्थानापन्न झाले. चौघडा झणाणू लागला. ढोल-ताशांचा दणदणाट सुरू झाला. ढोल-ताशांच्या आवाजात सनई-चौघड्याचे सूर लुप्त झाले.

मिरवणूक मार्गस्थ होणार, तेवढ्यात समोरच्या बोळातून गर्दभानंदांची स्वारी बाहेर पडली. दोघा-चौघा शिष्यांनी त्यांना पक्कं घरून ठेवलं होतं.

"स्वामी गर्दभानंद की जय!"

"स्वामी गर्दभानंद की जय!"

वाद्यांचा आवाज भेदून आरोळ्या उठल्या.

डोक्यावर हुबेहूब स्वामी दयानंदांसारखा शेमला काढलेला पिवळा फेटा, पाठीवर भरजरी शाल, त्यावर स्वामी दयानंदांची प्रतिमा आणि गळ्यात रुईच्या फुलांच्या माळा घातलेला स्वत:च्या नावाचा फलक अशा वेशात गर्दभानंद महाराज सजले होते. चिखलमातीनं राडेराड झालेले शे-पन्नास ब्राह्मण त्यांचा जयजयकार करीत येत होते. पोराटोरांनी नुसती हुल्लड माजवली होती. गाढवामागं नाचणाऱ्यांमध्ये माळ्या-कुणब्यांचीही काही पोरं दिसत होती. पाहतापाहाता दोन्ही मिरवणुकी एकमेकीत मिसळल्या आणि एकच गोंधळ माजला.

घोषणा-प्रतिघोषणांबरोबरच धक्काबुक्कीही सुरू झाली. गोंधळलेले गर्दभानंद लाथा झाडू लागले; परंतु तो प्रसाद त्यांना धरून ठेवणाऱ्या त्यांच्या शिष्यांनाच मिळाला.

तोवर मिरवणूक पुढं सरकली. मिरवणुकीतले लोक गर्दभानंदांच्या शिष्यांना टाळून हत्तीमागं चालू लागले. मिरवणूक मार्गस्थ झालेली पाहून शिष्य चिडले आणि सामील झालेल्या लोकांना शिवीगाळ करू लागले. मिरवणुकीच्या पुढंमागं पोलीस आणि तालीमबाज चालत होते. कोणालाही मिरवणुकीला आडवं जाण्याचं धाडस होत नव्हतं.

मिरवणूक उधळून लावायचा प्रयत्न पूर्णपणे फसला. काहीच करता येण्यासारखं नव्हतं, तेव्हा शिष्यमंडळींचं लक्ष रस्त्यावरच्या चिखलाकडं गेलं. जाताजाता तेवढं करायला काहीच हरकत नव्हती.

दयानंदांच्या जयघोषात मिरवणूक पुढं सरकत होती. अचानक रपरप करीत चिखलगोळे पाठीवर पडू लागले. मिरवणुकीतले लोक मागं वळून पाहायलाही तयार नव्हते. कोपऱ्या-कोपऱ्यावर उभे असलेले गावकुटाळ हसत-खिदळत गर्दभानंदांच्या शिष्यांना प्रोत्साहन देऊ लागले; त्यामुळे त्यांचा उत्साह अधिकच वाढला.

पोलीस पार्टीबरोबर चालणारा तो गोरा पोलीस अधिकारी अधूनमधून रावसाहेबांजवळ येत होता. त्याला फक्त रावसाहेबांची आज्ञा हवी होती; परंतु रावसाहेब त्याला सबुरीचा सल्ला देत होते. प्रकरण चिघळू द्यायचं नसेल, तर सबुरीनंच घ्यायला पाहिजे होतं.

मिरवणूक रविवार चौकातून दारूवाला पुलाकडं सरकली आणि शिष्यमंडळी अधिकच चेकाळली. विरुद्ध पक्षाकडून काहीच प्रतिकार न झाल्यानं त्यांची हिंमत वाढली. आता त्यांनी दगडफेक सुरू केली. तिघा-चौघांना दगड लागले. मिरवणूक जागीच खोळंबली.

तो प्रकार असह्य झालेला तो गोरा पोलीस अधिकारी गर्रकन मागं वळला. पाच-पन्नास टारगट लोकांनी एवढा धुमाकूळ घालावा, हे पाहून त्याचा संताप अनावर झाला होता. सर्व पोलीस त्याच्या हुकुमाची वाट पाहू लागले. तालीमबाज काठ्या सरसावून सज्ज झाले; परंतु रावसाहेबांच्या आज्ञेशिवाय काहीच करता येणार नव्हतं.

पोलीस पार्टी मागं वळलेली पाहताच शिष्यमंडळींत घाबरगुंडी उडाली. जो तो वाट फुटेल तिकडं पळत सुटला. पाहतापाहता गल्लीबोळ मोकळे झाले. हल्ल्याचा नुसता आभास शिष्यांना पळवून लावायला पुरेसा ठरला.

जखमी झालेल्या लोकांना दवाखान्यात पाठवण्यात आलं. मिरवणूक पुढं सरकली. मुख्य रस्त्यांवरून फिरत येऊन मिरवणूक पुन्हा भिड्यांच्या वाड्यासमोर आली तेव्हा अनेकांची अगदी ओळखू येऊ नये, अशी अवस्था झाली होती.

भिडे वाड्याच्या दिवाणखान्यात आणखी काही लोक तिष्ठत बसले होते. मिरवणुकीची सांगता होऊन तशाही स्थितीत निरोपाची भाषणं सुरू झाली. तेवढ्यात बाहेर पुन्हा गर्दभानंदांचा जयजयकार सुरू झाला. त्या गदारोळात काही ऐकूही येईना. घोषणांच्या आवाजासोबत पुन्हा चिखलगोळे आत येऊ लागले. दारं-खिडक्या लावून घेतल्या, तरी गोंधळ थांबेना. उलट आता घोषणांबरोबर एकेकाच्या नावाचा शिमगा सुरू झाला. शेवटी भाषणं थांबवावी लागली. दिवाणखान्यातले लोक बाहेर पडू लागले.

आता सर्वांचाच संयम संपला होता. त्या संतापाच्या भरात समोर दिसेल त्याला खरपूस चोप मिळाला. तशात कोणीतरी गाढवाच्या पाठीवर सणसणीत रपाटे घातले. गाढव किंचाळत उधळलं; परंतु शिष्यमंडळी त्याला सोडायला तयार नव्हती. चार-पाच शिष्यांना ओढत फरफटत गाढव पळू लागलं. एकच हुल्लड माजली. प्रतिपक्षानं घेतलेला तो आक्रमक पवित्रा पाहताच गर्दभानंदांचे शिष्य पुन्हा भेदरले आणि आपल्या गुरूपेक्षाही दुप्पट वेगानं उधळले. पाहतापाहता गल्ली-बोळांत दिसेनासे झाले.

तोवर बुधवार पेठेत मारामारी सुरू असल्याचं कळताच खुद्द मॅजिस्ट्रेट साहेब घटनास्थळी दाखल झाले. शांतता प्रस्थापित झाली. स्वामी दयानंदांना त्यांच्या मुक्कामाच्या ठिकाणी पोचविण्यात आलं.

सगळ्या गोष्टी स्थिरस्थावर झाल्या. रावसाहेबांचा निरोप घेऊन तात्या वाड्याकडं परतले.

गावात गर्दभानंदांच्या शिष्यांनी पुन्हा आपल्या स्वामींना शोधून काढलं आणि पुन्हा तोच धुडगूस सुरू केला. रात्री दहा वाजेपर्यंत तो गोंधळ चालला होता.

त्या दिवशी तात्या रात्रभर विचार करत राहिले. माळ्या-कुणब्यांच्या मुलांनीही गाढवाच्या मिरणुकीत सहभागी व्हावं, या गोष्टीचं त्यांना फार दुःख झालं. सनातन्यांच्या नादी लागून बहकलेली तरुण पिढी त्यांच्या डोळ्यांपुढं येत राहिली... तिच्या भवितव्याचा विचार अस्वस्थ करीत राहिला...

५३

इकडं महाराष्ट्रात पावसाची वाट पाहून डोळे फुटायची वेळ आली होती आणि तिकडं गुजरातेत मात्र वादळी पावसानं आणि अतिवृष्टीनं थैमान घातलं होतं.

महर्षी दयानंदांनी पुण्याचा निरोप घेतला आणि त्यानंतर थोड्याच दिवसांत अहमदाबादमधील महापुराच्या बातम्या कोसळू लागल्या. हजारो लोक बेघर झाले. वित्तहानीबरोबरच प्राणहानीचं जबर संकट कोसळलं. सर्व सत्यशोधक बांधवांनी एकत्र येऊन विचार केला. जवळ आलेला समाजाचा दुसरा वर्धापन दिन अगदी साधेपणानं साजरा करावा आणि त्यासाठी खर्च होणारी रक्कम महापूरग्रस्तांना पाठवावी, असा ठराव मंजूर झाला.

समाजाच्या अध्यक्षपदाची जबाबदारी कोणा समंजस व विद्वान माणसाकडं सोपवावी, अशी तात्यांची इच्छा होती. त्यासाठी डॉ. विश्राम रामजी घोले यांच्याशिवाय दुसरा योग्य माणूस त्यांना दिसत नव्हता. स्वतंत्र विचारांचे डॉक्टर घोले ती जबाबदारी समर्थपणे पार पाडतील, यात शंकाच नव्हती.

आजवर समाजाला घोषित असा अध्यक्ष नव्हताच. अध्यक्ष आणि खजिनदार या दोन्ही जबाबदाऱ्या तात्याच सांभाळत होते. डॉक्टरसाहेबांना बोलावून घेऊन तात्यांनी आपला मनोदय सांगितला आणि वर्धापन दिनाच्या दिवशी झालेल्या बैठकीत नवं कार्यकारी मंडळ जाहीर करण्यात आलं. उपाध्यक्ष म्हणून बापूजी हरी शिंदे यांचे बंधू लक्ष्मणराव हरी यांची निवड झाली. रामशेट उरवणे नवे खजिनदार झाले. लिंगू वकिलांवर व्यवस्थापक मंडळाच्या अध्यक्षपदाची जबाबदारी सोपवण्यात आली. समाजाचा कारभार लोकशाही पद्धतीनं चालावा, त्यावर कोणा एका व्यक्तीचं वा जातीचं वर्चस्व असू नये याची काळजी घेतली गेली. समाजात कुठलाही जातिभेद नव्हता की धर्मभेद नव्हता. इलायजा शालेमन यांची काम करण्याची इच्छा पाहून, त्यांना कार्यकारी मंडळावर घेण्यात आलं. स्वत: जोतीराव गोविंदराव फुले कार्यकारी मंडळाचे सामान्य सभासद म्हणून काम करणार होते.

त्याच दिवशी डॉक्टरसाहेबांनी पूरग्रस्तांना मदत पाठवण्याचा ठराव मांडला. त्यास उत्स्फूर्त पाठिंबा मिळून वर्गणी गोळा करण्याच्या कामास तातडीनं सुरुवात झाली. गावोगाव माणसं हिंडू लागली. निधीचा आकडा फुगत चालला. मुंबईचे सभासदही कामाला लागले. तिथं जमणारा निधी परस्पर पाठवला जाणार होता.

राजनिष्ठा हा समाजाच्या धोरणाचाच एक भाग होता. दिवाळीच्या सुमारास राजपुत्र प्रिन्स ऑफ वेल्स यांनी पुण्याला भेट दिली. त्या वेळी त्यांच्या आगमनाप्रीत्यर्थ समाजातर्फे ईशप्रार्थनेचा कार्यक्रम पार पडला. शाहीर धोंडीराम कुंभार, कृष्णराव भालेकर यांनी त्यांच्या सन्मानार्थ पदं रचून, गाऊन दाखवली. कृष्णरावांनी युवराजांविषयी निबंधही वाचला.

या दरम्यान समाजातर्फे सुरू व्हावयाच्या वृत्तपत्राविषयी चर्चा झाली. मुंबईच्या सभासदांनी दिलेला छापखाना येऊन पडला होता. कृष्णराव ती जबाबदारी घ्यायला फार उत्सुक होते; परंतु छापखान्यावरील मालकी हक्काचा प्रश्न अजून सुटला नव्हता. त्याविषयीच्या पत्रव्यवहाराला मुंबईहून कुठलंच उत्तर मिळालं नव्हतं. तो निर्णय झाल्याशिवाय पुढचा विचार करायला कार्यकारी मंडळाचे सभासद तयार नव्हते. परिणामी, तो विषय तसाच भिजत राहिला.

काही गोष्टी अनिर्णीत राहिल्या असल्या, तरी काही गोष्टी मार्गी लागल्या. सत्यशोधक समाजातर्फे झालेली लग्नं बेकायदेशीर आहेत, त्या कुटुंबातील मुलं अनौरस मानली जातील, असा नवाच बूट शोधून काढून समाजाविरुद्ध रान उठवायला सुरुवात झाली होती. त्या संदर्भात मुंबई येथून हायकोर्ट ट्रान्सलेटर राघवेंद्रराव यांचा कायदेशीर सल्ला मागवावा, असं ठरलं आणि तातडीनं तसं पत्रही पाठवलं गेलं.

समाजाचं शिक्षणप्रसाराचं आणि गरीब होतकरू मुलांना मदत करण्याचं काम सातत्यानं सुरू होतं. निळोबा रामजी कराडे हे गंज पेठेत फुले वाड्याजवळ राहणारे एक गरीब गृहस्थ. घरी थोडी शेती होती. मोलमजुरीवर संसार चालला होता. दोन मोठी मुलं शेतकाम करीत. निदान लहान मुलाला-गोविंदाला तरी शिकवावं, ही निळोबांची इच्छा. तात्या दुनियेसाठी एवढं करतात, तेव्हा आपल्यासाठीही काहीतरी करतील या आशेनं निळोबा तात्यांना भेटले.

गोविंदाची मराठी शाळा पूर्ण झाली होती. इंग्रजी शाळेत जायचं, तर खर्चाची गोष्ट. तात्यांनी निळोबांची अडचण लक्षात घेतली अन् त्यांना मदतीचं आश्वासन दिलं. अशा मुलांना तात्या स्वत: तर मदत करतच; परंतु समाजाच्या वतीनंही मदत मिळवून देत. समाजातील श्रीमंत लोकांना भेटून त्यांच्यासाठी शिष्यवृत्त्या मंजूर करून घेत. हरी रावजी चिपळूणकर, गंगाराम भाऊ म्हस्के अशा मुलांना मदत करायला कधीही हात आखडता घेत नसत. हरी रावजी या कामासाठी दरवर्षी साठ रुपये देत. जाया कराडी मुंबईहून दरवर्षी पंचवीस रुपये पाठवत. तुकाराम तात्या हेही शक्य तेवढी रक्कम पाठवल्याशिवाय राहत नसत. जाया यल्लाप्पा लिंगू यांनी

मॅट्रिकच्या परीक्षेत उत्तीर्ण होणाऱ्या हुशार मुलास सोन्याचं पदक जाहीर केलं आणि त्यासाठी लागणारी रक्कम तातडीनं पाठवून दिली. अण्णासाहेब सांगलीकर यांनी समाजाचे हेतू जाणून एकरकमी पस्तीस रुपयांची देणगी पाठवली.

आर्थिक मदतीबरोबरच या मुलांना शाळांमध्ये प्रवेश मिळवून देणं हेही तेवढंच आवश्यक होतं. शाळेची फी न सोसल्यानं अनेक मुलांना शिक्षण घेणं शक्य होत नसे. त्यासाठी तात्यांनी मेहेरबान चॅटफील्ड साहेबांकडं एका मागणीचा पाठपुरावा चालवला होता. प्रत्येक शाळेत गरीब शूद्रांची किमान पाच टक्के तरी मुलं मोफत घेतली जावीत, यासाठी त्यांच्या अर्जविनंत्या सुरू होत्या. गरीब शूद्रांची मुलं लिहा-वाचायला शिकून नुसती पढतमूर्ख होऊ नयेत, तर त्यांनी इंजिनिअर होऊन उद्योगक्षेत्रात उतरावं, ही तात्यांची तळमळ होती. तात्यांना उद्याचा औद्योगिक महाराष्ट्र दिसत होता. मुंबईत अनेक कापड गिरण्या सुरू झाल्या होत्या. उद्योग व्यवसायाचं जाळं हळूहळू महाराष्ट्रभर पसरू लागलं होतं. गरीब शूद्र माणूस त्या क्षेत्रात मागं राहून चालणार नव्हतं; परंतु इंजिनिअरिंग कॉलेजमध्ये आजवर एकाही शूद्र विद्यार्थ्याला प्रवेश मिळाला नव्हता. त्या संदर्भात तात्यांनी प्राचार्य कुकसाहेब यांची भेट घ्यायचं ठरवलं.

आठवड्याच्या बैठकीत तात्यांनी गोविंदासाठीच्या मदतीचा विषय मांडला. गोविंदासाठी समाजाच्या फंडातून दरमहा एक रुपयाची मदत मंजूर झाली. मात्र, अर्ज मंजूर करताना व्यवस्थापक मंडळानं अट घातली. गोविंदाला दर महिन्याला वर्तणुकीसह अभ्यासाचा दाखला सादर करावा लागणार होता. समाजाचे सभासद आणि सक्रिय कार्यकर्ते सखाराम सटवाजी भोंगळे यांचं निधन झाल्यामुळे त्यांच्या घरावर मोठं संकट कोसळलं होतं. दोन्ही डोळ्यांनी अधू झालेल्या त्यांच्या पत्नीला मुलांना शिकवणं शक्य नव्हतं. तोही प्रश्न मीटिंगपुढं आला. त्यांनाही थोड्या वेगळ्या रूपात तीच अट घालण्यात आली. मुलं नियमित शाळेत जाऊन मन लावून अभ्यास करतील, तोवर त्यांना दरमहा दोन रुपये द्यावेत, असा ठराव करण्यात आला.

शाळेसाठी निघालेली गरिबांची मुलं शाळेत जाण्याऐवजी रस्त्यात गमतीजमती पाहण्यात वेळ घालवत. ही गोष्ट सर्वांच्या लक्षात आली होती. अभ्यासाची गोडी लागायची असेल, तर त्यांना अशा गोष्टींपासून दूर ठेवायची गरज होती. म्हणूनच त्यांच्या शाळेत जाण्या-येण्यावर लक्ष ठेवण्यासाठी एक पट्टेवाला नेमावा, असाही ठराव मंजूर करण्यात आला. याखेरीज ज्या लोकांना शाळेची फी भरणं शक्य नसेल, त्यांच्यासाठी दरमहा पाच रुपये खर्च करण्यात यावेत, असंही ठरलं.

प्रत्येक बैठकीत असे अनेक विषय समोर येत. त्यांवर विचार होऊन सर्वानुमते निर्णय घेतले जात. एका बैठकीत खजिनदार रामशेट उरवणे यांनी शेतीसुधारणाविषयक पुस्तकं लिहिणाऱ्या शूद्र लेखकांना बक्षिसं देण्याची योजना जाहीर केली.

शेवटी समाजाचे प्रयत्न यशस्वी ठरले. मेहेरबान चॅटफील्ड साहेबांनी गरीब शूद्रांची शेकडा पाच टक्के मुलं शाळांमध्ये मोफत घेतली जावीत, असा हुकूम काढला. त्याप्रमाणे इंजिनिअरिंग कॉलेजचे प्रिन्सिपॉल कुकसाहेब यांनीही ती विनंती मान्य केली आणि दोघा-तिघा विद्यार्थ्यांना लगेच प्रवेश दिला. गरीब शूद्र समाजाच्या त्या हिंतचिंतकाचे आभार मानणारे ठराव मांडले गेले आणि मंजूरही झाले. त्या वेळी झालेल्या बैठकीत तात्या म्हणाले,

''मित्रहो, खेड्यांतून येणाऱ्या मुलांचा शिक्षणाचा उद्देश सफल व्हावा, असं आपणांस वाटत असेल, तर फक्त त्यांच्या शिक्षणाची सोय करून चालणार नाही. त्यांना शिक्षण घेता येईल, अशी परिस्थिती निर्माण केली पाहिजे. त्यांची राहण्याची आणि जेवणाची सोय असलेली वसतिगृहं निर्माण केली, तर त्यांना मनापासून अभ्यास करता येईल.''

तात्यांच्या या वक्तव्यानंतर मुलांची राहण्याची, जेवणाची आणि अभ्यासाची सोय असेल, असं वसतिगृह उघडायचा प्रस्ताव विनाविलंब समोर आला. त्यावर अधिक विचार करण्यासाठी आणि मदत मिळविण्यासाठी गंगारामभाऊ म्हस्के, तात्यासाहेब फुले, लिंगू वकील, लक्ष्मणराव हरी शिंदे आणि समाजाचे हितचिंतक विनायकराव भांडारकर यांची समिती नेमण्यात आली. गावोगाव पत्रं गेली. भावनांना हात घालणाऱ्या त्या पत्रात पुढील पिढ्यांचं अनहित टाळायचं असेल, तर देववेल तेवढी मदत द्यावी, अशी विनंती करण्यात आली.

एका बैठकीत ठरल्याप्रमाणे तात्यासाहेब फुले, विनायकराव डेंगळे, विठ्ठलराव हिरवे, बाळाजी आढाव या सभासदांनी पुण्यातील शूद्रातिशूद्र मुला-मुलींच्या शाळांना भेटी दिल्या. मुला-मुलींच्या परीक्षा घेतल्या. त्यांना खाऊ व बक्षिसं वाटली. कृष्णराव भालेकर भांबुर्ड्याला वाचनालय चालवत होते. जोडीला त्यांनी शेतकऱ्यांसाठी रात्रशाळा सुरू केली.

अशाच एका बैठकीत डॉक्टरसाहेबांनी मुंबईहून आलेलं राघवेंद्रराव यांचं पत्र वाचून दाखवलं. समाजमतानं झालेले विवाह पूर्णपणे कायदेशीर आहेत, असं त्यांनी कळवलं होतं; त्यामुळे थांबलेले लग्नविधी पुन्हा नव्या उत्साहानं सुरू होणार होते. त्याच बैठकीत तात्यांनी शूद्रातिशूद्र समाजात जागृती घडवण्यासाठी वक्ते तयार करण्याची आवश्यकता प्रतिपादन केली आणि वक्तृत्व सभांच्या आयोजनाची सूचना केली. डॉ. घोले आणि कृष्णराव भालेकरांनी वक्तृत्व सभेच्या संयोजनाचं काम स्वीकारलं. जातिभेदापासून नफे किंवा तोटे, मूर्तिपूजेपासून नफे किंवा तोटे असे सर्वांच्या जिव्हाळ्याचे विषय निश्चित करण्यात आले. येत्या उन्हाळ्यात ही वक्तृत्व सभा होणार होती. यशस्वी स्पर्धकांना बक्षिसंही दिली जाणार होती.

वेगवेगळ्या समाज स्तरांतले, जातिधर्मांतले लोक समाजाचं सभासदत्व स्वीकारत होते. सभासदसंख्या आता तीनशेच्या वर गेली. सत्यसमाजाच्या झेंड्याखाली इतकी माणसं गोळा झालेली पाहून तात्यांचा उत्साह वाढला. आपण सुरू केलेलं काम समाजानं अंगीकारलं आहे, यापलीकडं तात्यांना तरी आणखी काय हवं होतं?

५४

कामाचा उभा डोंगर मागं रेटताना तात्या अस्वस्थ होते. त्यांचं मन सारखं ओतूरकडं ओढ घेत होतं. तशातही चार दिवसांची सवड काढून त्यांनी निघायची तयारी सुरू केली आणि तेवढ्यात मुंबईहून यल्लाप्पा लिंगू यांच्या निधनाचं वृत्त येऊन थडकलं. समाजाचा उदार आश्रयदाता अकाली हरपला होता.

सत्यशोधक समाजाची बैठक बोलावण्यात आली. जाया यल्लापा यांचे लहान बंधू जाया कराडी यांना सांत्वनपर पत्र पाठवण्यात आलं; परंतु मुंबईला जाऊन येणं आवश्यक होतं. सगळी कामं बाजूला ठेवून तात्या मुंबईला निघाले.

मुंबईच्या प्रवासात तात्या जाया यल्लाप्पा यांचा त्यागसंपन्न जीवनक्रम आठवत होते. त्यांनी शिक्षणक्षेत्रात अत्यंत मोलाचं काम केलं होतं. मुंबईत त्यांनीच तेलुगू भाषक लोकांच्या शिक्षणाचा पाया घातला. कामाठीपुऱ्यातल्या तेलुगू-मराठी शाळेत ते स्वत: शिकवीत.

जाया यल्लाप्पा यांचं जीवन म्हणजे कष्ट आणि त्याग यांची अपूर्व गाथाच! त्यांची स्मृती दीर्घकाळ टिकून राहील, असं काही घडवणं आवश्यक होतं. त्यासाठी काय करता येईल, यावर तात्या विचार करत होते.

शोकसमाचाराच्या निमितानं सर्वांच्या भेटी झाल्या.

पुण्याला परतल्यावर तात्यांनी सभासदांसमोर एक ठराव मांडला. कै. जाया यल्लाप्पा यांच्या नावे निधी गोळा करून, समाजाच्या वार्षिक वक्तृत्व सभेत यशस्वी ठरणाऱ्या विद्यार्थ्यांना बक्षिसं देण्यात यावीत. तात्यांचा हा ठराव सर्वांना पसंत पडला.

कार्यवाही सुरू झाली. समाजाच्या येत्या वार्षिक समारंभापर्यंत त्याची अंमलबजावणी होईल, असं वाटत नव्हतं; परंतु म्हणून समारंभ लांबणीवर पडणार नव्हता. ठरल्याप्रमाणे रामचंद्र मनसाराम नाईक यांच्या वेताळ पेठेतल्या नव्या हवेलीत समारंभ पार पडला. विद्यार्थी अभ्यास करून बोलले. द्वारकानाथ सोनार, दामोदर शिंपी, आनंदराव रणछोडजी या विद्यार्थ्यांना बक्षीसपात्र ठरवून गौरविण्यात आलं. त्यांना समाजाच्या फंडातून बक्षिसं मिळालीच. शिवाय डॉ. घोले, रामशेट उरवणे यांनीही स्वखुशीनं बक्षिसं दिली. डॉ. घोले यांचा मुलगा गोपाळ यानंही भाषण केलं. लहानशा वयात त्यानं दाखवलेल्या सभाधीटपणावर खूश होऊन तात्यांनी त्याला आपल्या वतीनं बक्षीस दिलं.

डॉ. घोले अध्यक्ष झाल्यापासून बरीच कामं झाली. काम कोणतंही असो, मन लावून करणं हाच त्यांचा स्वभाव. सदोबा गावडे यांच्या वाड्यातली जागा अपुरी पडू लागल्यापासून समाजाच्या सभा आणि बैठकी नाइकांच्या नव्या हवेलीतच होत असत. ती हवेली पेठेतले मारवाडी व्यापारी भाड्यानं मागत होते. नाईक मागतील तेवढं भाडं द्यायची त्यांची तयारी होती. पुन्हा जागेचा प्रश्न निर्माण होण्याची शक्यता दिसू लागली. ती बातमी कळताच डॉक्टरसाहेब नाइकांना जाऊन भेटले आणि आश्चर्याची गोष्ट म्हणजे, फक्त दरमहा दहा रुपये भाड्यात संपूर्ण हवेली समाजाला मिळाली. वरून नाइकांकडून घसघशीत देणगीही मिळाली.

तात्यांचा जुन्नरचा दौरा पुन्हा लांबणीवर पडला. शेतकऱ्यांचं आंदोलन काहीसं ओसरलं असलं तरी असंतोष खदखदतच होता. त्याचा पुन्हा केव्हा आणि कसा स्फोट होईल, याची शाश्वती देणं कठीण झालं होतं.

पावसानं पुरते डोळे वटारल्यानं या वर्षीचा हंगाम फार वाईट गेला. जमिनीत घातले तेवढेही दाणे कुणब्याच्या घरात आले नाहीत. इंदापूर, मिरज, तासगाव या भागांत तर पावसाचा थेंबही पडला नाही. संपूर्ण इलाख्यावर दुष्काळाची काळी छाया पसरली. लोक देशोधडीला लगले. काय परिस्थिती ओढवेल, याचा अंदाज करणं कठीण झालं.

याच काळात तात्यांच्या अंगावर आणखी एक जबाबदारी येऊन पडली. त्यांना पुणे नगरपालिकेचं सदस्यत्व देण्यात आलं. त्यांची समाजहिताची तळमळ, त्यासाठी सतत काम करण्याची चिकाटी हे सारं पाहूनच सरकारनं ही जबाबदारी त्यांच्यावर टाकली. तात्यांचं कार्यक्षेत्र आणखी विस्तारलं.

५५

रावबहादूर वीरजंगमय्या यांच्या दिवाणखान्यात झालेली ती बैठक कृष्णराव कधीही विसरू शकणार नव्हते. वृत्तपत्राची संपूर्ण जबाबदारी घ्यायला ते स्वत: तयार होते. छातीवर हात ठेवून त्यांनी तशी ग्वाहीसुद्धा दिली. छापखान्याच्या मालकीचा प्रश्न पुढं आला, तेव्हा छापखान्याचं भाडं द्यायलाही ते तयार झाले; परंतु त्यांची एकही गोष्ट तात्यांच्या मनाला आली नाही. खडाजंगीचा वाद होऊन शेवटी त्याच बैठकीत छापखाना परत पाठवायचा निर्णय झाला.

गेली दोन वर्षं कृष्णरावांनी एकच हट्ट धरला होता. कोणत्याही परिस्थितीत वृत्तपत्र सुरू करा. आपलं स्वत:चं वृत्तपत्र असल्याशिवाय समाजाचे विचार लोकांपर्यंत पोचवणं आणि लोकांची गाऱ्हाणी सरकारपुढं मांडणं या गोष्टी शक्य नाहीत.

समाजविचारांच्या प्रसारासाठी काही लिहिलं, तर पुण्यातली ब्राह्मणी वृत्तपत्रं ते छापतील, याची मुळीच खात्री नसे. उलट समाजाची निंदानालस्ती करण्याची वेळ येत असे. छापखाना आल्यापासून प्रतिपक्षीयांवर तुटून पडण्यासाठी कृष्णरावांचं

तरुण रक्त सळसळत होतं. आपल्या लेखणीच्या बळावर आपण वृत्तपत्र चालवू शकू याची त्यांना पूर्ण खात्री होती.

परंतु वृत्तपत्र सुरू करण्याबाबत तात्या सुरुवातीपासूनच फारसे उत्सुक नव्हते. तात्यांनी चालवलेली टाळाटाळ पाहून कृष्णरावांनी काही वजनदार गृहस्थांमार्फत त्यांचं मन वळवण्याचा प्रयत्न केला; परंतु तात्यांचं आपलं एकच :

'ज्या लोकांना अजून वर्तमानपत्र म्हणजे काय कोल्हा, कुत्रा की माकड हेही माहीत नाही, त्यांच्यासाठी पुरेसा शिक्षणप्रसार झाल्याशिवाय वर्तमानपत्र काढून काहीही उपयोग नाही.'

तात्यांचा हा विचार कृष्णरावांना मान्य नव्हता. ते आजही आपल्या मताला चिकटून होते. खरं म्हणजे, छापखान्याच्या मालकी हक्काचा प्रश्न तात्यांनी आणि आणखी काही सभासदांनी उगीचच लावून धरला. तो सोडवणं फारसं अवघड नव्हतं. मुंबईचे लोकही त्याबाबत फारसे आग्रही नव्हते. एवढंच नव्हे, तर वृत्तपत्र सुरू करण्यासाठी तात्यांनी तो छापखाना कृष्णरावांच्या ताब्यात द्यावा, अशी काही सभासदांची इच्छा होती; परंतु तात्यांनीच त्याबाबत प्रतिकूल भूमिका घेतली.

कृष्णराव अजूनही तोच विचार करत होते. छापखाना परत जाण्यापूर्वी ते पुन्हा एकदा या विषयावर तात्यांशी बोलणार होते. गेल्या काही दिवसांतलं तात्यांचं तुटक वागणं लक्षात घेता त्यांचा विचार बदलण्याची शक्यता कमीच दिसत होती. तरीही ते तात्यांशी बोलणार होते...

सकाळी कृष्णरावांचा घोडा दुकानासमोर थांबला, तेव्हा तात्या कामावर निघायची तयारी करत होते. हडपसर-मांजरीच्या शिवारात कालव्याची कामं सुरू होती. ओढ्या-नाल्यांवर लहानमोठे पूल बांधले जात होते. पूना कमर्शिअल ॲण्ड कॉन्ट्रॅक्टिंग कंपनीनं बांधकामाला दगड पुरवायचं कंत्राट घेतलं होतं.

रोज तात्यांच्या घोडागाडीच्या आधी कृष्णरावांचा घोडा कामावर हजर असे. घोडागाडी तयार होती. तात्या दोन गड्यांना काही सूचना देत होते. कृष्णराव परस्पर कामावर जायचे, ते दुकानाकडं आलेले पाहून तात्यांनाही थोडं आश्चर्य वाटल्यावाचून राहिलं नाही.

"या, कृष्णराव. आज इकडं कसे?" त्यांचं स्वागत करीत तात्या म्हणाले.

"आपल्या भेटीसाठीच आलो होतो. छापखाना परत पाठवायच्या निर्णयावर पुन्हा एकदा विचार केला पाहिजे, असं मला वाटतं." कृष्णरावांनी सरळ विषयालाच हात घातला.

"त्याची आवश्यकता नाही."

"समाजमताच्या प्रसारासाठी वृत्तपत्रांची एवढी आवश्यकता असताना..."

“कृष्णराव...” तात्यांचा स्वर ठाम होता. “ज्यांच्यासाठी तुम्ही वृत्तपत्र काढायचं म्हणता, त्यांना वृत्तपत्र म्हणजे काय, हे तरी कळतं का? अक्षरशून्य लोकांच्या डोक्यात वृत्तपत्रातल्या काळ्या अक्षरांनी काय प्रकाश पडणार आहे? वृत्तपत्र चालवायचं, तर नेमानं लेख लिहून देणारे विद्वान व बहुश्रुत लेखक हवेत. शूद्रांत असे किती लेखक मिळतील? आणि वाचणार हे पुण्याचे लोक. ते फुकट मिळालं, तर वाचतील. नाहीतर त्यात आहेच काय एवढं वाचण्यासारखं, म्हणून नाक मुरडून पुढं जातील. अशा स्थितीत तुम्ही कोणासाठी वृत्तपत्र काढणार आहात? शिक्षणप्रसार हेच आपलं आजचं उद्दिष्ट आहे; वर्तमानपत्र चालवणं नव्हे. लोक वाचायला शिकतील, तेव्हा आपण वर्तमानपत्रही चालवू आणि त्या वेळी ते समाजाच्या धोरणानं चालवू.”

कृष्णराव चमकले. तात्यांचा टोमणा त्यांच्या लक्षात आला. त्यांनी आयोजित केलेलं स्वामी दयानंदांचं भांबुर्ड्याचं प्रवचन या टोमण्याला कारणीभूत होतं. दयानंदांनी शेतकऱ्यांविषयी केलेलं मतप्रतिपादन तात्यांच्या नाराजीचं मुख्य कारण ठरलं होतं. त्याच वेळी त्यांनी आपला मतभेद बोलूनही दाखवला होता. ते उघडच म्हणाले होते,

“ज्या शेतकऱ्यांसाठी तुम्ही एवढे तळमळता, त्यांच्यासाठी दयानंदांनी काय केलं आहे? गावोगाव हिंडून वेदांवर पांडित्य करणाऱ्या त्या विद्वानाला शेतकरी कोणत्या हलाखीत दिवस काढतात, हे माहीत तरी आहे का? ब्राह्मण सावकारांच्या जुलुमांकडे डोळेझाक करून, शेतकरी खर्चिक असतात, म्हणून कर्जबाजारी असतात, असं म्हणताना त्यांनी आधी शेतकऱ्यांची हलाखी पाहायची होती. मगच त्यांना खर्चिक म्हणायचं होतं. वाढीदिढीचे खोटे हिशेब करून, अज्ञानी शेतकऱ्यांना फसवणाऱ्या सावकारांविरुद्ध बोलायला त्यांची दाढ का उठत नाही?”

तात्यांच्या मनातून अजूनही तो विषय गेलेला नव्हता. तात्यांच्या नाराजीचं एवढंच एक कारण नाही, हे कृष्णरावांना माहीत होतं. तरीही तेवढ्यावरून तात्यांनी एवढा अविश्वास दाखवावा, हे त्यांना मंजूर नव्हतं; परंतु तात्यांच्या भावना तीव्र होत्या. कृष्णरावांसारख्या सुशिक्षित सत्यशोधकानं पत्नीला दिलेली कठोर वागणूक पाहून तात्यांच्या मनाला फार दुःख झालं होतं. निदान कृष्णरावांनी तरी असं वागायला नको होतं. तात्यांनी आजवर कधी या गोष्टीचा उच्चार केला नव्हता; परंतु आपल्या वागण्या-बोलण्यातून त्यांनी आपली नाराजी दाखवून दिली होती. समाजाच्या कार्यात तात्या कृष्णरावांना टाळू पाहत होते, त्याचं हे एक महत्त्वाचं कारण होतं.

आपल्याला काय म्हणायचं आहे, हे कृष्णरावांना कळलेलं आहे, हे लक्षात येऊन तात्या म्हणाले,

“ज्यांच्यासाठी तुम्ही वृत्तपत्र काढायला निघाला आहात, त्यांना अजून वाचता येत नाही आणि ज्यांना वाचता येतं, ते तुमचं वृत्तपत्रं हातात धरायला तयार होणार

नाहीत. हजामतीचे दर वाढल्याबरोबर हातात वस्तरे घेणारे लोक दोन पैसे खर्चून वर्तमानपत्र घेतील, असं मला वाटत नाही आणि ज्याच्यापुढं तुम्ही जनतेचं गाऱ्हाणं मांडायला निघाला आहात, त्या दयाळू सरकारला तरी तुमचं वर्तमानपत्र वाचायला वेळ कुठं आहे?''

कृष्णराव आपलं म्हणणं ऐकून घेत आहेत, हे पाहून तात्यांचा निर्णायक स्वर थोडा समजूतदार झाला. ते पुढं म्हणाले,

''कृष्णराव, महाराष्ट्रावर दुष्काळाचं सावट पसरलेलं असताना गरीब पीडितांना मदत करण्याऐवजी आपण वृत्तपत्रं का छापत बसणार आहोत? मग पुण्यातल्या गुलाबी वर्तमानपत्रकर्त्या भट विद्वानांत आणि आमच्या धोरणात फरक तो कोणता राहिला? ज्यांना लिहिणं आणि वाचणं एवढाच उद्योग माहीत आहे, त्यांचं ठीक आहे; परंतु ज्यांच्यासाठी आपण वृत्तपत्रं काढायचं म्हणतो आहोत, ते आधीच अज्ञानी आहेत आणि दुष्काळामुळे त्यांना देशोधडीला लागायची वेळ आली आहे. अशा स्थितीत तुम्ही कोणासाठी वृत्तपत्र काढणार आहात...?''

तात्यांचे तेजस्वी डोळे निश्चयपूर्वक चमकले.

कृष्णराव त्यांचा निर्णय समजून चुकले; परंतु अजूनही त्यांना तात्यांचं म्हणणं पटत नव्हतं. ते म्हणाले,

''तात्यासाहेब, मला तुमचं हे म्हणणं मान्य नाही. छापखाना द्यायची तुमची इच्छा नसेल, तर देऊ नका; परंतु कोणत्याही परिस्थितीत वृत्तपत्र काढायचंच असं मी ठरवलं आहे आणि तुम्ही खात्री बाळगा, समाजाच्या धोरणाला कुठलाही उणेपणा येऊ न देता मी ते चालवणार आहे. कारण मी सच्चा सत्यशोधक आहे.''

तात्या कृष्णरावांचा राग समजू शकत होते; परंतु त्याची पर्वा न करता ते म्हणाले,

''कृष्णराव, समाजाचा प्रत्येक सभासद मानवी हक्कांची पायमल्ली न करणारी व्यक्ती म्हणून समाजाच्या धोरणाशी बांधलेला आहे. तुमच्या कौटुंबिक प्रश्नाबाबत मी बोलणं उचित नाही. मी एवढंच म्हणतो की, तुम्ही आधी सत्यशोधकासारखं वागायला शिका.''

कृष्णराव एकदम निरुत्तर झाले. त्यांचा आवेशच कोसळला. तात्यांनी वर्मावरच आघात केला होता.

थोडा वेळ तसाच गेला. कोणीच काही बोललं नाही.

संभाषण पुढं सुरू ठेवत तात्या म्हणाले,

''चला, निघालं पाहिजे. तुमच्या घोड्याला आज इथंच विश्रांती घेऊ द्या.''

कृष्णरावांचा नाइलाज झाला. रामाला घोड्याकडं लक्ष द्यायला सांगून ते गाडीत बसले. तात्यांनी आसूड उगारला. घोडागाडी हडपसरच्या दिशेनं दौडत निघाली.

वाटेत तात्या कृष्णरावांची समजूत घालण्याचा प्रयत्न करत होते; परंतु कृष्णराव ऐकून घेण्याच्या मन:स्थितीत नव्हते...

५६

तात्यांची घोडागाडी कॅनॉलवर पोचली, तेव्हा बांधकामावरचा गवंडी दगडांसाठी ओरडत होता. त्याला पाहिजे तेवढा दगड पुरवायची मजुरांची घाई चालली होती. मोठमोठे दगड डोक्यावरून वाहून गेले जात होते.

त्या दिवशीच्या भेटीनंतर कृष्णराव कॅनॉलवर फारसे दिसले नव्हते. वृत्तपत्र काढायच्या त्यांच्या हालचाली सुरू होत्या. काही गोष्टी कानांवर येत होत्या; परंतु त्या विषयावर त्यांच्याशी बोलायचं नाही, असंच तात्यांनी ठरवून टाकलं होतं.

तात्यांनी धोतर खोचलं; तेही कामाला लागले. त्यांचा हात लागल्यावर कामाला अधिक वेग आला. मोठमोठे दगड जागेवरून हलू लागले. अंगातून घामाच्या धारा लागल्या. काम सुरूच होतं. दगड उचलून देता-देता एका पिचलेल्या दगडाचे दोन भाग झाले आणि एक भाग सरळ तात्यांच्या पायावर कोसळला. तीव्र वेदनेचं धारदार पातं पायाच्या नखापासून मेंदूपर्यंत सरसरत गेलं. तात्यांनी हळूवार हातांनी जोडा काढला. अंगठ्यासह तीनही बोटं ठेचून निघाली होती. जोडा काढताच थांबलेलं रक्त वाहू लागलं. तात्यांनी चटकन मूठभर बारीक माती घेतली आणि जखमेवर दाबली. रक्त थांबलं.

तात्यांच्या पायावर दगड पडल्याचं कळताच उभ्या जागी काम थांबलं. माणसं धावत आली. तात्यांना जखमेवर मातीचा लेप घालताना पाहून मुकुंदा म्हणाला,

''तात्यासाब, रगात थांबलं खरं; पण कायतरी आवशीधपाणी कराय पायजेच की.''

तात्या म्हणाले,

''अरे मुकुंदा, आपल्यासारख्या शेतकऱ्याला कशाला लागतं औषध आणि पाणी? तिथं दवाखान्यात आमची दाद घेतोच कोण, बाबा? आपल्या शेतकऱ्याच्या जखमेवर ही माती हेच औषध. फार झालं तर हळद, नाहीतर ठेचलेला बिब्बा मिळाला की, झालं आपलं काम. बघ, थांबलं की नाही रक्त?''

थांबलेलं काम पुन्हा सुरू झालं पण मुकुंदाला चैन पडेना. तो म्हणाला,

''तात्यासाब, माझं घर इथं जवळच हाय. तिथवर चला. रामबाण लावा आन् थोडा इसावा बी घ्या.''

तात्यांना मुकुंदाचा आग्रह मोडवेना. मुकादमाला सांगून ते मुकुंदाच्या घराकडं निघाले. समोर मळ्यात दोन झोपड्या दिसत होत्या. दुष्काळानं मळ्याची रया पार नाहीशी झाली होती. पानं झडलेल्या बाभळीखाली चारापाण्यावाचून खंगलेले बैल

ऊन अंगावर घेत बसले होते. त्यांच्या अवतीभोवती दोन कोंबड्या पिलांचं लेंढार वागवत कलकलत होत्या.

"काय मुकुंदा, बरं चाललंय ना?" तात्यांनी सहज म्हणून बोलणं काढलं.

"बरंच म्हणायचं. जमिनी घानवट पडल्यात. त्यात ह्यो दुष्काळ दुस्मानावानी असा उरावर बसलाय. कॅनॉलची कामं निघाली नसती तर उपाशी मरायची वेळ आल्ती, बघा."

तात्यांना खाटेवर बसवून मुकुंदा रामबाणाचं कणीस घेऊन आला. तात्या जखम पुसू लागले. दोघं-तिघं उघडीवाघडी पोरं झोपडीतून बाहेर आली आणि तात्यांना पाहून पुन्हा आत दडली. पोटं खपाटीला गेलेली ती पोरं पाहून तात्यांचं आतडं पिळवटलं. त्यांना खाऊची आठवण झाली; पण या रानात मुलांना खाऊ आणून देणं शक्य नव्हतं.

आत कोणीतरी मोठ्यानं बोलत असल्याचा आवाज येत होता.

"आत कोण बोलतंय, मुकुंदा?" तात्यांनी विचारलं

"आई आजारी हाय. तवा तापात बडबडतीया. सावकारानं मळा घशात घातला, तवापासनं हे असं चाललंया."

"अरं भगवंता, माज्याकडं डोळं उघडून पाहा रं, देवा." मुकुंदाची आई तळतळाट करत होती. "कनगीतलं दानं इकून म्या भटा-बामनांच्या पंगती उठवल्या. तो म्येला रामभट त्याचा डोला उठवला. तो म्हनला, म्हणून म्या सत्यनारायन घातला. त्या म्येल्या सत्यनारायनाची किरडी पाजळली. साडेसाती घालवाय पायी बामन पूजेला बसवले; पन तुला काय दया येईना."

मुकुंदाची आई देवाला शिव्या घालत होती आणि पुन्हा त्याचीच करुणा भाकत होती.

"कोन हाय रं, मुकुंदा?" एक अध्यां वयाचा गृहस्थ बाहेर येत म्हणाला. चेहऱ्यामोहऱ्यावरून तो मुकुंदाचा भाऊ वाटत होता.

"तात्यासाब कंत्राटदार हाईत." मुकुंदा म्हणाला.

"तात्यासाब कंत्राटदार? रामराम वं, तात्यासाब."

ओळख-परिचय झाला. तात्यांनी काय काय झालं म्हणून विचारपूस करताच मुकुंदाचा भाऊ बांध फुटल्यागत बोलू लागला.

"काय सांगायचं, तात्यासाब. त्या भटकामगारांनी माज्यावर दुपटीचा शेतसारा बशिवला बघा. न्यायानं देतो म्हनलं, तर त्येच्यासाठी आधी त्येंची मूठ गार करावी लागती. तेवढा पैसा माज्याकडं वो कुठला. एवढा शेतसारा भरावाच लागंल, म्हनले. हा कुठला न्याव म्हणायचा, तात्यासाब. शेवट शेतसारा भरण्यासाठी मला माजा मळा गहान करून द्यावा लागला आणि काय सांगायचं. वाढीदिढी करून सावकारानं

माजा मळा घशात की हो, घातला. मळाबी गेला आन् बारवबी गेली. काय काय राह्यलं न्हाई... नालेपायी घोडा गेला. शेतसाऱ्यापायी शेत गेलं.''

बोलता-बोलता तो रडत होता. पुन:पुन्हा तेच तेच सांगत होता.

आत मुकुंदाच्या आईचं बडबडणं आणखी वाढलं होतं

''सावकाराविरुद्ध तुम्ही तक्रार का करत नाही?''

''तकरार... ती आनि कुठं करायची?'' हताश झालेला तो शेतकरी पुढं बोलत होता, ''सावकाराच्या आईचा भाऊ दप्तरदार, चुलता कलेक्टरच्या कचेरीत, थोरल्या भैनीचा नवरा मुनसफ, बायकोचा बाप तालुक्याचा फौजदार आनि जिथं जावं तिथं तेच्याच जातीचे बामन कामगार. तवा वाद कुठं घालू? अवो, कुनाकुनाला तोंड द्याचं? उलट जो उठतो, तो आमच्यावरच फिर्याद ठोकतो. या कज्जेदलालांपायी काय ऱ्हायलं न्हाई, बघा. समदं समदं गेलं. वकील द्यावा, तर तोबी कुत्र्यावानी आमचे लचके तोडून खातो. असं कसं कायद्याचं राज म्हनायचं हे. आता तुमाला सांगतो, गेल्या वर्सी नांदत्या पोरीचं दागिनं गहान टाकून शेतसारा भरायची येळ आली, काय सांगायचं; तवापासून नांदती पोर घरी बसली. माझ्या पाप्याच्या हातनं पोरीच्या नांदन्याचं चांदनं की हो, झालं...''

कुठलीही ओळखदेख नसताना तो शेतकरी भडाभडा बोलत होता.

''पोरांच्या अंगावर धडुतं न्हाईत की पोटाला घालाया भाकर न्हाई. त्येच्यात ह्यो दुष्काळ असा खायला उठलाय. कुठं काळं करावं, म्हनलं तर माज्या कच्च्याबच्च्यांचं कसं हुईल? माज्या म्हाताऱ्या आईला कोन सांभाळील. कुठं जाऊ? कुनापुढं तोंड पसरू...? काय... काय कळंना झालंया? तुमी म्हणता तकरार करा, पन गोऱ्या सायबाचं राज आज हाय, उद्या न्हाई. ते गेलं की, आमी त्येंच्याच तावडीत. फिर्याद केला तर ते ध्यानात ठिवून राग काढल्याबिगर ऱ्हातील?''

–आणि अचानकपणे तो ढसाढसा रडू लागला. त्याची कशी समजूत काढावी, तेच तात्यांना कळेना. धोतराच्या सोग्याने डोळे कोरडे करत तात्या म्हणाले,

''या राज्यात न्याय लवकर मिळत नाही, हे खरंच आहे. राज्य गोऱ्या साहेबाचं असलं, तरी नोकरशाही भटा-ब्राह्मणांचीच आहे; परंतु काळजी करू नका. माझ्या ओळखीचे काही चांगले ब्राह्मण कामगार आहेत. मी त्यांना सांगतो.''

ते आश्वासन मिळताच दोघे भाऊ तात्यांच्या पाया पडले. घाईघाईनं त्यांना उठवत तात्या म्हणाले,

''असं करू नका. मुकुंदा, उद्या माझ्याबरोबर शहरात ये. अरे बाबा, आपल्या देशाला एक वेळ टोळधाडीपासून वाचवता येईल; पण या ब्राह्मणी नोकरशाहीपासून वाचवणं कठीण झालं आहे. हे कलमकसाई कुठं आणि कशा मेखा मारून ठेवतील आणि आमच्या गरीब जनतेला आयुष्यातून उठवतील, हे सांगता येत नाही; पण एक

गोष्ट लक्षात घ्या. कंपनी सरकारचं राज्य गेल्यावर त्यांचं राज्य येईल, ही भीती मनातून काढून टाका. उद्या राज्य येणार आहे, ते शिकून शहाण्या झालेल्या शेतकऱ्याचं! शिकून शहाणी झालेली शेतकऱ्याची मुलंच इंग्रजांना त्यांच्या देशाची वाट दाखवून आपलं राज्य स्थापन करणार आहेत. आता पुन्हा ती जुलमी पेशवाई येईल, ही भीती मनातून काढून टाका.''

मुकुंदाचा भाऊ म्हणाला,

''तात्यासाब, मी तुमचं नाव आयकून हाय. माझ्या गरिबाच्या काळजावरचा एवढा धोंडा दूर करा, तात्यासाब.''

मुकुंदाच्या आईची भेट घेऊन तात्यांनी तिचं सांत्वन केलं. लहानग्यांच्या पाठीवरून मायेनं हात फिरवला आणि मुकुंदाला घेऊन ते परत फिरले. तात्या विचार करत होते...

...आपण कशावर अंगठा उठवतोय, हेही ज्यांना कळत नाही, असे हे शेतकरी! इंग्रजी न्यायव्यवस्थेनं ते अधिकच गांजले आहेत. ज्यांच्या जिवावर सगळे पोटभर खातात, त्यांचे हे हाल थांबवले पाहिजेत. कोणत्याही परिस्थितीत कोणालाही शेतकऱ्यांच्या जमिनी जप्त करता येऊ नयेत, असा कायदा झाला पाहिजे. जुन्नर-अहमदनगर इथं जे घडलं, त्याची आवृत्ती इथंही झाली पाहिजे. सगळा देश या ब्राह्मणशाहीविरुद्ध पेटून उठला पाहिजे...

कित्येक शेतकऱ्यांच्या अशा करुण कहाण्या तात्यांना दिसत होत्या. संध्याकाळी त्याच विचारात तात्या घरी आले. डोक्यात विचारचक्र गरगरत होतं. उद्या कोणाकोणाला भेटता येईल, हाही एक विचार डोक्यात होताच.

बैठकीत मेजावर एक नवं वृत्तपत्र दिसत होतं. तात्यांनी उत्सुकतेनं पाहिलं. वृत्तपत्राचं आणि संपादकाचं नाव ठळक अक्षरांत छापलेलं होतं. 'दीनबंधू' संपादक : कृष्णराव भालेकर.

शेवटी कृष्णरावांनी आपला हट्ट पूर्ण केला होता. सगळ्या गोष्टी तात्यांच्या कानांवर आल्या होत्या. घरातले दागिने विकून, घर गहाण टाकून कृष्णरावांनी 'दीनबंधू'चा पसारा मांडला होता. मुंबईहून टाइपाचा छापखाना आणायचे त्यांचे प्रयत्न सुरू होते. त्यासाठी जमीन गहाण टाकायचीही त्यांची तयारी होती. मोठे बंधू रामचंद्रराव त्यांना मदत करत होते.

कृष्णरावांची जिद्द आणि धडाडी कौतुकास्पद असली, तरी हे वेडं साहस तात्यांना पटेना. दुष्काळी परिस्थिती, वृत्तपत्राचा खप, वर्गणीदार या सर्व गोष्टींचा त्यांनी पुरेसा विचारच केलेला दिसत नव्हता.

शिळाप्रेसवर छापलेला 'दीनबंधू'चा तो पहिला अंक तात्या वाचू लागले. अज्ञ बहुजनांच्या समस्या मांडायचं आपलं उद्दिष्ट 'दीनबंधू'नं पहिल्याच अंकात जाहीर केलं होतं. कृष्णरावांचा शब्दन्‌शब्द त्या दृष्टीनं अचूक संधान करीत निघाला होता...

५७

पुणे इलाख्यात भीषण दुष्काळानं जबडा पसरला. खेड्या-पाड्यांतून हाहाकार उडाला. आधीच कर्जानं गांजलेला शेतकरी दुष्काळानं त्रासून गेला. त्यात सावकारांनी जास्तच छळ सुरू केला. त्यांचं कर्जवसुलीचं खरं साधन शेतातलं पीक, तेच या वर्षी आलं नव्हतं. तगादे लावून शिवराईसुद्धा मिळाली नाही, तेव्हा त्यांनी शेतकऱ्यांवर भराभर फिर्यादी ठोकायला सुरुवात केली. हुकूमनामा हाती पडताच शेतकऱ्याला मुदत दिली जाई आणि त्या मुदतीत पैसे मिळाले नाहीत की, लगेच फौजदारी दाखल होई. त्याच दिवशी शेतकऱ्याला पोलीस कोठडीची वाट धरावी लागे.

कित्येक शेतकरी कैदखान्यात जाऊन पडले. तसं पाहता, सावकारांचा हा नेहमीचाच उपाय होता. दुष्काळाला भिऊन त्यांनी थोडं कडक धोरण घेतलं होतं, इतकंच! यांतले कित्येक शेतकरी आपलं बापजाद्यांपासून चालत आलेलं कर्ज फेडत होते. त्यासाठी त्यांनी आपली शेतीभाती, गुरंढोरं आणि बायकापोरंसुद्धा सावकाराकडं गहाण टाकली होती. शेतातलं उभं पीक त्यांनी आपल्या हातानं सावकाराच्या घरात नेऊन भरलं होतं आणि स्वत: उपाशीपोटी दिवस ढकलले होते; परंतु वर्षानुवर्ष राबराबूनही कर्ज फिटत नव्हतं. उलट, ते वाढतच चाललं होतं. पुढच्या पिढीलाही ते फेडत-फेडतच हाडांची काडं करावी लागणार होती. सावकारांनी चालवलेला जुलूम शेतकऱ्याला दिसत होता; परंतु भीतीपायी त्यानं कधी कायद्याचा दरवाजा ठोठावला नव्हता. कारण सरकारी ब्राह्मण कामगार सावकारांचेच साडभाऊ होते आणि कंपनी सरकारचं राज्य गेलं, तर पुन्हा त्यांच्याशीच गाठ पडणार होती. सुधारलेल्या इंग्रजी राज्यात कायदा होता; परंतु शेतकऱ्यासाठी न्याय नव्हता. खरी दैना शेतकऱ्याचीच होती. वेळ आली, तर इतर कास्तकारसुद्धा त्याला कर्जाऊ पैसे देऊन पिळण्यात पुढेच असत.

सगळं लुटलं गेल्यावर शेतसारा भरणं शक्यच नसे. त्यासाठीही पुन्हा सावकाराचेच पाय धरावे लागत. उदार होऊन सावकार तेवढी रक्कम जरूर देत; परंतु या वर्षी सावकारांनी तेवढी रक्कम द्यायलासुद्धा नकार दिला. सरकारी शेतसारा चुकणार नव्हताच. अस्मानीपेक्षा सुलतानी असह्य झाली. सर्व उपाय हरले आणि शेवटी शेकडो वर्षं कोंडून राहिलेला असंतोषाचा उद्रेक बाहेर पडला. शेतकरी बंडाचा ज्वालामुखी जागा झाला.

शेतकरी बंडाचा पहिला उद्रेक शिरूर पेट्यात करडे या गावात झाला. बाबासाहेब देशमुख नावाच्या वतनी पाटलावरच तिथल्या मारवाडी सावकारांनी जप्ती आणली. त्याच्या अटकेचा हुकूमही त्यांनी मिळवला होता. बाबासाहेब देशमुख म्हणजे सामान्य असामी नव्हे. शिंदेशाहीत त्यांना मानाची नोकरी होती. त्या नोकरीवरून

निवृत्त झाल्यानंतर ते आपल्या गावात स्थायिक झाले होते. असा हा शिंदेशाहीतला मानकरीसुद्धा सध्या कर्जात रुतला होता. बाबासाहेबांनी सावकारांना विनंती केली. आपल्या मालकीच्या विठोबाच्या देवळातले देवाचे दागिने तारण म्हणून दिले; परंतु मिळालेल्या मुदतीत त्यांना कर्ज फेडता आलं नाही. मुदत संपताच सावकारांनी पुन्हा जप्ती आणून देवाचे दागिने हडप केले. बाबासाहेबांची सहनशक्ती संपली आणि त्याच दिवशी सावकारशाहीविरुद्धच्या बंडाचं पहिलं शिंग फुंकलं गेलं. बाबासाहेबांनी गावातल्या शेतकऱ्यांना हाक दिली. कर्जानं गांजलेले शेतकरी तत्काळ त्यांना जाऊन मिळाले. सावकारांवर बहिष्कार पडला. आता सावकरांचा छळ सुरू झाला. त्यांना गावात काही मिळेना की त्यांच्या मदतीला कोणी जाईना. लोक त्यांच्या घरात मेलेली कुत्री नेऊन टाकत. सावकारांना घराबाहेर पडणंही अशक्य झालं. लोक इतके संतापले की, सावकारांना पोलिसांचा आसरा घ्यावा लागला; परंतु त्यामुळे परिस्थिती आणखी चिघळली. पोलिसी हस्तक्षेप होताच लोक जास्तच संतापले.

करडे गावात उद्भवलेलं हे बंड म्हणजे एका मोठ्या वणव्याची ठिणगी ठरली. पाहता-पाहता शिरूर तालुका पेटून उठला. सरकारी अधिकारी आणि पोलिसांच्या मध्यस्थीनं शिरूर तालुका थोडा थंड होतो न होतो, तोच सुपे इथं शेतकरी बंड उसळलं. आठवडे बाजारासाठी जमलेल्या शेतकऱ्यांनी सावकारांच्या दुकानांवर हल्ले चढवले. एका मारवाड्याचं घर पेटवून देण्यात आलं. अनेकांची घरं जमीनदोस्त करण्यात आली. सापडतील ती सर्व कागदपत्रं, गहाणखतं रस्त्यावर आणून जाळण्यात आली.

आता हे बंड 'खतफाडीचं बंड' म्हणून ओळखलं जाऊ लागलं. इंदापूर-पंढरपूर भागांतही बंडाचा वणवा पसरला. तिकडं जेमतेम शांतता होते न होते, तेवढ्यात शिरूर तालुक्यात पुन्हा हिंसक दंगे उसळले. नावऱ्याला झालेल्या दंग्यात एक मारवाडी ठार झाला. गावोगाव सावकारांना ठार मारायचं सत्र सुरू झालं. शेतकऱ्यांनी सावकारांची मुजोरी मोडून काढायचा चंगच बांधला. हत्यारबंद टोळ्या करून ते गावोगाव हिंडू लागले. रात्री-पहाटे अचानक सावकारांच्या घरावर धाडी पडत. बऱ्या बोलानं कागद मिळाले नाहीत, तर सावकारासह त्याचं घर पेटवून दिलं जाई. घटनेची चौकशी करायला गेलेल्या फौजदारावरही जीव घेऊन पळ काढायची नौबत येई. अनेक ठिकाणी सावकारांना कोंडून मारण्यात आलं. काही वेळा सावकार स्वतःच विनाशाला आमंत्रण देत. जमावाला भिऊन दारं लावून घेत आणि परिणामी, आपल्याच हातानं आपलं घर पेटवून घेत. निमभाट इथं शेतकऱ्यांनी मारवाडी सावकारांची नाकं कापली. करहाटीत एका मारवाड्याचं धान्यानं भरलेलं घर लुटून नेण्यात आलं. शेतकरी बंडाचा वणवा पसरतच चालला. संपूर्ण भीमथडी काबीज करून तो आता हवेली तालुक्यात शिरला. मारवाडी सावकारांसोबतच ब्राह्मण सावकारांवरही हल्ले झाले. सावकारांना लपायला जागा उरली नाही.

सरकार प्रयत्नांची शिकस्त करीत होतं; परंतु दंगे आटोक्यात येत नव्हते. संतापानं बेभान झालेले शेतकरी पिढ्यांचा सूड उगवीत होते. शेवटी पोलिसांना अटकसत्र सुरू करावं लागलं. शेकडो लोक जेरबंद करून पोलीस कोठडीत डांबले गेले. बंडाचा नेता होन्या कोळी पकडला गेला. हळूहळू सरकारनं परिस्थितीवर ताबा मिळवला; परंतु त्याचं श्रेय पोलिसांना नव्हतं. सरकारी अधिकाऱ्यांनी शेतकऱ्यांना तक्रारी ऐकून घेण्याचं आणि नुकसानभरपाईचं आश्वासन दिलं तेव्हा कुठे शेतकऱ्यांचा राग थंड झाला.

शेतकऱ्यांच्या समस्यांची पाहणी करण्यासाठी सरकारनं तातडीनं समिती नेमली. बंड शांत झालं; परंतु असंतोष शमला नाही. तो धुमसतच राहिला.

थोडी उसंत मिळताच तात्या ओतूरला जाऊन आले. भाऊ कोंडाजी, बाळाजी कुसाजी, नारो बाबाजी यांच्यासमवेत त्यांनी ओतूर आणि जुन्नरचा परिसर पिंजून काढला. गावोगावी शेतकऱ्यांच्या सभा घेतल्या.

सावकारांच्या घरांवर हल्ले करून शेतकऱ्यांनी त्यांची दप्तरं जाळून टाकली होती. दुष्ट सावकारांची नाकं कापून त्यांना कायमच्या अद्दली घडवल्या होत्या. सावकारांच्या जुलमाखाली पिचून निघालेला शेतकरी सहनशक्तीचा कडेलोट झाल्यावर बंडाला प्रवृत्त झाला होता.

सरकारी समितीनं आपल्या अहवालात कर्जदार आणि सावकारांच्या परस्परसंबंधांचा अभ्यास करून काही उपाययोजना सुचवल्या. जबर व्याजाच्या आकारणीवर बंधन पडलं. शेती आणि घरादाराच्या जप्तीवर मनाई आली. आपसांतले तंटे शक्यतो सामंजस्यानं सोडवण्याची तरतूद करण्यात आली. सरकारी न्यायदान पद्धतीत थोडी सुधारणा झाली. न्यायालयांची संख्या व अधिकार वाढवण्यात आले. शेतकरी कोर्टाचा दरवाजा ठोठावण्याचं धाडस करू लागले. सावकारांचेही डोळे उघडले. कारण संतापलेला शेतकरी काय करू शकतो, हे त्यांनी पुरतं अनुभवलं होतं.

अनेक अनुभव, अनेक प्रश्न डोक्यात घेऊन तात्या पुण्याला परतले. शेतकरी आंदोलनानं सत्यशोधक चळवळीला बाळाजी कुसाजी, नारो बाबाजी, जुन्नरकर शेटे असे नवे नेते मिळवून दिले. हे आंदोलन पुढील महासंघर्षाची नांदी ठरणार होतं.

सत्यशोधक समाजाच्या वतीनं सद्यस्थितीचा विचार मांडणारी अनेक व्याख्यानं घडवून आणली गेली. वक्तृत्व स्पर्धेसाठीही तसाच महत्त्वाचा विषय निवडण्यात आला. 'हिंदुस्थानात वारंवार पडणारे दुष्काळ, त्यात शूद्र लोकांचं ओढवणारं मरण आणि त्यावरील उपाय' या विषयावर विद्यार्थी बोलणार होते. यशस्वी विद्यार्थ्याला जाया यल्लापा यांच्या स्मृतिप्रीत्यर्थ ठेवलेलं बक्षीस दिलं जाणार होतं. त्याच वेळी एक निबंध स्पर्धाही होणार होती. हिंदुस्थानाची महाराणी

व्हिक्टोरिया हिंदुस्थानचा प्रवास करीत आहे आणि महार-मांग लोक तिला आपली अनेक प्रकारची दुःखं सांगत आहेत, अशी कल्पना करून निबंध लिहायचे होते.

मार्च महिन्यात सत्यशोधक समाजाचा अहवाल अभिप्रायासाठी वृत्तपत्रं आणि मासिकांकडे पाठविण्यात आला. त्यावर कोणत्या प्रतिक्रिया येतात, हे आता पाहायचं होतं.

५८

दुपारच्या जेवणासाठी घरी आलेले तात्या ग्यानोबांची वाट पाहत थांबले होते. गोऱ्ह्याच्या खाणीत दगड काढायचं काम चाललं होतं. त्या कामांत भागीदार झालेले ग्यानोबा तिथं देखरेख करत होते. सकाळपासून तिथंच असलेले तात्या परस्पर दुकानाकडं गेले होते आणि आताही त्यांना जेवून लगेच परतायचं होतं.

कालव्याचं काम संपल्यावर तात्यांनी हे नवं कंत्राट घेतलं. भागीदारीत सुरू असलेली कमर्शिअल कंपनी रुटुखुटु चालली होती. आपसांतले मतभेद तिथंही आडवे येऊ लागले होते. कृष्णरावांनी भागीदारीतून अंग काढून घेतलं होतं. रामचंद्रराव शिंदे दुसऱ्या कंत्राटाच्या शोधात होते.

अंगणात भिकाऱ्यांची मुरकंड पडली. काकू प्रत्येकाला अर्धी-चतकोर भाकरी वाढत होत्या. तात्या विषण्ण मनानं ते दृश्य पाहत होते. रोज उपाशी-तापाशी लोकांचे लोंढे भीक मागत दारोदार भटकताना दिसत. दुष्काळानं हाहाकार मांडला होता. महागाई आभाळाला भिडली होती. मिरज, इंदापूर, तासगाव भागांतले कित्येक शेतकरी बायका-पोरं घेऊन अन्नाच्या शोधात उघडेवाघडे भटकत होते. उपासमारीनं त्यांची नुसती हाडंकाडं झाली होती. कित्येकांनी पोटची पोरं गुराढोरांसारखी रानोमाळ सोडून दिली. अशी कित्येक मुलं शहरातल्या गल्ली-बोळांतून रोज भाकरीच्या तुकड्यासाठी वणवण करताना दिसत. काही लोक मुलांना भीक मागायला लावत आणि त्यांच्या हातातलं अन्न हिसकावून घेत. आई-बाप मुलांना पारखे झाले होते. माणूस माणसाला ओळखेनासा झाला होता. येऊ नये, ती वेळ आली होती. मागतकऱ्याच्या पदरात सहज शेर मापटं धान्य घालणारा शेतकरी आज घासभर तुकड्यासाठी लाचार झाला होता.

काही संस्थानिकांनी अन्नदानाचं पुण्य मिळविण्यासाठी पुण्यात अन्नछत्रं उघडली; परंतु तिथं फक्त ब्राह्मणांनाच जेवण मिळत असे. ब्राह्मणांना अन्नदान केल्याबद्दल मेल्यावर ते थेट स्वर्गात जाणार होते. त्यांच्या स्वागतासाठी अप्सरा तिथं फुलांची शेज सजवून आणि हातात पंचारती घेऊन उभ्याच होत्या. देवराज इंद्र त्यांचं डोक्यावरचं पुण्याचं गाठोडं उतरवून घेऊन, त्यांना आपलं अर्धं आसन देणार होता. स्वर्गाचं साधन जोडायची आयती संधी चालून आली होती. ब्राह्मण कारभारी सांगणार आणि हे अक्षरशून्य अज्ञानी संस्थानिक ऐकणार. जिथं शूद्र संस्थानिकांची ही

अवस्था, तिथं ब्राह्मण संस्थानिकांविषयी काय बोलणार? त्यांच्या राज्यात अजूनही पेशवाईच सुरू होती आणि आज पेशवाई असती तर....! कदाचित शूद्राला मिळतोय, तोही घास ब्राह्मणांनी काढून घेतला असता!

दुष्काळानं कित्येक लोकांना देशोधडीला लावलं तर कित्येकांची चंगळ केली. भटभिक्षुक सकाळ-संध्याकाळ त्या अन्नछत्रावर पोट फुटेस्तो खाऊन खुशाल झोपा काढत. झोपा झाल्या की, जेवणाची वेळ होईपर्यंत तिथंच आसपास गंजीफा खेळत बसत. नाही तर गप्पाष्टकं रंगवीत बसत. एकेक गप्पा तेवढ्या ऐकून घ्याव्या. शेंडीवरून हात फिरवीत एखाद्या शास्त्रीबोवांनी म्हणावं,

"आज पेशवाई असती, तर ही अस्मानी आम्हावर कोसळली असती?"

सुटलेल्या दोंदावर हात फिरवीत दुसऱ्यानं दुजोरा द्यावा,

"हा सगळा म्लेंच्छ राज्याचा परिणाम हो, म्लेंच्छ राज्याचा परिणाम! पेशवाई गेली. इंग्रजी राज्यात शूद्र वरचढ झाले. भूदेव ब्राह्मणांना कायदे लागू झाले. कर बसले. मग दुष्काळ नाही पडणार, तर काय होईल? शास्त्र काय सांगतं, माहीत आहे? ज्या राज्यात भूदेव ब्राह्मणांची आबाळ होईल, त्या राज्यावर संकटं कोसळल्याशिवाय राहणार नाहीत. कारण काय माहीत आहेत? ब्राह्मण कधीही चुकत नाही. अहो, ज्याच्या डाव्या पायाच्या अंगठ्यात सारी तीर्थं वास करतात, तो चुकेलच कसा? देवाधिदेव महाविष्णू ब्राह्मणाच्या पायाचा ठसा छातीवर मिरवतात, ते काय उगीच? पण या लोकांना ब्रह्ममहिमा सांगायचा कुणी? कलियुग हो, कलियुग! इथून पुढं हे असंच होणार, सत्यनाश होणार, हो सत्यनाश होणार. मनुस्मृती काय सांगते, माहीत आहे? प्रत्यक्ष राजा जरी भुकेनं व्याकूळ होऊन मेला, तरी त्यानं ब्राह्मणाकडून कुठलाही कर अथवा शेतसारा घेऊन नये. अहो, प्रत्यक्ष विष्णूचा अंश असलेल्या राजाची जिथं ही कथा! तिथं इतरांचा काय पाड?"

असे हे ब्राह्मणश्रेष्ठ कुठं चांगलं जेवण आहे, याच वासावर असत. नोकरी-व्यापार उदीम करणारे ब्राह्मणसुद्धा अन्नछत्रात जेवायला जात. एखादा निराधार शूद्र माणूस अन्न अन्न करीत मेला, तरी त्याला कोणाचं उष्टं-खरकटं मिळायचीही आशा नव्हती. रोज अशी शेकडो मुलं अन्नछत्राभोवती घिरट्या घालताना दिसत; परंतु त्यांना अन्नाचा तुकडाही मिळत नसे. अन्नपाण्यावाचून तडफडणारी ती मुलं पाहून तात्यांचं अंत:करण तुटत होतं. तात्या अस्वस्थ होते. जाणती माणसं मोलमजुरी करून कसंही जगतील; परंतु मुलांचं जगणं कठीण होतं. निदान त्या अश्राप पोरांच्या पोटात घासभर तरी अन्नं घालायलाच पाहिजे होतं...

अन्नछत्रं उघडणं हाच त्यावरचा मार्ग होता; परंतु ते काही एकट्या दुकट्याचं काम नव्हतं. दानशूर धनिकांनी मनावर घेतलं, तरच ते शक्य होणार होतं. त्यांच्या माणुसकीला साद घालायला पाहिजे होती. ब्राह्मणांना अन्नदान केल्याचं पुण्य

गाठीला मारून स्वर्गसुखाची स्वप्नं पाहणाऱ्या मराठा संस्थानिकांना कुणबी शेतकऱ्यांची हलाखी दिसत नव्हती.

ग्यानोबांचा अजून पत्ता नव्हता. तात्या मेजावर पडलेला 'विविध ज्ञानविस्तार'चा अंक चाळू लागले. विस्तारानं समाजाच्या अहवालाची दखल घेतली होती. अहवालावर सविस्तर अभिप्राय छापून आला होता. वरवर कौतुकाचा आव आणून, विस्तारकर्त्यानं जमतील तशा कोपरखळ्या मारल्या होत्या. आज आपल्या देशाला एकीची जेवढी गरज आहे, तेवढी गरज दुसऱ्या कोणत्याही गोष्टीची नाही, असं सांगून त्यानं पुढं लिहिलं होतं :

'धर्मासारखा दृढबंध अन्य फार थोडा, असं असता तो बंध तोडून शूद्र जातीचे एकंदर कल्याण हा सत्यशोधक समाज कसं करू पाहतो, हे आमच्या तरी निदान ध्यानात भरत नाही... सहज दृष्टीस पडणारी सत्ये सोडून कोणत्या प्रकारच्या सत्याचा शोध समाज करीत आहे. याचा या रिपोर्टविरून काही पत्ता लागत नाही. एकूण असा नवीन पंथ काढणे हे विशेष हितकर नसून, बरेच अनिष्टकारक आहे. ते आगीतून निघून फोफाट्यात पडणे आहे.'

त्या लेखकाला सत्यशोधक समाजाच्या हेतूंमध्ये परधर्माची सोयीसोयीनं वृद्धी करण्याचा आणि ब्राह्मणांविषयी द्वेष पसरविण्याचा प्रयत्न दिसत होता. जगात एकही धर्म निर्दोष नाही, हा शोध फक्त 'विविध ज्ञानविस्तार'नेच लावलेला नव्हता. तो सत्यशोधकांनीही लावलेला होता आणि म्हणूनच त्यांनी सार्वजनिक सत्यधर्माची स्थापना केली होती. समाजाच्या स्थापनेमागील एकूण भूमिका ध्यानात न घेताच, विस्तारकर्त्यानं ती विपरीत टीका केली होती.

परंतु खरा संतापजनक प्रकार पुढंच होता. पुढील काही वाक्यं वाचताच तात्यांचा संताप अनावर झाला.

''सावित्रीबाई, तुम्ही हा अभिप्राय वाचलात?'' ताडकन उठून तात्या म्हणाले.

''मी वाचला. आता तुम्ही वाचा.''

''पाहा, ही मखलाशी पाहा. ब्राह्मण पुरोहित हे भिक्षुक असून शूद्र हे, म्हणे त्यांचे धनिक आहेत. धनिक होण्याइतकं धन शूद्रांकडे आलं होतं तरी कधी?''

''ते त्या लेखकालाच माहीत असणार!'' हसू दाबत काकू म्हणाल्या.

''धर्माच्या नावाखाली समाजबांधवांना दासशूद्र म्हणून लाथाडायचं आणि एकीच्या नावाखाली पुन्हा त्याच धर्मव्यवस्थेचं गुलाम बनवायचं, हा यांचा कावा आता जुना झाला आहे. आम्ही शूद्र समाजासाठी सार्वजनिक सत्यधर्म स्थापन केल्यावर त्यांना एकीची आठवण होते आहे. त्यांनी आमच्या धर्मजीवनाचा कधी विचार तरी केला? वरून ही मखलाशी! शूद्र हे भिक्षुकांचे धनिक आहेत, तर त्यांचं खाऊन त्यांनाच लाथाडणारे हे भूदेव किती कृतघ्न म्हणावे लागतील!''

“ते त्यांच्या सोयीचा तेवढा विचार करतात, शेटजी. शूद्र हे भिक्षुकांचे धनिक आहेत, तर त्या धनिकांना अशी वागणूक का दिली जाते? ज्यांच्या जिवावर तूपपोळ्या खायच्या, त्यांना असा तोंडदेखला मोठेपणा द्यायची, ही युक्तीही आता जुनी झाली आहे. आता या दुष्काळात आपले धनिक उपाशी मरत आहेत, हे त्यांना दिसत नाही का?”

“उसात घुसलेले कोल्हे पोट भरल्यावर कोल्हेकुई करून जातात, तशातली गत. यांचा आशीर्वाद म्हणजे कोल्हेभुकीदाखल आशीर्वाद.” संतापानं फणफणत तात्या म्हणाले.

“त्यांच्या मते समाज म्हणजे फक्त ब्राह्मण जात. इतर लोकांचा समावेश ते समाजात करत नाहीत. समाजाबद्दलची आपली आणि त्यांची धारणाच वेगळी आहे आणि दुसरं म्हणजे...” ओठांत आलेलं हसू तसंच मागे परतवत काकू म्हणाल्या, “तुम्ही त्यांना विविधज्ञानी म्हटल्यावर ते असाच अभिप्राय देणार. बरं, आता आधी जेवून घ्या.”

“ग्यानोबा येतो आहे. त्याला, थांबतो म्हणून सांगितलं आहे.”

तात्यांनी तो अंक तसाच ठेवून दिला. अभिप्रायातील आक्षेपांवर उत्तर खरडण्यात त्यांना रस नव्हता आणि जवळ तेवढा वेळही नव्हता. अनेक कामं वाट पाहत होती.

दीडचा सुमार झाला असावा. शेवटी ग्यानोबांची वाट पाहून तात्या जेवायला बसले. घास गिळवत नव्हता. गल्लोगल्ली वणवणणारी ती मुलं डोळ्यांपुढं येत होती.

तेवढ्यात बैठकीत पावलं वाजली. ग्यानोबा आले होते.

“ये ग्यानोबा, तुझी वाट पाहून जेवायला बसलो.” तात्या म्हणाले.

ग्यानोबा ओशाळले. हातपाय धुऊन जेवायला बसले.

आपल्या नेहमीच्या सवयीला धरून मुकाट्यानं जेवत असलेले ग्यानोबा अधूनमधून बाहेर पाहत होते. कसली तरी खात्री करून घेत होते.

“माझी घोंगडी नीट सांभाळ रे, बाबा.” बाहेर बघत ग्यानोबा ओरडले.

“बाहेर कोण आहे, ग्यानोबा?”

“आपल्या कामावरचा एक मुलगा आहे. ते सुरुंगाचं सामान न्यायचं आहे...”

“मग त्याला बाहेर का बसवलं आहेस?”

ग्यानोबा गप्प झाले होते.

“तो जेवला आहे का?”

तात्यांची ती भेदक नजर टाळत ग्यानोबा खाली पाहत होते.

तात्या काय समजायचं, ते समजले आणि तसेच ताटावरून उठून बाहेर आले.

ग्यानोबाची घोंगडी आणि वहाणा सांभाळत तो मुलगा पायरीवर बसला होता.

“का रे बाळा, जेवलास?” तात्या म्हणाले.

ओढलेल्या उपाशी चेहऱ्यावर अन्न-पाण्याचं दुःख गोठलं होतं. त्याची मान नाही म्हणत हलली.

"ये. आत ये. जेवून घे." तात्या म्हणाले, "सावित्रीबाई, याला वाढा आणि काय रे ग्यानोबा, याला बाहेर बसवून तू एकटाच कसा जेवायला बसलास?" तात्या एकदम भडकले.

तात्यांचा संतापी स्वभाव ग्यानोबांना चांगलाच माहीत होता. ते काहीच बोलले नाहीत. त्यांना नुसतं अपराध्यासारखं झालं होतं. दिवस असे दुष्काळाचे, म्हणूनच त्यांनी त्या मुलाला बाहेर बसवलं होतं; पण तसं सांगायची सोय नव्हती. तात्या आणखी संतापले असते. तात्या जेवायचे थांबले होते. काकूंनी ताट वाढून आणलं. त्या मुलानं घास घेतल्यावर मग तात्याही जेवू लागले.

"ग्यानोबा, तुला एक भाकर मिळाली असती, तर त्यातली अर्धी त्याला देऊन, तू अर्धी खायची होती; पण त्याला असं उपाशीपोटी बाहेर बसवायचं नव्हतं. तुला एवढंही कसं कळत नाही...?"

राग निवेपर्यंत तात्या बोलत राहिले. जेवणं झाली. ग्यानोबा सुरुंगाचं सामान घेऊन खाणीकडं निघून गेले. तात्यांनीही दुकानाकडं जायची तयारी केली.

तात्या सध्या एक निबंध लिहिण्यात गर्क होते. विषय होता :

'स्वदेशी राज्यापेक्षा परदेशी राज्यात कालव्यामुळे शूद्र लोकांना किती फायदा झाला आहे.'

कालव्यांविषयी शेतकऱ्यांमध्ये बरेच गैरसमज पसरले होते. अनेक लोक आपल्या शेतांमधून कालवे नेऊ द्यायला तयार नसत. शेतातून कालवा गेला, तर कालव्याबरोबर आपली जमीन जाईल, अशी भीती त्यांना वाटे. मुळात नदी अडवून शेतीला पाणी हाच त्यांना एक चमत्कार वाटतो. त्या चमत्काराचं महत्त्व पटवून देणंही तेवढंच आवश्यक होतं.

दुकानावर येताच तात्यांनी निबंध लिहायला घेतला. लिहिता लिहिता तात्यांच्या मनात एक निश्चय आकार घेत होता. सकाळ-संध्याकाळ दोन हजार भाकरी वाटल्या जातील, असं अन्नछत्र ते उघडणार होते. त्यासाठी काय काय करायचं, कोणाकोणाची भेट घ्यायची याचा आराखडा त्यांच्या मनात तयार झाला.

संध्याकाळी तात्यांनी रामशेट उरवणे यांची भेट घेतली. शेटजींचं मदतीचं आश्वासन मिळताच ते हरी रावजी यांना भेटले.

हरी रावजी यांची भेट म्हटली की, तात्यांना ते जुने दिवस आठवत. एके काळी अनाथ होऊन भटकणारा हरी आज हरी रावजी चिपळूणकर शिंदे म्हणून मानानं जगत होता.

त्या लहान वयातच आपल्या कष्टाळूपणाच्या बळावर हरीनं भोलागीर महाराजांचं

मन जिकलं. महाराजांनीही बाबा गोखले यांची खास शिकवणी ठेवून हरीची तयारी करून घेतली. आपल्या एकुलत्या एक कन्येचा विवाह त्याच्याशी करून देऊन त्याला घरजावई करून घेतलं. महाराजांच्या मृत्यूनंतर त्यांच्या अफाट संपत्तीची आणि उद्योगव्यवसायाची मालकी हरी रावजींकडेच आली. समाजाच्या प्रत्येक उपक्रमात ते तनमनानं आणि धनानंही सहभागी होत असत. तात्यांचा मनोदय उचलून धरून त्यांनी पूर्ण सहकार्याचं आश्वासन दिलं.

नगरपालिकेचे आरोग्य अधिकारी डॉ. शिवाप्पा राजन्ना यांच्याशीही चर्चा झाली. रविवारच्या सभेत निबंधवाचन संपल्यावर तात्यांनी बालाश्रमाचा ठराव मांडला. ठराव बहुमतानं मंजूर झाला. अवघ्या दोन-चार दिवसांत आश्रमाची तयारी झाली आणि तात्यांनी विनंतीपत्र लिहायला घेतलं.

'मेहेरबान पुणे, मुंबई वगैरे ठिकाणचे सभासद यांस वि.वि.

समाजाचे हुकुमावरून आपणांस विनंतीपूर्वक असे कळविण्यात येते की, समाजाचे मार्फत 'व्हिक्टोरिया बालाश्रम' स्थापन केले आहे. घरात दुष्काळपीडित लोक आपली मुले सोडून जाऊ लागले आहेत आणि त्याप्रमाणे इंदापूर, मिरज व तासगावकडील ब्राह्मणजात खेरीजकरून बाकी सर्व जातींतील कित्येक अनाथ लोक आपली मुलेबाळे घेऊन जमले आहेत. कधीकधी दोन-दोन, तीन-तीन दिवसांचे उपवास काढून त्यांची हाडे मात्र उरली आहेत. शिवाय त्यांचे वस्त्रावाचून इतके हाल झाले आहेत की, त्याचे इथे इत्थंभूत वर्णन करण्यास मला दुःख वाटते. यावरून आपण सर्व सभासदांनी व इतर दयावंत गृहस्थांनी कृपाळू होऊन, आपल्या शक्तीनुसार काही ना काहीतरी, ही जाहिरात पाहताच, मदत पाठविण्याची त्वरा केल्यास आपण आपले कर्तव्यकर्म अशा वेळी बजावल्याचे श्रेय होणार आहे.'

ता. १७ माहे मे, सन १८७७ इ.
आपला सेवक
जोतीराव गोविंदराव फुले
स. शो. स. चिटणीस

५९

चार दिवसांत गाड्या भरभरून मदत येऊन पोचली. धनकवडीच्या माळावर व्हिक्टोरिया बालाश्रम सुरू झाला. सकाळ-संध्याकाळ दोन हजार भाकरी वाटल्या जात. थेट हडपसर-भांबुर्ड्यापासून लोक मुलांना घेऊन येत. दुष्काळपीडित शेतकऱ्यांना आश्रमाचा मोठाच आसरा झाला. निदान लहान मुलांची पोटं तरी भागत होती.

प्रत्येक मुलानं मिळालेली भाकर तिथंच बसून खावी, असा आश्रमाचा नियम होता. कारण बाहेर गेलेली भाकरी मुलांच्या पोटात जाईल, याची खात्री नव्हती.

आश्रम-व्यवस्थेची जबाबदारी काकूंनी अंगावर घेतली. तात्यांची पुतणी ठकूबाई वाघोले आणि बजूबाई निंबणकर आश्रमात भाकरी भाजायला जात. ग्यानोबा ससाणे, सहादू वाघोले ही माणसं रात्रंदिवस उभीच होती.

दुष्काळापुढं भल्याभल्यांनी हात टेकले. त्याच्या तडाख्यातून फुले वाडाही सुटला नाही. राजारामभाऊंनी बायकोपोरांसह मुंबई जवळ केली. दुष्काळ संपल्यावरच ते पुण्याला परतणार होते.

गावोगावांहून येणाऱ्या बातम्या ऐकवत नव्हत्या. माणसं अन्नपाण्यावाचून तडफडून मरत होती. काही ठिकाणी सरकारनं दुष्काळी कामं काढली; परंतु तेवढ्यानं काहीच फरक पडला नाही. महागाई आभाळाचं पोट फाडून वर सरकली होती. गुराढोरांचे हाल पाहवत नव्हते. सरकारनं गुराढोरांसाठी जंगलं खुली केली; परंतु जंगलातही चारा उरला नव्हता. चारापाण्यासाठी शेकडो मैल भटकत जाऊन गुरंढोरं कुठंतरी प्राण सोडत होती आणि त्यांची हाडंकाडं खाऊन माणसं आपला जीव जगवत होती.

लोक एकेक दिवस ढकलत होते. दीनांचा 'दीनबंधू' अखंड आक्रोशत होता. सर्वभक्षक दुष्काळ, सत्यशोधकांचा असहकार आणि हाताच्या बोटांवर मोजता येतील, एवढेच वर्गणीदार; अशाही स्थितीत कृष्णरावांनी जिद्द सोडली नाही. सरकारनं अधिकाधिक दुष्काळी कामं काढावीत, ही मागणी 'दीनबंधू' सारखी पुढं रेटत राहिला. दुष्काळी परिस्थितीवर उपाययोजना सुचविणारे तात्यांचेही अनेक लेख 'दीनबंधू'तून प्रसिद्ध झाले. 'दीनबंधू'चं काम सांभाळून कृष्णराव 'बळीबा पाटील आणि १८७७ चा दुष्काळ' हा ग्रंथ लिहीत होते. आर्यभटांपासून ते इंग्रजांपर्यंतचे सर्व आक्रमक शेतकऱ्यांच्या उत्पन्नातले हिस्सेदार कसे बनत गेले, हा इतिहास त्यांना मांडायचा होता. इथं आला, तो शेतकऱ्याच्या घामावर जगून पुन्हा त्याच्याच उरावर बसला होता. आजही त्याच इतिहासाची पुनरावृत्ती होत होती. हा इतिहास समाजासमोर मांडावा, म्हणून कृष्णराव अखंड लिहीत होते.

–अचानक एके दिवशी मोठं वादळ झालं. कुठं कुठं विजा चमकल्या आणि वळवाच्या पावसानं हैदोस मांडला.

वळीव आला, तसा निघून गेला आणि पुन्हा मागचे दिवस पुढं आले.

गुराढोरांच्या तोंडात पाण्याचा घोट सोडून वळीव निघून गेला. आता आशा होती, ती फक्त रोहिणीची... मृगाची... आणि त्यांना यायला अजून कितीतरी अवकाश होता. तोवर जीव जगवणं भाग होतं.

परंतु वळीव गेला आणि प्लेगची साथ पसरली. दुष्काळानं टेकीला आलेले लोक प्लेगनं जर्जर झाले. गावशीव सोडून रानोमाळ पळू लागले. अन्नपाण्यावाचून

अशक्त झालेली मुलं-माणसं प्लेगला बळी पडू लागली. लक्ष्मी, बाबू, शिवाजी ही मुलंही त्याच्या तावडीत सापडली. जीवघेण्या दुष्काळात उगवलेला हा प्लेग कोणकोणते घास घेईल, हे सांगणं कठीण झालं...

६०

शेवटी प्लेगनं आपला डाव साधला. लक्ष्मी, बाबू आणि शिवाजी या तिघा कोवळ्या जिवांचा घास घेऊनच तो फुले वाड्यातून बाहेर पडला. नाजूक प्रकृतीची ती मुलं प्लेगला तोंड देऊ शकली नाहीत. कुठून कुठून आलेले बाळजीव लळा लावून निघून गेले. फुले वाड्यावर शोककळा पसरली. जीव की प्राण असलेली मुलं तात्यांना अंतरली.

मृग नक्षत्र तोंडावर आलं. पावसानं झड लावली. मुंबईकडून लोकांचे लोंढे वाहू लागले. पुण्यात आलेले दुष्काळग्रस्त लोकही गावाकडं परतू लागले; परंतु आता घरंदारं होती कुठं? सगळं नष्ट झालं होतं. घरं ओस पडली होती. होतं नव्हतं, ते सारं चोरचिलटांनी लुटून नेलं होतं; म्हणूनच बालाश्रमाचं काम इतक्यात थांबवून चालणार नव्हतं. ते होईल तेवढं पुढं रेटायला पाहिजे होतं. तात्या शिकस्त करत होते. कामात मन रमवत होते.

दुष्काळाच्या कटू आठवणींनी तात्यांचं चित्त सैरभैर होऊन जाई. हुबेहूब शांतारामसारखा दिसणारा शिवाजी डोळ्यांपुढून हलत नसे. लक्ष्मी-बाबू यांच्या बाळलीला त्यांना आठवत राहत. निदान एवढी तिघं-चौघं मुलं जगावीत, मोठी व्हावीत एवढीच तात्यांची इच्छा होती; परंतु तीही अशी मातीमोल झाली. दरम्यान, अनाथालयात नवे पाच-सहा पाहुणे दाखल झाले. त्यांच्याकडं आणि यशवंताकडं पाहून तात्या मनाची समजूत घालत राहत.

मन काजळून जावं, अशा घटना अवतीभोवती घडत होत्या. सत्यशोधक समाजात दुहीची लागण झाली होती. समाजाच्या वार्षिक वक्तृत्व सभेत ते चित्र स्पष्ट झालं. शूद्रातिशूद्रांच्या दुःखाला ब्राह्मणांना जबाबदार धरण्याचा तात्यांचा दृष्टिकोन खुद्द समाजाचे अध्यक्ष डॉक्टर विश्राम रामजी घोले यांना मान्य नव्हता. मुळात निबंधाचा विषयच त्यांना रुचलेला नव्हता. आपल्या अध्यक्षीय समारोपात हिंदू धर्माचे कर्ते केवळ ब्राह्मणच नव्हते, तर इतर जातींचेही पुष्कळ लोक होते, असा विचार मांडून, त्यांनी निबंधाचा विषय तऱ्हेवाईक होता, अशी टीका केली. भारतातील अस्पृश्यतेची तुलना अमेरिकेतील गुलामगिरीशी करणं त्यांना चुकीचं वाटत होतं. हा मुद्दा मान्य केला, तरी निबंधाचा विषय त्यांना तऱ्हेवाईक का वाटावा हे एक गूढच होतं. दुष्काळात प्राधान्यानं शूद्रच बळी पडत आहेत, हे दिसत असूनही डॉक्टरसाहेबांनी डोळ्यांवर कातडं ओढून घ्यावं, याचं तात्यांना फार दुःख झालं.

शूद्रातिशूद्र समाजातल्या मुलांना निबंध लिहिता यावेत, त्यांची वक्तृत्वाची तयारी व्हावी, हा हेतूच डॉक्टरसाहेबांच्या भाषणात नजरेआड झाला. डॉक्टरसाहेबांचा हा अनपेक्षित हल्ला खुद्द तात्यांनाही बुचकळ्यात टाकून गेला.

समारंभाला काही ब्राह्मण वर्तमानकर्ते आलेले होते. सत्यशोधकांना घरचा आहेर मिळाला, म्हणून ते अगदी खूश झाले. तेच कोलीत हातात घेऊन ते बेहोश होऊन नाचू लागले. 'ज्ञानप्रकाश'कर्त्याने सत्यशोधकांना उपदेशाचे डोस पाजायला सुरुवात केली. आजवर समाजाच्या नावाचं वावडं असलेल्या 'ज्ञानप्रकाश'नं डॉक्टरसाहेबांचं भाषण सविस्तर छापून समाजाच्या दुराग्रही व मूर्ख सभासदांनी त्यांचं चांगलं मनन करावं, असा आगाऊ सल्लाही दिला.

थोडे दिवस गेले आणि 'ज्ञानप्रकाश'मधेच डॉक्टरसाहेबांचा राजीनामा छापून आला. तसं पाहता, राजीनाम्याच्या जाहीर प्रसिद्धीची काहीच गरज नव्हती. तो त्यांना प्रत्यक्ष देता आला असता किंवा पोस्टानंही पाठवता आला असता; परंतु समाजाला दुहीची कीड लागली होती हेच खरं. डॉक्टरसाहेबांनी समाजाच्या कामांतून अंग काढून घेतलं तेव्हाच तात्यांना या संभाव्य घटनांची चाहूल लागली होती; परंतु गोष्टी या थराला जातील, असं त्यांना वाटलं नव्हतं. राजीनाम्याची जाहीर प्रसिद्धी ही बाब तर खरोखरच अपमानास्पद होती.

लोक याच्या त्याच्या कानाला लागत होते. ती कुजबुज तात्यांपर्यंतही पोचली. डॉक्टरसाहेब प्रोफेसर कृष्णशास्त्री चिपळूणकरांचे जवळचे मित्र. सध्या कृष्णशास्त्री आजारी होते. डॉक्टरसाहेब यांच्या औषधोपचारासाठी जात तेव्हा त्यांच्याकडूनच काही उपदेश मिळाला असावा, असं लोक बोलत होते. काही टारगट भटांनी त्यांना धाक दाखवला, असंही ऐकिवात होतं. एकंदरीत डॉक्टरसाहेबांच्या राजीनाम्यामागे बामणी कावा होता, हे उघड होतं.

तात्या राजारामभाऊंची वाट पाहत होते. पेरण्या उरकायला पाहिजे होत्या. दरवर्षी तात्यांची शेती राजारामभाऊच करीत. तात्या वेळ मिळेल तसं लक्ष घालत. या वर्षी मात्र नांगरणी-कुळवणीपासून सगळ्या गोष्टी तात्यांनाच पाहाव्या लागल्या. आता पेरणीची कामं हाती घ्यायला पाहिजे होती. दुःख कवटाळून बसायला वेळ नव्हता.

राजारामभाऊंना पत्र घालून तात्या कामाला लागले. भाऊ आज येतील, उद्या येतील, म्हणून वाट पाहणं चाललं होतं; परंतु भाऊ आले नाहीत. आठ-पंधरा दिवसांनी गणपतीनं लिहून पाठवलेलं पत्र आलं. भाऊ आजारी होते.

हातातलं काम सीतारामकडे सोपवून तात्या मुंबईला धावले; परंतु तात्या पोचले, तोवर उशीर झाला होता. राजारामभाऊंनी आदल्या दिवशीच सर्वांचा निरोप घेतला होता. तात्यांना पाहताच वहिनींनी हंबरडा फोडला. तात्या नको नको म्हणत असतानाही भाऊ त्यांना सर्वांना घेऊन मुंबईला आले होते. कामाठीपुऱ्याजवळच्या एका झोपडपट्टीत त्यांनी

आश्रय घेतला होता. दोघं बापलेक मिळेल ते काम करीत. कसेबसे दिवस चालले होते. कसंही करून एवढा दुष्काळ काढायचा होता.

परंतु भाऊंना मुंबईची हवा मानवली नाही. लवकरच ते आजारी पडले. संसाराचा भार एकट्या गणपतीवर येऊन पडला. दिवसेंदिवस परिस्थिती कठीण होत गेली. पावसाळा सुरू झाल्यावर त्यांची प्रकृती आणखी बिघडली. आज, उद्या करत आणखी काही दिवस गेले. प्रकृती सुधारण्याऐवजी अधिकच खालावत गेली आणि शेवटी हा प्रसंग ओढवला.

तात्यांनी गजाननाला जवळ घेतलं. गणपतीच्या पाठीवरून मायेचा हात फिरवला. त्याचे डोळे पुसले. सर्वांना घेऊन ते पुण्याला परतले.

मरणकळा भोगणारी ती कामाठीपुऱ्यानजीकची कामगारवस्ती. गावशीव सोडून आलेले कित्येक लोक तिथं दिवस कंठत होते. दुष्काळाच्या आगीतून उठून रोगराईच्या फुफाट्यात पडलेले ते लोक पाहून तात्यांचं मन कळवळलं. असे कितीतरी शेतकरी घाट उतरून मुंबईचा रस्ता धरीत. जागा मिळेल तिथं आसरा घेत. दिवसभर पोटासाठी वणवण फिरत. कधी कुठल्या गिरणीत तर कधी मार्केटात पडेल ती कामं करीत. दोन पैसे हातावर पडले, तरी महागाईपुढं दोन वेळचं अन्न पोटात जाईल, याची शाश्वती नसे. उपासमार आणि दूषित हवेनं आजारी पडून कित्येकजण हळूहळू मृत्यूपंथाला लागत. कामाठीपुऱ्यातल्या त्या वस्तीत असे कितीतरी शेतकरी राहत होते. घरोघर पसरलेल्या रोगराईनं त्यांचं जगण्याचं त्राणच काढून घेतलं होतं. परंतु गावाकडं उपाशीपोटी मरण्यापेक्षा त्यांना रोगराईनं मरणं बरं वाटत होतं. कारण मुंबईत निदान घासभर अन्नाची तरी आशा होती. दुष्काळ आणि सावकारशाही यांनी गांजलेला शेतकरी गिरणी कामगार होऊन मुंबईमध्ये दिवस काढत होता.

निरोप मिळताच चिमणाआई आली. दोन्ही सुनांच्या गळ्यात पडून रडरड रडली. दादा गेल्यापासून आई एकटीच राहत होती. माळवं विकून निर्वाह करत होती. तात्यांनी पुन्हा एकदा आईची विनवणी केली. घरी येऊन राहा, म्हणून सांगितलं; परंतु आईनं ऐकलं नाही.

आईनं गजाननाच्या तोंडावरून हात फिरवला. त्याचे मुके घेतले आणि ती परत आपल्या घरी निघून गेली.

६१

''तात्यासाहेब, या टीकेला काही सुमार आहे? निदान काही तारतम्य? वाद घालण्याची ही कुठली पद्धत आहे? आमच्या बहिणींचा उद्धार करण्यापर्यंत यांची मजल जावी?'' अनावर संतापानं कृष्णरावांचे ओठ थरथरत होते. त्यांच्या हातात 'निबंधमाले'चा ताजा अंक फडफडत होता.

"हे वाचा तात्यासाहेब. म्हणे, श्रावणमासी जोतिबांच्या भगिनींचा गालिप्रदानविधी जो मोठ्या थाटाने रस्तोरस्ती चालतो, त्याचा रस चार घटका अनुभवावयाचा असेल, त्यास 'गुलामगिरी'सारखे दुसरे साधन नाही!"

कृष्णरावांना बसायला सांगून तात्या अंक वाचू लागले. विष्णुशास्त्री चिपळूणकरांनी समाजाच्या रिपोर्टावर अभिप्राय दिला होता आणि त्या निमित्ताने 'गुलामगिरी' आणि 'ब्राह्मणांचे कसब' या पुस्तकावर टीकेची झोड उठवली होती. तात्यांचे विचार, त्यांची भाषा, समाजाचं कार्य या गोष्टींचा समाचार घेत त्यांची बेलगाम कलम चौखूर उधळली होती. सत्यशोधक समाजाचा रिपोर्ट हा केवळ निमित्त उरलं होतं.

जोतीराव फुल्यांचे विचार आणि कार्य निखंदून काढून, ब्राह्मणांचं वर्चस्व प्रस्थापित करण्यासाठी जणू कलमधारी परशुरामानं दुसरा अवतार धारण केला होता.

ब्राह्मणांचे येथे नाही प्रयोजन ।।
द्यावे हाकलून जोती म्हणे ।।

'ब्राह्मणांचे कसब' या ग्रंथातील या दोन ओळी अर्थाचा नेमका विपर्यास व्हावा, अशा रीतीनं प्रारंभीच शीर्षकादाखल उद्धृत करून शास्त्रीबुवांनी बेभानपणे आपल्या लेखणीचा पट्टा सुरू केला होता :

'पुण्यासारख्या शहरात जोतिबाप्रभृती विद्वन्मणींनी येवढ्या परम स्तुत्य उद्देशाने काढलेला व आज थोडीथोडकी नाही, तर चार वर्षे सतत चाललेला वरील समाज कोणास माहीत नसून, त्याच्या स्वरूपाचे प्रकाशन करण्याचे आमच्यासारख्या गरीब पुस्तककर्त्यास अगत्य पडावे, या गोष्टीचे आम्हास अत्यंत सखेदाश्चर्य वाटते! पण उपाय काय, पडेल ते केले पाहिजे...'

सत्यशोधक समाजाची गत आर्य समाजासारखीच होईल, असे भाकीत करून शास्त्रीबुवा लिहीत होते,

'आर्य समाजाचे जनक जसे आता धर्मोन्नती करता-करता काशीवास पत्करून राहिले आहेत, त्याचप्रमाणे बहुधा आमचे जोतीरावही सत्य शोधता-शोधता दमून शेवटी कदाचित येरुशलेमास तीर्थयात्रा करून आकाशातील बापाच्या पुत्राच्या ज्योतीस जाऊन मिळतील! असे झाल्यास पुढील लोकांस सत्यसमाजाचे अधिपती येवढे कोण होते, याविषयी मोठा भ्रम पडेल व प्रबळ उत्कंठा प्राप्त होईल. हे मनात आणून माजी आर्य समाजाच्या अध्यक्षांप्रमाणे माजी होऊ पाहणाऱ्या सत्यशोधक समाजाच्या कुलगुरुंचाही महिमा लोकांस कळविणे जरूर वाटते.

'अजम जोतीराव गोविंदराव फुले हे वर सांगितलेल्या समाजाचे मुख्य पुरस्कर्ते व आधारस्तंभ होत. या गृहस्थांच्या अंगी अनेक अलौकिक गुण वास करताहेत. ते कोणते म्हणाल, तर हे कवी आहेत, इतिहासतज्ज्ञ आहेत, मोठे गहन भाषापंडित आहेत, वक्ते आहेत आणि सर्वांत विशेषत: सांगण्यासारखे हे की, आमच्या देशात

अलीकडे लोककल्याणाला वाहिलेली जी मंडळी चोहीकडे आढळतात, त्यात तर त्यांच्यासारखे केवळ तद्रूप बनलेले थोडेच सापडतील...!'

जोतीरावांचा असा 'परिचय' करून देऊन त्यांच्या कार्याचा आणि विचारांचा तुच्छ उपहास करीत ते जोतीरावांच्या भाषाज्ञानावर घसरले होते. शास्त्रीबुवा म्हणत होते,

'...जोतिबांचे महान पूर्वज जे शंखासुर, हिरण्याक्ष वगैरे त्यांच्या प्रचंड तांडवाने सगळी भूमी जशी दणाणून जात असेल, त्याचप्रमाणे आमच्या देशभाषेचा टाका न् टाका या एका ग्रंथकाराच्या अकांडतांडवाने खिळखिळा होऊन गेला आहे! व्युत्पत्तिज्ञानाकडे पाहावे, तर असे म्हणावे लागते की, आजर्यंत पाणिनी, भट्टोजी वगैरे वैयाकरण आमच्या देशात झाले व युरोपात मोक्षमुल्लरादिकांनीही आम्हाकरिता व्याकरणे रचून इकडे पाठवून दिली; पण त्या सर्वांनी निव्वळ झक मारली!! जोतिबांच्या गुलामगिरीत द्विज, ब्राह्मण, विप्र, संस्कृत, मार्तंड इत्यादी शब्दांची मूळ पीठिका जी आढळते, ती कधी पाणिनीच्या प्रपितामहाच्याही स्वप्नी आली नसेल; पण हेही एकवेळ असो. ज्या बहादराने भटांच्या सर्व जुन्या ग्रंथांस लाथ मारली व मनूसही सपाट्यासरसा झुगारून दिला, तो पाणिनीची मोठी पर्वा करील, असे नाही; पण ज्यांच्यापुढे कुलुंगी कुत्र्याप्रमाणे नेहमी शेपूट हलवायची व ज्यांच्याआड दडून साऱ्या जगावर भोंकायचे, त्यांच्यापर्यंत तरी जोतीरावांनी आपले तर्कट न्यावयाचे नव्हते; पण तो तरी सुमार कोणाला राहावा!'

शूद्रातिशूद्रांना शिक्षणाचे दरवाजे उघडून देण्याऱ्या इंग्रजांविषयी जोतीरावांनी व्यक्त केलेली कृतज्ञता शास्त्रीबुवांना बोचावी, यात नवल नव्हतं. 'आमच्या शूद्र इतिहासकाराने असा मासलेवाईक इतिहास लिहून ठेवला आहे की, त्यास आधार म्हणून कोठेही सापडायचा नाही' या शब्दांत 'गुलामगिरी'तील इतिहासाची वासलात लावून, शास्त्रीबुवा पुढे लिहीत होते,

'मि. फुले यांजविषयी केवळ लोक प्रवादावरून सामान्यत: आमची अशी कल्पना आजपर्यंत असे की, हे जात्या शूद्र असल्यामुळे इंग्रजी ज्ञानाच्या योगाने त्यांच्या ठायी ब्राह्मणांविषयी स्पर्धा उत्पन्न झालेली असावी व त्यातून 'ज्ञानोदय', 'सत्यदीपिका', 'नानाविध चर्चासंग्रह' यांच्या निरंतर पवित्र परिशीलनाने ब्राह्मणद्वेषाचे मोलवान तत्त्व त्यांनी पटकावले असावे; पण वरील रिपोर्टाविषयी अभिप्राय देण्याचे मनात आणून जोतिबांचे 'कसब' व 'गुलामगिरी' हे दोन ग्रंथ पैदा करून ते वाचण्यास जेव्हा आरंभ केला, तेव्हा आमची तत्क्षणी खात्री होऊन चुकली की, राव जोतींचे माहात्म्य आम्हास पूर्वी जे माहीत होते, ते काहीच नव्हते! ऐकण्यात व पाहाण्यात किती अंतर आहे, याविषयीची आम्हास 'गुलामगिरी'वरून जी प्रचिती आली, ती आम्ही कधी विसरणार नाही. केवढी प्रचंड विद्वत्ता! केवढी

अतर्क्य तर्कशक्ती! सत्याविषयी केवढा अभिमान व ते हुडकून काढण्याविषयी केवढा हव्यास! इंग्रेज सरकारविषयी केवढी अपार राजभक्ती! वा! एकूण येवढा पटाईत शिष्य ज्या गुरूने तयार केला असेल, त्याने आमच्या देशास केवढी जोड करून दिली बरे! हा गुरू कोणी भट जातीचा असेलसे वाटत नाही; त्यातूनही कोणी प्रथमतः असलाच, तर त्याची दुष्ट विद्या जोतिबांनी लवकरच ओकून टाकून कोणी महासमर्थ मिशनरींच्यापासून चांगला अनुग्रह घेतला असेल. या पूर्वसंस्कार-त्यागाच्या बरोबरच त्यांनी ऱ्हस्वदीर्घाची ओळख टाकून दिला की काय, कोण जाणे! एरवी येवढ्या महापंडिताला ऱ्हस्वदीर्घ, अनुस्वार यांविषयी वानवा असून, त्याबद्दल दुसऱ्याच्या तोंडाकडे बघण्याची जरूर पडावी, हे संभवत नाही! असो, एकंदरीत जोतीरावांचा ग्रंथ अत्यंत मोलवान आहे. याची किंमत आमच्या ज्ञातिबंधूस जरी दुप्पट पडणार आहे, तरी तीही भरून तो संग्रहास बाळगण्याची आम्ही त्यास शिफारस करतो. निदान प्रत्येक पुस्तकालयात व विशेषतः पदार्थसंग्रहालयात तरी त्याची प्रत असणे जरूर आहे...'

जोतीरावांना आणि त्यांच्या विचारांना तुच्छ लेखण्याचा प्रयत्न प्रत्येक शब्दातून प्रकट झाला होता. जोतीरावांचे विचार खोडून काढता येतील, असे मुद्दे जवळ नव्हतेच. तेव्हा शूद्रांनी ब्राह्मणांच्या जुलमाचा बाऊ करण्यात अर्थ नाही, ब्राह्मण-शूद्र संबंधांत दास्य, जुलूम हे शब्द दांडगाईनेच लावता येतात, असे तकलुपी बचाव शास्त्रीबुवांनी केले होते. परीक्षणाच्या समारोपाकडे वळताना शास्त्रीबुवा म्हणत होते,

'...हल्लीच्या काळी आमच्या जोतिबांसारख्या पठ्ठ्यांनीं निर्धास्तपणे ब्राह्मणांवर भोंकले असता त्यात त्यांची कितपत बहादुरी आहे व वेळेनुसार तोंडावर तुकडा टाकणाऱ्या धन्याच्या पुढे लाळ घोटण्यात कितपत राजनिष्ठा व सत्यनिष्ठा आहे; तसेच हल्लीच्या देशस्थितीत एकमेकाला शिव्या देण्याकरिता समाज स्थापणे यात कितीसे शहाणपण आहे – इत्यादी सर्व गोष्टींविषयी विचार करावा लागेल; पण ज्या अर्थी जोतिबांचा समाज अद्याप बाल्यावस्थेतच आहे, एकीकडे हडपसर व दुसरीकडे भांबुरडे याच त्याच्या प्रचंड सीमा होत, त्या अर्थी असल्या 'क्षुद्र' सभेवर हत्यार धरण्यास आम्ही उत्साह पावत नाही. स्वामींच्या आर्य समाजाप्रमाणे त्याचा जेव्हा अवाढव्य विस्तार होईल व सत्यसमाज मंदिराच्या अग्रभागी जोतीरावांचा संगमरवरी पुतळा त्यांच्या शुभ्र यशाचे स्मारक म्हणून स्थापला जाईल तेव्हा त्यांच्या मतांच्या यथार्थत्वाविषयी विचार करता येईल!'

स्वदेश, स्वधर्म आणि स्वभाषा यावर पांडित्य करणाऱ्या शास्त्रीबुवांना शूद्र हीसुद्धा माणसंच आहेत. त्यांनाही माणसांसारखं जगावंसं वाटतं, हेच मान्य नव्हतं. म्हणूनच इंग्रजांविषयी जोतीरावांनी व्यक्त केलेली कृतज्ञता त्यांना एवढी बोचली

असावी. तिचाही त्यांनी आपल्या त्याच कुत्सित भाषेत समाचार घेतला होता. जोतीरावांसाठी शूद्रकवी, शूद्रधर्मसंस्थापक, शूद्रशिरोमणी अशी शेलकी विशेषणे वापरली होती आणि हे सगळं 'मि. जोती वयाने चांगले पोक्त आहेत, म्हणून ऐकतो' असं म्हणून जोतीरावांना ओळखत नसल्याचा डौल घालून चाललं होतं.

शब्दाशब्दांतून शास्त्रीबुवांचा अहंकार स्पष्ट दिसत होता. ब्राह्मणेतरांविषयी त्यांना वाटणारी तुच्छता लपून राहिली नव्हती. त्यांच्या या टीकेला एवढी विखारी धार चढायचं आणखी एक तसंच सबळ कारण होतं आणि ते म्हणजे, तात्यांनी थोरल्या शास्त्रीबुवांना 'गुलामगिरी'तून दिलेला तो शालजोडीतला आहेर!... रांडेने गुलाम केलेला प्रतिबृहस्पती! हाच तो आहेर. खुनशी स्वभावाचे शास्त्रीबुवा त्या गोष्टीकडं इतकं सहज दुर्लक्ष करतील, हे शक्यच नव्हतं.

झालेल्या टीकेबद्दल वाईट वाटण्याऐवजी भांडण विसरून कृष्णराव भेटीला आले, याचा तात्यांना अधिक आनंद झाला. दुष्काळी स्थितीवर उपाय सुचविणारा तात्यांचा लेख 'दीनबंधू'साठी आला, तेव्हाच कृष्णरावांनी भांडणाचा मुद्दा बाजूला ठेवला होता.

कृष्णरावांना शांत करीत तात्या म्हणाले,

''कृष्णराव, ही टीका मनावर घ्यायचं कारण नाही. 'निबंधमाला' हे त्यांचं व्यक्तिगत रागलोभ उगवायचं साधन झालं आहे. त्याकडं फार लक्ष देऊ नका.''

''नाही, तात्यासाहेब. या टीकेला खरमरीत उत्तर दिलं पाहिजे.'' कृष्णराव अजूनही नुसते धुमसत होते.

''त्याची गरज नाही. त्यांनी मोठमोठे शब्द वापरून निंदा केली म्हणून आपले विचार चुकीचे ठरत नाहीत. 'सत्य असत्याशी मन केले ग्वाही' ही उक्ती आपण नेहमी समोर ठेवली पाहिजे. सत्यशोधक समाज टिकणार नाही, असं त्यांना वाटतं तर एवढी तसदी घ्यायची काहीच गरज नव्हती; परंतु ते तेवढी तसदी घेतात. कारण त्यांना आपला विचार हाणून पाडायचा आहे. कोण बरोबर, कोण चूक हे उद्याचा काळच ठरवणार आहे. त्यांच्याशी भांडत बसण्यात शक्ती खर्च करण्याऐवजी आपण आपल्या कामांत शक्ती वेचली पाहिजे. आपल्या कामावर आपली निष्ठा असेल, तर कुठल्याही टीकेचा परिणाम आपल्या मनावर होत नाही. आपणही असे शाब्दिक वाद घालत राहिलो, तर आपलं आपल्या कामाकडे दुर्लक्ष होईल... महाराष्ट्रावर एवढं दुष्काळाचं संकट कोसळलं. भाषाशास्त्र, इतिहास या विषयांवर विद्वत्ता दाखवणाऱ्या या विद्वानानं त्याविषयी चकार शब्द तरी काढला? त्या वेळी त्यांचा स्वदेशाविषयीचा अभिमान कुठं गेला होता? उपाशीपोटी टाचा घासून मरणारे शूद्र देशबांधव त्यांना दिसत नव्हते?...

''त्यांची देशाची कल्पना तरी कोणती आहे? नेशन म्हणजे एकमय लोक; परंतु जिथं सगळे नागरिक स्वतंत्र नाहीत, बहुसंख्य लोक अपवित्र आणि मूठभर लोक

पवित्र, असा भेदभाव आहे; असा अठरा धान्यांच्या चरचरीत कोडबुळ्यासारखा हा समाज म्हणजे नेशन हे कसं होऊ शकेल? देशभक्तीच्या गोष्टी सांगणाऱ्या या विद्वानाला एवढं तरी कळतं का? जे लोक स्वत:कडं श्रेष्ठत्व घेऊन जगातल्या सर्व लोकांना तुच्छ मानतात, त्यांना आमच्या दु:खाची आच लागणार नाही. जिस तन लागे वही तन जाने, बीजा क्या जाने गव्हारा रे, हेच खरं. तोंडापुरतं का होईना, ब्राह्मणी ग्रंथ बनावट आणि कार्यसाधक आहेत, हे त्यांनीही मान्य केलंच आहे. त्या ग्रंथांचा भेद करायची कुवत असलेले विद्वान अजून शूद्रांत निर्माण व्हायचे आहेत, ही गोष्ट खरी; परंतु आज ना उद्या ते निर्माण होणारच आहेत तेव्हा या विद्वानांची पत्रास कोणी चालू देणार नाही.''

कृष्णराव म्हणाले,

''इंग्रजी विद्येचा लाभ सर्वांना सारखा घडत असला, तरी प्रत्येकात तो लाभ घेण्याची कुवत आहे का, याचा विचार त्यांनी केलेला नाही. ती हळूहळू घडून येणारी गोष्ट आहे, हे त्यांनी ध्यानात घेऊ नये, याचं नवल वाटतं.''

तात्या म्हणाले,

''समाजस्थिती माहीत नसल्याचं हे लक्षण आहे. तरीही ते आमच्या स्थितीवर पांडित्य करतात. इंग्रजांवर उलटं तोंडसुख घेताना त्यांना आपल्याच देशबांधवांवर भटशाहीनं केलेले अत्याचार का आठवत नाहीत? आम्हावर लादण्यात आलेल्या गुलामगिरीचं त्यांना काडीइतकं सोयरसुतक नाही. उलट, ते या गुलामीचं कौतुक करताहेत. त्यांचा हा विचार पाहा : 'वरील प्रकारचे दास्य केवळ हिंदुस्थानातच आहे किंवा सुधारणेच्या शिखरास पोचलेल्या देशातही त्याचे प्राबल्य आहे, याविषयी थोडा विचार केला असता, ब्राह्मणांच्या जुलुमाचा सत्यशोधकांनी जो बाऊ करून ठेवला आहे, तो बराच नाहीसा होईल.' म्हणजे इतरांचं दु:ख पाहून तुम्ही तुमच्या दु:खावर फुंकर घाला आणि आहात त्या स्थितीत समाधान माना, असंच त्यांना सांगायचं आहे. समाजाला दैववाद सांगणं म्हणजे 'निबंधमाला' चालवणं नव्हे. आमचं दैवं फिरल्यामुळे आम्ही हल्लीच्या स्थितीला आलो, या आळशी तत्त्वज्ञानाला काय म्हणावं? हिंदुस्थानच्या प्रकृतीला काहीही झालेलं नाही तर ही स्थिती कशानं आली? ही स्थिती सुधारण्याचा उपाय ज्ञानप्रसार हाच आहे तर आम्ही काय करत आहोत? मग ही आगपाखड कशासाठी? शूद्रातिशूद्रांना काळी अक्षरं कळू लागली आहेत, खऱ्या-खोट्याचं ज्ञान होऊ लागलं आहे, हेच त्यांना नको आहे. विद्येचा गडवा आपल्याच हाती राहावा आणि इतरांनी त्यांचं दास होऊन राहावं, असंच त्यांना वाटतं; परंतु हे कपट आता चालणार नाही. त्यांच्याविरुद्ध बंड करून आम्ही विद्या घ्यायला सुरुवात केली, त्याच दिवशी त्यांच्या या कपटाला सुरुंग लागला आहे. कृष्णराव,

या शब्दपांडित्यावर फार विचार करू नका. त्यात आपल्या देशस्थितीचा खरा विचार नाही. शूद्र समाज विद्यासंपन्न होऊ शकणार नाही या भ्रमात ते आहेत. त्यांचा भ्रम दूर करण्यात वेळ घालवण्याऐवजी आपण समाजोन्नतीचा विचार करू या.''

परंतु कृष्णराव आपला हट्ट सोडायला तयार नव्हते. त्या अभिप्रायाला तात्यांनीच उत्तर लिहावं, हा त्यांचा आग्रह होता. शास्त्रीबुवांची आढ्यता, जोतीरावांना ओळखत नसल्याचा त्यांनी आणलेला आव या गोष्टींची त्यांना फार चीड आलेली होती.

''का?'' कृष्णराव तडकले. ''ते तुम्हाला ओळखत नाहीत का? तुम्हा-आम्हाला तर थोरले शास्त्रीबुवासुद्धा ओळखतात.''

तात्यांनी हसून विषय संपवला.

परंतु तात्यांनी टाळाटाळ केली म्हणून; कृष्णराव गप्प बसले नाहीत. त्यांनी स्वत:च लेखणी परजली आणि 'दीनबंधू'तून उत्तर लिहिलं.

थोड्याच दिवसांत तो अंक तात्यांच्या हाती पडला. कृष्णरावांनी लिहिलं होतं :

''मालाकार यांनी आजपर्यंत आपल्या पुस्तकात अनेक विषय प्रसिद्ध केले; पण त्यांचा झोक चरचरीत लिहिण्याकडे असतो की, जेणेकरून दुसऱ्याचा पाणउतारा व्हावा, अशी ऐट असते. जेव्हा त्यांची हुक्की तारीफ करण्याकडे लागते तेव्हा ते त्या कलावर लिहितात... फुले यांनी जे जे लिहिले आहे, ते ते स्मृतिपुराणे यांचे प्रमाणांनी असत्य असे व्यक्त करून दाखविले असते, तर त्यांची तारीफ करता आली असती... ईश्वरकृपेने या देशावर इंग्रजी राज्य आले, म्हणूनच आज पुढारी ज्ञातीशिवाय इतरांस काहीतरी ज्ञान प्राप्त होऊन आपले हक्क कळू लागले आहेत. मालाकार आपले ज्ञातीचे स्वभावाप्रमाणे दीर्घदर्शी व गुप्तद्वेषी मतलबीही आहेत. इतर ज्ञातींची सुधारणा त्यांस अगदी आवडत नाही... आता मालाकार यांनी धूर्तांनी नाडलेले, दारिद्र्याने पिडलेले आणि अज्ञानात गाडलेले अशा गाईबापड्या गरीब शूद्रांवर हत्यार धरणे म्हटले म्हणजे, फारच विपरीत समजले पाहिजे.''

कृष्णरावांनी लिहिलेलं उत्तर खरोखर तर्कसंगत होतं; परंतु ते वाचून विष्णुशास्त्र्यांच्या विचारात फरक पडणार नव्हता. ते उत्तर लिहून कृष्णरावांनी आणखी एका तशाच वावदूक प्रतिक्रियेची तरतूद करून ठेवली.

६२

मुंबईहून नारायणराव लोखंडे तात्यांच्या भेटीसाठी आलेले होते. मामा परमानंद, रामजी संतूजी आवटे यांच्याकडून त्यांनी तात्यांविषयी खूप ऐकलं होतं. पुढं मुंबईतील सत्यशोधकांच्या सहवासात आल्यानंतर तात्यांच्या भेटीसाठी त्यांनी सरळ पुण्याकडे प्रस्थान ठेवलं. काही दिवस रेल्वेत आणि पोस्टात नोकरी केल्यानंतर सध्या

ते मांडवी मिलमध्ये स्टोअर कीपर म्हणून काम करत होते.

मुंबईत कापड गिरण्यांचा धंदा तेजीत आला होता; परंतु कामगारांचे हाल चालले होते. अनेक अडचणींनी घेरलेल्या कामगार बांधवांसाठी काहीतरी केलं पाहिजे, ही तळमळ त्यांना स्वस्थ बसू देत नव्हती. त्यांनी आपला विचार तात्यांना बोलून दाखवला. कामगारांचं संघटन करून प्रश्नाचा पाठपुरावा कसा करता येईल, यावर बरीच चर्चा झाली. कृष्णरावांना बोलावून घेऊन तात्यांनी त्यांची आणि लोखंडे यांची गाठ घालून दिली. ओळख-परिचय होताच त्या दोन समवयस्क तरुणांची चांगलीच गट्टी जमली. कृष्णरावांच्या 'दीनबंधू'चा मोहरा सध्या प्रार्थना समाजाकडं वळला होता. प्रार्थना समाजाला ते मतलबसिंधू समाज म्हणत. शेतकरी आणि सामान्य गोरगरिबांच्या हिताचा, त्यांच्या गरजांचा विचार न करणारा प्रार्थना समाज त्यांच्या मते केवळ मतलबसिंधू समाज होता. सार्जनिक सभेविषयीचं त्यांचं मत तात्यांपेक्षा वेगळं नव्हतं. त्यांच्याही मते ती एक सार्वजनिक भटसभाच होती. शूद्रांच्या हिताचं रक्षण करणारी पर्यायी सभा स्थापन करण्याचा विचार ते बोलून दाखवत. त्यांच्या टीकेचा दुसरा विषय म्हणजे मराठा संस्थानिक. त्यांच्या ब्राह्मणधार्जिण्या वृत्तीवर ते प्रखर टीका करीत. तांत्रिक शिक्षण आणि जातिभेद-निर्मूलन यांतूनच नव्या हिंदुस्थानाचा अभ्युदय घडेल हा विचार ते पुन:पुन्हा मांडत होते.

लोखंडे यांना येऊन आज तीन दिवस झाले होते. आज ते परतायचं म्हणत होते. बैठकीत बरीच मंडळी जमली होती. काही लोक खास लोखंडे यांना निरोप द्यायला आलेले होते. दुपारचं जेवण झाल्यावर लोखंडे निघणार होते.

सीतारामनं कोणीतरी भेटायला आलं असल्याची वर्दी दिली. तात्या बैठकीतून बाहेर डोकावले.

तिघे अनोळखी तरुण अंगणात उभे होते. पेहरावावरून ते शेतकरी कुटुंबातले दिसत होते.

''नमस्कार तात्यासाहेब.'' तिघांपैकी एकजण म्हणाला.

''नमस्कार, या...''

तिघे बैठकीत आले.

''आम्ही वेताळ पेठेत राहतो.'' त्यांच्यातला एक बोलका तरुण सांगू लागला. ''शनिवारच्या सभेत आम्ही आपलं भाषण ऐकलं. म्हणून आपल्या भेटीसाठी आलो.''

''आणि...'' दुसरा म्हणाला, ''शक्य असेल, तर आज तुम्हाला पान-सुपारीसाठी बोलवावं, असा आमचा विचार होता...''

''आज नको. आज पाहुणे आलेले आहेत. नंतर कधीतरी येऊ.'' तात्या म्हणाले,

''नाही, तात्यासाहेब. ही आमची आग्रहाची विनंती आहे. आज या आणि पाहुण्यांनाही घेऊन या. मुंबईचे पाहुणे आमच्याकडे पुन्हा कधी येणार? आमचं घर

काही फार दूर नाही. इथं जवळच आहे.'' तो बोलका तरुण म्हणाला.

बोलत-बोलत ते तिघे इतके गळ्यात पडले की, तात्यांना त्यांच्या निमंत्रणाचा अव्हेर करता येईना.

''जाऊन येऊ, तात्यासाहेब.'' शाहिरांनी तोडगा काढला.

तात्यासाहेब, नारायणराव लोखंडे, शाहीर धोंडीराम, भीमाजीराव बिरमल ही सर्व मंडली वेताळ पेठेकडे निघाली. त्या तिघांतला एकजण तात्यांच्या आगमनाची वर्दी देण्यासाठी पुढे पळाला.

थोड्याच वेळात सर्व मंडळी वेताळ पेठेतल्या एका वाड्यासमोर आली. वाडा शेतकऱ्याचा दिसत होता.

''या...'' पुढं आलेला तो तरुण स्वागतासाठी दारात उभा होता.

सर्वजण बैठकीत आले. लोड-तक्क्यांनी सजलेली ती बैठक शेतकऱ्याच्या घरात काहीशी विसंगत वाटत होती.

गप्पा सुरू झाल्या. आसपास शेजारची आणखी काही मंडळी येऊन बसली. पान-सुपारीचं तबक पुढं आलं. पान-सुपारी झाली.

उपस्थितांपैकी एक पोक्त गृहस्थ म्हणाले,

''तात्यासाहेब, मी कित्येक दिवस आपल्या सत्यधर्माविषयी ऐकतो आहे, त्याविषयी विचार करतो आहे. आपण सत्यधर्माचा विचार मांडता, तर सत्यधर्मी कोणास म्हणावं, असं आपणांस वाटतं?''

''आपलं नाव?'' तात्यांनी विचारलं.

''मी बळवंत हरी साकवळकर. इथं शेजारी राहतो. आपण आल्याचं कळलं, म्हणून भेटीसाठी आलो.''

साकवळकरांची जिज्ञासा जाणून तात्या म्हणाले,

''जो माणूस खोटं बोलत नाही, चोरी करत नाही किंवा कुठलंही अपकृत्य करत नाही आणि तसं करणाऱ्यास मदत करत नाही. त्यास सत्यधर्मी म्हणावं. जो माणूस कुठलाही भेदाभेद करत नाही, धर्माच्या नावाखाली अथवा कुठल्याही सबबीखाली अज्ञ जनांची फसवणूक करत नाही किंवा त्यांना भोंदाडून खात नाही आणि तसं करणाऱ्यांना मदत करत नाही, त्यास सत्यधर्मी म्हणावं. जो माणूस दगडधोंड्यांची पूजा करण्याऐवजी फक्त विश्वाच्या निर्मात्यास मान देतो आणि सर्व प्राणिमात्रांस त्यांचं मूलभूत स्वातंत्र्य उपभोगू देतो, त्यास सत्यधर्मी म्हणावं.''

आणखीही काही उदाहरणं देऊन तात्यांनी सत्यवर्तनाचं आणि सत्यधर्माचं स्वरूप स्पष्ट केलं.

साकवळकरांच्या सर्व शंका दूर झाल्या. तात्यांच्या विचारांनी प्रभावित झालेले साकवळकर म्हणाले,

"तात्यासाहेब, तुम्ही सत्यधर्माचा विचार मांडणारं पुस्तक का छापत नाही?"

साकवळकर शाहिरांच्या मनातलं बोलले होते. त्यांनी कधीपासून तात्यांकडे हा लकडा लावला होता. त्यांनीही साकवळकरांच्या विधानाला दुजोरा दिला.

तात्या हसले. म्हणाले,

"आजच पुस्तक छापून काय उपयोग आहे? ज्यांच्यासाठी पुस्तक काढायचं, त्यांना अजून वाचायला येत नाही आणि ज्यांना वाचायला येतं, ते लोक हे पुस्तक हातात घरतील, याची खात्री नाही; तरीही वेळ मिळेल तेव्हा सत्यधर्माचे हे सर्व नियम मी लिहून काढणार आहे. त्याला अजून वेळ आहे. तोवर भाषणांतूनच हा विचार लोकांपर्यंत पोचवावा लागणार आहे."

चर्चा बरीच रंगली. बोलताबोलता बराच वेळ गेला.

"ठीक आहे. आता आम्ही येतो." तात्या म्हणाले.

तात्यांचा निरोप घेऊन आत गेलेला तो बोलका तरुण बाहेर आला, तेव्हा त्याच्या हातात फुलांचा हार होता. तात्यांना पुष्पहार घालून निरोप द्यावा, अशी त्याची इच्छा होती. पुढं होऊन त्यानं तो हार तात्यांच्या गळ्यात घातला आणि तो झटकन बाजूला झाला.

"तात्यासाहेब, हारात विंचू!" भीमाजी बिरमल ओरडले.

तात्यांनी झटकन हार तोडून बाजूला फेकला. चार-पाच जिवंत विंचू हारात बांधलेले होते. अर्धमेले झालेले ते विंचू जागीच वळवळत होते.

"हे पाहा... हे पाहा विंचू." भीमाजीराव त्या तरुणांकडं रागानं पाहत ओरडले.

"काय हो, असा अपमान करण्यासाठी का तुम्ही तात्यासाहेबांना इथं बोलावलं होतं? हे तुम्हाला शोभत नाही." संतप्त झालेले शाहीर म्हणाले. बऱ्याच वेळापासून ते त्या तरुणांच्या संशयास्पद हालचाली पाहत होते. त्यांच्या वागण्यातली अतिनम्रता त्यांना काहीशी खटकलीही होती.

"बंधूंनो, रागावू नका." तात्या म्हणाले. "सदुपदेशानं उपद्रवी प्राणीसुद्धा निरुपद्रवी बनू शकतात, हे दाखवण्याची संधी त्यांनी दिली आहे; त्यामुळे अशा उपकारकर्त्या माणसांना दोष देणं आपल्याला शोभत नाही. उलट आपण त्यांना धन्यवाद दिले पाहिजेत. त्यांच्यामुळेच या सर्व मंडळींना सत्यधर्माचा विचार ऐकायला मिळाला."

तिघे तरुण खजील होऊन उभे होते. चेहऱ्यावरचा थट्टेचा भाव कधीच लयास गेला होता. तात्यांची फजिती करायला जाऊन ते स्वत:च फजीत झाले होते.

"तात्यासाहेब, आम्ही चुकलो. आम्हाला क्षमा करा..." तो बोलका तरुण एकदम तात्यांच्या पायांवर पडला.

तात्या दूर सरकले. म्हणाले,

"नमस्कार त्या सर्वशक्तिमान ईश्वराला करा. नमस्कार स्वीकारण्याचा अधिकार

त्याला आहे. अल्पबुद्धी मानवाला तो अधिकार नाही.''

तात्यांची क्षमाशीलता पाहून ते तरुण इतके शरमले होते की, त्यांना नजर उचलून वर पाहायचंही धाडस होत नव्हतं. त्यांनी हे कृत्य कोणाच्या तरी सांगीवरून केलेलं होतं, हे उघडच होतं. त्यांची मनोवस्था ओळखून तात्या म्हणाले,

''तुम्ही स्वत:च्या बुद्धीनं हे केलेलं नाही; परंतु एक गोष्ट लक्षात घ्या. किती दिवस असे दुसऱ्याच्या बुद्धीनं चालणार? आता स्वत:च्या बुद्धीनं, विचारानं वागायला शिका. सत्यशोधक समाजाची स्थापना आम्ही कुणासाठी केली आहे? आपल्या शूद्रातिशूद्र बांधवांसाठीच ना? ते कार्य आपणा सर्वांचं आहे. त्यात सहभागी होण्याऐवजी तुम्ही अशी टवाळखोरी करू लागलात...''

''नाही, नाही, तात्यासाहेब. आम्ही चुकलो, आम्हाला माफ करा.''

ते तिघे तरुण पुन:पुन्हा माफी मागू लागले. झाल्या गुन्ह्याबद्दल पश्चात्ताप करू लागले.

त्यांची समजूत घालून तात्या वाड्याबाहेर पडले.

ते तिघे तरुण आणि बळवंत हरी सर्वांना सोबत करीत फुले वाड्यापर्यंत आले.

पान-सुपारीचा हा कार्यक्रम वाया गेला नाही. सार्वजनिक सत्यधर्माला तीन निष्ठावंत अनुयायी आणि सक्रिय कार्यकर्ते मिळाले. बळवंत हरी साकवळकर यांच्यासारखे जिज्ञासू सत्यशोधक मिळाले.

६ ३

खडकवासल्याचा तलाव ओसंडून वाहत होता. खरीप संपताच कालव्यांतून पाणी खेळणार होतं. या वर्षीचा रब्बीचा हंगाम कालव्याच्या पाण्यावर येणार होता. तात्या सांगत होते तो चमत्कार खरा ठरणार होता; परंतु कुठून आवई उठली कुणास ठाऊक, तलावाचं पाणी घेतलं, तर म्हणे, शेतकऱ्यांच्या जमिनी जप्त होणार होत्या. त्यासाठीच सरकारनं हा तलाव बांधला होता आणि तात्यासाहेब फुले, म्हणे, सरकारला सामील होते. उन्हाळ्यात झालेलं कालव्यांच्या फायद्यावरचं भाषण लोक विसरून गेले होते. ज्यांच्या ते लक्षात होतं, त्यांना वेगळाच वास येत होता.

लोकांची समजूत घालताघालता तात्यांच्या तोंडाला फेस आला. गंगेचं पाणी अडवून शेतीला घालणं यात शेतकऱ्यांना मोठंच पाप वाटत होतं.

मांजरीच्या ज्ञानोबा पाटलांनी जमीन विकायला काढली होती. शेतकऱ्यांना उदाहरण घालून द्यायची आयतीच संधी आली. तात्यांनी ताबडतोब सौदा पटवून जमीन ताब्यात घेतली. कंत्राटाच्या धंद्यात कमावलेला पैसे कारणी लागला. सुमारे साठ एकरांचा तो विस्तीर्ण पट्टा पाहून तात्यांच्या कार्यशक्तीला नवी चालना

मिळाली; परंतु त्यातली बरीचशी जमीन पडीक होती. तात्यांनी ती सर्व जमीन लागवडीखाली आणायचं ठरवलं.

६४

'दीनबंधू'नं शेतकऱ्यांच्या हितासाठी कायदे पास व्हावेत म्हणून सरकारची झोप उडविली होती. त्याचा परिणाम होऊन सरकारनं शेतकऱ्यांच्या परिस्थितीची पाहणी करण्यासाठी चौकशी समिती नेमली. सर्व प्रकारच्या प्रतिकूलतेवर मात करीत कृष्णराव 'दीनबंधू'चा गाडा रेटतच होते.

याच सुमारास विष्णुशास्त्री चिपळूणकरांनी पुन्हा 'दीनबंधू'वर हल्ला चढवला. ज्या शूद्र सभेवर हत्यार धरायला ते उत्साह पावत नव्हते, त्या सभेनं त्यांना पुन्हा लेखणी उचलायला भाग पाडलं. कारण सत्यशोधक समाजामुळे सामाजिक जीवनात वितुष्ट वाढेल, अशी काळजी त्यांना पडली होती. सत्यशोधक समाज हा त्यांच्या मते 'ख्रिस्ताळलेला समाज' होता; परंतु याही वेळी त्यांनी जोतीरावांचं आणि 'दीनबंधू'कारांचं भाषाज्ञान तपासण्यापलीकडं काय केलं होतं, हाच प्रश्न होता.

जोतीरावांना ते मोहरीच्या दाण्याइतकीही किंमत द्यायला तयार नव्हते. तात्यांचा आर्यभटांच्या आगमनाविषयीचा सिद्धान्त हा त्यांना बखेडा माजविणारा मूर्खपणा वाटत होता. शूद्र धर्मसंस्थापक, शूद्र देशहितेच्छू या शब्दांत तात्यांची हेटाळणी करून त्यांनी आपल्या ज्ञातीच्या सुधारणेचा समंजसपणे उद्योग केल्यास त्यात त्यांच्या ज्ञातीचं व देशाचंही कल्याण होणार आहे, असा सल्ला शास्त्रीबुवांनी दिला होता आणि वरून साऱ्या जातींनी आजवर जसा आर्यभूमीचा अभिमान बाळगला आहे तसा तो सत्यसमाजवाल्यांनीही बाळगला, तर अजूनही आमची स्थिती सुधारेल, असा आत्मविश्वासही व्यक्त केला होता. कागदावरची शाई वाळायला जितका अवधी लागेल, तितकाही वेळ हा समाज टिकाव धरणार नाही, असं नवं भाकीत त्यांनी या अंकात केलं होतं.

त्यांनी आणखीही काही मुद्दे आपल्या विद्वत्ताप्रचुर भाषेत मांडलेले होते. ब्राह्मण विद्वानांत आता शूद्रांविषयी पूर्वीप्रमाणे ग्रह राहिलेले नाहीत, असे आढेवेढे घेऊन त्यांनी लिहिलं होतं :

'आता हे खरे आहे की, ब्राह्मण म्हणजे सर्वच अत्यंत सुजन आहेत व त्यांत दोष म्हणून सापडावयाचाच नाही किंवा शूद्रांचे सर्व दुःखाक्रोश व्यर्थ असून, त्यांच्या स्थितीत सुधारणा करण्याची बिलकुल गरज नाही, असे आमचे मुळीच म्हणणे नाही. आमच्या ज्ञातीचे जे काही वास्तविक दोष असतील, ते सर्व आम्हास कबूल आहेत, त्यावर पांघरूण घालण्याची किंवा ते नाहीत, असे म्हणण्याची आमची बिलकुल इच्छा नाही. त्याचप्रमाणे

आमचे शूद्र देशबंधूंवर जातिभेदाच्या संबंधाने वगैरे जी दुःखे खरोखर येत असतील, ती हलकी करणे आम्हास मान्य आहे आणि आमची पक्की खात्री आहे की, या कामात आमच्या ज्ञातीबंधवांची विमुखता दृष्टीस पडणार नाही. इतकेच नव्हे, तर ते पुष्कळ मोठ्या उत्साहाने त्यास साह्यही करतील.'

परंतु हे सर्व नक्राश्रू आहेत, हे उघडच दिसत होतं. मनातला संताप यायचा तिथं बरोबर उफाळून आला होता. राजनिष्ठेविषयी सत्यशोधक समाजाला दोष देताना आपण आपल्याच देशबांधवांना खालच्या पायरीवर ठेवतो आहोत, त्यांना जातीच्या नावाखाली हिणवत आहोत, याची पर्वा शास्त्रीबुवांनी केलेली नव्हती. त्यांनी लिहिलं होतं,

'आमच्या शूद्र प्रतिपक्षांनी नेहमी लक्षात ठेवावे की, चित्पावन हे चितेपासून जिवंत झालेले असोत किंवा इराणातून आलेले असोत, त्यांचे नैसर्गिक गुण जे यापूर्वी प्रकट झाले आणि अद्यापही होत आहेत, ते छप्पन गुलामगिऱ्यांनी व शंभर जातिभेदसारांनी लवमात्रही कमी होणारे नव्हेत. चित्पावनांनी गेल्या शतकात सारा हिंदुस्थान दणाणून देऊन आपल्या क्षत्रिय कुलांतक छत्रपतीप्रमाणे दिग्विजय केला व अद्यापही त्यांचे बुद्धिवैभव जसेच्या तसे जागृत आहे, या गोष्टी सर्वजनश्रुत आहेत... जोतीप्रभृतींनी कोल्हेकुई केली, तरी ती सर्वच व्यर्थ होय... ब्राह्मण कितीही लबाड असले व कितीही दुष्ट असले, तरी एक गोष्ट निर्विवाद आहे, ती ही की, ज्ञानभांडाराच्या किल्ल्या त्यांच्या कंबरेला आहेत. त्यांच्या साह्याशिवाय इतर ज्ञातीस ज्ञानाचा लाभ होण्याचा बहुधा मुळीच मार्ग नाही...'

जातीचा दुखावलेला अहंकार शब्दाशब्दांतून बोलत होता. हेच शात्रीबुवा, ब्राह्मणलोक शूद्रांची दुःखं हलकी करायला येतील, अशी आश्वासनं देत होते; परंतु यावर कोण विश्वास ठेवणार होतं? निदान सत्यशोधक तरी निश्चितच ठेवणार नव्हते.

'निबंधमाले'चा तो अंक घेऊन कृष्णराव तात्यांकडं आले. आल्या-आल्या ते म्हणाले,

"तात्यासाहेब, तुम्ही म्हणता, तेच खरं आहे. या विद्वानांशी शाब्दिक वाद घालत बसण्यात काहीच अर्थ नाही. ऊपरकी तो खूब बनी, अंदरकी राम जानी असा यांचा प्रकार असतो."

"कृष्णराव...", तात्या म्हणाले, "या विद्वानांची सगळी विद्वत्ता वर्णव्यवस्थेचे गोडवे गाण्यातच खर्च होणार. कारण ती त्यांच्या फायद्याची आहे. जातिश्रेष्ठत्वाची भावना त्यांच्या रक्तातच भिनलेली असते. या समाजव्यवस्थेचं व्याकरण तपासून, नव्या समाजाची मांडणी करण्याचा आमचा प्रयत्न डावलून, ते आमचं व्याकरणाचं ज्ञान तपासत बसतात. त्यासाठी पाहिजे तसा कांगावखोर विपर्यास करतात. त्यांना शूद्र समाजाच्या सुख-दुःखांशी काहीच देणं-घेणं नाही. अशा शब्दपांडित्यातच

त्यांची विद्वत्ता खर्च होणार. कारण त्यांना तेवढंच करता येतं. त्यांच्याकडून अपेक्षा ती कोणती करणार?''

''म्हणजे तुम्ही हा अंक वाचला आहे, तर!''

''हो, वाचला आहे आणि उत्तर लिहायचं नाही, असंही ठरवलं आहे. तरीही मी या टीकेचं स्वागत करतो. आत्मपरीक्षणासाठी आम्हाला या टीकेची मदतच होईल. निंदकाचे घर असावे शेजारी. आता हेच पाहा :'' 'निबंधमाले'चं ते पान काढून तात्या वाचून दाखवू लागले,

''जर त्यास आपल्या ज्ञातीबंधूंची सुधारणा कर्तव्य असेल, तर ती 'गुलामगिरी'सारखे ग्रंथ तयार केल्याने व जे आपल्याहून सर्व प्रकारे श्रेष्ठ त्यांस नुसत्या शिव्या दिल्याने होणार आहे, असे मुळीच नाही.' आम्हाला माळी जातीची सुधारणा पाहिजे आहे, असं त्यांना वाटतं. त्यांना ज्याप्रमाणे आपल्या जातीपलीकडं काही दिसत नाही, त्याप्रमाणे आम्हालाही माळी जातीपलीकडं काही दिसत नसेल, अशी त्यांची धारणा आहे. ज्या लोकांना आपल्या विधवा भगिनींची दु:खं दिसत नाहीत, त्यांना इतर समाजाची दु:खं ती काय दिसणार? शूद्र समाज आहे तिथंच राहावा, असंच त्यांना वाटतं. कारण तेच त्यांच्या हिताचं आहे. शूद्र समाजाकडं ते किती हीन दृष्टीनं पाहतात, याचा हा पुरावा आहे आणि तेच पुन्हा, ब्राह्मण लोक शूद्रांची दु:खं हलकी करायला येतील, म्हणून गोमा घालत आहेत. यावरून आपण एवढाच बोध घ्यायचा की, आपल्या कार्याच्या सीमा आता आपण आणखी वाढवल्या पाहिजेत. आपलं कार्य माळी जातीपुरतं मर्यादित आहे, असं कोणाला वाटत असेल, तर तो समज दूर होईल, असं वागलं पाहिजे. मी या टीकेला उत्तर देणार नाहीच; पण तुम्हीही ते देत बसू नका. हे शब्दपंडित असाच वाद घालत बसणार आणि आपली विद्वत्ता पाजळत राहणार. त्यांना काही सांगणं म्हणजे पालथ्या घड्यावर पाणी घालणं आहे. क्रियेवीण व्यर्थ वाचाळता, जळो ती विद्वत्ता जोती म्हणे.''

कृष्णराव हसले आणि त्यांनी तो विषयच संपवला.

६५

खरीप संपताच कालव्याला पाणी सोडण्यात आलं. तात्यांनी ऊस आणि भाजीपाल्याची लागवड करायचं ठरवलं. काही बरड जमिनीत फळबागेची योजना होती. तात्यांना अनेक दिवसापांसून औंधच्या माळावरची गव्हर्नर साहेबांच्या बंगल्याभोवतीची फळबाग दिसत होती. अगदी तशीच फळबाग ते आपल्या या शेतात उठवणार होते. फक्त पाण्यावाचून अडलं होतं. एवढ्या जमिनीला पाणी पुरलं पाहिजे म्हणून तात्यांनी आपल्या शेतीसाठी स्वतंत्र नळी बसवून घेतली. शेजारच्या शेतकऱ्यांनाही तिचा फायदा होणार होता.

पुण्याला राहून एवढ्या जमिनीची देखरेख करणं कठीण होतं. तात्यांची ती

काळजी सहादू वाघोल्यांनी दूर केली. तात्यांनी मळा करायचं ठरवल्यावर ते स्वत:च त्यांच्या भेटीला आले. शेतमळ्याची अखत्यारी घ्यायचं त्यांनी मान्य केलं.

कालव्याच्या पाण्यानं मांजरी-हडपसर शिवार भिजू लागलं. शेतकरी प्रत्येक गोष्टीत तात्यांचं अनुकरण करू लागले. भाजीपाला, ऊस आणि फळबागांची लागवड सुरू झाली. थोड्याच दिवसांत हडपसर-मांजरीचं शिवार नंदनवनासारखं डुलणार होतं.

फळबागेची रोपलावणी संपल्यावर तात्या मुंबईला जाऊन आले. या वेळच्या मुक्कामात त्यांनी थोर राजकीय ऋषी मामा परमानंद यांची भेट घेतली. मामा परमानंद म्हणजे व्रतस्थ त्यागी जीवनाचा आदर्श. अग्रगण्य विचारवंत आणि सिद्धहस्त पत्रपंडित असूनही ते सहसा कुठल्याही व्यासपीठावर दिसत नसत. प्रसिद्धीविमुखता हा त्यांच्या स्वभावाचाच एक भाग होता. प्रसिद्धी, मानसन्मान यांपासून दूर राहून निष्ठेनं आपलं अंगीकृत कार्य करत राहावं हा त्यांचा स्वभाव. विधवाविवाह चळवळीच्या संदर्भात त्यांनी केलेलं कार्य फार महत्त्वाचं ठरलं. अशा धाडसी लोकांसाठी त्यांचा मदतीचा हात सदैव पुढे असे.

मामांची भेट हा तात्यांच्या दृष्टीनं एक अविस्मरणीय अनुभव ठरला. शेतकऱ्यांच्या प्रश्नांबद्दल आणि ते सोडविण्यासाठी चाललेल्या तात्यांच्या धडपडीबद्दल मामांना किती आस्था होती, याचा तो प्रत्यय होता. पाचगणीचे पाटील रामप्पा हेही सोबत होते. त्यांच्यासमक्ष तात्यांनी शेतकऱ्यांच्या प्रश्नांवर लेखन करणार असल्याचा इरादा बोलून दाखवला.

स्वामी रामय्या अय्यावारू यांनी कामाठीपुऱ्यात सत्यशोधक समाजामार्फत शिक्षणकार्याला जोमानं चालना दिली होती. सध्या ते स्वत: मद्यपान निषेधक मंडळीचे अध्यक्ष म्हणून कार्य करीत होते. याखेरीज ते एक ग्रंथालयही चालवीत होते. अनेक धर्मांचा तौलनिक अभ्यास केलेला असल्यानं, स्वामींच्या विचारांना एक भक्कम बैठक असे. ते स्वत: कृतिशील विचारवंत होते. त्यांच्या घरातलं वातावरण धार्मिक असलं, तरी त्यांच्या मनावर नास्तिक मतांचा प्रभाव होता. हाही त्यांच्या अलीकडच्या काळातील अभ्यासाचाच परिणाम होता. देव पाहतो, म्हणून माणसानं सत्यानं वागावं, असं नाही तर सत्य हे चांगलं आहे, अंतिमत: कल्याणकारक आहे म्हणून त्यानं सत्यानं वागावं, अशी त्यांची भूमिका होती. तात्यांच्या आणि त्यांच्या खूप चर्चा झडत, मतभेदही होत; परंतु मतभेद हे मतभेदच राहत. त्यांना व्यक्तिगत भांडणाचं स्वरूप कधीच येत नसे.

सर्व सुहृदांचा निरोप घेऊन तात्या पुण्याला परतले. याच सुमारास पुण्यात काही प्रिय-अप्रिय घटना घडल्या. डॉ. विश्राम रामजी घोले यांना रावबहादूर हा मानाचा किताब मिळाला. दु:खाची गोष्ट म्हणजे, थोरल्या शास्त्रीबुवांचं निधन झालं.

तात्या त्यांच्या अंत्ययात्रेला जाऊन आले. एके काळी त्यांनी केलेलं सहकार्य तात्या कधीही विसरू शकणार नव्हते.

नगरपालिकेच्या कामातही तात्या तेवढ्याच बारकाईनं लक्ष घालत होते. गरीब शूद्रांचं हित साधण्यासाठीच तात्यांनी ती जबाबदारी स्वीकारली होती. कोणत्याही परिस्थितीत तो उद्देश नजरेआड होणार नव्हता. शहरातले रस्ते, स्वच्छता, पाणी शिक्षण इत्यादी अनेक प्रश्न समोर उभे होते. हरी रावजी यांच्या मदतीनं तात्या एकेक प्रश्न धसाला लावत होते. दैनंदिन कामकाजासाठीची नोकरभरती असो किंवा हिशेब तपासणी असो. प्रत्येक गोष्ट तात्यांच्या नजरेखालून जात होती. तात्यांचं नगरपिते म्हणून काम पाहणं म्हणजे पावलोपावली ब्राह्मण नोकरशाहीविरुद्ध झगडा होता. गरीब शूद्रांच्या हिताआड येणारी प्रत्येक गोष्ट पूर्णपणे अव्हेरली जात होती. अजून बरंच काही घडायचं होतं. तत्त्वं कसोटीला लागणार होती, तशी प्रसंगी मैत्रीही पणाला लागणार होती. तात्यांसोबत काम करणं कोणालाही इतकं सोपं नव्हतं.

नवी कामं अंगावर पडली, म्हणून आधीची कामं थांबली नव्हती. सत्यशोधक समाजातर्फे खास निबंधस्पर्धा आयोजित करण्यात आली. निबंधाचा विषय नाकाला झोंबावा असाच होता. 'ज्या शूद्र समाजानं शिवाजी महाराज, शिंदे, होळकर, गायकवाड यांसारखे संस्थानिक निर्माण केले, तो समाज इतका हतबल झाला की, तो केवळ ब्राह्मणांच्याच वस्त्रांची निगा राखतो, असे नाही तर त्यांच्या बायकांच्या वस्त्रांची निगा राखतो. उलट, ब्राह्मण कितीही दारिद्र्याने गांजला, तरी असले हीन दर्जाचे काम स्वीकारावयास तयार होत नाही.'

विषयाला प्रतिसाद चांगला मिळाला; परंतु तात्यांच्या हेतूचा विपर्यास झाला. काही जात्याभिमानी दुखावले गेले. तात्या सांगत होते, त्या गुलामी मनोवृत्तीचा पुरावा शोधायला लांब जायची गरज नव्हती. हीच मनोवृत्ती अर्धशिक्षित शूद्रांना ब्राह्मणांच्या कच्छपी लावत होती. स्वसमाजाच्या दुरवस्थेकडं दुर्लक्ष करायला भाग पाडत होती. रक्तात भिनलेल्या या गुलामीची पाळेमुळे अशी आडवी येत होती; परंतु तीच निखंदून काढायला सिद्ध झालेल्या तात्यासाहेबांना संभाव्य विरोधाची क्षिती नव्हती.

६६

पौषातली थंडी अंगावर काटा फोडत होती. तशा सकाळी तात्या मळ्याकडं निघाले होते. कृष्णाभाऊंची वीराची विहीर मागं पडताच तात्यांनी घोड्याला पुन्हा टाच दिली.

एवढं शिवार बहरलं; पण कृष्णाभाऊंचं रान तसंच राहिलं. तसं पाहिलं, तर अजून बरीच जमीन पडीक राहिली होती. लोक अजूनही पाटाचं पाणी घ्यायला धजावत नव्हते.

काही शेतांतून हिरवागार ऊस डोलत होता. बांधाबांधांवरून पाटाचं पाणी झुळझुळत होतं. काही ठिकाणी माणसं भल्या सकाळी येऊन कामाला लागली होती. गड्यांनी एकमेकांना दिलेल्या हाळ्या कानांवर येत होत्या. तात्यांना आशा होती, आज ना उद्या शेतकऱ्यांना आपलं म्हणणं पटेल आणि हे सर्व शिवार नंदनवनासारखं डुलू लागेल.

तात्या मळ्यात पोचले, तेव्हा केळीसाठी वाफे बांधायचं काम चाललं होतं. सहादू वाघोले उसात पाणी पाहत होते.

ऊन तापू लागलं होतं. हवेत हवीहवीशी ऊब आली होती. घोड्यापुढं गवत टाकून तात्या वाफे पाहत निघाले. फळभाज्यांनी बहर धरला होता. हिरव्या भाज्यांचा ताजा वास हवेत दरवळत होता. कॉलिफ्लॉवरचे गड्डे आता चांगले भरू लागले होते. रंग धरू लागलेली हिरवी-निळी बाळवांगी देठातून बाहेर पडू लागली होती. हिरव्या हिरव्या कोवळ्या मिरच्या फुलवरातून डोकावत होत्या.

तात्या बांधावर आले. आंब्याची कलमं आता चांगली तरारली होती. त्यांच्याभोवती लावलेले बाभळीचे फाटे ठाकठीक करून तात्यांनी सगळा बांध नजरेखाली घातला.

शेतीचा पसारा वाढतच जाणार होता. अजून केळीची बाग लावायची होती. पपई, मोसंबी, संत्री ही रोपं मागवायची होती. रोज आठ-दहा गडीमाणसं कामाला असत. निंदणी-खुरपणीसाठी स्त्रियाही येत.

सर्व पाहणी करत तात्या झोपडीवर आले. झोपडीसमोर केळीची खोडं पडली होती. केळीची बाग लावायची सर्व तयारी पूर्ण झालेली दिसत होती. खरोखर मळ्याची जबाबदारी वाघोल्यांवर सोपवून तात्या अगदी निश्चिंत होते. वाघोले सर्व काही काळजीनं करत.

जावईमाणूस असून वाघोले जावयाच्या ताठ्यानं कधी वागले नाहीत. नातेवाइकांमध्ये अशी कामसू आणि सहकारी वृत्तीची माणसं फार थोडी होती. व्हिक्टोरिया बालाश्रमाचं कामसुद्धा त्यांनी स्वत:हून अंगावर घेतलं होतं. ते काम संपताच वाघोल्यांच्या या कामाला सुरुवात झाली. ठकूबाईचा स्वभावही तसाच कष्टाळू. बालाश्रमात तीच तेवढी काकूंसोबत भाकरी भाजायला जायची. राजारामभाऊ गेल्यापासून तात्याच तिला वडिलांच्या जागी होते; परंतु लहानपणी अंगाखांद्यावर खेळवलेल्या ठकूच्या लग्नाला तात्यांना परक्यासारखं जाऊन यावं लागलं होतं. ती खंत तात्यांच्या मनात अजूनही घर करून होती.

तात्या आलेले दिसताच सहादूबुवा वाघोले झोपडीवर आले.

"तात्या, आठ-पंधरा दिवसांत भाजीपाला काढायचं काम सुरू करावं लागंल. विक्रीची काय यवस्ता?" वाघोले म्हणाले.

"भाजीपाला मुंबईला पाठवायचा. पुण्याच्या बाजारात चांगली किंमत मिळत नाही."

वाघोले तात्यांकडं पाहतच राहिले. त्यांना ती कल्पनाच अचाट वाटत होती.

"त्याचं असं आहे, सहादूबुबा..." तात्या समजावून सांगू लागले, "घाम गाळायचा आम्ही आणि आमच्या घामावर पिकलेल्या मालाची किंमत ठरवायची ती दलालांनी! हा कुठला न्याय आहे? अशानं शेतकरी कधीच वर येणार नाही. आधीच तो गाळात रुतला आहे. तो आणखी खाली जाईल. आता ही परिस्थिती बदलली पाहिजे. आम्ही पिकवलेल्या मालाचा भाव आम्हीच ठरवणार. तो कुठं विकायचा, तेही आम्हीच ठरवणार आणि पुण्याच्या बाजारातलं मुख्य गिऱ्हाइक कोण आहे? तर कंजूष आणि व्यवहारी ब्राह्मण लोक. ते पिकलीसुकली वांगी खाऊन दोन पैसे गाठीला बांधतील; पण एक पैसा जास्त देऊन ताजा भाजीपाला घेणार नाहीत. आता सांगा, गुंतवणूक आणि उत्पन्न यांचा मेळ कसा बसावा? बाजारात माळवं घेऊन गेलेल्या शेतकऱ्याला दलाल आणि मापाडी लुबाडायला टपूनच बसले आहेत. बिचाऱ्याचा लागवडीचा खर्च तर निघत नाहीच; पण गाडीखर्चसुद्धा त्याच्या अंगावर पडतो."

तात्यांचा विचार वाघोल्यांना कळला; पण मालाची ने-आण करणं, तो सगळा हिशेब पाहणं ही सगळी कामं कशी पार पडणार, हा प्रश्न त्यांना पडला होता.

"तुम्ही बाकीची काळजी करू नका. त्या कामासाठी एक माणूस नेमायचा माझा विचार आहे." तात्या म्हणाले.

"पण असा माणूस कुठे मिळायचा, तात्यासाहेब?"

तात्याही विचारात पडले. असा माणूस एकच होता आणि तो म्हणजे ग्यानोबा ससाणे, ग्यानोबांनी सध्या सरकारी नोकरी धरली होती. रामचंद्र हरी यांनी भाटघर तलावाचं कंत्राट घेतलं होतं. ग्यानोबाही त्यांच्यासोबत भाटघरला गेले होते. पूना कमर्शिअल ॲण्ड कॉन्ट्रॅक्टिंग कंपनी जवळपास बंदच पडली होती. कृष्णरावांनी भागीदारी काढून घेतली होती. रामचंद्र हरी भाटघरला गेले होते. कंपनीच्या नावात व्यापार असला, तरी कंपनीनं अजून तरी कुठला व्यापार केलेला नव्हता. कंपनीतर्फे हा व्यापार सुरू करायचा म्हटलं, तर ते ग्यानोबाशिवाय शक्य नव्हतं.

"आपल्याकडे एक विश्वासू माणूस आहे..." तात्या म्हणाले,

"कोन?"

"ग्यानोबा ससाणे."

ग्यानोबाचं नाव निघताच वाघोल्यांना फार बरं वाटलं. ते म्हणाले,

"पन ते आता सरकारी नोकरीत हायेत, नव्हं का?"

"तोच प्रश्न आहे. त्याला नोकरी सोडायला लावायची म्हणजे... त्या नोकरीत मिळतो, तेवढा तरी मोबदला त्याला मिळाला पाहिजे."

कमर्शिअल कंपनीचा इतिहास वाघोल्यांना चांगला माहीत होता. वेळोवेळी तात्यांचे भागीदार त्यांना सोडून गेले होते.

वाघोले म्हणाले,

"पन तात्या, आता काय कुणाची भागीदारी न्हाई. हा आपला सोताचा धंदा व्हईल, नव्हं का?"

वाघोले बरोबर तात्यांच्या मनातलं बोलले होते. आपल्या विचारला वाघोल्यांचा दुजोरा मिळताच त्यांच्या मनातला निर्णय उसळून वर आला. ते म्हणाले,

"आजच ग्यानोबाला पत्र लिहितो."

गणपतराव काळे उसात पाणी सोडायला निघाले होते. त्यांनीही तात्यांच्या प्रोत्साहनामुळेच ऊस लावला होता. फुल्यांची नळी त्यांच्याही उसाला पाणी पुरवीत होती. आपला शिंप्याच्या व्यवसाय सांभाळून गणपतराव शेती करत होते. आजही ते गोविंदाला शेतात घेऊन आले होते.

"काय रे गोविंदा, आज शाळेला सुट्टी आहे की काय?" गोविंदा दिसला की, तात्या आधी त्याच्या शाळेची चौकशी करत. पोराला शाळेत पाठवायचं, ते शेतात का आणलं, म्हणून गणपतरावांची हजेरी घेत.

गणपतराव मुलाच्या शाळेविषयी काहीसे उदासीनच होते. त्याला ते नेहमी शाळा बुडवून शेतात घेऊन येत. त्यात गोविंदा हे त्यांचं उतारवयातलं अपत्य. त्यांनी आतापासूनच त्याच्या लग्नाच्या गोष्टी सुरू केल्या होत्या. त्यांना त्या विचारापासून परावृत्त करायचं काम तात्यांनाच करावं लागलं होतं.

गोविंदा गप्प झालेला पाहून तात्या म्हणाले,

"काय गणपतराव, आजही तुम्ही मुलाची शाळा बुडवलेली दिसते. याची शाळा बंद केलीत, तर मला तुमचं पाणी बंद करावं लागेल. सहादूबुवा, ऐकलं का? यांच्या उसाचं पाणी बंद करा उद्यापासून."

सहादूबुवा आणि गणपतराव हसू लागले. गणपतराव म्हणाले,

"तो कुठला शिकतोय, तात्यासाहेब. शिक्षण हाय कुठं आमच्या गरिबाच्या नशिबात."

"गणपतराव, गरीब शिकले नाहीत म्हणून ते गरीब राहिले. नशिबाच्या गोष्टी सोडून आता त्यांनी आधी शिकायचं. काय रे गोविंदा, पुढं शिकायचं आहे ना?"

गोविंदाचे डोळे चमकले. त्यानं आनंदानं मान हलवली. पुढं शिकायची त्याची इच्छा गणपतरावांनाही दिसत होती. त्यांनी अनेक प्रयत्न करूनही तो कधी नाउमेद झाला नव्हता.

"तात्यासाहेब, तुमच्या आशीर्वादानं झालं तेवढं शिक्षण तरी झालं. गावातली शाळा संपल्यावर त्याला पुढली शाळा कुठली?" गणपतरावांचा वेळ मारून न्यायचा प्रयत्न सुरूच होता.

"ती काळजी करू नका. मी त्याला पुण्याला घेऊन जाईन. आता ग्यानोबालाही

बोलावून घेतो आहे. जमलं, तर हडपसरात इंग्रजी शाळा सुरू करू. शेती आणि शाळा या दोन्ही गोष्टी त्याला एकाच वेळी शिकू द्या. म्हणजे शिक्षण झाल्यावर त्याला नांगर धरायची लाज वाटणार नाही.''

''कसं बोललाव, तात्यासाहेब! माज्या मनातलं बोललाव. पोराला शिकवलं आणि तो नुसताच कोट-पाटलोन घालून हिंडू लागला, तर मी हो, काय करायचं?''

''तुमची ही भीती खरी आहे. आमच्या देशात श्रमाला प्रतिष्ठा नाही. इथं आयतं बसून खाणारा श्रेष्ठ आणि कष्ट करणारा कनिष्ठ मानला जातो. लहान वयातच मुलांवर कामाचे संस्कार झाले पाहिजेत. शेतीशाळा हाच त्यावर उत्तम मार्ग आहे. याशिवाय मुलांनी कसं वागावं, यासाठी शाळेत नीतिशिक्षणाचे पाठ देण्याची गरज आहे; परंतु तसं होत नाही. ख्रिस्ती शाळांमध्ये धर्मप्रसार चालतो. पंतोजीच्या खासगी शाळेत ब्राह्मणी जातीवाद चालतो. आमची मुलं शिक्षणापासून दूर कशी राहतील, एवढंच ते पाहतात. शिकवण्यापेक्षा आपल सोवळं ओवळंच पाहत बसतात. यासाठी आता आपणच शाळा चालवल्या पाहिजेत. शेतकऱ्यांच्या मुलांनाच शिक्षक म्हणून नेमलं पाहिजे. ते लेखणी कशी चालवावी हे तर शिकवतीलच; पण नांगर कसा धरावा हेही शिकवतील. ब्राह्मण पंतोजीचं ते काम नाही... आमच्या देशाला सरकारी शाळांची मोठी गरज आहे. सरकार आमच्या शेतकऱ्यांकडून एवढा फंड गोळा करतं, शेतसारा वसूल करतं; पण या सातासमुद्रापलीकडच्या महाज्ञानी सरकारला कुंभकर्णाची झोप लागली आहे. त्याचं शेतकऱ्याच्या शिक्षणाकडं म्हणावं तसं लक्ष नाही. त्याची झोपमोड केली पाहिजे. त्यात आपल्या लोकांना अजूनही शिक्षणाचं महत्त्व कळत नाही. आहेत त्या शाळा बंद पडायची वेळ आली आहे. मुलांना शाळेत पाठवा, नाही तर आहेत त्या शाळा बंद पडतील आणि सगळाच अंधार पसरेल.'' बोलताबोलता तात्या चिंतनात हरवून गेले.

मुलाला रोज शाळेत पाठवायचं आश्वासन देऊन गणपतराव आपल्या कामाला निघून गेले.

न्याहरीची वेळ झाली. तात्यांनी सर्वांना न्याहरीसाठी बोलावलं. गोविंदा, गणपतराव यांनाही हाक दिली. तात्यांची हाक कानावर पडताच गोविंदा हजर झाला. गोपाळकाला त्याला फार आवडे. एका गोपाळकाल्याच्या दिवशीच त्याची तात्यांशी दोस्ती झाली होती. त्या दिवशी सकाळीच गोविंदा मळ्यात आला होता. विहीर खोदायचं काम चाललं होतं. झोपडीजवळ आंब्याच्या झाडाखाली पंगत बसली होती. तात्यांनी मजुरांसमवेत गोपाळकाला केला होता; समोर हिरवा रानमेवा तोंडी लावायला ठेवलेला होता. तात्यांनी गोविंदाला जवळ बोलावून आपल्या शेजारी बसवून घेतलं होतं. चटणी-भाकरीची न्याहरी दिली होती...

सर्व मंडळी गोळा झाली. सहादूबुवांनी गाजरं, मुळे, कांदे, मुळ्याच्या शेंगा असा ताजा रानमेवा काढून आणला. तात्यांनी सर्वांच्या न्याहऱ्या एकत्र केल्या. गोपाळकाला झाला. कोवळ्या उन्हात पंगत सुरू झाली. न्याहरी झाल्यावर सर्वजण आपापल्या कामाला निघून गेले.

तात्यांनी आपली कामं आटोपली आणि पुन्हा घोड्यावर मांड ठोकली. घोडा चौखूर उधळला...

हडपसर जवळ आलं. तात्यांचं लक्ष पुन्हा वीराच्या विहिरीकडं गेलं. ओसाड पडलेला कृष्णाभाऊंचा तो मळा तात्या पुन्हा फुलवणार होते. हडपसरमध्ये इंग्रजी शाळा सुरू करणार होते. आता अवकाश होता, तो फक्त ग्यानोबांच्या येण्याचा.

काकूंशी चर्चा करून तात्यांनी ग्यानोबांना पत्र लिहिलं. व्यापारात चार आण्याचा हिस्सा द्यायचं कबूल केलं.

पत्र मिळताच ग्यानोबा पुण्याला हजर झाले. पूना कमर्शिअल ॲण्ड कॉन्ट्रॅक्टिंग कंपनी पुन्हा सुरू झाली. भाजीपाल्याच्या गोण्या भायखळ्याच्या बाजारात जाऊ लागल्या. इतर शेतकऱ्यांचा भाजीपालाही कंपनी रास्त दरानं खरेदी करू लागली. कंपनीनं पुण्याच्या बाजारात चांगला जम बसवला; परंतु ते सारं पाहून दलालांची पोटं दुखू लागली. त्यांनी कंपनीविरुद्ध एकमत केलं. कारस्थानं सुरू झाली. त्यांच्या कारवायांचे परिणाम दिसून येऊ लागले. या परिस्थितीत तात्यांना लवकरच काही महत्त्वाचे निर्णय घेणं भाग पडणार होतं.

६७

पोस्टमननं दिलेलं पत्र घेऊन यशवंत तात्यांकडं धावला. तात्या लिहिण्यात दंग होते. पत्र हातात घेऊन तो अधीरपणे उभा होता. तात्यांच्या हातात ते पत्र ठेवून त्याला खेळायला पळायचं होतं. तात्यांनी लेखन थांबवून पत्र घेतलं. लिहिलेल्या अक्षरांवर वाळू घातली आणि एकवार उजेडाकडं धरून पत्र फोडलं.

पत्रातील मजकूर वाचताच त्यांना फार आनंद झाला. बापूजी हरी पुण्याला येत होते. याच वीरानं विदर्भात सत्यशोधक समाजाचा ध्वज फडकत ठेवला होता. त्याबाबत त्यांची चिकाटी वाखणण्यासारखी होती. सरकारी नोकरीची ढाल पुढं करून त्यांनी अंग चोरलं नव्हतं. तसाच प्रसंग आला, तेव्हा आडव्या येणाऱ्या वरिष्ठ भट अधिकाऱ्यांना धडे शिकवत ते पुढं निघाले होते. इतर सत्यशोधकांसाठी त्यांचं कार्य आदर्श ठरलं होतं.

अंगणातून मुलांचा गोंगाट कानावर येत होता; परंतु त्यामुळे तात्यांच्या कामात कुठला व्यत्यय येणार नव्हता. यशवंत आता शाळेत जाऊ लागला होता. लक्ष्मण देवराव ठोसर सारखे काही मित्र त्याला मिळाले होते. दुपारची शाळा भरेपर्यंत असाच दंगा चालणार होता.

तात्यांनी लगेच भाटघरला पत्र लिहायला घेतलं. या निमित्तानं दोघा-तिघा भावांची भेट झाली, तर ती आनंदाची गोष्ट ठरणार होती.

रविवारी सकाळी बापूजी स्टेशनवर उतरले, तेव्हा तात्या आणि मोरोपंत वाळवेकर त्यांच्या स्वागतासाठी फलाटावर उभे होते. बापूजींपाठोपाठ नऊवारी पातळ आणि कपाळावर कुंकू ल्यालेली सव्वीस-सत्तावीस वर्षांची एक ठेंगणीशी तरुण स्त्री गाडीतून उतरली. तिच्या डोळ्यांवर जाड भिंगांचा चष्मा होता. चेहऱ्यावर बुद्धिमत्तेचं तेज विलसत होतं. गौर मुद्रेवर करारीपणाचा भाव स्पष्ट दिसत होता आणि त्यामुळे तिचा चेहरा काहीसा उग्र वाटत होता. तिच्या एकूण हालचालींत खास मराठमोळा घरंदाजपणा होता. ती मुलगी म्हणजे बापूजींची कन्या ताराबाई आहे हे तात्यांनी ओळखलं.

ताराबाईची शिक्षणाची आवड आणि त्यात लग्नामुळे निर्माण झालेल्या अडचणी याविषयी बापूजींनी खूप काही सांगितलं होतं. मुलीला शाळेत पाठवणं शक्य नव्हतं, म्हणून बापूजींनी तिला घरीच शिकवलं होतं. चार मुलांतली एकुलती मुलगी म्हणून बालपण लाडाकोडांत गेलं. मुलगी जवळ राहावी, म्हणून बापूजींनी घरजावई आणला; परंतु ते सगळं गणित चुकलं. तारा सुखी होऊ शकली नाही. मूलबाळ झालं असतं तर कदाचित गाडी रुळांवर आलीही असती; परंतु तेही घडलं नाही. कौटुंबिक जीवनात हरवलेलं सुख ताराबाईंनी ग्रंथांच्या सहवासात मिळवलं. अखंड वाचन आणि चिंतन यांत त्या गढून गेल्या.

पुरुषप्रधान हिंदू समाजात स्त्रियांवर होणारे अत्याचार पाहून ताराबाईंचं मन फाटून गेलं. स्वतःला आलेल्या अनुभवांनी मनाची खात्रीच पटली. अनाचाराला स्वतः जबाबदार असूनही, स्त्रीला दोष देण्याची पुरुषी मनोवृत्ती त्यांना मोठी अजब वाटत होती. रक्ताचा कण न् कण स्त्रियांवरील अन्यायानं पेटून उठत होता. घरात बापूजी तात्यासाहेब फुल्यांविषयी सांगत. त्यांनी स्त्रीशिक्षणासाठी, विधवा स्त्रियांसाठी घेतलेल्या कष्टांची माहिती देत. तात्यांचे ग्रंथ वाचताच त्यांच्याही मनात मानवी स्त्रीहक्कांचा स्फुलिंग पेटला. स्त्रियांवरील अन्याय वेशीवर टांगले पाहिजेत, या अनावर इच्छेनं मन अस्वस्थ झालं. स्त्रियांचा उद्धार करणाऱ्या त्या महात्म्याला एकदा भेटावं आणि त्याची पायधूळ मस्तकी धारण करावी, अशी उत्कट इच्छा निर्माण झाली.

बापूजींच्या हातातली ट्रंक घेत तात्या म्हणाले,

"बापूजी, याच का ताराबाई?"

"होय, तात्यासाहेब. ताराबाई, तात्यासाहेब फुले ते हेच."

ताराबाई तात्यासाहेबांना डोळे भरून न्याहाळत होत्या. डोक्यावर पांढरं मुंडासं आणि अंगात बाराबंदी घातलेला अर्धीअधिक उमर होऊन गेलेला एक साधा शेतकरी

माणूस त्यांच्यासमोर उभा होता. त्याची साधी राहणी त्याच्या साध्यासरळ स्वभावाची निदर्शक होती. त्याचा चेहरा निर्भय आणि निश्चयी होता.

ताराबाई तात्यांकडे पाहताच राहिल्या. हेच तात्यासाहेब फुले आहेत, यावर डोळ्यांचा अजूनही विश्वास बसत नसावा. बापूजींची आज्ञा होताच ताराबाई चटकन वाकल्या. पाय शिवून त्यांनी तात्यासाहेबांना नमस्कार केला.

''आयुष्यमान व्हा. ताराबाईंना आणलंत, हे चांगलं केलंत, बापूजी.'' तात्या म्हणाले.

''तारा हट्टानं आली आहे. आपली आणि काकूंची भेट घ्यावी, अशी तिची फार इच्छा होती.'' बापूजी म्हणाले.

''असं होय?'' ताराबाईंकडे कौतुकानं पाहत तात्या म्हणाले.

बोलत-बोलत सर्वजण घोडागाडीत बसले. गाडी गंज पेठेकडं धावू लागली.

काकूंना पाहताच ताराबाईंचे डोळे निवले. याच खेडवळ स्त्रीनं तात्यासाहेबांना साथ दिली होती. पत्नीव्रताचा धर्म खऱ्या अर्थानं आचरणात आणला होता. एवढे कष्ट झेलूनही तिचा चेहरा आनंदी आणि हसतमुख होता. चेहऱ्यावर समाधान आणि शांतता नांदत होती. तिचं घरही तिच्यासारखंच सुंदर नीटनेटकं होतं...

ताराबाईंनी नम्रपणे काकूंच्या पायांवर मस्तक ठेवलं.

ताराबाईंचा फुले वाड्यातला मुक्काम संस्मरणीय ठरला. दोन-चार दिवसांत त्या फुल्यांच्या घरातल्याच होऊन गेल्या. मराठा कुटुंबातल्या एका मुलीचा एवढा अभ्यास पाहून तात्यांना ताराबाईंचा अभिमान वाटला. मराठीबरोबरच त्यांना संस्कृत आणि इंग्रजी या भाषाही अवगत होत्या. मराठी साहित्याचा त्यांचा व्यासंग तेवढाच जबर होता. स्त्री-पुरुष समानता, इंग्रजी राज्य, पेशवाईचे दुष्परिणाम, ब्राह्मणी धर्माची अनिष्टता यांविषयीचे त्यांचे विचार तात्यांच्या विचारसरणीशी जुळत होते. स्त्रियांच्या प्रश्नांविषयी बोलताना ताराबाई एखाद्या वाघिणीप्रमाणे चवताळून उठत. गाढ व्यासंगाबरोबरच त्यांची वाणीही अमोघ होती. समाजात माजलेल्या अनाचाराचे सर्व खापर स्त्रीच्या डोक्यावर फोडणाऱ्या पुरुषी मनोवृत्तीची आणि सर्व हक्क पुरुषांना देऊन स्त्रियांना त्यापासून वंचित ठेवणाऱ्या पुरुष ग्रंथकारांची त्यांना भयंकर चीड होती. स्त्रियांना गुलामीत जखडून ठेवणारे ग्रंथ स्वार्थी, दगलबाज पुरुषांनीच रचून ठेवले आहेत याबाबत त्या तात्यांशी पूर्ण सहमत होत्या. स्त्रीचरित्रासारख्या वाचणाऱ्याला लाज वाटावी, अशा गोष्टी लिहिणाऱ्या मराठी ग्रंथकारांची त्या कसून हजेरी घेत...

या प्रखर बौद्धिक चर्चेमध्ये अधूनमधून विनोदाचा शिडकावाही सुरू असे. तो म्हणजे तात्यांच्या आणि मोरोपंताच्या गप्पा. मुंबईहून आल्यापासून मोरोपंतांचा मुक्काम फुले वाड्यातच होता. रोज गप्पाष्टकं रंगत होती. मोरोपंत असले, म्हणजे

हास्यविनोदाला तोटा नसे. काहीतरी विषय काढून तात्यांची थट्टा करावी, हा त्यांचा स्वभावच! तात्यांचा भाजीपाल्याचा व्यापार हा सध्या त्यांच्या थट्टेचा विषय झाला होता. ग्यानोबा व्यापारात तोटा येतोय म्हणून सांगू लागले. तात्या हिशेब पाहू लागले की, मोरोपंतांनी म्हणावं,

''जोती, तू नुसता भाजीविक्या आहेस, बघ.''

त्यावर तात्या म्हणत,

''अरे मोरोबा, तू काही मूळचा ब्राह्मण नव्हेस. जेव्हा इराणी आर्यभट बळीस्थानावर चाल करून आले आणि त्यांनी हा देश जिंकला, तेव्हा त्यांचा अंमल बसवण्यासाठी त्यांनी येथील मूळच्या क्षेत्रीयांपैकी ज्या लोकांना बाटवून ब्राह्मण करून घेतलं व त्या बाट्या ब्राह्मणांना गावजोशी कुलकर्णी बनवलं त्यांपैकी तू बाटून झालेला ब्राह्मण आहेस. तुझं रक्त आम्हा क्षेत्रीयांचं आहे.''

सर्वजण मोठमोठ्यानं हसू लागत.

त्या हास्यकल्लोळात सामील होऊन मोरोपंत म्हणत,

''काकू, पाहिलंत का, हा जोतिबा कसा टारगटपणा करतो आहे, ते!''

त्यावर पुन्हा एकदा हास्यकल्लोळ उडे.

तात्यांचे विद्यार्थी गोपाळबाबा वलंगकर सैन्यात होते. ते भेटायला आले, म्हणजे तात्या त्यांना जेवायला ठेवून घेत. मग सर्वांची एकच पंगत बसवली जाई. तात्यांना भेटायला आलेल्या आगंतुक पाहुण्यांनाही मग इच्छा असो वा नसो, पंगतीला बसावंच लागे.

घरात नोकर असले, तरी काकू सर्व स्वयंपाक स्वतःच करीत. अन्नदानासाठी तर फुले वाडा प्रसिद्धच होता. उपाशी माणूस–मग तो कोणी भिकारी असो वा कोणी न सांगून आलेला पाहुणा असो, फुले वाड्यातून कधी उपाशी गेला नाही. दुष्काळानं नाडलेल्या गोरगरिबांना, शेजारपाजारच्या गरीब मुलांना जेवायला घालायची काकूंना फार आवड. याबाबत त्या तात्यांपेक्षा दोन पावलं पुढेच असत. उलट, तात्याच कधी तरी म्हणत,

''सावित्रीबाई, इतका खर्च करू नये.''

त्यावर हसून काकू म्हणत,

''शेटजी, काय बरोबर न्यायचं आहे?''

धनकवडीचा बालाश्रम बंद झाला असला, तरी दुष्काळग्रस्तांना मदत करायचं काम अजूनही सुरूच होतं. ती माणसं रोज गंज पेठेचा रस्ता विचारत विचारत सरळ फुल्यांच्या वाड्यावर येत. तात्या असोत-नसोत, त्यांना पाहिजे ती मदत द्यायला काकू खंबीर होत्या.

तात्यांच्या पत्राप्रमाणे एके दिवशी रामचंद्रराव शिंदे बंधूंच्या भेटीसाठी येऊन गेले. फुले वाड्यातल्या मधुर आठवणी मनात वागवत ताराबाई बुलढाण्याला निघून गेल्या. त्यांनी स्त्रियांच्या प्रश्नांवर लेखन केलंच पाहिजे, असं तात्यांचं म्हणणं होतं. त्यांनी पुन:पुन्हा ताराबाईंना तो आग्रह केला होता. तशीच वेळ आली, तर त्या जरूर लिहिणार होत्या.

शेवटी तात्यांना आपल्या व्यापाराविषयीचा निर्यण घ्यावाच लागला. धूर्त दलालांपुढं साधेभोळे ग्यानोबा अव्यवहारी ठरले. व्यापार इतका तोट्यात गेला की, शेवटी तो बंदच करावा लागला; परंतु ग्यानोबांच्या निर्वाहाचा प्रश्न पुन्हा समोर उभा राहिला. दुसरी नोकरी मिळवण्यासाठी उपयोगी ठरावं, म्हणून तात्यांनी त्यांना एक प्रमाणपत्र दिलं. त्यात तात्यांनी त्यांच्या कामसूपणाची, प्रामाणिकपणाची आणि भाषाज्ञानाची मनमोकळी ग्वाही दिली. तात्यांनी दिलेलं प्रमाणपत्र उपयुक्त ठरलं. ग्यानोबांना पब्लिक वर्क्स डिपार्टमेंटमध्ये कारकुनाची नोकरी मिळाली. तात्यांची एक काळजी दूर झाली.

६८

वळवाच्या पावसानं झोडपून निघालेलं पुणे शहर रात्र झाली, तरी आतल्या आत गदगदत होतं. दुपारपासून थैमान घालणारा वारा निपचित पडला होता. दोन घटकांपूर्वी अंगात वारं संचारल्यासारखी घुमणारी झाडं थकल्यासारखी घुगून बसली होती. मातकट वास भिनलेला कुबट उष्मा हवेत पसरला होता. वैशाखरात्रीच्या काळ्या आकाशात अजूनही कुठं कुठं एखाद-दुसरा ढग तरंगत होता.

संध्याकाळी आठ वाजता रात्रीचं जेवण आटोपून तात्यांनी समईची वात पुढं सारली आणि पुस्तक हातात घेतलं; परंतु आज ते वाचनात रंगून गेले नाहीत. आज त्यांचं लक्ष वाचण्याऐवजी बोलण्याकडं जास्त होतं. आज पार पडलेल्या समारंभाविषयी ते सावित्रीबाईंशी बोलत होते.

न्यायमूर्ती रावसाहेब रानडे यांनी आज स्त्रियांची वक्तृत्व सभा भरवली होती. त्यांच्या प्रेरणेनं सार्वजनिक काका, सदाशिवराव गोवंडे यांनी पुढाकार घेऊन तो समारंभ घडवून आणला होता.

तात्या समारंभाला अगत्यपूर्वक जाऊन आले. शहरातील स्त्रियांची ही पहिलीच वक्तृत्व सभा; तेव्हा स्त्रिया कशा बोलतात हे पाहायला हजारो लोकांची गर्दी लोटली होती. सभेच्या वेळेपूर्वीच संपूर्ण दिवाणखाना भरून गेला होता. तेवढ्यात अचानक वारावादळ सुरू झालं. आभाळ ढगांनी भरून गेलं. समारंभ सुरू होतो न होतो, तोच वळवाचा मुसळधार पाऊस सुरू झाला. सुमारे दोन-अडीच तास आत वक्तृत्वाचा

आणि बाहेर पावसाचा अखंड वर्षाव सुरू होता. पावसाच्या सरी अंगावर घेत आणि वक्तृत्वाच्या सरी आठवत तात्या घरी आले.

समारंभाचा सर्व वृत्तान्त सांगून झाल्यावर तात्यांनी अंथरुणावर अंग टाकलं. त्यांच्या उघड्या डोळ्यांना उद्याची सुखस्वप्नं खुणावत होती. आज स्त्रिया बोलू लागल्या, उद्या लिहू लागतील; आपल्या हक्कांसाठी झगडू लागतील. मानवी हक्कांच्या वाटेवरचं महाराष्ट्रीय स्त्रीचं हे एक महत्त्वाचं पाऊल ठरेल; परंतु शूद्रातिशूद्र समाजातील स्त्री या जागृतीपासून अजून कितीतरी दूर आहे. वेताळ पेठेतल्या, गंज पेठेतल्या स्त्रियांना आज सदाशिव पेठेत काय झालं, याची खबरही नाही. ही जागृती त्यांच्यापर्यंत पोचेल, तेव्हाच खऱ्या अर्थानं ते मानवी हक्कांच्या वाटेवरचं महत्त्वाचं पाऊल ठरेल...

बराच वेळ तात्या विचार करत राहिले. उकाड्यामुळे झोपही येत नव्हती. एवढा पाऊस पडूनही मातीच्या पोटात पडलेली आग विझली नव्हती. जणू ती आणखी भडकल्याप्रमाणे जमिनीतून उष्ण वाफा बाहेर पडत होत्या. घराघरांतून लोकांनी स्वत:ला कोंडून घेतलं होतं. अवघं शहर कवेत घेऊन ती कभिन्न रात्र उष्ण उसासे टाकत होती.

एकाएकी कसला तरी गलका कानी येऊ लागला.

''आग– आग– बुधवार वाड्याला आग लागली.''

''बुधवार वाडा पेटला.''

''बंडवाले आले... बंडवाले आले...''

डोळ्यांवर आलेली झोप खाडकन उडाली. तात्या एकदम उठून उभे राहिले. सावध होऊन बाहेरचा कानोसा घेऊ लागले.

गल्लोगल्ली एकच गोंगाट माजला होता. दूर अंतरावर मध्यरात्रीचं आभाळ चूड लागल्यासारखं पेटलं होतं. जमिनीवरून उठणारे धुराचे लोट आभाळात गर्दी करत होते. मधूनच उसळणाऱ्या लालपिवळ्या ज्वाळा अंधाराचा लचका तोडून अदृश्य होत होत्या.

''पळा... पळा... बंडवाले आले... बंडवाले आले...''

कुणीतरी ओरडत होतं. पुन्हा पळापळ झाली. टापांचे आवाज घुमले. दारं-खिडक्या उघडून डोकावून पाहणाऱ्या लोकांनी धडाधडा दरवाजे बंद केले. जीव मुठीत धरून माणसं काळोखात दडून बसली.

तेवढ्यात आणखी एका ठिकाणी आगीचा लोळ उठून आकाशाला भिडला. धुराच्या ढगांनी आकाश कोंदाटू लागलं. आणखी एखादा वाडा पेटला असावा. नेमकं काय घडत आहे, काही समजत नव्हतं.

गेल्या काही दिवसांत पुण्याची हवा बंडाच्या वातावरणानं पुन्हा तापली होती. शिमग्याच्या ज्वाळा थंड होतात न होतात, तोच ही ज्वाळा भडकली होती...

...वासुदेव बळवंत फडके हा अल्पवयीन तरुण बंडाची चूड पेटवीत एखाद्या वादळासारखा महाराष्ट्रभर गर्जत होता. परकीय राजवटीचे दुष्परिणाम सांगून तरुणांची मनं पेटवीत होता. हिंदुस्थानाला नागवणारी इंग्रजी राजवट उलथून टाकणं हेच एक ध्येय डोळ्यांसमोर ठेवून तो रक्ताचं पाणी करत होता. छत्रपती शिवाजी, तात्या टोपे हे त्याचे आदर्श होते. हिंदवी प्रजासत्ताक स्थापन करणं हेच त्याचं ध्येय होतं. हिंदुस्थानी संपत्तीचा बाहेर जाणारा ओघ तो रोखणार होता. मिशनरी प्रचार मोडून काढून, हिंदू धर्माचा ऱ्हास थांबवणार होता. सैन्य उभारण्यासाठी लागणारा पैसा तो लुटीच्या मार्गानं गोळा करत होता. गावोगाव शेठ-सावकारांच्या घरांवर दरोडे पडत होते. लुटालूट, जाळपोळ सुरू होती. बंड मोडून काढण्यासाठी सरकार सर्व शक्तीनिशी प्रयत्नशील होतं. वासुदेव बळवंतांना पकडून देण्यासाठी सरकारनं पन्नास हजारांचं बक्षीस जाहीर केलं होतं.

लहूजीबुवांच्या तालमीत तात्यांनी त्यांना अनेकदा पाहिलं होतं. उसळत्या रक्ताचा तो तडफदार तरुण इंग्रजी राजवटीविरुद्ध अत्यंत त्वेषानं बोलत असे. कवित्व आणि वक्तृत्व त्याच्या रक्तातच होतं. विद्यार्थिदशेत असल्यापासूनच त्यानं सार्वजनिक हिताची कामं सुरू केली. त्यासाठी शाळा सुरू केली. इतर स्त्रियांना उदाहरण घालून देण्यासाठी स्वत:च्या पत्नीला शिकवलं. गावोगाव हिंडून व्याख्यानं दिली. तो बोलायला उभा राहिला की, लोक मंत्रमुग्ध होऊन नुसते ऐकत राहात.

शिक्षण संपल्यावर त्याने सरकारच्या सैनिकी खात्यात नोकरी धरली. नोकरीत आलेल्या कटू अनुभवांनीच एके दिवशी त्याला बंड पुकारायला भाग पाडलं. अचानकपणे एके दिवशी नोकरीला लाथ मारून त्यानं बंडाचं निशाण उभारलं आणि आता अवघा महाराष्ट्र हलवून सोडल्यावर वासुदेव बळवंतांचं बंड पुण्यावर कोसळलं होतं.

इंग्रजी राजवट उलथून टाकायच्या ध्येयानं झपाटलेला हा तरुण रात्रंदिवस वेड्यासारखा राबत होता. खुन्या मुरलीधराच्या देवळाजवळ पहाटेच्या अंधारात तो रोज तरुणांना लष्करी शिक्षण देई. पत्नी गोपिकाबाई हिलाही त्यानं नेमबाजीत प्रवीण बनवलं होतं. पुण्यात कित्येक दिवस ज्याच्या त्याच्या तोंडी वासुदेव बळवंत या नावाची चर्चा सुरू होती.

परंतु आवाहन करूनही पुण्यातल्या पुळक्या देशभक्तांनी आणि ऐतखाऊ जहागीरदारांनी त्यांचा अपेक्षाभंग केला. त्यांच्याकडून मदत मिळण्याची आशा मावळताच वासुदेव बळवंतांनी शूर स्वाभिमानी रामोशी आणि भिल्ल-कोळ्यांशी संधान बांधलं. दुष्काळात झालेले हाल, हत्यारबंदीचा कायदा आणि पोलिसी ससेमिरा यांनी कंटाळलेले रामोशी बंडात सामील झाले. राजे उमाजी नाईक यांना फासावर देणाऱ्या सरकारविरुद्ध जीवाची बाजी लावून ते उभे राहिले. महार-मांग, मुसलमान तरुणांचे जथे भगव्या झेंड्याखाली गोळा झाले. दुष्काळात सरकारनं

धरलेली निष्क्रिय वृत्ती शेतकऱ्यांच्या संतापाला कारणीभूत ठरली. दुष्काळातल्या हालांनी त्रस्त झालेला शेतकरी बंडवाल्यांना मदत करत होता.

सरकारलाही बंडखोरीची भीती वाटत होती, हे उघड होतं. हत्यारबंदीचा कायदा लादून त्यानं लोकांना नि:शस्त्र केलं असलं, तरी वृत्तपत्रं असंतोष फैलावण्याचं काम करतच होती. त्यांचा बंदोबस्त करण्याच्या हालचाली सुरू होत्या. महाराज्यपाल लिटनसाहेब प्रेस ॲक्ट लादून वृत्तपत्रांच्या मुसक्या आवळण्याचा विचार करत होते आणि तेवढ्यात वासुदेव बळवंतांच्या बंडाचा भडका उडाला. त्यांनी स्थापन केलेली क्रांतिकारकांची गुप्त संघटनाही आता प्रकट झाली.

परंतु बळाशिवाय बंड हा एक वेडेपणाच ठरणार होता. निश्चित धोरण आणि सैन्यबळ याशिवाय उभं राहिलेलं बंड म्हणजे एकखांबी तंबू होता. तो केव्हा कोसळेल, याची खात्री देणं अवघड होतं. कोणत्याही क्षणी वासुदेव बळवंतांना अटक होण्याची शक्यता होती.

गेले कित्येक दिवस तात्या त्या विषयावर विचार करत होते. अक्षरशून्य लोकांना बंडाची चिथावणी देणारे हे देशभक्त समाजबांधवांच्या उन्नतीसाठी का झटत नाहीत? इंग्रजी राज्य घालवून त्यांना कोणती राज्यपद्धती आणायची आहे? जे लोक आपल्या देशबांधवांना त्यांचे मानवी हक्क स्वखुशीनं देत नाहीत, देऊ इच्छित नाहीत, त्यांना देशभक्त तरी कसं म्हणावं? शेवटी ते कोणाच्या स्वातंत्र्यासाठी लढत आहेत? त्या अक्षरशून्य लढवय्यांना त्यांचं खरं स्वातंत्र्य मिळणार आहे का? अनेक प्रश्न तात्यांसमोर फडा काढून उभे राहत. इंग्रजी राज्य आज ना उद्या जाणारच आहे. आपले राजकीय हक्क कळू लागल्यावर शूद्र समाजच ती सत्ता उलथून टाकणार आहे; परंतु आज तरी हे राज्य त्याला वरदान वाटतं आहे. ज्या राज्यात त्याला शांततेनं जगायला मिळतं आहे, ते राज्य त्याला परमेश्वरी वरदानच वाटणार!

भटशाहीच्या जुलमांखाली भरडून निघालेल्या या माणसात आज तरी इंग्रजांविरुद्ध उभं राहण्याची शक्ती नाही. या देशभक्तांना खरोखरच देशाची उन्नती हवी असेल तर त्यांनी आधी मतलबी धर्माचा आणि जातिभेदाचा त्याग करावा. सामाजिक समतेशिवाय एकी होणार नाही आणि एकीशिवाय देशाला स्वातंत्र्य मिळणार नाही...

इथल्या माणसाची लढाई वेगळीच आहे. रोजच्या हातातोंडाच्या लढाईतच तो बेजार झाला आहे. शेतकरी, त्याची गुरंढोरं उपाशी आहेत. कामगाराला पोटापुरतीही मजुरी मिळत नाही. या सर्व अनर्थाला सरकार जबाबदार आहे, असं समजून ही माणसं लढाईत सामील झाली आहेत; परंतु इंग्रजाला हाकलून दिल्यावर राज्याचे धनी कोण होणार आहेत, याचा विचार त्यांनी केलेला नाही...

तात्यांच्या डोळ्यांसमोर स्वतंत्र भारताचं स्वप्नं तरळत होतं. आजचा शूद्र माणूस ज्ञानाच्या संपत्तीनं बलाढ्य झाल्यावर इंग्रजांना त्यांच्या देशाची वाट दाखविल्याशिवाय

राहणार नव्हता. त्या स्वतंत्र बळीस्थानात जातिभेदाला, अस्पृश्यतेला थारा असणार नव्हता. सर्व धर्मांचे लोक बंधूभावानं आणि एकोप्यानं नांदणार होते. प्रत्येक माणूस पोटभर जेवून सुखाची झोप घेणार होता. तो देश, ते समतेवर आधारित राज्य घडवण्यासाठी माणसांच्या हातात तलवार नव्हे, तर लेखणी देण्याची गरज होती.

ती काळरात्र संपता संपत नव्हती. अंधाराच्या खोल विहिरीत घोड्याच्या टापांचे आवाज उमटत होते. काही लोक उघड्या डोळ्यांनी पेशवाईची स्वप्नं पाहत होते, तर काही लोक इंग्रजी राज्याला दुवा देत होते. तेच राज्य चिरकाल राहो, म्हणून देवाची विनवणी करत होते.

काळोखाच्या खडकावर पुन्हा टापांचे आवाज उमटले. शहर पोलिसांच्या तुकड्या रस्तोरस्ती गस्त घालत धावत होत्या. बंडवाल्यांची भीती संपताच काळोखात दडून बसलेले लोक पुन्हा बाहेर पडले. लोकांच्या झुंडी बुधवार पेठेकडं धावू लागल्या. बुधवार वाड्यापाठोपाठ विश्रामबागवाड्यालाही आग लागली होती.

वाड्यांची आग शमवण्याची एकच घाई उडाली. पाण्याच्या घागरी हातोहात पुढं सरकू लागल्या. वाड्यातली दप्तरं बाहेर रस्त्यावर आणून टाकण्यात आली. पाहतापाहता आग आटोक्यात आली; परंतु तोवर दोन्ही वाडे अर्धेअधिक जळून खाक झाले होते. वाड्यातली पुस्तकं, कागदपत्रं आगीच्या भक्ष्यस्थानी पडली होती.

आग कशी लागली, कोणी लावली, काहीच समजत नव्हतं. लोक ठिकठिकाणी जमून चर्चा करू लागले. कुजबुजू लागले. सोबतच बंडवाल्यांच्या हिकमती आख्यायिकांना ऊत आला.

लोक घराकडं परतू लागले, तेव्हा पूर्वक्षितिजावर पहाटेचा उजेड फाकला होता. तोवर जिकडं तिकडं अफवांचं पेव फुटलं. कुणी म्हणालं, ती आग बंडवाल्यांनी लावली, कुणी म्हणालं, बुधवार वाड्यातल्या कोणा कारकुनानं लावली. आपला गैरव्यवहार लपवण्यासाठी त्यानं हे कृत्य केलं आणि संशय येऊ नये, म्हणून विश्रामबाग वाड्यालाही त्यानंच आग लावली.

पुण्यात झालेल्या जाळपोळीची बातमी कळताच हडपसरहून ग्यानोबा धावत आले. फुले वाड्यातली शांतता पाहून त्यांचा घाबरा झालेला जीव शांत झाला. बंडातल्या लोकांना तात्यांची मदत असल्याची चर्चा कधीपासूनच सुरू होती. कारण वासुदेव बळवंत हे तात्यांचे गुरुबंधू होते. कंपनी सरकारला आणि पुण्यातल्या लोकांना तेवढा धागा पुरेसा होता. कात्रजच्या घाटात लपलेल्या वासुदेव बळवंतांच्या सैन्याला पुण्यातून भाकरी पोचवण्यात आल्या होत्या. त्या भाकरी फुल्यांच्या वाड्यातून गेल्या असाव्यात, असा सरकारला वहीम होता.

सरकारनं बंडखोरांविरुद्ध आणखी कठोर पावलं उचलली. त्यानंतर चारच दिवसांनी झालेल्या चकमकीत वासुदेव बळवंतांचे मुख्य साथीदार दौलतराव नाईक ठार झाले. बंडखोरांचा आधारस्तंभच कोसळला. त्यांचे आणखी एक सहकारी विष्णुपंत गद्रे हेही अज्ञातवासात गेले.

परंतु शहरात निर्माण झालेलं संशयाचं वातावरण लवकर निवळलं नाही. आता रावसाहेब रानडे यांच्यावर पाळत बसली. त्यांचा पत्रव्यवहार गुप्तपणे तपासला जाऊ लागला. पुण्यातल्या या जाळपोळीचा संबंध सरकारनं शेतकरी दंग्याशी जोडला. रावसाहेबांनी शेतकऱ्यांविषयी दाखवलेली सहानुभूती त्यांच्यावर वहीम येण्यास कारणीभूत ठरली. कारवाईचा एक भाग म्हणून त्यांची ताबडतोब धुळ्याला बदली करण्यात आली.

रावसाहेबांसारख्या नेमस्त आणि सच्छील माणसावर सरकारी इतराजी व्हावी, या गोष्टीनं सर्वांनाच दु:खं झालं, तसं ते सार्वजनिक काकांनाही झालं. त्यांनी खरा गुन्हेगार शोधून काढायची जबाबदारी स्वीकारली. थोड्याच दिवसांत गुन्हेगाराचा छडा लागला. बुधवार वाड्यातल्या सरकारी बुक डेपोत काम करणाऱ्या एका कारकुनानंच ती आग लावली होती. योगायोग असा की, त्याचं नावही रानडे हेच निघालं. रानडे कारकुनावर विनाविलंब खटला भरण्यात आला. रावसाहेब रानडे यांच्यावरील सरकारी इतराजीचं मळभ दूर झालं.

ग्यानोबांचा मुक्काम सध्या आपल्या गावातच होता. कारकुनी सोडून त्यांनी गावातली बंद पडलेली शाळा पुन्हा सुरू केली होती. ऑफिसातल्या ब्राह्मण कामदारानं त्यांना इतकं छळलं होतं की, त्यांना नोकरी सोडणं भाग पडलं. ग्यानोबांसारख्या सालस माणसावरही अशी वेळ यावी, यावरून नोकरशाहीचं राक्षसी स्वरूप सहज लक्षात येत होतं. शाळा सुरू करताना गावातल्या लोकांची मोठीच मदत झाली. मुळात वानवडी मिशननं सुरू केलेली ती शाळा पटसंख्येअभावी बंद पडली होती. मुलं बाटतील, या भीतीनं लोकांनी मुलांना शाळेत पाठवणं बंद केलं होतं. आता ग्यानोबांनी ती जबाबदारी स्वीकारल्यामुळे ती काळजी उरली नव्हती. यानंतर ग्यानोबा कुठली नोकरी करणार नव्हते. त्यांनी आयुष्यभर याच कामाला वाहून घ्यायचं ठरवलं. वानवडी मिशनच्या बर्नार्ड मॅडम त्यांना पाहिजे ती मदत करायला तयार होत्या.

बंडवाल्यांच्या बातम्या येऊन कोसळत होत्या. इंग्रजी सैन्याला झुकांड्या देत वासुदेव बळवंत रानावनांत भटकत होते. त्यांचा माग पिंजून काढत मेजर डॅनिअल थेट निजामाच्या हद्दीत शिरला. गाणगापुरात रोहिल्यांच्या मदतीनं सैन्य उभारण्याचे वासुदेव बळवंतांचे प्रयत्न सुरू होते. त्या हालचाली कानांवर येत असतानाच त्यांच्या अटकेचं

वृत्त पसरलं. निजामाच्या हद्दीत देवरनावडगी इथं त्यांच्यावर छापा पडला होता.

बंडाचा भडका अचानक उसळला, तसाच अचानक विझून गेला. देशद्रोहाचा खटला भरण्यात येऊन वासुदेव बळवंतांना काळ्या पाण्याची शिक्षा ठोठावण्यात आली. जेमतेम पंधरा दिवस चाललेल्या त्या खटल्यात या देशभक्ताची बाजू मांडायला पुण्यातला एकही वकील पुढं आला नाही. सार्वजनिक काकांनी पुढाकार घेऊन त्यांची बाजू मांडण्याचा प्रयत्न केला. मुंबईचे सुप्रसिद्ध वकील महादेव चिमणाजी आपटे खास त्यांच्या मदतीसाठी पुण्यात आले. सार्वजनिक काकांनी आपलं ज्ञान पणाला लावलं; परंतु त्यांच्या वकिलीचा उपयोग झाला नाही. अवघा महाराष्ट्र एका क्रांतिकारकाच्या शोकांतिकेनं हळहळला.

वासुदेव बळवंतांना विनाविलंब एडनच्या तुरुंगात पाठवण्यात आलं. एडनचा तुरुंग म्हणजे जीवघेण्या यातना आणि भीषण हालअपेष्टा. तिथं कैद्यांना बैलासारखं तेलाच्या घाण्याला जुंपलं जाई. त्यांच्याकडून धान्य दळण्याचं काम करून घेतलं जाई. असह्य शारीरिक आणि मानसिक यातनांनी माणूस एक तर वेडा होई किंवा रोगाला बळी पडून मृत्यूच्या स्वाधीन होई.

एक उमदा माणूस एका निर्णायक क्षणी बंडाला प्रवृत्त होऊन वणव्यात सापडलेल्या पाखराप्रमाणे क्षणार्धात जळून खाक झाला होता. एका तेजस्वी तरुणाची शोकांतिका तात्यांना विचारप्रवृत्त करत होती. ज्या काळात वासुदेव बळवंत राज्यक्रांतीचं स्वप्न पाहत होते, त्या काळात तात्यासाहेब फुले समाजक्रांतीचं स्वप्न पाहत होते. त्यांची दृष्टी इंग्लंडमधील घडामोडी न्याहाळत होती. इंग्लंडमध्ये सक्तीच्या शिक्षणाचा कायदा पास होणार होता. भारतातही तसा कायदा व्हावा, यासाठी पाहिजे ते सर्व प्रयत्न करायची तयारी तात्यांनी सुरू केली होती. त्या मागणीकडे सरकारचं लक्ष वेधून घेण्यासाठी त्यांनी 'दीनबंधू'तून लेख लिहायला सुरुवात केली.

देशाच्या उन्नतीचा पाया सार्वत्रिक शिक्षण हाच असून, तो प्राथमिक शिक्षणापासून मजबूत व्हावा लागतो, ही खूणगाठ बांधून, तात्यांनी सक्तीच्या प्राथमिक शिक्षणाची मागणी सुरू केली. शूद्रातिशूद्रांच्या शिक्षणाचा प्रश्न पुन्हा एकदा व्यापक पातळीवरून धसाला लागणार होता.

६१

बंडाच्या ऐन धामधुमीत सरकारला शेतकऱ्यांच्या प्रश्नाची दखल घ्यावी लागली. तो सर्व 'दीनबंधू'नं जे रान उठवलं होतं, त्याचाच परिणाम होता. सरकारला डेक्कन ॲग्रीकल्चरिस्ट रिलीफ ॲक्ट पास करावा लागला. त्यात सावकारांच्या लबाड्यांना आळा घालणाऱ्या काही तरतुदी होत्या. यापुढं शेतकऱ्यांची जमीन कर्जापोटी सावकाराच्या घशात जाणार नाही, एवढी तरी आशा बाळगायला जरूर तेवढी जागा होती.

जोशी काकांची सार्वजनिक सभा शेतकऱ्यांची गाऱ्हाणी सरकारकडं पोचवीत होती; परंतु त्यात शेतकऱ्यांचा कळवळा किती होता आणि सावकारांचा पुळका किती होता, हाच प्रश्न होता. शूद्र शेतकऱ्यांना प्रतिनिधित्व नसलेल्या त्या सार्वजनिक भटसभेवर तात्यांचा विश्वास नव्हता.

शेतकऱ्यांचा हिताचा कायदा होताच ब्राह्मणी वृत्तपत्रांनी सावकारांसाठी गळे काढायला सुरुवात केली. त्याउलट 'दीनबंधू'नं त्या कायद्याच्या कठोर अंमलबजावणीची मागणी केली. गोरगरिबांच्या हितरक्षणासाठी चकार शब्दही न काढणाऱ्या प्रार्थना समाजासारख्या संस्थांवर पुन्हा टीकेची धार धरली.

'दीनबंधू'च्या हल्ल्यानं जखमी झालेल्या ब्राह्मणी वृत्तपत्रांनी उलटा कांगावा सुरू केला; परंतु कुठल्याच विरोधाला न जुमानता 'दीनबंधू'नं आपलं शरसंधान अखंड सुरूच ठेवलं. या शरसंधानाचा मोहरा ख्रिस्ती धर्माकडं वळलेला पाहून तात्या बेचैन झाले. हिंदू धर्मापेक्षा कितीतरी उदार असलेल्या ख्रिस्ती धर्मावर 'दीनबंधू'नं टीकास्त्र सोडावं, हे सत्यशोधक धर्माच्या धोरणात बसणारं नव्हतं. ब्राह्मण्यविरोधाला ब्राह्मणविरोधाचं स्वरूप येऊ लागलं होतं आणि ही गोष्ट सत्यशोधक चळवळीच्या दृष्टीनं हानिकारक होती. तोच धागा पकडून ब्राह्मणी वृत्तपत्रांनी 'दीनबंधू' आणि सत्यशोधक समाजावर पुन्हा विखारी टीका सुरू केली.

कृष्णरावांची भेट झाल्यावर तात्या म्हणाले,

''कृष्णराव, आपल्याला कोणाशी लढायचं आहे, आपला शत्रू कोण आहे, याचा थोडा विचार करा. धाडसाच्या भरात येऊन कधी ब्राह्मण जातीवर टीका करायची, तर कधी ख्रिस्ती धर्मावर तुटून पडायचं, हे स्थिर बुद्धीचं लक्षण नाही. ख्रिस्ती धर्म हिंदू धर्मापेक्षा उदार आहे. त्याच्यावर धार धरण्यात काहीच मतलब नाही. टीकाच करायची, तर ब्राह्मणी धर्मातील दोषांवर करा; पण ती करताना आमचं वैर ब्राह्मण्याशी आहे, ब्राह्मण जातीत जन्मलेल्या माणसाशी नाही, हे लक्षात असू द्या. ब्राह्मण्य हे ब्राह्मण जातीत जन्मलेल्या माणसातच असेल, असं नाही. ते अज्ञानी आणि अर्धवट शिक्षित शूद्रांतही सापडू शकेल; हे लक्षात ठेवूनच लिहिलं पाहिजे. वृत्तपत्र हे समाजाच्या भावना व्यक्त करणारं साधन आहे. त्याचा वापर जबाबदारीनंच केला पाहिजे. कृष्णराव, इथं कुठंतरी चुकतं आहे. मी छापखाना तुमच्या हातात द्यायला तयार नव्हतो, त्याचं हे एक कारण आहे.''

कृष्णरावांनी तात्यांचं म्हणणं ऐकून घेतलं खरं; पण अजूनही त्यांना आपलीच बाजू खरी वाटत होती. पुन्हा एकदा विसंवादाचे ताण निर्माण झाले होते.

कृष्णरावांच्या बाजूनं पाहिलं, तर परिस्थिती वेगळी होती. 'दीनबंधू'साठी ते सगळी सोंगं आणत होते; परंतु पैशाचं सोंग घेणं शक्य नव्हतं. वरचेवर जास्त तोटा सोसत 'दीनबंधू' चालवावं लागत होतं. दुष्काळ संपल्यानंतर तरी वर्गणीदार

वाढतील, अशी अपेक्षा होती; परंतु ती सफल झाली नव्हती. गहाण पडलेलं शेत, दागिने सोडवणं अजूनही शक्य झालं नव्हतं. उलट, घर जायची वेळ आली होती. तात्यांशी असलेल्या मतभेदांपायी इतर सत्यशोधकांचा दुस्वास वाट्याला येत होता आणि स्वत: तात्यासाहेब 'दीनबंधू'च्या आर्थिक स्थितीविषयी शब्द काढायला तयार नव्हते.

परिणाम व्हायचा तोच झाला. १८७९ च्या हिवाळ्यात 'दीनबंधू' बंद पडलं. गेली तीन वर्षं सुरू असलेलं समाजाचं मुखपत्र बंद पडलं, म्हणून सत्यशोधक नाराज झाले. तात्यांशी बोलायचं म्हटलं, तर ते व्याख्यानांच्या दौऱ्यावर फलटणला गेले होते आणि तिथून परस्पर सावंतवाडीला जाणार होते.

'दीनबंधू' बंद पडलं, म्हणून कृष्णरावांचं काम थांबलं नाही. स्त्रियांचं निबंधवाचन यासारखे काही समारंभ त्यांनी घडवून आणले. त्याच वेळी 'दीनबंधू' पुन्हा सुरू व्हावं, म्हणून ते अखंड प्रयत्नशील होते. नारायणराव लोखंडे आणि रामजी संतूजी आवटे यांनी मुंबईहून 'दीनबंधू' चालवावं, असं घाटत होतं. आपल्या कामगार चळवळीसाठी लोखंड्यांनाही 'दीनबंधू'सारखं पत्र पाहिजेच होतं. आयता चालून आलेला 'दीनबंधू'चा कारभार त्यांनी ताब्यात घेतला. दामोदर सावळाराम यंदे हेही त्यांना जाऊन मिळाले. चार महिने बंद पडलेलं 'दीनबंधू' आता मुंबईहून गर्जू लागलं.

'दीनबंधू'चं स्वरूप आमूलाग्र बदललं. आता इंग्रजी आणि मराठी या दोन्ही भाषांत ते प्रसिद्ध होऊ लागलं. दामोदर सावळाराम यंदे इंग्रजी लेखनाची बाजू सांभाळू लागले.

'दीनबंधू'चा आणि कृष्णरावांचा संबंध जवळपास संपला. आर्थिक परिस्थितीनं गांजलेले कृष्णराव शेती करायला चिंचोलीला निघून गेले. तेथील जहागीरदार आत्मारामबुवा यांनी त्यांना जमीन द्यायचं कबूल केलं होतं.

७०

नगरपिते या नात्यानं स्वीकारलेली जबाबदारी तात्या निष्ठेनं पार पाडत होते. नोकरभरती, शहर स्वच्छता, अंदाजपत्रक, हिशेबतपासणी इत्यादी सर्व प्रकारच्या कामांमध्ये ते बारकाईनं लक्ष घालत होते. सर्व कामांमागं सामान्य माणसाचे कल्याण, त्याची नैतिक उन्नती हेच एक धोरण तात्यांनी ठेवलं होतं. त्याच धोरणातून तात्यांनी दारूच्या गुत्त्यांबाबत आवाज उठवायचं ठरवलं.

पुण्यात रस्तोरस्ती डोळ्यांवर येतील, इतके दारूचे गुत्ते फोफावले होते. तरीही आणखी काही नव्या दुकानांना परवाने मिळाले होते.

दारू ढोसून रस्त्यावर लोळणारे दारुडे हे तसं नेहमीचं दृश. पेशव्यांनी पुणे

शहराला दिलेली ही आणखी एक देणगी. दारूचं नाव सोमरस ठेवून ब्राह्मण लोक मोठ्या आनंदानं तिचं पान करीत. घटकंचुकीवाल्या शाक्तपंथीयांनी मद्य, मांस आणि मैथुन या तीन मकारांना प्रतिष्ठा मिळवून दिली होतीच. पुण्यातल्या कित्येक देवळांतून त्यांचे अनाचार चाललेले असत. नवशिक्षितांची पिढीही गोऱ्या साहेबांच्या संगतीत मद्यपानाला चटावली होती. श्रीमंत जहागीरदारांच्या वाड्यांतून मद्यपान हा सध्या नित्यव्यवहाराचा आणि शिष्टाचाराचा भाग झाला होता. त्यात सरकारनं दारूच्या नव्या दुकानांना आणखी परवाने दिले आणि कोपऱ्यातली दारू चौकात आली. दारूड्यांना रस्त्यावर हैदोस घालायचा राजरोस परवानाच मिळाला. गोरगरीब माणूसही सहज मिळणाऱ्या दारूच्या नादी लागला. दिवसभर कष्ट करून संध्याकाळी घराकडे परतणारे कामकरी दारूच्या दुकानात शिरताना दिसू लागले. दोन दिवसांच्या मोहाचं रूपांतर हळूहळू व्यसनात होऊ लागलं. गोरगरीब माणूस दारूसारख्या संसारनाशक व्यसनाच्या आहारी जातो आहे, आपली दिवसभराची घामाची कमाई नशेत घालवतो आहे, हे दृश्य तात्यांना असह्य झालं.

नगरपालिकेच्या मॅनेजिंग कमिटीचे अध्यक्ष प्लंकेट साहेब हे तात्यांचे मित्र. तेव्हा तात्यांनी त्यांच्याकडेच गाऱ्हाणं मांडायचं ठरवलं. त्यांना लिहिलेल्या पत्रात तात्या म्हणाले,

'ज्या पुणे शहराला दारूचे गुत्ते परिचित नव्हते, त्यात आता भरवस्तीत दारूचे गुत्ते उघडल्यामुळे लोकांच्या नैतिक अध:पाताची बीजे पेरली जात आहेत; त्यामुळे शहराचे आरोग्य सांभाळणे हा जो नगरपालिकेचा एक उद्देश आहे, त्याला बाधा येत आहे.'

तात्या केवळ पत्र लिहून थांबले नाहीत. त्यांनी नगरपालिकेच्या कार्यकारी मंडळाला तसा ठराव करायला भाग पाडलं. तात्यांचं पत्र आणि तो ठराव जिल्हाधिकारी रिचे यांच्याकडे पाठविण्यात आला.

दरम्यान, वेताळ पेठेत भाजी मंडईसाठी इमारत बांधण्याचा ठराव आला. नव्या इमारतीस तात्यांनी सक्त विरोध केला. कारण ठराव मांडणाऱ्यानं गरीब भाजीविक्रेत्यांच्या आर्थिक स्थितीचा विचार केला नव्हता. फक्त छप्पर-दुरुस्तीचा खर्च मंजूर करताना तात्यांनी एक सूचना केली. भाजीवाल्यांना महिन्याला चार आण्यांपेक्षा जास्त भाडं लावू नये, असं त्यांनी निक्षून सांगितलं.

तिकडं गुत्त्यांच्या प्रकरणाची फिरवाफिरवी सुरू होती. कागदी घोडे नाचत होते. कारण सरकारला आपलं उत्पन्न बुडवायचं नव्हतं. तो अर्ज आणि ठराव जिल्हाधिकाऱ्यांकडून अबकारी अधिकारी डिक्सन यांच्याकडं गेला. शहराचे पोलीस पर्यवेक्षक यांचंही मत मागवण्यात आलं. जिल्हाधिकारी रिचे आणि अबकारी अधिकारी डिक्सन यांचे अभिप्राय तात्यांच्या मताला अनुकूल पडले. पोलीस पर्यवेक्षकानं मात्र बरीच अक्कल

पाजळली. त्याच्या मते दारूचे गुत्ते कमी केले, तर एकदा घेतल्यावर गुत्त्यात पुन्हा जावं लागू नये म्हणून लोक जास्तच घेतील; त्यामुळे दारूचे गुत्ते आणखी वाढवावेत, अशी सूचना त्यानं केली होती.

सर्व प्रकरण सरकारी शेरा मिरवत नगरपालिकेकडं परत आलं. शेरा होता : गुत्ते वाढवल्यामुळे व्यसन वाढलं आहे, असं म्हणता येत नाही. तात्यांच्या पत्रावर अनुकूल अभिप्राय देणाऱ्या रिचे साहेबानंच हा शेरा लिहिला होता.

परंतु म्हणून तात्यांचे प्रयत्न वाया गेले नाहीत. यापुढं नव्या दुकानाला परवाना देताना सरकारला नगरपालिकेच्या ठरावाचा विचार करावा लागणार होता.

७१

दुपारी जेवण झाल्यावर तात्या बैठकीत वाचत बसले होते. हातात 'सुबोधपत्रिके'चा ताजा अंक होता. वाचतावाचता एका पानावर ते थबकले. तो मजकूर वाचून होताच त्यांच्या चेहऱ्यावर तीव्र असमाधान प्रकटलं.

"सावित्रीबाई..." तात्यांच्या तोंडून सहजच हाक बाहेर पडली.

पदराला हात पुसत काकू दारात उभ्या राहिल्या.

आपली चूक उमगून तात्या म्हणाले,

"जेवताना उठायची गरज नव्हती."

"तुम्ही बोलावलं, म्हणून मी आले." काकू शांतपणे म्हणाल्या.

"हा मजकूर वाचून राहवलं नाही, म्हणून हाक मारली."

"कुठला मजकूर?"

"तुम्ही आधी जेवून या."

"माझं जेवण झालं आहे. द्या तो मजकूर इकडं..."

काकू 'सुबोधपत्रिके'चा तो अंक वाचू लागल्या. तो मजकूर लिहिणाऱ्यानं केशवपनासंबंधी अजब विचार मांडले होते. तो म्हणत होता,

'विधवांचे केशवपन करायचेच असेल, तर ते घरातील स्त्रियांनी करावे किंवा न्हाविणीकडून करवावे.'

हे काम करणाऱ्या नाशिक येथील एका न्हाविणीचा उल्लेखही त्यानं केला होता आणि सार्वजनिक हिताचं कार्य करणाऱ्या कार्यकर्त्यांनी संरक्षण देऊन तिला तिचं काम करण्यास मदत करावी, असंही तो म्हणत होता.

तात्या म्हणाले,

"आमच्या मित्रानं अजब तोडगा शोधून काढला आहे.!"

"पण हा मजकूर त्यांनी लिहिलेला आहे, असं मला वाटत नाही." काकू म्हणाल्या.

"पण तो संपादक तर आहे ना? त्या मजकुरातला विचार मान्य असल्याशिवाय का तो मजकूर छापला गेला? वपन– मग ते न्हाव्याने केलं काय आणि न्हाविणीकडून करवून घेतलं काय, वाईटच! हे ब्राह्मण सुधारक या समस्येच्या मुळावर घाव घालायला तयार नाहीत."

काकू विचार करत होत्या. न्हाव्यांनी केशवपनासारखं दुष्कर्म करू नये, यासाठी त्यांची मनं वळवायचा विचार तात्यांनी अनेकदा बोलून दाखवला होता. त्या कामी त्यांना मदत करायचं आश्वासन काकूंनी दिलं होतं; परंतु कामाच्या धबडग्यात न्हाव्यांच्या भेटी घेणं अजून झालं नव्हतं आणि आताही ते कधी घडेल, हे सांगणं कठीण होतं.

"ब्राह्मणी वृत्तपत्रांची आणि मासिकांची ही अवस्था आहे, तर आपल्या 'दीनबंधू'ची तऱ्हा वेगळीच आहे. अनिष्ट रूढींनी बरबटलेल्या ब्राह्मणी धर्माला सोडून, ते ख्रिस्ती धर्मावर तुटून पडतात. कधी ब्राह्मणी धर्माऐवजी ब्राह्मण जातीवर धार धरतात." तात्या म्हणाले.

ब्राह्मणी पत्रांची ही तडजोडवादी मखलाशी नवी नव्हती; परंतु हे कुठवर चालत राहणार होतं हाच खरा प्रश्न होता. बेहरामजी मलबारी यांचा 'इंडियन स्पेक्टेटर' स्त्रियांच्या समस्यांना वाचा फोडत होता; परंतु हिंदू धर्माच्या सुधारणेसाठी एका पारशी माणसानं इतकी धडपड करावी, हा अनेकांना आगंतुकपणा वाटत होता. विष्णुशास्त्री चिपळूणकर पुण्यात नवी वृत्तपत्रं सुरू करणार असल्याचं चाललं होतं; परंतु 'निबंधमाले'चं स्वरूप पाहता त्यांचं धोरण कोणतं असणार होतं, हे वेगळं सांगण्याची गरज नव्हती.

'दीनबंधू'ची वाताहत आज तात्यांना तीव्रतेनं जाणवली. 'दीनबंधू'च्या संपादनातील निश्चित धोरणाचा अभाव त्यांना पहिल्यापासून खटकत होता. त्यात कृष्णरावांचा एककल्ली स्वभाव. वेळोवेळी दिलेला सल्ला त्यांनी कधीच मानला नाही. प्रत्येक वेळी आपलं तेच खरं केलं. मुंबईकरांनी दिलेला छापखाना परत गेल्यापासून त्यांच्या मनात निर्माण झालेली अढी अजूनही तशीच होती.

'दीनबंधू' पुन्हा सुरू झाला होता खरा; परंतु त्याची ओढाताण सुरूच होती. आवट्यांचं लोखंड्यांशी पटत नव्हतं. दामोदर सावळाराम यंदे हेही 'दीनबंधू' सोडण्याच्या विचारात होते.

"तुम्ही थोडं जुळतं घ्यायला पाहिजे होतं, शेटजी." काकू म्हणाल्या.

काकूंच्या मनाला 'दीनबंधू'च्या वाताहतीपेक्षा कृष्णरावांची वाताहत जास्त सलत होती. चिंचोलीलाही त्यांची घडी नीट बसली नव्हती. कोरडवाहू शेती करणं न परवडल्यानं ते चिंचोलीहून बिरवाडीला गेले असल्याचं कळलं होतं. तिथं त्यांनी नीरा कॅनॉलवर सब-ओव्हरसिअरची नोकरी धरली होती.

मुंबईकरांनी दिलेला छापखाना कृष्णरावांच्या हवाली केला असता, तर आज कदाचित ही वेळ आली नसती, हे तात्यांनाही दिसत होतं; पण दोन्ही बाजूंनी चुकत गेलं होतं आणि आता त्यावर विचार करून काहीच उपयोग नव्हता. झाल्या गोष्टी होऊन गेल्या होत्या. एकदा दुरावलेली मनं पुन्हा सांधली जाणं अवघड होतं.

''चुकीच्या धोरणांशी कुठवर जुळतं घ्यायचं, सावित्रीबाई?'' तात्या म्हणाले.

''पण त्यांनी ख्रिस्ती धर्मावर टीका केली म्हणून एवढं काय बिघडलं, शेटजी? प्रत्येक धर्मात काही ना काही दोष आहेत, हे तुम्हीही सांगताच ना?''

''तरीही तो धर्म ब्राह्मणी धर्मापेक्षा अधिक उदार आहे, हे कोणालाही मान्य करावं लागेल, सावित्रीबाई. ख्रिस्ती धर्मात पोपशाहीचा जुलूम होताच; परंतु तो टॉमस पेन, मार्टिन ल्युथर या धर्मसुधारकांनी मोडून काढला आहे आणि खरा सुधारित धर्मविचार लोकांना दिला आहे. ब्राह्मणशाहीशी तुलना केली, तर पोपशाहीचा जुलूम म्हणजे काहीच नव्हे. त्याबाबत म्हणाल, तर ब्राह्मणांनी पोपशाहीलाही लाजवलं आहे. स्वर्गसुखाची आशा दाखवून पापमुक्तीचे पास वाटणाऱ्या ख्रिस्ती धर्मगुरूंनी निदान आकाशात देव आहे, एवढं तरी कबूल केलं होतं; पण या पाजी भटांनी आपण स्वत:च देव असल्याचं सांगून अज्ञानी समाजाला लुटून खाल्लं आहे आणि अजूनही खात आहेत. शिवाय दुसरी गोष्ट म्हणजे, शूद्र-अतिशूद्र, भिल्ल, कोळी हे सारे या बळीस्थानातले मूळ क्षेत्रपती आहेत. कृष्णराव म्हणतात, तसे ते निराश्रित हिंदू नाहीत...''

काकूंनी विषय आवरता घेतला. तात्यांनी ब्राह्मणशाहीच्या जुलमांचे पाढे वाचायला सुरुवात केली की, समोरची व्यक्ती फक्त ऐकतच राहत असे. तात्यांचं मन वळवण्याच्या भरीस न पडता काकू आपल्या कामाला निघून गेल्या.

तिसरेप्रहरी तात्या नगरपालिकेच्या ऑफिसकडं निघून गेले. आज त्यांना एका महत्त्वाच्या विषयावर बोलायचं होतं. पुढील महिन्यात हिंदुस्थानचे व्हाईसरॉय लॉर्ड लिटन पुण्याला भेट देणार होते. त्यासाठी शहर सुशोभित करण्यात येणार होतं. सुमारे एक हजार रुपये एवढा खर्च अपेक्षित होता. उघडपणे ठराव मांडला तर तो कदाचित मंजूर होणार नाही, या भीतीनं अध्यक्षांनी प्रत्येक सभासदाला व्यक्तिगत पत्र पाठवून त्याची परवानगी मिळवली होती. बत्तीसपैकी एकतीस सभासदांनी संमतीदर्शक सह्या केल्या होत्या. फक्त एकाच सभासदानं पत्रकावर सही केली नव्हती आणि तो सभासद म्हणजे तात्यासाहेब फुले!

प्रेस ॲक्ट लादून देशी वृत्तपत्रांचा गळा आवळणाऱ्या माणसाचा मानपत्र देऊन सत्कार आणि वर शेकडो रुपयांचा खर्च हा कारभार तात्यांना केव्हाही मान्य होणार नव्हता. प्रत्येक वेळी तात्यांच्या पाठीशी उभे राहणारे हरी रावजीही यावेळी त्यांच्या बरोबर नव्हते. तात्या एकटे होते; पण असंख्य गोरगरीब जनतेच्या भावना त्यांच्या पाठीशी होत्या. गोरगरिबांचं कल्याण हाच एक ध्यास घेतलेल्या माणसाची ती अखंड साधना

होती आणि कोणत्याही अडथळ्याला तोंड देत ती सुरूच राहणार होती.

भरसभेत आपला विरोध नोंदविताना तात्या म्हणाले,

''व्हाइसरॉय साहेबांच्या मानपत्रासाठी खर्च होणारी रक्कम गरीब नागरिकांच्या शिक्षणासाठी खर्च केली तर त्या रकमेचा अधिक चांगला उपयोग झाला, असं होईल.''

तात्यांच्या निवेदनानं खुद्द प्लंकेट साहेबही नाराज झाले. तात्यांच्या एकट्याच्या विरोधानं ठराव बारगळणार नव्हता; परंतु त्यांनी आपलं कर्तव्य पार पाडलं होतं. गोरगरिबांच्या कल्याणाची ही एकाकी झुंज होती आणि श्वास सुरू असेपर्यंत ती अशीच सुरू राहणार होती.

७२

मुलांना घेऊन फिरायला गेलेले तात्या संध्याकाळी घरी परतले तेव्हा दिवेलागण झाली होती. देवराव ठोसर यांचा मुलगा लक्ष्मण यशवंतासोबत असे. गणपतराव काळ्यांचा मुलगा गोविंद इंग्रजी शिक्षणासाठी फुले वाड्यात राहायला आला होता. एके दिवशी तात्याच त्याला स्वत:हून पुण्याला घेऊन आले होते. मुलांची शाळा, त्यांचे खेळ, दैनंदिन वाचन आणि अभ्यास यांवर तात्यांची सक्त नजर असे.

जेवणं झाल्यावर तात्यांनी तिघांना अभ्यासाला बसवलं आणि ते पत्र लिहायला बसले. स्त्रीला अनाचाराला प्रवृत्त करून, वर तिलाच दोष देणाऱ्या पुरुषी प्रवृत्तीविरुद्ध लिहिल्याशिवाय राहवत नाही, असं गेल्या पत्रात ताराबाईंनी लिहिलं होतं. त्यांनी लिहावं, हा तात्यांचा आग्रह होताच आणि आता वेळही तशीच अनुकूल आली होती. ताराबाईंनी लिहायलाच पाहिजे होतं. गुजरात प्रांतात उडपाड येथील विजयालक्ष्मी नावाच्या एका विधवा मुलीला भृणहत्येच्या आरोपावरून फाशीची शिक्षा झाली होती. पुण्यात काशीबाईला झालेल्या जन्मठेपेच्या शिक्षेनंतरची ही दुसरी घटना. सार्वजनिक सभेनं सदर शिक्षा सौम्य व्हावी, म्हणून प्रयत्न चालवले होते; परंतु सनातनी वृत्तपत्रं मात्र विधवांची दु:खं जाणून न घेता त्यांनाच दुर्वर्तनी आणि व्यभिचारी ठरवत होती. त्यात 'पुणे वैभव'सारखी वृत्तपत्रं आघाडीवर होती. परकीय सरकारनं स्त्रियांच्या स्थितीत सुधारणा करणारे कायदे करून आमच्या धर्मात ढवळाढवळ करू नये, असा कांगावा त्यांनी सुरू केला होता. कोणालाही खेटर हातात घ्यायला भाग पाडील, असा हा उलटा न्याय पाहून तात्या संतापानं पेटून उठले. लेखन करून ताबडतोब पाठवून द्यावं, असं आग्रहाचं पत्र लिहून तात्यांनी टाक खाली ठेवला.

रात्री देवराव ठोसर बोलायला म्हणून येऊन बसले. पोलीस खात्यात चांगली कामगिरी करून निवृत्त झालेले देवराव सध्या ऑनररी मॅजिस्ट्रेट हा हुद्दा सांभाळत असत. बोलायला अनेक विषय होते. शास्त्रीबुवांची 'निबंधमाला', तिच्यातून रावबहादूर,

लोकहितवादी आणि जोतीराव फुल्यांवर होणारी आगपाखड हा फुले वाड्यातला नेहमीचा चर्चा-विषय. रात्री सत्यशोधक मंडळी तात्यांचे विचार ऐकायला येऊन बसत. अनेक विषयांवर चर्चा चालत.

"तात्यासाहेब, विष्णुशास्त्री युरोपियन विद्वानांचे फार आभार मानतात. त्यांनी म्हणे, आम्हाला आमचा वेदादी ग्रंथांचा वारसा दाखवून दिला आहे. मॅक्समुल्लरला तर ते मोक्षमुल्लर म्हणतात." एखादा सत्यशोधक गृहस्थ तात्यांकडे आपला मुद्दा घेऊन येई.

"प्रोफेसर मॅक्समुल्लर साहेब स्वत:ला भट्ट मोक्षमुल्लर म्हणवून घेऊ लागल्यावर आपल्या देशातले पुस्तकी विद्वान त्याला डोक्यावर घेऊन नाचणारच आहेत. ते काही असो, आम्ही त्या विद्वानांचे आभारच मानतो." तात्या सांगत.

"ते कशासाठी, तात्यासाहेब?"

"अहो, त्यांच्यामुळेच तर आम्हाला त्या ग्रंथांचं खरं लक्षण कळलं आणि आमच्या गुलामगिरीचा उगम सापडला."

सर्वजण खदखदून हसू लागत.

"फुकटचं कौतुक करायला मॅक्समुल्लरचं काय जातं? त्याला ब्राह्मणी धर्मात एवढी थोरवी दिसते, तर त्यानं स्वत:च वैदिक धर्माची दीक्षा का घेतली नाही? त्याला म्हणावं, हिंदू होऊन एकदा आमच्या गुलामगिरीचा अनुभव घे आणि मग त्या भेदग्रंथांच्या वैभवशाली वारशाचे गोडवे गाऊन दाखव."

"मग तात्यासाहेब, त्या ग्रंथांमध्ये उत्तम असं काहीच नाही काय?" सहजच प्रश्न उपस्थित होई.

तात्या म्हणत,

"नाही कसं? तपकिरीच्या पुड्या बांधायला ते ग्रंथ फार उत्तम आहेत. परंतु तसंही नको. त्यांची होळी करणं हाच त्यांची विल्हेवाट लावण्याचा उत्तम उपाय ठरेल." तात्यांच्या या वक्तव्यावर पुन्हा हास्याचे फवारे उडत.

ब्रह्मघोळात अडकलेला एखादा तरुण ख्रिस्ती धर्माला शिव्या घालत येई. त्याच्या मनातला गोंधळ दूर करून तात्या सांगत,

"अरे बाळा, ज्या ब्राह्मणी धर्मानं शूद्रांना भिकेला लावलं, त्यांच्यावर राग धरण्याऐवजी तू ख्रिस्ती धर्मावर का रागावतोस? आर्यभटांचा पुंडावा मोडून काढणारे ख्रिस्ती आणि मुस्लीम हे आपले मित्र आहेत. धर्माचा खरा अर्थ जाणून घे. धर्म म्हणजे काय, हे कोणीच सांगत नसल्याने ब्राह्मणांची गुलामी हाच शूद्रांचा धर्म होऊन बसला आहे. शूद्रांवर गुलामी लादून त्यांनी सर्वशक्तिमान ईश्वराच्या नावाला काळिमा लावला आहे. आता तेच लोक प्रार्थना समाज, आर्य समाज ही ढोंगं रचून धर्मसुधारणेचा आव आणत आहेत. आम्हाला त्यांच्या धर्माची आणि त्यांच्या मतलबी धर्मसुधारणेची गरज नाही. आम्ही आमचा धर्ममार्ग निवडला आहे."

''तात्यासाहेब, कलियुगात ब्राह्मण आणि शूद्र हे दोनच वर्ण उरले आहेत, असं ब्राह्मण म्हणतात, ते खरं आहे काय?'' एखादा सत्यशोधक गृहस्थ खूप दिवस मनात दबून राहिलेली शंका बाहेर काढी.

त्यावर हसून तात्या म्हणत,

''तेही खरंच आहे. आजच नाही. पूर्वापार काळापासून म्हणजे आर्यांनी हिंदुस्थानावर आक्रमण केलं, तेव्हापासून हे दोनच वर्ण आहेत. ब्राह्मण, क्षत्रिय आणि वैश्य या त्रैवर्णिक आर्यांनी येथील क्षेत्रपती क्षत्रियांना जिंकून आपले दास बनवलं. ते तिघे आर्य वर्ग एकत्र होऊन स्वत:ला ब्राह्मण म्हणवून घेऊ लागले. त्यांच्यातल्याच परशुराम या ब्राह्मण पुरोहितानं येथील क्षेत्रपतींची त्यांच्या बायका-मुलांसह निर्दय कत्तल केली; त्यामुळे ते आर्यभट आणि आम्ही मूळचे क्षेत्रपती हेच आजचे खरे दोन वर्ण आहेत. आपण सर्व शूद्र-अतिशूद्र एकाच वंशाचे आहोत. त्या युगांच्या कल्पना मनातून काढून टाका. त्या भ्रामक आहेत.''

''तात्यासाहेब, जाती ब्राह्मणांनी निर्माण केल्या. त्याला पुरावा काय?'' एखादा तरुण शंका उपस्थित करी.

ही शंका अनेकदा उपस्थित होत असे. डॉक्टर घोल्यांशी याच विषयावर तात्यांचे मतभेद झाले होते; परंतु तात्या आपल्या मताला चिकटून होते. या दृष्टीनं अधिक पुरावे गोळा करण्यासाठी त्यांनी सध्या संस्कृत ग्रंथांचा कसून अभ्यास सुरू केला होता.

तात्या सांगत,

''त्याला निर्णायक पुरावा माझ्याकडं नाही; पण जातिव्यवस्थेचे गोडवे गाणारे खल्लड ग्रंथ त्यांनीच रचून ठेवले आहेत, हे तरी खोटं नाही ना? मी सध्या ते ग्रंथ बारकाईनं वाचतो आहे. त्यासाठी संस्कृत शिकतो आहे. तुम्हीही ते वाचून पाहा; म्हणजे तुम्हाला माझं म्हणणं पटेल. जातिव्यवस्था त्यांच्या हिताची असल्याने त्यांनी सतत तिचा कैवारच घेतला आहे. आजही अनेक मार्गांनी त्यांचा तोच उद्योग सुरू आहे. वर्णव्यवस्थेचा बागुलबोवा खोटा आहे. शूद्रांना इथं कधीही ब्राह्मणाची योग्यता मिळालेली नाही. उलट ब्राह्मणांनी त्यांना शत्रूसारखं वागवलं आहे. व्यक्तीची योग्यता इथं त्याच्या गुणांवरून नव्हे, तर त्याच्या जन्मावरून ठरत आली आहे. व्यासमुनी शूद्र स्त्रीपासून जन्मला असला, तरी त्याचा पिता ब्राह्मण होता; म्हणूनच त्याचा स्वीकार झाला. शूद्र पित्यापासून झालेली संतती कधीही स्वीकारली गेली नाही.''

असे अनेक विषय छेडले जात आणि चर्चा रंगत राहत.

सध्या वेगळ्याच विषयावर चर्चा सुरू होती. विजयलक्ष्मी खटल्याचा विषयही

काहीसा मागं पडला होता. सध्या कोल्हापूर प्रकरणानं पुण्याची हवा बरीच तापवली होती. कोल्हापूर संस्थानाचे दिवाण माधवराव बर्वे यांनी टिळक-आगरकरांवर अब्रूनुकसानीचा खटला भरला होता. 'केसरी' आणि 'मराठा' ही वृत्तपत्रं सुरू झाल्यापासून दोघा संपादकांनी राजकीय असंतोष पसरवण्याचा प्रयत्न सुरू केला होता. त्याबाबत आगरकरांपेक्षाही टिळकांची लेखणी अधिक जहाल ठरली होती. तात्यांच्या दृष्टीने समाधानाची बाब गोष्ट एवढीच होती की, त्यांनी कोल्हापूर प्रकरणी छत्रपती शिवाजी महाराजांची बाजू घेतली होती. गेली चार वर्षं हे कोल्हापूर गादीचं प्रकरण गाजत होतं. अनेक अफवा कानांवर येत होत्या. शिवाजी महाराजांना म्हणे, वेड लागलं होतं; परंतु ते खरं नव्हतं. महाराजांना गादीवरून काढायचा तो एक डाव होता. लहान वयात दत्तक म्हणून आलेले महाराज शिक्षण संपवून राज्यकारभारात लक्ष घालू लागले आणि तेच नेमकं दिवाणबहादूर माधवराव बर्व्यांना नकोसं झालं. संस्थानच्या महाराणीही म्हणे, या डावात सामील होत्या. विषप्रयोग करून महाराजांचा अडसर दूर करण्यात येण्याची शक्यता होती.

संपूर्ण महाराष्ट्रात संतापाची लाट उसळली. 'बेळगाव समाचार'सारखं एखादं वर्तमानपत्रं सोडलं, तर 'दीनबंधू' आणि नेटिव्ह ओपिनियन'पासून 'ज्ञानप्रकाश' पर्यंतची सर्व वृत्तपत्रं बर्व्यांवर तुटून पडली. पुण्याच्या 'आनंदोद्भव' सभागृहात मोठी सभा घेऊन महाराजांच्या मातु:श्री राधाबाई यांचे वटमुखत्यार नाना भिडे यांनी तीन तास भाषण करून सर्व गोष्टी सांगितल्या. सत्तालोभी लोकांना दत्तक म्हणून आलेला राजा नकोसा झाला होता. त्याला वेडा ठरवण्यामागं भल्याभल्या लोकांचे हात गुंतले होते.

सरकारला कोल्हापूर संस्थानात नाक खुपसायची आयती संधी चालून आली. महाराजांना वेड लागल्याच्या अफवेचा फायदा घेऊन अहमदनगरच्या किल्ल्यात त्यांची रवानगी करण्यात आली. इंग्रज सरकार आणि दिवाण बर्वे यांच्या संगनमताने शिवाजी महाराजांवर जीवघेणे अत्याचार सुरू झाले. मराठी दौलतीचा वारस एखाद्या गुन्हेगारासारखा लाथा-बुक्क्यांचा मार खात होता. अपमान सहन करत होता.

नगरला जाण्यापूर्वी छत्रपतींचा मुक्काम काही दिवस पुण्याला पडला. नदीकाठच्या एका बंगल्यात त्यांना एवढीशी जागा मिळाली होती. बेवारशी माणसांनी धर्मशाळेत राहावं, तसं राजे आपल्या मातु:श्रीसह राहत होते. मोठ्या आशेनं लोक त्यांना पाहायला जात आणि त्यांची ती अवस्था पाहून हळहळत परत येत. त्यांना नगरला हलवण्यात आलं, तेव्हा दौंड स्टेशनवर कितीतरी लोकांनी त्यांना जवळून पाहिलं. त्यांच्या हातात कागदाची पुरचुंडी होती. उपाशी राजे दोन पैशांची शेव घेऊन पोटात ढकलत होते. मराठी राज्याचा धनी असा केविलवाणा झाला होता. याला जबाबदार कोण होतं?

टिळक-आगरकरांनी सर्व प्रकरणाचा छडा लावून महाराजांवरील अत्याचारांना वाचा फोडली. लोकभावनेला शब्दरूप उद्‍गार मिळाला. टिळक-आगरकरांनी दाखवलेलं

हे धैर्य पाहून तात्यांची छाती आनंदानं फुलून आली. दोघा तरुण संपादकांचा त्यांना अभिमान वाटला.

शिवाजी महाराज तुरुंगात अनन्वित छळ सोसत असताना टिळक-आगरकरांवर अटकेची वेळ गुदरली. ज्यांच्या बळावर लेख लिहिले, त्यांनीच आयत्या वेळी पाठ फिरवली. दहा हजारांचा जामीन द्यावा लागणार होता. विनंतीपत्र पाठवून मदतीची याचना करण्यात आली. विनंतीपत्राची एक प्रत तात्यांकडेही आली. तात्या ताबडतोब उरवणे शेटजींकडे गेले. त्यांच्याकडेही ते विनंतीपत्र आलेलं होतं. शेटजींनी लागेल तेवढी रक्कम द्यायची तयारी दाखवली. धाकट्या शास्त्रीबुवांकडे निरोप पोचता करण्यात आला. टिळक-आगरकरांची आणि शास्त्रीबुवांची फार मोठी चिंता दूर झाली. छत्रपतींच्या ऋणातून अंशत: तरी मुक्त झाल्याचं समाधान तात्यांना लाभलं.

७३

भल्याभल्यांची झोप उडवणारा कोल्हापूर खटला महाराष्ट्रभर गाजू लागला. तर्क-वितर्कांना उधाण आलं. तिकडं दिवाणबहादूर माधवराव बर्वे हेही इरेला पेटले. टिळक आणि आगरकरांना अद्दल घडवायच्या इराद्यानं कंबर कसूनच ते रणांगणांत उतरले होते. कायदा त्यांच्या बाजूनं असला, तरी न्याय संपादकांच्या बाजूनं होता. संपूर्ण महाराष्ट्राच्या सद्भावना टिळक-आगरकरांच्या पाठीशी उभ्या होत्या. फिरोजशहा मेहता यांच्यासारखे थोर कायदेपंडित न्यायालयात त्यांची बाजू मांडणार होते.

अहमदनगरच्या किल्ल्यात शिवाजी महाराजांवर अमानुष अत्याचार सुरू होते, ही गोष्ट खोटी नव्हती. त्यांच्या छळाच्या हकिगती ऐकताना लोकांच्या अंगात त्वेषाची आग संचारत होती. वृत्तपत्रांतून रोज नवनवा मजकूर छापून येत होता. त्यावर वाचकांच्या प्रतिक्रिया उमटत होत्या. दोन्ही बाजूंनी कायद्याचा कीस काढायचं काम चाललं होतं. टिळक-आगरकर त्याच कामात गढून गेले. प्रकृती ठीक नसतानाही विष्णुशास्त्री चिपळूणकरांची दगदग सुरू होती.

एके दिवशी सकाळी शाहीर धोंडीराम घाईघाईनं फुले वाड्यात आले. वाड्यात पाय ठेवताच ते म्हणाले,

''तात्यासाहेब, धाकटे शास्त्रीबुवा गेले.''

''विष्णुशास्त्री गेले? इतक्या अचानक?'' क्षणभर तात्यांचा कानांवर विश्वास बसला नाही.

''पोटात आग भडकली होती. तापात सारखे कोल्हापूर महाराजांच्या खटल्याविषयी बोलत होते.''

कोल्हापूर खटल्यासाठी ते किती परिश्रम घेत होते, ते सर्वांना माहीत होतं.

तात्या विचारात पडले. लहान वयात कामाचा केवढा प्रचंड व्याप त्या माणसानं उभा केला होता! सरकारी नोकरीला लाथ मारून शाळा सुरू केली. वृत्तपत्रं काढली. वयाच्या अवघ्या चोविसाव्या वर्षी 'निबंधमाला' हे मासिक सुरू केलं. ते सतत आठ वर्षं चालवून ग्रंथमालेचा संकल्प सोडला...

"वाईट झालं." तात्या म्हणाले. "आता कुठं महाराष्ट्रात विचारांची लढाई सुरू झाली होती. त्यांनी केलेलं शिक्षणप्रसाराचं काम महत्त्वाचं आहे. त्याला प्रोत्साहन दिलं पाहिजे."

"तात्यासाहेब, शास्त्रीबुवांनी विष घेतलं, असं लोक म्हणतात."

"गेल्या माणसाविषयी असं मनात आणू नये शाहीर."

"लोक म्हणत आहेत म्हणून मी म्हणालो, असं नाही तात्यासाहेब. गोष्टी फार पुढं गेल्या आहेत. पोलीस त्यांच्या देहाला हात लावू द्यायला तयार नाहीत. तसं काही नसल्याचा डॉक्टरी दाखला त्यांना पाहिजे आहे. नाही तर डॉक्टरी तपासणी झाल्याशिवाय पुढील संस्कार होणार नाहीत, अशी स्थिती आहे."

"ती कंडी पसरायचं कारण?"

"कोल्हापूर खटल्याच्या धास्तीनं त्यांनी विष घेतलं, असं लोक म्हणतात."

तात्यांना फार दु:ख झालं. नको ती वेळ ओढवली होती. बाराबंदीचे बंद आवळत तात्या म्हणाले,

"शाहीर, आपल्याला गेलं पाहिजे."

पागोटं काढून ठेवून त्यांनी पायात जोडा सरकवला आणि ते बाहेर पडले.

गेल्या दोन महिन्यांपासून विष्णुशास्त्री आजारी होते. डॉक्टर गर्दे यांच्याखेरीज विश्राम रामजी हेही त्यांना औषधोपचार करीत. त्यांच्याकडूनच तात्यांना विष्णुशास्त्र्यांच्या आजारपणाचं वृत्त कळलं होतं. विष्णुशास्त्र्यांना कोल्हापूर खटल्याची काळजी होतीच; परंतु आजारपणाला कारण घडलं, ते वेगळंच. तसं म्हटलं, तर अगदीच किरकोळ.

बऱ्याच दिवसांनंतर त्यांनी घरातील मंडळींचा फोटोग्राफ काढून घ्यायचं ठरवलं होतं. त्यानुसार एके दिवशी लष्करातल्या एका पोर्तुगीज फोटोग्राफरला बोलावून आणून बायकांचा फोटोग्राफ काढण्यात आला. सर्व पुरुष मंडळींचाही एक वेगळा फोटोग्राफ काढायचा होता. दुसऱ्या दिवशी सर्वजण गाडीत बसून लष्करातील फोटोग्राफरच्या घरी गेले. सर्वांसोबत दोन फोटोग्राफ काढून झाल्यावर त्यांचा एकट्याचा फोटोग्राफ घ्यावा, असा आग्रह झाला. विष्णुशास्त्री फोटोग्राफसाठी पुन्हा उन्हात उभे राहिले आणि एकाएकी घेरी येऊन ते खाली पडले. तोंडाला थोडी दुखापत झाली. पुढचे दोन दात दुखावले. तेव्हापासून त्यांच्या अंगात सारखा बारीक ताप राहू लागला. हातापायांची आग होऊ लागली. प्रकृतीचं ताळतंत्र बिघडलं ते

बिघडलंच. ते पुन्हा ताळ्यावर आलं नाही. घरगुती औषधांनी तोंडाला झालेली दुखापत बरी झाली; परंतु ताप हटला नाही.

वाटेत शाहिरांनी घडलेला वृत्तान्त सांगितला. काल रात्रीपासून अंगातली आग आणखी भडकली होती. तशात सध्या डॉक्टरी इलाज थांबवून त्यांनी वैद्य गणेशबुवा साकुर्डीकर यांची औषधं सुरू केली होती; परंतु गणेशबुवांनी दिलेला काढा लागू पडला नाही. शीतोपचार म्हणून विष्णुशास्त्र्यांनी थोडंसं कलिंगड मागवून खाल्लं; परंतु तेच निमित होऊन अंगातली आग आणखी भडकली. प्रकृती आणखी ढासळली. दिवसभराच्या अस्वस्थतेनंतर संध्याकाळी सात वाजता पुन्हा अंगात ताप भरू लागला. त्यात वायूची लहर येताच भान हरपून ते असंबद्ध बडबडू लागले. रात्री दहा वाजता सीतारामपंतांनी डॉक्टर विश्राम रामजींना बोलावून आणलं. सीतारामपंतांना पाहताच विष्णुशास्त्री ओरडले,

''काका, मला वाचवा. आता मी मरणार. मला पाण्याचा एक घोट द्या. पाण्याचा एक घोट द्या.''

तशाही स्थितीत त्यांच्या अंगातला ताप पाहून डॉक्टर विश्राम रामजी औषध लिहू लागले. इतक्यात त्यांना उद्देशून विष्णुशास्त्री म्हणाले,

''मी तुमचं औषध घेणार नाही. मला विष घेऊन मरायचं नाही. लक्षात ठेवा. तुम्हाला जाब द्यावा लागेल. हा कोल्हापूर महाराजांचा खटला आहे!''

विष्णुशास्त्र्यांची ती अवस्था पाहून, डॉक्टरसाहेबांना उपचार थांबवावे लागले.

सीतारामपंत म्हणाले,

''विष्णू सध्या शुद्धीवर नाही. त्याच्या बोलण्याकडे लक्ष देता कामा नये. तुम्ही सांगाल, तर मी औषध बळेच भरवीन.''

परंतु डॉक्टर विश्राम रामजी म्हणाले,

''तसं करून उपयोग होणार नाही. ते जर वैद्याचंच औषध घेणार असतील, तर उद्या सकाळी वैद्याच्या हातूनच आपण त्यांना औषध देऊ.''

इतकं झाल्यावर डॉक्टरसाहेब घरी निघून गेले. इकडे शास्त्रीबुवांच्या प्रकृतीचं मान आणखी बिघडलं. सकाळपर्यंत वाट पाहणं अशक्य झालं. पुन्हा धावपळ झाली. मंडळींनी गणेशबुवा साकुर्डीकरांना बोलावून आणलं. त्यांनी काढा दिला. त्या वेळी रात्रीचा एक वाजला होता. सर्व मंडळी जागत बसली. काढ्याचा काही गुण येईल असं वाटत होतं; परंतु त्याचा उपयोग झाला नाही. सकाळी साडेपाच वाजता विष्णुशास्त्री यांचा अंत झाला.

डोलकर आळीतल्या चिपळूणकरांच्या वाड्यासमोर प्रचंड गर्दी जमली होती. पोलीस लोकांना आत जाऊ द्यायला तयार नव्हते. प्रत्येकाच्या चेहऱ्यावर चिंतेचा

तणाव पसरला होता. प्रोफेसर केरोनाना छत्रे, बाबा गोखले आणि रामभाऊ साने एकीकडं जाऊन बोलत उभे होते.

तात्यांना पाहताच त्यांना सामोरे येऊन केरोनाना म्हणाले,

"तात्यासाहेब, आपण आलात, ते बरं झालं. आम्ही तिकडंच यायला निघालो होतो. एक महत्त्वाचं काम आहे."

तात्यांना एकीकडं नेऊन त्यांनी सर्व हकिगत सांगितली. डॉक्टरी दाखल्यासाठी सुरू असलेले त्यांचे प्रयत्न विफल ठरले होते.

"डॉक्टर विश्राम रामजी यांच्याकडे गेलं पाहिजे." केरोनाना म्हणाले.

"चला." तात्या म्हणाले.

केरोनानांना सोबत घेऊन तात्या त्याच पावली डॉक्टरसाहेबांच्या घरी गेले. तात्यांची विनंती डॉक्टरसाहेब अव्हेरू शकले नाहीत. त्यांना सोबत घेऊनच तात्या वाड्याबाहेर पडले. पाहिजे होता तसा दाखला मिळताच पोलीस-पहारा उठला. अंत्ययात्रेची तयारी सुरू झाली; परंतु या सर्व घोटाळ्यामुळे पार्थिव देह वाड्यातून बाहेर पडायला सुमारे अकरा वाजले. अंत्ययात्रा नदीकाठी ओंकारेश्वरावर पोहोचली. अग्निसंस्कारांपूर्वी पुण्यात नव्यानं रूढ झालेल्या प्रथेनुसार शोकसभा सुरू झाली.

विष्णुशास्त्री यांचे शिष्य रामभाऊ साने भाषण करू लागले. आणखी अनेकजणांना बोलायची इच्छा होती; परंतु केरोनाना अस्वस्थ होते. त्यांना अजूनही सारखी पोलिसी हस्तक्षेपाची भीती वाटत होती. संशयनिवृत्तीचा दाखला दिल्यावर पोलिसांनी फार खळखळ केली नव्हती खरी; परंतु त्यांचा संशय पूर्ण निवळला नव्हता. केरोनानांना सारखे गोऱ्या पोलीस अधिकाऱ्याचे संशयी डोळे समोर दिसत होते. त्यांना अधिक धीर धरवला नाही. रामभाऊंचं भाषण संपताच आणखी कोणी बोलायला उठणार, इतक्यात केरोनाना म्हणाले,

"तुम्ही उगाच भाषणात अधिक वेळ घालवाल आणि मधेच पोलिसांनी पुन्हा कटकट उपस्थित केली, म्हणजे मग पस्तावाल. झालं तेवढं भाषण पुरे आहे. एकदाचा आधी दहनविधी उरकून घ्या."

नानांचं म्हणणं सर्वांना मान्य झालं. दहनविधीला आणखी उशीर करण्यात खरोखरच धोका होता. रामभाऊंच्या छोट्याशा भाषणावर समाधान मानून दहनविधी उरकावा लागला. विष्णुशास्त्र्यांचे चुलत बंधू विनायकरावांनी चितेला अग्नी दिला. लालपिवळ्या ज्वाळा आकाशात झेपावू लागल्या. पोलिसी हस्तक्षेपाची भीती आता संपली होती. केरोनानांनी समाधानाचा सुस्कारा टाकला.

विष्णुशास्त्र्यांच्या निधनानं हळहळणारे लोक घराकडं परतू लागले. सर्वांसोबत तात्याही घराकडे निघाले. त्यांना आज थोरल्या शास्त्रीबुवांपर्यंतचा ऋणानुबंध आठवत

होता. प्रोफेसर कृष्णशास्त्री चिपळूणकर महार-मांग मुलांच्या शाळेसाठी दरमहा चार आणे वर्गणी देत. वेळोवेळी होणाऱ्या सभांना आणि बैठकींनाही ते न चुकता हजर असत. त्यांच्याकडून होईल ती मदत करीत. त्यानंतर संबंध दुरावले असले, तरी ऋणानुबंधाचा हा धागा विसरता येण्यासारखा नव्हता.

थोरले शास्त्रीबुवा, सार्वजनिक काका यांची जुनी पिढी आता अस्तंगत होत चालली होती. कालगतीनुसार घडणाऱ्या गोष्टी स्वीकाराव्या लागणार होत्या; परंतु ही गोष्ट मनाला पटत नव्हती. अवघ्या बत्तिसाव्या वर्षी एक कर्तृत्वसंपन्न जीवनप्रवास संपला होता. लहान वयात विष्णुशास्त्री चिपळूणकरांनी फार मोठा व्याप मांडला होता. त्याग, अथक उद्योग, चिकाटी आणि कामावरील निष्ठा यांतून ते सारं उभं राहिलं होतं. अशी निष्ठा आणि अथक कष्ट करण्याची वृत्ती या गोष्टी तशा दुर्मीळच. आज विष्णुशास्त्र्यांनी केलेली टीका तात्या विसरले होते. त्यांच्या व्यक्तिमत्त्वातील चांगले गुण तेवढे त्यांना आठवत होते. त्यांनी सुरू केलेलं शिक्षणकार्य तात्यांना अधिक मोलाचं वाटत होतं. एक शिक्षणप्रेमी माणूस, विद्या आणि कलांचा रसिक चाहता आज महाराष्ट्राला सोडून गेला होता...

....पापण्यांत अश्रुबिंदू साकळले. तात्यांनी खांद्यावरचं उपरणं डोळ्यांना लावलं आणि गावात प्रवेश केला.

७४

'पतिनिधनाबरोबर स्त्रीला केशवपन करायला लावून तिला घरकोंबडी बनवता; मग त्याच न्यायाने पत्नी मेल्यावर आपल्या दाढीमिशा भादरून तुम्ही अरण्यात का राहत नाही? पुरुषांनी अनेक बायका करणे शास्त्राला चालते, मग स्त्रियांना अनेक पतींना वरण्याची मोकळीक का नसावी? बुवाबाजीमधेही स्त्रियांना नादी लावणारे पुरुषच असतात. अमुक बाईने गोसाव्याच्या वेशाने पुरुष पळवून नेला, असे कधी आढळते का? वेश्या यासुद्धा पुरुषांनी फशी पाडलेल्याच स्त्रिया नसतात का?'

ठिणगी फुटावी, तसा तो प्रत्येक शब्द काळजाला भेदून जात होता. ताराबाईंनी मनातली सारी जळजळ त्या कागदांवर ओतली होती. शब्द दिल्याप्रमाणे ताराबाईंनी मनातले विचार लिहून काढले होते. ते सारं लेखन वाचताना जणू ताराबाई समोर उभ्या आहेत आणि स्त्री-पुरुष तुलना, या विषयावर व्याख्यान देत आहेत, असाच भास तात्यांना होत होता.

स्वत:ला वगळून स्त्रियांना वेगळा न्याय लावणाऱ्या पुरुषांची आणि त्यांच्या पुरुषधार्जिण्या देवादिकांची त्यांनी खडसून हजेरी घेतली होती. राहीच्या रूपानं जाऊन चंद्रावळीच्या पातिव्रत्याचा भंग करणाऱ्या कृष्णाचा दाखला देऊन त्यांनी म्हटलं होतं :

'अरे, तुमचे देवदेखील दगाबाज; मग तुम्ही असालच असाल, यात नवल काय?'

पतीसाठी सीतेचं मन वळवणारी मंदोदरीही त्यांच्या तडाख्यातून सुटली नव्हती. ताराबाईंनी लिहिलं होतं :

'बायकोने आपले काम केले, म्हणून नवरा खूश; पातिव्रत्याचा नेम राखला, म्हणून बायको खूश. तिसरीच बिचारी फाशात पडली. दोघांच्या बापाचे काय गाठोडे गेले बरे? वाहवा, रे देव! आणि धन्य त्या पतिव्रता!'

स्त्रीची जात्याच दुष्ट, कामुक अशी विपरीत प्रतिमा उभी करणाऱ्या रामजी गणोजीसारख्या शृंगारिक लेखकावरही त्यांनी तशीच टीकेची धार धरली होती. वाचणाऱ्याला लाज वाटावी अशा बीभत्स गोष्टी त्याने स्त्रीचरित्रात लिहून ठेवल्या होत्या. बायकांना कवडीमोल समजणाऱ्या पोशाखी सुशिक्षितांचीही त्यांनी तेवढ्याच कडक शब्दांत हजेरी घेतली होती आणि स्त्रियांच्या सुधारणेसाठी कायदे करणाऱ्या सरकारला तोंड भरून दुवा दिलेला होता. त्या लेखनातून केवळ ताराबाईंचीच नव्हे, तर समग्र स्त्रीजातीची वेदना शब्दांकित झालेली होती.

संपूर्ण वही वाचून झाली. तात्यांच्या डोळ्यांत आनंदाश्रू उभे राहिले. मराठा समाजातल्या एका मुलीने पुस्तक लिहून एक महत्त्वाचा विचार मांडला होता. खरोखर ही मोठीच अभिमानाची गोष्ट घडली होती.

काकूंचं वाचून झाल्यावर तात्यांनी ती वही छापखान्यात पोचती केली.

ज्यांच्या मनात विधवांविषयी साधी भूतदया नव्हती, ते लोक रोज सनातन धर्मविचारांच्या कुजकट डबक्यात डुबक्या घेत होते. अलीकडेच हिंदू धर्म हा एक महान धर्म असल्याचा साक्षात्कार झालेली एक महिलासुद्धा त्या धर्माची तरफदारी करायला पुढं सरसावली होती.

पंडिता रमाबाई नावाच्या एक विद्वान महिला अभ्यंकरांच्या वाड्यात उतरल्या होता. अठरा हजार ओव्यांचा भागवत ग्रंथ त्यांच्या जिभेवर खेळत होता. गीता-उपनिषदं यांसारखे गहन ग्रंथ त्यांना तोंडपाठ होते. काशी, कलकत्ता येथील विद्वान शास्त्रीपंडितांना वादात हरवून त्यांनी पंडिता ही पदवी मिळवली होती.

दर शनिवारी ठिकठिकाणी त्यांची प्रवचनं सुरू होती. एक स्त्री भागवतावर पांडित्य करते, हाच मोठा कौतुकाचा आणि कुतूहलाचा विषय ठरला होता. रमाबाईंच्या विद्वत्तेनं, त्यांच्या प्रभावी व्यक्तिमत्त्वानं आणि अमोघ व गोड वाणीनं श्रोते मंत्रमुग्ध होऊन जात. रावसाहेब रानडे, केरोनाना छत्रे आदी विद्वान लोक त्यांच्या प्रवचनांना न चुकता हजेरी लावत असत. पुण्यात सनातन धर्माची द्वाही फिरत असलेली पाहून सनातनी आनंदून गेले.

रमाबाईंच्या कार्याला स्त्रीसुधारणावादाची आणखी एक बाजू होती. पुण्याला

येण्यापूर्वी मुंबईत त्यांनी आर्य महिला समाजाची स्थापना केली होती. पुण्यातही समाजाची स्थापना करून त्यांना आपल्या कार्याला चालना द्यायची होती; परंतु ज्यांच्यासाठी आर्य महिला समाजाचं कार्य सुरू होणार होतं तो स्त्रीवर्ग रमाबाईंविषयी जे बोलत होता, ते त्यांनी ऐकलं असतं तर त्या पाणी प्यायलाही पुण्यात थांबल्या नसत्या. एका शूद्राशी लग्न करून तिनं म्हणे, कुळधर्म बुडवला होता आणि आता जग बाटवायला निघाली होती! बायकांच्या मनात पुरुषांविषयी नको ते भरवत होती!!

सावित्रीबाई फुले हे नाव ऐकून त्या एक-दोनदा फुले वाड्यातही येऊन गेल्या. स्त्रियांच्या सुधारणेविषयीची त्यांची तळमळ सच्ची होती, हे निर्विवाद! परंतु स्त्री सुधारणांची आकांक्षा बाळगणाऱ्या व्यक्तीनं पुराणं सांगावीत हा मोठाच विरोधाभास होता. हिंदू धर्म कळलेली कुठलीही व्यक्ती पुराण सांगणार नाही, याची तात्यांना पूर्ण खात्री होती.

शाहीर धोंडीराम रमाबाईंच्या व्याख्यानांना न चुकता जात. वेळोवेळी त्यातील मुद्द्यांविषयी तात्यांशी चर्चा करीत.

एके दिवशी तात्या म्हणाले,

''ज्या धर्मानं स्त्रियांना हीन वागणूक दिली, त्या धर्माची थोरवी गायला एका विद्वान स्त्रीनं पुढं यावं, हा अज्ञानाचा कळस आहे. शाहीर, पंडिता रमाबाईंनी अजून हिंदूंच्या जुनाट पोथ्यांचा अभ्यास केलेला नाही, एवढाच त्याचा अर्थ आहे. त्या इतर धर्मांचा अभ्यास करतील तेव्हा त्यांना हिंदू धर्मानं स्त्रीशूद्रांना दिलेली वागणूक समजून येईल आणि त्या वेळी कदाचित त्यांचं मत बदलेल.''

शाहीर त्यावर काहीच बोलले नाहीत; पण तात्यांची ती प्रतिक्रिया त्यांना विचारात टाकून गेली.

७५

तात्यांच्या सहलीचा मोर्चा आज स्टेशनकडे वळला होता. आज मुलांना आगगाडी कशी तयार होते, ती रुळांवरून कशी धावते, वाफेच्या यंत्राचा शोध कोणी आणि कसा लावला इत्यादी बरीच माहिती मिळाली. वाटेत येताना दाविद ससूनचं मोठं इस्पितळही पाहायला मिळालं. तेथील मळसूत्री जिन्यावरून वर गेल्यावर तऱ्हेतऱ्हेचे देखावे पाहायला मिळाले.

बोरघाट फोडून मुंबईची आगिनगाडी पुण्यात आली. त्याला आता कितीतरी दिवस लोटले; पण तिचं कौतुक अजून ओसरलं नव्हतं.

आगगाडी आली, तेव्हाची गोष्ट. धूस फूस धूस फूस करीत लोखंडी सडकेवरून धावणारं ते डोंगराएवढं धूड पाहून लोक घाबरूनच गेले. अनेकांना कोळसा-पाणी

खाऊन धूर ओकणारा तो कोणी राक्षसच वाटला. त्या राक्षसाला त्यांनी धूम्रासुर हेच नाव देऊन टाकलं. त्यानं शांत व्हावं म्हणून नारळ फोडले. गोमूत्र शिंपडलं; पण तो शांत झाला नाही. कोणी त्याला चाक्या म्हसोबा म्हणून हात जोडून नमस्कार केला, पण त्यांचंही त्यानं ऐकलं नाही.

हळूहळू ते एक यंत्र आहे यावर लोकांचा विश्वास बसू लागला; पण ते यंत्र असलं, तरी ते ओढल्याशिवाय चालतं कसं, हेच कळेना. बरं, एवढं धावूनही ते कधी थकत नसे की झोपतही नसे. कुठलीही गोष्ट टाळक्यात शिरेना. शेवटी डोक्याला ताप देणाऱ्या अशा गोष्टीत फार लक्ष न घालता लोक हळूहळू आगगाडीजवळ जायचं धाडस करू लागले.

सकाळ-संध्याकाळ अनेक तमासगीर सहज म्हणून आगगाडी पाहायला जात. गटारयंत्रावर बसणारे रिकामटेकडे लोक आता स्टेशनवर जाऊन बसत. येणारी-जाणारी आगगाडी पाहणं हा त्यांचा उद्योगच होऊन बसला. काही लोक उगीचच आपलं खडकीपर्यंत जाऊन आगगाडीत बसल्यावर कसं वाटतं, ते पाहत आणि पोटातलं पाणीही हलत नाही हा चमत्कार पाहून आश्चर्यानं थक्क होत.

हळूहळू पुण्यातल्या लोकांना वाचा फुटली. ते म्हणाले,

'अहो, यात नवीन काहीच नाही. आपल्याकडंही असले अग्निरथ होते, असं पुराणांतरी वर्णन आहे. आमची पुराणं वाचूनच त्यांनी आगगाडी तयार केली आहे. तिचं कौतुक ते कसलं करता? कौतुकं करायची झाली, तर ती पुराणं रचणाऱ्या आमच्या ग्रंथकारांची करा.'

तात्यांची सहल घरी आली तेव्हा नेहमीप्रमाणे संध्याकाळ झाली होती. सीतारामनं अंगणात वडाखाली बिछायत घातली. थोडी विश्रांती घेऊन तात्यांनी मुलांना अभ्यासाला बसवलं. अंधार पडेपर्यंत अभ्यास चालला.

अंधार दाटू लागताच मुलांनी हातातल्या पाट्या बाजूला ठेवल्या आणि तात्यांकडे गोष्टीसाठी तगादा सुरू केला; परंतु तात्या नेहमी सांगत, तशी इसापनीतीतली गोष्ट त्यांना नको होती. आज त्यांना नवी गोष्ट हवी होती.

यशवंत म्हणाला,

"तात्या, इसापनीतीतल्या गोष्टी आम्हाला आवडतात; पण त्या ऐकून आता कंटाळा आला आहे. पुराणातल्या गोष्टी तर फार मनोरंजक आहेत. त्या तुम्ही का सांगत नाही?"

तात्या म्हणाले,

"अरे बाळा, पुराणातल्या गोष्टी अनीतीनं आणि लबाडीनं भरल्या आहेत. ज्यांचे देवच अनीतिमान आणि लबाड आहेत, त्यांना अनीतीनं वागण्यात काहीच चूक वाटत नाही. त्या गोष्टी ऐकून तुमच्या मनांवरही तेच संस्कार होतील. पोथ्या-

पुराणं ऐकून तुम्ही दैववादी व्हाल. दगडधोंड्यांना देव मानून त्यांची पूजा करू लागाल. त्यापेक्षा इसापनीतीतल्या गोष्टी फार बऱ्या. त्या ऐकून तुमच्या मनांवर नीतीचा संस्कार सहज होईल. रामायण आणि पुराणादी ग्रंथांतला इतिहास कपोलकल्पित आणि खोटा आहे. त्यातल्या कित्येक गोष्टी साध्या तर्कावरही उतरणार नाहीत. असं पाहा, सीता-स्वयंवराच्या वेळी ज्या धनुष्याला दोरी लावताना रावण खाली पडला, ते धनुष्य सीता तिच्या बालपणी घोडा घोडा करून खेळत होती, असा उल्लेख रामायणात आहे. सीता जर बळानं एवढी समर्थ होती तर रावण तिला उचलून कसा नेऊ शकला? तो जर राक्षस वंशाचा होता तर स्वयंवराला आलाच कसा? आणि स्वत:च्या स्त्रीला जंगलात सोडून देणारा, स्त्रीचे अवयव कापून तिची विटंबना करणारा राम देव कसा असू शकेल? त्या बायकी कृष्णाच्या गोष्टी तर विचारूच नकोस. त्याच्या अनीतीच्या एकेक गोष्टी सांगू लागलो, तर तो फार मोठा ग्रंथ होईल....''

गोष्ट बाजूला राहून मुलांचं उद्‌बोधन सुरू झालं.

''तात्यासाहेब, शेटजींकडचा निरोप आहे. तुम्हाला लवकर बोलावलं आहे.'' सीताराम तात्यांसमोर येऊन म्हणाला.

तात्या गडबडलेच. कोणत्याही क्षणी हा निरोप येईल, अशी शंका त्यांना होतीच. गोष्टीचा विषय जागीच राहिला. तात्या उठले. लगेच निघायला पाहिजे होतं.

त्यांनी आत जाऊन काकूंना सांगितलं आणि ते भवानी पेठेतल्या उरवणे शेटजींच्या घराकडं निघाले. काकूही त्याच पावली वाड्याबाहेर पडल्या आणि तात्यांच्या मागोमाग चालू लागल्या.

गेल्या काही दिवसांपासून रामशेट आजारी होते. तात्या पेठेत आले. लोक घाईघाईनं शेटजींच्या वाड्याकडं जाताना दिसू लागले. तात्या काय समजायचं, ते समजले. पाय जड झाले. मन रडू लागलं. पाणावल्या डोळ्यांपुढं अनेक घटना दिसू लागल्या.

बापूशेटजींचा मुलगा राम हा त्यांचा बालपणापासूनचा मित्र. घरच्या श्रीमंतीमुळे लाडावलेला, काहीसा हूडपणाकडं झुकलेला राम जोती गोविंदराव फुले या मित्राच्या संगतीत आल्यावर बराच निवळला होता; त्यामुळे बापूशेट जोतीवर फार माया करीत. मिचेल साहेबांच्या शाळेतले ते दिवस तात्यांना आठवले. त्या वयात मिचेल साहेबांनंतर जोती फुले हा रामचा दुसरा शिक्षक होता. राम अधिक वेळ जोतीच्या संगतीतच असे. पुढं शाळा सुटली; पण शिकवण्याचा उपक्रम सुटला नाही. पुढं रामचा रामशेट झाला आणि जोतीही जोतीराव झाला. तरीही ही शिकवणी बंद पडली नाही. समाजक्रांतिकारकांची चरित्रं त्यांना विशेष आवडत. ती पुस्तकं तात्यांनाच उपलब्ध करून द्यावी लागत. वासुदेव बाबाजी नवरंगे, रामशेट उरवणे यांच्या

संगतीतच तात्यांनी टॉमस पेनची पारायणं केली होती. त्याचा शब्दन्‌शब्द काळजात साठवला होता.

तात्यांची ही शिकवणी वाया गेली नाही. वेळोवेळी त्यांनी रामशेटजी या माणसातली माणुसकी अनुभवली. भिड्यांच्या वाड्यात शाळा सुरू केली, तेव्हा त्यांनी केलेली मदत, व्हिक्टोरिया बालाश्रम सुरू करताना त्यांनी दिलेल्या उदार देणग्या, समाजाचे खजिनदार म्हणून त्यांनी केलेलं कार्य या साऱ्या गोष्टी अगदी कालच घडल्याप्रमाणे ताज्या होत्या. समाजाच्या उपक्रमांना मदत करणारा असा दानशूर मित्र पुन्हा लाभणार नव्हता. कोल्हापूर खटल्याच्या वेळी त्यांनी केलेली मदत फार मोलाची ठरली. त्या दिवशी मध्यरात्रीनंतर मुंबईहून तार आली होती. तेवढ्या रात्री प्रकृतीची चिंता न करता रामशेट पेढीवर आले होते आणि दिवस उजाडण्याच्या आत त्यांनी रोख दहा हजार सुरती रुपये मुंबईला पोचवायची व्यवस्था केली होती. आजारपणातही ते सारखी खटल्याची चौकशी करत होते.

वाड्यात सुरू असलेला आक्रोश बाहेर ऐकू येत होता. सत्यशोधकांचे जथे भवानी पेठेकडं लोटत होते. तात्यांनी जड मनानं वाड्यात पाय ठेवला. लोक अंत्यदर्शनाला येऊ लागले. प्रो. केरोनाना छत्रे, हरी रावजी, भोलागीर महाराज, ज्ञानगिरी बाबा, लिंगू वकील, डॉ. विश्राम रामजी आणि टिळक-आगरकरांची बरीचशी मित्रमंडळी येऊन गेली.

ती रात्र तशीच गेली. सकाळी अंत्ययात्रा निघाली. जिवलग सत्यशोधकाला शेवटचा निरोप देऊन तात्या घराकडं परतले. अगदीच रितं रितं वाटत होतं. आधार कोसळल्यासारखं झालं होतं. तात्या बैठकीत आले आणि त्यांनी इतका वेळ कोंडून ठेवलेल्या भावनांना मुक्त वाट करून दिली...

७६

सकाळी फुले वाड्यात एका महत्त्वाच्या विषयावर चर्चा सुरू होती. उपस्थित मंडळी तात्यांचं म्हणणं समजावून घेत होती. आपली भूमिका स्पष्ट करताना तात्या म्हणाले,

"आमच्या देशाला कारकुनी शिकवणारं शिक्षण नको आहे. माणसाची नैतिकता घडवणारं आणि व्यवहाराची जोड देणारं शिक्षण आम्हाला पाहिजे आहे. प्रत्येक माणसाच्या मनात सामाजिक भावना निर्माण झाल्याखेरीज देशाचा उद्धार होणार नाही. ही भावना निर्माण करणारं शिक्षण आम्हाला पाहिजे आहे. आज शेतकऱ्याच्या घामाचा पैसा फक्त ब्राह्मणांच्या शिक्षणावर उधळला जातो आहे. या गोष्टीचे परिणाम फार भयंकर होणार आहेत. समाजातला वरचा वर्ग स्वत: शिकून झाल्यावर इतरांना शिकवील, हा विचार म्हणजे फक्त एक सुखस्वप्न आहे. ते आजवर कधीही

आणि कुठंही खरं झालेलं नाही. आमच्या दयाळू सरकारच्या देशात तरी असं घडलं आहे का?''

आपले शिक्षणविषयक विचार सरकारपर्यंत पोचवायची संधी तात्यांसमोर चालून आली होती. हंटर कमिशनकडं पाठविण्यासाठी त्यांनी आपलं निवेदन तयार केलं होतं.

भारतातील शिक्षणविषयक समस्यांची पाहणी करून, त्यासंबंधी सुधारणा सुचवण्यासाठी सरकारनं विल्यम हंटर यांच्या अध्यक्षतेखाली एका मंडळाची नियुक्ती केली होती. गावोगाव हिंडून विद्वानांच्या गाठीभेटी घेण्याचा मंडळाचा उपक्रम सुरू होता. मुळात मंडळाच्या कार्यपद्धतीवरच तात्यांचा जोरदार आक्षेप होता. शहरातल्या, उंटावरून शेळ्या हाकणाऱ्या विद्वानांच्या गाठीभेटी घेऊन समाजाच्या शिक्षणविषयक समस्यांचा छडा लागणार नव्हता, तर त्यासाठी गोरगरीब माणसाच्या झोपडीपर्यंत जायला पाहिजे होतं; परंतु हंटर कमिशनची कार्यपद्धतीच चुकीची होती. परिणामी, गरिबांच्या शिक्षणाची आच नसलेले पुस्तकी पंडित कमिशनसमोर नको तसल्या साक्षी देत होते. हंटर साहेबाचं कमिशन पुणे शहरातही येऊन गेलं. टाऊन हॉलमध्ये झालेल्या त्या सभेला स्त्रिया फार मोठ्या प्रमाणात उपस्थित होत्या. सभा घेण्यापूर्वी साहेबांनी पुण्यातल्या शाळांची पाहणी केली. मुलांच्या शाळा किती, मुलींच्या शाळा किती म्हणून चौकशी केली; परंतु पुण्याची म्युनिसिपालिटी त्यांना मुलींची म्हणून एकही शाळा दाखवू शकली नाही. तात्यासाहेब फुले, सदाशिवराव गोवंडे यांनी म्युनिसिपालिटीकडे हस्तांतरित केलेल्या मुलींच्या आणि महार-मांग मुलांच्या शाळा ब्राह्मण अधिकाऱ्यांनी कधीच बंद केल्या होत्या. आपल्या भाषणात हंटर साहेबांनी या वस्तुस्थितीवर बोट ठेवलं. पुण्याच्या म्युनिसिपालिटीनं मुलींची एकही शाळा दाखवू नये, याबद्दल खेद व्यक्त केला.

रावसाहेब रानडे, पंडिता रमाबाई यांची स्त्रीशिक्षणाची आवश्यकता प्रतिपादन करणारी लांबलचक व्याख्यानं ऐकून हंटर साहेब मुंबईला निघून गेले.

गेल्या दोन वर्षांपासून 'दीनबंधू'तून तात्यांनी चालवलेला कंठशोष सरकारच्या गावीही नव्हता. अशा स्थितीत तात्यांना पुन्हा लेखणी उचलणं भाग पडलं. तयार झालेल्या निवेदनाची कच्ची प्रत त्यांनी सर्वांना वाचून दाखवली.

प्रचलित शिक्षणपद्धतीत उच्चशिक्षणावर वारेमाप खर्च केला जात असून, ती फक्त उच्चवर्णीयांना सुशिक्षित बनविते व सर्वसामान्य लोकांना आज्ञानाच्या खातेऱ्यात लोळत ठेवते, असं स्पष्ट करून या अवस्थेचा दोष त्यांनी सरकारच्या पदरात बांधला होता. या शिक्षणपद्धतीत शिकून शहाणे झालेले लोक शिक्षणप्रसारास वाहून घेतील, हे कुठंही ऐकिवात नसलेलं आदर्शवादी आणि स्वप्नाळू तत्त्वज्ञान होतं. हिंदी विद्यापीठांच्या पाठिराख्यांनी असं एक तरी उदाहरण आपल्या अनुभवाच्या शिदोरीतून पुराव्यादाखल मांडावं, असं आव्हान देऊन तात्यांनी लिहिलं होतं,

'अशा सुशिक्षितांनी आपल्या देशबांधवांच्या उद्धारासाठी कितीसा हातभार लावला आहे? सर्वसाधारण जनतेच्या स्थितीत बदल घडेल, असे कोणते उपक्रम त्यांनी हाती घेतले आहेत? आपल्या अभागी आणि अज्ञानी बांधवांच्या शिक्षणासाठी त्यांनी स्वत:च्या घरी किंवा अन्यत्र शिक्षणवर्ग सुरू केले आहेत काय? की त्यांनी स्वत:ला मिळालेले ज्ञान अडाणी गावंढळांच्या संसर्गाने मलिन होऊ नये, म्हणून त्याला स्वत:ची खासगी देणगी समजून आपले आपल्याजवळ राखून ठेवले आहे?'

अशी घातकी शिक्षणपद्धती बदलून शूद्रांच्या गळ्याभोवती आवळलं गेलेलं गुलामगिरीचं वेटोळं सोडवावं अशी विनंती त्यांनी सरकारला केली होती.

सक्तीचं प्राथमिक शिक्षण हाच शिक्षणव्यवस्थेचा पाया असला पाहिजे, हा त्यांचा मूळ सिद्धान्त होता. झिरपणीच्या सिद्धान्तातून सामान्य माणसापासून दुरावलेली उच्चभ्रू नोकरशाही निर्माण करण्यापलीकडं काहीही साध्य झालेलं नव्हतं. जे लोक आपल्या शिक्षणाची व्यवस्था स्वत: करू शकतात, त्यांच्यावरील खर्च कमी करून, जो राष्ट्राचा खरा आधार आणि पोशिंदा आहे, ज्याच्या जीवावर सरकारला कर मिळतो, त्या शूद्र समाजासाठी शिक्षणाची दारं आधी उघडली गेली पाहिजेत, ही त्यांची मागणी होती. सध्या दिल्या जाणाऱ्या प्राथमिक शिक्षणाची दुरवस्था वर्णन करून, त्यात कोणकोणत्या सुधारणा करता येतील याविषयीही काही महत्त्वाच्या सूचना त्यांनी केल्या होत्या. त्यात प्राथमिक शिक्षण किमान बारा वर्षापर्यंत सक्तीचं असावं, ग्रामीण भागातील अभ्यासक्रम तुलनेनं सोपा असावा, शिक्षक शक्यतो प्रशिक्षित असावेत आणि ते शक्यतो शेतकरी वर्गातले असावेत, त्यांना पुरेसा पगार असावा, शाळांची वेळोवेळी तपासणी व्हावी, खर्चावर शिक्षण खात्याचं नियंत्रण असावं अशा अनेक सूचनांचा समावेश होता.

''आपल्या निवेदनात उच्च शिक्षणाविषयी कोणता मुद्दा आहे, तात्यासाहेब?'' ग्यानोबा म्हणाले.

तात्या म्हणाले,

''सध्याच्या परिस्थितीत उच्च शिक्षणासाठी दिली जाणारी मदत सरकारनं थांबवावी, असं कोणीही देशहितेच्छू माणूस म्हणणार नाही; परंतु सरकारनं उपेक्षितांच्या प्रगतीसाठीही तेवढीच आस्था दाखवली पाहिजे.''

त्या संदर्भात लिहिलेला मुद्दा त्यांनी सविस्तरपणे वाचून दाखवला. त्यात वरिष्ठ वर्गाच्या शिक्षणावर होणारा खर्च कमी करत न्यावा, शिक्षणाचं खासगीकरण टाळावं, ज्या वर्गात अद्याप शिक्षण पोचलेलं नाही, त्यांना शिष्यवृत्त्या द्याव्यात, स्त्री-शिक्षणासाठी खास प्रयत्न केले जावेत इत्यादी गोष्टींचा समावेश होता.

तात्या म्हणाले,

"इंग्लंडमध्ये ज्याप्रमाणे सक्तीच्या शिक्षणाचा कायदा पास झाला आहे, तसा तो हिंदुस्थानातही झाला पाहिजे. मेकॉलेसाहेबाचा तो जुनाट सिद्धान्त इथं उपयोगी पडत नाही."

निवेदन वाचून झालं. उपस्थित झालेल्या काही शंकांना तात्या उत्तर देत होते. तेवढ्यात शाहीर धोंडीराम यांनी बैठकीत प्रवेश केला. ते कोणावर तरी रागावले आहेत, हे स्पष्ट दिसत होतं. आल्या आल्या ते म्हणाले,

"तात्यासाहेब, मी काशीला जावं, म्हणतो."

सर्व मंडळी अचंब्यात पडली. शाहिरांनी अचानक हे काशीला जायचं कुठून काढलं होतं, कळेना.

"काशीला काय काम काढलंत, शाहीर?" तात्या म्हणाले.

"काशीला जाऊन मी वेदांचा अभ्यास करणार आहे!"

"वेदांचा अभ्यास केलाच पाहिजे; पण आजच हे कुठून सुचलं आणि एवढे रागावला आहात, ते कोणावर?"

"भांबुर्ड्याच्या भटांनी सत्यशोधकांचा अपमान केला, तात्यासाहेब."

"का म्हणून?"

"कालच्या सभेत मी वेदग्रंथांना भेदग्रंथ म्हणालो, म्हणून त्यांनी सत्यशोधकांना शिवीगाळ केली. याला स्वत:ची बुद्धी नाही. तो जोतिबा फुले सांगतो, तेवढं घेऊन हे सत्यशोधक बडबडत सुटतात, असंही ते म्हणाले."

"शाहीर, पहिल्यांदा अपमानाचा विचार मनातून काढून टाका. एवढ्यानं काय झालं आहे? उद्या ते ग्रंथ जाळावे लागणार आहेत. रात्रीच्या सभेची हकिगत मला सकाळीच समजली. असे प्रकार आजवर थोडे घडले आहेत का? आज ना उद्या त्यांना सत्य दिसू लागेल आणि ते आमच्याशी सहमत होतील, अशी आशा बाळगू या. ते असो. सकाळपासून मी तुमचीच वाट पाहत होतो. तुम्ही लवकर याल, असं वाटलं होतं..."

शाहीर गप्प होते. त्यांचा चेहरा निश्चयी वाटत होता.

"अहो, वर्मावर बोट ठेवल्यावर ते शिवीच देणार!" तात्या पुढं म्हणाले. "पण एवढी तिडीक यायला त्यांनी तरी वेदांचा अभ्यास कधी केला आहे? अर्थहीन पोपटपंचीपलीकडं त्यांना काही येत नाही. विचार करा. संतापाच्या भरात निर्णय घेऊ नका आणि वेदांचा अभ्यास करायला काशीलाच गेलं पाहिजे, असं कुठं आहे? पुण्यात संस्कृत शिकवणारे ब्राह्मण पावलीला पंधरा मिळतात."

"नाही, तात्यासाहेब, ते गोऱ्या साहेबांच्या पायाशी बसून त्यांना संस्कृत शिकवतील आणि घरी येऊन अंघोळ करतील; पण आम्हाला शिकवायला नाकं मुरडतील."

तात्यांनी त्यांची समजूत घालण्याचा खूप प्रयत्न केला; परंतु शाहिरांनी ऐकलं

नाही. ते निर्यण घेऊनच आले होते. त्यांना फक्त तात्यांची परवानगी पाहिजे होती. त्यांचा आग्रह पाहून तात्या म्हणाले,

''जरूर जा. वेदांचा अभ्यास करून, त्यातील भेदांची बीजं शोधून काढा. आता आपणच अभ्यास केल्याशिवाय तो ब्रह्मघोळ उकलणार नाही. आर्यांनी येथील मूळच्या क्षेत्रीयांस कसकसे रसातळी घालून आपले दास बनवले आहे, याचा इतिहास वेदांमध्येच दडला आहे. त्यांचा शोध घेत गेलात, तर फार वेगळा इतिहास तुम्हाला सापडेल. तुमच्यासारखी माणसं वेदांचा भेद करायला पुढं येत आहेत, यासारखी आनंदाची गोष्ट नाही.''

त्यांनतर थोड्याच दिवसांनी शाहीर धोंडीराम काशीला निघून गेले. वेदातला ब्रह्मघोळ उकलून दाखवायची प्रतिज्ञा करूनच त्यांनी पुणं सोडलं होतं. सर्व सत्यशोधक मंडळी त्यांना निरोप द्यायला स्टेशनवर जमली होती.

शाहीर गेले, म्हणून सत्यशोधक जलशांचे कार्यक्रम थांबणार नव्हते. भीमराव महामुनी यांच्यासारखे नव्या दमाचे शाहीर ते सत्र पुढं सुरू ठेवणार होते.

लोखंड्यांच्या कामगार चळवळीनं मुंबईत जम बसवला होता. तात्यांनी मुंबईत येऊन कामगार बांधवांसाठी काही भाषणं द्यावीत, असा त्यांचा आग्रह सुरू होता; परंतु तात्यांची नेहमीचीच घाई सुरू होती. पुण्यातून त्यांचा पाय निघत नव्हता. हंटर कमिशनकडं निवेदन पाठविल्यापासून तात्यांनी आणखी एका कामाला हात घातला होता.

भाजी मंडईच्या इमारतीसाठी सव्वातीन लाख रुपये खर्चाचा ठराव मांडण्यात येणार होता. त्या इमारतीतली महागड्या भाड्याची दुकानं गरीब भाजीवाल्यांना परवडणं शक्य नव्हतं. तात्यांनी तो ठराव हाणून पाडायची तयारी केली. त्यामागं गरीब भाजीवाल्यांचं कल्याण एवढाच एक हेतू नव्हता; तर ती प्रचंड रक्कम शिक्षणावर खर्च व्हावी, अशी मागणी तात्या करणार होते.

विरोधासाठी विरोध करणारे हितचिंतक इथंही होतेच. त्यांच्या रूपानं जातीयवादी प्रवृत्ती पावलोपावली आडव्या येत होत्या. तुकाराम नथुजी नाईक नगरपालिकेच्या सेवेतून मुक्त झाले तेव्हाची गोष्ट. नाइकांसारख्या एका चांगल्या अधिकाऱ्याला घड्याळ भेट देऊन सत्कारपूर्वक निरोप द्यावा, हा त्यांचा ठराव याच द्वेषभावनेतून फेटाळला गेला. कारण तुकाराम नथुजी ख्रिस्ती होते; परंतु याच लोकांनी नरसो रामचंद्र याच्यासारख्या भ्रष्टाचारी अधिकाऱ्याला पाठीशी घातलं. त्यानं पत्रे-खरेदीत केलेला भ्रष्टाचार लक्षात येताच तात्यांनी त्याच्यावर अविश्वासाचा ठराव आणला; परंतु तो फेटाळून लावण्यात येऊन ते संपूर्ण प्रकरण दडपायचे लाजिरवाणे प्रयत्न

झाले. सादर करण्यात आलेला पुरावा पुरेसा नाही, ही सबब पुढं करताना मात्र धर्म आडवा आला नाही.

मंडईच्या इमारतीचा ठराव येताच तात्या त्यावर तुटून पडले. ठरावाला निकराचा विरोध करून तो सर्व पैसा गरिबांच्या शिक्षणावर खर्च व्हावा, अशी मागणी त्यांनी केली. ठराव सरकारी अधिकाऱ्यांकडून आला, हे भट सभासदांच्या पथ्यावर पडलं. ते सहजच सरकारी पक्षाला जाऊन मिळाले. तात्यांचा हाही ठराव फेटाळला गेला. कावेबाज ब्राह्मणी राजकारणाचं हे आणखी एक हिडीस प्रत्यंतर होतं; परंतु कुठल्याही बामणी काव्याला भीक न घालता लवकरच आणखी एक महत्त्वाचा ठराव मांडायचं त्यांनी ठरवलं. उन्हातान्हात घोटभर पाण्यासाठी वणवण करणारे महार-मांग लोक त्यांना दिसत होते. शहरातले सर्व पाणवठे अतिशूद्रांसाठी खुले झाले पाहिजेत, असा ठराव ते आणणार होते.

७७

तिसऱ्या प्रहरी मुंबईच्या रस्त्यावरून एक घोडागाडी मार्केटकडं निघाली होती. गाडीत तात्यासाहेबांसह नारायणराव लोखंडे, यशवंतराव मणेरीकर आणि आनंदराव तालचेरकर ही मंडळी बसली होती.

या फेरीतला तात्यांचा मुक्काम बराच लांबला. शेतकऱ्यांच्या प्रश्नांविषयीची त्यांची व्याख्यानं कामगार-बांधवांना फार आवडली. बरेचसे कामगार मुळातले शेतकरीच होते. दुष्काळ आणि सावकारी जुलमांमुळे अनेकांना शेती सोडून पोटासाठी मुंबईला यावं लागलं होतं. शेतकऱ्यांची दुःख आणि कामगारांची दुःख इथं वेगळी नव्हती.

अनेक क्षेत्रांतील मोठी माणसं तात्यांच्या व्याख्यानांना येत. त्यांनी मिळवलेली माहिती पाहून आश्चर्याने थक्क होत. ते धारदार वक्तृत्व ऐकून आणि त्यामागील तळमळ पाहून भारावून जात. भायखळ्याच्या फुलमाळी हॉलमधलं तात्यांचं व्याख्यान फार गाजलं. तेव्हापासून तात्यांनी शेतकऱ्यांची स्थिती वर्णन करणारा ग्रंथ लिहून सरकारकडं पाठवावा, अशा सूचना येऊ लागल्या.

मुंबईच्या या भेटीत तात्यांचं मित्रमंडळ आणखी विस्तारलं. त्यात अनेक महनीय व्यक्तींची भर पडली. अधूनमधून भेटीगाठींचे कार्यक्रम सुरूच होते. कधी ताडदेवहून नागू सयाजी यांचं बोलावणं असे. तर कधी मांडवीहून माधवराव रोकडे यांचा निरोप असे. आज आनंदराव तालचेरकरांनी पान-सुपारीसाठी बोलावलं होतं. तो कार्यक्रम आटोपून सर्व मंडळी जाया कराडी यांच्या भेटीला निघाली होती.

माधवराव रोकडे यांचा त्याग आणि कष्ट पाहून तात्यांची मान आदरानं झुकली. दोन्ही पायांनी अपंग असूनही ते एक शाळा चालवतात. त्यांची शाळा आसपासच्या भागांत इतकी नामांकित आहे की, त्या शाळेत प्रवेश घेण्यासाठी दूरदूरहून विद्यार्थी

येतात. शाळेची आर्थिक स्थिती वाईट आहे; परंतु माधवराव कोणापुढं हात पसरत नाहीत. गोळा होणारी सर्व फी इतर पंतोजींच्या पगारावर खर्च केली जाते. स्वत: माधवराव एक आणाही घेत नाहीत. कुटुंबाचा खर्च भागवण्यासाठी त्यांची पत्नी आणि मुलगी भाजीपाला विकतात. मुलगा शाळेत पंतोजीचं काम करतो.

न्यायी आणि परोपकारी पंतोजी म्हणून माधवरावांचा सर्वत्र लौकिक आहे. जुन्नरजवळील निरगुडीसारख्या लहानशा गावात जन्मलेल्या माधवरावांनी अत्यंत कष्टानं शिक्षण घेतलं. लहान वयात आयुष्याला चिकटलेलं दारिद्र्य सोबत घेऊन ते भिवंडीला आले. मावशीच्या खानावळीत पत्रावळी काढायचं काम करू लागले. याच काळात त्यांचे दोन्ही पाय अधू झाले. कष्टाचं काम करणं अशक्य झालं. उदरनिर्वाहासाठी त्यांनी शाळा सुरू केली; पण त्यापायीच घर सोडावं लागलं. जन्मदात्या आईनं अल्पवयीन पत्नीसह घराबाहेर काढलं. कंगाल, बेघर अवस्थेत माधवरावांनी जिथे कोणी राहत नव्हतं, अशा एका पडक्या घरात आश्रय घेतला. लोक त्या घराला भूताचं घर म्हणत; परंतु माधवरावांनी तिथंही आपली शाळा सुरूच ठेवली. ती शाळा इतकी लोकप्रिय झाली की, प्रभू आणि ब्राह्मण लोकसुद्धा या कुणबट पंतोजीच्या शाळेत आपली मुलं पाठवू लागले. त्यानंतर माधवराव भिवंडी सोडून मुंबईत आले. चिंचबंदर येथील मारुतीच्या देवळाच्या ओट्यावर त्यांनी आपली शाळा मांडली. ती जागा अपुरी पडू लागल्यावर तीच शाळा मांडवीत रघुनाथबाबांच्या समाधीच्या जागी आणली गेली. शिक्षणाच्या कार्यासाठी आयुष्य वाहून घेणारी माधवरावांसारखी माणसं पाहून तात्यांना धन्यता वाटली.

हिवाळ्याचे दिवस असूनही हवा उष्ण वाटत होती. मुंबईच्या हवेचा हा स्वभाव तात्यांना चांगला माहीत होता. तिसऱ्या प्रहराचं ऊन चटचट लागत होतं.

पुढं काही अंतरावर लग्नाची वरात वाजत-गाजत निघाली होती. मंदगतीनं जाणारी ती वरात मागं टाकून घोडागाडी पुढं सरकली. वरातीचा थाट सहजच नजरेत भरत होता. फुलांनी सजवलेल्या एका घोडागाडीत दागिन्यांनी मढवलेली नववधू बसली होती. तिच्या अवतीभोवती करवल्यांचं कोंडाळं पडलं होतं. त्यांचे मोकळे केस, कपाळावरचे कुंकवाचे लालभडक मळवट आणि यल्लम्मा देवीचा सुरू असलेला उदोउदो यावरून ते कोणा देवदासीचं लग्न दिसत होतं. वाद्यांच्या दणदणाटात आणि देवीच्या उदोउदो जयघोषात मिरवणूक मंदगतीनं पुढं सरकत होती.

''तात्यासाहेब,'' आनंदराव म्हणाले, ''समाजसुधारणेसाठी आपण इतकी कामं करता त्यात ही घाणेरडी चाल बंद करण्याची खटपट कराल, तर फार बरं होईल. पुण्यामध्ये कदाचित हे प्रकार फार घडत नसतील; परंतु मुंबईत त्यांचं प्रमाण फार आहे. मागासलेल्या जातींमध्ये तर ही चाल फारच बोकाळली आहे.

अंधश्रद्धेला बळी पडून ती माणसं आपल्या कोवळ्या मुली देवीला सोडतात. पुढं त्या मुलीला वेश्या म्हणूनच जगावं लागतं. या अनर्थास ते लोक जबाबदार आहेत, तसे ब्राह्मणही जबाबदार आहेत आणि समाजातले भोगवादी श्रीमंतही तेवढेच जबाबदार आहेत. काही श्रीमंत लोक अशा मुलींच्या पहिल्या शेजविधीचे खूप पैसे देत असतात. त्या मुलीचं लग्न खंजिराबरोबर लावून देऊन तिला देवाच्या शेजेला वाहिलं जाईल. म्हणजे तिचं लग्न लावणाऱ्या ब्राह्मणाच्या शेजेला वाहिलं जाईल आणि त्यानंतर समोर येणाऱ्या कोणत्याही पुरुषाला देव मानून त्याची सेवा करीत राहणं हेच तिचं आयुष्य होऊन जाईल. अजाण मुलींना वेश्या बनवण्याचा हा राजरोस धंदा थांबला पाहिजे, तात्यासाहेब.''

आनंदरावांच्या शब्दाशब्दांतली तळमळ तात्यांना जाणवत होती. त्यांचा प्रत्येक शब्द काळजात घर करीत होता. घोडागाडी पुढं सरकली होती. त्या बालिकेचा गोड चेहरा नजरेआड झाला होता; परंतु तात्यांना तो तसाच डोळ्यांसमोर दिसत होता. आपल्या आयुष्यात पुढं काय वाढून ठेवलं आहे, हे त्या कोवळ्या जिवाला माहीत नव्हतं. न कळत्या वयात एका महाभयंकर काळोख्या विवरात ती फेकली जाणार होती. तिला या मार्गाला लावणाऱ्या पापी लोकांना त्या दुःखाची आच नव्हती. ते आपल्याच आनंदात मग्न होते. त्या बालिकेच्या भावी जीवनाची वाताहत तात्यांच्या हृदयाचा थरकाप उडवून गेली.

'अजाण मुलींना वेश्या बनवण्याचा हा राजरोस धंदा थांबला पाहिजे, तात्यासाहेब...' आनंदरावांचे शब्द तात्यांच्या मनावर घणासारखे आदळत होते.

''आनंदराव, कोणत्याही परिस्थितीत ते लग्न थांबवलं पाहिजे.'' ताडकन तात्या म्हणाले.

तात्यांचा तो आविर्भाव पाहून आनंदराव थक्क झाले.

''पण... तात्यासाहेब...''

''नाही. त्या लोकांची समजूत घालत बसण्यात मतलब नाही. ते सांगून ऐकणारही नाहीत. अवधी आहे, तोवर पोलिसाकडं तक्रार केली पाहिजे.''

आनंदरावांना संभाव्य अडचणी दिसू लागल्या. पैशाच्या लालसेनं हे कृत्य करायला निघालेली त्या मुलीची आई मुंबईतील एक प्रसिद्ध आणि श्रीमंत असामी होती. अनेक श्रीमंत धेंडांचं बळ तिच्या पाठीशी उभं होतं.

''तात्यासाहेब'' आनंदराव म्हणाले, ''तसं पाहिलं तर त्या मुलीची आई लाखांची धनीण आहे; परंतु अंधश्रद्धा कशी आहे, पाहा. दुसरं म्हणजे, बहुतेक ही तिची एकुलती मुलगी आहे. तरी तिला दुःखात लोटायला ती निघाली आहे.''

तात्या म्हणाले,

''अंधश्रद्धा तर आहेच; पण पैशाचा लोभ हा त्याहून वाईट आहे. म्हणूनच त्या

स्त्रीची समजूत घालण्याचा प्रयत्न करणं चुकीचं ठरेल. त्यातून काहीही साध्य होणार नाही.''

पोलिसांत तक्रार करण्याचा तात्यांचा निर्णय पक्का होता.

यशवंतराव म्हणाले,

''तात्यासाहेब, आपण ताबडतोब गिरगाव पोलीस ठाण्याच्या सुपरिंटेंडेंट साहेबांकडं जाऊ या. ते आपली तक्रार जरूर घेतील. यावेळी ते घरीच असतील. आपण तिकडंच जाऊ या.''

यशवंतरावांची सूचना योग्य होती. त्यांचे साहेबांशी स्नेहाचे संबंध होते. ते स्वत: साहेबांना मराठी शिकवायला जात असत. यशवंतरावांनी गाडी सुपरिंटेंडेंट साहेबांच्या घराकडं वळवायला सांगितली.

घोडागाडी साहेबांच्या घरासमोर उभी राहिली. साहेब घरीच होते. तात्यांची तक्रार ऐकून घेऊन ते म्हणाले,

''टुमचे बरोबर आहे. परंटू हा प्रश्न धार्मिक आहे. नेटिव्ह लोकांच्या धार्मिक प्रश्नांत ढवळाढवळ करायची नाही, असे आम्हाला सरकारी हुकूम आहेत.''

१८५७ च्या उठावापासून सरकार ताकसुद्धा फुंकून पीत होतं. राणीच्या जाहीरनाम्यानं कंपनी सरकारला हिंदी लोकांच्या धार्मिक प्रश्नांत ढवळाढवळ करायची नाही, अशी पक्की ताकीद देऊन ठेवली होती. या अमानुष चालीचा धर्माशी काडीइतकाही संबंध नसल्याचं तात्यांनी परोपरीनं समजावून सांगितलं; पण साहेब तसूभरही पुढं सरकायला तयार नव्हते. त्यांची असमर्थता लक्षात घेऊन तात्या म्हणाले,

''तुम्ही ते लग्न थांबवू शकणार नसाल तर आमची एक विनंती मान्य करा. आमच्या सोबत कमिशनर साहेबांकडे चला. त्यांची आणि आमची भेट घालून द्या. आम्ही ही तक्रार त्यांच्या कानी घालतो.''

साहेबांना तात्यांचा तोडगा मान्य झाला. वरिष्ठ अधिकाऱ्यांनी हुकूम दिला, तर ते स्वत:ही या प्रश्नात लक्ष घालायला तयार होते. सर्वजण त्याच पावली पोलीस कमिशनर साऊटर साहेबांच्या बंगल्यावर पोचले. सुपरिंटेंडेंट साहेबांनी तात्यांची ओळख करून देऊन त्यांची तक्रार योग्य असल्याची ग्वाही दिली. तात्यांनी पुन्हा एकदा आपली तक्रार ऐकवली. अशी लग्नं थांबवली पाहिजेत आणि त्यांच्या आई-बापांना कडक शिक्षा झाली पाहिजे, अशी मागणी केली.

साऊटर साहेब तात्यांचं म्हणणं शांतपणे ऐकत होते. समोर आलेली तक्रार योग्य असल्याची त्यांची खात्री पटली होती. सर्व परिस्थितीचा विचार करून साहेबांनी निर्णय घेतला. तात्यांसमोरच त्यांनी पोलीस सुपरिंटेंडेंटना ते लग्न थांबवण्याचा हुकूम दिला.

तात्यांचं समाधान झालं. त्यांची धावपळ सफल झाली होती. साहेबांचे आभार

मानून ते बंगल्याबाहेर आले, तेव्हा सुपरिंटेंडेंट साहेबांची घोडागाडी भरधाव वेगानं गिरवाव पोलीस ठाण्याकडं निघाली होती. त्यांना तातडीने हालचाली करायला पाहिजे होत्या.

–आजवर कधीही घडलं नव्हतं, ते घडलं. एका देवदासीचं लग्न थांबवण्यात आलं. सर्व गुन्हेगारांच्या हातात बेड्या पडल्या. मुंबईत अभूतपूर्व खळबळ उडाली. धनदांडग्यांच्या अंगाची आग आग झाली. धर्ममार्तंड जागीच फणा आपटू लागले. या इतिहासामागं कोण असामी आहे, याचा त्यांना पत्ताही नव्हता आणि नव्हता तेच बरं होतं. अन्यथा कोणताही भयानक प्रसंग ओढवण्याची शक्यता होती.

थोड्या दिवसांनी टिळक-आगरकरांचा तुरुंगवास संपत होता. नारायणरावांनी त्यांच्या सत्काराचा कार्यक्रम आखला; परंतु तात्यांना थांबणं शक्य नव्हतं. त्यांच्या डोक्यात एका नव्या ग्रंथाचं बीज रुजलं होतं. सुमारे पाच वर्षांपूर्वी मामा परमानंदांना दिलेला शब्द त्यांना सारखा आठवत असे. शेतकऱ्यांची स्थिती वर्णन करणारा ग्रंथ लिहायचं काम अधिक लांबणीवर पडून चालणार नव्हतं.

शिवप्रभूंच्या वंशजाची न्याय्य बाजू मांडणाऱ्या दोघा शूर संपादकांच्या सत्काराचा विचार तात्यांना आवडला. एवढंच नव्हे, तर पुण्यातही त्यांचा सत्कार होईल आणि ती जबाबदारी सत्यशोधक समाज घेईल, असं आश्वासन देऊन तात्यांनी मुंबईचा मुक्काम हलवला.

तात्या मुंबईच्या घटनांवर लक्ष ठेवून होते. भूदेव ब्राह्मणांनी सरकारविरुद्ध हाकाटी उठवली होती. आमच्या धार्मिक चालीरीती बंद करून सरकार आमचा धर्म बुडवीत असल्याची ओरड त्यांनी सुरू केली होती; परंतु त्यामागचं खरं कारण सर्वांनाच माहीत होतं. त्यांना यापुढं देवदासी भोगायला मिळणार नव्हत्या. मुंबईतील बडी धेंडंही म्हणे, सरकारवर नाराज झाली होती. अजूनही त्यांना या प्रकरणामागील सूत्रधार माहीत नव्हता.

एके दिवशी आनंदरावांचं पत्र आलं. तात्यांनी थांबवलेलं ते लग्न पुन्हा लावण्यात आलं होतं. एवढे प्रयत्न करूनही शेवटी नको तेच घडलं, हे पाहून तात्यांना फार दुःख झालं. दरम्यान, मुंबईत सत्यशोधकांनी केलेला सत्कार स्वीकारून टिळक-आगरकर पुण्यात आले. तात्यांनी मनावर आलेलं निराशेचं सावट झटकलं आणि ते नव्या उत्साहानं कामाला लागले. टिळक-आगरकरांचा भव्य सत्कार घडवून आणून त्यांनी 'दीनबंधू'साठी नवी लेखमाला लिहायला घेतली. देवदासी प्रथा सरकारनं कायदा करून बंद पाडावी, ही त्यांची मुख्य मागणी होती. त्या कामी लोकांनीही शक्य ते सहकार्य करावं, ही अपेक्षा होती; परंतु पाहिजे तेवढा प्रतिसाद मिळत नव्हता. अंधश्रद्धांची अफू

खाल्लेला समाज आज ना उद्या जागा होईल, दुःखी कष्टी स्त्रीमनाच्या हाका त्याच्या कानांवर पडतील, हीच एक आशा होती. त्या आशेच्या बळावर तात्या राबत होते... अहोरात्र लेखणी झिजवत होते... झिजत होते...

७८

मळ्यातल्या गवती बंगल्यावर तात्यांचं लेखन झपाट्यानं सुरू होतं. 'असूडा'ची दोन प्रकरणं लिहून झाली होती. तिसऱ्या प्रकरणाचं काम सुरू होतं. त्यासाठी तात्या भल्या सकाळी उठून सर्व लेखनसाहित्यासह मळ्यात आले होते. पहिली दोन्ही प्रकरणं त्यांनी वांगणी, माळ्याचे कुरूळ इथल्या शेतकरी बांधवांना वाचून दाखवली होती. प्रत्येक शब्द सत्याला धरून असल्याची ग्वाही मिळाल्यावर दोन्ही प्रकरणं नव्यानं लिहून काढून बाजूला ठेवली होती.

मोटेचा कुईऽ कुईऽऽ आवाज कानांवर येत होता. तात्या लिहीत होते. पावसाळी ढगांसारखे गर्दी करून आलेले विचार एक एक करून कागदावर उतरत होते. धूर्त ब्राह्मणांच्या ओंजळीनं पाणी पिणाऱ्या शूद्र संस्थानिकांचे आणि बारशापासून बाराव्यापर्यंत शेतकऱ्यांना लुटून खाणाऱ्या ब्राह्मणशाहीचे व तिचाच बुजबुजाट झालेल्या इंग्रजी नोकरशाहीचे वाभाडे काढून झाल्यावर तात्यांनी नव्या विषयाला हात घातला. शूद्र शेतकऱ्यांची दुरवस्था ओळखून ब्राह्मणांना हाताशी धरण्याचं इंग्रजी धोरण, हा या प्रकरणाचा मुख्य विषय होता. आर्य ब्राह्मण इराणातून कसे आले, शूद्र शेतकरी हे मूळचे कोण, शौर्य, शहाणपण हे गुण आनुवंशिक कसे असू शकत नाहीत इत्यादी अनेक मुद्दे त्यात येणार होते. तात्या पुन्हा एकदा रयतेच्या पैशावर मौज मारणाऱ्या नोकरशाहीवर तुटून पडले. नोकरशाही शेतकऱ्याच्या जिवावर मौज करीत होती आणि शेतकरी मात्र करांच्या बोजाखाली चिरडला जात होता. अनिश्चित पाऊस, शेतसारा वसूल करण्याची मनमानी पद्धत अशा अस्मानी-सुलतानीनं गांजून निघाला होता. करमुक्त ब्रिटिश व्यापारामुळे गावकामगारांचे धंदे बुडाले होते. दुःखीकष्टी गावकरी आपलं दुःख ताडीमाडीत बुडवत होते. तात्या लिहीत होते :

'... हा पाहा नेटिव्ह कामगार ऐशआरामी युरोपियन कामगारांचे पुढे पुढे करून अज्ञानी शेतकऱ्यांपासून लाच खाऊन कसा सोजरासारखा लाल गाजर पडला आहे. काय हा उधळेपणा! याला म्हणावे तरी काय? यास्तव आमचे डोळे झाकून निराकार परमात्म्याची प्रार्थना करणाऱ्या, विलायती सरकारने येथील धूर्त ब्राह्मणांनी उपस्थित केलेले समाजांच्या आणि वर्तमानपत्रांच्या गुलाबी लिहिण्यावर बिलकुल भरवसा न ठेविता, एकंदर सर्व आपल्या सरकारी खात्यातील गोऱ्या व काळ्या कामगारांस वाजवीपेक्षा जास्त केलेले पगार अजीबाद कमी करून, अज्ञानाने

गांजलेल्या दुबळ्या शूद्र शेतकऱ्यांस विद्यादान देऊन त्यांच्या बोडक्यावरील शेतसारा, टोल वगैरे पट्ट्या कमी न केल्यास थोड्याच काळात या जुलुमाचा परिणाम फार भयंकर होणार आहे, असे आमच्या ऐशआरामी उधळ्या सरकारचे कानात सांगून याप्रसंगी पुरे करितो.'

प्रकरण पूर्ण होताच तात्यांना थोडं मोकळं वाटू लागलं. अजूनही डोक्यात विचारांचं मोहोळ तसंच घोंगावत होतं. मनात चौथ्या प्रकरणाची जुळवाजुळव सुरू होती. शेतकऱ्यांची आणि शेतीची स्थिती, शेतीसुधारणा, धंदेशिक्षण त्यासाठीच्या उपाययोजना असे अनेक विषय मांडायचे होते.

मोटेचा आवाज थांबला होता. ऊन बरंच वर चढलं होतं. कामकऱ्यांची न्याहरीची वेळ झाली होती.

तात्या आपल्या गवती बंगल्यातून बाहेर आले. त्यांनी आपल्या जुन्या झोपडीला खरोखरच एखाद्या बंगल्याचा आकार दिलेला होता.

एके दिवशी ग्यानोबा म्हणाले होते,

''तात्या, तुम्ही मळ्यात बंगला बांधला, तर मजा येईल.''

तात्या म्हणाले होते,

''अरे बाळा, गवताची झोपडी हाच आपल्या शेतकरी बळीराजाचा राजमहाल आहे. यात किती चांगली हवा खेळते. शिवाय ऊन, वारा, पाऊस यांपासूनही निवारा मिळतो. आम्हाला बंगल्याची काय गरज आहे?''

तात्यांनी ग्यानोबांना गप्प बसवलं होतं खरं; परंतु त्यांच्या मनातून तो विषय गेला नव्हता. सहादूबुवांच्या मदतीनं त्यांनी स्वतःच्या हातांनी हा गवताचा महाल उभा केला होता. त्याला छानसा पोटमाळा होता. वर जायला शिडीचा जिना होता. महालाच्या अवतीभोवती विविध प्रकारची फुलझाडं लावली होती. हा गवती महाल पूर्वीच्या झोपडीसारखाच चांगला हवेशीर होता. दुपारच्या वेळी माळ्यावर जाऊन पडलं की, सगळ्या शिणवटा निघून जाई. केळीच्या बागेकडून येणारा गार वारा गवताच्या भिंतीतून झिरपत येऊन अंगावर झुळझुळत राही. हळूहळू निद्रेचे मोहपाश देहमनावर तरंगू लागत.

मांजरीचा सगळा शिवार आता चांगला बहरला होता. अनेक शेतकऱ्यांनी तात्यांच्या पावलावर पाऊल ठेवून आपले मळे फुलवले होते. उशिरा का होईना, पाटबंधाऱ्यांचं महत्त्व त्यांना कळलं होतं.

तात्यासाहेब फुल्यांचा मळा हे सगळ्या गावाचं आकर्षण. प्रत्येक रविवारी मळ्यात वनभोजनाचा कार्यक्रम रंगत असे. त्या दिवशी सगळा फुले वाडा मळ्यात उतरे. स्वतः तात्यासाहेब घोडागाडी हाकायला बसलेले असत. गाडी हडपसरला आली, म्हणजे गावातले लोक भरभर गोळा होत. भेटीला आलेल्या मंडळींची विचारपूस झाल्यावर गाडी पुढं चालू लागे. मळ्यातला अखखा दिवस शेतकाम करणं, गोष्टी सांगणं, गाण्यांच्या

भेंड्या लावणं यात कसा उडून जाई, कळत नसे. सर्वांना मौजमजा करायला मोकळीक देऊन तात्या आपल्या गवती महालाच्या पोटमाळ्यात घुसून लेखन-वाचनात गढून जात. दुपारी गोपाळकाला असे. त्यात सर्व कामगारांनाही सहभागी करून घेतलं जाई. ताज्या रानमेव्याच्या संगतीनं मनसोक्त जेवणं होत. तिसरे प्रहरी घराकडून कोणी खेचरस्वार दौडत येई. त्यानं सीतारामचा निरोप आणलेला असे. तात्यांना भेटायला कोणीतरी बाहेरगावची माणसं आलेली असत. मग घाईघाईनं घोडागाडी जोडली जाई आणि कधी नाही तो तात्यांचा आसूड घोड्यांचा पाठीवर पडे.

परंतु आजचा रविवार वेगळा होता. गणपतराव काळ्यांचं निधन होऊन दहा दिवस झाले होते. दुपारी त्यांच्या दशक्रियाविधीसाठी तात्या हडपसरला जाणार होते.

घोड्यापुढचा चारा संपला होता. त्याला चारा घालून तात्या फुलझाडं पाहत हिंडू लागले. पाटाचं पाणी अजून त्यांच्यापर्यंत पोचलं नव्हतं. तात्यांनी पाहिलं, सहादूबुवा मोट सोडत होते. उन्हाळ्याचे दिवस जवळ आलेले. केळीला पाटाचं पाणी कमी पडत होतं तेव्हा सहादूबुवांनी जोडीला मोट सुरू ठेवली होती. भाजीपाला आणि फळांच्या व्यापारात तोटा आल्यापासून फळबाग मोडली होती. आता ऊस आणि केळी हीच पिकं घेतली जात होती.

तात्या विहिरीकडं आले. सहादूबुवांचा मुलगा महादू धावेवर खेळत होता. तात्यांना पाहून तो धावेवरील निंबाच्या झाडाआड लपला. कामकरी माणसं सावली धरून न्याहरीला बसली होती.

''बुवासाहेब, फुलझाडांचे वाफे कोरडे झाले आहेत.'' तात्या म्हणाले.

''आता तिकडंच पाणी सोडतो, तात्यासाहेब. या, न्याहरी करू या.'' सहादूबुवा म्हणाले.

''नाही. मी सकाळी न्याहरी करून निघालो आहे. दुपारी हडपसरला गेलं पाहिजे. तुम्हीही चला.''

''तुम्ही पुढं व्हा. मी येतोच की मागनं.''

''तेवढं फुलझाडांच्या वाफ्यांना पाणी लावून जा. थोडा वेळ मी हाकतो मोट. द्या इकडं.''

सहादूबुवांच्या हातातली शेल घेऊन तात्या मोट हाकायला बसले. तात्यांना मोट हाकताना पाहून कामकरी हसू लागले. तात्या म्हणाले,

''अरे, हसता काय? मी शेतकरीच आहे. मोट तर मी लहानपणापासून हाकली आहे.''

तात्या मळ्यात आले की, हमखास मोटेवर बसत. मोट हाकताना सहज गाऊ लागत. त्यांचं गाणं ऐकून कामकरी माणसं आणखी मोठ्यानं हसू लागत. तात्या म्हणत,

"अरे बाबांनो, मोटेवरचं गाणं हीच आपली शेतकऱ्याची करमणूक आहे. पांढरपेशा लोकांसारखी तबला-तंबोरा वाजवत बसायला आपल्याला कुठं फुरसत आहे? आम्हा शेतकऱ्यांना काम करता-करताच अशी करमणूक करून घ्यावी लागते."

तात्या मोट हाकत होते; परंतु आज ओठांवर गाणं येणार नव्हतं. त्यांना पाहून लपलेला महादू सहादूबुवांच्या मागं पळाला. तात्यांनी त्याला हाक मारली; पण तो जवळ आला नाही. महादूला आता नियमित शाळेत जायचं वळण लागलं होतं. शाळेत न जाण्यावरून तात्यांनी त्याला एक-दोनदा शिक्षा केली होती. थोडासा मारही दिला होता तेव्हापासून त्याला तात्यांची भीतीच वाटे. शाळेत न जाणारी गरिबांची मुलं पाहिली की, तात्यांना फार राग येई आणि अशा वेळी त्यांचा राग कसा व्यक्त होईल, हे सांगता येत नसे.

लहानगा महादू आपल्याला भितो, ही गोष्ट तात्यांच्या मनाला फार लागली. यानंतर कधीही मुलांना पाच बोटं लावायची नाहीत, असा त्यांनी मनोमन निश्चय केला.

मोटा उपसल्या जात होत्या. फुलांचे वाफे भरत होते. तात्यांनी मोट थांबवली. बैलांना आपल्या हातांनी चारा घातला. सर्व लेखनसाहित्य पिशवीत भरलं आणि घोड्यावर मांड ठोकली.

सध्या तात्यांच्या डोक्यात आणखी एक विषय घोळत होता. लवकरच नगरपालिकेच्या निवडणुका होणार होत्या. यापुढं सरकारनियुक्त प्रतिनिधीऐवजी लोकांनी निवडून दिलेले प्रतिनिधी नगरपिते म्हणून काम करणार होते.

तात्या ग्यानोबांच्या घराजवळ आले. ग्यानोबांभोवती त्यांचा शिष्यपरिवार बसला होता.

"या, तात्यासाहेब..." ग्यानोबांनी आदरपूर्वक नमस्कार करून तात्यांचं स्वागत केलं.

सर्व विद्यार्थ्यांनीही हात जोडून तात्यांना नमस्कार केला.

लिहिलेले कागद ग्यानोबांच्या हाती ठेवून तात्यांनी विद्यार्थ्यांच्या अभ्यासाची विचारपूस केली. सर्व विद्यार्थ्यांमध्ये एक थोराड वयाचा विद्यार्थी त्यांच्या लक्षात राहिला होता. त्याचं नाव सीताराम तारकुंडे. गावात तात्यांचं व्याख्यान असलं की, तो हमखास हजर असे. त्या बुद्धिमान मुलाचं हस्ताक्षरही तेवढंच चांगलं होतं. 'असूडा'चे पहिले दोन्ही भाग त्यानंच लिहून काढले होते. तात्यांना आजवर लेखनिक घ्यायची कधी गरज पडली नव्हती; परंतु कच्चं लिहून झालं तरी ते पुन्हा लिहून काढायला फार वेळ जात असे. 'असूडा'चा पहिला भाग लिहून झाला, तेव्हा हेच घडलं. पुन्हा लिहून काढायच्या विवंचनेत असतानाच ग्यानोबांच्या शाळेत सीताराम भेटला. त्यानं आपल्या वळणदार अक्षरांत पहिल्या भागाची नक्कल करून दिली. दुसऱ्या भागाचं कामसुद्धा त्यानं तेवढ्याच आनंदानं केलं होतं.

ग्यानोबा सीतारामचे केवळ पंतोजी नव्हते; तर पालक होते. सीतारामचे वडील रघुनाथराव तारकुंडे पानमळा पिकवीत.

ब्राह्मणाच्या घरात जन्म घेऊनही पदरी विद्येची परंपरा नाही, गावात ब्राह्मण म्हणून प्रतिष्ठा नाही. अशा अवस्थेत वयाच्या सोळाव्या वर्षी सीताराम ग्यानोबांच्या शाळेत आला आणि शिक्षण घेता-घेता एक दिवस ग्यानोबांच्या घरातलाच आणखी एक माणूस होऊन गेला. आपल्या पंतोजींचं काम आणि तात्यांचं काम त्याच्या दृष्टीनं वेगळं नव्हतं.

'असूडा'चा तिसरा भाग पूर्ण झालेला पाहून ग्यानोबांना फार आनंद झाला. सीतारामला बोलावून त्यांनी ते कागद त्याच्या स्वाधीन केले. नक्कल करण्याच्या दृष्टीने आवश्यक त्या सूचना दिल्या.

तात्या ग्यानोबांसह गणपतराव काळ्यांच्या घराकडं निघाले. अंगणात बरेच लोक जमले होते. तात्यांनी घरातल्या मंडळींचं सांत्वन केलं. गोविंदाचे डोळे पुसले. यायला पाहिजे होती, ती सर्व मंडळी आली होती. दुपारी अंगणात पंगती पडल्या. लोक जेवायला बसले. सर्वांसोबत तात्याही बसले. वाढप सुरू झालं. क्षौर केलेली गणपतरावांच्या भावकीतली माणसं प्रत्येक पंगतीत फिरून वरण-भात, पोळी वाढू लागली.

जेवणं झाली. शनवारच्या सभेत 'असूडा'च्या तिसऱ्या भागाचं वाचन करायचं ठरलं आणि तात्यांनी सर्वांचा निरोप घेतला.

७९

कॉन्ट्रॅक्टर नागू सयाजी यांच्या ताडदेवनजीकच्या बंगल्यात बरीच सत्यशोधक मंडळी जमली होती. 'शेतकऱ्यांचा कैवारी'कर्ते रामजी संतूजी आवटे आणि दामोदर सावळाराम यंदे हेही उपस्थित होते. अध्यक्षस्थानी 'दीनबंधू'कर्ते नारायणराव लोखंडे होते. 'असूडा'चे भाग वाचून दाखवण्यासाठी तात्या पुण्याहून आले होते. निवडक लोकांची ती एक लहानशी सभाच होती. सर्व मंडळी जमल्यावर अध्यक्ष महोदयांच्या विनंतीवरून तात्यांनी विषयाची प्रस्तावना केली आणि आपल्या खणखणीत आवाजात वाचनास प्रारंभ केला :

"विद्येविना मती गेली । मतीविना नीती गेली । नीतीविना गती गेली ।
गतीविना वित्त गेले । वित्ताविना शूद्र खचले । इतके अनर्थ एका अविद्येने केले ।

"श्रोतेहो, शूद्र शेतकरी हल्ली इतक्या दैन्यवाण्या स्थितीस येऊन पोहोचण्याची धर्म व राज्यसंबंधी अनेक कारणं आहेत, त्यांपैकी थोड्या-

बहुतांचे विवेचन करण्याच्या हेतूने हा ग्रंथ रचिला आहे. शूद्र शेतकरी बनावट व जुलमी धर्माचे योगाने भट-भिक्षुकांकडून व सरकारी युरोपियन कामगार ऐशआरामी असल्याचे योगाने ब्राह्मण कामगारांकडून नाडले जातात. त्यांपासून त्यांस या ग्रंथावलोकनाचे योगाने आपला बचाव करिता यावा, असा हेतू आहे. म्हणून या ग्रंथास 'शेतकऱ्याचा असूड' असे नाव दिले आहे...''

'शेतकऱ्याचा असूड' कडाडू लागला. रक्ताने लिहिलेला एकेक शब्द श्रोत्यांच्या काळजाचा ठाव घेऊ लागला. मूळच्या खणखणीत आवाजाला आवेशाची जोड मिळाली आणि तात्यांचा आवाज आणखी चढत गेला.

भट-ब्राह्मण, सरकारी कामगार आणि सावकार शेतकऱ्यांना कसकसे लुबाडून खातात याचं भेदक चित्र शब्दाशब्दांतून उभं राहत होतं. शेतकऱ्याला लुबाडून खाणारे हे शत्रू जणू तात्यांसमोर उभे होते आणि ते एकेकाला शब्दांच्या असूडानं फोडून काढत होते.

शेतकऱ्याचा असूड संस्थानिकांवरही कडाडला. तात्या म्हणाले,

''संस्थानिकांच्या आसपासचे ब्राह्मण कारभारी इतके मतलबी, धूर्त आणि धोरणी असतात की, ते आमच्या राजेरजवाड्यांस विद्येची व सद्‌गुणांची अभिरुची लागू देत नाहीत. असे हे संस्थानिक दिवसा गोप्रदान आणि रात्री प्रजोत्पादन करीत स्वस्थ बसतात. या संस्थानिकांच्या हातून आपल्या शूद्र बांधवांचे कल्याण होण्याचा अधिक संभव आहे; परंतु 'ब्राह्मणो मम दैवतम्' हे वेड त्यांच्या डोक्यात असल्याने ते घडत नाही.

''भट लोकांनी केलेल्या कटाचे वर्णन काय करावे? त्यांचे बुद्धिवैभव आम्हाला नाडण्यातच खर्ची पडले. ठार वेडा ब्राह्मणसुद्धा कधीच उपाशी मरणार नाही. एवढेच कशाला, ज्यांना कोणाला तिथीवार सांगून किंवा पोथ्यापुराणं बडबडून पोटे भरायची अक्कल नसते, अशा बेवकूब ठोंब्यांपैकी कोणाला ते ढवळेबुवा बनवतात, तर कोणा अर्धवेड्या भांग्याला बागलकोटचे स्वामी बनवून त्याचे माहात्म्य वाढवतात. वर्षभर या ना त्या निमित्ताने आम्हाला भोंदाडतात आणि होळीच्या दिवशी आता लुटण्यासारखं काही उरलं नाही, म्हणून ठणाणा बोंबा मारून सर्वांना कळवतात.''

हलकीशी खसखस पिकली. तात्यांचा बोलण्याचा ओघ थोडा खंडित झाला. हसण्याची लाट ओसरताच तात्या पुढं बोलू लागले.

ज्ञान आणि श्रम यांची फारकत करणारा ब्राह्मणी धर्म आणि मेहनत न करता खाणारी ऐदी पुरोहितशाही हीच या सर्व अनर्थाची कारणं असल्याचं स्पष्ट करून तात्या म्हणाले,

"शूद्रांना ज्ञानाचे दरवाजे बंद असल्याने ते उत्पादनकार्यात सुधारणा घडवू शकले नाहीत. आज धर्मसुधारणा करू म्हणणाऱ्या धर्मसुधारकांनाही शेतकऱ्यांच्या प्रगतीच्या वाटा मोकळ्या व्हाव्यात, असं वाटत नाही. भूदेव ब्राह्मण आणि भूपती इंग्रज सरकार यांच्या कचाट्यात तो सापडला आहे."

अज्ञान, दारिद्र्य, भटशाही आणि नोकरशाहीच्या वरवंट्याखाली भरडून निघालेल्या शेतकऱ्यांची दुरवस्था वर्णन करून तात्यांनी त्यांच्या स्थितीत सुधारणा करण्यासाठी दयाळू सरकारलाच साकडं घातलं होतं...

अडीच-तीन तास तात्या अखंड बोलत होते. तीनही भाग वाचून संपले आणि तात्यांनी मेजावर ठेवलेला तांब्या उचलून तोंडाला लावला.

सुन्न शांतता पसरली होती. पहिले तीन भाग इतके जहाल उतरले होते, तर पुढील भाग कसे असतील, याची कल्पना करणंही अशक्य होतं.

त्या शांततेचा भंग करीत नागू सयाजी म्हणाले,

"तात्यासाहेब, तुम्ही हा ग्रंथ पूर्ण करा. तो सरकारपर्यंत पोचला पाहिजे. त्याशिवाय शेतकऱ्याला सोसाव्या लागणाऱ्या अन्यायाची दाद लागणार नाही. तो छापण्यासाठी येईल तो खर्च देण्यास आम्ही तयार आहोत."

नागू सयाजी यांनी मांडलेला प्रस्ताव सर्वांनाच फार आवडला. त्यानंतर पुढील भागांमधून कोणकोणते विषय येणार आहेत, याची माहिती तात्यांनी दिली आणि सभा संपली. तत्पूर्वी नारायणराव लोखंडे यांचंही छोटंसं भाषण झालं. त्यांनी शेतकऱ्यांच्या असूडाचे तीनही भाग 'दीनबंधू'साठी देण्याची विनंती केली.

या दौऱ्यात तात्यांचा मुक्काम स्वामी अय्यावारुंच्या घरी होता. तात्यांच्या या दौऱ्याचं बरंचसं श्रेय त्यांनाही होतं. त्यांनी स्थापन केलेल्या नीतिप्रसारक सभेचं कार्य मुंबईत सर्वदूर पसरलं होतं. पायधुनी, डोंगरी, मांडवी इत्यादी अनेक ठिकाणी सभेच्या शाखा स्थापन झाल्या होत्या. स्त्रीसुधारणा, मद्यपाननिषेध, ज्ञान आणि शिक्षणप्रसार इत्यादी क्षेत्रांत सभेनं उल्लेखनीय काम सुरू केलं होतं. विशेषत: स्त्रीवर्गात स्वामींनी केलेली जागृती ही फार महत्त्वाची गोष्ट ठरली होती. या कार्यात त्यांना सीमियन बेंजामिन, त्यांची पत्नी रिबेका यांच्यासारख्या विलायती लोकांचीही मदत मिळाली होती. रविवारच्या खास बैठकीमध्ये स्वामींनी तात्यांचं व्याख्यान आयोजित केलं होतं.

तात्यांना घेऊन स्वामींची घोडागाडी कामाठीपुऱ्याकडं निघाली. स्वामी म्हणाले,

"जोतीराव, ईश्वर परमन्यायी आणि दयाळू आहे, असं तुम्ही म्हणता; परंतु शेतकऱ्याची ही अवस्था त्याला दिसत नाही का? गेल्या वेळी तुम्ही थांबवलेलं त्या देवदासीच्या मुलीचं लग्न पुन्हा लावण्यात आलं. देवाच्या नावावर सुरू असलेला हा अनाचार देवाला दिसत नाही का?"

अलीकडं काही दिवसांपासून स्वामींचे विचार निरीश्वरवादाकडं झुकू लागले होते. स्वामी सत्यधर्माचे पाईक असले, तरी समाजाची तत्त्वं त्यांनी आंधळेपणानं स्वीकारलेली नव्हती. प्रत्येक गोष्ट ते आपल्या बुद्धीच्या कसोटीवर पारखून घेत. ईश्वर पाहत आहे म्हणून सत्यानं वर्तावं, असं नाही तर सत्य हे चांगलं आहे म्हणून सत्यानं वर्तावं यांसारखी त्यांची मतं लोकांना चक्रावून टाकत. आगरकरादी विचारवंतांनी धर्म आणि नीती यांची घातलेली सांगड त्यांना मान्य नव्हती. त्या दोन्ही गोष्टी त्यांच्या मते वेगवेगळ्या होत्या.

परंतु एका सत्यशोधकानं ईश्वराच्या अस्तित्वाविषयी शंकाकुल व्हावं, ही गोष्ट तात्यांना रुचली नाही. ते म्हणाले,

''स्वामीजी, या परिस्थितीसाठी सर्वशक्तिमान ईश्वराला जबाबदार धरता येणार नाही. ईश्वराला दूर सारून स्वत:ला भूदेव घोषित करणारे ब्राह्मण या परिस्थितीला जबाबदार आहेत. इथं माणूसच माणसाच्या दु:खाला कारणीभूत आहे. ज्यांना ईश्वराचं भय वाटत नाही, ते शेवटी अधोगतीलाच जाणार आहेत आणि तो काळ फार दूर नाही. आज शूद्रातिशूद्र बांधव अक्षरशून्य, अज्ञानी असला तरी उद्या त्याची मुलं शिकून शहाणी होतील आणि ही परिस्थिती पालटून टाकतील.''

तात्या आपली भूमिका सोडणार नाहीत, हे स्वामीही जाणून होते. घोडागाडी स्वामीजींच्या घरासमोर थांबली होती. स्वामीजींचा मुलगा केशवस्वामी यानं हातपाय धुवायला पाणी आणून दिलं. थोड्या वेळानं जेवायला वाढलं असल्याची वर्दी मिळाली आणि ती रंगलेली चर्चा तिथंच थांबली.

जेवण झाल्यावर तात्यांभोवती बालगोपाळांचा मेळावा जमला. तात्या आले, म्हणजे त्यांची गोष्टी ऐकण्याची आणि खाऊची चंगळ असे.

संध्याकाळी जाया कराडी, राजू बाबाजी, त्यांचे मेहुणे भागोजी दुलाजी इत्यादी मंडळी गप्पागोष्टींसाठी येऊन बसली असता बडोद्याहून रामचंद्रराव धामणस्कर आले असल्याची वर्दी मिळाली. बडोदा संस्थानात सत्यधर्माचा ध्वज फडकावणाऱ्या रामचंद्ररावांच्या भेटीनं तात्यांना फार आनंद झाला.

रामचंद्रराव म्हणाले,

''तात्यासाहेब, आमची सकाळची संधी हुकली. आज आपण मुंबईत आहात, हे आम्हाला माहीत नव्हतं.''

''काही हरकत नाही. आपणांसारख्या सरकारी लोकांना आम्ही 'असूड' पुन्हा वाचून दाखवू. शेतकऱ्यांची गाऱ्हाणी आपल्यामार्फत महाराजांपर्यंत पोचली तर बडोदा संस्थानात तरी चांगलं काही घडेल.''

"परंतु, तात्यासाहेब, 'असूड' वाचून दाखवण्यासाठी आपण आता बडोद्याला आलं पाहिजे."

प्रत्येक भेटीत रामचंद्रराव तात्यांना बडोद्याला या, म्हणून आग्रह करीत. महाराजांची पुणे मुक्कामी झालेली भेट तात्यांच्या मनात अजूनही ताजी होती. तेव्हा महाराजांनी नुकतीच राज्यकारभाराची सूत्रं हाती घेतलेली होती. गोरगरिबांसाठी काही कल्याणकारी योजना राबवण्याची जिद्द त्यांच्या ठिकाणी दिसून आली होती. विचारी, धोरणी आणि उच्चविद्याविभूषित असा तो राजा इतर हिंदी संस्थानिकांपेक्षा फार फार वेगळा होता. त्याचं राज्यारोहण हीसुद्धा अशीच एक अद्‌भुत गोष्ट होती.

'असूडा'ची पानं चाळत रामचंद्रराव पुढं म्हणाले,

"खरंच तात्यासाहेब, तुम्ही बडोद्याला आलंच पाहिजे. आपली भेट व्हावी, असं महाराजांच्या मनात फार आहे. त्यांना आपला हा ग्रंथ जरूर आवडेल."

"परंतु, रामचंद्रराव, ग्रंथ अजून पूर्ण झालेला नाही. अशा अपूर्ण स्थितीत तो महाराजांना..."

"असू द्या तात्यासाहेब, लिहून झाला आहे, तेवढाही पुरेसा आहे. राहिलेला भाग नंतर पूर्ण होईलच. आता तुम्ही आमच्या सोबत बडोद्याला आलं पाहिजे."

"आत्ताच?"

"होय तात्यासाहेब, नंतर पावसाळा सुरू झाल्यावर आपली शेतीची कामं निघतील आणि मग निघणं शक्य होणार नाही. आपल्या वतीनं मी काकूंना पत्र लिहितो. त्यांना काय दोष द्यायचा असेल, तर तो मला देऊ द्या. त्यांची माफी मागायला मी पुण्याला येईन."

रामचंद्ररावांनी नकाराला जागाच ठेवली नाही.

तात्यांची मूक संमती लक्षात घेऊन रामचंद्रराव पुढं म्हणाले,

"मामा परमानंदांची भेट व्हावी, अशीही महाराजांची इच्छा आहे. त्यांचे 'इंडियन स्पेक्टेटर'मधील लेख महाराजांना फार आवडतात."

मामा परमानंदांच्या फटकळ लेखणीतून उतरलेले ते लेख महाराजांना आवडतात, ही गोष्ट तात्यांना सुखावह वाटली. यापूर्वीही त्यांनी हिंदी संस्थानिकांच्या बेदरकार कारभारावर टीका करणारी एक लेखमाला 'नेटिव्ह ओपिनियन'मधून लिहिली होती. वस्तुत: जामनगर संस्थानात उडालेल्या गोंधळाच्या निमित्तानं लिहिली गेलेली ती लेखमाला खास बडोदानरेश सयाजीराव गायकवाड यांना उद्देशूनच होती. कारण महाराजांचा राज्यारोहण सोहळा नुकताच पार पडलेला होता आणि आपल्या उच्चविद्याविभूषित तरुण राजाकडं प्रजा अपेक्षेनं पाहत होती.

रामचंद्ररावांसमोर आढेवेढे घेताना तात्यांच्या मनात जो विचार येत होता, त्याचं

काहीसं निराकरण झालं होतं. कारण त्यांनीही ब्राह्मण दिवाणांच्या ओंजळीनं पाणी पिणाऱ्या हिंदी संस्थानिकांवर आपला असूड तेवढ्याच बिनदिक्कतपणे चालवला होता. सध्या मामांची प्रकृती ठीक नव्हती. त्यांना बडोद्याचा प्रवास सोसणं शक्य नव्हतं.

रामचंद्रराव म्हणाले,

''मी त्यांना महाराजांचा निरोप दिला, फार आग्रह करू शकलो नाही; परंतु तात्यासाहेब, तुम्ही मात्र आलंच पाहिजे.''

रामचंद्ररावांनी आपला आग्रह सोडला नाही. त्यांच्या आग्रहाला स्वामीजींचा दुजोरा मिळाला आणि मग तात्यांना होकार देण्याशिवाय इलाज राहिला नाही.

''तात्यासाहेब...'' रामचंद्रराव म्हणाले, ''मी रामजी संतूजी यांची आणि यंदे शेटजींचीही भेट घेणार आहे. त्यांचा 'शेतकऱ्यांचा कैवारी' महाराजांना आवडला. तसं एखादं चांगलं पत्र बडोद्याहून निघावं, असं त्यांना वाटतं. डॉ. शिवाप्पा यांनी महाराजांना त्यांच्या नावाची शिफारस केली आहे. आपणही त्यांना सांगितलंत, तर...''

''रामचंद्रराव.'' तात्या म्हणाले, ''आपल्या चळवळीतही आता मतभेदांना भांडणाचं स्वरूप येऊ लागलं आहे; त्यामुळे त्यांच्याशी तुम्ही स्वत: बोलावं, हे उत्तम!''

दोघा संपादकांनी 'दीनबंधू'तलं आपलं भांडवल काढून घेऊन आपलं स्वतंत्र पत्र सुरू केलं. त्या वेळी झालेल्या मतभेदांचे संबंध थेट तात्यांपर्यंत पोचविण्यात आले होते. तात्यांचं म्हणणं रामचंद्ररावांना पटलं. तो विषय तेवढ्यावरच राहिला.

रामचंद्ररावांनी स्वामीजींकडे राजवाड्याच्या बांधकामाविषयी बोलणं काढलं. महाराजांनी बडोद्याला नवा राजवाडा बांधायचं ठरवलं होतं. ती जबाबदारी कोणा अनुभवी कंत्राटदाराकडे सोपवावी, अशी त्यांची इच्छा होती. त्या दृष्टीनं रामचंद्ररावांनी स्वामी अय्यावारू यांचं नाव सुचवलं होतं. त्यांच्या आजच्या मुंबई भेटीचा हाही एक उद्देश होता. या संदर्भात यापूर्वीही ते दोन-तीनदा स्वामींच्या भेटीसाठी येऊन गेले होते.

दुसऱ्या दिवशी सकाळी त्यांनी आवट्यांना आणि यंदे शेटजींना बोलावणं पाठवलं. महाराजांचा मनोदय सांगून त्यांनी बडोद्याला यावं, अशी विनंती केली. आवश्यक ती सर्व मदत मिळेल म्हणून आश्वासन दिलं.

ठरल्याप्रमाणे रविवारी नीतिप्रसारक सभेपुढं व्याख्यान झाल्यावर तात्यांनी रामचंद्रराव धामणस्कर यांच्यासमवेत बडोद्याला प्रस्थान ठेवलं. शेतकऱ्यांची कैफियत बडोदा सरकारपर्यंत पोचणार, म्हणून सत्यशोधकांना आनंद झाला. तात्यांना आणि रामचंद्ररावांना निरोप द्यायला सर्वजण स्टेशनवर आले.

तात्या पहिल्यांदाच बडोद्याला जात होते. महाराज आपल्याला ओळखत असले, तरी शेतकऱ्यांचं गाऱ्हाणं ऐकून घ्यायला त्यांना वेळ असेल की नाही, अशी एक शंका उगीचच मनाला चाटून जात होती.

परंतु तात्यांना आलेला अनुभव फार वेगळा ठरला. महाराजांनी त्यांचं मनापासून स्वागत केलं. पुण्याला झालेली भेट त्यांच्या स्मरणात होती. त्या भेटीत झालेल्या परिचयाला रामचंद्ररावांनी वेळोवेळी उजाळा दिला होता. कामाच्या व्यापातून वेळ काढून महाराज रोज 'असूडा'चं श्रवण करीत. वेळ मिळेल, त्याप्रमाणे तात्यांशी चर्चा करीत. अहोरात्र स्त्रिया आणि शूद्रातिशूद्रांच्या कल्याणाचा विचार करणारा, त्यासाठी धडपडणारा एक ध्येयवादी माणूस तात्यांच्या रूपानं त्यांना भेटला होता. सल्लागारांच्या ओंजळीनं पाणी न पिता स्वत:च्या बुद्धीनं निर्णय घेणारा हा राजा हिंदी संस्थानिकांमध्ये खरोखरच वेगळा होता.

महाराजांनी सुरू केलेली जनकल्याणाची कामं पाहून तात्या थक्क झाले.

बडोद्यातही तात्यांभोवती अनेक सत्यशोधक गोळा झाले. देवराव ठोसर यांचे जावई वासुदेवराव लिंगोजी बिर्जे संस्थानाच्या नोकरीत होते. त्यांचीही भेट झाली. डॉ. शिवाप्पा राजन्ना महाराजांचे फॅमिली डॉक्टर म्हणून संस्थानाच्या सेवेत होते. पुण्यात असताना तात्यांच्या प्रत्येक उपक्रमात त्यांची मदत असे. दुष्काळात व्हिक्टोरिया बालाश्रम स्थापन करताना त्यांनी केलेली मदत खरोखरच फार मोलाची ठरली होती.

दोन दिवस, तीन दिवस करीत मुक्काम लांबत गेला. शेवटच्या दिवशी महाराजांनी शाल, श्रीफळ आणि उंची वस्त्रं देऊन तात्यांचा सन्मान केला. 'असूडा'चे पुढील भाग लवकर लिहून काढावेत म्हणून शुभेच्छा दिल्या. ग्रंथ पूर्ण होताच त्याची प्रत पाठवा, म्हणून विनंती केली. महाराजांचे शब्द मनात वागवत तात्यांनी बडोदा संस्थानाचा निरोप घेतला.

तात्या पुन्हा मुंबईला आले. 'असूडा'चे तीनही भाग नारायणरावांच्या स्वाधीन केले. मोरोपंत, 'इंडियन स्पेक्टेटर'चे संपादक बेहरामजी मलबारी, माधवराव रोकडे यांच्या भेटी घेतल्या. मामा परमानंदांची भेट घेऊन त्यांना महाराजांचा निरोप दिला. सर्व स्नेही मंडळींचा निरोप घेऊन तात्या परतीच्या प्रवासाला लागले.

प्रवासात त्यांच्या डोक्यात चौथा भाग आकार घेत होता. या भागात शेतकरी आणि शेतीची स्थिती वर्णन केल्यानंतर पाचव्या भागात ते शेतीसुधारणाविषयक विचार मांडणार होते. घरी येताच त्यांनी नव्या जोमानं आपलं लेखनकार्य सुरू केलं. पावसाळा तोंडावर आला होता. मृग लागण्याआधी लेखन पूर्ण झालं पाहिजे, या इराद्यानं तात्यांनी बैठक मारली होती. लेखन झपाट्यानं चाललं होतं. सत्यशोधक समाजाचे कारकून म्हणून नोकरीत दाखल झालेला गोविंदा गणपत काळे लिखाणाच्या नकला करण्यात गढून गेला.

दरम्यान, 'असूडा'चे पहिले दोन भाग 'दीनबंधू'त छापून आले. शेतकऱ्याचा असूड सरकारदरबारी कडाडला होता.

तात्यांची उमेद आणखी वाढली. नागू सयाजी, महाराजा सयाजीराव गायकवाड यांना दिलेली आश्वासनं त्यांना आठवत होती. लवकरच ते ग्रंथांची छपाई सुरू करणार होते; परंतु एके दिवशी सगळ्या उमेदीवर पाणी फिरावं अशी घटना घडली. 'असूडा'चा तिसरा भाग 'दीनबंधू'कडून न छापताच परत आला. संपादकांच्या मते ते सर्व लेखन फारच कडक झालेलं होतं आणि त्यातून लाभाऐवजी तोटा होण्याचा अधिक संभव होता. त्यातून अब्रूनुकसानीचा खटला उत्पन्न होईल की काय, या भीतीनं त्यांना घेरलं होतं. त्यांच्यावर दबाव आलेला होता की त्यांना खरोखरच तशी भीती वाटत होती, हे सांगणं कठीण होतं. शेतकऱ्यांचे हितशत्रू त्यांच्याही अवतीभोवती होतेच; परंतु नारायणराव लोखंडे यांनी अब्रूनुकसानीच्या खटल्याला भिऊन 'शेतकऱ्याचा असूड' परत पाठवावा, ही गोष्ट पटत नव्हती. कारणं काहीही असतो, नारायणराव लोखंडे यांनी कच खाल्ली, हे उघड होतं.

ग्रंथ छापून घ्यायची तात्यांची इच्छा मनातच राहिली. दुसरा कुठलाही छापखाना तो ग्रंथ छापून द्यायला तयार झाला नसता. फक्त 'दीनबंधू' प्रेसच्या बळावर तात्यांनी उमेद बांधली होती. असं का व्हावं, याची कारणं फार गुंतागुंतीची होती; परंतु ती गुंतागुंत सोडवत बसायची तात्यांची इच्छा नव्हती. एवढंच नाही, तर त्याबद्दल विचारपूस करायचीही त्यांची इच्छा नव्हती. जे नारायणराव लोखंडे पुढचे भाग छापायला भीत होते, ते संपूर्ण ग्रंथ छापून देतील, अशी अपेक्षाच उरली नव्हती.

तरीही उमेद न हरता तात्या लिहीत राहिले. त्यांनी पुन्हा आपलं लक्ष लेखनावर केंद्रित केलं. गावात अनेक प्रिय-अप्रिय घटना घडत होत्या; परंतु त्याकडं लक्ष द्यायला तात्यांना फुरसत नव्हती.

कृष्णराव नोकरीचा राजीनामा देऊन पुण्यात परतले होते. लोकहितवादी, रावसाहेब रानडे, डॉ. विश्राम रामजी, गंगारामभाऊ म्हस्के वकील यांच्या सहकार्यानं त्यांनी सोमवार पेठेत सुशिक्षणगृहाची स्थापना केली होती. मुलांच्या शिक्षणाकडं ज्यांना लक्ष द्यायला वेळ नाही किंवा शक्य होत नाही, अशा लोकांच्या मुलांसाठी सुशिक्षणगृह सुरू करण्यात आलं होतं. तिथं अल्प खर्चात भोजनाची आणि निवासाची सोय पुरवण्यात येणार होती. कृष्णरावांनी अंगीकारलेलं कार्य सत्यशोधक समाजाच्या धोरणाला अनुसरून असलं, तरी त्यांना सहकार्य करणारी माणसं वेगळीच होती. त्यांचा समाजाशी तसा कुठलाच निकटचा संबंध नव्हता. सगळं परस्पर चाललं होतं. तात्यासाहेब फुल्यांना पद्धतशीरपणे टाळण्यात आलेलं होतं. तात्या जे जे होईल, ते ते पाहत होते. कानांवर येईल, ते ते ऐकत होते.

पावसाळा सुरू झाला. पेरण्या आटोपून तात्या पुन्हा लिहायला बसले.

पावसाळा संपतासंपता 'असूडा'च्या तीन प्रती तयार झाल्या. एक प्रत ताबडतोब सयाजीराव महाराजांना पाठवण्यात आली आणि दुसरी प्रत अनेक अडथळे बाजूला सारून हिंदुस्थानचे महाराज्यपाल लॉर्ड डफरिन यांच्या अवलोकनासाठी कलकत्त्याला रवाना झाली. तात्यांनी 'असूड' सरकारकडं पाठवू नये, असा अनेकांचा सल्ला होता. प्रत्येकाला सरकारी अवकृपेची भीती वाटत होती; परंतु तात्यांनी कुठल्याही भीतीला थारा दिला नाही. तात्यांचे मित्र देवराव ठोसर, विनायक बापूजी भांडारकर यांनीही त्याबाबत विरोध केला; परंतु तात्यांना त्यांच्या विरोधाची कारणं सयुक्तिक वाटली नाहीत. उलट, आपली बाजू मांडताना ते म्हणाले,

" 'असूड' वाचून आमच्या दयाळू सरकारचे डोळे उघडले, तर त्यात सरकारचाच फायदा आहे. आमचं ऐकून सरकारनं शेती-सुधारणेसाठी उपाययोजना केल्या, शेतकऱ्यांच्या भल्यासाठी कायदे केले तर शेतकऱ्याचं उत्पन्न वाढून तो शेतसारा देण्यास अधिक समर्थ होईल आणि त्यामुळे सरकारच्या उत्पन्नात भरच पडेल; परंतु आमच्या सातामुद्रापलीकडच्या महाज्ञानी सरकारचे डोळे ब्राह्मणी गोमकाल्यानं झाकून टाकले आहेत. सरकारदरबारी शूद्र शेतकऱ्याला न्याय मिळण्याची आशा राहिलेली नाही. त्याच्या गळ्याला ब्राह्मणशाहीचा फास पक्का बसला आहे; म्हणूनच त्याला सोडवण्यासाठी आम्हाला हा आसूड उगारावा लागला आहे. आता कोणाच्या गैरमर्जीची पर्वा करून चालणार नाही."

ज्या सरकारला भिऊन लोखंड्यांनी 'असूड' छापला नव्हता, त्याच सरकारकडं 'असूडा'ची प्रत रवाना झाली होती.

सुमारे दोन-अडीच महिन्यांनी 'दीनबंधू'मध्ये छापून आलेला संपादकीय मजकूर आणखी गोंधळात टाकणारा ठरला. आपल्या पत्रात 'असूडा'चे पुढील भाग छापून न येण्याविषयी आलेल्या आडकाठ्यांबद्दल संपादकांनी जगदीशाचे आभार मानले होते. याचा अर्थ अजूनही त्यांच्या मनातून अब्रूनुकसानीच्या खटल्याची भीती गेलेली नव्हती आणि कळस म्हणजे, जोतीराव हे 'दीनबंधू'चे खरोखरीचे हितचिंतक नसून, 'दीनबंधू'पत्र बुडेल तर बरं होईल, अशी त्यांची इच्छा होती, असाही आरोप केलेला होता.

आजवर असे अनेक आरोप तात्यांनी सोसले होते. हा आरोप असह्य होता. एका सत्यशोधक बांधवानं केल्यामुळे तो अधिकच असह्य होता; परंतु त्याबद्दल तात्यांनी कुठलाही खेद बोलून दाखवला नाही. त्यापेक्षाही संपादकाला असूड छापल्याने लाभाऐवजी तोटा होण्याचा अधिक संभव वाटावा, ही गोष्ट त्यांना अधिक खेदाची वाटली.

सत्यशोधक समाजाला अंतर्गत कलहाची कीड लागली होती, हेच खरं! घडणाऱ्या गोष्टी थांबवणं आता कोणाच्याही हाती राहिलेलं नव्हतं...

८०

भल्या सकाळी उठून तात्या मळ्याकडं निघून गेले आणि तो निरोप फुले वाड्यात येऊन थडकला. सदाशिवरावांची प्रकृती रात्रीपासून अचानक अत्यवस्थ झाली होती. काकूंनी दुसरा घोडा काढायला सांगून गोविंदाला मांजरीला पाठवलं आणि त्या स्वत: गोवंड्यांच्या वाड्याकडं निघाल्या.

तसं पाहिलं, तर गेले अनेक महिने सदाशिवराव अंथरुणाला खिळून होते. त्यापूर्वी अनेक वर्षं सार्वजनिक जीवनातून निवृत्त होऊन त्यांनी अध्यात्माचा मार्ग धरला होता. त्यांच्या बरोबरच सरस्वतीबाईंचंही सार्वजनिक कार्य थांबलं होतं.

शूद्रातिशूद्रांच्या शिक्षणासाठी तळमळणारे, सार्वजनिक काकांसोबत स्वदेशीचं व्रत घेणारे, हिंदुस्थानच्या महाराणीला मानपत्र देण्यासाठी सभा भरवणारे सदाशिवराव इतके बदलावे, हे एक कोडंच होतं. अनिष्ट चालीरीतींवर तुटून पडणारा, याच धर्मानं माझ्या बहिणीचा बळी घेतला; तिला सती जायला भाग पाडलं, म्हणून दु:ख करणारा, त्यापायी ख्रिस्ती धर्माकडं ओढला गेलेला आपला हा मित्र एवढा बदलावा, याचं तात्यांनाही फार आश्चर्य वाटलं.

रात्रंदिवस ते वाड्यासमोरच्या आवारातील वडिलांच्या समाधीजवळ बसलेले असत. आपला संपूर्ण वेळ ध्यानधारणा, जपतप यांतच खर्च करीत. गुरुकृपेच्या ध्यासानं त्यांना जणू वेडं केलं होतं. भक्तिमार्गानं मोक्ष मिळवायचा तर गुरुकृपेचा आशीर्वाद हवाच; परंतु योग्य असा गुरू मिळत नव्हता. एके दिवशी त्यांना साक्षात्कार झाला. गुरू महाराजांनी म्हणे, स्वत:च स्वप्नात येऊन दृष्टांत दिला की, मी येरवड्याला वेड्यांच्या इस्पितळात आहे. सदाशिवराव सकाळी उठून येरवड्याला गेले आणि गुरुमहाराजांना सोबत घेऊनच घरी आले. त्यांच्या या गुरूंना काळबुवा म्हणत. त्यांचं खरं नाव-गाव कधीच कोणाला कळलं नाही. दर्शनासाठी आलेल्या लोकांना ते शिवीगाळ करीत आणि मधूनच काळ आला, काळ आला म्हणून मोठ्यानं ओरडत. त्यावरूनच त्यांना काळबुवा हे नाव पडलं होतं.

स्वत: सदाशिवराव काळबुवांची फार सेवा करीत. गावातले अनेक लोक त्यांच्या दर्शनासाठी येत; परंतु गुरूसेवेचं पुण्य सदाशिवरावांना फार दिवस लाभलं नाही. काही दिवसांनी काळबुवा मरण पावले; परंतु सदाशिवरावांचा शोध थांबला नाही. ते पुन्हा गुरूच्या शोधात निघाले. मग काशिनाथबुवा नावाचे दुसरे गुरू त्यांना मिळाले. सदाशिवराव आता या नव्या गुरूच्या भजनी लागले; परंतु एके दिवशी या गुरूचीही संगत सुटली. त्याला कारण मात्र वेगळंच घडलं. आपल्या गुरूंसोबत सहकुटुंब पंढरपूरच्या यात्रेला गेलेले सदाशिवराव अचानक पुण्याला

निघून आले. पंढरपूरच्या मुक्कामात गुरूंचं अनैतिक वर्तन पाहायचं दुर्दैव त्यांच्यावर ओढवलं होतं. अशा गुरूचं तोंडही पाहायचं नाही, असं ठरवून ते घरी निघून आले होते.

या सर्व घडामोडींनंतर ते अंथरुणावर पडले, ते पुन्हा न उठण्यासाठीच. त्यात प्रोफेसर केरोनाना छत्रे यांच्या निधनानं त्यांच्या मनावर मोठाच आघात झाला. नानांच्या अंत्यविधीसाठी जाऊन आल्यापासून त्यांनी एकच धोशा लावला होता. नाना गेले, आता आम्हीही जाणार. शेवटी तेच घडलं. नानांचा जिवलग मित्र नानांच्या पाठोपाठ निघून गेला.

गोवंड्यांच्या वाड्यात पाय ठेवताना काकूंच्या मनात सगळा भूतकाळ जागा होई. जोतीची शाळा काही दिवस या वाड्यातही भरली होती. सावित्री नावाची एक धीट मुलगी त्या शाळेवर शिकवायला यायची. सदाशिवराव मुलांना पाट्या-पुस्तकं देत. सरस्वतीबाई घरातून खाऊ आणून देत. त्याच काळात त्यांची आणि सरस्वतीबाईंची मैत्री अधिक दृढ झाली होती. त्यातूनच पुढं दोघा मैत्रिणींना स्त्रीवर्गात जागृती घडविण्याच्या कल्पना सुचल्या होत्या.

कालांतरानं दोघा मित्रांच्या वाटा वेगळ्या झाल्या; परंतु म्हणून दोन्ही घरांतला ऋणानुबंध कधी संपला नाही. दोघा मैत्रिणींच्या स्नेहसंबंधांत कधी अंतर पडलं नाही.

सरस्वतीबाई पतीच्या अंथरुणाजवळ बसून होत्या. चिंताक्रांत गौर चेहरा जागरणांनी ओढला गेला होता. काकूंना पाहताच त्यांना भडभडून आलं. तरीही अश्रू आवरून त्या तशाच बसून राहिल्या. काकू त्यांच्या शेजारी जाऊन बसल्या.

बैठकीत माणसांची गर्दी वाढू लागली. माणसं येत होती. मूकपणे जागा मिळेल तिथं बसत होती.

शेवटचा क्षण जवळ येत होता. प्रत्येकाच्या मनात कालवाकालव सुरू होती.

निरोप मिळताच तात्या येऊन पोचले. अंथरुणाजवळ बसून त्यांनी मित्राचा हात हाती घेतला. सदाशिवरावांनी डोळे उघडले. चेहऱ्यावर मंद स्मित झळकलं. जणू याच क्षणासाठी सदाशिवराव थांबले होते. तात्यांचं हृदय हललं. सदाशिवरावांचे ओठ हलत होते. त्यांना काहीतरी बोलायचं असावं; पण शब्द फुटत नव्हता. डोळ्यांची उघडझाप चालली होती.

पाहतापाहता श्वास मंद झाला. एकदा मिटलेले डोळे पुन्हा उघडले नाहीत.

सरस्वतीबाईंनी हंबरडा फोडला. काकूंनी त्यांना गळ्याशी धरलं. कुटुंबीयांचा आक्रोश सुरू झाला.

अंत्यदर्शनासाठी लोकांची रीघ लागली. सार्वजनिक सभेचे लोक अंत्ययात्रेची तयारी करत होते. सत्यशोधक त्यांना मदत करत होते.

रावसाहेब रानडे, लोकहितवादी, सीतारामपंत चिपळूणकर, कृष्णाजीपंत नूलकर अशी कितीतरी माणसं अंत्ययात्रेत सामील झाली. अंत्ययात्रा ओंकारेश्वरावर पोचली तेव्हा संध्याकाळ होऊन गर्द अंधार पसरू लागला होता. चितेच्या ज्वाळा तो अंधार खाण्यासाठी जिभल्या चाटत उसळल्या. अंत्ययात्रेसाठी आलेले लोक हळूहळू घराकडं परतू लागले.

रात्री दोन घास खाऊन तात्या अंथरुणावर पडले. घाटावर जळत असलेली मित्राची चिता अजूनही तशीच दिसत होती. त्या ज्वाळा अजूनही तशाच डोळ्यांपुढे लवलवत होत्या. मिशन शाळेत शिकत असतानाचे दिवस तात्यांना आठवत होते. एकेक वेड डोक्यात घेऊन फिरायचे ते दिवस. ख्रिस्ती धर्म स्वीकारून हिंदू धर्माला लाथ मारावीशी वाटे तर कधी बंडवाल्यांमध्ये सामील होऊन इंग्रजी राज्य उलथून टाकावंसं वाटे. लहूजीबुवांच्या तालमीत चालणारी ती गुप्त खलबतं ऐकून चौघा मित्रांच्या अंगात वीरश्री संचारत असे.

टॉमस पेनची पुस्तकं वाचायला मिळाली नसती किंवा बाबा साने यांच्यासारखी माणसं भेटली नसती तर कदाचित काही वेगळंही घडून गेलं असतं. त्या त्या वेळी बेगचाचा, डॉ. मिचेल, रे. मिचेल, अर्स्किन पेरी, मेजर कँडी, राम बाळकृष्ण जयकर, दादोबा पांडुरंग यांच्यासारखी माणसं भेटत गेली. केशवराव भवाळकर, अण्णासाहेब चिपळूणकर, जगन्नाथ सदाशिवजी यांच्यासारखी माणसं येऊन मिळाली. त्या वाटचालीत कधी सदाशिवरावांशी मतभेद झाले, भांडणंही झाली. ज्यानं त्यानं आपला मार्ग निवडला; पण मैत्रीचं नातं कधी तुटलं नाही. आंतरिक जिव्हाळा कधी आटला नाही. दोन्ही घरांतलं हे नातं शेवटपर्यंत टिकून राहिलं. मतभेद हे मतभेदच राहिले. त्यांना वैयक्तिक भांडणाचं स्वरूप आलं नाही.

सार्वजनिक सभेचं काम करत असताना ते अनेकदा सत्यशोधक समाजाच्या बैठकींना येत. त्यांनी समाजाचं सदस्यत्व स्वीकारलं नाही; परंतु त्यांना समाजाच्या कार्याविषयी आस्था होती. जोतीरावांनी महार-मांग मुलांच्या शाळेतून लक्ष काढून घेतल्यावर त्या शाळा त्यांनीच सांभाळल्या आणि त्यानंतर सार्वजनिक सभेचं काम सुरू झाल्यावर त्या शाळा त्यांनी सरकारी शिक्षण खात्याकडं सुपूर्त केल्या. त्यांची व्यावसायिक कारकीर्दही तशीच नेकीची आणि सचोटीची राहिली. शिक्षक, कारकून अशा काही नोकऱ्या केल्यावर ते इमान कमिशन खात्यात गेले आणि सलग तेवीस वर्षं नोकरी करून सन्मानानं निवृत्त झाले. नोकरीतून निवृत्त झाल्यावर सार्वजनिक सभेच्या कामाला त्यांनी वाहून घेतलं; परंतु गेल्या काही वर्षांपासून त्यांनी सर्वच गोष्टींतून लक्ष काढून घेतलं होतं. ते पूर्ण अध्यात्ममार्गी झाले होते.

एकेकाळी ख्रिस्ती धर्माकडं झुकलेल्या सदाशिवरावांनी स्वत:ला अध्यात्माच्या गूढ डोहात झोकून दिलं होतं.

एका मनस्वी जीवनप्रवासाचा अकाली अस्त झाला होता. मित्राच्या आठवणींनी तात्यांना दु:खाचा कढ आवरला नाही...

गेल्या सहा महिन्यांपासून अप्रिय घटनांनी जणू पाठलागच सुरू केला होता. नगरपालिकेच्या निवडणुकीत दोन ठिकाणी उभं राहूनही तात्यांना अपयश आलं होतं. त्यानंतर थोड्याच दिवसांनी चिमणाआई सोडून गेली होती. आईनं माळवं विकून गुजराण केली; परंतु कोणावर भार टाकला नाही. कसबा पेठेल्या घरात ती एकटीच राहायची. वाळला तुकडा ओला करून खाल्ला; परंतु तात्यांचाही हट्ट कधी मानला नाही. आपल्या मार्गावर आई चालू शकली नाही, तिला ते शक्यही नव्हतं; परंतु याच कारणामुळे तिने आपल्यापासून दूर राहावं, ही खंत तात्यांच्या मनाला कायम टोचत राहिली. आई गेली तेव्हा ते इतके रडले की, त्यांची समजूत घालायचा हिय्या कोणालाही झाला नाही. सगुणाआऊंच्या जाण्यानंही ते एवढे रडले नव्हते.

दु:ख करत बसायला वेळ नव्हता. पुण्याची हवा पुन्हा ढवळून निघाली होती. पंडिता रमाबाईंनी लंडन मुक्कामी बाप्तिस्मा घेतला होता. धर्ममार्तंडांची तोंडं पाहण्यासारखी झाली. त्यांनी रमाबाई बाटली, रमाबाई बाटली म्हणून आक्रोश सुरू केला. वर्तमानपत्रांचे रकाने भरून वाहत होते. तात्यांचे शब्द खरे ठरले. उशिरा का होईना, रमाबाईंना हिंदू धर्माचं खरं स्वरूप समजलं होतं.

गावात कृष्णरावांच्या नेतृत्वाखाली दीनबंधू सार्वजनिक सभा स्थापन करायचं चाललं होतं. शेतकऱ्यांची गाऱ्हाणी सरकारपर्यंत पोचविणं हेच तिचं मुख्य धोरण असणार होतं. तिकडं बडोदा सरकारनं शेतकऱ्याच्या असूडाची अंमलबजावणी सुरू केली. संस्थानात जनतेच्या प्रश्नाची जाण असलेले अधिकारी नेमले जाऊ लागले. शेतकऱ्यांच्या हिताची विशेष काळजी घेतली जाऊ लागली.

केदारेश्वराच्या देवळाजवळ हजारो हिंदू-मुस्लीम पंडितांना खिचडी वाटली जात असे. ती प्रथा बंद झाली. खिचडीवर खर्च होणारा सालीना तीस लाखांचा ओघ शिक्षणाकडे वळवला गेला. बडोदा संस्थानात स्त्रीशिक्षणाला चालना मिळाली. मुलींसाठी सर्वत्र स्वतंत्र शाळा सुरू झाल्या. आता बडोद्याहून 'बडोदा वत्सल' हे नवं पत्र निघू लागलं. रामजी संतूजी आवट्यांनी आणि यंदे शेटजींनी 'शेतकऱ्यांचा कैवारी' बंद करून आपला मुक्काम बडोद्याला हलवला.

एके दिवशी बडोद्याहून आनंदाची बातमी देणारं एक पत्र आलं. पत्र वाचताना तात्यांच्या मनावर काळवंडून आलेले दु:खाचे ढग विरून गेले. रामचंद्रराव

धामणस्करांची नायब सुभे या नव्या पदावर नियुक्ती झाली होती. खुद्द मामा परमानंद यांनी दिवाण बहादूर शहाबुद्दीन काजी यांच्याकडे त्यांची शिफारस केली होती. बडोदा संस्थानात सत्यशोधक समाजाला राजमान्यता मिळाली होती. तात्यांनी महाराजांना पत्र पाठवलं. त्या काव्यरूप पत्रात त्यांनी लिहिलं,

'येऊ द्या दया मना । दया मना । भटें केली दैना
विद्याबंदी मूळ पाया । केला दैन्यवाणा
आर्याजीनें शूद्रा आणिला खरा पशुपणा ।
... ...
फुले जोतीराव सयाजी रायाला करितों प्रार्थना ।
वाहत्या गंगेमध्ये एकदा हात का धुवांना ।'

तिकडं जुन्नर-ओतूर परिसरात पुन्हा एकदा सावकारशाहाविरुद्ध रान पेटलं. भाऊ पाटील शेतकऱ्यांचं नेतृत्व करत होते. शेतकऱ्यांना चांगले दिवस येतील, ही आशा वाटू लागली आणि ब्राह्मणी वृत्तपत्रांनी उचल खाल्ली. सावकार हे शेतकऱ्यांचे हितचिंतक असल्याचा कांगावखोरपणा सुरू झाला. उलट्या बोंबा मारणारी तोंडं ठेचून काढायला पाहिजे होती. शेतकऱ्यांना जागं केल्याशिवाय ते शक्य नव्हतं. तात्या अंतर्बाह्य पेटून उठले. भाऊ पाटलांनी जुन्नर-ओतूर परिसरातल्या शेतकऱ्यांची विराट सभा घ्यायचं ठरवलं होतं. पुन्हा एकदा आंदोलन भडकण्याची शक्यता दिसत होती. एके दिवशी भाऊ पाटलांचा सांगावा घेऊन माणूस आला आणि तात्यांनी ताबडतोब ओतूरला जायची तयारी केली.

८१

तात्यासाहेब फुले ओतूरला आले असल्याची बातमी वाऱ्यासारखी सगळ्या पंचक्रोशीत पसरली. तात्यांना भेटायला, त्यांना आपली गाऱ्हाणी सांगायला लोकांची रीघ लागली. भाऊ पाटील म्हणाले,

"तुम्ही 'असूड' लिहिताना दिलेला इशारा खरा ठरला. शेतकरी फार संतापले आहेत. आम्ही पूर्वीसारखाच मोठा उठाव घडवून आणणार आहोत."

तात्या म्हणाले,

"उठाव झालाच पाहिजे; परंतु त्याला योग्य दिशा पाहिजे. देशभक्तीचं वेड डोक्यात घेतलेले माथेफिरू लोक त्याचा फायदा घेतील. आज शेतकऱ्याचा मुख्य शत्रू त्याच्या छातीवर बसलेला सावकार हाच आहे. सर्वांचा सांपत्तिक दर्जा सारखा व्हायचा असेल, तर आधी ही सावकारशाही नेस्तनाबूत झाली पाहिजे."

गावोगाव लहान-मोठ्या सभा सुरू झाल्या. जुन्नरला शेतकऱ्यांची विराट सभा होणार असल्याचे सांगावे हातोहात पोचविले जाऊ लागले. त्या दिवशी हजारो शेतकरी सावकारांच्या रागलोभाची पर्वा न करता जुन्नरच्या वाटेला लागणार होते.

विराट सभेचा तो दिवस उजाडला. जुन्नर गावाबाहेरच्या विस्तीर्ण मैदानावर पंधरा-सोळा हजारांचा जनसमुदाय जमला होता. मारुतीच्या पारावर चार घोंगड्या अंथरून व्यासपीठ तयार केलेलं होतं. समोर श्रोत्यांना बसायला बिछायती घातल्या होत्या. गावोगावांहून आलेले लोक जागा धरून बसत होते. आज त्यांना तात्यासाहेब फुल्यांची सभा ऐकायची होती. अनेक लोक सभा पाहायला आले होते. सभा म्हणजे काय असतं, हेच त्यांना माहीत नव्हतं. एक माणूस बोलतो आणि बाकीचे लोक गप्प बसून ऐकतात, एवढं ऐकलं होतं; तसं आपण करायचं. भाऊ पाटील सांगतील, तात्यासाहेब फुले सांगतील, ते ऐकून घ्यायचं. त्याप्रमाणं करायचं. ती माणसं जे काय सांगतील, ते आपल्या भल्याचंच सांगतील, एवढी खूणगाठ त्यांनी मनाशी बांधलेली होती. लोक आतुरतेनं सभा सुरू होण्याची वाट पाहत होते. सभेला कुणबी मराठे शेतकऱ्यांखेरीज कितीतरी मुस्लीम-ख्रिस्ती बांधव आणि सरकारी अधिकारीही आलेले होते.

सभेची तयारी होताच जुन्नरकर शेटे तात्यासाहेब फुले, भाऊ कोंडाजी, बाळाजी कुसाजी यांना घेऊन व्यासपीठाकडे आले. तो विराट जनसमुदाय शांत बसला होता. झाडाचं पान हललं, तरी आवाज येईल एवढी शांतता पसरली होती.

प्रथम भाऊ कोंडाजी बोलले.

"माझ्या शेतकरी बंधूंनो...", सर्वांना ऐकू जाईल एवढ्या मोठ्या आवाजात त्यांनी बोलायला सुरुवात केली. "हा देश मुळात शेतकऱ्यांचा, कष्टकऱ्यांचा आहे; परंतु तोच शेतकरी आज सावकारांचा, शेटजी-भटजींचा गुलाम झाला आहे. त्याला धर्मांचं ज्ञान नाही. विद्येचा गंध नाही. जो धर्म समाजातल्या बहुसंख्य लोकांना शूद्र-अतिशूद्र समजून दूर ठेवतो, त्या धर्माचा मतलबीपणा ओळखून आम्ही सार्वजनिक सत्यधर्म स्वीकारला आहे. महान धर्मसुधारक मार्टिन ल्युथर यांनी ज्या वेळी अन्यायी धर्माविरुद्ध बंड केलं, त्या वेळी त्यांना खरा पाठिंबा दिला, तो शेतकऱ्यांनीच. सर्व सत्यधर्मी होतील, विद्येने संपन्न होतील, त्या दिवशी मतलबी धर्माच्या ढोंगी दलालांची फजिती व्हायला वेळ लागणार नाही..."

आणखी काही प्रसंगोचित विचार मांडून त्यांनी आपलं भाषण आवरतं घेतलं.

त्यांच्यानंतर तात्या बोलायला उभे राहिले. एवढा प्रचंड जनसमुदाय पाहून त्यांना खूप आनंद झालेला होता. ते म्हणाले,

"माझ्या शेतकरी बांधवांनो, आज भूपती इंग्रजांपेक्षा भूदेव ब्राह्मणांची सावकारशाही

हाच आपला खरा शत्रू आहे. हल्ली हिंदुस्थानभर आर्य किंवा ब्राह्मण म्हणून जे प्रसिद्ध आहेत, ते इराणातून येथे आले आहेत. प्रल्हादाचा नातू महाप्रतापी बळी राजाचा पराभव करून त्यांनी या देशातील प्रजेला आपले दास केले. त्यांना नाडण्यासाठी मनुसंहितेची रचना केली. तिला धर्माची पुटे देऊन तिचा जनांत प्रसार केला. ती प्रजा म्हणजेच आम्ही शूद्रातिशूद्र लोक. त्यांच्या कुटिल कारस्थानांमुळेच आम्ही हरप्रकारची दुःखे भोगत आहोत. आम्हाला छळावे, त्रस्त करावे, जीवानिशी मारावे हाच त्यांचा इतिहास आहे. पेशवाईचा शेवटचा कुलदीपक बाजीराव याच्या कारकिर्दीचा अंत होईपर्यंत काय घडत होते? एखादा शेतकरी सारा भरायला चुकला, तर त्याला उन्हात उभे करून त्याच्या पाठीवर धोंडा दिला जात असे. त्याच्या बायकोला त्याच्या पाठीवर बसवून, खालून मिरच्यांची धुरी दिली जात असे. देशोदेशी प्रजेस कोण जास्त दुःख देतो, याची तुलना करून पाहिली असती, तर पहिले बक्षीस पेशवाईलाच मिळाले असते. प्रजेला कोणकोणत्या मार्गांनी जास्तीतजास्त छळता येईल, याचाच अभ्यास हे लोक करीत असावेत, असे वाटते. प्रजेने राबावे आणि यांनी ऐतखाऊ बनून मेजवान्या झोडाव्यात, हीच यांची करणी आहे. राज्य करणे म्हणजे प्रजेला दुःख देणे, मारणे, छळणे आणि लुटणे असाच अर्थ ते समजत असत...

"या दुष्टांचे राज्य जाऊन दयाळू परमेश्वराच्या कृपेने इंग्रजी राज्य आले आहे. सरकारच्या न्यायीपणामुळे प्रजेस पूर्वीच्या भटशाहीत जे जुलूम सहन करावे लागत त्यांतून तिची सुटका झाली आहे...."

क्षणभर थांबून तात्यांनी आत्मविश्वासाने श्रोत्यांवरून नजर फिरवली. आपलं म्हणणं त्यांना पटतं आहे, कळतं आहे हे लक्षात येताच त्यांचा कणखर आवाज पुन्हा गर्जू लागला.

"बंधूंनो, कंपनी सरकारचे राज्य ही आपल्या उन्नतीची एकमेव संधी आहे. इंग्रजांचे राज्य ही आपल्यावर झालेली ईश्वरी कृपा समजा. परमन्यायी इंग्रज सरकारने आमच्यासाठी अनेक सुधारणा केल्या आहेत. तलाव, कालवे इत्यादी शेतीविकासाचे उपक्रम चालवले आहेत. हे पाहून कोणीही असेच म्हणेल की, हे प्रभो, आम्हास हे राज्य चिरकाल असू दे; परंतु एके दिवशी त्यांनाही जावेच लागणार आहे. आम्हीच त्यांना त्यांच्या देशाची वाट दाखवू. सध्या लक्ष्मी द्रव्यहीन, मतिहीन भारतीय दादल्याला सोडून स्त्रीजातीला बरोबरीचा मान देणाऱ्या आपल्या भावाकडे म्हणजे इंग्रजांकडे गेली आहे. उद्या शेतकरी विद्वान झाले तर ते आपल्या खांद्यावर आसूड टाकून, आपल्या घरलक्ष्मीला पुढे घालून घरी आणून नांदायला लावतील, यात शंका नाही. सरकारला खरी भीती हीच आहे, म्हणूनच तेही शेतकऱ्याच्या मुलाला शिक्षण द्यायला तयार नाही. आता कोणाची वाट न पाहता आपणच आपल्या उन्नतीचा मार्ग शोधला पाहिजे. शूद्र समाजाच्या अंगात पूर्वीचे तेज निर्माण व्हायचे असेल तर आधी ब्राह्मणी गुलामगिरी झुगारून दिली पाहिजे. ब्राह्मणी भटपण आमच्या अज्ञ शेतकरी

लोकांत जास्त चालते. एक ब्राह्मण दुसऱ्या ब्राह्मणाला दान करताना तुम्ही कधी पाहिला आहे का? आमच्या मागे लागलेले हे दानधर्माचे लचांड म्हणजे त्यांची पोटे जाळायची खाशी शोय आहे. त्याचा खऱ्या धर्माशी काहीही संबंध नाही. उलट धर्माच्या नावाखाली असे ऐतखाऊ लोक पोसणे हाच खरा अधर्म आहे. शेतकऱ्याच्या घरी काही कार्य निघाले की, ब्राह्मणांची पोळी पिकलीच म्हणून समजा! दानदक्षिणा म्हणून त्यांचं धान्य लुटतात. पूजेसाठी ठेवलेला सुपारीचा गणपतीसुद्धा घरी नेऊन फोडून खायला कडोसरीला बांधतात. नाहीतर त्याला विकून पैसा जोडतात आणि तोच पैसा पुन्हा शेतकऱ्याला कर्जाने देतात. असे देव विकून खाणारे सावकार तुम्ही कधी पाहिले होते?

"सरकारी नोकऱ्यांमध्ये शिरलेले भट-ब्राह्मणसुद्धा आम्हाला छळायला टपले आहेत. जिकडे जावे, तिकडे ब्राह्मण. न्याय खाते घ्या, पोलीस खाते घ्या, पाहिजे ते खाते घ्या; सर्व सरकारी कचेऱ्या ब्राह्मणांनी गच्च भरलेल्या आहेत. कचेरीत आमची दाद लागत नाही. कोर्टात न्याय मिळत नाही आणि ऐशआरामी इंग्रज अधिकाऱ्यांचे या लाचखाऊ लबाडांकडे लक्ष नाही..."

लोक शांततेने ऐकत होते. मधूनच होणाऱ्या विनोदावर हसण्याची हलकीशी लाट उसळत होती तेवढीच! एक माणूस बोलतो आहे आणि इतके लोक शांतपणे बसून ऐकत आहेत, ही गोष्ट अनेकांना मोठी अपूर्वाईची वाटत होती. सभा, सभा म्हणतात ती हीच, हे अनेकांना आजच माहीत झालं होतं.

–अचानक मागच्या बाजूला बसलेल्या लोकांमध्ये कुजबूज सुरू झाली. तिघे-चौघे उठून उभे राहिले आणि ताडताड चालू लागले. लोक वळून वळून पाहू लागले. चुळबुळ सुरू झाली. तात्यांना हा अनुभव नवा नव्हता. भरसभेत बेशिस्तपणे वागणारे असे अनेक लोक त्यांनी पाहिले होते. असे लोक कधी नको ते प्रश्न उपस्थित करीत किंवा एखाद्या मुद्द्याचा प्रतिवाद सुरू करीत; परंतु हा अनुभव थोडा वेगळा होता. कुठलाही प्रतिवाद न करता ते लोक सरळ चालते झाले होते. त्यांच्या पेहरावावरून ते कोण होते, हे वेगळे सांगायची गरज नव्हती.

तात्या थांबले नाहीत. त्यांनी आपलं भाषण तसंच पुढे सुरू ठेवलं.

"अरे, ज्यांच्या श्रमांवर सरकारी फौजफाटा, दारूगोळा, गोऱ्या कामगारांचा वाजवीपेक्षा जास्त ऐशआराम व काळ्या कामगारांचे वाजवीपेक्षा जास्त पगार, पेन्शनी आणि सोवळेचाव असून त्यांस चारचौघांत पानविड्यापुरता मान मिळू नये काय? अहो, जो सर्व देशातील लोकांचे सुखाचा पाया, त्याचे असे बुरे हाल! त्यास वेळच्या वेळी पोटभर भाकर व अंगभर वस्त्र मिळत नसून, ज्याचे उरावर सरकारी पट्टी देण्याची कटार लोंबत आहे, ज्याच्या हालास साहेब लोकांचा शिकारी कुत्रासुद्धा हुंगून पाहिना, याला म्हणावे तरी काय? हजारो वर्षांपासून

आम्हाला विद्या शिकण्याची जी बंदी करण्यात आली, तोच या अनिवार दुःखाचा पाया आहे. इंग्रज काल आले, उद्या जातीलही; परंतु भटशाहीने आम्हाला पिढ्यान्‌पिढ्या छळले आहे. त्यांच्या या कर्माचा जाब त्यांना इथेच द्यावा लागेल. अशा वेळी डोळ्यांवर कातडे ओढून सत्यापासून दूर जाणे चांगले नाही...

"...आम्ही शूद्रातिशूद्र लोक म्हणजेच माळी, कुणबी, मराठे, धनगर, महार, मांग, चांभार, भिल्ल आणि कोळी आपले सर्वांचे पूर्वज एकच आहेत. परमन्यायी आणि प्रतापी बळी राजाच्या राज्यात आम्ही सुखाने नांदत होतो. आर्यभट वामनाने बळीराजाला पाताळात घातले आणि आमच्यावर जन्मजन्मांतरीची गुलामगिरी लादली. हे कार्तिक महिन्यात बलिप्रतिपदेच्या दिवशी घडले; म्हणूनच आमच्या शेतकरी भगिनी आजही दिवाळीच्या दिवशी इडापिडा जावो आणि बळीचे राज्य येवो, अशी प्रार्थना करीत असतात. अतिशूद्र बांधवांना आपल्या भावासारखं वागवा. त्यांना समानतेने आणि माणुसकीने वागवल्यानेच आपल्या समाजाचे आणि देशाचे भले होणार आहे.

"बंधूंनो, आता माझे काम झाले. माझे काम आता भाऊ कोंडाजी, बाळाजी कुसाजी यांनी उचलले आहे. माझा भार त्यांनी पुष्कळ हलका केला आहे. आम्ही सत्यशोधक समाजाची जी इमारत उभारली आहे, तिच्यावर कळस चढविण्याचे श्रेय त्यांनाच मिळेल, अशी मी आशा करतो. आपण सर्वांनी मिळून त्यांच्या नेतृत्वाखाली एक होऊन दुष्ट सावकारांवर आणि आम्हाला छळणाऱ्या ब्राह्मणांवर सामाजिक बहिष्कार घातला पाहिजे. त्याशिवाय ते शुद्धीवर येणार नाहीत. आता आपल्या गावी परत गेल्यावर अशा ब्राह्मणांवर पूर्ण बहिष्कार टाका. ते तुम्हाला नीच मानतात, तोपर्यंत त्यांना आपल्या विहिरीवर अथवा आपल्या कुठल्याही सार्वजनिक कार्यात येऊ देऊ नका. त्यांच्या हातून आपले धार्मिक विधी करून घेऊ नका. सावकारांच्या जमिनी पूर्णपणे पडीक ठेवा. त्यांना परीट, न्हावी, मजूर, भाजीपाला, दूध काही काही मिळू देऊ नका..."

सरकारी धोरण, वृत्तपत्रांचा कांगावखोरपणा, सावकारांचा पाजीपणा, ब्राह्मणी लुबाडणूक इत्यादी अनेक मुद्दे तात्यांनी पुनःपुन्हा स्पष्ट केले. तापत्या उन्हात लोक सभा ऐकत होते. तात्यांचा प्रत्येक शब्द मनात साठवला जात होता. मनामनांत बंडाच्या मशाली पेटल्या होत्या. प्रत्येकानं आपल्या गावात बहिष्काराचं शस्त्रं उपसण्याचा निर्धार केला होता.

दुपारी सुरू झालेली सभा तिसऱ्या प्रहरी संपली. लोक गावोगाव परतले. भाऊ कोंडाजी, बाळाजी कुसाजी यांच्यासह तात्याही ओतूरला परतले. लहान-मोठ्या सभा सुरूच होत्या. शेतकऱ्यांच्या दोषांवरही तात्या तेवढीच कडक टीका करत होते.

एके दिवशी भाऊ पाटील म्हणाले,

''तात्यासाहेब, आपला शेतकरीही स्वत:च्या दुर्दशेला कारणीभूत आहे. तुम्ही त्याला काटकसरीनं संसार करायला सांगता; पण चार-चार बायका करणारे काही महाखट लोक कुठली काटकसर करणार?''

त्यावर हसून तात्या म्हणाले,

''आमच्या मते, अशा लोकांनी आणखी एक बायको करावी. म्हणजे तो मेल्यावर चौघी स्त्रिया खांदा देतील आणि पाचवी स्त्री मढ्यापुढचं गाडगं धरील.''

सभेतही ते हा मुद्दा मांडत; त्यावेळी अशा लोकांना खाली पाहणं भाग पडे.

सोबतच लग्नविधींचा धडाका सुरू होता. तात्यांच्या हातून अनेक सत्यशोधक तरुणांची लग्नं लावण्यात आली. याच गडबडीत बाळाजी पाटलांनीही आपल्या दोन्ही मुलींची लग्नं काढली. ती लग्नं आटोपून तात्या पुण्याला परतले.

८२

ओतूर-जुन्नरच्या पंचक्रोशीत वणवा पेटला. गावोगाव कुळांनी जमीनदार-सावकारांच्या जमिनी ओस पाडल्या. ब्राह्मण सावकारांच्या घरांवर बहिष्कार पडले. त्यांनी लोकांना धमकावून पाहिलं, चुचकारून पाहिलं. फक्त शेतसाऱ्यावर जमिनी लागवडीसाठी द्यायची तयारी दाखविली; परंतु बहिष्कार उठला नाही. कर्जाचे डोलारे उतरविल्याशिवाय लोक बोलायला तयार नव्हते.

क्रियेला प्रतिक्रिया उमटू लागली. त्यांनीही शेतकऱ्यांचा छळ सुरू केला. कित्येक शेतकऱ्यांवर कर्जापोटी दावे दाखल झाले. ब्राह्मण पंतोजींनी शेतकऱ्यांच्या मुलांना शिकवायचं नाही, असं धोरण सुरू केलं. त्यावर तात्यांनी भाऊ कोंडाजी पाटलासह शाळा खात्याच्या डायरेक्टरला भेटून प्रत्येक शाळेवर ब्राह्मणेतर पंतोजी नेमण्याची विनंती केली. भाऊ पाटलांनी ओतूर गावात शेतकऱ्यांच्या मुलांसाठी स्वतंत्र शाळा सुरू केली.

चळवळीचा जोर वाढत होता. चळवळ पसरत चालली होती. सत्यशोधक चळवळ आता कोकणातही पसरली. ठाणे जिल्ह्यातले महादेव कोळी लोक चळवळीला येऊन मिळाले. त्यांनी समाजाच्या पद्धतीनं लग्नं लावायला सुरुवात केली; परंतु मंगलाष्टकं म्हणायला शिकलेला माणूस मिळायची मारामार पडे, तेव्हा फक्त हरहर महादेव म्हणून लग्नं लावली जाऊ लागली.

हे सारं सहन न होऊन ओतूर-जुन्नरच्या ब्राह्मणांनी नवाच बखेडा उपस्थित केला. ओतूरच्या ब्राह्मणांना पुढं करून त्यांनी बाळाजी कुसाजी पाटलांवर फिर्याद

दाखल केली. सत्यशोधक समाजानं आमच्या जन्मसिद्ध हक्कांवर वरवंटा फिरवला असल्याचा त्यांचा दावा होता.

बाळाजी पाटील तात्यांचा सल्ला घेण्यासाठी पुण्याला आले. तात्यांनी गंगारामभाऊंचा वकिली सल्ला मागितला; परंतु त्यांच्याकडून नकार मिळाला. तात्यांनी लागलीच लिंगू वकिलांना गाठलं.

आता पाय मागं घेऊन चालणार नव्हतं. हा दावा जिंकायलाच पाहिजे होता. ब्राह्मण आयतेच कचाट्यात सापडले होते. या दाव्याचा निर्णय समाजाच्या बाजूनं लागला तर ब्राह्मण-पुरोहितांचे दक्षिणा उपटण्याचे हक्क कायद्यानंच नष्ट झाले असते; परंतु दावा जिंकणं इतकं सोपं नव्हतं. कारण न्यायासनावर बसलेले लोक ब्राह्मण होते. सदाशिव हरि माधवे खटल्यात खुद्द न्यायमूर्ती रावसाहेब रानडे यांनी दिलेला निवडा ताजाच होता. सदाशिव हरी माधवे यांनी ग्रामपुरोहिताला न बोलावता घरातले धर्मविधी केले. त्यावेळी ग्रामपुरोहित दीनानाथ आबाजी यांनी त्यांच्याविरुद्ध नुकसानभरपाईचा दावा दाखल केला होता. दाव्याचा निवाडा पुरोहितांच्या बाजूनं देताना रावसाहेबांनी म्हटलं होतं,

'यजमानाची इच्छा असो वा नसो, त्याच्या घरी संस्कार करण्याचा ब्राह्मण पुरोहिताला हक्क आहे; तसाच त्याला दक्षिणा घेण्याचाही हक्क आहे.'

गंगारामभाऊंनी नाकारलेल्या वकिली सल्ल्याची कारणं इथं होती. त्यांचे आणि रावसाहेबांचे स्नेहसंबंध लक्षात घेता, त्यांच्याकडचा नकार अनपेक्षित नव्हता. रावसाहेब रानडे यांच्यासारखे सुधारणावादी न्यायाधीश आणि गंगारामभाऊंसारखे ब्राह्मणेतर वकील यांची ही अवस्था होती. तिथं इतरांकडून कोणती अपेक्षा करता येणार होती? परंतु तात्या लढत होते; लढत राहणार होते...

एकमेकांना कोंडीत पकडायचे प्रयत्न सुरूच होते.

जुन्नर भागातला संघर्ष आणखी उग्र झाला. भाऊ कोंडाजी पाटलांनी सरकारकडं निवेदन पाठवून सावकार आणि जमीनदारांपासून शेतकऱ्यांना संरक्षण मिळावं, म्हणून मागणी केली. सरकारी खात्यातल्या ब्राह्मण कामगारांविरुद्ध तक्रारी गुदरल्या.

सुमारे एक वर्ष तसंच गेलं. शेवटी सावकारांनाच शरण यावं लागलं. सरकारी अधिकारी आणि आंदोलनाचे नेते यांच्या समवेत बैठकी होऊन तडजोडी झाल्या आणि शेतीवरील बहिष्कार उठला.

शेतकऱ्यांचं हितरक्षण करण्यासाठी डेक्कन ॲग्रिकल्चरिस्ट रिलीफ ॲक्ट अपुरा ठरला. सर्व गोष्टींचा विचार करून सरकारने नादारी निर्बंधाचा कायदा आणला. सावकारी पिळवणूक थांबविणारा हा कायदा शेतकऱ्यांना जीवदान ठरणार होता; परंतु हे पाहून ब्राह्मणी वृत्तपत्रांनी पुन्हा सावकारांच्या बाजूनं गळे काढायला

सुरुवात केली. सावकारांना निर्दोष सोडून ते सर्व अनर्थांचं खापर शेतकऱ्यांच्या दारिद्र्यावर आणि सरकारच्या सारावसुली पद्धतीवर फोडू लागले. स्वतःला प्रागतिक म्हणवून घेणाऱ्या 'इंदुप्रकाश'नं लिहिलं,

'शेतकऱ्यांच्या दैन्यावस्थेला सावकारांची अतृप्त तृष्णा नि लबाडी हीच केवळ कारणीभूत आहे, असे नाही. आम्ही मान्य करतो की, शेतकरी हे सावकारांइतकेच दोषास पात्र आहेत. आम्ही अनेकदा असे मत दिले आहे की, शेतकऱ्यांचे दारिद्र्य हे अनेक गुंतागुंतीच्या कारणांचा परिपाक आहे. सर्व दोषांचे खापर सावकारांच्या माथी फोडणे ही प्रथाच पडून गेली आहे. भोळ्या शेतकऱ्यांना सावकारासारख्या लांडग्याच्या कचाट्यातून सोडविण्याच्या उद्दिष्टानेच नामदार होपल यांनी 'रिलीफ ॲक्ट' संमत करून घेतला आहे.'

'इंदुप्रकाश'नं पुढं म्हटलं होतं :

'हार्ट-डेव्हीस यांनी नादारी निर्बंध करण्यासाठी जो ठराव आणला आहे, त्यामुळे सावकारांचा समूळ सत्यानाश होईल आणि शेतकऱ्यांना आपल्या प्रामाणिक वचनातून मोकळे होण्याचे ते एक प्रकारचे प्रोत्साहनच आहे. ज्यांनी नादारी निर्बंधाचा वापर मुंबईत पाहिला आहे, त्यांना या कायद्याखाली अफरातफर आणि लबाडी यांचीच पोळी पिकेल आणि लोक आपल्या पैशास कसे नागवले जातील, हे सांगावयास नको. शेतकरी सावकाराविना राहू शकणार नाही, असे आढळून आले आहे आणि नियोजित कायदा त्यांपैकी एकाचेही हित न करिता त्यांच्यामधील ऐक्यभाव मात्र संपुष्टात आणील किंवा डेक्कन ॲग्रिकल्चरिस्ट रिलीफ ॲक्टने, जे ऐक्य ग्रामीण शेतकरी आणि ग्रामीण सावकार यांच्यामध्ये होते, ते नष्ट होईल आणि त्यामुळे ग्रामीण भागातील समाज अगदी अस्थिर होईल.'

असा कुठला निर्णय लादणं म्हणजे, 'इंदूप्रकाश'च्या मते सावकार आणि शेतकरी यांच्यातल्या खासगी करारात ढवळाढवळ करणारं ठरणार होतं. आपल्या प्रामाणिक करारांचा भंग केल्यानं शेतकऱ्यांचं दारिद्र्य आणखी वाढणार होतं. त्यांना दारिद्र्यातून काढायचं असेल, तर त्यांच्या मनावर स्वावलंबन आणि प्रामाणिक कष्ट या गुणांचं महत्त्व बिंबवलं पाहिजे, असंही त्यानं म्हटलं होतं. कर्जफेडीची मुदत वाढवणं, व्याजाचा दर कमी करणं अशा काही सवलतीही सुचविल्या होत्या.

वस्तुतः ही पोटदुखी जुनीच होती. रिलीफ ॲक्टसुद्धा त्यांना नकोच होता; परंतु तेव्हाही शेतकऱ्यांच्या उठावामुळेच गप्प बसावं लागलं होतं. नादारी निर्बंधानं सावकारांचे हातपाय पुरते जखडले जाणार होते आणि आता अशा नक्राश्रुंनी भुलायला शेतकरी इतका भोळा राहिला नव्हता. उलट या निमित्तानं ब्राह्मणांचे खायचे दात पुन्हा एकदा बाहेर आले होते.

सावकारशाहीविरुद्धचा संघर्ष आटोक्यात आला असला तरी पुरोहितशाहीविरुद्धचा संघर्ष तेवढ्याच जोमानं पुढं सुरू राहणार होता. त्याचाच एक भाग म्हणून तात्यांनी बडोद्याचा दौरा आखला. निघण्यापूर्वी तात्यांना बरीच कामं हातावेगळी करावी लागली. त्यातलं एक काम फार महत्त्वाचं होतं. हिंदुस्थान सरकारकडून एक पत्र आलं होतं. 'इंडियन स्पेक्टेटर'चे संपादक बेहरामजी मलबारी यांनी बालविवाह आणि सक्तीचे वैधव्य याविरुद्ध कायदा करावा म्हणून सरकारकडं अर्ज केला होता. त्या संदर्भात त्यांनी लिहिलेल्या अर्जावर सरकारनं अनेक नामवंतांची मतं मागवली होती. सनातनी वृत्तपत्रांनी आणि धर्ममार्तंडांनी, सरकारनं आमच्या धर्मात हस्तक्षेप करू नये, हा नेहमीचा ढोल पिटायला सुरुवात केली होती. त्यांना न जुमानता बेहरामजींनी आपले प्रयत्न सुरूच ठेवले होते. त्यांच्यासारख्या एका पारशी माणसानं या प्रश्नात हात घालावा, याचा सनातन्यांना मोठाच संताप येत असे. त्यांची निंदानालस्ती करणं हा त्यांचा आणखी एक उद्योग होऊन बसला होता.

खरं म्हणजे, या अमानुष रूढी बंद झाल्या पाहिजेत, याविषयी कुठलाच वाद उपस्थित व्हायचं कारण नव्हतं; परंतु शास्त्रार्थ काढत बसलेल्या धर्मपंडितांना चिमुरड्या मुलींची दुःखं दिसत नव्हती. तरुण विधवांचे आक्रोश ऐकू येत नव्हते. शेवटी कायद्याचा बडगा दाखवल्याशिवाय ही नाठाळ गुरं वठणीवर येणार नव्हती.

दोन्ही टिपणांवर स्वतंत्रपणे लिहिताना बेहरामजींचे आभार मानून तात्यांनी प्रथम बालविवाहामुळे होणाऱ्या भीषण अनर्थांचं वर्णन केलं. अशा मुलीला अमेरिकेतील गुलामांपेक्षाही किती भीषण आयुष्य जगावं लागतं, हे सांगून एकोणीस वर्षांखालील मुलास आणि अकरा वर्षांखालील मुलीस लग्नाची परवानगी देऊ नये, अशी सूचना केली. जे लोक कायदा जुमानणार नाहीत, त्यांच्याकडून दंड वसूल करावा आणि ती रक्कम गरिबांच्या शिक्षणासाठी खर्च करावी; परंतु ते शिक्षण मुलांमध्ये धर्माविषयी चुकीच्या कल्पना निर्माण करणाऱ्या ब्राह्मण शिक्षकांद्वारे देण्यात येऊ नये, हेही स्पष्ट केलं.

विधवांच्या दुःस्थितीविषयी लिहिताना तात्यांचं मन दुःखानं भरून आलं. सदाशिवरावांच्या वाड्यात काम करणाऱ्या विधवा काशीबाईंच्या हातून झालेली ती बालहत्या, तिला झालेली काळ्या पाण्याची शिक्षा, त्यातून सुरू झालेलं बालहत्याप्रतिबंधक गृह. अनेक घटनांची मालिका तात्यांच्या डोळ्यांपुढून सरकून गेली.

आजही विधवांच्या स्थितीत म्हणावा तसा फरक पडलेला नाही. बालहत्यांचं प्रमाण काहीसं कमी झालेलं असलं तरी, त्यांची फसवणूक थांबलेली नाही; माणुसकीची वागणूक मिळत नाही. कुलीन घरातल्या अशा कित्येक सुंदर आणि निराधार विधवा वेश्या-व्यवसायाला बळी पडल्या आहेत. अनेक स्त्रिया केशवपनाच्या भीतीनं घरातून पळून जाऊन कसबिणी झाल्या आहेत. कटू असलं तरी ते सत्य आहे.

या सर्व अनर्थाला सक्तीच्या वैधव्याची क्रूर प्रथा कारणीभूत आहे. सरकारला कायदा करायला भाग पाडायचं असेल, तर ही सगळी वस्तुस्थिती लिहायलाच पाहिजे होती.

हृदयात साठलेला लाव्हा उफाळत वर आला. झरझर इंग्रजी शब्द कागदावर उतरू लागले. सक्तीचं वैधव्य ही व्यभिचाराला निमंत्रण देणारी एक महाभयंकर रूढी आहे. तरुण ब्राह्मण विधवा त्या रूढीच्या जीवघेण्या वणव्यात होरपळून निघत आहेत. रुचिपालट म्हणून वेश्यांच्या नादी लागून गुप्तरोगांना बळी पडलेले, परिणामी, अपत्यसंभवाची क्षमता घालवून बसलेले अनेक ब्राह्मण घरात बायकांना छळतात. त्यांच्यावर संशय घेतात आणि आपण स्वत: मात्र देवभक्त आणि धर्मनिष्ठ म्हणून मिरवतात. ते मेले, तरी त्या स्त्रीची सुटका होत नाही. दागिन्यांचा त्याग करून, केशवपन करून तिला आयुष्यभर वैधव्य भोगावं लागतं. एखाद्या क्षुद्र जनावराचं जिणं तिच्या वाट्याला येतं. रुचिपालट म्हणून सर्रास एकापेक्षा अधिक बायका करणारे ब्राह्मण आपल्या बहिणींना मात्र विधवेचं जिणं जगायला भाग पाडतात.

अशा पक्षपाती अन्याय्य वागणुकीमुळे असहाय झालेल्या त्या स्त्रिया वाममार्गाला लागतात आणि त्यातूनच काळजाचा थरकाप उडविणारे अनर्थ ओढवतात.

या सर्व गोष्टींचं वर्णन करून तात्यांनी काशीबाईंच्या हातून झालेल्या बालहत्येची आणि त्यातून सुरू झालेल्या बालहत्याप्रतिबंधक गृहाची कथा सांगितली.

ही निर्दय प्रथा कायद्यानंच बंद पडायला पाहिजे होती. त्या दुर्दैवी स्त्रियांचं केशवपन करणाऱ्या न्हाव्यांनाही त्या क्रूर कृत्यापासून परावृत्त करणं आवश्यक होतं. टिपणाचा शेवट करताना तात्यांनी त्याही मुद्द्याला स्पर्श केला आणि शेवटी ते म्हणाले,

'हिंदूंचे धर्मग्रंथ किती पक्षपाती आहेत, याचा हा पुरावा आहे. ते विधवांना पुनर्विवाहास मनाई करतात, तर विधुरांना पुनर्विवाहापासून का अडवत नाहीत? ते ग्रंथ स्वार्थी आणि दुष्ट पुरुषांनी रचले असून, त्यातून स्त्रियांवर अन्याय करणारे मुद्दे त्यांनी हेतुत:च घालून ठेवले आहेत, यात शंकाच नाही.'

सरकारी पातळीवर स्त्रियांच्या हितरक्षणासाठी असे प्रयत्न सुरू असताना 'पुणे वैभव'सारख्या गुलाबी वर्तमानपत्राचे संपादक पंडिता रमाबाईंसारख्या विद्वान स्त्रियांची बदनामी करून आनंद लुटत होते आणि बाजू अंगावर उलटताच नाक घासत माफी मागत होते.

तात्यांनी दोन्ही टिपणं नव्याने लिहून पोस्टानं पाठवून दिली आणि सोबतीसाठी सहादूबुवांना बरोबर घेऊन बडोदा संस्थानाकडे प्रस्थान ठेवलं.

भाग : ३

८३

शहरात सध्या राष्ट्रीय विचारांचे वारे वाहत होते. सीतारामपंत चिपळूणकर, कृष्णाजीपंत नूलकर, रावसाहेब रानडे यांच्या वाड्यावर लोकांचा राबता वाढला होता. सर ॲलन ह्यूम, सर विल्यम वेडरबर्न यांच्या नेतृत्वाखाली भारतीय पातळीवर राष्ट्रीय सभेच्या स्थापनेच्या हालचाली सुरू होत्या.

फिरोजशहा मेहता, दादाभाई नौरोजी, उमेशचंद्र बॅनर्जी यांच्यासारखे नेते एकत्र आले होते. सभेच्या स्थापनेसाठी हिंदुस्थानचे महाराज्यपाल लॉर्ड डफरीन यांचीही सहानुभूती मिळाली. बॉम्बे असोसिएशन, कलकत्त्याची ईस्ट इंडिया असोसिएशन आणि पुण्याची सार्वजनिक सभा या संस्था भारतीय पातळीवरील राष्ट्रीय सभेत सामील होणार होत्या. पुण्यात भरणाऱ्या पहिल्या सभेचे अध्यक्ष उमेशचंद्र बॅनर्जी असणार होते.

सभेच्या तयारीसाठी स्थापन करण्यात आलेली स्वागत समिती सीतारामपंत चिपळूणकरांच्या नेतृत्वाखाली कामाला लागली. पर्वतीच्या पायथ्याशी असलेल्या पेशव्यांच्या बागेत सभेचा मंडप उभारण्याचं काम सुरूही झालं.

ईश्वरीकृपेनं लाभलेल्या इंग्रजी राज्यात हिंदी लोकांना आणखी काही अधिकाराच्या जागा हव्या होत्या. राष्ट्रीय सभेचं उद्दिष्ट तूर्त एवढंच दिसत होतं. शेतकऱ्यांच्या

हिताच्या गोष्टी ते सांगत होते; परंतु आज तरी त्यांनी आपल्या राष्ट्रीय म्हणवणाऱ्या सभेत शेतकऱ्यांना सामील करून घेतलेलं नव्हतं.

बडोद्याहून आल्यापासून तात्या आजारीच होते. कामाचा वाढता ताण आणि प्रवासाची दगदग आता सोसवत नव्हती, तरी तशाही स्थितीत त्यांचं लेखन मात्र सुरूच होतं. देशाच्या सुखाचा पाया जो शेतकरी, त्याच्याच सुखाचा विचार न झाल्यानं देश कसा दीन, दु:खी झाला आहे, याचं चित्र ते रेखाटत होते. नादान बाजीरावाच्या कारकिर्दीत शेतकऱ्यांची झालेली दुर्दशा त्यांना दिसत होती. पुस्तकाचं नाव अजून ठरलं नव्हतं; परंतु शेतकऱ्याच्या दुरवस्थेकडं दुर्लक्ष करणाऱ्या सरकारला आणि देशोन्नतीच्या गोष्टी करणाऱ्या नेत्यांना त्यात काही इशारे असणार होते. प्रकृतीकडे दुर्लक्ष करून तात्या लिहीत होते. हे काम पूर्ण करून ते आणखी एक नवं काम हाती घेणार होते.

त्यांनी आपलं स्वतंत्र मासिक पत्र सुरू करायचा निर्णय घेतला होता. 'पुणे वैभव', 'ज्ञानचक्षू' यांसारख्या सनातनी वृत्तपत्रांनी पंडिता रमाबाईंच्या धर्मांतराची टवाळी करावी, यात आश्चर्य वाटण्यासारखं काहीच नव्हतं; परंतु 'दीनबंधू'सारख्या सत्यशोधक पत्रानंही त्यात भाग घ्यावा, हे पाहून तात्यांना चीड आली. दीनबंधू म्हणवणाऱ्यांनी स्त्रीवर शस्त्र धरावं, हे त्यांना मुळीच आवडलं नाही.

'असूडा'चा तिसरा भाग परत आला, तेव्हापासून तात्यांच्या मनात हा विचार येत होता. रमाबाईंची टवाळी करणारा 'दीनबंधू'चा तो अंक एके दिवशी तात्यांच्या हातात पडला आणि त्याच दिवशी त्यांनी आपलं स्वतंत्र मासिक पत्र काढायचा निर्णय घेतला.

तशात अचानकपणे एके दिवशी पटकीची साथ सुरू झाली. राष्ट्रीय सभेच्या स्वागत समितीची धावपळ उडाली. शहरात वाहणारे राष्ट्रीयतेचे गरम वारे पार थंडावले. पुण्यात भरणारं सभेचं पहिलं अधिवेशन आता मुंबईला होईल, असं जाहीर करण्यात आलं. मुंबईत झालेल्या या सभेला पुण्यातून सात-आठ प्रतिनिधी जाऊन आले. वा. शि. आपटे, कृष्णाजीपंत नूलकर, 'सुधारक'कर्ते गोपाळराव आगरकर यांच्यासोबत प्रतिनिधी मंडळात गंगारामभाऊ म्हस्के यांचाही समावेश होता.

याच दिवसांत पुण्यात फीमेल हायस्कूलचं बरंच मोठं रामायण घडलं. पुणे शहरात कमिशनर म्हणून आलेल्या वेडरबर्न साहेबांनी आपल्या मृत बंधूच्या स्मृतिप्रीत्यर्थ मुलींची शाळा काढायचं ठरवलं. शाळेसाठी त्यांनी स्वत: तर घसघशीत देणगी दिलीच; शिवाय त्यांच्या प्रेरणेने न्यायमूर्ती रावसाहेब वगैरे लोकांनीही पुढाकार घेऊन मोठमोठ्या देणग्या गोळा केल्या. गोपाळ गणेश आगरकर यांच्यासारख्या सुधारक

पक्षाच्या लोकांनी या प्रयत्नांचं स्वागत केलं; परंतु एकीकडे इंग्रही शिक्षणाचा पुरस्कार करणाऱ्या काही लोकांना मुलींनी इंग्रजी शिकावं, हे मान्य नव्हतं. त्यांनी फीमेल हायस्कूलला विरोध सुरू केला; परंतु हायस्कूल सुरू व्हायचं ते झालंच. शाळेच्या प्रमुख हरफर्ड मॅडम रोज सकाळी गल्लीबोळ फिरून मुलींना गोळा करून आणत. शाळेचा शिपाई त्यांच्यासोबत असे. पुण्यात स्त्रीशिक्षणाला पुन्हा एकदा चालना मिळाली खरी; परंतु सनातनी लोकांना इंग्रज सरकारविरुद्ध ओरडायला आणखी एक निमित्त मिळालं.

अचानक उद्‌भवलेली रोगराई हळूहळू आटोक्यात आली. तात्यांचं अंथरूण अजून सुटलं नव्हतं; परंतु एके दिवशी त्यांना ते सोडणं भाग पडलं. नव्या मंडईत स्थलांतरित होण्यासाठी भाजीवाल्यांना मारहाण झाली. साडेतीन लाख रुपये खर्चून बांधलेलं नवं भाजी मार्केट गरीब भाजीवाल्यांच्या जिवावर उठलं होतं. नव्या मंडईतल्या पडव्यांची महागडी भाडी त्यांना परवडण्यासारखी नव्हती. धंद्यासाठी लागणारं रुपया-आठ आण्यांचं भांडवलसुद्धा ज्यांना रोजच्या-रोज कर्जानं घ्यावं लागत होतं, त्या माणसांवर महागड्या भाड्याबरोबरच जबर करांचाही बोजा पडणार होता. तात्यांनी सभासदांच्या आणि अधिकाऱ्यांच्या भेटी घेतल्या. भाजीवाल्यांची बाजू समजावून सांगितली; परंतु पुण्याची म्युनिसिपालिटी म्हणजे बिगारीचा घोडा आणि तरवडाचा फोक तशातली गत. निगरगट्ट अधिकाऱ्यांकडून कुठलाही प्रतिसाद मिळाला नाही. उलट, मंडईला गव्हर्नर लॉर्ड रे यांचं नाव देण्याचा ठराव मंजूर करण्यात आला.

प्रत्येक गोष्टीत मुंबईचा हेवा पाहिजेच कशाला, हेच तात्यांना कळेना. मुंबईत क्रॉफर्ड मार्केट बांधून होताच पुण्याच्या म्युनिसिपालिटीला आपल्या गावातही तसं मार्केट असावं, असं वाटू लागलं. त्यासाठी शुक्रवार पेठेतली खासगीवाल्यांची बाग चाळीस हजार रुपये देऊन विकत घेण्यात आली. बांधकामासाठी तीन लाख रुपये मंजूर करण्यात आले. तात्यांनी आणि हरी रावजींनी खूप विरोध केला. तो सगळा पैसा गोरगरिबांच्या शिक्षणासाठी खर्च करायची मागणी केली; परंतु त्याला न जुमानता मंडईचं बांधकाम सुरू झालं. ते पूर्ण झालं, तेव्हा तीन लाखांचा खर्च साडेतीन लाखांवर पोचला होता. तो सगळा खर्च आता भाजीवाल्यांच्या बोडक्यावर बसणार होता.

तात्यांनी आपली भूमिका सोडली नाही. कित्येक दुकानदार शनवारवाड्यासमोर जुन्या मंडईतच ठाण मांडून बसले. कोणत्याही परिस्थितीत ते नव्या मंडईत जाणार नव्हते. तात्यासाहेब फुले त्यांच्या बाजूने भक्कम उभे होते. त्यांनी सर्वांनी मिळून येईल त्या प्रसंगाला तोंड द्यायची तयारी ठेवली.

पाडव्याच्या दिवशी सत्यसमाजाच्या तिरंगी कावडीची जंगी मिरवणूक काढण्यात आली. समाजाच्या ध्वजाची एवढी मोठी मिरवणूक आजवर कधी निघाली नव्हती. समाजाचे तरुण नेते कृष्णराव भालेकर आणि शाईवाले घोरपडे यांनी स्वत: पुढाकार घेऊन मिरवणुकीची तयारी केली. गावोगावांहून शेकडो सत्यशोधक या कार्यक्रमासाठी आले. भवानी पेठेतल्या विठोबाच्या देवळापासून मिरवणूक निघाली. एका जाडसर बांबूच्या टोकाला हिरव्या, पिवळ्या आणि तांबड्या रंगाचे शेमले बांधले होते. दोघे सत्यशोधक तो बांबू धरून उंटावर बसले होते. ढोल-ताशे आणि तुताऱ्यांच्या कल्लोळात सत्यशोधकांचा जयघोष मिसळला होता.

रावसाहेब रानडे, गंगारामभाऊ म्हस्के, स्वामी अय्यावारू, देवराव ठोसर, डॉ. संतूजी लाड, डॉ. सदोबा गावडे अशी माणसं तात्यांसोबत चालत होती. संध्याकाळी चार वाजता निघालेली मिरवणूक सात तोटी, रविवार पेठ, फडके गेट, बुधवार चौक, कोतवाल चावडी, वेताळ पेठ, भवानी पेठ आणि खंडोबाचे देऊळ या मार्गानं पुन्हा गावडे डॉक्टरांच्या वाड्यासमोर परतायला रात्रीचे नऊ वाजले. वाडा जवळ आल्यावर मिरवणुकीचं रूपांतर सभेत झालं. सभेत रावसाहेब रानडे, स्वामी अय्यावारू आणि तात्यासाहेब फुले यांची भाषणं झाली.

गावोगाव हिंडताना सत्यशोधक समाजाच्या अनेक अडचणी तात्यांच्या अनुभवास आल्या होत्या. विशेषत: लग्नविधी करताना तो कसा करावा, मंगलाष्टका कोणत्या म्हणाव्या याविषयी लोकांचा फार गोंधळ उडत असे. त्या अडचणी लक्षात ठेवून तात्यांनी काही मंगलाष्टका रचल्या होत्या. या निमित्तानं आलेल्या सत्यशोधकांना त्यांनी त्या वाचून दाखवल्या. इथून पुढं मंगलाष्टकांची अडचण पडणार नव्हती. आपल्या जबाबदाऱ्या आणि कर्तव्य यांची जाणीव करून देणाऱ्या त्या मंगलाष्टका स्वत: वधू-वरांनी म्हणायच्या होत्या. लग्नाला आलेल्या पाहुण्यांनीही आशीर्वादपर मंगलाष्टका म्हणाव्या, अशी अपेक्षा होती. त्याही दृष्टीनं तात्यांनी काही रचना केली होती.

राष्ट्रीय सभेचं वारं ओसरताच शहरात ग्रंथकार सभेचं वारं संचारलं. सार्वजनिक सभेच्या कचेरीत रावसाहेब रानड्यांनी मराठी ग्रंथकारांची दुसरी सभा आयोजित केली. अध्यक्षस्थानी कृष्णशास्त्री राजवाडे असणार होते. पहिली सभा बारगळल्यानं ही सभा यशस्वीपणे पार पडावी म्हणून रावसाहेबांनी फार परिश्रम घेतले. सार्वजनिक सभा, राष्ट्रीय सभा तशीच आणखी एक ग्रंथकार सभा. राष्ट्रीय सभेच्या नेत्यांना सामान्य माणसाच्या समस्यांशी देणं-घेणं नव्हतं, तसंच मराठी ग्रंथकारांना सामान्य माणसाच्या सुख-दु:खांशी सोयरसुतक नव्हतं. त्यांच्यापैकी एकानंही त्याचा गळा आवळणाऱ्या गुलामगिरीच्या पट्ट्याला कधी बोटही लावून दाखवलं नव्हतं.

रावसाहेबांनी पाठवलेल्या निमंत्रणाला उत्तर देताना तात्यांनी लिहिलं :

'विनंती विशेष. आपले ता. १३ माहे मजकुराचे कृपापत्रासोबतचे विनंतीपत्र पावले. त्यावरून मोठा परमानंद झाला; परंतु माझ्या घालमोठ्या दादा, ज्या गृहस्थांकडून एकंदर सर्व मनुष्यांच्या मानवी हक्कांविषयी वास्तविक विचार केला जाऊन ज्यांचे त्यांस ते हक्क, त्यांच्याने खुषीने व उघडपणे देववत नाहीत आणि चालू वर्तनावरून अनुमान केले असता पुढेही देववणार नाहीत, तसल्या लोकांनी उपस्थित केलेल्या सभांशी व त्यांनी केलेल्या पुस्तकातील भावार्थाशी आमच्या सभांचा व पुस्तकांचा मेळ मिळत नाही. कारण त्यांच्या पूर्वजांनी आम्हावर सूड उगविण्याच्या इराद्याने, आम्हास दास केल्याचे प्रकरण त्यांनी आपल्या बनावट धर्मपुस्तकात कृत्रिमाने दडपले. याविषयी त्यांच्यातील जुनाट खल्लड ग्रंथ साक्ष देत आहेत. यावरून आम्हा शूद्रादी अतिशूद्रांस काय काय विपत्ती व त्रास सोसावे लागतात, हे त्यांच्यातील उंटावरून शेळ्या वळणाऱ्या ग्रंथकारांस व मोठमोठ्या सभास्थानी आगंतुक भाषण करणारांस कोठून कळणार?...

'...असो, आता यापुढे आम्ही शूद्र लोक आम्हास फसवून खाणाऱ्या लोकांच्या थापांवर भुलणार नाही. सारांश, त्यांच्यात मिसळल्याने आम्हा शूद्रादी अतिशूद्रांचा काही एक फायदा होणे नाही, याबद्दल आमचा आम्हीच विचार केला पाहिजे. अहो, त्या दादांना जर सर्वांची एकी करणे असेल, तर त्यांनी एकंदर सर्व मानवी प्राण्यांत परस्पर अक्षय बंधुप्रीती काय केल्याने वाढेल, त्याचे बीज शोधून काढावे व ते पुस्तकाद्वारे प्रसिद्ध करावे. अशा वेळी डोळे झाकणे उपयोगाचे नाही. या उपर त्या सर्वांची मर्जी. हे माझे अभिप्रायादाखल छोटेखानी पत्र त्या मंडळीच्या विचाराकरिता तिजकडे पाठविण्याची मेहेरबानी करावी. साधे होके बुद्धेका येह पहिला सलाम लेव.

आपला दोस्त,
जोतीराव गो. फुले

पत्र वाचून काकूंना राहवलं नाही. त्या म्हणाल्या,

''शेटजी, सभेला जायची तुमची इच्छा नाही, हे समजलं; पण एवढ्या कडक भाषेत लिहायची काय गरज होती? रावसाहेब शांततेची मूर्ती आहेत; पण त्यांनाही हे पत्र वाचून वाईट वाटेल.''

तात्या म्हणाले,

''तुम्ही म्हणता, तसं होईलही; परंतु रावसाहेबांच्या ठिकाणी आणखी एक गुण आहे. विरोधी मताचाही ते सारख्याच भावनेनं आदर करतात. म्हणूनच थोडं मोकळेपणानं

लिहिलं आहे. आम्ही दयानंदांच्या मिरवणुकीत सामील झालो, ते सत्यसमाजाच्या मिरवणुकीत सामील झाले; परंतु आम्ही प्रार्थना समाजाचे सभासद झालो नाही की ते सत्यसमाजाचे सभासद झाले नाहीत. सर्व अनर्थाचं मूळ असलेल्या ब्राह्मणशाहीविरुद्ध लढायची त्यांची तयारी नाही. आपल्या काही सत्यशोधकांना हेच कळेनासं झालं आहे. डॉक्टरसाहेबांनी कोणाचं ऐकून समाजाच्या अध्यक्षपदाचा राजीनामा दिला? गंगारामभाऊ म्हस्क्यांनी ओतूर खटल्यात वकिली सल्ला द्यायला नकार का दिला? आता त्यांनी जी डेक्कन मराठा असोसिएशन निर्माण केली आहे, तिच्यात आपले सर्वगुणसंपन्न भालेकर सामील झाले आहेत; परंतु या असोसिएशनचा शूद्रातिशूद्रांना काही उपयोग आहे का?

''आमचं भांडण रावसाहेबांशी नाही. कल्पित चटोर गोष्टी लिहिणाऱ्या ग्रंथकारांशी आहे. रात्रंदिवस उपाशीपोटी राबणाऱ्या समाजाची दु:खं या उंटावरून शेळ्या हाकणाऱ्या ग्रंथकारांनी कधी पाहिली आहेत तरी आहेत? त्यांच्या जीवनात आनंद निर्माण व्हावा म्हणून त्यांनी कधी काही केलं आहे? उलट, इंग्रजी शिकून कॉलेजातून बाहेर पडणारे हे पुस्तकी विद्वान सुधारणेला उपयोगी ठरतील, असे ग्रंथ लिहिण्याऐवजी सुधारणांची टवाळी करणारे फार्स लिहीत आहेत. अशा फार्सांचे तमाशे मिटक्या मारत पाहिले जात आहेत. आपल्या बहिणींना भोगाव्या लागणाऱ्या यातनांनीसुद्धा ज्यांच्या मनांत कालवत नाही, त्या ग्रंथकारांच्या सभेला जाऊन, त्यांच्या मांडीला मांडी लावून बसावं, असं मला वाटत नाही. चटोर फार्स लिहून सुधारणांची टर उडवणारे हे ग्रंथकार दुसरीकडं स्वत:च सुधारकपणाचा डौल तेवढा मिरवतात. या ढोंगीपणाला काय म्हणावं? खरं पाहता, ग्रंथकारांवर मोठीच जबाबदारी असते; पण ती त्यांनी कधी पार पाडली नाही. मान चोरणाऱ्या बैलाला पराणी टोचल्याशिवाय तो वठणीवर येत नाही. म्हणूनच थोड्या कडक भाषेत हा इशारा दिला आहे.

''फीमेल हायस्कूलला विरोध कोणी केला? सुधारल्या विद्वानांनीच ना? काळाची पावलं ओळखून आपण स्वत: शिकायचं; पण आपल्याच भगिनींना आणि इतर अज्ञानी समाजबांधवांना शिक्षणापासून दूर ठेवायचं आणि वरून शिक्षणप्रसार झाला पाहिजे, म्हणून भाषणं तेवढी करायची, असं त्यांचं धोरण असतं. काळाची गरज म्हणून शिकणं आणि मानवी हक्क म्हणून शिक्षणाची गरज ओळखणं या दोन्ही गोष्टी वेगवेगळ्या आहेत, सावित्रीबाई.''

तात्या म्हणत होते, ते खरंच होतं. फीमेल हायस्कूलचा इतिहास ताजाच होता. खुद्द रावसाहेबांनी शाळेला मदत केली होती. खुद्द त्यांच्या पत्नी रमाबाई हरफर्ड बाईंच्या नजरेखाली इंग्रजीचे धडे गिरवीत होत्या; परंतु इंग्रजी शिक्षणाचा पुरस्कार करणारे काही विद्वान मुलींच्या शिक्षणाला विरोध करत होते. त्यांचा तो विरोध अजूनही मावळला नव्हता.

तात्यांनी ते पत्र जसं लिहिलं होतं, तसं ग्रंथकार सभेकडे पाठवून दिलं. तात्यांचं ते पत्र पाहताच ग्रंथकार सभेत मोठाच गदारोळ झाला. सर्वप्रथम तेच पत्र वाचून दाखवण्यात आलं. पत्रातला मजकूर ऐकून ब्राह्मण ग्रंथकार संतापानं फुत्कार टाकू लागले. संतप्त झालेल्या पत्रकारांनी त्यातील मजकूर उतरवून घेऊन आपापल्या वृत्तपत्रात छापला. छापताना त्यावर पाहिजे तशी टीकाही केली. अशा प्रकारे दुसरं ग्रंथकार संमेलन ग्रंथकारांनी नव्हे, तर तात्यासाहेब फुल्यांच्या त्या चार ओळींच्या पत्रानंच गाजवलं.

८४

सकाळच्या वेळी एक मुस्लीम तांबोळी गृहस्थ गंज पेठेकडं निघाला होता. तात्यासाहेब फुल्यांना भेटून त्याला आपली तक्रार सांगायची होती. ते आज नगरपिते नसले, तरी आपली तक्रार ऐकून घेतील आणि त्यांना शक्य होईल ते करतील, याची त्याला मनोमन खात्री वाटली होती.

त्याच्या घराजवळ तांबट लोक राहत. रात्रंदिवस चालणारी ती ठोकाठोक डोकं उठवून टाकी. आसपासचे सगळे लोक अगदी त्रस्त होऊन गेले होते. नगरपालिकेनं त्या लोकांना रे मार्केटमध्ये जागा दिली तर तो त्रास कमी होण्यासारखा होता आणि त्याबाबत तात्यांना भेटलं तर जरूर काही होईल, असं त्याला वाटत होतं.

तोच विचार करीत तो गंज पेठेत शिरला. त्याच्या पुढं भंग्यांची भली मोठी रांग चालत होती. त्यांच्या डोक्यावर मैल्याच्या पाट्या होत्या. नाक मुरडत तो त्यांच्यामागून चालत होता. तो फुले वाड्याजवळ आला. अजूनही भंगी लोक त्याच्यापुढंच चालत होते. पाहता पाहता भंग्यांची रांग फुले वाड्यामागे अदृश्य झाली.

वाड्याच्या किलकिल्या दारातून त्यानं आत पाहिलं. बैठकीत कोणीतरी दिसत होतं. ते बहुधा तात्यासाहेब फुलेच असावेत, या इराद्यान त्यानं हाक दिली.

“कोई है?”

ती हाक कानावर येताच स्वत: तात्यासाहेब फुले दार उघडून बाहेर आले. त्या गृहस्थाचं स्वागत करीत म्हणाले,

“आईये ।”

“जी, आदाब ।”

“आदाब ।”

तात्यांनी केलेला प्रतिनमस्कार अदबीनं स्वीकारून तो गृहस्थ बैठकीत येऊन बसला. त्याच्या वागण्या-बोलण्यात खास एक मुस्लीम पद्धतीची अदब होती.

तात्या म्हणाले,

“जी कहिये । आप कहाँसे आये हैं?”

"जी तात्यासाब, मैं पान बेचनेवाला तांबोली हूं। यहाँ वेताल पेठमें रहता हूँ।"

"जी कहिये।"

"बात ये है, तात्यासाब, हमारे पडोसमें तांबटगर लोग रहते हैं। वो लोग रातदिन अपना काम करते हैं। उनके घन और हातोडे के आवाजसे हमारे घरके सब आदमियोंकी तबियत बिलकुल बेचैन हो जाती है। सब पासपडोसवालोंका यही हाल है। आप उन लोगों को खुदावंत रे मार्केट में जगह दिला दो। आप इतना करेंगे, तो हम सब लोग आपके हकमें बहुत दुवा देंगे। बस इतनाही कहनेके वास्ते मैं आया था।"

रे मार्केटचा प्रश्न अजूनही सुटला नव्हता. परिस्थिती आणखी चिघळली होती. भाजी दुकानदार जुनी मंडई सोडायला तयार नव्हते. महागडं भाडं सोसलं, तरी तिथला धंदा किफायतशीर ठरेल, याची कुठलीच खात्री नव्हती. नगरपालिकेच्या अधिकाऱ्यांनी गरीब भाजीवाल्यांच्या अडचणी समजावून घेतल्या नाहीतच. उलट, त्यांच्या पाठीशी उभ्या राहिलेल्या तात्यासाहेबांना आणि त्यांच्या शेजारी राहणाऱ्या सत्यशोधकांना हरप्रकारे छळायला सुरुवात केली. शहरातले अनेक मैल्याचे डेपो मोडून तो सगळा मैला फुले वाड्याच्या मागच्या डेपोत आणून टाकला जाऊ लागला. त्या मैल्याच्या गाड्या मुद्दामच वाड्यासमोरून नेण्यात येऊ लागल्या. गंज पेठेतील साफसफाई-दिवाबत्तीकडे मुद्दाम दुर्लक्ष होऊ लागलं.

त्या हरकतींनी तात्या उद्विग्न झाले; परंतु त्याबद्दल त्यांनी एक अवाक्षरही काढलं नाही. अशा प्रवृत्तींना तोंड देणं किंवा त्यांनी दिलेला त्रास सहन करणं हे आता सवयीचं झालं होतं; परंतु शेजाऱ्यापाजाऱ्यांना होणारा त्रास पाहून त्यांना वाईट वाटे. त्यांना होणाऱ्या त्रासाला आपणच जबाबदार आहोत या जाणिवेनं त्यांना फार दुःख होई. एवढ्या काळात त्यांनी भंगी लोकांशी मैत्री जोडली. त्यांच्या अडचणी समजून घेतल्या.

तात्या म्हणाले,

"तुमची सूचना चांगली आहे; पण त्या मार्केटची जबर भाडी गरीब दुकानदारांना परवडत नाहीत. पुण्याची म्युनिसिपालिटी अशी सारासार विचार करणारी असती, तर तिजकडून गरीब लोकांच्या निढळाच्या घामाचे पैसे असे व्यर्थ खर्ची पडले नसते. जुन्या मंडईतले काही दुकानदार दारिद्र्यानं इतके गांजले आहेत की, त्यांना रोजच्या धंद्यासाठी लागणारं रुपया-आठ आण्यांचं भांडवलसुद्धा पैसा अथवा ढबूच्या बोलीनं कर्जानं घ्यावं लागतं. दिवसभर उन्हातान्हात श्रम करतात; तरी पोटं भरायची मारामार पडते. कारण शहर पुण्यात येऊनजाऊन सगळा कारभार सरकारी भटब्राह्मण कामगारांचा भरणा आहे. त्यांच्या हातून पैसा सुटणं महाकठीण. ते पिकलीसुकली सस्ती वांगी खाऊन दोन पैसे वाचवतील; पण ताजा भाजीपाला घेणार नाहीत. अशा

गिऱ्हाइकांपासून कुठलं भांडवल उभं राहणार? त्यामुळे ते बिचारे जुन्या मंडईतच खळ घेऊन बसले आहेत...

...पेशवाईत एक दीड शहाणा होता. गव्हर्नर जनरल लॉर्ड रिपन हा पावणेदोन शहाणा म्हणावा लागेल. अतिशूद्रांविषयी विचार केल्याशिवाय कोणत्या आधारावर त्यानं बळीस्थानातील लोकांस म्युनिसिपालिटीचा अधिकार दिला? सरकारी अधिकारी ढुंकून पाहत नाहीत आणि भाड्याचे तट्टू भट अधिकारी मनमानी कारभार करत आहेत.''

''तो फिर क्या करना, तात्यासाब?''

''तोच तर प्रश्न आहे. गरिबांना सोयी पुरवण्याऐवजी त्यांचा छळ चालला आहे. आणि या सर्व गोष्टींचा सूड माझ्यावर उगवला जातो आहे. गेल्या दहा-बारा दिवसांपासून वेताळ पेठ, मीठगंज इथले आणि आणखी काही ठिकाणचे मैल्याचे डेपो मोडून त्यांनी ते माझ्या घरामागच्या डेपोत सामील केले आहेत. सकाळपासून दुपारचे बारा वाजेपर्यंत माझ्या घरासमोरून डोक्यावर मैल्याच्या पाट्या घेतलेल्या भंग्यांची मालिका लागते, तेव्हा त्या म्युनिसिपालिटीच्या कसबाची घाण सुटल्याबरोबर घराचे दरवाजे बंद करून आत बसावं लागतं. त्या म्युनिसिपालिटीत भट पडो! तिच्यापासून गोरगरीब लोकांस फार त्रास होऊ लागला आहे. तिचं नाव माझ्यासमोर काढू नका.''

बोलताबोलता तात्यांचा आवाज एकदम तापला होता. आपल्या वक्तव्यानं कदाचित त्या माणसाचं मन दुखावलं असेल, या विचारानं ते थबकले. त्यांनी त्या माणसाकडं पाहिलं. त्याची सौम्य मुद्रा संतापानं ताठरली होती. त्या हिणकस मनोवृत्तीची त्यालाही भयंकर चीड आलेली दिसत होती. तो म्हणाला,

''माफ कीजिये. मुझे ये बात मालूम नही थी, तात्यासाब. हम भी लिखना-पढना जानते हैं । उनकी इन हरकतोंको हम अखबारमें छपवाकर दुनियाके सामने रख देंगे।''

''इसकी कोई जरुरत नही । उलट, या कृत्याबद्दल मला त्यांचे आभार मानले पाहिजेत. कारण त्यांच्यामुळे डोक्यावरून मैल्याच्या पाट्या वाहणाऱ्या त्या माणसांच्या अडचणी काय आहेत, हे मला चांगलं समजलं. गावाची घाण काढणाऱ्या माणसांना पगार मात्र सर्वांत कमी आहे. आज ना उद्या आम्हाला त्यांच्यासाठीही भांडावं लागणार आहे.''

तो गृहस्थ आपली तक्रार कधीच विसरला होता. दुष्ट प्रवृत्तींनी दिलेला त्रास मूकपणे सहन करीत त्यातूनही गरिबांच्या हिताचा विचार करणारा माणूस त्याच्यासमोर बसला होता.

''अच्छा, तात्यासाब. तो मैं चलता हूँ, खुदा हाफिज ।''

''खुदा हाफिज ।''

रस्त्यापर्यंत चालत जाऊन तात्यांनी त्या गृहस्थाला निरोप दिला. आपण त्या माणसासाठी काही करू शकलो नाही, याचा त्यांना फार खेद वाटत होता. आजवर असं कधी घडलं नव्हतं. तक्रार कोणतीही असो, कोणाचीही असो; तिचं निवारण करण्यासाठी तात्या उभेच असत; परंतु नगरपालिकेतल्या मूर्ख लोकांसमोर हात टेकायची वेळ आली होती. जनहिताच्या प्रत्येक कामात त्यांनी नेहमीच असे आडवे पाय घातले होते. वेळोवेळी भ्रष्टाचारी लोकांना पाठीशी घातलं होतं. शहराला स्वच्छ पाणी पुरवायची योजनाही त्या भ्रष्टाचारी लोकांमुळेच बारगळली आणि त्यासाठी खर्च झालेला सगळा पैसा खरोखर पाण्यात गेला. शहराला पाणीपुरवठा करण्यासाठी झगडेवाडीजवळ तलाव बांधायचं काम बरेच दिवस चालल होतं; परंतु बांधकामासाठी वापरला जाणारा चुना पाहिजे तसा कमावलेला नसे. ते बांधकाम टिकणार नाही, केलेला खर्च वाया जाईल हे त्यांनी अनेक वेळा सांगितलं; परंतु कोणीही त्याची दखल घेतली नाही. उलट, बांधकामातलं ज्यांना काहीही कळत नाही, अशा मूर्ख सभासदांनी बांधकाम चांगलं चाललं असल्याचा अभिप्राय दिला. पावसाळ्यात एके दिवशी तलाव भरला आणि दुसऱ्या दिवशी झिरपून रिकामा झाला. तात्या नगरपिते म्हणून काम करीत असतानासुद्धा ही अवस्था होती. आता तर त्यांना रानच मोकळं झालं होतं.

दुपारी अचानकपणे रामचंद्रराव धामणस्कर आले. बडोदा दरबारात नायब सरसुभे म्हणून नियुक्ती झाल्यापासून सरकारी कामांसाठी त्यांचे मुंबईचे दौरे सुरू असत. मुंबईला आले, म्हणजे वेळ काढून ते पुण्यालाही येऊन जात. आज ते खास सरकारी कामासाठी पुण्याला आले होते. महाराजांनी दिलेली तसबीर ते स्वहस्ते तात्यांच्या हाती देणार होते.

"आज काय काम काढलंत, रामचंद्रराव?" तात्या म्हणाले.

"तात्यासाहेब, आपल्या घरच्या भाजी-भाकरीची आठवण झाली, म्हणजे आम्हाला यावं लागतं."

"सावित्रीबाई, बडोदा सरकारचे नायब सरसुभे काय म्हणतात, ते ऐकलंत का?"

ओठांत हसत काकू दारात उभ्या होत्या.

"मुंबईला सरकारी काम होतं. आपल्या भेटीला येणारच होतो; परंतु आज महाराजांनीच पाठवलं आहे." आणि सोबत आलेल्या कारकुनाला उद्देशून रामचंद्रराव म्हणाले, "तसबीर काढा."

"तसबीर?"

"महाराजांनी आपल्यासाठी तसबीर पाठवली आहे."

आनंदानं तात्यांचा चेहरा खुलला. आपण सहज म्हणून केलेली तसबिरीची

मागणी महाराजांनी ध्यानात ठेवावी आणि आठवणीनं तसबीर पाठवावी, याचं त्यांना फार अप्रूप वाटलं.

कारकून हळूवार हातांनी ट्रंकेत ठेवलेली तसबीर काढत होता. लाल रेशमी कापडात बांधलेली ती तसबीर बरीच मोठी दिसत होती.

एखादा नजराणा हाती ठेवावा, तशी ती तसबीर रामचंद्रराव धामणस्करांनी तात्यांच्या हाती दिली. तेवढ्याच हळूवारपणे तात्यांनी तसबिरीचा स्वीकार केला आणि ते झुळझुळीत रेशमी आवरण दूर सारून त्यांनी तसबिरीवरून नजर फिरवली...

महाराजांनी जरीबुट्टीदार राजेशाही वेश परिधान केलेला होता. डोक्यावर बडोदेशाही पगडी होती. गळ्यात मोत्यांच्या माळा होत्या. कमरेला रत्नखचित म्यानात लपलेली पल्लेदार तलवार लटकली होती. कमरेला बांधलेल्या दुशेल्यात कट्यार खोचलेली होती. पायांतल्या चढावापासून पगडीवरच्या मोत्याच्या तुऱ्यापर्यंत महाराज अलंकारांनी आणि किमती वस्त्रप्रावरणांनी सजले होते. तो रुबाबदार राजेशाही वेश महाराजांच्या भरदार राजबिंड्या शरीरावर शोभून दिसत होता. पाहता क्षणी मन जिंकून घेईल, असं आपलेपणाचं हास्य महाराजांच्या चेहऱ्यावर विलसत होतं.

तात्यांच्या चेहऱ्यावर नापसंतीची सूक्ष्म छटा तरळली. प्रत्यक्षात भेटलेले महाराज यापेक्षा वेगळे होते. खास वेळ काढून शेतकऱ्याचा असूड ऐकणारे, तासन्तास चर्चा करणारे, दिलेला सल्ला मानणारे, संस्थानातल्या भोगविलासी प्रथा कटाक्षानं बंद करणारे आणि पंचपक्वान्नांच्या ताटात रोज बाजरीची भाकरी वाढून घेणारे महाराज तसबिरीतल्या महाराजांपेक्षा वेगळे होते. त्यांच्या अंगावर इतकी उंची वस्त्रप्रावरणं नव्हती आणि त्यांच्या अंगावर इतके दागिनेही नव्हते. बडोद्याच्या मुक्कामात घेतलेल्या त्या महाराजांची तसबीर तात्यांना पाहिजे होती.

''सावित्रीबाई, तसबीर आवडली?'' तात्या म्हणाले.

''छान आहे.'' काकू म्हणाल्या. तात्यांच्या प्रश्नाचा हेतू त्यांच्या लक्षात आला नव्हता.

तात्यांच्या प्रतिक्रियेची वाट पाहत असलेले रामचंद्रराव म्हणाले,

''तात्यासाहेब, तसबीर आवडली की नाही, ते नाही सांगितलंत.''

''तसबीर छान आहे; परंतु ही तसबीर मला नको. या तसबिरीत महाराजांचं राजेपण उठून दिसत असलं, तरी माणूसपण झाकलं जातं. महाराजांच्या राजेपणाची नव्हे, तर त्यांच्या माणूसपणाची आठवण करून देणारी त्यांच्या नेहमीच्या साध्या वेषातली तसबीर मला पहिजे आहे.''

तात्यांचं ते मत ऐकून रामचंद्रराव चकित झाले; परंतु तसबीर परत नेणं त्यांना योग्य वाटत नव्हतं. ते म्हणाले,

''आता तसबीर आणलीच आहे तर आपण ती ठेवून घ्यावी, तात्यासाहेब. आपणांस पाहिजे तशी तसबीर...''

''नको. ही तसबीर तुम्ही परत घेऊन जा आणि महाराजांना माझा निरोप द्या. मी त्यांच्या दुसऱ्या तसबिरीची वाट पाहीन.''

रामचंद्ररावांचा नाइलाज झाला. त्यांनी तसबीर होती तशी बंदोबस्तात ठेवून द्यायला सांगितली. बडोद्याला गेल्याबरोबर दुसऱ्या तसबिरीची व्यवस्था करण्याचं आश्वासन दिलं.

रामचंद्रराव म्हणाले,

''तात्यासाहेब, राष्ट्रीय सभेविषयीची सत्यशोधक समाजाची भूमिका स्पष्ट झाली पाहिजे.''

राष्ट्रीय सभेविषयीचे आपले विचार तात्यांनी अनेकदा सडेतोडपणे व्यक्त केले होते. तेच विचार पुन्हा रामचंद्ररावांपुढं व्यक्त करताना ते म्हणाले,

''रामचंद्रराव, राष्ट्रीय सभा म्हणून ज्या सभेचा एवढा ढोल बडवला जातो आहे, ती सभा खरोखरच राष्ट्रीय आहे का, याचा विचार केला पाहिजे. अठरा धान्यांचं कडबोळं असावं, तशा अनेक जाती-जमातींनी बनलेल्या आणि भेदभावांनी बुजबुजलेल्या आमच्या देशाला ते ज्या अर्थानं नेशन म्हणत आहेत, त्या अर्थानं हा देश कधीच नेशन नव्हता. ज्या युरोपियन विद्वानांच्या विचारांवर ते नेशनची कल्पना करीत आहेत, ते विचार फार वेगळ्या परिस्थितीत मांडले गेले आहेत. ते इथल्या मातीत जसेच्या तसे लागू पडत नाहीत. येथील सर्व लोक समतेच्या तत्त्वानं एकमय झाल्याशिवाय या देशाला नेशन म्हणता येणार नाही.

''राष्ट्रीय म्हणवणाऱ्या त्या सभेत शूद्रातिशूद्रांचा एक तरी प्रतिनिधी आहे का? त्यांनी शूद्रातिशूद्रांसाठी काही मागितलं तरी आहे का? ते स्वत:साठी सिव्हिल सर्व्हिस मागतात, तेव्हा शूद्रातिशूद्रांनाही त्यांच्या लोकसंख्येच्या प्रमाणात सरकारी खात्यांमध्ये सामावून घ्या, असं का सांगत नाहीत? मोघम नाव हिंदूंचं आणि फायदे फक्त ब्राह्मणांचे.

''शूद्रातिशूद्रांना ते आपल्या बरोबरीचे मानत नाहीत. तरीही स्वत:ला तेवढे हिंदू म्हणून घेऊन ते सर्व फायदे आपणच घेऊ पाहतात. त्यांच्याबरोबर जाऊन आमचं हित होणार नाही; त्यामुळे उलट आमचं दुहेरी नुकसान होईल. एकीकडं आमच्या हिताच्या गोष्टी सांगणारे लोक आमच्या हक्कांचा विचार करणार नाहीत आणि दुसरीकडं आमच्या हितकर्त्या सरकारचं आमच्याविषयी मत विटेल; त्यामुळे आमचंच नुकसान होईल. हजारो वर्षांच्या गुलामगिरीतून त्यांनीच आम्हाला मुक्त केलं आहे. आज ब्रिटिश सरकारचं राज्य असूनही प्रजेचे एवढे हाल होत आहेत तर ते गेल्यावर केवढी दैना उडेल? याच चिंतेनं आम्हाला इंग्रजी राज्य वरदान वाटतं. उद्या इंग्रजांना

त्यांच्या देशाची वाट दाखवावीच लागणार आहे. ते काम आमचा शूद्रातिशूद्र समाजच करणार आहे; परंतु त्याला अजून फार वेळ आहे.''

दीर्घ श्वास घेऊन तात्या पुढं म्हणाले,

''सरकारी खात्यांचं भारतीयीकरण झालं, तरी त्यांवर वर्चस्व कोणाचं राहणार आहे? आणि आज तरी कोणाचं आहे? आर्यभटांचंच ना? आज इंग्रजांचं राज्य असूनही, नोकरशाही भ्रष्टाचारानं बुजबुजलेली आहे. 'धूर्त चिटणीसापुढे काय कलेक्टर बापुडे' अशी स्थिती आहे. उद्या स्वदेशी राज्य आलं, तरी धूर्त चिटणीसांचीच चंगळ होणार आहे. म्हणून आधी भ्रष्टाचार, लाचखोरी आणि वशिलेबाजी निपटून काढली पाहिजे. राष्ट्रीय म्हणवून घेणारी ती सभा ही मागणी का करीत नाही? त्यांनी कितीही मोठमोठ्या नावाच्या सभा स्थापन केल्या तरी त्यांतून शूद्रातिशूद्रांच्या हिताचा विचार कधीच नसतो. जशा त्यांच्या राष्ट्रीय सभा, तशाच त्यांच्या धर्मसभा. त्यांच्या देशहिताच्या नावाखाली भरणाऱ्या राष्ट्रीय सभा असोत, नाही तर धर्मसुधारणेच्या नावाखाली स्थापन केले जाणारे समाज असोत, तिथं आमच्या मूलभूत मानवी अधिकारांचा विचार होत नाही. ज्यांना आमचे हक्क द्यावेसे वाटत नाहीत, त्यांनी आमच्यासाठी नक्राश्रू ढाळू नयेत, आमच्या विकासाचा मार्ग आम्ही शोधून काढू. आम्हाला योग्य वाटेल तो धर्म विश्वनिर्मात्या ईश्वराकडं मागून घेऊ.

''जोपर्यंत त्या सभेत शेतकऱ्यांचा एकही प्रतिनिधी नाही की त्यांच्या हिताचा विचार होत नाही आणि अठ्ठावीस कोटी लोकांपैकी अठ्ठावीसशे लोकांनासुद्धा तिची वार्ता नाही, तोवर ती सभा रोज जरी भरली, तरी तिचं सरकारवर काडीइतकंही वजन पडणार नाही. शूद्रांच्या जन्मजन्मांतरात घोळ घालणारी ही माणसं कधीही आमच्या भल्याचा विचार करणार नाहीत. त्यांना खरोखर राष्ट्रीय सभा स्थापन करायची असती तर त्यांनी हिंदुस्थानात राहणाऱ्या सर्व धर्मपंथांच्या लोकांना एकत्र आणायचं होतं. ते त्यांच्याकडून होणार नाही. त्यांना अधिकार पाहिजे आहेत, ते फक्त स्वत:साठी. इतरांसाठी आहे, ती फक्त जातिव्यवस्थेची गुलामगिरी आणि जी फक्त त्यांच्याच फायद्याची आहे.''

राष्ट्रीय सभेविषयीची ती प्रतिक्रिया ऐकून रामचंद्रराव थक्क झाले. त्यांनी या संदर्भात एवढा खोलात जाऊन विचार केलेला नव्हता. सर्व लोक ज्या राष्ट्रीय सभेकडं एवढ्या आशेनं पाहत होते, त्या सभेचं स्वरूप खरोखर किती राष्ट्रीय आहे, हा प्रश्न त्यांना अंतर्मुख करीत होता. त्यांनी पाहिलं, तात्यांचा चेहरा संतापानं लाल झालेला होता. विषय बदलत रामचंद्रराव म्हणाले,

''तात्यासाहेब, शेतकऱ्याचा असूड कधी छापणार आहात?''

''रामचंद्रराव....'' खेदानं हसून तात्या म्हणाले. त्यांचा तापलेला आवाज थोडा खाली आला होता. ''आपल्या शूद्र छापखानेवाल्यांमध्ये भेकडबाहुले लोक असल्याने

ते काम तूर्त बाजूला ठेवले आहे. सध्या 'सत्सार' नावाचं पत्र सुरू करायचा विचार आहे. सत्यशोधक समाजाचा विचार 'सत्सार'च लोकांपुढं मांडील. स्वत:ला अनाथांचे दीनबंधू म्हणवणारे स्त्रियांशी हुंबर घालू लागले आहेत.''

तात्यांच्या या विचाराशी रामचंद्रराव सहमत झाले. 'दीनबंधू'ने 'असूडा'चे पुढील भाग छापायला दिलेला नकार त्यांना माहीत होता. त्याचप्रमाणे रमाबाईंच्या धर्मांतरावर आणि ताराबाईंच्या पुस्तकावर 'दीनबंधू'तून आलेली टीका त्यांनी वाचली होती.

ते म्हणाले,

''खरं आहे, तात्यासाहेब. 'दीनबंधू'नं अशी टीका करावी, हे पटत नाही.''

''एकीकडं आम्ही स्त्रियांच्या उन्नतीसाठी धडपडत आहोत आणि आमचे 'मित्र' स्त्रियांवर टीका करण्यात धन्यता मानत आहेत, याला म्हणावं तरी काय? आमचं स्वत:चं वृत्तपत्र सुरू करण्याशिवाय आम्हाला आता दुसरा मार्ग दिसत नाही. शेतकऱ्याचा असूड छापायला त्यांना जप्तीची आणि अब्रूनुकसानीच्या खटल्याची भीती वाटते; परंतु स्त्रियांवर टीका करताना त्यांची अब्रू कुठे जाते?''

तात्यांनी 'मित्र' या शब्दावर दिलेला जोर रामचंद्ररावांच्या लक्षात आला.

संतप्त झालेले तात्यासाहेब पुढं म्हणाले,

''चिरंजीविनी ताराबाईंवर टीका करायचा या आडमुठ्या पत्रकर्त्यांना काय अधिकार आहे.? ताराबाईंनी सत्य तेच लिहिलं आहे. ते यांना का खुपावं? एवढं खुपतं तर तसं वागू नये. आम्हाला जन्म देणाऱ्या स्त्रीला वाईट वागवून पुन्हा तिच्यावरच टीकेची धार धरावी, हे सत्यशोधकाचं ब्रीद नव्हे. खरं म्हणजे, एका स्त्रीनं इतक्या धाडसानं लिहावं, याबद्दल कोणीही ताराबाईंचे आभारच मानले पाहिजेत; परंतु त्यांनी दाखवलेल्या दोषांचं घोंगडं आपल्याच गळ्यात पडेल, या भीतीनं उलटी ताराबाईंचीच निंदा करून त्यांनी तिचे असे उपकार फेडले आहेत. याच कारणांमुळे मी कृष्णरावांशी असलेले संबंधही सर्वथैव बंद ठेवले आहेत. सध्या ते ब्राह्मण विचारवंतांच्या सल्ल्यानं दीनबंधू सार्वजनिक सभा आणि सुशिक्षणगृह चालवीत आहेत. त्यांना आता आमची गरज राहिलेली नाही. आम्ही त्यांना शत्रूसमान वाटतो. ते काही असो, अशा उपटसूळ लोकांचे कान उपटल्याशिवाय ते वळणावर येणार नाहीत.''

तात्यांच्या बोलण्यात एकाच वेळी त्वेषही दिसत होता आणि दु:खही जाणवत होतं.

''शेटजी, आता आपसांत भांडण का करणार आहात?'' काकू म्हणाल्या.

''सावित्रीबाई, त्या टीकेला उत्तर देऊ नये, असं का तुम्हाला म्हणायचं आहे? आजवर आम्ही विष्णुशास्त्री चिपळूणकरांना दोष देत होतो; परंतु आता शूद्र पत्रकर्तेही

त्याबाबत मागं राहिलेले नाहीत. 'दीनबंधू'मध्ये काय छापून येईल, याचा काहीच नेम राहिलेला नाही. वांगणीच्या मुक्कामात मी लोकांना आपल्या पायाचं तीर्थ दिलं, असा खोटा मजकूर त्यांनीच छापला आहे ना? माझ्याकडून असं घडणं तरी शक्य आहे का? स्वत:च्या चुका ओळखून शहाण्यासारखं वागायचं सोडून ते उलट माझीच निंदा करीत आहेत. त्यांच्या तोंडाला कोणी हात लावावा? आमच्या मित्रांनी असं वागावं, याचं दु:ख मोठं आहे आणि आम्हाला त्यांच्याशी भांडायची वेळ यावी, याचं दु:ख त्याहून मोठं आहे.''

''शेटजी, टीकेला उत्तर द्या; परंतु आता ही चर्चा थांबवा आणि जेवायला बसा.'' काकू निक्षून म्हणाल्या.

तात्या पुढं बोलले नाहीत. काकूंनी हस्तक्षेप केल्यावर तो विषय तिथंच आटोपला. सर्वजण जेवायला बसले. बाजरीची भाकरी, लोटक्यात लावलेलं घट्ट दही आणि हिरव्या भाज्यांची कोशिंबीर असा फक्कड बेत जमून आला होता. मनसोक्त जेवणं झाली.

रात्री पाहुण्यांचा मुक्काम होता, जेवणं झाल्यावर सीतारामनं अंगणात बिछायत घातली. संध्याकाळपासून सुरू झालेल्या गप्पा रात्री उशिरापर्यंत रंगल्या. दुसऱ्या दिवशी पाहुणे बडोद्याला निघून गेले.

८५

तात्या भाऊ पाटलांशी बोलत बसले होते. चवताळलेल्या भटांनी भाऊ पाटलांना छळायची हद्द गाठली होती. जुन्नरच्या ब्राह्मण अंमलदारानं त्यांच्यावर फौजदारी गुन्हा दाखल केला होता. त्याची हकिगत ते सांगत होते. त्यातून ते निर्दोष सुटणार, यात शंकाच नव्हती.

दहा वर्षांचे स्नेहसंबंध आता अधिक दृढ झाले होते. अनेकदा विनंती करूनही भाऊ पाटील तात्यांना तात्यासाहेब म्हणूनच हाक मारत. तात्यांना ते आवडत नसे. भाऊ पाटील त्यांना आपल्या मोठ्या भावाच्या जागी वाटत. वेळोवेळी ते म्हणत,

''भाऊसाहेब, आता वडीलकीच्या नात्यानं तात्या म्हणून हाक मारणारं कोणी उरलं नाही. तुम्ही तरी मला तात्यासाहेब म्हणून बोलावत जाऊ नका.''

परंतु भाऊसाहेबांना ते शक्य होत नसे. तात्यांशी बोलताना त्यांच्या ओठांवर सहजपणे तात्यासाहेब हेच शब्द येत.

यावेळी तात्यांनी भाऊ पाटलांना फार आग्रहानं ठेवून घेतलं होतं. गावात महाराज सयाजीराव गायकवाड आले होते. गेले अनेक दिवस त्यांच्या सन्मानासाठी शहरात रोज कुठं ना कुठं कार्यक्रम सुरू होते. महाराज स्वत:हून अनेक शाळांना भेट देत. आपल्या वतीनं मदत जाहीर करत. त्यांनी कृष्णराव भालेकरांच्या सुशिक्षणगृहालाही

भेट दिली. दरमहा आर्थिक मदत पाठवण्याचं आश्वासन दिलं. सत्यशोधक समाजातर्फेही महाराजांच्या सन्मानार्थ कार्यक्रम आयोजित करण्यात आला.

तात्या एकीकडं 'सत्सार'चा पहिला अंक प्रसिद्ध करण्याच्या खटपटीत होते आणि त्याच वेळी महाराजांच्या सन्मानासाठी आयोजित केल्या जाणाऱ्या कार्यक्रमांना हजेरी लावत होते. अंकाचं लेखन जवळपास पूर्ण झालं होतं. लवकरच छपाई सुरू करायची होती. सुमारे दोन हजार अंक काढायचे होते. या अंकात तात्यांनी पंडिता रमाबाईंच्या टीकाकारांची खडसून हजेरी घेतली होती. सोबतच ब्राह्मो समाज आणि प्रार्थना समाजाच्या आचारविचारांतील विसंगतींवर, ब्रह्मघोळ घालून धर्माचा खुबीदार अनर्थ करणाऱ्या आर्यभटांवर प्रखर टीका केली होती.

पहिल्या-दुसऱ्या अंकाला चांगला प्रतिसाद मिळाला तर दर आठवड्याला अंक प्रसिद्ध करावेत, अशी योजना तात्यांनी मनोमन आखून ठेवली होती. दुसऱ्या अंकाचंही कच्चं लेखन तयार झालं होतं. स्त्रीच्या उदरी जन्मून तिचीच निंदा करणाऱ्या उपटसूळ मुलांचे कान उपटण्यासाठी तो अंक निघणार होता.

अजूनही थकवा जाणवत असला, तरी तात्यांचं अंथरूण आता सुटलं होतं. रात्रंदिवस काम करायची सवय अजून तशीच टिकून होती. 'सत्सार'चा पहिला अंक प्रकाशित झाल्यावर तात्या मुंबई-ठाण्याचा दौरा करणार होते. मुंबईला कामगार वस्तीत भाषण झाल्यावर ते ठाण्याला जाणार होते. सत्यशोधक समाजाचा या वर्षीचा वार्षिकोत्सव ठाण्याला घ्यायचं ठरलं होतं. डॉक्टर लाड यांनी कधीपासूनच त्या दृष्टीनं तयारी चालवली होती.

आज पुणे वक्तृत्व सभेच्या वतीनं महाराजांच्या प्रमुख उपस्थितीत रावसाहेब रानडे यांचं व्याख्यान होणार होतं. विषय होता : शेतकीची स्थिती.

तिसऱ्या प्रहरी भाऊ पाटलांसह व्याख्यानासाठी गेलेले तात्या संध्याकाळी घरी आले, ते संतप्त मन:स्थितीतच. सयाजीराव महाराजांसमोर रावसाहेबांनी मांडलेले विचार त्यांच्या संतापाला कारणीभूत ठरले होते. आपल्या भाषणात रावसाहेब म्हणाले,

''पूर्वी जरी जातिभेद होते, तरी राष्ट्राच्या प्रगतीला त्यांनी काही अडथळा केला नाही... तसेच, हल्ली शेतकीची स्थिती चांगली आहे. शेतकऱ्याचं धान्य बाजारात सुलभ रीतीनं जातं व दुसऱ्या अनेक सुधारणा झाल्या आहेत. ...दहा वर्षामागं दुष्काळ पडला, तेव्हा स्थिती खालावली, तरी पण आजची स्थिती तीस वर्षामागल्या स्थितीपेक्षा चांगली ठरते.''

रावसाहेबांच्या भाषणानंतर बोलायला उभ्या राहिलेल्या तात्यांनी त्यांचे मुद्दे खोडून काढले; परंतु तेवढ्याने त्यांचा राग शांत झाला नाही. रावसाहेबांसारख्या विद्वानानं असा विपर्यस्त विचार मांडावा, ही गोष्ट त्यांना फार संतापजनक वाटत होती.

''पाहिलंत, भाऊसाहेब.'' तात्या म्हणाले, ''तो विद्वान गृहस्थ गायकवाड सरकारांस कसं पोकळ ज्ञान शिकवतो आहे! जातिभेद असला, तरी त्यानं राष्ट्राच्या प्रगतीला अडथळा केला नाही असं म्हणणाऱ्या या विद्वानाला म्हणावं तरी काय? ख्रिस्ती लोकांनी दिलेल्या शिक्षणामुळे शेतकऱ्यांची स्थिती थोडी पालटली आहे. म्हणजे या तीस वर्षांत शूद्र शेतकऱ्यांवरील आर्य ब्राह्मणांचा धर्मरूपी जुलूम काही अंशी कमी झाला आहे, हे उघडपणे कबूल करायची लाज वाटून तो मोघमपणे म्हणतो की, पूर्वीच्या तीस वर्षांपेक्षा शेतकऱ्यांची स्थिती हल्ली बरी झाली आहे.''

भाऊ पाटलांनाही रावसाहेबांचं आजचं भाषण आवडलं नव्हतं. ते म्हणाले,

''ही सगळी दिशाभूल आहे, तात्यासाहेब. झाला तेवढा बदल इंग्रजी राज्यामुळे झाला, हे त्यांना मान्य करवत नाही आणि जातिभेद ज्यांच्या हिताचे आहेत, ते लोक जातिभेदांवर पांघरूणच घालणार आहेत.''

तात्या म्हणाले,

''जातिभेदांमुळे आम्हाला कोणकोणती दुःखं भोगावी लागतात याची त्यांना काय माहिती आहे? आमच्याविषयी बोलताना ते अशीच वेळ मारून नेतात. यांच्या एका तरी ब्राह्मण कुटुंबातल्या बायका-मुलांना उन्हातान्हात उपाशीतापाशी काम करायचा इंगा माहीत आहे का? आर्यभट ब्राह्मणांतील एकानं तरी सोनखताच्या पाट्या वाहून झाडांच्या खोडाशी टाकल्या आहेत काय? त्यांचे आर्यभट बंधू आम्हा शेतकऱ्यांचा निढळाचा पैसा दक्षिणा म्हणून उपटतात आणि नायकिणींची भर करतात; परंतु याविषयी मात्र एकाही ब्राह्मणाची वाचा उसळत नाही.''

दोन दिवसांनी 'ज्ञानप्रकाश'मध्ये त्या कार्यक्रमाचं वृत्त छापून आलं. रावसाहेबांची वाहवा करून, संपादकानं तात्यांच्या भाषणावर एकांगी हटवादी म्हणून ताशेरे ओढले होते.

रावसाहेबांना आणि त्यांची री ओढणाऱ्या 'ज्ञानप्रकाश'कर्त्याला तात्यांनी शेतकऱ्याचा असूड दाखवायचं ठरवलं. त्यांनी ताबडतोब 'सत्सार'च्या पहिल्या अंकाची छपाई करून घेतली. गावोगाव अंक रवाना झाले आणि तात्यांनी आजारपणाच्या काळात करून ठेवलेलं लिखाण बाहेर काढलं. त्याला 'इशारा' हे नाव द्यायचं ठरवून उपोद्घात लिहायला प्रारंभ केला...

''आर्य ब्राह्मणांतील पहिला दिवाभीत, गृहस्थाचा डौल घालून पुण्याचा रहिवासी असता मुंबईकर बनून विद्वान श्रीमान महाराजा गायकवाड सरकारांस पोकळ ज्ञान शिकवतो की, 'जातिभेद असला, म्हणून आपल्या इष्ट हेतूस तो (जातिभेद) बिलकुल (त्या देशाचे उन्नतीस) आडवा येत नाही.' तथापि, असल्या शूद्रादी अतिशूद्रद्वेष्ट्या वाचाळ उपदेशकांच्या मतलबी पोकळ पांडित्याचा आम्हास यत्किंचित अचंबा वाटत नाही... भटब्राह्मणांची सर्व दुष्कर्मे उघडकीस

येताच त्यांचे मतलबी ग्रंथास कोणी हातीसुद्धा धरणार नाहीत. अठरा वर्णांमध्ये ब्राह्मण श्रेष्ठ म्हणून कोणी त्यांची पत्रास चालू देणार नाहीत. धोत्रेकुट्या ब्राह्मणांस कोणी फुकटफाकट तूप-पोळ्यांची प्रयोजने देणार नाहीत. तबलजी ब्राह्मणांस कोणी मान देणार नाहीत व खोटेनाटे करणाऱ्या ब्राह्मणांस कोणी दारापाशी उभे करणार नाहीत.

''परंतु आर्यब्राह्मणांतील दुजा नूतन शंकराचार्याचे तोलाचा विद्वान लहान-मोठ्या सभांत उड्या मारून प्रतिपादन करीत फिरतो की, 'पूर्वीच्या तीस वर्षांपेक्षा हल्ली शूद्र शेतकऱ्यांची स्थिती बरी आहे.' या त्याच्या धाडसाविषयी मात्र थोडेसे नवल वाटते... या तीस वर्षांत शूद्र शेतकऱ्यांवरील आर्य ब्राह्मणांचा धर्मरूपी जुलूम काही अंशी कमी झाला, हे उघडपणे कबूल करण्याची लाज वाटून तो मोघम म्हणतो की, 'पूर्वीचे तीस वर्षांपेक्षा (शूद्र) शेतकऱ्यांची स्थिती हल्ली बरी झाली आहे.' अहो, हे धूर्त आमचे अज्ञानी शूद्र शेतकऱ्यांची 'सोजरी' भाषा अजाणत्या गव्हर्नर जनरलसाख्या कामगारांची समजूत काढण्याकरिता वापरून हमेशा कशीतरी वेळ मारून नेतात.

''...अहो, हे मतलबी विद्वान भट ब्राह्मणसुद्धा पुन्हा अज्ञानी देवभोळ्या शूद्रातिशूद्र शेतकऱ्यांचे जन्मांतरात ब्रह्मघोळ करू पाहतात. याविषयी आमचे शूद्रातिशूद्रांसह आर्यभट ब्राह्मण बांधवांस स्पष्ट दिसून यावे, म्हणून या चोपडीस 'इशारा' हे नाव दिले आहे.''

सोबतच पेशवाईत शेतकऱ्यांना भोगाव्या लागलेल्या हालअपेष्टांचं आणि इंग्रजी राज्यामुळे झालेल्या सुखसोयींचं वर्णन केलं आहे.

'इशारा' छापखान्यात पाठवून तात्या मुंबईला निघून गेले. तिथं चार दिवस थांबून नारायणराव लोखंड्यांसह ते ठाण्याला आले. वार्षिकोत्सवाचा कार्यक्रम चांगला झाला. त्या निमित्तानं नारायणराव लोखंड्यांशी झालेली दिलजमाई ही महत्त्वाची बाब ठरली. नारायणरावांनी 'दीनबंधू'त सत्यशोधक निबंधमाला सुरू करायचं ठरवलं. महाराष्ट्रात इतरत्र सत्यशोधक प्रचारक पाठवावेत, असंही ठरलं. त्या दृष्टीनं डिसेंबर महिन्यात बैठक घ्यावी, असा निर्णय झाला आणि तात्या पुण्याला परतले.

'सत्सार'चा पहिला अंक अफाट लोकप्रिय ठरला. तात्यांची उमेद वाढली. ताबडतोब त्यांनी दुसऱ्या अंकाचं लेखन पूर्ण करून तेही छापखान्यात पाठवून दिलं. त्यात 'दीनबंधू'चे संपादक नारायणराव लोखंडे यांच्यावर कठोर टीका होती; अर्थात नारायणरावांची भेट झाली, म्हणून ती टीका अंकातून वगळली जाणार नव्हती.

८६

धोंडिबा रोड्यांच्या घरी सर्व मंडळी गोपाळबुवांची वाट पाहत थांबली होती. तात्यांसमवेत मारुतराव नवले, भिमाजीराव बिरमल, रायनाक घाडगे आणि आणखी काही माणसं बसली होती.

तात्यांनी उभारलेल्या अस्पृश्यता निवारण मोहिमेत सध्या रायनाक घाडगे यांची नव्यानं भर पडली होती. पलटणीत दाखल झाल्यावर त्यांची सुभेदार मेजर दर्याजीराव थोरात, गोपाळबुवा वलंगकर यांच्याशी ओळख झाली. त्यांच्यासोबत तात्यांची व्याख्यानं ऐकताच त्यांना आयुष्यात नवी पहाट उगवल्याचा आनंद झाला. त्यानंतर एके दिवशी ते गोपाळबुवांसोबत तात्यांच्या भेटीला येऊन गेले. अस्पृश्य समाजातल्या माणसाकडं माणूस म्हणून पाहणारा एक देवमाणूस त्यांना पाहायला मिळाला होता. तात्यांची प्रत्येक भेट त्यांच्या मनात आत्मविश्वास वाढवणारी ठरली होती.

तात्या दर रविवारी पलटणीत येत. लष्करातील जवानांसमोर व्याख्यानं देत. सोबत आणलेली पुस्तकं मोफत देऊन वाचायला सांगत. लष्कर हाताशी धरून सरकारनं धरणं, तळी, रस्ते बांधून घ्यावेत, असं तात्यांचं म्हणणं होतं. त्यांचं हे म्हणणं गोऱ्या लष्करी अधिकाऱ्यांना पटत नसे; परंतु तात्या आपला मुद्दा मुळीच सोडत नसत. अशाच एका रविवारी त्यांनी तात्यांना पहिल्यांदा पाहिलं होतं. त्या दिवशीच्या भाषणातले तात्यांचे ते शब्द आजही मनावर तसेच कोरलेले होते. तात्या म्हणाले होते,

'क्षत्रिय लढवय्यांची मनं भटा-ब्राह्मणांनी गुलाम बनविली आहेत. आपल्या देशाचं राज्य देशासाठी रक्त सांडणाऱ्या आपणा क्षत्रियांच्या हातात आलं पाहिजे, ते भटांच्या हाती जाता उपयोगी नाही.'

मराठा सैनिकांना उद्देशून तात्या म्हणत,

'महार-मांग हे कट्टे क्षत्रिय आहेत; म्हणून द्वेषानं भट लोक त्यांना हलके मानतात आणि भटांच्या नादी लागून आपणही हजारो वर्षांपासून त्यांना फार छळलं आहे. त्याचा ईश्वराच्या घरी जाब द्यावा लागेल. म्हणून यापुढं तरी त्यांचा छळ न करता त्यांची स्थिती सुधारण्यासाठी त्यांना बंधूभावानं मदत करा... तुम्ही शूर शिपाई असून पुळक्या भटांच्या पाया पडू नका. आपल्या मुलांना स्वाभिमानाचं शिक्षण द्या.'

जमादार लक्षणराव देसाई, हवालदार शिवाजीराव देसाई असे अनेक अधिकारीही तात्यांचे अनुयायी झाले होते. सर्वांच्या मदतीनं तात्यांनी अस्पृश्यता निवारण मोहीम उघडली होती.

तात्यासाहेब रोडे सत्यशोधक समाजाचा पुढारी होऊन समाजाचं काम पुढे

चालवीत होता. त्याच्याविषयी तात्यांनी वर्तवलेली शक्यता तंतोतंत खरी ठरली होती. गोपाळबुवा हे तर तात्यांचे विद्यार्थीच होते.

तात्यांना सोसावा लागणारा छळ घाडगे पाहत होते; परंतु त्याचा विचारही न करता त्यांचं काम सुरू होतं. कधीकधी घाडग्यांना वाटे,

'देवानं आम्हाला मनुष्यजन्म दिला आणि तात्यासाहेबांनी त्या मनुष्यत्वाची ओळख करून दिली.'

गोपाळबुवा अजूनही आले नव्हते.

''चला, आपणच गोपाळबुवांकडे जाऊ.'' तात्या म्हणाले.

सर्वजण भवानी पेठेतून बाहेर पडून गोपाळबुवांच्या घराकडं निघाले. महारवाडा जवळ आला. तेवढ्यात समोरून एक लहान मुला रडत येताना दिसला. त्याच्या आसपास कोणी दिसत नव्हतं. रडणार ते एकाकी मूल पाहून तात्यांचं मन गलबललं.

त्याच पावली पुढं जाऊन तात्यांनी त्याला उचलून घेतलं. त्याच्या डोळ्यांतून वाहणारे अश्रू उपरण्यानं पुसले आणि ते त्याला उगी करू लागले. का रडतोस, म्हणून विचारू लागले; परंतु मुलाचं रडं काही केल्या थांबत नव्हतं. मुलगा उपाशी दिसत होता.

''हा आपल्या किसनचा पोरगा. मायबाप दोघं म्युनिसिपालिटीच्या कामावर गेले असतील...'' तात्यासाहेब म्हणाला.

तात्यांनी आजूबाजूला पाहिलं. जवळच एक दुकान होतं. तात्या म्हणाले,

''थोडं थांबा. मी याला खायला घेऊन देतो.''

दुकानासमोर येऊन त्यांनी साखरपोहे मागितले.

तिथं उभे असलेले एक गृहस्थ तो सगळा प्रकार पाहत होते. सुधारलेल्या विचारांचे गृहस्थ म्हणून ते गावात बरेच प्रसिद्ध होते; परंतु त्यांनाही तो प्रकार असह्य झाला होता.

तोंड वाकडं करून ते म्हणाले,

''काय हो, महाराच्या त्या घाणेरड्या मुलाला तुम्ही कडेवर कसं घेतलंत? त्याच्याकडं पाहिलंत काय?''

''पाहिलं, म्हणूनच तर उचलून घेतलं. त्याचं शरीर अस्वच्छ आहे, एवढंच ना? त्याला कारण आहे. तुमच्या-आमच्यासारखे लोक त्यांना पाणी मिळू देत नाहीत, म्हणून ते असं अस्वच्छ दिसतं आहे.''

''हो, पण त्याची घाण तुमच्या अंगाला लागते आहे ना, तुम्हाला किळस नाही का येत?''

''नाही. अंगाला घाण लागली, तरी ती धुऊन काढायला थोडंसं पाणी पुरेसं होईल. कदाचित माझं मन स्वच्छ व्हायला या घाणीचाही उपयोग होईल; परंतु भेदभावाच्या घाणीनं मळलेली मनं कशाने स्वच्छ करायची, हाच प्रश्न आहे.''

“म्हणजे?”

“म्हणजे मला काय म्हणायचं आहे, ते तुम्हाला समजलं आहे. सभेत भाषण करणं सोपं असतं.”

तात्यांनी दिलेला टोला वर्मी बसला होता. ते गृहस्थ एकदम गोरेमोरे झाले. त्यांना एकदम असं काही उत्तर मिळेल अशी अपेक्षा नसावी. ते म्हणाले,

“तुमच्या तोंडाला कोणी लागावं?” आणि झटकन तोंड फिरवून ते चालते झाले.

तात्यासाहेबानं तो सर्व संवाद ऐकला होता. त्याची क्रुद्ध नजर चटचट पाय उचलत दृष्टीआड होणाऱ्या त्या गृहस्थावर रोखली गेली होती. त्याला शांत करीत तात्या म्हणाले,

“रागावू नकोस. आपला सगळा शूद्रातिशूद्र समाज या वृत्तीचे परिणाम भोगतो आहे. आज ना उद्या त्यांच्यातली माणुसकी जागी होईल. त्यांना आपल्या कृत्यांचा पश्चात्ताप होईल. एवढं करून त्यांनी आपली वागणूक सुधारली नाही तर त्यांना आपल्या कृत्यांची फळं भोगावी लागती... आणि तो दिवस फार लांब नाही.”

साखरपोह्यांचा खाऊ मिळताच मुलाचं रडणं थांबलं होतं. तात्यांनी त्याला कडेवरून उरतवून खाली सोडलं. दुडूदुडू धावत तो घराकडं जाऊ लागला.

पोह्यांची पुरचुंडी घेऊन दुडूदुडू धावत निघालेल्या त्या मुलाकडं तात्या समाधानानं पाहत होते.

“चला...” तात्या म्हणाले.

सर्वजण गोपाळबुवांच्या घराकडं चालू लागले.

तात्या गोपाळबुवांची भेट घेऊन घरी आले तेव्हा बडोद्याहून आलेले दोन कारकून त्यांची वाट पाहत बैठकीत बसले होते. मेजावर महाराजांची तसबीर भिंतीला टेकवून ठेवली होती.

तसबीर पाहताच तात्यांना फार आनंद झाला. ती तसबीर खरोखरच अगदी साधी होती. महाराज घोड्यावर बसले होते. त्यांचे दोन्ही हात घोड्याच्या लगामावर होते. पोशाख साधा होता. अंगावर एकही अलंकार नव्हता.

वामनराव म्हणाले,

“तात्यासाहेब, महाराजांनी खास आपल्यासाठी ही तसबीर करवून घेतली आहे.”

तसबीर पाहून प्रसन्न झालेले तात्या म्हणाले,

“तसबीर आवडली. मला अशीच तसबीर पाहिजे होती.”

सीतारामला बोलावून तात्यांनी ती तसबीर दरवाजाच्या वरच्या बाजूला लावायला सांगितली. तात्या सांगत होते, ती जागा बैठकीच्या मुख्य दरवाजाची वरची बाजू असली, तरी ती बाजू आत येत होती.

"तात्यासाहेब..." सीताराम म्हणाला, "बाहेरून येणाऱ्या माणसाला तसबीर सहज दिसणार नाही."

तात्या म्हणाले,

"आत येणाऱ्या माणसाला तसबीर दिसली नाही, तरी चालेल. घरातून बाहेर जाणाऱ्या माणसाला महाराजांचं दर्शन व्हावं, असा माझा हेतू आहे."

तिसऱ्या प्रहरी मुंबईहून मामा परमानंदांचं पत्र आलं. त्यांना इतिहासप्रसिद्ध पुरुषांचे पोवाडे पाहिजे होते. त्यांच्या खात्याचे अवरसचिव ऑक्वर्थ साहेबांनी अशा पोवाड्यांच्या संकलनाचं काम हाती घेतलं होतं. शंकरराव शाळीग्राम आणि मामा परमानंद यांच्या मदतीनं त्यांचं हे काम चाललं होतं. त्याच संदर्भात मामांनी शिवाजी महाराजांचे खऱ्या हकिगतींवर आधारलेले पोवाडे मागवले होते. शिवाजी महाराजांवर पोवाडा लिहिताना खरा म्हणावा असा एकही पोवाडा तात्यांच्या पाहण्यात आला नव्हता. हाती लागलेले बरेचसे पोवाडे बनावटच होते.

गोब्राह्मणांसह दादोजी कोंडदेव किंवा समर्थ रामदास यांचं फुकट स्तोम माजविणारे पोवाडे त्यांनी संग्रही ठेवले नव्हते. अशा पोवाड्यांतल्या बनावट इतिहासावर विसंबून इतिहास रचणाऱ्या युरोपियन ग्रंथकारांचीही तात्यांना तेवढीच चीड होती. इथल्या वास्तविक स्थितीचा पडताळा न घेताच त्यांनी आपले इतिहास रचले होते.

शिवाजी राजांचं कर्तृत्व हे कोणाच्या आशीर्वादाचं फळ नव्हतं किंवा कोणा गुरूची शिकवण नव्हती. ब्राह्मण लेखकांनी त्यांचं स्वतंत्र कर्तृत्व डावलून ते श्रेय दादोजी कोंडदेवाला आणि समर्थ रामदासांना देण्याचा प्रयत्न केला होता. त्यांनीच शिवाजी राजांना गोब्राह्मण प्रतिपालक हे बिरुद चिकटवून त्यांच्या थोरवीला उणेपणा आणला होता.

तात्यांनी लगेच मामांना पत्र लिहायला घेतलं. अनुभवाला आलेली सर्व वस्तुस्थिती कथन केली. त्यानंतर डोळे झाकून इतिहास लिहिणाऱ्या युरोपियन लेखकांचा खरमरीत समाचार घेऊन तात्यांनी लिहिलं,

'...अलीकडे भट-ब्राह्मणांची विद्वान पोरेसोरे नवीन पवाडे करून हळूच मैदानात आणीत आहेत. त्यांपैकी माझे पाहण्यातही बरेच आले आहेत आणि त्यातील शूद्रांनी कमविलेल्या मोत्यापोवळ्यांचा चारा चरणारे भागवती, गोब्राह्मणासह दादोजी कोंडदेवास फाजील आगंतुकी करावयास लावल्यामुळे तसल्या बनावट पवाड्यांचा मी संचय केला नाही.'

मामांना आपल्याकडून मदत झाली नाही याची तात्यांना खंत वाटली खरी; परंतु धादान्त खोटा इतिहास मांडणाऱ्या पोवाड्याविषयीचं अनुभवास आलेलं सत्य मामांना कळवता आलं, हे समाधान त्याहून मोठं होतं. कदाचित त्याचाही मामांना उपयोग होऊ शकणार होता.

दुसऱ्या दिवशी वामनरावांच्या आणि सखारामपंतांच्या हातावर निरोपाची फुलं ठेवताना तात्या म्हणाले,

"महाराजांना आमचे प्रणाम सांगा."

८७

इतके दिवस जुन्नरच्या कोर्टात भिजत पडलेला ओतूर खटला तब्बल दोन वर्षांनी बोर्डावर आला. साक्षी-पुरावे होऊन न्यायाधीश महादेव श्रीधर रानडे यांनी निकाल दिला की, प्रतिवादी बाळाजी पाटील यांनी दोन्ही लग्नांबद्दल ग्रामजोश्यांना आठ आणे नुकसानभरपाई द्यावी. ग्रामजोश्यांचे हक्क वैध ठरले. ब्राह्मण न्यायाधीशानं ब्राह्मणांची बाजू घेतली होती. तो निवाडा ऐकताच गावोगावचे ब्राह्मण बेहोष होऊन नाचू लागले.

सत्यशोधक समाजानं आपली केस ताबडतोब जिल्हा न्यायालयात घातली. गावोगाव जाहीर खबर पाठवण्यात आली. ब्राह्मणांना लग्नविधीसाठी न बोलावता त्यांना चार आणे पोचते करण्यात यावेत.

सत्यशोधक समाजानं अर्धी लढाई जिंकली होती. ब्राह्मणांना लग्नमंडपाबाहेर ठेवण्यात यश मिळालं होतं. आता त्यांचा आर्थिक हक्क उडवून लावणं आवश्यक होत. ब्राह्मण मात्र आपल्या सोयीचा अर्थ काढून लोकांची दिशाभूल करत होते.

५ डिसेंबर १८८६ च्या 'दीनबंधू'मध्ये तांबोळी या गृहस्थानं लिहून पाठवलेलं ते पत्र छापून आलं. गरीब शूद्रांसाठी झटणाऱ्या माणसाचा कसा छळ केला जातो, याचं ते घृणास्पद उदाहरण होतं. चार माणसांकडून परस्पर कान टोचले गेल्यावर फुले वाड्यामागचा मैल्याचा डेपो हलला. सर्व प्रकरणाचा परिणाम एकच झाला. समाजात तात्यांची प्रतिमा आणखी उंचावली, उजळून निघाली.

दिवसेंदिवस सत्यशोधक चळवळ वाढत होती. ब्राह्मणांना न जुमानता लग्नं लावली जात होती. त्याच वेळी सत्यशोधक ब्राह्मणांना शरण गेले, सत्यशोधक खटला हरले; अशा अफवा उठवल्या जात होत्या; परंतु सत्यशोधक सर्वांना पुरून उरले. जुन्नर तालुक्यात भाऊ पाटलांनी ब्राह्मणांना त्रस्त करून सोडलं. तशीच वेळ आली तर ते पोलिसांची मदत घेऊन लग्नविधी पार पाडत; परंतु ब्राह्मणांची पत्रास चालू देत नसत.

ढमढेऱ्यांच्या तळेगावात मोठाच इतिहास घडला. तिथं एका न्हावी तरुणाचं लग्न सत्यशोधक समाजाच्या पद्धतीनं होणार होतं. शेजारच्या कासारीलाही काही लग्नं व्हायची होती. सगळे बलुतेदार ब्राह्मणांविरुद्ध एक झाले. ब्राह्मणांवर बहिष्कार पडला. मोठाच बखेडा उपस्थित झाला. ओतूर खटला थोडा ब्राह्मणांच्या बाजूनं गेल्यानं त्यांना स्फुरण चढलं होतंच.

तळेगावचे नारायणराव काशीबा कऱ्हेकर पुण्याला येऊन तात्यांना निमंत्रण देऊन गेले. सोबत तळेगावातल्या महिला सत्यशोधक शिवूबाई भुजबळ याही होत्या. तात्यांना शिवूबाईंचं फार कौतुक वाटत असे. देवऋषीपण करणाऱ्या विठोबा भुजबळाला न जुमानता त्या सत्यशोधक समाजाचं कार्य करीत. तळेगावात उपस्थित झालेल्या बखेड्याला विठोबा भुजबळ हाही तेवढाच कारणीभूत होता. समाजात अंधश्रद्धा पसरवणाऱ्या आणि वरून पुढारीपण करून आपल्याच लोकांना बुडवून खाणाऱ्या विठोबाला धडा शिकवणं आवश्यक होतं.

नारायणराव आणि शिवूबाई येऊन गेले, तेव्हा तात्या सत्यसमाजोक्त विवाहविधीची पुस्तिका तयार करण्यात गुंतले होते. प्रकृतीची तक्रार सुरूच होती; परंतु तिकडं दुर्लक्ष करून तात्या लिहीत होते.

थोडी विश्रांती घ्या, असं काकूंनी सांगितलं तर म्हणाले,

"सावित्रीबाई, विश्रांती घेऊन कसं होईल? नुसती मंगलाष्टकं म्हणून भागत नाही. लोकांना संपूर्ण लग्नविधी व्हायला पाहिजे असतो. त्याशिवाय त्यांना लग्न झाल्यासारखं वाटत नाही. एखादी गोष्ट नको म्हणताना दुसरी कोणती गोष्ट हवी, ते स्पष्ट झालं पाहिजे. कारण लग्न ही आयुष्याची कबुलायत आहे. दोघा स्त्री-पुरुषांच्या एकमेकांच्या पूर्ण संमतीनं आणि समजुतीनं ती झाली पाहिजे. त्यांनी एकमेकांचं वय, विचार आणि परस्पर प्रीत बघून ही कबुलायत करावी आणि वडीलधाऱ्यांनी सुखी संसारासाठी त्यांना आशीर्वाद द्यावा. बडबडणाऱ्यालाही जे कळत नाहीत, असे मंत्र म्हणून लग्नं लावली जातात, याला काय म्हणावं? त्यात ब्राह्मणांचा काहीही संबंध येत नाही. ब्राह्मणाचे तेथे नाही प्रयोजन, द्यावे हाकलून जोती म्हणे ।"

ग्यानोबांसोबत आणखी काही माणसं देऊन तात्यांनी त्यांना तळेगावला पाठवून दिलं आणि ते पुन्हा कामाला लागले. लग्नविधीची पुस्तिका छापण्यासाठी नारायणरावांकडे पाठवून ते तळेगावला दाखल झाले, तोवर बऱ्याच घटना घडून गेल्या होत्या.

बलुतेदारांनी त्या न्हावी तरुणाचं लग्न जिद्दीनं पार पाडलं होतं. कावेबाज भटांनी कुठल्याही परिस्थितीत ते लग्न होऊ द्यायचं नाही, असा निर्धार केला होता; परंतु पुण्याहून सत्यशोधक मंडळी दाखल होताच त्यांची पाचावर धारण बसली. एकीकडं सत्यशोधकांना गावातून पळवून लावण्यासाठी त्यांनी काही लोकांना दारू पाजली आणि दुसरीकडं लाडीगोडी लावून वरवर माफीचं नाटकही रचलं; परंतु एकही माणूस त्या नाटकाला बळी पडला नाही.

चिडलेल्या ब्राह्मणांनी आम्हीच न्हावी लोकांवर ग्रामण्य टाकलं असल्याची कंडी उठवली आणि बहिष्कार म्हणून एकमेकांच्या हजामती सुरू केल्या; परंतु न्हावी लोकांनी त्यांच्या ग्रामण्याला भीक घातली नाही. आता तर सत्यशोधक समाजाचे

प्रमुख नेते स्वत: तात्यासाहेब फुले तळेगावात दाखल झाले होते. सर्व बलुतेदारांच्या अंगांवर मूठभर मांस चढलं होतं.

घरोघर ब्राह्मण न्हाव्यांची चेष्टा सुरू झाली. लोक हसू लागले. तरीही त्यांनी गळ्यातल्या धोकट्या काढल्या नाहीत. ब्राह्मणांनी हातात वस्तरे घेण्याची ही काही पहिली वेळ नव्हती. एवढ्या तेवढ्या कारणावरून यापूर्वीही त्यांनी अनेक वेळा वस्तरे हातात घेतले होते. हजामतीचे दर वाढले, तरी गळ्यात धोकट्या घालायची त्यांची तयारी असे. लोक म्हणाले, हे स्वत:च न्हावी झाले, तर यांना न्हाव्याचं लग्न न्हाव्याच्या हातून झालं, म्हणून राग का यावा?

रात्री नारायणराव कऱ्हेकरांच्या घरी बलुतेदारांची बैठक बसली. कासारीतल्या माळी लोकांची लग्नं तात्यांच्या हातून लावावीत, असं चाललं होतं. ब्राह्मण स्वत:च्या कष्टानं पोटं भरणार नाहीत, तोवर एकही गावकरी त्यांना सहकार्य करणार नाही, असा सगळ्यांचा ठराव होता.

बाहेर पावसाची रिपरिप सुरू होती. पेरण्यांचे दिवस असूनही माणसं डोक्यावर इरली आणि हातांत कंदील घेऊन दूरदूरहून आली होती.

नारायणरावांचे वडील काशीबा आत भजन म्हणत होते. तात्या विचार करत होते. नारायणराव बदलले; परंतु काशीबा बदलणार नाहीत; पण त्यांनाही आपले विचार समजावून दिले पाहिजेत... आतून आरती कानांवर येऊ लागली.

"आरती ज्ञानराजा । महाकैवल्यतेजा ।।
सेविती साधू संत । मनू वेधला माझा...।।"

काशीबांच्या भजनाची सांगता झाली. बाहेर येऊन ते सत्यशोधकांच्या बैठकीत बसले.

तात्या म्हणाले,

"काका, आमचे विचार तुम्हाला पटतात की नाही?"

"पटत न्हाईत कसं? पटतात की; पण आमच्या जुन्या सवयी अशा एकदम जाणार हाईत, व्हय? नारायनाचा पोरगा न्हाई करायचा हे भजन-कीर्तन."

तात्यांना दादांचं बोलणं आठवलं; त्यांचंही असंच. त्यांनाही जोती म्हणतोय ते बरोबर आहे हे दिसायचं, पटायचं; पण जुनं सोडायला ते तयार नसत. ही कथा एकट्या काशीबांची नव्हती किंवा दादांची नव्हती. एकूण जुन्या पिढीचीच ही कथा होती; परंतु काका म्हणतात, ते खरं होतं. उद्याची पिढी त्या तत्त्वज्ञानाला चिकटून राहणार नव्हती.

तात्या म्हणाले,

"तुम्ही ज्ञानेश्वराची आरती करता, तर आम्ही सत्य हाच ईश्वर मानून त्याची आरती करतो."

तात्यांनी रचलेली आदिसत्याची आरती नारायणरावांनी ऐकली होती. ते म्हणाले,
''तात्यासाहेब, आज तुम्ही रचलेली ती आरती म्हणा.''

सर्वांचा आग्रह झाला, आढेवेढे न घेता तात्या आरती म्हणू लागले. सर्वजण त्यांना साथ देऊ लागले.

''सेवूं या सत्यराजा । महाप्रांजळ तेजा ।।
शोधिती निर्वाणीं । मन वेधिलें काजा ।।
लोपलें सत्य जनीं । हित नेणती कोणी ।।
धर्म रचिले बहू । आपहित साधुनी ।।
शोधितां सत्यवर्मा । पावलों गुजवर्मा ।।
विटलों खोट्या धर्मा । त्यागीलें नीच कर्मा ।।''

बरीच रात्र झाली होती. तात्यांचा निरोप घेऊन लोक घरोघर परतले.

गावातलं वातावरण तंग होतं. परिस्थिती स्फोटक होती. जो तो एकमेकाकडं संशयानं पाहत होता. चार दिवस तसेच गेले आणि शेवटी ब्राह्मणांनाच नाक घासत शरण यावं लागलं. आपल्याशिवाय काही अडणार नाही, हे त्यांनी पक्कं ओळखलं होतं. बलुतेदारांच्या बैठकीत त्यांना माफी मागावी लागली. त्यांच्या वतीनं ग्रामजोशी सीताराम यशवंत भवाळकरानं डोळ्यांत पाणी आणून पदर पसरला... बलुत्यांचे हक्क बुडवण्याच्या इराद्यानं एकमेकांच्या हजामती केल्याबद्दल पश्चात्ताप व्यक्त केला.

दया येऊन बलुतेदारांनी त्यांना माफ केलं; परंतु लखोबा गोपाळ या ब्राह्मणाला तो अपमान सहन झाला नाही. बैठक संपता-संपता बेभान होऊन तो ओरडला,

''तुम्ही सर्व मूढ शूद्रांनी आम्हा श्रेष्ठ ब्राह्मणांस पदर पसरून माफी मागायला लावली. मी कोण जातीचा आहे? मी कुलकर्णी आहे बरे! माझे कितीतरी जातवाले सरकारी कामगार आहेत, हे पक्कं ध्यानात ठेवा. आमचा डाव चालेल, तेव्हा आम्ही हा सूड उगवल्याशिवाय राहणार नाही. तरच आम्ही ब्राह्मणांचे बच्चे.''

झालं! मिटत आलेला तंटा आणखी चिघळला. दुलेराव सखाजी पिंगळे, नारायणराव काशीबा कऱ्हेकर यांनी कासारीतल्या माळ्यांची लग्नं समाजाच्या पद्धतीने लावण्याचा निर्धार बोलून दाखवला. ब्राह्मणांवर पुन्हा बहिष्कार पडला.

कासारीतली लग्नं त्याच दिवशी व्हायची होती. तिसरे प्रहरी सर्वजण तात्यासाहेबांसह कासारीकडं निघाले; परंतु तोवर तिकडं ब्राह्मणांनी डाव साधला होता. भटांचं खरकटं खाऊन गावात प्रतिष्ठित म्हणून मिरवणारा विठोबा भुजबळ त्यांना सामील झाला होता. सर्वांच्या आधी पुढं जाऊन, जादूटोण्याची भीती

दाखवून त्यानं कासारीतल्या माळ्यांना गप्प बसवलं आणि तेवढ्यातल्या तेवढ्यात एका तरुणाचं लग्न ब्राह्मणाच्या हातून लावून घेतलं. तेवढ्यात सत्यशोधक मंडळी तिथं पोचली आणि ठेंगू भुजबळाची तिरपीट उडाली. त्याला तोंड लपवायला जागा सापडेना. तो एका गवताच्या गंजीत घुसून बसला. लग्न लावायला आलेला ब्राह्मण धोतर सांभाळत पळत सुटला.

राहिलेलं लग्न लावण्यासाठी तात्यासाहेबांसह सर्व सत्यशोधक मांडवात शिरले; परंतु वधू-वरांचे पालक त्यांना लग्नं लावू द्यायला तयार होईनात. त्यांनी आमची लग्नं ब्राह्मणांच्या हातूनच होतील, म्हणून सांगितलं. आम्ही माळी लोक जातीनं श्रेष्ठ असून, एक वेळ ब्राह्मणांचं ऐकू पण न्हाव्याचं ऐकणार नाही; म्हणून ते हटून बसले. तात्यांनी भटांचा कावा समजावून सांगण्याचा प्रयत्न केला. ओतूर खटल्याची सगळी वस्तुस्थिती सांगितली; परंतु काही उपयोग झाला नाही.

एक माळी गृहस्थ म्हणाला,

''तुमचं बरोबर हाय, तात्यासाब; पण या बामनांचं काय करायचं? ते कामापुरते दाढी धरतील, पाय धरतील; काय पाहिजे ते करतील आणि काम झाल्याबरोबर पाय तुडवायला कमी करणार नाहीत, हे समदं आम्हाला ठावं हाय; पण जिथं जावं, तिथं त्यांचाच सुळसुळाट झालाय, त्याचं काय करायचं? म्हनायला राज्य गोऱ्या साहेबाचं; पण समदी सत्ता बामन कामगारांच्या हातात. तवा आम्ही तरी काय करायचं?''

अज्ञ शेतकऱ्यांच्या हट्टापुढं तात्यांचाही नाइलाज झाला. सत्यशोधकांना माघार घ्यावी लागली. ब्राह्मण बाजूलाच राहिले आणि बलुतेदार व विठोबा भुजबळ यांच्यातच जुंपली. अज्ञ माळ्या-कुणब्यांची हिंमत खचायला ब्राह्मणांपेक्षा तोच अधिक कारण ठरला होता.

दारूबाज ढोंगी भुजबळाला तोंडघशी पाडायचा निर्धार करून सगळे बलुतेदार नव्या जोमानं कामाला लागले. यानंतर आमचं एकही लग्न ब्राह्मणाच्या हातून लावलं जाणार नाही म्हणून सर्वांनी प्रतिज्ञा केल्या.

तात्या पुण्याला आले आणि त्यांनी भुजबळाची हजामत करण्यासाठी लेखणी हाती घेतली. ब्राह्मणांचं उष्टं खाऊन अंगारे धुपारे करीत आपल्याच समाजाला नाडणाऱ्या एका कुऱ्हाडीच्या दांड्याची करणी त्यांनी 'दीनबंधू'तून वेशीवर टांगली. भुजबळाच्या पाठीवर अखंडाचा आसूड फटकावताना तात्यांनी लिहिलं,

''गाढवें गावी गाढवी सुवासिनी । झाली रामजानी देवांगना ।।

... ...

पुरे कर आता खेळ गारुड्याचा । बावन बिराचा छाछू तुझा ।।

बंगाल्यांत दडे आर्य छाछू सर्व । करू नको गर्व तळेगावीं ।।
धूर्त भटापरी बोटें नको चोळूं । नित्य माना पिळू अज्ञान्यांच्या ।।
ग्रहामाजीं शनी आकाशीं रमला । तुझ्या पायीं आला येथें कसा ।।
कशासाठी डौल नाहीं भुजबळ । अंतर निर्मळ नाही तुझें ।।
उष्ट्यासाठी नको करूं द्विज कीव । घेऊ नको जीव शूद्रांचा, रे ।।
अशा वर्तनानें अधोगती जाशी । पश्चात्तापी होशी अखेरीस ।।
विठूच्या नांवाला लावूं नको बट्टा । असत्याचा काटा काढी आता ।।
सत्या करी साह्य सार्थक जन्माचें । बोल जोतीरावाचे मनीं तोल ।।

८८

भल्या सकाळी काकूंना जाग आली, तेव्हा रात्रभर सुरू असलेला पाऊस अजूनही तसाच कोसळत होता. छपराच्या कौलांवरून पाऊसधारांची शिडशिड ऐकू येत होती.

काकूंना काहीतरी चुकल्यासारखं वाटलं. रोज त्यांना शेटजींच्या चाहुलीनं जाग येत असे. ती चाहूल आज लागली नव्हती...

रोज रात्री दहा वाजता झोपी गेलेले शेटजी सकाळी चार वाजता उठत. त्यांचा हा नियम कधी चुकला नाही. एखाद्या दिवशी झोपायला उशीर झाला– तसा तो अनेकदा होई– तरी सकाळी उठायची वेळ कधी टळत नसे. या वेळेपावेतो त्यांचे प्रातर्विधी आटोपलेले असत. पडवीतल्या घोड्यापुढं चारा पडलेला असे आणि जाता-जाता गोविंदाला हाक मारून ते सकाळच्या फेरफटक्यासाठी बाहेर पडलेले असत. पाऊस असला तरच हा कार्यक्रम खंडित होई. त्या दिवशी उशाशी ठेवलेली समई पेटवून त्यांचं वाचन सुरू झालेलं असे.

काकू चटदिशी उठून तात्यांच्या पलंगाजवळ आल्या. त्यांच्या उशाशी ठेवलेली समई घेतली. स्वयंपाकघरात आल्या. चुलीतला विस्तव फुंकून जाळ केला. समई पेटवली आणि तात्यांच्या पलंगालगतच्या बैठ्या मेजावर आणून ठेवली.

तात्या झोपेत होते; परंतु चेहऱ्यावर जागरणाचा शीण जाणवत होता. बहुधा त्यांना रात्रभर झोप लागली नसावी. रात्रंदिवस कष्ट करून थकलेल्या त्या शरीरावर आता वृद्धत्वाच्या खुणा पाय रोवू लागल्या होत्या. गालावर दाढीचे पांढरे खुंट वाढले होते. एके काळच्या काळ्याकरंद केसांवर आता करडी झाक आली होती.

“शेटजी...” काकूंनी हलकेच हाक मारली.

तात्यांनी डोळे उघडले; परंतु ‘जी’ म्हणून आर्जवी होकार मिळाला नाही.

“बरं वाटत नाही का?”

तात्यांनी नकारार्थी मान हलवली आणि उठून बसावं, म्हणून त्यांनी उजव्या हातावर भार टाकला; परंतु जीवच काढून घेतल्याप्रमाणे हात लटका पडला आणि

तात्या पुन्हा अंथरुणावर कलंडले. काकूंनी झटकन् पुढं होऊन त्यांना बसतं केलं.

“काय होतं आहे, शेटजी?”

“काही नाही.... थोडा थकवा आहे.”

“हे थकव्याचं लक्षण नाही, शेटजी.”

तात्या आजवर प्रकृतीविषयी कधी बोलले नव्हते. प्रकृतीविषयी बोलणं त्यांच्या स्वभावातच नव्हतं आणि ती काळजी करायला तेवढी उसंतही कधी मिळाली नव्हती. आतल्या आत त्यांनी खूप सहन केलं आहे, हे जाणवून काकू दु:खी झाल्या. एवढं झालं, तरी त्यांनी साधी हाकही मारली नव्हती. कुठलीही गोष्ट परवानगीशिवाय न करणारे, प्रत्येक गोष्ट सांगणारे शेटजी या बाबतीत मात्र काही सांगत नाहीत हा विचार मनात येताच काकूंच्या डोळ्यांत पाणी आलं.

“सावित्रीबाई...”

“जी...”

“तुमच्या डोळ्यांत पाणी आलेलं बरं दिसत नाही. मला काय झालं आहे? पण कधीकधी असं होतं. एकाएकी हाता-पायांतलं बळ ओसरतं. फार थकल्यासारखं वाटतं. असं का होतं? काही समजत नाही.”

काकू काही न बोलता तशाच उभ्या होत्या.

तात्यांनी हाताला धरून त्यांना आपल्या शेजारी बसवून घेतलं.

“सावित्री...” तात्या म्हणाले.

‘सावित्री...’ आज कितातरी दिवसांनी काकू तात्यांच्या तोंडून हा एकेरी उल्लेख ऐकत होत्या.

“तुझं दु:ख मला कळत नाही असं का आहे? अवतीभोवतीचं हे दु:ख पाहून राहवत नाही. काहीतरी करावसं वाटतं. समाजाची प्रकृती बिघडलेली असताना आपण आपल्याच प्रकृतीची काळजी कुठवर करावी? तुला खूप त्रास होतो...”

“हे काय? हे सांगण्यासाठी का बसवून घेतलं आहे?”

“नाही सावित्री, माझं थोडं ऐकून घे. तू इतकं केलंस. आजवर माझं इतकं ऐकलंस; पण मी तुझ्यासाठी काही करू शकलो नाही.”

काकू अस्वस्थ झाल्या, शेटजींनी आज काय आरंभलं आहे, हेच त्यांना कळेना.

“रागावू नकोस. सावित्री, आयुष्यात कधी कशाची काळजी केली नाही; पण तुमच्या विचारानं जीव बेचैन होतो. आता तब्येतीचा भरवसा वाटत नाही. भाऊबंद असे परक्यासारखे वागतात. त्यांच्यावर विसंबून चालणार नाही. उलट, ते मिळकतीवर डोळा ठेवून तुम्हाला छळायला कमी करणार नाहीत. हातपाय धड आहेत, तोवर तुमची आणि यशवंताची तरतूद करून ठेवावी, असं वाटतं...”

“म्हणजे?”

“मृत्युपत्र करून ठेवावं, असं मला वाटतं.”

काकूंनी डोळ्यांना पदर लावला. आता मात्र त्यांना खरोखरच तात्यांचा राग आला होता.

काकूंना राग येईल, हे तात्यांना माहीत होतं. ते म्हणाले,

“आपला सत्यशोधक समाज तुम्हाला अंतर देणार नाही; परंतु भविष्याची तरतूद म्हणून मृत्युपत्र केलं पाहिजे.”

तात्या बराच वेळ बोलत राहिले. निदान यशवंतासाठी तरी मृत्युपत्र करणं आवश्यक आहे, हे समजावण्याचा त्यांचा प्रयत्न सुरूच राहिला.

“माझ्यासाठी एकच करा, शेटजी.” काकू म्हणाल्या.

“सांगा, सांगा, सावित्रीबाई.”

“थोडे दिवस विश्रांती घ्या. बरं वाटल्यावर मगच पुढची कामं हाती घ्या आणि आता ही बोलणी बंद करा. अजून तुम्हाला खूप पाहायचं आहे. आजच या गोष्टी कुठून सुचल्या?”

तात्या हसले. त्यांना काकूंचं म्हणणं पटलं होतं.

“खरं आहे, सावित्रीबाई.” तात्या उत्साहानं म्हणाले, “अजून खूप काम करायचं आहे. ओतूर खटला जिंकून सत्यधर्माचा ध्वज बळीस्थानात फिरवायचा आहे. सार्वजनिक सत्यधर्म पुस्तक लिहायचं आहे. आम्हाला काय नको, एवढं सांगून चालणार नाही; आम्हाला काय पाहिजे, हेही सांगितलं पाहिजे. नाहीतर जोतिबा फुल्यानं एक ब्राह्मणद्वेष्टा पंथ स्थापन करून समाजात बेदिली माजवली, असा अर्थ काही लोक काढतील. शेवटी काय घ्यायचं आणि काय टाकायचं, हे समाजच ठरवणार आहे :... संसार कसा करावा हे आम्ही लोकांना सांगत असतो; पण आम्हीच जर आमच्या संसाराकडं दुर्लक्ष केलं तर ते चुकीचं ठरेल. यशवंताच्या लग्नाचं तुम्ही काय ठरवलं आहे?”

तात्या अगदी काकूंच्या मनातलं बोलले होते. यशवंता आता चौदा वर्षांचा झाला होता. त्याच्या बरोबरीच्या मुलांची लग्नं आटोपली होती. काकूंनी स्वत:हून हा विषय कधीच काढला नव्हता. वधू-वरांचं लग्नाचं वय काय असावं, याविषयीचे तात्यांचे विचार पाहता तो विषय निघणं शक्यही नव्हतं; परंतु आज शेटजींनी स्वत:च तो विषय काढला होता. ते काही असो. आज त्यांना पाहिजे होता, तो विषय आयताच निघाला होता.

“तुम्ही काय विचार केला आहे?” काकू म्हणाल्या.

“हे काही त्याचं लग्नाचं वय नाही; परंतु त्या दृष्टीनं आतापासून विचार केला पाहिजे. शक्य झालं, तर लग्न ठरवून ठेवलं पाहिजे. उद्या कदाचित त्याच्या लग्नात अडथळे आणले जातील. कदाचित मुलगी मिळू दिली जाणार नाही. तेव्हा...”

यशवंताच्या लग्नाबाबत शेटजीही आपल्यासारखाच विचार करीत आहेत, हे पाहून काकूंना आश्चर्य वाटलं.

"आपल्या ग्यानोबांची मुलगी राधा तुम्हाला कशी वाटते?" तात्या म्हणाले.

ग्यानोबांसोबत वाड्यावर येणाऱ्या त्या चिमुरडीचा सर्वांनाच मोठा लळा होता. तो प्रस्ताव पसंत पडून काकू हरखल्या. राधेसारखी गोड मुलगी सून म्हणून मिळाली तर त्यांना हवीच होती.

"छानच आहे; पण ग्यानोबा आपली मुलगी देईल?"

"अशी शंका मनात आणू नका, सावित्रीबाई. आपण राधेला रीतसर मागणी घालू. मुलगी द्यायची की नाही, तो निर्यण ग्यानोबाचा; पण तो आपल्या विचाराबाहेर जाईल, असं वाटत नाही. ग्यानोबाचं लग्न झालं तेव्हा केवढं महाभारत घडलं, हे तुम्हाला माहीत आहेच. अशी लग्नं बेकायदा ठरतील, ती संतती अक्करमाशी मानली जाईल, अशी आवई भटांनी उठवली होती. त्या वेळी मी ग्यानोबाला शब्द दिला होता– तुझ्या मुलांच्या लग्नाची जबाबदारी माझ्याकडं लागली म्हणून. आज तो शब्द पाळायची वेळ आली आहे...

"राधाला आपण इथंच शिकायला घेऊन येऊ. दोघांना एकत्र अभ्यास करू द्या. खेळू द्या. त्यातून त्यांची मनं जुळतील. त्यानंतर त्यांचं लग्न करू...'

"राधा हुशार आहे. आनंदीबाई जोशी यांच्यासारखं आपण तिला डॉक्टर बनवू. एक आनंदीबाई गेल्या, म्हणून काय झालं? आमची राधा दुसरी आनंदीबाई होऊन आपल्या बहिणींची सेवा करील. प्लेगची साथ येताच किती लोक मरतात, याची गणती नसते. डॉक्टरी शिक्षणासारखं दुसरं परोपकारी शिक्षण नाही, सावित्रीबाई. तोवर यशवंताही डॉक्टर होईल. दोघं मिळून गरिबांची सेवा करतील..."

तात्या उद्याच्या सुखस्वप्नांत रंगून गेले...

आनंदीबाईंचं नाव निघताच काकूंना मनाला चटका लागल्यागत झालं. आनंदीबाई जोशी सर्वांनाच चटका लावून गेल्या. त्या गोष्टीला आज पाच महिने झाले असतील. अमेरिकेतून डॉक्टर होऊन आलेली हिंदुस्थानची पहिली महिला डॉक्टर; अवघ्या एकविसाव्या वर्षी मृत्यूनं ओढून नेली होती.

सतरा वर्षांच्या त्या तरुण मुलीवर गोपाळराव जोश्यांनी खरोखर फार मोठी जबाबदारी टाकली. आनंदीबाईंनी ती पार पाडून दाखवली खरी; परंतु स्वत:च्या प्रकृतीपुढं त्यांचाही इलाज चालला नाही.

आनंदीबाई अमेरिकेला गेल्याची बातमी पुण्यात आली, तो दिवस काकूंना आठवला. एक ब्राह्मण कुटुंबातली स्त्री सातासमुद्रांपलीकडं डॉक्टरकी शिकायला गेली, म्हणून केवढा गहजब झाला होता! रावबहादूर गोपाळराव हरी, रावसाहेब रानडे यांच्यासारख्या

मातबर लोकांना नाक घासत प्रायश्चित्त घ्यायला लावणारे पुण्यातले ब्राह्मण ते वृत्त ऐकताच पिसाळून उठले; पण गोपाळराव जोशी नावाच्या महाखट माणसानं त्यांना भीक घातली नव्हती. उलट, आपण स्वत:ही अमेरिकेला जाणार आहोत आणि वेळ आलीच, तर ख्रिस्ती होणार आहोत, असं छातीठोकपणे सांगितलं होतं!

गोपाळराव जोश्यांची चिकाटी ही खरोखर वाखाणण्यासारखी गोष्ट. लोकनिंदेला भीक न घालता त्यांनी आनंदीबाईंना मिशनशाळेत शिकवलं. सुधारकाचं मूल म्हणून आजारी मुलाला ब्राह्मण वैद्यानं औषध द्यायचं नाकारलं. परिणामी, मूल गमवावं लागलं; परंतु गोपाळराव शरण गेले नाहीत. उलट, तीच घटना पुढचा इतिहास घडायला कारण ठरली.

गोपाळरावांनी आनंदीबाईंना डॉक्टर करायचं ठरवलं; पण त्यांना अमेरिकेला पाठवायचं तर कारकुनी पगारातून तेवढा पैसा उभा करणं अशक्य होतं. हालअपेष्टा सोसत गोपाळराव पैसा साठवू लागले. एकट्या आनंदीबाईंना पाठवायचं म्हटलं, तरी खर्चाची तरतूद अशक्य वाटत होती. धर्मांतर करून पैशांची अडचण दूर होणार असेल, तर गोपाळरावांनी तीही तयारी ठेवली; परंतु आनंदीबाईंना तो उपाय मान्य नव्हता.

गोपाळरावांचे प्रयत्न सुरूच होते. धर्मांतराचा मार्ग सोडून त्यांनी अमेरिकेतल्या लोकांशी पत्रव्यवहार सुरू केला. शेवटी गोपाळरावांच्या प्रयत्नांना यश आलं. अमेरिकेतल्या कार्पेंटरबाईंनी त्यांचा पत्रव्यवहार वाचून मदतीचं आश्वासन दिलं. आनंदीबाई अमेरिकेला रवाना झाल्या.

पेन्सिल्व्हानिया वुइमेन्स मेडिकल कॉलेजात त्यांना प्रवेश मिळाला. शिष्यवृत्ती मिळाली. आनंदीबाई अखंड अभ्यास करीत. आजारी, अशक्त शरीराला अभ्यासाचा ताण सोसवत नसे; परंतु जिद्द अभंग होती. काळजाला झालेली अपत्यवियोगाची जखम कष्ट घ्यायला प्रवृत्त करत होती.

कडाक्याची थंडी, आजारी - अशक्त शरीर आणि गोपाळरावांचा विक्षिप्त स्वभाव यांना तोंड देत त्यांनी तीन वर्षांत प्रचंड अभ्यास केला.

गोपाळरावांच्या चिकाटीला थोडी संयमाची जोड मिळाली असती तर! पण तसं घडलं नाही. आनंदीबाई कधी एकदा डॉक्टर होतील, असं त्यांना झालं होतं.

आनंदीबाई अमेरिकेहून परतल्या, त्या अंगात क्षयरोग घेऊनच. हिंदुस्थानात पाय ठेवण्यापूर्वीच कोल्हापूरच्या शाहू महाराजांनी त्यांना आपल्या संस्थानात नोकरी देऊ केली होती; परंतु त्या सगळ्या गोष्टी जागीच राहिल्या. आनंदीबाई आपल्या भगिनींची सेवा करू शकल्या नाहीत. असाध्य क्षयरोगानं जर्जर होऊन त्या अंथरुणावर पडल्या. गोपाळराव वैद्य मेहेंदळेशास्त्री यांच्याकडं गेले; परंतु त्यांनी सातासमुद्रापार जाऊन आलेल्या स्त्रीचं तोंड पाहायलाही नकार दिला. ज्या कारणानं मूल गेलं, त्याच कारणानं आई मरण पावली.

आनंदीबाई अमेरिकेतून आल्या, त्याच्या चौथ्या महिन्यात हे घडलं. ज्यासाठी एवढे कष्ट उपसले, तो हेतूच विफल झाला.

पंडिता रमाबाईंसोबत फुले वाड्यात येऊन गेलेल्या आनंदीबाई काकूंना आठवत राहिल्या...

पडवीत घोडा खिंकाळला.

तात्या म्हणाले,

''त्याच्यापुढचा चारा संपला आहे. सीतारामला सांगा.''

काकू उठल्या. जाताजाता म्हणाल्या,

''शेटजी, डॉक्टरसाहेबांना निरोप पाठवते.''

''सावित्रीबाई, बोलवायचंच असेल तर डॉक्टर विश्राम रामजी यांना बोलवा.''

''खरंच?''

तात्यांची ती सूचना ऐकताच काकूंना फार आनंद झाला. विश्राम रामजींना रावबहादूर हा किताब मिळाला तेव्हा तात्या त्यांच्या भेटीला जाऊन आले होते; परंतु दोघा मित्रांतले संबंध अजूनही म्हणावे तेवढे सुधारले नव्हते.

नि:श्वास टाकून तात्या म्हणाले,

''आता कोणावर राग धरावासा वाटत नाही, सावित्रीबाई. त्यांनीही माझा राग धरलेला नाही. धाकट्या शास्त्रीबुवांच्या वेळी त्यांनी माझ्या विनंतीखातर दाखला दिला. यात सगळं आलं.''

बाहेर पाऊस थांबला होता. अंधाराचं जाळं विरत चाललं होतं. पूर्व दिशेला लोंबकळणाऱ्या काळ्या-पांढऱ्या ढगांच्या आडून झिरपणारा झुंजूमुंजू प्रकाश जगावर पसरत होता.

तात्यांच्या निरोपाची वाटच पाहत असल्याप्रमाणे डॉक्टर विश्राम रामजी फुले वाड्यात हजर झाले. मनातील किल्मिषं गळून पडली होती. आज उरलासुरला दुरावाही निघून गेला.

दुसऱ्या दिवशी थोडं बरं वाटल्यावर तात्यांनी मृत्युपत्र लिहायला घेतलं. तात्यांनी प्रथम आपल्या सर्व स्थावर-जंगम मिळकतीचं सविस्तर वर्णन केलं. त्यानंतर यशवंताची जन्मकथा सांगून तात्यांनी लिहिलं,

'आमचे उभयतांचे पश्चात आमचा मुलगा यशवंत हा आमचे स्थावर व जंगम वगैरे हर प्रकारचे माल-मिळकतीचा मालक असून, तो जाणता व सज्ञान झाल्यावर त्याजला केवळ तशी वहिवाट व मालकी करून त्याने आपले वंशपरंपरेने सुखरूप उपभोग घेऊन मालकी करावी. आमचे माल-

मिळकतीवर आमचे भाऊबंद व पुतण्या गणपतराव राजाराम फुले वगैरे हर कोणाचा वारसा, मालकी अथवा वारसा अथवा दावा नाही व कोणतेही प्रकारचा माझे मिळकतीवर बिलकुल कोणाचा हक्क नाही. आमचे सर्व स्थावर-जंगम व पुढे होणाऱ्या माल-मिळकतीचा मालक आमचा मुलगा यशवंत हा आहे. सांप्रत तो अज्ञान आहे. सबब मी व माझे कुटुंब सावित्री त्याचे पालनपोषण करून, त्यास विद्याशिक्षण देत आहोत. त्याचे मुख्य कारण हेच की, चिरंजीव यशवंताने ईश्वरप्रीत्यर्थ आपले सर्वोपरी गांजलेले अज्ञानी दीन-दुबळ्या शूद्रादी अतिशूद्र मानव बांधवांस त्यांचे मानवी अधिकारांचे हक्क त्यांस समजावून देऊन, त्यांची धूर्त, ठक, मानवद्रोही आर्यभट ब्राह्मणांचे कचाट्यापासून सुटका करण्याचे कामी आपले आयुष्य, आपले सर्वस्व खर्ची घालून चिरंजीव यशवंताने जन्माचे सार्थक करून घ्यावे आणि आपल्याला तारणाऱ्या इंग्रज सरकारच्या हरेक कामी उपयोगी पडण्याकरिता आपल्या जिवाकडे पाहू नये. अज्ञानी लोकांच्या वेड्या समजुतीप्रमाणे चिरंजीव यशवंताचे लग्न झाले असो किंवा नसो, मी जोतीराव गोविंदराव फुले आणि व माझी लग्नाची भार्या सौभाग्यवती सावित्रीबाई भ्रतार जोतीराव फुले या उभयतांचे मृत्यूनंतर आम्हा उभयतांविषयीचे सर्व विधी सत्यसमाजोक्त करावयास फक्त चिरंजीव यशवंतास मात्र अधिकार आहे व आम्हा उभयतांच्या शवांस वडिलोपार्जित रीतिरिवाजाप्रमाणे शक्त्यनुसार मिठात घालून पुरावे. आर्यभटांचे पाहून आमचे प्रेतास कधी दहन करू नये. चिरंजीव यशवंत आमचे मृत्यूसमयी हजर नसल्यास सत्यशोधक समाजापैकी जो कोणी सभासद हजर असेल, त्यास मात्र सर्व विधी करण्यास अधिकार आहे...

'सारांश, शूद्रादी अतिशूद्रास दासानुदास मानण्याच्या आर्यभट ब्राह्मण जातीसह त्यांच्या अनुयायांचीसुद्धा माझे शवावर व तत्संबंधी करीत असलेल्या विधीवर सावलीसुद्धा पडू देऊ नये, म्हणून निर्माणकर्त्याची नम्रपूर्वक प्रार्थना करून, ही उईल आम्ही आपले राजीखुशीने व अक्कलहुशारीने शुद्धीत असता लिहून ठेविली आहे.'

मृत्युपत्र लिहिताना तात्यांनी यशवंताच्या भवितव्याची पूर्ण काळजी घेतली; परंतु त्यात आंधळ्या मायेचा लवलेश नव्हता. शिक्षणाकडे दुर्लक्ष करून तो उनाडक्या करू लागला, तर त्यास पुण्यातल्या किंवा खानवाडीतल्या मिळकतीतला काही हिस्सा देऊन बाकी सर्व इस्टेटीतून रद्द करावा आणि त्याच्याऐवजी शूद्र समाजातील कोणा हुशार व लायक मुलास मिळकतीचे मालक करून त्याच्या हातून कामे चालवावीत, असा इशाराही देऊन ठेवला. त्याविषयीचे सर्व अधिकार सावित्रीबाई फुल्यांना आणि समाजाच्या सभासदांना असणार होते.

लिहिलेला मजकूर वाचून दाखवून तात्यांनी काकूंची संमती मिळवली. यशवंताला जवळ बोलावून त्यालाही ते कागद वाचायला दिले. हे सगळं कशासाठी लिहून ठेवलं आहे, ते समजावून सांगितलं.

सर्वांचं समाधान झाल्यावर तात्या विश्राम रामजी यांना सोबत घेऊन हवेलीच्या सबरजिस्ट्रार कार्यालयात गेले. सदर मृत्युपत्र पूर्ण शुद्धीत केलं असल्याबद्दल डॉक्टरसाहेबांची सही झाली. आणखी दोघा व्यक्तींच्या साक्षीदार म्हणून सह्या झाल्या आणि अशा प्रकारे तात्यासाहेब फुले यांच्या मृत्युपत्रावर शिक्कामोर्तब झालं.

एके दिवशी आजारपणाच्या काळात सुचलेली एक कल्पना तात्यांनी प्रत्यक्षात आणली. सुधारलेल्या इंग्रजी राज्यात शेतकऱ्याची वास्तव स्थिती काय आहे, हे समाजासमोर मांडण्यासाठी त्यांनी एका वृक्षाचं चित्र रेखाटलं. त्या वृक्षाच्या शेंड्यावर पारशी लोक होते. वरच्या एका फांदीवर ब्राह्मण बसले होते. तिसऱ्या फांदीवर मारवाडी तर चौथ्या फांदीवर बंगाली आणि आणखी एका फांदीवर मुसलमान होते. असा तो वृक्ष शेतकऱ्याच्या डोक्यावर उभा होता आणि तो वृक्ष धारण करणारा शेतकरी मात्र कर्जानं आणि करांच्या बोजानं वाकला होता.

मनासारखी मांडणी झाल्याबरोबर तात्यांनी त्या चित्राच्या अनेक प्रती छापून घेतल्या. शहरातल्या प्रत्येक भिंतीवर ते चित्र झळकलं. आणखी काही प्रती छापून घेऊन तात्यांनी त्या विनामूल्य गावोगाव पाठवून दिल्या.

भाऊ पाटलांना ते चित्र इतकं आवडलं की, त्यांनी ते राष्ट्रीय सभेच्या अधिवेशनासमोर लावायचं ठरवलं आणि त्या दृष्टीने तयारीही सुरू केली.

कोणावर राग धरावासा वाटत नसला, तरी संतापजनक गोष्टी घडायच्या त्या घडतच होत्या. या वेळी तात्यांच्या संतापाला कारणीभूत ठरले, ते त्यांचे जवळचे मित्र स्वामी रामय्या व्यंकय्या अय्यावारू.

स्वामींनी 'ख्रिस्ती बंधूजनांस विनंती' या नावाची लहानशी चोपडी लिहून बायबल आणि ख्रिस्ती धर्म यांतील विसंगतीकडं लक्ष वेधलं होतं. सोबतच ख्रिस्ती धर्मातल्या दोषांवर सौम्य अशी टीकाही केली होती. ख्रिस्ती धर्मातही दोष आहेत, मनाला न पटणाऱ्या भाकडकथा आहेत, हा त्यांचा मुख्य आक्षेप होता. ख्रिस्ती मिशनरी इतर धर्मांची चिकित्सा करताना ज्या कसोट्या लावतात, त्या त्यांनी ख्रिस्ती धर्मालाही लावाव्यात आणि त्यावर आपला धर्म किती उतरतो हे पाहावे, अशी विनंती त्यांनी केली होती.

वृत्तपत्रांना आयतं कोलीत मिळालं. पुस्तक प्रसिद्ध होताच अभिप्राय देण्याच्या

निमित्तानं त्यांनी ख्रिस्ती धर्मावर लाथा झाडायला सुरुवात केली. दुःखाची गोष्ट म्हणजे, 'दीनबंधू'नंही तीच री ओढली.

तात्यांचा राग उफाळून यायला तेवढं निमित्त पुरेसं ठरलं. वस्तुतः स्वामींच्या पुस्तिकेला मुंबईत सुरू असलेल्या मिशनरी धर्मप्रचाराचा संदर्भ होता; परंतु त्याकडं दुर्लक्ष करून तात्यांनी लेखणी उचलली आणि रागाच्या भरात ते लिहीत सुटले...

''येशू उपमर्द । करी कशासाठीं । कर पायपीटी । वारूमागे॥
स्वामी अय्यावारू । तुझे जातवाले । मार्गावर आले । दाव आधीं ॥

... ...

दारूच्या तारेंत । स्वामी खाती पीती । नळ्या फोडीताती । गिधापरी ॥
जातीचीं गिधाडें । आधी शुद्ध कर । मग नीती फेर । अज्ञान्यांत ॥
नीती-अर्थ तुला । कोठे उमजला । व्यर्थ नागवला । नावासाठी ॥

... ...

शत्रू प्रीती आहे । येशूच्या धर्मांत । ईश भजण्यात । भेद नाहीं ॥
शिंग्रावर येशू । फिरे गावोगांवी । अज्ञांना वळवी । सत्याकडे
आर्यांचे धर्मात । बंधूप्रीती नाही । दंभ देऊ पाही । सर्व जगा

... ...

पोटासाठीं बहु । राजरोस चोर । होती कंट्र्याक्टर । जगामाजीं ॥

... ...

आर्यवारूतीळ । आधीं काढ घाण । मार्गावर आण । मग ख्रिस्ती ॥
ख्रिस्तानें केली । मानवाची कींव । दिला त्यानें जीव । मांगां म्हारां ॥
स्वामी आर्यवारू । आहेस तू साव । म्हारा मांगां पाव । एका तरी ॥

... ...

अखंड लिहून होताच त्यावर 'स्वामीबंधू' असे टोपणनाव घालून त्यांनी तो 'ज्ञानोदय'कडं पाठवून दिला. तात्यांना एवढा राग यावा, याला आणखी काही कारणं होती. स्वामींनी स्थापन केलेल्या नीतिप्रसारक सभेत कुठलाही एक धर्म प्रमाण न मानता देव आहे की नाही, धर्म आणि नीती यांचा संबंध असतो की नाही, असे वाद उपस्थित केले जात. देव आहे की नाही, असा प्रश्न उपस्थित करणं तात्यांच्या ईश्वरनिष्ठ मनाला पटणारं नव्हतं.

सुशिक्षणगृहामुळेही काही ग्रह-पूर्वग्रह फोफावले होते. शेट राजू बाबाजी, जाया कराडी यांची मुलं स्वामीजींच्या आग्रहामुळेच सुशिक्षणगृहात आली होती आणि त्या लोकांनी शुशिक्षणगृहाबाबत तात्यांकडं तक्रारी सुरू केल्या होत्या. त्यांच्याकडून

आलेलं एक पत्र त्यांनी 'सत्सार'मध्ये छापलं; परंतु त्यामुळे कृष्णरावांचे आणि तात्यांचे संबंध आणखी बिघडले. सुशिक्षणगृहाला बदनाम करण्यासाठी ते पत्र लिहवून घेऊन छापण्यात आलं, असा त्यांचा समज झाला.

अखंड यथावकाश छापून आला आणि तर्कवितर्क सुरू झाले. तो अखंड लिहिणारे स्वामी बंधू म्हणजे दुसरे तिसरे कोणी नसून तात्यासाहेब फुले हेच आहेत, हे सर्वांनी सहज ओळखलं.

तात्यांनी इतकी तोल सोडून टीका करावी, ही गोष्ट अनेकांना आवडली नाही. ती अखंडरूप प्रतिक्रिया वाचून स्वामीही नाराज झाले. तो सर्व वृत्तान्त कानोकानी पुण्यात येऊन पोचला.

तात्यांनी स्वामींची माफी मागावी, अशा सूचना येऊ लागल्या; परंतु ख्रिस्ती धर्मावर टीका करणाऱ्या लेखकाची माफी मागणं त्यांच्या तत्त्वात बसत नव्हतं. ते अखंड जोतिबा फुले यांनी लिहिले नसून 'ज्ञानोदय'च्या संपादकाने लिहवून घेतले आहेत, अशी कुजबुज सुरू झाली. त्याच वेळी 'बडोदावत्सल'चे संपादक रामजी संतूजी आवटे यांनीही झाल्या गोष्टीबद्दल तात्यांनाच दोष दिला.

शेवटी तात्यांना या सर्व गोष्टींचा विचार करणं भाग पडलं. सर्वांची इच्छा लक्षात घेऊन त्यांनी 'ज्ञानोदय'कडं पाठवण्यासाठी पत्र लिहायला घेतलं.

'आपल्या तारीख ८, माहे सप्टेंबर, स. १८८७ इ. चे अंकात मित्र अय्यावारूजींनी ख्रिस्ताविरुद्ध पुस्तक लिहिले आहे, त्याचे खंडनार्थ मी केलेला अखंड छापिला आहे. त्यातील काही भाग पुस्तककर्त्यास अनुलक्षून लिहिला आहे, अशी त्यांची गैरसमजूत झाली आहे, असे कळते; परंतु आम्ही कोणत्याही व्यक्तिमात्रास अनुलक्षून ते लिहिले नाही. फक्त उपमापर लिहिले आहे. ग्रंथकर्त्याच्या अब्रूला उणेपणा आणण्याकरिता लिहिलेला सदरील अखंड नसून त्याची उलट समज झाली असल्यास त्याबद्दल आम्ही फार फार दिलगीर आहोत.'

ही नाइलाजाची दिलगिरी 'ज्ञानोदय'च्या २७ ऑक्टोबरच्या अंकात छापून आली आणि त्या प्रकरणावर पडदा पडला.

८९

जिल्हा कोर्टानं समाजाची बाजू खऱ्या अर्थानं समजावून घेतली. जी लग्नं मुळात हिंदू धर्मशास्त्राला धुडकावून लावून करण्यात आली आहेत, तिथं ब्राह्मणांना दक्षिणा मागण्याचा हक्कच राहत नाही, या भूमिकेला न्याय देताना न्यायमूर्ती नानावटी म्हणाले,

"लग्नात हिंदू धर्मशास्त्रानं सांगितलेले धर्मविधी केलेले असतील, तरच ब्राह्मणाला दक्षिणा किंवा नुकसानभरपाई मागता येईल; परंतु या लग्नात असा कोणताही धार्मिक विधी केलेला नसल्याने वतनी हक्क सांगून जोश्यांना दक्षिणा मागता येणार नाही."

तो निर्णय ऐकताच वतनदार जोश्यांचं कंबरडं मोडलं. ब्राह्मण वर्गात मोठाच गहजब उडाला. ओतूर परिसरातील ब्राह्मणांनी पुन्हा बैठकी घेतल्या. पुण्यातही ब्राह्मणांच्या मोठमोठ्या सभा झाल्या. खवळलेल्या ब्राह्मणांनी हायकोर्टाचे दरवाजे ठोठावायची तयारी सुरू केली.

ब्राह्मणांना आपले वतनी हक्क पाहिजे होते आणि सत्यशोधक समाजानं नेमका तिथंच सुरुंग लावला होता. कोर्टाचा वाढता खर्च भागवण्यासाठी तात्यांनी मांजरीचा मळा विकायला काढला. भटशाहीला पुरतं गाडून टाकायचं तर पैशाकडं पाहून चालणारं नव्हतं.

तिकडं वऱ्हाडातही असेच आणखी काही दावे दाखल झाले. हा दावा समाजासारखा झाला तर सगळे दावे आपोआपच निकालात निघणार होते.

कोर्टाच्या कामासाठी तात्यांच्या मुंबईच्या फेऱ्या सुरू झाल्या. अनेक उंबरठे झिजवल्यावर शेवटी त्यांनी सुप्रसिद्ध वकील घनश्याम नीळकंठ नाडकर्णी यांच्याकडं समाजाचं वकीलपत्र सोपवलं. प्रतिपक्षीयांनी महादेव चिमणाजी आपटे यांच्याकडं धाव घेतली.

आधीच खालावलेल्या तात्यांच्या प्रकृतीवर या दगदगीचा परिणाम होऊ लागला.

मुंबईच्या फेऱ्या वाढल्या, तसे तिथले मुक्कामही वाढले. प्रत्येक भेटीत अनेक लोकांच्या भेटी होत, चर्चा झडत.

एकदा माधवराव रोकडे यांच्या शाळेत तात्यांचं व्याख्यान झालं. भाऊ कोंडाजी, नारायणराव लोखंडे यांच्यासह मुंबईतील बरीच विद्वान आणि धनिक मंडळी व्याख्यानाला आली होती. पुणे जिल्ह्यात आणि वऱ्हाडात सुरू असलेल्या लढ्याविषयी तात्या बोलले. व्याख्यानानंतर चर्चा सुरू झाली. उपस्थितांनी काही शंका उपस्थित केल्या. माधवराव रोकडे यांना तात्यांचा सिद्धान्त मान्य होता; परंतु ब्राह्मण उपाध्यायांऐवजी सत्यशोधक उपाध्याय असावेत, हे अमान्य होतं; त्यामुळे उपाध्यायांची नवी जात निर्माण केल्यासारखं होईल आणि तेही उद्या शिरजोर होऊन बसले, तर तुम्ही काय करणार, असा त्यांचा सवाल होता.

तात्यांना या प्रश्नाचे समाधानकारक उत्तर सुचेना. थोडा वेळ विचार करून ते म्हणाले,

''तुमची भीती खरी आहे. धर्मसुधारणा करायला निघालेले लोक कालांतरानं स्वत:च धर्मगुरू होऊन बसतात, हे खोटं नाही; परंतु तसं होणार नाही, याची काळजी घेणं हे आपलं कर्तव्य ठरेल. आपले असोत वा परके असोत, आम्हाला उपाध्यायच नको आहेत. लग्न असो, वास्तुशांती असो किंवा कुठलाही विधी असो, प्रत्येक गृहस्थ आपले कौटुंबिक विधी स्वत:च पार पाडू शकेल, अशी परिस्थिती निर्माण झाल्यावर उपाध्यायांची गरजच राहणार नाही. दक्षिणा आणि दानधर्माच्या

नावाखाली उकळण्यात येणारी लूट हाच ऐतखाऊ भटशाहीचा पाया आहे. तो उखडून लावायचा असेल, तर आपले कौटुंबिक धर्मविधी आपणच केले पाहिजेत.''

समोर बसलेल्या तरुणांमधील एका विद्यार्थ्याला काही बोलायचं असावं. अध्यक्षस्थानी बसलेले नारायणराव लोखंडे म्हणाले,

''तुम्हाला काही सांगायचं आहे का?''

तो विद्यार्थी चटकन उठून उभा राहिला आणि म्हणाला,

''तात्यासाहेब, धर्मसुधारणा ही मुळापासून सुरू झाली पाहिजे. उपाध्यायांना किंवा भटांना धर्मविधीच्या वेळी मध्यस्थपणा द्यायचा नसल्यास, ज्या धर्मग्रंथांच्या आधारे त्यांची मध्यस्थी मानली जाते, ते धर्मग्रंथ साफ चुकीचे आहेत असं सिद्ध झालं पाहिजे. त्याशिवाय त्यांचं वर्चस्व संपणार नाही. धर्मक्रांतीसाठी याच उपायांची जरुरी आहे.''

त्या तरुण विद्यार्थ्याचा सभाधीटपणा पाहून तात्यांना आनंद झाला. ते म्हणाले,

''या तरुण मुलाचा मुद्दा बरोबर आहे; परंतु त्यासाठी मोठमोठे ग्रंथ लिहिले पाहिजेत. ही पुस्तकी युक्ती करावयास अजून अवकाश आहे आणि दुसरं म्हणजे, ते काम दांडग्या विद्वानांचं आहे. ते काम करणारे विद्वान निर्माण होत आहेत. तोवर आम्हाला भटपांड्यांना झोडपून काढण्याचा उद्योग सुरू ठेवला पाहिजे. ओतूर-जुन्नर भागांत या बाबतीत बरंच यश आलं आहे. आम्ही असेच परिश्रम घेत राहिलो, तर इतर गावांतूनही असंच यश मिळेल, हे मी खात्रीनं सांगतो. आज एवढं झालं तरी खूप काही केल्याचं समाधान आम्हाला मिळणार आहे.''

त्यावर तो विद्यार्थी काही बोलला नाही. तात्यांच्या उत्तरानं त्याचं समाधान झालं असावं.

बैठक संपताच तात्यांनी त्याला जवळ बोलावलं. विचारपूस केली. त्या तरुण विद्यार्थ्याचं नाव होतं : कृष्णाजी अर्जुन केळुसकर.

मुंबईच्या मुक्कामात तात्यांनी स्वामी अय्यावारू यांचीही भेट घेतली. झालेल्या चर्चेतून स्नेहात आलेलं तात्पुरतं वितुष्ट निघून गेलं.

शेट राजू बाबाजी यांनी आपला चिरंजीव नाना आणि भाचा शामबा यांना कृष्णराव भालेकरांच्या सुशिक्षणगृहात शिकायला पाठवलं होतं. जाया कराडी यांचीही मुलं तिथं होती; परंतु तिथल्या एकूण व्यवस्थेविषयी सर्वजण फार नाराज होते. शेट राजू बाबाजी यांच्या भगिनी राजूबाई पुण्याला जाऊन सर्व गोष्टी पाहून आल्या होत्या. जो तो आपल्या मुलांना परत आणायच्या विचारात होता आणि एके दिवशी तेच घडलं. शेट राजू बाबाजी यांनी मुलांना परत बोलावून घेतलं. जाया कराडी यांनीही तेच केलं.

गावात सुशिक्षणगृहाविषयी बऱ्याच गोष्टी कानांवर येत. कडक नियम केलेले असूनही, मुलं बेशिस्त वागत. स्वत: तात्यांनी सुशिक्षणगृहाच्या कुठल्याही कामात भाग घेतला नव्हता, कृष्णरावांशी असलेले व्यवहार सर्वथैव बंदच होते.

शेट राजू बाबाजी, जाया कराडी यांनी तात्यांकडं वेगळाच आग्रह सुरू केला. तात्यांच्या घरी सोय होणार असेल तर ते मुलांना पाठवायला तयार होते. आपला विचार त्यांनी तात्यांच्या गळी उतरवलाच. शेवटी तात्यांना होकार देण्याशिवाय पर्याय राहिला नाही. एके दिवशी ते मुंबईहून परतले, ते विद्यार्थी वसतिगृह सुरू करायचा विचार डोक्यात घेऊनच. तात्या विचार करत होते –

वसतिगृह सुरू केलं तर चार-दोन श्रीमंतांच्या मुलांबरोबर दहा-वीस गरिबांच्या मुलांचीही सोय होईल. मुलांच्या शिक्षणासाठी दोन पैसे खर्च करू शकणाऱ्या लोकांकडून दरमहा ठरावीक रक्कम वर्गणी म्हणून घेता येईल. गरीब विद्यार्थ्यांकडून मात्र काहीही घ्यायचं नाही. त्यांची सर्व व्यवस्था मोफत झाली पाहिजे. तो खर्च कसा सहन करायचं, ते पाहता येईल...

दरम्यान, भालेकरांचं सुशिक्षणगृह बंद पडलं. त्यांनी स्वत: मुंबईत सुरू झालेल्या तानसा तलावाच्या कामाचं पोटकंत्राट मिळवलं. त्या कामासाठी ते मुंबईला निघून गेले. अशा स्थितीत नवं वसतिगृह सुरू करणं म्हणजे गैरसमजांना आमंत्रण देणं ठरणार होतं; परंतु तात्यांच्या मनाला त्या विचारांचा स्पर्शही नव्हता. ते आपल्याच विचारात मग्न होते. वसतिगृह कधी सुरू करता येईल, हाच एक विचार त्यांच्या मनाला व्यापून होता.

त्या दिवशी संध्याकाळी तात्या घरी आले तेव्हा बैठकीत पंडित धोंडीराम आणि आणखी काही मंडळी त्यांची वाट पाहत बसली होती. प्रत्येकाच्या चेहऱ्यावर शाहीर धोंडीराम काशीहून विद्वान पंडित होऊन आल्याचा आनंद ओसंडत होता. एक कुंभार माणूस जिद्दीनं काशीला जातो काय आणि संस्कृत भाषा शिकून वेदांवर पांडित्य मिळवतो काय, एक अक्रीतच घडलं होतं. स्वत: पंडित धोंडीराम आतुरतेनं तात्यांची वाट पाहत होते. कधी एकदा तात्यांची भेट होईल, असं त्यांना झालं होतं.

तात्यांना पाहताच पंडित धोंडीराम उठले आणि सरळ त्यांच्या पायांवर जाऊन पडले.

तात्या दचकलेच. दुसऱ्याच क्षणी त्यांना छातीशी लावत ते म्हणाले,

"हे काय करीत आहात पंडित? कधी आलात? कळवायचं तरी?"

"आज सकाळी आलो. या दगडाला तुमच्यामुळे देवपण आलं, तात्यासाहेब." पंडित धोंडीराम यांच्या आवाजात कृतज्ञतेचा गहिवर दाटला होता.

"नाही, पंडित, तुम्ही जे काही मिळवलं आहे, ते तुमच्या कष्टांचं फळ आहे. त्यात माझं श्रेय नाही."

तात्यांनी सर्व विचारपूस केली. पंडित धोंडीराम यांनी काशीच्या वास्तव्यात कोणकोणत्या समस्यांना तोंड द्यावं लागलं तो सगळा इतिहास सांगितला. खरोखर असामान्य जिद्दीनं त्यांनी संस्कृतचा अभ्यास पूर्ण केला होता.

तो सगळा इतिहास ऐकून तात्या म्हणाले, "पंडित, तुमचं अभिनंदन करावं तेवढं थोडंच आहे. आम्हाला शक्य झालं नाही, ते तुम्ही करून दाखवा. ज्या बनावटी धर्मग्रंथांतले आधार दाखवून लोकांना लुबाडलं जातं, ते धर्मग्रंथ लबाड लोकांनी रचून ठेवले आहेत, हे पुराव्यांनी सिद्ध करा. तरच त्यांच्या खोट्या धर्माचं वर्चस्व थांबेल."

पंडित धोंडीराम म्हणाले,

"तात्यासाहेब, हिंदू धर्म आणि त्याचे धर्मग्रंथ हे काही मतलबी लोकांनी रचून ठेवलेलं बनावट थोतांड आहे, याविषयी माझी पूर्ण खात्री झाली आहे. या धर्माचं खरं स्वरूप उघड करणारा 'वेदाचार' नावाचा ग्रंथ मी लिहायला घेणार आहे."

सर्वांनी त्या घोषणेचं स्वागत केलं.

तात्या आपल्याला नेहमीप्रमाणे शाहीर म्हणण्याऐवजी गौरवानं पंडित म्हणत आहेत, हे पाहून धोंडीरामना अवघडल्यासारखं वाटत होतं. ते म्हणाले,

"तात्यासाहेब, आपण मला शाहीरच म्हणा."

तात्या म्हणाले,

"आता तुम्हाला पंडितच म्हटले पाहिजे. कारण ती पदवी तुम्ही तुमच्या कष्टानं मिळवली आहे. आपली सर्व सत्यशोधक मंडळी इथून पुढं तुमच्या नावाचा उल्लेख पंडित धोंडीराम असाच करतील..."

१०

हरी रावजी चिपळूणकरांचा चौसोपी वाडा आज हंड्या-झुंबरांनी लखलखत होता. झुंबरांतून झिरपणारी रंगांची इंद्रधनुष्यं दिवाणखान्याच्या भिंतींवरून खेळत होती. प्रत्येक कोपऱ्यातील शामदानात मेणबत्त्या तेवत होत्या. वाड्याचं आवार पताकांनी सजलं होतं.

दिवाणखान्याच्या भिंतीलगत पाच-सहा खुर्च्या आणि मेज ठेवून विलायती पद्धतीचं व्यासपीठ तयार करण्यात आलं होतं. समोर निमंत्रितांना बसण्यासाठी पाच-पंचवीस खुर्च्या ठेवलेल्या होत्या. खास तैनात केलेलं सुरक्षापथक वाड्यासमोर उभं होतं. चिपळूणकरांच्या वाड्यात आज मेजवानीचा जंगी बेत पार पडणार होता. इंग्लंडचे राजपुत्र ड्यूक ऑफ कॅनॉट यांच्या सन्मानार्थ आजची ही खास मेजवानी आयोजित करण्यात आली होती.

वाड्यात अनेकदा मेजवान्या आयोजित केल्या जात. कंपनी सरकारच्या सेवेतून निवृत्त होऊन मायदेशी परतणाऱ्या अनेक सरकारी अधिकाऱ्यांनाही

चिपळूणकरांच्या वाड्यात असाच समारंभपूर्वक निरोप घ्यावा लागत असे. कधीतरी पुणे शहराला भेट द्यायला आलेल्या राजपुरुषांचंही वाड्यात असंच स्वागत केलं जाई. आजच्या मेजवानीला आणखी एक संदर्भ होता. तो म्हणजे, हरी रावजींना मिळालेला ऑनररी मॅजिस्ट्रेट हा सन्मान. राजपुत्र महोदयांशी असलेले त्यांचे स्नेहसंबंध ध्यानात घेता आजची मेजवानी म्हणजे दोन मित्रांची स्नेहभेट ठरणार होती. महत्त्वाचं म्हणजे, राजपुत्र महोदय सपत्नीक येणार होते; त्यामुळे सर्वांचा आनंद द्विगुणित झाला होता.

मेजवानीची वेळ जवळ येऊ लागली, तसतशी वर्दळ वाढू लागली. मशालींच्या उजेडात वाड्यासमोर मेणे-पालख्या रिकाम्या होऊ लागल्या. प्रत्येक व्यक्तीनं आज ठेवणीतली उंची वस्त्रं परिधान केलेली होती. श्रीमंत असामींच्या अंगावर सोन्या-मोत्यांचे दागिने झळकत होते. पायांतल्या जोडव्यापासून नाकातल्या नथीपर्यंत दागदागिन्यांनी लगडलेल्या श्रीमंताघरच्या स्त्रिया डोक्यांवरचे शालू-पैठण्यांचे पदर आणि खांद्यावरच्या जरीच्या शाली सावरत मेण्यातून उतरत होत्या. मोलकरणी त्यांना सोबत करीत वाड्यात घेऊन जात होत्या.

सोयीसाठी प्रत्येक निमंत्रिताकडे प्रवेशपत्रिका पाठवण्यात आलेली होती. बरीचशी मंडळी ओळखीची असली, तरी एखाद्या अनोळखी पाहुण्याला आत सोडताना त्याच्याकडं प्रवेशपत्रिका असल्याची खात्री करून घेतली जात होती. त्या कामासाठी दोन कारकून रक्षकांसह वाड्याच्या प्रवेशद्वाराजवळ उभे होते. दिवाणखान्यात स्वत: हरी रावजी निमंत्रितांचं स्वागत करीत होते. प्रत्येक गृहस्थाला त्याच्या नियोजित जागी बसवण्यात येत होतं.

शिवराम कारकून हरी रावजी यांच्या जवळ आला आणि त्यांच्या कानाशी लागून काहीतरी सांगू लागला. वाड्याच्या प्रवेशद्वाराजवळ काहीतरी गडबड झाली होती. कोणीतरी खेडवळ माणूस मेजवानीसाठी आला होता. त्याचा एकूण अवतार पाहता, त्याला आत सोडणं शक्य नव्हतं; परंतु तो परत जायलाही तयार नव्हता. कारण त्याच्याकडं प्रवेशप्रत्रिका होती.

हरी रावजी बुचकळ्यात पडले. अशा कोणा गृहस्थाला निमंत्रण दिल्याचं त्यांना आठवेना. काय प्रकार आहे, तो पाहावा म्हणून ते वाड्याच्या प्रवेशद्वाराजवळ आले.

हातात काठी, डोक्यावर फाटकं मुंडासं आणि खांद्यावर घोंगडं घेतलेला एक शेतकरी अंगणात उभा होता. आखूड मुंडीछाट कुडत्याखाली गुडघ्यापर्यंत आलेलं धोतर तो नेसला होता. हा गृहस्थ आहे तरी कोण? हरी रावजींना काही कळेना. ते आणखी जवळ आले. त्यांना कसला तरी संशय आला. दोरीनं बांधलेल्या फाटक्या वहाणांपासून ते डोक्यावरच्या गाठीगाठीच्या मुंडाशापर्यंत त्यांनी त्या शेतकऱ्याला पुन्हा एकदा निरखून पाहिलं आणि चटकन् हात जोडत ते म्हणाले,

''माफ करा, तात्यासाहेब. शिवरामने तुम्हाला ओळखलं नाही. या...''

तात्यासाहेबांना सोबत करीत हरी रावजी व्यासपीठाजवळ आले. राजपुत्र महोदयांच्या खुर्चीला लागून त्यांचं आसन मांडण्यात आलेलं होतं.

राजपुत्राच्या शेजारी बसणारा हा फाटका माणूस आहे तरी कोण, म्हणून कुजबुज सुरू झाली...

मशालजी येत असल्याची वर्दी मिळाली. ठिकठिकाणी उभ्या असलेल्या सैनिकांची आणि पोलिसांची सलामी स्वीकारत राजपुत्र ड्यूक ऑफ कॅनॉट यांची घोडागाडी चिपळूणकरांच्या वाड्याकडं येत होती. धावत पुढं आलेले मशालजी वाड्यासमोर थांबले. हरी रावजींनी पाहुण्यांना सन्मानपूर्वक दिवाणखान्यात आणलं. राजपुत्र महोदयांनी सपत्नीक आसन ग्रहण केल्यावर सर्वजण आपापल्या जागी स्थानापन्न झाले.

भोजनापूर्वी पाहुण्यांच्या सन्मानार्थ काही भाषणं व्हायची होती. स्वत: पाहुणेही दोन शब्द बोलणार होते. एव्हाना सर्व निमंत्रित मंडळी उपस्थित झाली असल्यानं कार्यक्रम सुरू व्हायला काहीच हरकत नव्हती. हरी रावजी पाहुण्यांना उपस्थितांचा परिचय करून देऊ लागले.

प्रत्येक असामीचा परिचय करून घेत असताना पाहुण्यांचं लक्ष सारखं तात्यांकडे जात होतं. आल्यापासून ते पुन:पुन्हा तात्यांकडं पाहत होते. पाहुण्यांची उत्सुकता ओळखून हरी रावजी म्हणाले,

''युवर हायनेस, ही इज जोतीराव गोविंदराव फुले. अवर सोशल रिफॉर्मर. लीडर ऑफ अवर पीझन्ट्स अँड वर्कर्स.''

हस्तांदोलनासाठी हात पुढं करीत पाहुणे म्हणाले, ''इज ही अ पीझन्ट?''

''ही इज अ पीझन्ट हिमसेल्फ अँड अवर सोशल रिफॉर्मर.''

''आय ॲम व्हेरी ग्लॅद टू सी यू, मिस्तर जोतीराव फुले.''

''थँक यू. आय हॅव ग्रेट प्लेझर टू सी यू, युवर हायनेस.'' तात्या म्हणाले.

खेडवळ दिसणारा हा माणूस काहीतरी वेगळा आहे, हे राजपुत्र महोदयांच्या लक्षात आलं. कुतूहलाची जागा आदरानं घेतली. ठरलेली अभीष्टचिंतनपर भाषणं सुरू झाली. ती भाषणं आटोपताच हरी रावजींनी पाहुण्यांच्या आभाराप्रीत्यर्थ तात्यांनी दोन शब्द बोलावेत, अशी विनंती केली.

तात्या म्हणाले,

''ठीक आहे; परंतु त्यासाठी मला अर्धा तास द्यावा लागेल. साहेबांना तेवढा वेळ आहे का?''

आभाराच्या निमित्तानं तात्यांना आणखी काही गोष्टी सांगायच्या आहेत, हे हरी रावजींनी ओळखलं. क्षणभर साहेबांच्या कानाशी लागून ते तात्यांना म्हणाले,

''साहेब आपलं भाषण ऐकण्यासाठी उत्सुक आहेत. तुम्ही बोला.''

पुन्हा कुजबुज सुरू झाली. मुळात जोतीराव फुल्यांनी अशा पेहरावात येऊन समारंभाला गालबोट लावावं, ही गोष्ट अनेकांना फार खटकली होती. दृष्ट लागावी अशा मेजवानीला शूद्र शेतकऱ्याच्या वेशात येऊन आगंतुकपणा केला, तो केला... आता वरून आणखी भाषण ऐकवणार होते! पुण्यातले काही शिष्ट हरी रावजींवर संतापले. आता पुरती खरडपट्टी निघणार, यांत शंकाच नव्हती; परंतु आता जीव मुठीत धरून बसण्याखेरीज दुसरा इलाज नव्हता.

समोर अनेक लोक तात्यांचं भाषण ऐकायला आतुर झाले. हा शेतकरी माणूस काय बोलणार आहे, हे जाणून घेण्यासाठी राजपुत्र महोदयसुद्धा तेवढेच उत्सुक होते.

तात्याही भाषण करण्याच्या तयारीनंच मेजवानीला आले होते. राजपुत्रासमोर ते हिंदुस्थानातील शेतकऱ्यांच्या स्थितीचं निवेदन करणार होते... त्यांचं आजचं भाषण हिज हायनेस ड्यूक ऑफ कॅनॉट यांना उद्देशून असणार होतं...

तात्यांनी उजव्या हातातली लांबलचक काठी मागं खुर्चीला टेकवली. खांद्यावरचं घोंगडं टेबलावर ठेवलं आणि ते बोलायला उभे राहिले. अस्खलित इंग्रजीत त्यांनी आपलं भाषण सुरू केलं. शिष्टाचाराप्रमाणे प्रथम राजपुत्र महोदयांचं अभीष्टचिंतन केल्यावर ते पुढं म्हणाले,

"बंधूंनो, माझा हा पेहराव पाहून तुम्ही गोंधळला असाल; परंतु यात गोंधळण्यासारखं काय आहे? आपल्या देशात नव्वद-पंच्याण्णव टक्के माणसं ज्या पेहरावात राहतात, तोच हा पेहराव आहे. मी स्वत:ही शेतकरीच आहे. आज या पेहरावात इथं येण्याचं कारण तसंच महत्त्वाचं आहे –"

–आणि हिज हायनेस ड्यूक ऑफ कॅनॉट यांच्याकडे वळून ते म्हणाले,

"युवर हायनेस, या समारंभास आलेल्या लोकांचे झगमगीत उंची पोशाख आणि त्यांच्या अंगावरचे हिऱ्यामोत्यांचे दागिने पाहून कदाचित तुम्हाला असा भास होईल की, हा देश फार सुखी आणि संपन्न आहे; परंतु तसं झालं, तर तो तुमचा गैरसमज ठरेल. कारण वस्तुस्थिती फार वेगळी आहे. तुम्ही ज्याला हिंदुस्थान म्हणता, त्याला आम्ही बळीस्थान म्हणतो. कारण हा देश शेतकऱ्यांचा आहे. जमिनीत कष्ट करणाऱ्या बळी राजाचा आहे, उंची वस्त्रं आणि दागदागिन्यांनी मढलेले हे लोक म्हणजे खरा हिंदुस्थान नाही. हे लोक त्या बहुसंख्य जनतेचे प्रतिनिधी नाहीत...

"खरा हिंदुस्थान खेड्यांत आहे. आमच्या खेड्यांतले लोक निर्धन, भुकेकंगाल आणि बेघर आहेत. रात्रंदिवस कष्ट करूनही ते अर्धपोटी राहतात. अनवाणी चालतात. लाज झाकायलासुद्धा त्यांना पुरेसा कपडा मिळत नाही. त्यांचा पेहराव, मी केला आहे, त्याच तऱ्हेचा; पण याहून जास्त विटलेला असतो. राजपुत्र महाशयांना खरा हिंदुस्थान पाहायचा असेल आणि हिंदुस्थानच्या महाराणीला खरा वृत्तान्त निवेदन करायचा असेल,

तर त्यांनी आजूबाजूच्या काही खेड्यांना भेटी द्याव्यात. अज्ञानी जनतेचं भयंकर दारिद्र्य प्रत्यक्ष पाहावं. महार-मांग लोकांच्या वस्त्यांना भेटी देऊन, त्या मनुष्यवस्तीसाठी कितपत योग्य आहेत, याची खात्री करून घ्यावी...

"खरा हिंदुस्थान असा आहे. साहेब, तुमची भाषा आमच्या अज्ञानी शेतकरी लोकांना समजत नाही आणि आमची शेतकऱ्यांची भाषा तुम्हाला कळत नाही. हे सगळं आंधळ्या-बहिऱ्याच्या गोष्टींसारखं झालं आहे. लाचखोर ब्राह्मण कारकून मधल्यामध्ये दोघांची फसवणूक करत आहेत. कृपा करून तुमच्यासमोर जे लोक येतात, त्यांच्यावरून तुम्ही इथल्या प्रजेची कल्पना करू नका. हिंदुस्थानच्या महाराणीला सांगा की, त्यांची वीस कोटी गरीब प्रजा दारिद्र्यामध्ये पिचत असून तिला शिक्षणाची गरज आहे आणि राणीसाहेबांना हेही सांगा की, ही मागणी करणारा एक खेडवळ माणूस मला पुण्याला झालेल्या एका मेजवानीत भेटला होता. युवर हायनेस, कृपया आमचा एवढा निरोप त्यांना द्या. एवढंच सांगायला मी इथे आलो आहे..."

हिंदुस्थानच्या दौऱ्यात एवढं रोखठोक बोलणारा माणूस त्यांनी पाहिला नव्हता. हिदुस्थानच्या मुक्तीची स्वप्नं पाहणाऱ्या आणि त्यासाठी असंतोष माजवणाऱ्या देशभक्तांविषयी त्यांनी ऐकलं होतं; परंतु सामान्य जनतेच्या कल्याणासाठी तळमळणारा एवढा एकच माणूस त्यांना आढळला होता. हिंदुस्थानातील गुंतागुंतीची सामाजिक परिस्थिती पाहून तेही खरोखर गोंधळून गेले होते. असा जगावेगळा समाज त्यांनी कुठंच पाहिला नव्हता.

आपल्या भाषणात त्यांनी तात्यांचे मन:पूर्वक आभार मानले. हिंदुस्थानच्या महाराणीपर्यंत त्यांचा निरोप पोचवला जाईल, म्हणून आश्वासन दिलं.

समारंभ संपला. वाढप्यांची लगबग सुरू झाली. अगरबत्त्यांच्या सुवासात ताज्या अन्नाचा गोड घमघमाट मिसळला आणि वर्दी मिळेपर्यंत बांधल्या गेलेल्या जिभा थोड्या सैल झाल्या. हरी रावजींनी जोतीराव फुल्यांना बोलायची संधी द्यावी, याबद्दल नाराजी व्यक्त झाली. जोतीराव फुले काय बोलणार आहेत, हे त्यांना जसं आधीच माहीत होतं. तात्यांच्या भाषणानं त्यांच्या नाकाला मिरच्या झोंबाव्या, यात काहीच नवल नव्हतं; परंतु काही लोक आनंदात होते. आपल्या श्रीमंतीचं प्रदर्शन करणाऱ्यांना आणि सुधारणेच्या गोष्टी करणाऱ्या काही उपटसूळ लोकांना चरचरीत उतारा मिळाला होता.

राजपुत्र महोदयांनी तात्यांना आपल्या शेजारी बसायची विनंती केली. त्यांनी आपल्या भाषणात वापरलेल्या 'बळीस्थान' या शब्दाचा अर्थ त्यांना स्पष्ट झालेला नव्हता.

तात्यांनी आपली भूमिका त्यांना पुन्हा समजावून सांगितली.

चिपळूणकरांच्या वाड्यातली ती मेजवानी आणि तात्यांचं ते भाषण हा विषय फुले वाड्याला आणि पुण्याला बरेच दिवस पुरला.

११

दोन अंकांनंतर 'सत्सार' बंद पडलं. ते पुन्हा सुरू करणं शक्य झालं नाही; परंतु 'दीनबंधू'शी बिघडलेले संबंध आता सुरळीत झाले होते. इतके की, मंगलाष्टकांच्या पुस्तिकेचा नफा तात्यांनी 'दीनबंधू'ला अर्पण केला.

तानसा तलावाच्या कंत्राटाचं काम संपवून परतलेल्या कृष्णरावांनी 'दीनमित्र' हे नवं मासिकपत्र सुरू केलं. त्यांचे भाचे गणपत सखाराम पाटील त्यांना मदत करीत. तात्यांचे आणि त्यांचे संबंध अजूनही सुधारले नव्हते आणि ते सुधारण्याची शक्यताही नव्हती. सुशिक्षणगृहावरून निर्माण झालेली कटुता इतक्या सहज निवळणार नव्हतीच. सुशिक्षणगृह बंद पडायला तात्याच कारणीभूत आहेत, हे त्यांच्या मनात पक्कं रुजून बसलं होतं. तात्यांनी 'सत्सार'मध्ये छापलेलं ते मुंबईच्या लोकांचं पत्र हाच त्याचा पुरावा होता. पुण्यात आल्या आल्या त्यांनी आणखी एक उपक्रम हाती घेतला. गरीब विद्यार्थ्यांसाठी दीनबंधू फ्री स्कूल नावाची एक शाळा स्थापन करायचे प्रयत्न त्यांनी सुरू केले.

सत्यशोधक पद्धतीनं होणाऱ्या विधींमध्ये निर्माण झालेल्या विसंगती आणि लोकांचा होणारा गोंधळ हे निमित्त साधून 'दीनमित्र'नं पहिल्या अंकापासूनच समाजाच्या नेत्यांवर टीका करायला सुरुवात केली. तात्यासाहेब फुले हेच या टीकेचं मुख्य लक्ष्य होतं. समाजप्रणीत विधींमध्ये एकवाक्यता असावी, त्याबाबत लोकांना अडचणी येऊ नयेत, यासाठी तात्या अखंड झटत होते. वेळोवेळी पुस्तिका लिहून प्रसिद्ध करीत होते; परंतु सर्व गोष्टी समाजापर्यंत पोचायला अनेक अडचणी आडव्या येत. इतर विधींचं लेखन पूर्ण झालेलं असलं तरी त्यांच्या पुस्तिका अजून छापून व्हायच्या होत्या आणि त्यासाठी लागणारा पैसा कुठून उभा करावा; हाही मोठाच प्रश्न होता. ती सगळी कामं तात्यांनाच अंगावर घेऊन करावी लागत. 'सार्वजनिक सत्यधर्म' या पुस्तकाचं लेखनही या ना त्या निमित्तानं लांबत चाललं होतं, ही गोष्टही खरीच होती; परंतु टीकेचं हत्यार उचलताना 'दीनमित्र'नं या सर्व अडचणींचा विचार केला नाही. शेवटी त्या टीकेत व्यक्तिगत रागलोभ मिसळले होते, हेच खरं होतं. एरवी पहिल्या अंकापासूनच एवढा टीकेचा भडिमार सुरू व्हावा, याला तसं दुसरं कुठलंच सयुक्तिक कारण दिसत नव्हतं.

आज संबंध दुरावले असले, तरी कृष्णरावांची उपक्रमशीलता तात्यांना नेहमीच मोहवीत आली होती. प्रत्येक वेळी त्यांनी खुद्द तात्यांचाही विरोध पत्करून आपला विचार तडीस नेला होता. तानसा तलावाच्या कंत्राटाचं काम करतानाही त्यांचं कार्य थांबलं नव्हतं. तलावाच्या उद्घाटनप्रसंगी त्यांनी प्रशंसनीय समयसूचकता दाखवली

होती. तलावाच्या उद्घाटनासाठी गव्हर्नर साहेब येणार होते. त्यांच्या स्वागतासाठी भव्य कमान उभारण्यात आली होती. कमानीजवळ येताच तिच्यावर लिहिलेल्या इंग्रजी अक्षरांनी गव्हर्नर साहेबांचं लक्ष वेधून घेतलं. ती अक्षरं म्हणजे एक प्रश्न होता आणि तो गव्हर्नर साहेबांना उद्देशूनच विचारला गेला होता. प्रश्न होता :

हा तलाव मुंबईतल्या लोकांची तहान भागवील; पण कोट्यवधी अज्ञ जनांची ज्ञानतृष्णा तुम्ही कशी शमवणार आहात?

गव्हर्नर साहेबांना असा प्रश्न विचारण्याचं धाडस फक्त कृष्णरावच करू धजले.

त्यांच्या याच उपक्रमशील आणि धाडसी स्वभावावर खूश होऊन तात्यांनी ती टीका खिलाडूपणे स्वीकारली आणि यशवंताला सांगून 'दीनमित्र'ची वर्गणी पाठवली. झालेल्या टीकेकडे दुर्लक्ष करून तात्यांनी वर्गणी पाठवायला सांगावं, याचं यशवंतालाही आश्चर्य वाटलं.

तात्या म्हणाले,

"अरे बाळा, त्यांनी टीका केली किंवा आमच्या चुका दाखवल्या म्हणून काय झालं? उलट, त्यामुळे आमचे दोष दूर व्हायला मदतच होईल. आज ते आमच्या चुका दाखवत आहेत; उद्या ते समाजाचे जे जे म्हणून शत्रू आहेत, त्यांच्याही चुका दाखवू लागतील. त्या वेळी आम्हाला जो आनंद होईल, तोच आज होतो आहे, असं समज."

तात्यांची आज्ञा मानून यशवंतानं वर्गणी पाठवून दिली.

या सुमारास मुंबईत वेगळ्याच हालचाली सुरू होत्या. गोरगरिबांच्या कल्याणासाठी तात्यांनी केलेले अविश्रांत कष्ट, त्यासाठी सोसलेला छळ, ओतूर खटल्यासाठी त्यांनी केलेला त्याग या सगळ्या गोष्टींची मुंबईत चर्चा सुरू होती. पुण्याच्या म्युनिसिपालिटीनं दिलेल्या त्रासामुळे उलट तात्यांची प्रतिमा अधिक उजळून निघाली होती. कोणाचीही छाती अभिमानानं फुलून यावी, मन कृतज्ञतेनं भरून यावं, असं लोकोत्तर कार्य त्या महामानवानं केलं होतं. त्यानं केलेल्या त्यागाची मोजदाद करणं शक्य नव्हतं आणि त्याने सोसलेल्या छळांची कल्पना करणं तर त्याहून अशक्य होतं. प्रकृती साथ देत नसतानाही त्यांचं काम अखंड सुरू होतं. अशी कोणती जीवनप्रेरणा घेऊन हा माणूस या जगात आला होता?

येत्या मे महिन्यात तात्यांच्या वयाला साठ वर्षे पूर्ण होणार होती. त्या निमित्ताने त्यांचा मोठा सत्कार करावा, या विचारासाठी सत्यशोधक एकत्र आले आणि एक महत्त्वाचा निर्णय घेतला गेला. या समारंभात तात्यासाहेब फुल्यांना 'महात्मा' ही पदवी अर्पण करावी, असा एकमुखी निर्णय सर्वांनी घेतला. त्या निर्णयानं प्रत्येकाच्या मनातली कृतज्ञतेची भावना प्रकट झाली होती.

आपल्या नेत्याच्या तोंडून तो विचार ऐकताच कामगारांमध्ये उत्साह संचारला. आपल्या नेत्याला गुरुस्थानी असलेले तात्यासाहेब फुले त्यांनाही तेवढेच वंदनीय वाटत

होते. मुंबईतील कामगार चळवळ त्यांच्या विचारांवरच पोसली गेली होती. त्यांनी प्रत्येक वेळी सामान्य माणसाच्या हिताचा, कामगारांच्या हिताचा विचार मांडला होता. त्यासाठी नेत्यांना योग्य ते मार्गदर्शन केलं होतं; त्यामुळेच आज कामगारांच्या कित्येक समस्या सुटल्या होत्या. तात्यासाहेब फुल्यांचं हे ऋण फिटणं शक्य नव्हतं. या समारंभाच्या निमित्तानं प्रत्येकाला आपली कृतज्ञता व्यक्त करायची संधी मिळणार होती.

नारायणराव लोखंडे, स्वामी अय्यावारू, शेट राजू बाबाजी आणि शेकडो सत्यशोधक कामाला लागले. ठाण्याहून डॉक्टर लाड यांचं सहकार्य मिळालं. मामा परमानंद, बेहरामजी मलबारी, रावबहादूर विठ्ठलराव वंडेकर, माधवराव रोकडे यांचे उत्स्फूर्त आशीर्वाद लाभले.

नारायणराव लोखंडे, स्वामी अय्यावारू आणि आणखी काही मंडळींनी पुण्याला येऊन तात्यांना सत्कार स्वीकारण्याची विनंती केली. तात्यांचा होकार मिळताच तयारीला आणखी वेग आला...

मांडवीच्या कोळीवाडा सभागृहात समारंभ घ्यायचं ठरलं. दिवस ठरवण्यात आला. वेळ निश्चित झाली आणि त्याप्रमाणे गावोगाव सत्यशोधकांना पत्रं गेली. गावातल्या कित्येक प्रतिष्ठित व्यक्तींबरोबरच बडोद्याला महाराजा सयाजीराव गायकवाड यांनाही निमंत्रण पाठवण्यात आलं. समारंभाची तयारी पूर्ण झाली.

अकरा मे रोजी मांडवी येथील कोळीवाडा हॉल माळा-पताकांनी सजला. दुपारच्या कार्यक्रमाला सकाळपासून गर्दी लोटली. प्रत्येकाची छाती अभिमानानं फुलून आली होती. डोळ्यांतून आनंद ओसंडत होता. आपल्या आवडत्या नेत्याला 'महात्मा' या पदवीनं गौरवान्वित झालेलं पाहण्यासाठी डोळे आसुसले होते... हजारो वर्षं झोपी गेलेल्या समाजाला त्याच माणसानं जागं केलं होतं. प्रत्येकाला आपल्या मानवी हक्कांची जाणीव करून दिली होती. शत्रू कोण आणि मित्र कोण हे ओळखायला शिकवलं होतं. धर्माचा खरा अर्थ त्यानंच सांगितला होता. शिक्षणाचं आणि निर्व्यसनीपणाचं महत्त्व मनावर बिंबवलं होतं. संसार कसा करावा, हेही त्याच माणसानं शिकवलं होतं. तो माणूस महामानव होता, महात्मा होता. त्याला महात्मा ही पदवी अर्पण करणं म्हणजे त्याचं बिरुद त्यालाच अर्पण करण्यासारखं ठरणार होतं...

आपल्या आदरणीय नेत्याचा सन्मान पाहायला अवघ्या महाराष्ट्रातून सत्यशोधक आले. बारा वाजेपर्यंत हॉल गच्च भरला. मुंगी शिरायलाही जागा उरली नाही. जागा मिळेल तिथं माणसं उभी होती. कित्येक लोकांना आवारातच थांबावं लागलं.

भाऊ कोंडाजी पाटील आणि पुण्याहून आलेली आणखी काही मंडळी हॉलवर पोचली आणि त्यांच्या पाठोपाठ सत्कारमूर्तींची घोडागाडी समारंभस्थळी पोचली... वयाच्या पंचविसाव्या वर्षी स्त्रीशिक्षणाचं कार्य केल्याबद्दल मेजर कँडी यांच्या हस्ते सत्कार स्वीकारणारा जोती फुले आणि आज वयाच्या साठाव्या वर्षी जनतेच्या वतीनं

'महात्मा' हा सन्मान स्वीकारणारे जोतीराव फुले या दोहोंत किती अंतर पडलं होतं! वयोमानानुसार तात्यांच्या राहणीत खूपच बदल झाला होता. तरुणपणाच्या देखणेपणात रुबाबदारपणाची भर घालणारी दाढी कधीच नाहीशी झाली होती. डोक्यावरच्या लाल पटक्याची जागा आता पांढऱ्या पागोट्यानं घेतली होती.

रावबहादूर विठ्ठलराव वंडेकर, स्वामी अय्यावारू, जाया कराडी, डॉ. संतूजी लाड, शेट राजू बाबाजी, दामोदर सावळाराम इत्यादी मंडळी तात्यांच्या आणि बाळाजी कुसाजी पाटलांच्या स्वागतासाठी उभी होती. यंदे शेटजी बडोद्याहून महाराजांचा निरोप घेऊन आले होते. तात्यासाहेब फुल्यांना महात्मा या पदवीबरोबरच हिंदुस्थानचे बुकर टी. वॉशिंग्टन ही आणखी एक पदवी द्यावी, असा निरोप महाराजांनी पाठवला होता.

सत्कारमूर्तींचा हॉलमध्ये प्रवेश होताच टाळ्यांचा कडकडाट झाला. तो अलोट जनसमुदाय पाहून तात्यांचं अंत:करण गहिवरून आलं. आपल्यावरील प्रेमाखातर इतकी माणसं दूरदूरहून यावीत, याचं त्यांना खरोखर फार अप्रूप वाटलं.

गौरवपर भाषणं सुरू झाली. जोतीराव फुले आणि सावित्रीबाई फुले यांनी आयुष्यभर दिलेली एकाकी झुंज हाच प्रत्येक भाषणाचा विषय होता. प्रत्येक वक्ता आज तात्यांचा उल्लेख महात्मा असाच करत होता.

रावबहादूर विठ्ठलराव वंडेकर, स्वामी अय्यावारू यांची भावपूर्ण भाषणं झाली. जस्टिस ऑफ पीस नारायणराव लोखंडे यांनी आपल्या भाषणाच्या शेवटी तात्यासाहेब फुल्यांना महात्मा ही पदवी अर्पण करण्यात येत असल्याचं जाहीर केलं. सोबतच महाराजा सयाजीराव गायकवाड यांनी पाठवलेला संदेश वाचून दाखवला. प्रथम तात्यांच्या खांद्यावर सत्काराची शाल घातली आणि सावित्रीबाई फुले यांना देण्यासाठी आणलेली वस्त्रं त्यांच्या हातावर ठेवली.

गर्दीत कोणीतरी घोषणा दिली,

''महात्मा जोतीराव फुले की...''

''जय!'' घोषणेला तेवढाच जोरदार प्रतिसाद मिळाला. चारही बाजूंनी पुन:पुन्हा जयजयकाराच्या घोषणा घुमू लागल्या. कोळीवाडा हॉल त्या घोषणांनी दुमदुमू लागला. आत सुरू असलेल्या घोषणांचे आवाज ऐकून बाहेरही तशाच घोषणा सुरू झाल्या.

तात्यांच्या खांद्याला खांदा लावून पुरोहितशाहीविरुद्ध लढणाऱ्या बाळाजी पाटलांचाही सत्कार झाला. सत्कारमूर्तींना हार घालण्यासाठी एकच झुंबड उडाली. पाहतापाहता मेजावर पुष्पहारांचा खच पडला.

गोरगरीब जनतेनं बहाल केलेला तो सन्मान स्वीकारताना तात्यांना भावनांचा कढ आवरला नाही. तशाच भावाकुल अवस्थेत ते सत्काराला उत्तर द्यायला उभे

राहिले... तात्यांचे दोन्ही हात जोडलेले होते. डोळ्यांत कृतज्ञतेचे अश्रू दाटून आले होते. भरल्या आवाजात तात्या बोलू लागले,

''बंधूंनो आणि भगिनींनो, मला हा सन्मान बहाल करून तुम्ही आपल्या मनाचा मोठेपणा दाखवला आहे. मी एकच विचार करतो आहे. एवढ्या मोठ्या सन्मानाचा अंगीकार करावा, असं कार्य माझ्या हातून खरोखरच घडलं आहे का? बंधूंनो, मी आजवर जे थोडंबहुत काम केलं ते माझ्या सदसद्विवेकबुद्धीला स्मरून आणि ईश्वरी प्रेरणेनं केलं. माझ्या शूद्रातिशूद्र बांधवांसाठी जे कर्तव्य करायला पाहिजे होतं ते मी केलं. त्यासाठी झगडलो, लढत राहिलो...

''इथं काही वक्त्यांनी मी सोसलेल्या त्रासाबद्दल सांगितलं; परंतु गरीब शूद्रांसाठी कार्य करणारांना इथं असाच त्रास सहन करावा लागला आहे; त्यामुळे त्रासाचं काही वाटत नाही. उलट, त्रास देणाऱ्यांनाच जो काही त्रास झाला असेल, त्याबद्दल मी त्यांची क्षमा मागतो. आमच्या विचाराला विरोध करण्याऐवजी त्यांनी आम्हाला विरोध केला. तसं करणं त्यांना योग्य वाटलं असेल. ते त्यांच्या मार्गानं गेले. आम्ही आमच्या मार्गानं गेलो.

''आम्ही सत्यशोधक आहोत म्हणजे कोण आहोत? समाजाला अज्ञानात ठेवण्यासाठी सत्य लपवलं जातं, तेव्हा त्याचाही शोध घ्यावा लागतो. सत्य लपवून ठेवण्याचं कुटिल कारस्थान इथं खेळलं गेलं आहे. धर्मविषयक चुकीच्या कल्पनांमुळे खरा धर्मविचार झाकला गेला आहे. सुखी जीवनाचा मार्ग दाखवणाऱ्या त्या खऱ्या धर्मविचाराचा शोध घेण्यासाठी आम्ही सत्यशोधक झालो आहोत...

''आम्हाला शक्य झालं, तेवढं आम्ही केलं. आम्ही सुरू केलेलं हे कार्य तुम्ही पुढं न्या. आपणा सर्वांनी सत्यशोधक विचारांचा संदेश प्रत्येक गावात पोचवावा आणि आपल्या अज्ञानी बांधवांना सत्याचा मार्ग दाखवावा, एवढीच माझी विनंती आहे...''

सर्व सत्यशोधक मित्रांचे आभार मानून तात्यांनी आपलं भाषण संपवलं.

पुन्हा एकदा प्रचंड जयजयकार झाला.

दुपारपासून सुरू झालेला समारंभ संपायला संध्याकाळ झाली.

समारंभ संपताच तात्यांच्या भेटीसाठी लोकांची गर्दी उसळली. सर्वांच्या शुभेच्छा स्वीकारून, तात्या नारायणराव लोखंड्यांसह बाहेर पडले. त्या दिवशी रात्री उशिरापर्यंत तात्यांच्या भेटीसाठी लोकांची रीघ लागून राहिली.

तात्यांच्या सन्मानार्थ आणखी काही ठिकाणी समारंभ आयोजित करण्यात आले. बहुजनांचा महात्मा बहुजनांच्या प्रेमवर्षावानं न्हाऊन निघाला; परंतु ते सत्कार स्वीकारताना तात्यांचं लक्ष पुण्याकडं लागलं होतं. कोर्टाला आणखी काही पुरावे सादर करावे लागणार होते.

नाडकर्णी वकिलांची भेट घेऊन तात्यांनी परतीचा प्रवास सुरू केला. आनंदाच्या आकाशात हेलकावणारा मनाचा पतंग कोर्ट-कचेरीच्या विचारांनी जमिनीवर खेचला जात होता. जबाबदारीच्या जाणिवेनं मनावर दडपण आलं होतं. एक विचित्र अस्वस्थता मनाला घेरून टाकत होती. एकापाठोपाठ एक असे विचारांचे अनेक जथे सामोरे येत होते. विचारांच्या वादळात मनाचं तारू कुठल्याकुठे हेलकावत होतं.

गाडी पुण्याच्या दिशेनं धावत होती. पुण्याच्या पंचक्रोशीतून आलेले शेकडो सत्यशोधक बांधव आपल्या प्रिय नेत्याच्या स्वागतासाठी स्टेशनवर हजर असणार होते. त्या सर्वांच्या भेटीसाठी तात्या उत्कंठित झाले होते.

१२

शेवटी तात्यांनी आपला विचार तडीस नेला. आल्हाटाचं घर भाड्यानं घेऊन त्यांनी वसतिगृह सुरू केलं. मळा विकून शिल्लक राहिलेला पैसा वसतिगृहाच्या कामी लावला. एका वेळी सुमारे पंचवीस-तीस मुलांची सोय झाली. जाया कराडी यांची मुलं व्यंकय्या, यल्लाप्पा, बापू, पुतण्या लिंगण्णा, शेट राजू बाबाजी यांचा मुलगा नाना ही मुलं पुन्हा पुण्याला शिकायला आली. आता खुद्द तात्यांच्या देखरेखीखाली त्यांचं शिक्षण सुरू झालं. ठाण्याहून लाड डॉक्टरांनी आपल्या मुलासोबत कल्याणचीही काही मुलं पाठवली. या मुलांच्या पालकांकडून वर्गणी मिळणार असली, तरी इतर गरीब मुलांची व्यवस्था मोफतच करावी लागणार होती.

यशवंत, सीताराम आणि गोविंदा यांच्या मदतीनं तात्या रात्रंदिवस वसतिगृहाच्या कामात बुडून गेले. तात्या स्वत: सर्व विद्यार्थ्यांचा अभ्यास घेत. त्यांना रोज विविध प्रकारचे मैदानी खेळ शिकवत. त्यांची शाळा, जेवण, राहणी, झोप या प्रत्येक गोष्टीची जातीनं काळजी घेत. काकू स्वत: स्वयंपाक करीत. विधवा रंगूबाई त्यांच्या मदतीला असत. फुले वाड्यात शिजणारं अन्न आणि वसतिगृहात शिजणारं अन्न वेगळं नव्हतं. वेळापत्रकाप्रमाणे सर्व कामं बिनबोभाट पार पाडली जात.

रोज भल्या सकाळी स्वत: तात्यासाहेब मुलांना अभ्यासासाठी उठवायला येत. दोन्ही वेळा ताजं सकस अन्न आणि रविवारी मिष्टान्न भोजन दिलं जाई. रात्री नऊच्या पुढं मुलांना बाहेर जाण्यास बंदी असे. दर शनिवारी रात्री जेवण झाल्यावर तात्या मुलांना बोधपर गोष्टी सांगत. कधी मुलांमध्ये कवितांच्या भेंड्या लावल्या जात.

वसतिगृहातला विद्यार्थी आणि यशवंत यांच्यात कुठलाच भेद नव्हता. गजानन आणि यशवंत मुलांमध्ये मिसळून राहत. राजू शेटजींचा नाना थोडा हूड होता. त्याचं लक्ष अभ्यासापेक्षा खेळांत जास्त असे; परंतु राजू शेटजींचा मुलगा

म्हणून त्याला वेगळी वागणूक नव्हती. आई-वडिलांची आठवणही येऊ नये, एवढी माया तात्या आणि काकूंकडून मुलांना मिळत होती.

वसतिगृह सुरू होऊन महिनाही झाला नसेल, पुण्यात एक चमत्कारिक हूल उठली. तिचा परिणाम वसतिगृहावरही झाला. बहीण-भावंडांना भेटायचं असेल तर त्यांनी ज्येष्ठ महिन्याच्या शेवटच्या पाच-सहा दिवसांत भेटून घ्यावं. नाहीतर पुढं तीन वर्षं भेटू नये. भेटले तर दोघांपैकी एकाला मृत्युयोग आहे. कोणा शास्त्री-पंडिताच्या सुपीक टाळक्यातून हे खूळ निघालं होतं कोणास ठाऊक! आसपासच्या गावांतूनही ती हूल पसरायला वेळ लागला नाही. मुलांना घरी घेऊन जायला म्हणून त्यांचे पालक हजर झाले. राहिलेल्या मुलांनीही चंबूगबाळं आवरून घरी जायची तयारी सुरू केली. पाहतापाहता वसतिगृह ओस पडलं. बसलेली घडी पार विस्कटून गेली.

गावोगाव होमहवन, पूजापाठ सुरू झाले. ब्राह्मणांची चंगळ उडाली. ब्राह्मणी धर्मातील कृत्रिम ठकबाजीचा हा आणखी एक पुरावा होता. पालकांची समजूत घालताघालता तात्यांची पुरेवाट झाली. आकाशातल्या ग्रह-ताऱ्यांचा आणि मानवी जीवनाचा काडीइतकाही संबंध नसल्याचं त्यांनी प्रत्येकाला समजावून सांगितलं. काहींना त्यांचं म्हणणं पटत होतं, तर काहींना पटत नव्हतं.

कशीबशी ज्येष्ठ महिन्याची अमावास्या उलटली. बहिणींना भेटायला गेलेले भाऊ घरी परतले. तशा भावांना भेटायला माहेरी गेलेल्या बहिणीही सासरी परतल्या.

समाजाची ही दिशाभूल पाहून तात्यांना अतोनात दु:ख झालं. कारण या अफवेला अज्ञानी आणि अंधश्रद्ध शूद्रातिशूद्र समाजच प्रामुख्यानं बळी पडला होता. ब्राह्मणांनी मात्र आपली पोळी पिकवून घेतली होती.

वसतिगृहाचं कामकाज पुन्हा सुरळीत सुरू झालं आणि एके दिवशी सकाळी ती भयंकर घटना घडली.

त्या दिवशीही तात्यांना नेहमीप्रमाणे भल्या सकाळी जाग आली होती. बाहेर पाऊस कोसळत होता. समई लावावी म्हणून ते उठले आणि काय होत आहे, हे कळायच्या आत धाडकन खाली कोसळले. त्या आवाजानं दचकून उठलेल्या काकू तात्यांकडे धावल्या. अंधारात जमिनीवर पडलेल्या तात्यांना पाहून त्यांचं काळीज लककन् हललं. तशा अंधारातच तात्यांना काय झालंय म्हणून त्या चाचपून पाहू लागल्या. 'काय झालं, काय झालं शेटजी' म्हणून विचारू लागल्या; परंतु तात्यांकडून उत्तर मिळत नव्हतं.

काकूंनी घाईघाईनं समई लावली.

तात्यांच्या डोक्याला भली मोठी जखम झाली होती. नाकातून रक्त येत होतं.

तात्या बोलायचा प्रयत्न करत होते; परंतु मुखातून शब्द फुटत नव्हता. जीभ

उचलत नव्हती. उठून बसावं तर हातपाय बधिर झाले होते. अचानक हे काय झालं ते त्यांचं त्यांनाही कळेनासं झालं होतं. उजव्या बाजूनं हातापायांतून सरकत आलेली वेदना डोक्याला लागलेल्या मारामुळे एकदम तीव्र होऊन मस्तकात साकळली आणि त्या धक्क्यानं तात्या एकदम बेशुद्ध झाले.

"यशवंत, गोविंदा..." मुलांना हाका मारत काकू बैठकीत आल्या.

त्यांच्या मदतीनं काकूंनी तात्यांना पलंगावर निजवलं. सीताराम डॉक्टर विश्राम रामजी यांच्याकडं पळत गेला. तोवर काकू आपल्या परीनं तात्यांना शुद्धीवर आणायचा प्रयत्न करीत राहिल्या.

डॉक्टर विश्राम रामजी आले. त्यांनी जखमेवर मलमपट्टी केली.

थोड्या वेळानं तात्यांनी डोळे उघडले खरे; परंतु त्यांना बोलता येत नव्हतं. जीभ निर्जीव झाल्याप्रमाणे जड झाली होती. हातापायांतली शक्ती नष्ट झाली होती. पलंगाचा पाय लागून डोक्याला जबर मार बसला होता.

ती सगळी लक्षणं अर्धांगवायूची होती. तात्यांना अर्धांगवायू झाला होता. शरीराच्या उजव्या बाजूचा पूर्ण शक्तिपात झाला होता.

काकूंचा धीर खचला. फुले वाडा हवालदिल झाला.

दिवस उजाडता उजाडता सगळीकडं बातमी पसरली आणि तात्यांच्या भेटीसाठी माणसांची गर्दी लोटली.

एक चालता फिरता माणूस ध्यानीमनी नसताना अचानक अंथरुणाला जखडला गेला. जणू एक चालता फिरता झंझावात कोणा अदृश्य शक्तीनं गिळून टाकला. डॉक्टर विश्राम रामजी इलाज करत होते; परंतु त्याचा उपयोग होत नव्हता. वसतिगृहाच्या खर्चात आता औषधांचा खर्च वाढला; परंतु पैशावाचून अडलं नाही. तात्यांची प्रकृती पाहायला आलेले नागेश्वरगीर महाराज जाताना औषधोपचारासाठी काही रक्कम ठेवून गेले. तात्यांच्या प्रकृतीचं वृत्त कळताच सयाजीराव महाराजांनीही काही रक्कम पाठवून दिली.

हळूहळू डॉक्टर साहेबांच्या प्रयत्नांना यश येऊ लागलं. तात्या उठून बसू लागले. तोडकं मोडकं बोलू लागले. उजवं अंग पूर्ण निकामी झालं होतं. पुढील धोका टाळण्यासाठी डॉक्टरांनी पूर्ण विश्रांतीचा सल्ला दिला. परिणामी, वसतिगृहाच्या कामाचा संपूर्ण भार काकूंच्या अंगावर पडला. सीताराम, गोविंदा त्यांच्या मदतीला होते. कोणाची काही तक्रार नव्हती की कुठली कुरकुर नव्हती. घालून दिलेल्या शिस्तीप्रमाणे सगळं सुरळीत चाललं होतं.

तात्या रात्रंदिवस अंथरुणावर पडून होते. सगळा वाडा त्यांच्या सेवेला हजर होता; परंतु असं पडून राहून सेवा करून घेणं तात्यांना शक्य नव्हतं. अवतीभोवती कामं हाका मारत होती; परंतु शरीरानं मनाच्या इच्छाशक्तीला साथ द्यायचं नाकारलं

होतं. काही लिहिणं शक्य नव्हतं की चालणं शक्य नव्हतं. जीवाची तडफड-तगमग होत होती.

अशा वेळी वाचन हाच एकमेव विरंगुळा उरला होता. तात्या सारखे वाचत बसलेले असत. वाचनात आलेल्या विषयांवर भेटीला आलेल्या लोकांशी चर्चा करताना दिसत.

'दीनमित्र'च्या ताज्या अंकात 'धर्मगुरू म्हणविणारांस ताकीद' या शीर्षकाखाली तात्यांवर कठोर टीका करणारा लेख प्रसिद्ध झाला होता. 'दीनमित्र'ची ती लेखमाला अजूनही सुरूच होती. दरम्यान, तात्यांनी 'दीनमित्र'कडे पाठवलेली वर्गणी परत आली होती आणि तरीही 'दीनमित्र'चे अंक मात्र न चुकता फुले वाड्यात येऊन पडत होते. धर्मगुरू म्हणविणारांस ताकीद देताना 'दीनमित्र'ने लिहिलं होतं,

'सद्‌धर्म दाखविणारा तो धर्मगुरू. म्हणून गुरू म्हणविणारांनी नावाप्रमाणेच करणी करून दाखवावी. नाहीपेक्षा धर्मगुरूंच्या कळपापासून निराळे होऊन शिष्यवर्गात राहावे. हल्ली सत्यशोधक म्हणून एक नवीन पंथ होऊ लागला आहे; परंतु या नूतन पंथाची गती इतर पंथांच्याच धर्तीवर जाऊ पाहात आहे. हिंदू धर्मगुरूंचे हरएक विधी त्या सत्यसमाजियनांनी स्वीकारले आहेत! हिंदू धर्मगुरूस सस्पेंड करून त्याच्या जागी सत्यसमाजियनांतील कित्येकांची स्थापना होत आहे. सुधारणा केली म्हणतात, ती हीच! म्हणून सत्यशोधक समाजाच्या पुढाऱ्यांस ताकीद देणे वाजवी आहे. व त्यांनीही इकडे लक्ष देऊन वेळीच सावध व्हावे, अशी त्यांस अत्यादरे आग्रहपूर्वक प्रार्थना आहे...'

लग्न आदी विधींमध्ये निर्माण झालेल्या काही विसंगतींचे वर्णन करून समाजाच्या नेत्यांना या गोंधळाचे पुढारी म्हटलेलं होतं. तसेच, त्यांनी याबद्दल अद्याप विचार करू नये याचं नवल व्यक्त करून पुढं म्हटलं होतं,

'असे न करता येथून पुढे तरी याचा बंदोबस्त करावा. आम्ही त्यांना ही घरगुती सूचना करीत आहोत. तरी 'सोनारांनी कान टोचल्यास रडू येत नाही व घरी टोचल्यास येते, अशा स्वभावास आमचाही नाइलाज आहे... कोणाचा कोणाशी मेळ नसल्यामुळे लोक याबद्दल फार कुरकुरत आहेत व त्यांची ती कुरकुर थट्टेवारी नेण्याजोगी आहे, असे कोण म्हणेल? फार कशाला, सारच पुरे आहे. थोड्यात उमजावे. धर्मासारख्या महत्त्वाच्या गोष्टीत धरबंध नसणे लोकांच्या नाशास कारण आहे. सबब सत्यशोधक समाजातील सुज्ञ मंडळींनी एक वेळ मुंबईस अथवा ओतुरास अथवा जुन्नरास किंवा पुण्यात अगर कोठेतरी एकत्र जमून सर्वांस सर्व ठिकाणी सर्व काळी लागू होतील, असे सत्य नियम करून तेच सुरू करण्याची खटपट करावी...

'...आज हे लिहिण्याचे कारण इतकेच की, असा गोंधळाचा विचार केला नाही, तर हा बहुरूपी गुण व अप्रयोजकपणा कोणाकडे? आम्हास पुढारी मात्र म्हणा, आमची स्तुती गा, आम्हास मदत करा आणि आमच्या नावाने जिकडे तिकडे

डोळे झाकून भटका! खाशी बेगडी कीर्ती मिळविण्याची युक्ती, असे जर कोणी म्हटले, तर त्यांची समजूत आम्ही कशी घालावी? म्हणून पुढारी म्हणवणाऱ्यांनी व त्यांच्या साह्यकारी गृहस्थांनी वरचेवर एके ठिकाणी जमून त्या हालचालींविषयी विचार करून धरबंद लावावा. नाही तर कोण लावील? 'खानेकू मैं और लढनेकू मेरा चिच्चा' किंवा प्रसंगी काहीतरी सबब काढून घरी बसणे चांगले नाही. कोणी मदत करू लागल्यास तेही पाहवत नाही!! मत्सरी व दांभिकपणा मोडण्यासाठी सारी खटपट!...'

कुठल्याही प्रकारची टीका वाचून तात्या कधी दुःखी होत नसत. तिच्यातील ग्राह्य असेल तेवढा भाग स्वीकारून बाकीचे मुद्दे विसरण्याचा प्रयत्न करीत; परंतु ही टीका वाचून त्यांना फार दुःख झालं. आज त्यांना आपल्या अपंगत्वाची खरोखर चीड आली.

बराच वेळ तसाच गेला.

मनातली चीड विरत जाऊन, ती जागा विचारांनी घेतली. मनाशी एक निश्चय झाला आणि त्यांनी यशवंताला हाक दिली.

''य–यशवंत.....''

''जी, तात्यासाहेब...'' हातातलं काम बाजूला ठेवून यशवंत तात्यांसमोर उभा राहिला.

''म–मला पाटी-पेन्सिल आणून दे....''

यशवंताला काही कळेना. तात्यांना पाटी-पेन्सिल कशासाठी पाहिजे होती?

तात्या उठून बसायचा प्रयत्न करत होते. यशवंतानं पुढं होऊन त्यांना बसतं केलं. पाठीशी मोठी उशी दिली. तात्या अवघडल्यासारखे बसले. त्यांचा उजवा हात मोडलेल्या फांदीप्रमाणे खांद्याला लोंबकळत होता. उजव्या बाजूचा जबडा खाली ओघळला होता; त्यामुळे मूळचा शांतगंभीर परंतु क्वचित उग्रतापट वाटणारा चेहरा विकल व्यथित झाला होता.

तात्यांनी डाव्या हातानं लिहिण्याचा हावभाव केला. पाटी-पेन्सिल आणून दे म्हणून सांगितलं. यशवंतानं कपाटातली पाटी-पेन्सिल आणून तात्यांसमोर ठेवली. आता तात्या काय करतात, याकडं तो कुतूहलानं पाहू लागला.

तात्यांनी पाटी मांडीवर ठेवली आणि डाव्या हातात पेन्सिल धरून ते अक्षर गिरवण्याचा प्रयत्न करू लागले.

यशवंत थक्क होऊन ते दृश्य पाहत होता.

तात्या आता डाव्या हातानं लिहिण्याचा सराव करणार होते की काय?

यशवंतानं आत जाऊन काकूंना तो सर्व वृत्तान्त सांगितला. घाईघाईनं बाहेर येऊन काकू म्हणाल्या,

''हे काय चाललं आहे, शेटजी...?''

एकवार काकूंकडं पाहून तात्या म्हणाले,

"सराव करतो आहे."

"कशाचा?"

"डा–डाव्या हातानं लिहिण्याचा..." तात्या पुन्हा अक्षर गिरवायचा प्रयत्न करू लागले.

"पण शेटजी, डॉक्टर साहेबांनी विश्रांती घ्यायला सांगितली आहे ना?"

"वि–विश्रांती घ्यायला वेळ कुठं आहे, सावित्रीबाई. हे वाचा–"

डाव्या हातातली पेन्सिल तशीच पाटीवर ठेवून त्यांनी 'दीनमित्र'चा अंक काकूंसमोर धरला. काकू लेखावर भरभर नजर फिरवू लागल्या. त्यांचं वाचून होईपर्यंत थांबून तात्या म्हणाले,

"आयुष्यभर ज्याविरुद्ध झगडलो, तोच घर्मगुरूपणाचा आरोप माझ्यावर व्हावा, यापेक्षा दुसरी दुःखाची गोष्ट कोणती असू शकणार, सावित्रीबाई? पण त्यांना मी कोणत्या तोंडानं दोष द्यावा? माझ्याकडूनच ते काम राहून गेलं आहे. आता लवकरात लवकर 'सार्वजनिक सत्यधर्म' पूर्ण झाला पाहिजे. हे काम इतक्या लांबणीवर पडायला नको होतं. आपले सत्यशोधक बांधव अक्षरशत्रू आहेत. अज्ञानीपणामुळे त्यांचा गोंधळ होणं साहजिक आहे. म्हणून माझी जबाबदारी कमी होत नाही. उलट मला कार्यप्रवृत्त केल्याबद्दल मी 'दीनमित्र'कारांचे आभार मानतो. चार-आठ दिवसांत सराव होईल. त्यानंतर लगेच लिहायला सुरुवात करतो."

काकू म्हणाल्या,

"शेटजी, तुम्ही जमेल तसा मजकूर सांगा, गोविंदा लिहून घेईल."

"न–नको. त्याला त्याचा अभ्यास आहे. वसतिगृहाचं काम आहे. सराव झाल्यावर आधी मी लिहून काढतो. नंतर गोविंदाला प्रत तयार करायचा त्रास द्यावाच लागणार आहे."

तात्या ऐकणार नाहीत हे काकूंना पक्कं माहीत होतं. तरीही काकुळतीला येऊन त्या म्हणाल्या,

"पण शेटजी, थोडं बरं वाटल्यावर नाही का लिहिता येणार?"

एवढं सांगूनही काकूंची समजूत पटत नाही, हे पाहून तात्यांना वाईट वाटलं. ते म्हणाले,

"औषध सुरू आहे. आज ना उद्या बरं वाटेलच. तोवर बसल्या जागी शक्य आहे, तेवढं काम करायला काय हरकत आहे? लिहायला काही फार श्रम पडत नाहीत."

गेल्या वेळी आता तब्येतीचा भरवसा वाटत नाही, असं म्हणणारे तात्या आज ना उद्या बरं वाटू लागेल, म्हणून उलट काकूंचीच समजूत घालत होते.

तात्यांची समजूत घालायचा नाद सोडून काकू हताशपणे बसून राहिल्या.

"सावित्रीबाई, तुम्ही रागावलात?" तात्या म्हणाले.

‘‘नाही. तुम्हालाही तोंडदेखलं बोलता येतं हे पाहून हसायला आलं.’’

तात्या हसले.

‘‘सावित्रीबाई, आजवर कधी तुमचा शब्द मोडला नाही; पण आज तुम्ही माझं ऐका. शेवटचा दिवस येण्यापूर्वी हे काम पूर्ण झालंच पाहिजे. तेवढं एकच महत्त्वाचं काम आता उरलं आहे. ओतूरच्या खटल्याची काळजी आहे; पण मी नसलो, तरी दावा लढवायला ती माणसं कमी पडणार नाहीत. न्याय आपल्या बाजूने आहे. यशवंताच्या लग्नाची जबाबदारी मी तुमच्यावर टाकून जाईन; परंतु या कामाची जबाबदारी माझी आहे; ती मलाच पार पाडली पाहिजे. त्यात मी चुकलो, तर माझ्या विचारांचा कदाचित विपर्यास होईल, अशी भीती वाटते. व्यक्तिजीवन आणि समाजजीवन कोणत्या विचारांवर अधिष्ठित असावं हे सांगणारा सार्वजनिक सत्यधर्म ग्रंथरूपानं मांडला नाही तर, कालांतरानं ते विचार कदाचित नष्ट होतील. त्यांचा विपर्यास होईल किंवा जोतीराव फुल्यांचे विचार बेदिली माजवणारे होते, असाही अर्थ काही लोक काढतील. सार्वजनिक सत्यधर्माला कोणता समाज अभिप्रेत आहे, हे मला स्पष्ट केलंच पाहिजे. त्याबाबत कुचराई होऊन चालणार नाही.’’

तात्यांचे निर्वाणीचे शब्द ऐकून काकूंना राहवलं नाही. त्या उठून आत जाऊ लगल्या.

त्यांना थांबवून तात्या म्हणाले,

‘‘आणखी एक विनंती करायची होती.’’

काकू तात्यांकडं पाहू लागल्या. एवढं बोलून झाल्यावर, आता आणखी काय राहिलं, हा भाव डोळ्यांत स्पष्ट दिसत होता.

‘‘रागावलात?’’

काही न बोलता काकूंनी ‘नाही’ म्हणून मान हलवली. त्या म्हणाल्या,

‘‘त्या कामाचं महत्त्व आम्हाला समजत नाही, असं का तुम्हाला वाटतं, शेटजी? पण तब्येतीची काळजी घेतलीच पाहिजे ना?’’

‘‘घेऊ, शक्य – शक्य होईल, तेवढी घेऊच.’’

‘‘काय सांगायचं होतं?’’

तात्या म्हणाले,

‘‘आता डॉक्टर विश्राम येतील. कृपा करून त्यांना यातलं काही सांगू नका, एवढीच विनंती करायची होतं...’’

१३

बाहेर हस्ताचा मुसळधार पाऊस कोसळत होता आणि माजघरात बसून तात्यांचं लेखनकार्य अखंड सुरू होतं. एकामागून दुसरा विषय समोर येत होता आणि समोर

येईल, तसा कागदावर उतरत होता. एकंदर सर्व मानव स्त्री-पुरुषांच्या कल्याणासाठी सार्वजनिक सत्यधर्म हा ग्रंथ आकार घेत होता. सलग दीड महिन्याच्या सरावानंतर डावा हात आता सरसर चालू लागला होता. काकूंनी सांगितल्याप्रमाणे सुरुवातीला त्यांनी गोविंदाला मजकूर सांगायचा प्रयत्न केला; परंतु शब्दांचे उच्चार नीट येत नव्हते. शेवटी तो नाद सोडून तात्यांनी स्वत:च लेखणी हातात घेतली. न कंटाळता, न थकता लेखन सुरू होतं.

ग्रंथाची धाटणी संवादरूप होती. जिज्ञासू सत्यशोधक प्रश्न विचारत आहेत आणि तात्या प्रश्नांना उत्तरं देत आहेत, अशा पद्धतीनं एकेका विषयाची मांडणी केली जात होती. पंडित धोंडीराम, सुभेदार मेजर गणपतराव थोरात, बळवंतराव साकवळकर, यशवंत, गोविंदा यांच्याशी वेळोवेळी या विषयावर चर्चा झालेली होतीच. तीच चर्चा आता अधिक मुद्देसूद होऊन कागदावर उतरत होती.

रोज लिहून होतील तेवढे कागद गोविंदा संध्याकाळी ताब्यात घेई आणि रात्री नव्यानं लिहून काढी. दुसऱ्या दिवशी सकाळी लेखनाला प्रारंभ करण्यापूर्वी काल झालेलं लेखन सुवाच्य अक्षरांत तात्यांसमोर हजर असे.

माणूस सुखी कशानं होईल? धर्मग्रंथ म्हणजे काय? जगाचा निर्माणकर्ता कोण? त्याची पूजा कशी करावी? त्यास नैवेद्य कसा दाखवावा? स्त्री-पुरुष भेद, पाप आणि पुण्य इत्यादी विषयांची मांडणी पूर्ण झाली होती. अजून अनेक विषय राहिले होते. यथाक्रम त्यांचीही मांडणी होणार होती.

तात्यांनी लिहून दिलेले ते कागद वाचताना गोविंदा विचार करत राही. कोणालाही समजावा, असा नवा धर्मविचार तात्या मांडत होते. त्यात कुठल्या भेदभावाला थारा नव्हता. कुठल्या गूढवादाला आश्रय नव्हता की कुठल्या धर्ममताचा आंधळा अनुनय नव्हता. मानवाच्या सुखाचं साधन म्हणजे सत्यवर्तन, ईश्वरानं दिलेल्या सद्विचाररूपी गुणांचा अव्हेर म्हणजेच पाप, स्वत:च्या सुखासाठी इतरांस पीडा न देणं म्हणजेच पुण्य असे ते सूत्रमय विचार गोविंदाच्या मनात घर करून राहिले.

सर्व प्राणिमात्रांसह संपूर्ण विश्वाची निर्मिती करणारा सर्वशक्तिमान निर्मिक कुठं राहतो, तो कसा आहे हे पाहण्याची ज्ञानहीन दुर्बल मानवानं इच्छा करू नये, असं तात्यांनी म्हणून ठेवलं होतं. तपश्चर्या केल्यामुळे तपस्वी लोकांना देवानं दर्शन दिलं अशा गोष्टी त्यांच्या मते मूढ जनांवर वजन टाकण्यासाठी रचण्यात आलेल्या कल्पित कादंबऱ्या ठरत होत्या.

बळवंत हरी साकवळकर अनेक प्रश्न मनाशी घेऊन तात्यांच्या भेटीला येत. निर्मिकाची पूजा कशी करावी, त्याला नैवेद्य कसा अर्पण करावा असे काही प्रश्न त्यांनी उपस्थित केले होते. त्यांना उत्तर देताना तात्यांनी सांगितलं होतं,

'पृथ्वीवरील पुष्पे वगैरे सर्व सुवासिक पदार्थ जर निर्माणकर्त्याने दयादृष्टीने

आपल्या मानवांच्या उपभोगासाठी उत्पन्न केले आहेत, तर त्यांपैकी कोणता पदार्थ उलटा आपण निर्मिकावर वाहून त्याची पूजा करावी?... स्वपरिश्रमाने आपल्या कुटुंबाचे पोषण करून रात्रंदिवस जगाच्या कल्याणासाठी झटणारे – म्हणजे अज्ञानी मानव बांधवांस आपमतलबी व स्वकार्यसाधू लोकांच्या जाळ्यातून मुक्त करणारे अशा सत्पुरुषांस फुलांच्या माळा करून नित्य ईश्वराच्या नावाने अर्पण कराव्यात, म्हणजे पुष्पांचे सार्थक झाले.'

बैराग्याचं सोंग घेऊन आणि भांग पिऊन केल्या जाणाऱ्या निरर्थक नामस्मरणाचा निषेध करून ते म्हणाले होते,

'एकंदर सर्व मानवांबरोबर छक्केपंजे न करिता सरळ सात्त्विक आचरण केल्याने निर्मिकाच्या पवित्र नावास सन्मान दिल्यासारखे होईल; परंतु केवळ निर्मिकाच्या नावाचा सतत व्यर्थ नामघोष करून त्याचे मस्तक फिरवल्याने त्यास नि:संशय संतोष होणार नाही.'

निर्मिकास संतुष्ट करण्यासाठी पदार्थांचा आम्ही कसा उपयोग करावा? आळशी म्हणून निरुपयोगी असलेल्या भट-भिक्षुकांस सहस्रभोजने व दक्षिणा देऊ नये काय?'

यशवंताच्या या प्रश्नाला उत्तर देताना तात्यांनी म्हटलं होतं,

'...कोणत्याही प्रकारचा भेदाभेद न करिता एकंदर सर्व मानवांपैकी जो कोणी आपल्या कुटुंबाचे पोषण करून जगाच्या कल्याणासाठी रात्रंदिवस झटत आहे, तो आर्यभट भिक्षुक असो अथवा अमेरिकेतील इंडियन असो अथवा ज्याला तुम्ही नीच मानिता असा एखादा मृतप असो, तो मात्र अन्नदान घेण्यास पात्र आहे आणि तशालाच अन्नदान केल्याने निर्मिकास अर्पिले जाणार आहे. कारण एकंदर सर्व मानवी प्राण्यांचा निर्माणकर्ता साक्षात तोच आहे.'

नेहमीप्रमाणे सकाळी तो लिहून झालेले कागद द्यायला गेला.

तात्यासाहेब बळवंत हरि यांच्याशी बोलत बसले होते. यशवंत ऐकत होता.

गोविंदाने हातातले कागद तात्यांसमोर ठेवले आणि यशवंताजवळ बसून तोही चर्चा ऐकू लागला.

जातिभेद हे आर्यभटांनी रचून ठेवलेलं थोतांड कसं आहे, हा विचार तात्या समजावून सांगत होते. सर्व अनर्थांचं मूळ असलेल्या वेदांविषयी बोलताना तात्या म्हणाले,

"लबाड, धूर्त आणि चोर अशा तीन प्रकारच्या लोकांनी वेद लिहून ठेवले आहेत. त्रयो वेदस्य कर्तारो भंड धूर्त, निशाचरा: हे बृहस्पती नावाच्या एका विद्वानाचं वचन आहे. त्यावरून वेद रचणारे लोक कोणत्या तऱ्हेचे गृहस्थ असावेत, याची माहिती मिळू शकते. पूर्वजांच्या नीच कर्मांची फळं आर्यभटांना भोगावी लागली नाहीत, तरी त्यांच्या संतानांना ती भोगावी लागतील. आपल्यावरील अरिष्ट

टाळण्यासाठी त्यांनी कितीही युक्त्या केल्या, तरी त्या शेवटी वाया जातील. कारण महापवित्र निर्माणकर्ता न्यायी असून, तो कल्पित काळ्या कृष्णासारखा दह्या-दुधाच्या चोऱ्या करणारा लंपट नाही.''

गोविंदा म्हणाला,

''परंतु तात्यासाहेब, आर्यांनी जे करून ठेवलं आहे, ते आता परत येत नाही. आता याला उपाय काय करावा?''

''उपाय सोपा आहे.'' तात्या म्हणाले, ''आर्यभटांनी निर्लज्जपणे स्वत:ला अहं ब्रह्म म्हणून घेतल्याबद्दल पश्चात्ताप करावा आणि सत्यमार्गी व्हावं. असं घडल्याबरोबर सर्व शूद्रातिशूद्र, भिल्ल, कोळी, गोंड त्यांना त्यांच्या मागील व हल्लीच्या नीच कर्माबद्दल नि:संशय क्षमा करतील आणि त्यांच्याही कल्याणासाठी निर्मिकाच्या पायाशी लीन होऊन मन:पूर्वक प्रार्थना करतील. फक्त त्यांना आपल्या कर्मांचा पश्चात्ताप करण्याची सद्बुद्धी झाली पाहिजे. त्यांची जगात होणारी छी:थू थांबवण्यासाठी त्यांच्याजवळ एवढा एकच उपाय आहे.''

बळवंत हरी म्हणाले,

''तात्यासाहेब, निर्माणकर्त्यानं पशुपक्षी आणि मानवप्राणी यांजमध्ये काही भेद केला आहे?''

तात्या म्हणाले,

''निर्मिकानं मनुष्यप्राण्यास सारासार विचार करण्याची बुद्धी दिली आहे, तशी ती पशु-पक्ष्यांना दिलेली नाही. सारासारबुद्धी हे माणसाच्या सुधारणेला मुख्य कारण आहे. असं पाहा, पशु-पक्ष्यादी सर्व प्राणी हजारो वर्षांपासून जशा स्थितीत राहत होते, तशाच स्थितीत आजही राहत आहेत. त्यांच्या स्थितीत तीळमात्र सुधारणा झालेली नाही; परंतु हजारो वर्षांपूर्वी झाडांच्या ढोलीत किंवा गुहांमध्ये राहणारा मानवप्राणी आज मोठमोठ्या हवेल्यांमध्ये राहून रुप्याच्या पंचपात्रीनं पाणी पितो आहे.''

बळवंत हरी म्हणाले,

''यावरून पशुपक्षी इत्यादिकांमध्ये काही विशेष सद्गुण मुळीच नाहीत का?''

त्यावर तात्या हसले आणि पुढं म्हणाले,

''तसं कसं होईल? पशुपक्ष्यादी प्राणी आपल्या पोटापुरती काळजी करतात, हे खरं; परंतु ते कोणाला नाडत नाहीत. हेच पाहा, धर्मासारख्या सत्यवादी माणसाला खोटे बोलायला लावून गुरुहत्येच्या पापात ढकलणाऱ्या काळ्या कृष्णाला देवबाप्पा बनवून त्याच्या नावानं लोकांना लुटून खाणारे लोक खरे अधम आहेत. पशुपक्षी असा अधमपणा करून आपल्या जातबांधवांस नाडून खात नाहीत. त्यांच्यात तुम्हाला खोटं बोलणारे, खोटा इन्साफ करणारे थोडे तरी सापडतील का? त्यांच्यात नाना पेशवा किंवा वासुदेव फडक्यांसारखे बंडखोर आणि चोर

निपजत नाहीत. निर्मिकानं मानवाला सारासार विचार करण्याची बुद्धी दिली; परंतु त्यानं आपल्याला मिळालेल्या या अमूल्य देणगीचं काहीच सार्थक केलं नाही. अशा लोभी मानवापेक्षा ते बुद्धिहीन पशुपक्षी श्रेष्ठ म्हणावे लागतील...''

सर्वजण हसू लागले.

तात्या पुढं म्हणाले,

''हेच पाहा, शूद्रांना स्वर्गाचं आमिष दाखवून भोंदाडून खाणाऱ्या या लुच्च्या आर्यभटांतला एक तरी स्वर्ग पाहून आला आहे काय? स्वर्गाचं आमिष दाखवून त्यांनी यज्ञात माणसं मारली, तेव्हा त्यांनी स्वत:च का त्या यज्ञात उडी मारली नाही? तो सगळा गारुड्याचा खेळ आहे, हे त्यांना माहीत होतं आणि आजही माहीत आहे. स्वर्ग नावाचा कुठलाही प्रदेश या पृथ्वीवर नाही की आकाशातही नाही. सर्व धर्मपुस्तकांमध्ये काही लोभी लोकांनी हे खोटंच बुजगावणं उभं करून ठेवलं आहे. आत्मा, मोक्ष, स्वर्ग, नरक या सगळ्या कल्पना निरर्थक आहेत. धूर्त निशाचरांनी रचून ठेवलेले वेदग्रंथ हा तर सगळा जादूटोणाच आहे. अशा थोतांडी ग्रंथांचं अमर्याद माहात्म्य वाढवून ठेवून त्यांनी संपूर्ण समाजाला आंधळ्या धर्मश्रद्धेच्या नादी लावलं आहे.''

गोविंदा म्हणाला,

''तात्यासाहेब, निर्मिकाच्या न्यायीपणाला हरताळ फासणाऱ्या वेदांचं इंगित जगापुढं आणा. आता इंग्रज सरकारच्या राज्यात आम्हाला धूर्त आर्यभटांचं भय बाळगण्याचं कारण नाही.''

तात्या म्हणाले,

''अरे बाळा, निर्मिकाची उचलबांगडी करून त्याच्या जागी स्वत: भूदेव होऊन बसणाऱ्या या आर्यभटांच्या कृत्रिम ठकबाज्यांविषयी थोडंसं लिहिताच त्यांनी सर्व बळीस्थानभर कोल्हेभूक चालवली आहे की, मी ब्राह्मणांसह त्यांच्या कल्पित ब्रम्ह्याचा मोठा द्वेष्टा आहे. कावेबाजी करून त्यांनी काही अज्ञानी शूद्रांनाही उलटी माझीच निंदा करायला लावलं आहे...''

शब्द अडखळले. तात्यांना पुढं बोलणं शक्य होईना. त्यांना थकवा आला होता.

गोविंदा म्हणाला,

''तात्यासाहेब, शूद्रादी अतिशूद्र अज्ञानी असल्यामुळे त्यांनी दगड फेकले; परंतु आपण आपलं पवित्र कर्तव्यकर्म चुकू नये, हे आपलं ब्रीद असता आपण असल्या वितंडवादास का भ्यावं? खल्लड वेदग्रंथ बाहेर काढून त्यांची ईश्वरप्रणीत सत्याशी तुलना करून दाखवाल, तर कोट्यवधी शूद्र जनतेचे पाय थरीला लागणार आहेत.''

चर्चा थांबली; पण तात्यांचं काम थांबलं नाही. थोडी विश्रांती घेऊन ते लिहायला बसले.

लेखन-साहित्य तात्यांपुढं ठेवताना गोविंदा विचार करत होता. याच गतीनं लेखन सुरू राहिलं, तर आणखी एक-दीड महिन्यात काम आटोक्यात यायला हरकत नव्हती...

दरम्यान, यशवंताच्या लग्नाचा प्रश्न सुटला. तात्यांकडून आलेल्या मागणीला ग्यानोबांकडून तत्काळ होकार मिळाला. याबद्दलही त्यांना त्रास होणार होताच; परंतु तो सोसायला ग्यानोबा तयार होते.

येत्या फेब्रुवारी महिन्यात लग्नविधी करावा, असं ठरलं. तोवर तात्याही आपल्या कामातून मोकळे होणार होते. पैशांची अडचण होतीच, मदत म्हणून मिळालेला पैसा अत्यंत काटकसरीनं खर्च केला जात होता. सयाजीराव महाराजांनी पाठवलेल्या रकमेपैकी काही रक्कम खर्च झाली असली, तरी नागेश्वरगीरबुवांनी दिलेली रक्कम तात्यांनी सत्यशोधक समाजाच्या नावावर तशीच जमा करून ठेवली.

आजारपणाच्या निमित्तानं झालेल्या लोकांच्या भेटी तात्यांना कामाचं बळ देऊन गेल्या. लांबलांबहून माणसं येऊन गेली. गावातून रावसाहेब रानडे, हरी रावजी अशी माणसं येऊन गेली. तात्यांनी केलेली टीका मनात न ठेवता गंगारामभाऊ म्हस्के येऊन गेले आणि जाताना मदतीचं आश्वासनही देऊन गेले. रागलोभ बाजूला ठेवून गंगारामभाऊ भेटीला आले, ही गोष्ट तात्यांना फार मोलाची वाटली.

डॉक्टर विश्राम रामजी यांचे उपकार कसे फेडावेत, हा एक प्रश्नच होता. आजवर त्यांनी एका आण्याचीही अपेक्षा धरली नव्हती. प्रत्येक वेळी हाक मारताच ते वाड्यात हजर झाले होते. काही काळ दूर गेलेला माणूस पुन्हा जवळ आला होता, ही या आजारपणाचीच देणगी म्हणायला पाहिजे होती.

सयाजीराव महाराजांसारख्या हितचिंतकांचा आणि डॉक्टर विश्राम रामजी यांच्यासारख्या मित्रांचा हा स्नेहभाव पाहून तात्यांचं मन कृतज्ञतेनं भरून येई. मनातले भाव सहज काव्यरूप धारण करू लागत. गंगारामभाऊंना 'अखंड'रूप पत्र पाठवताना तात्या म्हणाले,

'आजारी शत्रूच्या जाई खबरीस । साह्य करी त्यास । खरा शूर ॥
झाले गेले सर्व आणूं नये मनीं । सूड कारस्थानी । वर्तूं नये ॥
नीट झाल्यावर त्यास उभा करी । कुस्तीगिरापरी । त्याशीं लढे ॥
सत्यआचरणी यश मिळवावें । जगा दाखवावें । जोती म्हणे ॥'

काकूंची तारांबळ पाहून ग्यानोबांनी राधेला त्यांच्या हाताखाली पाठवून दिलं. नवी सून लग्नापूर्वीच फुले वाड्यात नांदायला आली.

राधेच्या गोंडस मुखावरून हात फिरवून काकू म्हणाल्या,

"माझी लेक लक्ष्मी गेली, तीच आज सून होऊन माझ्या घरी आली. मी तुला लक्ष्मीच म्हणणार."

लक्ष्मीच्या आठवणीनं तात्यांच्या डोळ्यांत पाणी उभं राहिलं.

ग्यानोबांची राधा फुले वाड्याची लक्ष्मी झाली. तिच्या शिक्षणाची जबाबदारी आता तात्यांनी घेतली. हुजूरपागेतल्या शाळेत तिचं नाव दाखल करायचं ठरलं. ती आता चौथ्या इयत्तेत गेली होती.

लक्ष्मी काकूंना घरकामात मदत करी. काकूही तिला अभ्यासासाठी आणि खेळण्यासाठी मोकळीक देत. तात्यांची हाक कानांवर येताच लक्ष्मी त्यांच्यासमोर जाऊन उभी राही. आनंदानं त्यांची सेवा करी. मनासारखी सून मिळाली, म्हणून काकू समाधानी झाल्या.

ग्रंथलेखनाच्या धबडग्यात दिवाळी कधी तोंडावर आली, ते कळलंही नाही. घरात लक्ष्मीला दिवाळीला पाठवायचं ठरलं. काशीबाई लेकीला मूळ लावून गेल्या होत्या. सहादूबुवांना सोबतीला देऊन लक्ष्मीला हडपसरला पाठवण्यात आलं. तात्या म्हणाले,

''आठ-पंधरा दिवस शाळा बुडेल; पण जाऊन येऊ द्या. सणात आईला लेकीशिवाय घास धकणार नाही...''

दिवाळी आटोपली. शेतकरी स्त्रियांनी इडापिडा जावो आणि बळीचं राज्य येवो, म्हणून प्रार्थना केली. दरवर्षीप्रमाणे काही सत्यशोधकांनी तुळशीची लग्नं काढली. त्या प्रकाराला विरोध करून तात्या म्हणाले,

''तो विधी आमचा नाही. आर्यभटांनी तो आमच्यावर लादला आहे. मुळात ज्या विष्णुनं तुळशीच्या आयुष्यावर भ्रष्टतेचा कलंक लावला, त्याच्याशी तिचं लग्न लावणं हीच मोठी चूक आहे.''

''परंतु तात्यासाहेब, दरवर्षी आपण ब्राह्मणाशिवाय तुळशीची लग्नं लावतो,'' एक गृहस्थ म्हणाला.

तात्या म्हणाले,

''तेव्हा आपण चुकलो. म्हणून ती चूक पुन्हा करू नका. ब्राह्मणांशिवाय लग्नविधी करायचे म्हणून आम्हाला तो पवित्रा घ्यावा लागला. आता त्याची गरज उरलेली नाही. इथून पुढं असे कुठलेही निरर्थक विधी करू नका.

आम्ही ते विधी तसेच सुरू ठेवले, तर त्याचं रूपांतर आंधळ्या रूढीत होईल. उद्याच्या पिढीला अशा रूढींचा वारसा देऊ नका. आज आम्ही जे करू, तेच उद्याची पिढी करणार आहे. त्यांना चुकीच्या मार्गाला लावण्याचं श्रेय घेऊ नका.''

तात्यांचा विचार सर्वांना योग्य वाटला. गावोगाव, खेडोपाडी तो विचार पोचवण्यात आला. तो विधी बंद करायचं आवाहन करण्यात आलं. एका निरर्थक विधीला कायमचा फाटा देण्यात आला.

१४

माजघराच्या दारातून आत येणाऱ्या कोवळ्या उन्हाला पाठ देऊन तात्या लिहीत बसले होते. अंगभर हवीहवीशी ऊब पसरली होती. दिवाळीच्या गडबडीत मंदावलेलं ग्रंथलेखन पुन्हा सुरू झालं होतं. बहुतेक विषय आटोक्यात आले होते. धर्म, नीती, तर्क, दैव या विषयांचं विवेचन केल्यानंतर तात्यांनी वेदांची आणि ईश्वरप्रणीत सार्वजनिक सत्याची तुलना केली. सत्यवर्तन करणारे कोणास म्हणावे याविषयीच्या तेहतीस लक्षणांचं विवेचन केलं. फलज्योतिष ही पोटबाबू आर्य जोश्यांची कशी लबाडी आहे, हे स्पष्ट करून सांगितलं. आता लग्न, मृत्यू, श्राद्ध अशा काही विषयांचा ऊहापोह राहिला होता.

एकीकडं ग्रंथलेखन सुरू असताना तात्यांचं लक्ष मुंबईकडं लागलं होतं. न्यायमूर्ती सार्जंट आणि काशिनाथ तेलंग यांच्यासमोर ओतूर खटल्याची सुनावणी सुरू झाली होती. न्यायमूर्ती महाशय समाजाची भूमिका सहानुभूतीनं समजावून घेत होते. उच्च न्यायालयात तरी समाजाला न्याय मिळेल, अशी आशा वाटत होती.

तात्या आनंदात होते. आता शक्य तेवढ्या लवकर ते 'सार्वजनिक सत्यधर्म' छापून घेणार होते. पुन्हा एकदा सत्यधर्माची द्वाही चहूंदिशांना पसरणार होती.

सारखं लिहीत राहिल्यानं डावा दंड दुखत होता. सारखं बसून पाठ दुखत होती. तरीही तात्या लिहीत होते. 'जन्म' या विषयाचं विवेचन चाललं होतं. डाव्या हाताची तिरकी अक्षरं कागदावर उतरत होती...

'एकंदर सर्व माता-पित्यांनी आपल्यास कन्या अथवा पुत्र झाल्याबरोबर आपल्यांतील पूर्वीच्या दुर्गुणांचा सर्वोपरी त्याग करून आपण स्वत: शुचिर्भूत होऊन आपल्या कन्या-पुत्रांस सत्य सदाचरणरूपी मंगलस्नान जर घालणार नाहीत, तर त्यास लक्षावधी पाण्याच्या अंघोळी घातल्याने काय होणार आहे!...'

कन्या अथवा पुत्राच्या नावाचा संस्कार कसा करावा, त्यांना अन्नाचा व शाळेचा संस्कार कसा करावा याविषयीचं विवेचन पूर्ण करून तात्यांनी टाक कलमदानात ठेवला. त्याच हातानं चिमूटभर वाळूची रांगोळी कागदावर पसरली आणि पाठीशी लावून ठेवलेल्या मोठ्या उशीवर अंग टाकलं.

सकाळी घरात आलेलं ऊन आता अंगणात गेलं होतं. दोन्ही खांद्यांवरून घेतलेली घोंगडी खाली सरकल्यानं अंगात थंडी भरू लागली. तात्यांनी घोंगडी अंगावर घ्यायचा प्रयत्न केला, परंतु एका हातानं दोन्ही खांद्यांवरून घोंगडी घेता येईना.

"लक्ष्मुंबाई..." तात्यांनी हाक दिली.

"काय, तात्यासाहेब?"

स्वयंपाकघरातून बाहेर येत लक्ष्मी म्हणाली आणि त्याच वेळी आपण 'जी' म्हणायचं विसरलो, हे लक्षात येताच तिची जीभ दातांखाली गेली.

''बाळ, वडील माणसांनी हाक दिल्यावर 'जी' म्हणावं...'' तात्या म्हणाले.

घरातल्या वडील माणसांना 'जी' म्हणून होकार द्यायचा परिपाठ अजून राधाच्या अंगवळणी पडला नव्हता. प्रत्येक वेळी तात्यांनी हाक मारल्यावर ती तत्परतेनं 'काय, तात्यासाहेब' म्हणत त्यांच्यासमोर जाई आणि आपण 'जी' म्हणायचं विसरलो, हे लक्षात येऊन खजील होई; परंतु लक्ष्मी विसरली म्हणून तात्या रागावत नसत. प्रत्येक वेळी ती गोष्ट ते तेवढ्याच मायेनं समजावून सांगत.

तात्यांच्या खांद्यावरून खाली सरकलेल्या घोंगडीकडे पाहत लक्ष्मी म्हणाली,

''तात्यासाहेब, घोंगडी अंगावर घालू?''

''हो, त्यासाठीच तर तुला बोलावलं.''

लक्ष्मीनं तात्यांच्या दोन्ही खांद्यांवरून घोंगडी लपेटली. लिहून ठेवलेले कागद व्यवस्थित लावून ठेवले आणि ती पुन्हा आत निघून गेली.

आणखी सात-आठ दिवस तसेच गेले. होणाऱ्या त्रासाची तमा न बाळगता तात्या लिहीत राहिले. तात्यांच्या सेवेची जबाबदारी लक्ष्मीनं अंगावर घेतली होती. त्यांचं रोजचं औषधपाणी, अधूनमधून शेक देणं सगळं काही तीच करी.

ग्रंथ पूर्ण झाला आणि तात्यांनी समाधानाचा सुस्कारा टाकला. ती आनंदवार्ता सर्वांना सांगताना त्यांना अपरिमित आनंद झाला. ती आनंदाची बातमी ग्यानोबांना कळवावी म्हणून त्यांनी पत्र लिहायला घेतलं. लक्ष्मी घरी आल्यापासून या ना त्या कारणानं ग्यानोबांना पत्रं लिहिली; परंतु ती सर्व पत्रं गोविंदाच्या हातून लिहून पाठवावी लागली. हे पत्र तात्यांनी स्वत: लिहायचं ठरवलं.

घासून लख्ख केलेली समई सूनबाईनं तात्यांच्या उशाशी आणून ठेवली होती. पाठीशी मोठी उशी घेऊन तात्या बसते झाले. अंगावर घोंगडी घेतली आणि समईच्या उजेडात ते पत्र लिहू लागले.

।। सत्यमेव जयते ।।
ता. २१ डिसेंबर, सन १८८८ इ.

चि. ग्यानोबा कृष्णाजी ससाणे, मुक्काम हडपसर,
अनेक आशीर्वाद...

आपल्या दीन-अज्ञानी बांधवांकरिता एक 'सार्वजनिक सत्यधर्म' पुस्तक तयार करण्याचे कामी गुंतलो होतो, यास्तव मला आपणांस एकही पत्र लिहिण्यास फुरसत झाली नाही. असो. सूनबाई बुद्धीने, स्मरणाने फार उत्तम

असून, मोठी मायाळू आहे. म्हणून इच्यामध्ये जे गुण आहेत, त्यांची बरदास्त ठेवल्याने परिणाम फार चांगला होणार आहे... आपली आजी कै. राहीबाई म्हणजे माझी मावशी इचा स्वभाव आपल्यांतील वडील धाकट्यास 'जी' म्हणण्याचा परिपाठ होता. तिची आठवण होताच मनास उल्हास होतो आणि तुमच्या ससाण्यांच्या घराचे मोठे वैभव वाटत होते; परंतु चि. सूनबाई येथे आल्यापासोन हा काळपावेतो तिने सर्वांस 'जी' म्हणण्याकरिता किती वेळा सामोपचाराने व गोडीगुलाबीने सांगून तिला कित्येक वेळा जरी खाऊ दिले, तरी तिला आशीच 'जी' वाचण्याची लाज वाटते... तिने आजपावेतो केलेल्या अभ्यासाविषयी आपण स्वत: तिची झडती घेऊन तिला काही वेळ खेळण्यास मोकळीक देत जाल, तर बरे होईल.

ताजा कलम :- *काल सकाळी माझी प्रकृती बिघडली होती. त्यावेळी चि. सूनबाईने मोठे पोलाईने कुंडाल्यासारखे मला शेकले आणि मोठ्या भक्तीने मी नीट होईतोपर्यंत बसली आणि... घरातील समया घासून काढल्या.*

आपला,
जोतीराव फुले.

रात्री वसतिगृहाकडून मुलांच्या हसण्या-बोलण्याचे आवाज कानांवर येत होते. गोविंदा, यशवंत आणि गजानन हेही तिकडंच गेले होते. तात्यांना मुलांमध्ये जाऊन बसावंसं वाटू लागलं. कसेबसे तात्या उठले. काठी घेतली आणि एक एक पाऊल टाकत ते वसतिगृहात आले. त्यांना पाहून मुलांनाही आनंद झाला.

किती दिवसांनी आज तात्यांचा सहवास लाभत होता. तात्यांचा सहवास म्हणजे गप्पागोष्टींची लयलूट, हास्यविनोदाची बहार.

गप्पागोष्टी सुरू झाल्या. एक विद्यार्थी म्हणाला,

"तात्यासाहेब, कधीपासून विचारीन विचारीन म्हणतो, आम्हा विद्यार्थ्यांच्या मनांत आपल्या जीवनाविषयी जाणून घ्यावं असं आहे. आपलं मूळ गाव कोणतं? आजवर आपण लोकहिताची अनेक कामं केली. त्यांची प्रेरणा आपणांस कशी मिळाली?"

तात्या क्षणभर जुन्या स्मृतींत हरवून गेले. खूप खूप काही दडलेली भूतकाळाची एक प्रचंड अंधारी गुहा त्यांच्यासमोर उभी राहिली.

"बाळांनो," तात्या म्हणाले, "ती हकिगत बरीच मोठी आहे; पण आज सांगतो. माझ्या मनालाही तेवढाच विरंगुळा वाटेल. सातारा जिल्ह्यात कटगूण नावाचं एक छोटंस खेडं आहे. ते आमचं मूळ गाव. तिथं आमचे पूर्वज चौगुल्याचं काम करीत. आमचे पूर्वज मुधोजी गोरे यांचा धाकटा मुलगा राणोजी,

शिवाजीराजांच्या घोडदळात शिलेदार होता. विजापूरच्या एका मोहिमेत तो कामी आला. त्याचे वंशज कोंडाजी गोरे हे माझे पणजोबा. खोटेपणा, अन्याय त्यांना सहन होत नसे. त्यातूनच गावाच्या विष्णुपंत कुलकर्ण्यांशी त्यांचं वाकडं आलं. त्याच दिवसांत गावात भैरोबाची जत्रा होती. जत्रेत दोन फळ्यांत कशावरून तरी मारामारी झाली. तिच्यात विष्णुपंताचा खून झाला. चौगुलकीच्या कामावर असलेल्या कोंडाजी गोऱ्यांवर खुनाचा आरोप आला. तो खून कुणी केला, हे शेवटपर्यंत कळलं नाही; पण कोंडाजींनी कटगूण सोडायचं ठरवलं. एका अंधाऱ्या रात्री आपल्या कुटुंबकबिल्यासह त्यांनी कटगूण सोडलं आणि मजल-दरमजल करीत पुरंदरजवळच्या खानवडीत आले.''

''पण तात्यासाहेब; मूळचे गोरे नंतर फुले कसे झाले?'' एका मुलानं शंका काढली.

''तेच तर सांगतो आहे...'' तात्या म्हणाले, ''खानवडीत आल्यावर कोंडाजींनी नव्याने संसार मांडला. शेतीवाडी करीत सुखानं जगू लागले. कटगूण सुटलं, ते कायमचं. आपलं मूळ गाव ते विसरूनच गेले. कोंडाजींचा मुलगा शेटीबा. ते आमचे आजोबा. आजोबांचं लग्न झाल्यानंतर काही दिवसांनी त्यांचे आई-वडील साथीच्या रोगाला बळी पडले. पुढं काळ बदलला. शेटीबा आजोबांना गरिबी आली. गुरं-ढोरं गेली. बैल-बारदाना मोडला. आमची आजी लक्ष्मीबाई हिचं माहेर पुण्याचं होतं. आजोबांना सोबत घेऊन ती आपल्या वडिलांकडं पुण्याला आली. लक्ष्मीआजीचे वडील चाफाजी पेशवे वाड्यात चाकरी करीत. चाफाजींनी जावयाला थोडी शेती दिली. बैल दिले. शेटीबा आजोबांचा संसाराचा गाडा पुन्हा सुरू झाला. त्याच सुमारास नारायणराव पेशव्यांचा खून झाला. त्यावेळी झालेल्या दंगलीत नारायणराव पेशव्यांचं संरक्षण करण्याच्या प्रयत्नांत चाफाजी ठार झाले. पुढे शेटीबा आजोबांनी फुलांचं दुकान मांडलं. पेशवे वाड्यावर अनेक प्रकारची फुलं, माळा तेच पाठवीत. एखाद्या प्रसंगी फुलांचे पोशाखही पाठवले जात; तेव्हापासून शेटीबा गोरे हे शेटीबा फुले झाले. सवाई माधवरावांची मर्जी संपादन करून त्यांनी इनाम मिळवलं होतं. लोक शेटीबांना फुले-इनामदार म्हणत. मूळचे गोरे नंतर फुले कसे झाले, त्याची कथा ही अशी आहे. अजूनही खानवडीला आमचं वडिलोपार्जित घर आहे.''

विद्यार्थ्यांच्या चेहऱ्यावर हास्य फुललं.

तात्या आपल्या जीवनप्रवासाचा पट उलगडत राहिले. सगुणाआऊ, डॉ. मरे मिचेल यांच्या आठवणी सांगितल्या. त्यांनी दिलेल्या प्रेरणांचा इतिहास सांगितला. मारेकरी घातले गेले, तो प्रसंग ऐकताना मुलांच्या अंगावर रोमांच उभे राहिले. तेच लोक नंतर तात्यांचे जीवलग स्नेही झाले, हे पाहून त्यांना फार अचंबा वाटला.

असे कितीतरी अनुभव. किती सांगू आणि किती नको, असं तात्यांना झालं. कान टवकारून मुलं ऐकत राहिली. त्यांना धन्य धन्य वाटलं.

तात्या म्हणाले,

''बाळांनो, आता एक करा. नुसत्या गप्पागोष्टी करण्यापेक्षा आता कवितांच्या भेंड्या म्हणा.''

मुलांनी दोन गट करून भेंड्या लावल्या. तात्याही एका गटात सामील झाले. बराच वेळ भेंड्या चालल्या. कोणीही हार मानायला तयार नव्हतं.

शेवटी तात्याच म्हणाले,

''बाळांनो, आता झोपा. फार वेळ जागणं चांगलं नाही. मानवास विश्रांती मिळावी, म्हणून निर्मिकानं रात्र निर्माण केली आहे. आता विश्रांती घ्या. सकाळी लवकर उठून अभ्यास करा.''

मुलांना विश्रांती घ्यायला सांगून तात्या अंथरुणावर पडले खरे; परंतु आज त्यांनाच लवकर झोप आली नाही. मिटल्या डोळ्यांपुढून आयुष्याचा चित्रपट झरझरत राहिला. नाना प्रकारचे विचार मनात उचंबळत राहिले. झोपेच्या लाटांवर हिंदकळत राहिलेलं मन अधूनमधून जागृतीच्या किनाऱ्यावर येऊन आदळत राहिलं.

जाग आली तेव्हा जात्याची घरघर कानांवर येत होती. त्या पाठोपाठ सावित्रीबाईंचा मंजुळ आवाज...

'बळीराजा थोर होई । शेतकरी दानशूर ।
जणूं माझी जन्मभूमी । बळीचें कश्यपपूर ॥
दानशूर बळी होतां । सुखी त्याचे प्रजाजन ।
राज्यांत सर्व संतोषी । त्याचें त्रिलोकीं कीर्तन ॥'

त्या मंजुळ स्वरांच्या झुल्यावर मन आंदोळू लागलं. इतका वेळ रुसून बसलेली निद्रा पापण्यांत उतरू लागली.

पुन्हा जाग आली. सावित्रीबाई गात होत्या,

'जोतिबाचा बोल । मनांत परसा । जीवाचा आरसा । पाहते मी ॥
माझ्या जीवनांत । जोतिबा स्वानंद । जैसा मकरंद । कळींतला ॥'

तात्या उठून बसले. पेंगुळल्या पापण्या आसवांनी डबडबून आल्या होत्या. नकळत त्यांचा हात मांडीवरच्या उपरण्याकडं गेला.

डोळे कोरडवत तात्यांनी बाहेर पाहिलं.

वसतिगृहाच्या बाजूला जाग लागत होती. काठीचा आधार घेत तात्या उभे राहिले. मुलांना अभ्यासाला उठवायला पाहिजे होतं.

९५

शनिवारी रात्री जेवणं झाल्यावर मुलं नेहमीप्रमाणे तात्यांभोवती येऊन बसली. आज मुंबईहून शेट राजू बाबाजी आणि स्वामी अय्यावारू आलेले होते. बोधपर भाषणं झाल्यावर कवितांच्या भेंड्या सुरू झाल्या. मुलांची ती स्पर्धा पाहुण्यांना फार आवडली. खूश होऊन त्यांनी मुलांच्या खाऊसाठी बक्षिसी दिली.

मुलांना झोपी जायला सांगून तात्या पाहुण्यांजवळ येऊन बसले. ओतूर खटल्यासोबत कृष्णरावांच्या दीनबंधू फ्री स्कूलचाही विषय निघाला. त्यांनी शुक्रवार पेठेत दीनबंधू फ्री स्कूल सुरू केलं होतं. रावसाहेब रानडे यांच्यापासून भाजी मंडईतल्या दलालांपर्यंत अनेक लोकांचं सहकार्य त्यांनी मिळवलं होतं. रे मार्केटमधील मुख्य दलाल धर्माजी बाबूराव धायरकर यांनी मंडईत वर्गणीची पेटी ठेवून खास धर्मफंड सुरू केला. पेटीत जमा होणारी रक्कम नियमितपणे फ्री स्कूलसाठी पाठवण्यात येई. अडचणी अनंत होत्या; परंतु त्यांवर मात करीत फ्री स्कूलची वाटचाल सुरू होती.

महाराजा सयाजीराव गायकवाड पुण्यात आले असता त्यांनी स्कूलसाठी दरमहा शंभर रुपयांची देणगी द्यायचं आश्वासन दिलं; परंतु सहा महिन्यांच्या प्रतीक्षेनंतर मिळाले, ते फक्त पन्नास रुपये आणि तेही मनीऑर्डर खर्चाचे आठ आणे कापून! असं का व्हावं, याची कारणं फार उशिरा कळली. ते कारस्थान पुण्यातल्या ब्राह्मणांचं होतं. महाराज बडोद्याला पोचत नाहीत, तोवर रावजी पुणेकर यांच्या नेतृत्वाखाली ब्राह्मणांचं शिष्टमंडळ पुण्याबाहेर पडलं होतं. शिष्टमंडळाचं नेतृत्व मुद्दामच रावजी पुणेकरांना देण्यात आलं होतं. कारण महाराजांच्या दत्तकविधान प्रकरणी मातोश्री जमनाबाई यांना त्यांची मदत झाली होती; त्यामुळे महाराज त्यांचं ऐकतील, यात शंकाच नव्हती; झालंही तसंच! रावजी पुणेकरांनी मातोश्री जमनाबाईंच्या मार्फत महाराजांना गाऱ्हाणं घातलं. महाराजांची खास भेट घेऊन त्यांनी सत्यशोधकांचे पाढे वाचले. महाराजांपुढं हात पसरून ते म्हणाले,

"महाराज सत्यशोधकांना दरमहा शंभर रुपये देऊन तुम्ही पुण्यात तंटे माजवले. सत्यशोधक आम्हा ब्राह्मणांविरुद्ध उठले आहेत. ते चव्हाट्याचव्हाट्यावर आमची नालस्ती करतात. देवाधर्माची विटंबना करतात. शाळा घातल्या, त्यांत सबगोलंकार. या शाळेतली मुलंही ब्रह्मद्वेषी निघणार. आमची घरं दिवसा पेटवतील. आमच्या बायका पळवतील. ते सारं ब्रह्मपीडेचं पाप; महाराज, तुम्हाला लागणार. तो अनर्थ घडू द्यायचा नसेल तर हे पाप पोसू नका महाराज, पोसू नका."

एवढं ऐकल्यावर महाराज तरी काय करणार? रावजींनी केलेली मदत आठवून त्यांना मुर्वत पडली. त्यांनी आपलं आश्वासन बाजूला ठेवलं आणि पन्नास रुपये पाठवायची आज्ञा दिली.

बामणी कावा सफल झाला; परंतु एवढं करून गप्प बसले, तर ते ब्राह्मण कसले? रे मार्केटमधून होणारी मदत त्यांच्या डोळ्यांवर येत होती. ती बंद पाडायची तर पुन्हा तशीच काही हिकमत लढवायला पाहिजे होती. त्यांनी नारायणराव जोगळेकर या म्युनिसिपालिटीतल्या अधिकाऱ्याला गाठलं. जोगळेकर त्यांच्या विचारांचाच निघाला. त्यानं धायरकरांना आणि इतर व्यापाऱ्यांना इतका त्रास दिला की, शेवटी घर्मफंडही कायमचा बंद झाला. मुलांकडून फी गोळा करायची वेळ येऊन ठेपली. पालक नाराज झाले. फ्री स्कूलचं भवितव्य धोक्यात आलं... परंतु कृष्णराव हरणार नाहीत, कोणत्याही परिस्थितीत ते आपला उपक्रम तडीला नेतील, याची सर्वांनाच खात्री होती.

रात्र संपली तरी बोलणं संपलं नाही. सकाळी लवकर उठून तात्या मुलांना उठवायला बाहेर पडले. तात्यांनी मुलांना हाक दिली. थंडीचे दिवस. मुलांना अंगावरचं पांघरूण दूर करावंसं वाटत नव्हतं. त्यांची ती चुळबूळ पाहून तात्या म्हणाले,

"मुलांनो उठा, अभ्यास करा. हे पाहा मी तुम्हाला आठवड्यातून एकदा मिष्टान्न देतो; परंतु तुम्हाला आपल्या घरातल्या मुला-माणसांना रोज मिष्टान्न द्यायचं असेल, तर तुम्ही रोज सकाळी लवकर उठून अभ्यास केला पाहिजे. तुम्ही माझा राग धरून अभ्यास केला नाही तर शिकलेले लोक तुम्हाला अमेरिकेतील निग्रोंप्रमाणे बाजारात विकतील."

ही मात्रा लागू पडली. सगळी मुलं चटचट उठून बसली. समया पेटल्या. घोंगड्या-वाकळी पांघरून मुलं अभ्यासाला लागली.

तात्यांनी वसतिगृहाचं काम पुन्हा अंगावर घेतलं. काठी टेकत-टेकत ते वसतिगृहात जात. सर्व चौकशी करीत. काय हवं नको ते पाहत. मुलांच्या दैनंदिनीची विशेष काळजी घेत. सकाळी मुलांना उठवायची वेळ कधी चुकत नसे. एखाद्या दिवशी पाहुणे आले असले, तर तात्यांना झोपायला उशीर होई. तरीही सकाळी मुलांना उठवायला ते वेळेवर हजर असत. कुठल्या कामात आळस नव्हता की चालढकल नव्हती. मुलांनी केवळ शिक्षित नव्हे, तर सुशिक्षित व्हावे, सुज्ञ-समंजस नागरिक व्हावे, हीच एक तळमळ या सगळ्या धडपडीमागे काम करत होती. तात्यांच्या या धडपडीला मुलांकडून अपेक्षित प्रतिसाद मिळत होता. तात्या आनंदात होते. अधिकाधिक कष्ट उपसत होते.

तात्यांनी पुन्हा संस्कृत ग्रंथांचा कसून अभ्यास सुरू केला. ते स्वतः मुलांना मराठी व्याकरण शिकवीत. मुलांना मराठी, हिंदी आणि इंग्रजी या तिन्ही भाषा

आल्या पाहिजेत, हा त्यांचा आग्रह होताच. त्याचप्रमाणे त्यांना संस्कृतही समजली पाहिजे, असं त्यांचं मत होतं. आपल्यासोबत मुलांचाही अभ्यास व्हावा, म्हणून त्यांनी पाठक पंतोजींची खास शिकवणी सुरू केली. पाठक पंतोजी रोज सकाळी सात वाजता संस्कृत शिकवायला येत. सुमारे एक तास ती शिकवणी चाले. मुलांसोबत तात्यांचाही संस्कृतचा अभ्यास सुरू होई. पाठक पंतोजी मुलांना व्याकरणाचा पाठ गिरवायला देत किंवा एखादा शब्द चालवायला सांगत. तोवर तात्यांनी त्यांच्यासमोर आपल्या हातातला ग्रंथ ठेवलेला असे, त्यातील अडलेल्या शब्दांवर त्यांनी खुणा करून ठेवलेल्या असत. ते शब्द समजावून घेऊन त्यांचं वाचन पुढं सुरू होई.

संस्कृत ग्रंथात लपलेले शूद्रातिशूद्रांविषयीचे उल्लेख शोधून काढून त्यांची चिकित्सा करायचा छंदच त्यांना जडला होता. एकेका शब्दाशी, वाक्याशी ते कितीतरी वेळ झगडत राहत. अडेल तिथं पाठक पंतोजींची मदत घेत वाचन पुढं सुरू राही. उपयुक्त मुद्दा आढळताच तो नोंदवून घेतला जाई. पंतोजी निघून गेल्यावरही तात्यांचं वाचन सुरूच असे.

परंतु मनानं घेतलेली ही उभारी शरीराला पेलत नव्हती. अधूनमधून अंथरूण धरणं भाग पडत होतं. सारखं पडून राहून कंटाळा येई. मग अंगणात बिछायत टाकून ते आल्यागेल्या लोकांशी बोलत बसत.

एके दिवशी ट्रेनिंग कॉलेजचे अध्यापक कृष्णराव बाबर आले. त्यांच्यासोबत एक विद्यार्थी होता. त्याच्यासाठीच ते आले होते. कृष्णरावांनी भेटीला यायचं कारण सांगितलं. त्या मुलाला शिक्षणासाठी आर्थिक मदत हवी होती.

तात्या विचारात पडले. वसतिगृहाची अडचण असती तर ती सहज सुटली असती. आणखी एक विद्यार्थी वसतिगृहाला जड झाला नसता; परंतु हात उचलून द्यायला जवळ काहीच नव्हतं. आजवर मदतीच्या आशेनं आलेला एकही विद्यार्थी फुले वाड्यातून निराश होऊन परतला नव्हता. आपण एका गरीब विद्यार्थ्यासाठी काही करू शकत नाही, ही असहायता तात्यांना यातना देऊन गेली.

तात्या म्हणाले,

''गुरुजी, मी निष्कांचन झालो आहे. तुम्ही गंगारामभाऊंकडे जा. मी पाठवलं, म्हणून सांगा. ते तुम्हाला मदत करतील. मी काही करू शकलो नाही, याबद्दल मला क्षमा करा.''

गुरुजी म्हणाले,

''आपली शिफारस हीसुद्धा मोठीच मदत आहे, तात्यासाहेब. आपण वाईट वाटून घेऊ नका.''

तात्यांनी मदत मिळायचा मार्ग दाखवला, या आनंदात बाबर गुरुजी त्या विद्यार्थ्यासह निघून गेले.

आठ-दहा दिवसांनी पुन्हा तीच पुनरावृत्ती झाली. फुरसुंगीचे काही शेतकरी तात्यांच्या भेटीला आले. एका शेतकऱ्याच्या घरावर सावकारानं जप्ती आणली होती. कायद्याचा बडगा दाखवल्याशिवाय सावकार वठणीवर येणार नव्हता. वकिली सल्ल्यासाठी त्यांना गंगारामभाऊंकडे पाठवताना तात्या म्हणाले,

"बंधूंनो, आता तुम्ही शहाणे व्हा. आपल्या हक्कांसाठी लढायला शिका. मी तुम्हाला किती दिवस पुरणार आहे?"

तात्या आपल्याकडून होईल तेवढं करत होते. इथून पुढं असं किती दिवस लोकांना विमुख होऊन जावं लागणार आहे, हा विचार त्यांना त्रस्त करीत होता. आणि तशात त्यांना अर्धांगवायूचा दुसरा झटका आला. आजारपणात केलेल्या श्रमांचा तो परिणाम होता, जेमतेम काठी घेऊन हिंडू लागलेले तात्या पुन्हा अंथरुणाला जखडले.

भाग : ४

१६

रात्री न्हावी बांधवांची सभा आटोपून निरोप द्यायला आलेल्या लोकांसह तात्या वाड्याकडं परतले, तेव्हा दोन प्रहर रात्र उलटून गेली असावी. सोबत ग्यानोबा ससाणे आणि पंडित धोंडीराम होते. आज जवळपास एक वर्षानंतर तात्या वाड्याबाहेर पडले होते. त्याला कारणही तसंच घडलं होतं.

'दीनबंधू', 'इंडियन स्पेक्टेटर' या पत्रांनी केशवपनाचा प्रश्न धसाला लावला होता. गावोगाव न्हाव्यांचे संप घडवून आणले पाहिजेत हा विचार फैलावत चालला होता. पुण्यात ती जबाबदारी सत्यशोधकांनी उचलली होती. त्याच चळवळीचा भाग म्हणून भवानी पेठेत आज न्हाव्यांची सभा आयोजित करण्यात आली होती.

न्हाव्यांनी सांगितलेले एकेक अनुभव तात्यांच्या कानात जसेच्या तसे घोंगावत होते.

'काय सांगायचं, तात्यासाब; त्या कोवळ्या जीवांच्या डोक्यावर वस्तरा धरायला हात कापतो. रडतात, हातापाया पडतात; पन कोनाला दया येत न्हाई. हातपाय बांधून घालतात. तोंडात बोळं कोंबतात आनि आम्हाला हुकूम करतात. नाविलाज नाविलाज होतो... म्हनतात, 'त्याच्या गळ्याला लागलेला तुझ्या केसांचा फास काढ, त्याशिवाय त्याला मुक्ती

मिळणार नाही. नवऱ्यासाठी एवढी रडतेस, तर त्याला खाल्लंस कशाला? आता तरी त्याला नरकात ठेवू नकोस आनि तुझ्याबी नरकाचं साधन करू नकोस!'

'हे पोट मोठं वाईट. त्यांचं ते हाल बघून डोळं मिटून घायला हुतं, पन काय करायचं? म्हनतात, तुझ्या डोक्यावर जेवढे केस आहेत, तेवढी भोकं त्याच्या अंगाला पडतील. तुझ्या ओल्या केसातनं जेवढे थेंब जमिनीवर पडतील, तेवढी वर्षं तो नरकात राहील.' एक एक गृहस्थ आपले अनुभव सांगत होता. सर्वजण सुन्न होऊन ऐकत होते.

सर्वांपुढं हात जोडून तात्यांनी एकच विनंती केली,

''बंधूंनो, आधीच दुःखी कष्टी जीवन जगणाऱ्या भगिनींना तुम्ही आणखी दुःखात का लोटता? निसर्गानं दिलेला केशरूपी दागिना हिसकावून त्यांना विद्रूप का करता? दोन पैशांसाठीच ना? पण अशा दुष्कर्मातून मिळणाऱ्या पैशानं दारिद्र्य फिटणार आहे का? त्या निष्पाप जीवांचे तळतळाट तुम्हाला भोवत आहेत, हे ध्यानी घ्या. बंधूंनो, त्या दुष्कर्मात तुम्ही सहभागी होऊ नका... त्या दुःखी कष्टी जीवांच्या शापाचे धनी होऊ नका. दुष्ट ब्राह्मणांनी तुम्हाला या घोर पापाचं धनी केलं आहे. सर्वशक्तिमान ईश्वराच्या दरबारात ते रुजू होणार नाही...''

तात्यांचं भाषण संपताच एकजण उठून म्हणाला,

''तात्यासाहेब सांगतात ते खरं आहे. विधवेला सोवळी करायला ते स्वत: मोठी दक्षिणा घेतात आणि न्हाव्याची मात्र चार आण्यांवर बोळवण करतात. आम्ही कानकून केली, तर तुम्ही ते केलंच पाहिजे, म्हणून धाक दाखवतात. वाळीत टाकायच्या धमक्या देतात.''

तात्या म्हणाले,

''आपल्या पापकृत्यांनाही त्यांनी धर्माची पलिस्तरं लावली आहेत. त्यामागं पोटाच्या पखाली भरण्याऐवजी दुसरा हेतू नाही. त्या स्त्रियांचे प्राण कासावीस होत असतानाही ते निर्दय कसाई दक्षिणा उपटतात, याला काय म्हणावं? बंधूंनो, माणुसकीची ही विटंबना आपण थांबवली पाहिजे.''

काही न्हावी ब्राह्मणांना सामील झालेले होते. त्याची कारणंही सर्वांना माहीत होती. त्यांचा विषय समोर आल्यावर तात्या म्हणाले,

''बंधूंनो, या क्रूर आणि आंधळ्या रूढीच्या खाईत अनीतीची केवढी भयंकर दलदल माजलेली आहे, हे लपून राहिलेलं नाही. आज त्यांची अपेक्षा न बाळगता तुम्ही आपला निर्णय घ्या. आज ना उद्या त्यांच्यातली माणुसकी जागी होईल आणि तेही आपल्यांत सहभागी होतील, अशी आशा बाळगू या.''

सर्वांनी संप यशस्वी करायचा एकमुखी निर्धार व्यक्त केला. तात्यांना ते शब्द जसेच्या तसे ऐकू येत होते.

''नाही! इथून पुढं हे दुष्कर्म आमच्या हातून घडणार नाही!!''

...परंतु हा निर्धार टिकून राहणार होता का, हाच खरा प्रश्न होता... त्या आंधळ्या रूढीच्या खाईत माजलेली अनीतीची दलदल तात्यांना अस्वस्थ करत होती.

अंथरुणावर अंग टाकून तात्या विचार करत राहिले. गेलं संपूर्ण वर्ष जवळपास अंथरुणावर पडूनच घालवावं लागलं. अजूनही ते सुटलं नव्हतं. आता ती आशाही उरली नव्हती. मुंबईला झालेला भंग्यांचा संप, अलिबागला झालेला झाडू कामगारांचा संप, प्रिन्स आल्बर्ट यांच्या आगमनप्रसंगी कृष्णराव भालेकरांनी घडवून आणलेलं निदर्शन, मुंबईत भरलेल्या राष्ट्रीय काँग्रेसच्या अधिवेशनासमोर सत्यशोधकांनी उभा केलेला शेतकऱ्याचा पुतळा, राष्ट्रीय सभेचा निषेध करण्यासाठी खंडेराव तरवड्यांच्या घराजवळ भरवण्यात आलेली विराट निषेधसभा या सगळ्या गोष्टी ऐकूनच समाधान मानावं लागलं. इच्छा असूनही कशातच भाग घेता आला नाही...

दीनबंधू सार्वजनिक सभेचं कार्य आणि 'दीनमित्र'चं चौफेर टीकास्त्र एकाच वेळी सुरू होतं. तात्यासाहेब फुल्यांवरची 'दीनमित्र'ची करडी नजर अजूनही निवळली नव्हती. अजूनही त्याच धारदार शब्दांत जिव्हारी झोंबावी, अशी टीका 'दीनमित्र'मधून छापून येत होती.

रिकाम्या वेळात तात्या आपल्या आयुष्यक्रमाचा आढावा घेत राहत. टॉमस पेन, बृहस्पती यांच्या विचारांची देणगी, डॉ. मिचेल यांची शिकवण, ब्राह्मणी धर्माविरुद्ध पुकारलेलं बंड, पुण्यात पेठापेठांतून आणि खेड्यापाड्यांतून उघडलेल्या शाळा, बालहत्या प्रतिबंधक गृह, काशीबाईंचा मृत्यू, यशवंताचं लग्न, विधवाविवाहाची चळवळ, सार्वजनिक सत्यधर्माची स्थापना... कधी दूरची माणसं जवळ आली, तर कधी जवळची माणसं दूर गेली... हाती घेतलेली ती कामं, त्यांतली किती कामं शेवटास गेली? किती तशीच राहिली? मानवी हक्कांच्या वाटेवर पहिलीवहिली पावलं टाकू पाहणारा आपला समाज.

रखमाबाईंनी दाखवलेल्या धारिष्ट्याची गोष्ट त्यांना आठवली. त्या विषयावर रावसाहेबांनी पुण्यात खास व्याख्यानच दिलं होतं. रखमाबाईंनी खरोखर फार मोठं धैर्य दाखवलं. रखमाबाई या मुंबईचे डॉ. सखाराम अर्जुन यांच्या कन्या. क्षयरोगी आणि अडाणी नवऱ्यासोबत नांदायला त्यांनी स्पष्ट नकार दिला. प्रकरण न्यायालयात गेलं. न्यायालयानं निवाडा दिला, नवरा कसाही असो, हिंदू स्त्रीनं त्याच्याकडं नांदायला गेलंच पाहिजे; अन्यथा तिला तुरुंगवास भोगावा लागेल. रखमाबाईंनी तुरुंगवास भोगायची तयारी ठेवली; परंतु रोगट नवऱ्याकडं जायला स्पष्ट नकार दिला.

न्यायालयाचे डोळे खाडकन उघडले. न्यायाधीश महोदयांना वाटलं होतं, निवाडा निमूटपणे मान्य केला जाईल; पण तसं घडलं नाही. न्यायालयाच्या निवाड्यापेक्षा रखमाबाईंचा निवाडा महत्त्वाचा ठरला. थेट विलायतेत या घटनेचे पडसाद उमटले; परंतु किती स्त्रिया असं धैर्य दाखवीत होत्या? दाखवू शकत होत्या?

उराशी बाळगलेली ध्येयं आणि भोवतालची सामाजिक परिस्थिती यांतली तफावत पाहून तात्यांच्या मनाला उद्विग्नता येई. स्त्रीशिक्षणाचे दरवाजे किलकिले झाले असले, तरी त्या क्षेत्रात अजून फारशी प्रगती झाली नव्हती. स्त्रियांच्या शिक्षणाबाबत अजूनही तोच गहजब सुरू होता. बालविधवांच्या प्रश्नाला पुन:पुन्हा वाचा फुटत होती; परंतु कायदे होऊनही काहीच घडत नव्हतं. बेहरामजी मलबारी यांच्यासारखा एखादा माणूस संमतीवयाचा कायदा आणण्यासाठी जीवाचं रान करत होता. गोपाळबुवांसारख्या माणसांनी अस्पृश्यतानिवारणाचं काम शिरावर घेतलं होतं. शूद्रातिशूद्र समाजाला जाग येऊ लागली होती. सत्यशोधक समाजानं पेरलेले विचार उगवले होते. शूद्रातिशूद्र समाज त्या विचारांच्या डेरेदार वृक्षच्छायेत विसावत होता, त्या विचारांच्या जीवनदायी प्रकाशात वाटचाल करू पाहत होता.

शेतकऱ्याचा असूड, सार्वजनिक सत्यधर्म हे ग्रंथ अजून छापून घ्यायचे राहिले होते. सत्यधर्माचा विचार प्रत्येक माणसापर्यंत पोचवायचा असेल तर शक्य तेवढ्या लवकर ते घडायला पाहिजे होतं. समाधान आणि असमाधान या दोन टोकांत मनाचा लंबक हेलकावत होता. एक विचित्र एकाकीपण मनाला घेरून टाकत होतं...

यशवंताच्या लग्नाची काळजी मिटली असली, तरी ओतूर खटल्याची काळजी मनाला कुरतडत होती. तशात काही आनंदाच्या बातम्या घेऊन सत्यशोधक तरुण भेटीला आले की, तात्यांचा हरवलेला उत्साह पुन्हा परत येई. तिकडं भीमराव महामुनींच्या सत्यशोधक जलशांनी ओतूर-जुन्नरचा परिसर ढवळून काढला होता. एखाद्या गावी जलसा असला की, आसपासच्या दहा गावांतले लोक गोळा होत. ठकसेन ब्राह्मणांच्या लबाड्या, शिक्षणाचं महत्त्व, निर्व्यसनीपणा इत्यादी अनेक विषयांचं निरूपण ते करीत; ते जलसे पाहून अनेक लोक सत्यधर्माचा स्वीकार करीत आणि प्रबोधनाच्या कामात सहभागी होत.

सत्यशोधक वीर खरोखर वाखाणण्यासारखं धाडस करीत होते. कारण जलसा सादर करणं इतकं सोपं नसे. भांडणतंटा किंवा मारहाण याची तयारी ठेवूनच जलशासाठी उभं राहावं लागे. दहा-पाच हत्यारबंद माणसं सोबत घेऊनच फडकऱ्यांना वावरावं लागे. काही गावांतून त्यांच्यावर फिर्यादीही दाखल झाल्या. त्या सगळ्या हकिगती सांगायला आणि तात्यांचा सल्ला घ्यायला सत्यशोधक तरुण पुण्याला येऊन जात.

त्यांचं धाडस आणि उत्साह पाहून तात्या म्हणत,

"आता माझी काळजी संपली. मी सुरू केलेलं काम आता बंद पडू शकत नाही. कळकळीच्या मेहनती माणसांनी ते अंगावर घेतलं आहे. पुढील थोड्या काळात आपल्या देशात फार मोठी जागृती होऊन समाजोन्नती होईल. ते महान दृश्य मी पाहू शकलो नाही, तरी सर्व जग पाहील."

याच काळात गोपाळबुवांनी हिंदू धर्मबांधवांना उद्देशून लिहिलेलं विनंतीपत्र छापून घेतलं. 'विटाळविध्वंसन' या शीर्षकानं प्रसिद्ध झालेली ती पुस्तिका ब्राह्मणी धर्माला आव्हान द्यायला पुरेशी होती.

हिंदू बांधवांना उद्देशून लिहिलेल्या या विनंतीपत्रात जाती हे एक महाशास्त्र असल्याचा विचार गोपाळबुवांनी मांडला होता. वरिष्ठ हिंदू एकवेळ इतर शास्त्रं बाजूला ठेवतात, परंतु जातिशास्त्र मात्र कायम डोळ्यांसमोर ठेवतात, असा आरोप करून सहा महिन्यांच्या आत हिंदू बांधवांनी अस्पृश्यांवरील अन्यायसत्र थांबवावं अन्यथा आम्हाला सरकारदरबारी जावं लागेल किंवा हा प्रांतच सोडून जावं लागेल, असा इशाराही त्यांनी देऊन ठेवला.

एके दिवशी सत्यशोधक चळवळीवर यशाचा सोनेरी कळस चढविणारा तो आनंददायी निवाडा मिळाला. सत्याचा, सार्वजनिक सत्यधर्माचा विजय झाला. नाडकर्णी वकिलांनी सत्यशोधक समाजाची बाजू बिनतोडपणे मांडली होती. ज्या लग्नात वधू-वरांनी परस्परांच्या गळ्यात हार घालण्यापलीकडं कुठलाही विधी झालेला नाही, तिथं दक्षिणा देण्या-घेण्याचा आणि कोणाच्या हक्कावर गदा येण्याचा प्रश्नच उद्‌भवत नाही, या युक्तिवादानं प्रतिपक्षाची पुरती भंबेरी उडाली. जिल्हा न्यायालयानं दिलेला निवाडा कायम करताना कोर्टानं फिर्यादींवरच ताशेरे झाडले.

ब्राह्मणशाहीला सुरुंग लावणारा तो निवाडा हाती पडताच तात्यांच्या मनावर आलेली मरगळ झटकली गेली. फुले वाड्यात पुन्हा नवचैतन्य सळसळू लागलं.

तोच 'दीनबंधू'नं केशवपनाच्या निर्दय रूढीविरुद्ध आवाज उठवला. न्हावी लोकांच्या माणुसकीला हाक घालून ही क्रूर चाल बंद पाडायचं आवाहन केलं. 'दीनबंधू'तील लेखावर प्रतिक्रिया देण्याच्या निमित्तानं मामा परमानंदांनीही तो प्रश्न उचलून धरला. त्याबाबत त्यांनी विधवेच्या नातेवाइकांना आणि न्हाव्यांनाच जबाबदार धरलं. 'दीनबंधू'ची मन:पूर्वक प्रशंसा करून त्यांनी बोलक्या सुधारकांवर कृतिशून्यतेचा ठपका ठेवला. सुधारणा घडवण्यासाठी लागणारं नीतिधैर्य त्यांच्यात नाही, हे दाखवून दिलं. सनातनी वृत्तपत्रं या प्रश्नात लक्ष घालणार नाहीत, याचीही जाणीव करून दिली. 'दीनबंधू'ने या प्रश्नात लक्ष घातल्याबद्दल आगरकरांच्या 'सुधारका'ने

कृतज्ञता व्यक्त केली आणि दुष्ट रूढींबाबत ब्राह्मणांना दूषणे दिली. टिळकांच्या 'केसरी'ने मात्र या चळवळीबद्दल मतभेद व्यक्त केला.

हे विचारमंथन सुरू असताना तात्यासाहेब फुले गप्प बसतील, हे कदापिही शक्य नव्हतं. आपल्या सत्यशोधक बांधवांच्या मदतीनं त्यांनी रान उठवायला सुरुवात केली. न्हाव्यांच्या या संपानं एका अमानुष रूढीच्या नरड्यालाच नख लागणार होतं. कोणत्याही परिस्थितीत हा संप यशस्वी व्हायलाच पाहिजे होता. आजवर अपूर्ण राहिलेलं आणखी एक महत्त्वाचं कार्य तात्या तडीस नेणार होते...

त्यानंतर एकही न्हावी केशवपन करायला गेला नाही. न्हाव्यांच्या उर्मटपणानं सनातनी ब्राह्मण खवळून उठले; परंतु गाठ जोतीराव फुल्यांशी होती. एकीकडं ब्राह्मण स्वतःच वस्तरे हाती घेतील, न्हाव्यांवर बहिष्कार टाकला जाईल, अशा धमक्या दिल्या जाऊ लागल्या आणि त्याच वेळी उपडं पडून नाकं घासायलाही सुरुवात झाली. हरप्रकारे संप हाणून पाडायचे प्रयत्न सुरू झाले.

पुण्यात पेटलेला हा वणवा मुंबईपर्यंत पोचला, 'दीनबंधू'कार नारायणराव लोखंडे आणि सदोबा कृष्णाजी यांच्या पुढाकारानं झालेल्या सभेला सुमारे एक हजार न्हावी उपस्थित राहिले. सभेत अनेक न्हावी बांधवांनी आपली मनोगतं व्यक्त केली. प्रत्येकानं केशवपनाचं दुष्कर्म करणार नाही, म्हणून शपथ घेतली. मुंबईत न्हावी लोकांच्या तीन सभा झाल्या. डोंगरीला झालेल्या सभेसाठी वाई, जुन्नर, पुणे येथून पाचशे न्हावी गेले होते. केशवपन करील त्याला जातिबहिष्कृत करण्याचा इशारा देण्यात आला. भारतात सुरू असलेल्या या चळवळीचे पडसाद युरोपातही उमटले. तिथल्या प्रागतिक विचारांच्या संघटनांकडून न्हाव्यांच्या अभिनंदनाची पत्रं आली.

इकडं पुण्यातल्या भटांनी आपले प्रयत्न सोडले नव्हते. संप हाणून पाडायचे त्यांचे प्रयत्न सुरूच होते. काही पोटार्थी न्हाव्यांना त्यांनी आपल्या कटात सामील करून घेतलं होतं.

छळ, दारिद्र्य आणि आयुष्याला जखडलेलं आजारपण– कशाकशाची पर्वा न करता तात्या काम करत होते. न्हावी लोकांच्या भेटी घेऊन त्यांची समजूत घालत होते. मुंबईत सुरू असलेल्या हालचालींची माहिती देऊन त्यांची हिंमत वाढवत होते.

न्हाव्यांच्या या संपाला त्यांनी सुधारणावाद्यांचाही पाठिंबा मिळवला. न्हाव्यांची एकजूट पाहून ब्राह्मणांनी शेवटचं हत्यार काढलं. त्यांनी एकमेकांच्या हजामती सुरू केल्या आणि तीच संधी साधून त्यांना फितूर झालेल्या न्हाव्यांनी तडजोडी घडवायला सुरुवात केली.

हळूहळू पाणी फुटू लागलं. संप बारगळायची चिन्हं दिसू लागली आणि एवढ्या कष्टानं उभारलेला संप एका रात्रीत कोलमडून पडला. तळेगावला घडलेल्या इतिहासाची पुनरावृत्ती झाली. प्रलोभनांची कारणं फक्त पोटापर्यंत येऊन थांबत

नव्हती. ती त्याच्याही पुढं जाऊन अनीतीच्या खोल अंधाऱ्या दरीत रुतलेली होती. विधवा भगिनींना अत्याचारांच्या खाईतून बाहेर काढायला तात्यांचे हात दुबळे ठरले. त्या खोल अंधाऱ्या दरीतून वर येणारा बालविधवांचा मूक आक्रोश त्यांना ऐकू येत राहिला; रात्रंदिवस अस्वस्थ करीत राहिला...

१७

दिवसामागून दिवस जात होते. महिन्यामागून महिने उलटत होते. तात्यांचं अंथरूण सुटत नव्हतं. आता ती आशाही उरली नव्हती.

अंगातला सांधा न् सांधा दुखत होता. अंग रगडून घेतलं तर थोडं बरं वाटे. रोज संध्याकाळी हा उपक्रम सुरू असे.

सार्वजनिक सत्यधर्माचं बाड मोरोपंतांनी आपल्यासोबत मुंबईला नेलं. ते शक्य तेवढ्या लवकर तो ग्रंथ छापून घेणार होते. त्यांचीही आर्थिक परिस्थिती कठीण होती; परंतु मित्राची शेवटची इच्छा पूर्ण करण्यासाठी कुठल्याही समस्येला न जुमानता छपाई सुरू करायचा निश्चय त्यांनी केला.

'सार्वजनिक सत्यधर्म' लिहून पूर्ण झाला. आता त्याच्या छपाईचाही प्रश्न मिटला, हे पाहून तात्यांना आपलं जीवितकार्य पूर्ण झाल्याचा आनंद झाला. मोरोपंतांच्या हातांत ग्रंथ ठेवताना मनात उचंबळून आलेल्या कृतज्ञतेनं सहज काव्यरूप धारण केलं.

''गायकवाडीं आश्रय, घोल्याची नजर । होती अनिवार । फी न घेतां ।।
दुष्ट रोगांतून फुल्या वांचविला । आनंदी पत्नीला । केली ज्याच्या ।।
बुवाजीचें द्रव्य समाजीं नमूद । फुल्या केला मर्द । रोग्यांमध्ये ।।
योजुनिया मनीं प्रश्न करणारे । आप्तइष्ट सारे । नाडलेले ।।
'सार्वजनिक सत्यधर्म' पुरा केला । त्यास छापण्याला । द्रव्यतूट ।।
जाणून ही वार्ता मित्र मोरोपंते । नेले छापण्यातें । पुस्तक हें ।।
ज्याचा मूळ मुद्दा सर्वांचा निर्मिक । सत्य आहे एक । नसे दूजा ।।
आपसुखासाठीं त्यानें केलें सर्व । वाहू नको गर्व । पूजेमध्यें ।।
स्त्री-पुरुषांमध्ये निवड नसावी । गुणें आदरावी । सर्वकाळ ।।
एकोणीस शतकी ग्रंथ केला सिद्ध । वाचोत प्रबुद्ध । जोती म्हणे ।।''

अनेक वेळा वसतिगृह बंद करायची वेळ येऊन ठेपली; परंतु तात्यांनी ते बंद पडू दिलं नाही. त्यासाठी ते अजूनही 'दीनमित्र'ची टीका सोसत होते. पोटाला चिमटा घेऊन मुलांच्या पोटात घास घालत होते. आजवर सामाजिक छळाला तोंड देत काम चाललं होतं. आता त्याला दारिद्र्याची जोड मिळाली.

गोरगरिबांचे, शूद्रातिशूद्रांचे कैवारी मामा परमानंद तात्यांची ही अखंड धडपड जवळून पाहत होते. तात्यांचं उतारवय, त्यांचं दीर्घ आजारपण या सगळ्या गोष्टी पाहता त्यांना फुले कुटुंबाच्या भविष्याची सतावू लागली. अजून यशवंताचं शिक्षण व्हायचं होतं. त्याचा डॉक्टरकीचा कोर्स पूर्ण होईपर्यंत तरी फुले कुटुंबाच्या निर्वाहाचा प्रश्न सोडवायला पाहिजे होता. मिळणारी सर्व मदत समाजसेवेसाठी खर्ची टाकणारे तात्यासाहेब स्वत:च्या निर्वाहासाठी कोणापुढं हात पसरतील, ही कल्पनाही अशक्य होती.

तात्यासाहेबांच्या कार्याचं मोल जाणू शकेल, अशाच कोणा थोर मनाच्या धनिकाला साद घालायला पाहिजे होती आणि त्यासाठी बडोदा संस्थानाशिवाय दुसरी योग्य जागा दिसत नव्हती. लोकराजा महाराजा सयाजीराव गायकवाड यांनाच विनंती करायला पाहिजे होती आणि म्हणून त्यांच्याकडेच विनंती-अर्ज पाठवायचा निर्णय मामांनी घेतला. मामा म्हणजे मूर्तिमंत सौजन्य, मूर्तिमंत त्याग. त्यांच्या स्वत:च्या आजारपणात त्यांना महाराजांकडून आर्थिक मदत मिळणार होती. खुद्द महाराजांनीच पत्र पाठवून तशी विचारणा केली होती; परंतु महाराजांच्या पत्राला उत्तर देताना मामा म्हणाले,

"...माझी आर्थिक स्थिती तशी मुळीच वाईट नाही; पण माझ्यापेक्षा केवढे तरी मोठे सार्वजनिक कार्य करणारे जोतीराव फुले हेही सध्या पक्षाघाताने अंथरुणाला खिळून आहेत. त्यांच्याशी माझे काही मतभेद आहेत; परंतु ते अत्यंत थोर व अत्यंत चारित्र्यसंपन्न गृहस्थ आहेत. बहुजन समाजाच्या या महान नेत्याला यावेळी आर्थिक साहाय्याची आवश्यकता असावी, असे मला वाटते..."

महाराजांना त्या विनंतीची आठवण असावी, अशी आशा बाळगायला हरकत नव्हती.

पुण्यातून डॉक्टर विश्राम रामजी यांचेही प्रयत्न सुरू होतेच. त्यांनीही तात्यांच्या वतीनं महाराजांकडे विनंती-अर्ज पाठवला होता. त्याचाही पाठपुरावा करणं आवश्यक होतं. मदत मिळण्यात कुठली अडचण येईल, असं वाटत नव्हतं. दिवाणबहादूर रामचंद्रराव धामणस्कर तात्यांचे मित्र; तसे मामांचेही मित्र. खुद्द महाराजांना तात्यांविषयी किती आदर होता ही गोष्ट सर्वश्रुतच होती. सर्व समस्या जाणून घेऊन तातडीनं निर्णय घेतला जाईल, यात शंका नव्हती. तात्यांच्या आजारपणात तेच घडलं होतं. तात्यांच्या आजारपणाचं वृत्त कळताच महाराजांनी तातडीनं मदत पाठवली होती.

स्वत: मामांनीच तात्यासाहेबांच्या वतीनं विनंती-अर्ज लिहिला आणि दिवाणबहादूर रामचंद्रराव धामणस्कर यांच्या मध्यस्थीने पत्रव्यवहार सुरू केला. अर्जासोबत पाठविलेल्या वेगळ्या पत्रात तात्यांच्या जीवितकार्याचा आढावा सादर करताना मामा म्हणाले,

“प्रिय रामचंद्रराव,

...जोतीरावांच्या मदतीसाठी तयार केलेला विनंती-अर्ज या पत्रासोबत पाठवीत आहे. ...त्यात काही बदल करावासा वाटला किंवा अर्ज करण्याच्या पद्धतीबाबत काही सुचवावेसे वाटल्यास कृपया जरूर त्या सूचनांसह तो माझ्याकडे पाठवावा, म्हणजे त्याप्रमाणे दुरुस्त्या करून मी तो अर्ज परत पाठवीन. त्यानंतर आपण स्वत: तो महाराजांना सादर करावा. मला वाटते की, तो आहे तसाच चालेल... महाराज जोतीरावांच्या कार्याविषयी गुणग्राहकता दाखवतील, असा मला विश्वास वाटतो. कारण एका मराठ्याने प्रथम आपल्या पत्नीस शिकवून तिच्याकरवी ब्राह्मण मुलींना शिकवावे, तेही त्यांच्या बालेकिल्ल्यात, हे काम खरोखरच मोठ्या धाडसाचे होते. त्याच ठिकाणी राहून महार-मांगांसाठी शाळा उघडणे, त्यांना समाजाचे घटक म्हणून वागवणे ही गोष्ट सिंहाच्या गुहेत शिरून त्याची आयाळ उपटण्यासारखी आहे. हे कार्य त्यांनी आपल्या दोन ब्राह्मण मित्रांच्या साहाय्याने केले. त्यांपैकी एक तत्त्वच्युत होऊन अंगीकृत कार्यापासून दूर गेला आणि नंतर मरण पावला. दुसरा अद्याप त्यांच्याशी एकनिष्ठ असून परिस्थिती अनुकूल नसतानाही मित्राची शेवटची इच्छा पूर्ण करण्यासाठी त्याचा ग्रंथ आपल्या मुद्रणालयात छापून घेत आहे. जोतीरावांनी ऐहिक हिताकडे दुर्लक्ष केले नसते, तर आतापर्यंत भरपूर पैसा मिळवून ते सुखी आणि संपन्न जीवन जगू शकले असते; परंतु त्यांनी निराळा मार्ग स्वीकारला आणि स्वहिताची किंमत मोजून लोकहितासाठी झिजण्यात आयुष्य वेचले. त्यांच्या ठिकाणी आणखी एक दुर्मीळ असा सद्‌गुण दिसून आला. तारुण्य, आरोग्य आणि देखणेपणा या गुणांनी त्यांचे व्यक्तिमत्त्व विलसत असता ते काही दुर्वर्तनी स्त्रियांचे लक्ष्य बनले होते; परंतु त्या मोहात न पडता थोर विभूतीप्रमाणे ते आचरणाने पवित्र राहिले... वाट चुकलेल्या विधवांचा पितृवात्सल्याने केलेला सांभाळ आणि बालहत्येच्या गुन्ह्यापासून त्यांची केलेली मुक्तता या कार्यातूनसुद्धा त्यांचा स्वार्थत्याग आणि माणुसकी दिसून येते. त्यांची अखेरची आणि सर्वश्रेष्ठ लोकसेवा म्हणजे ज्याला ते मराठी मानसिकतेची बंधमुक्ती म्हणतात, त्याच्याशी निगडित आहे. त्यासाठी त्यांनी सतत आपली वाणी आणि लेखणी वाहिली. उपदेश आणि प्रचार केला. दख्खनमधील मराठा समाजात आणि इतरत्र अन्यायाविरुद्ध निर्माण झालेली जाणीव, सुधारणांची आकांक्षा आणि उच्चवर्णीयांना बिनतक्रार शरण न जाता त्यांच्या वर्चस्वापासून मुक्त होण्याची त्यांची इच्छा यांस जोतीरावांचे एकाकी परिश्रम कारणीभूत आहेत, याविषयी मला शंका नाही. यापूर्वी असे कधीही घडले नव्हते. पंचवीस वर्षांपूर्वी तुम्ही जे पहिले आणि ऐकले असेल, ते आठवा आणि त्याची आजच्या काळाशी तुलना करून पाहा, म्हणजे माझे म्हणणे तुम्हाला

पटेल... विचारजागृतीच्या या कार्यामुळे ते उच्चवर्णीयांच्या मनातून उतरले. परिणामी, त्यांची पूर्वीची सत्कृत्ये लोक विसरले. असे घडणे काही प्रमाणात स्वाभाविक होते. दुर्दैवाने जोतीरावांची कठोर भाषाही त्यास कारणीभूत ठरली. त्यांच्या उच्चवर्णीय मित्रांनी आणि सुधारणावादी सहकाऱ्यांनी त्यांच्याकडे पाठ फिरवावी, याला काही सबब होती... त्यांच्या काही अनुयायांनीही नेत्याची कर्तृत्वशक्ती अंगी नसताना त्यांच्या चुकांचेच तेवढे अनुकरण केले आणि त्याद्वारे त्यांच्या कार्याला कलंक लावला आहे... जोतीरावांचा हा दोष क्षमार्ह आहे, असे नाही; परंतु म्हणून त्यांचे सत्कार्य नाहीसे होत नाही किंवा ते सर्व जनतेच्या कृतज्ञतेस पात्र असताना आणि दारिद्र्य व वृद्धत्व यांनी जर्जर झालेले असताना त्यांच्याकडे दुर्लक्ष व्हावे, हे समर्थनीय ठरणार नाही. तथापि, साहाय्य करील, असा धनवान मित्र त्यांना नाही. अर्धांगवायूने विकल झालेल्या स्थितीत ते ज्या लोकांना त्यांच्या कार्याचा विसर पडलेला आहे, त्यांच्याकडे भीक मागायला जाणार नाहीत किंवा जेथे त्यांच्या कार्याची बूज नाही, अशा धनवंतांकडेही ते खरोखर हात पसरणार नाहीत. म्हणूनच जेथे अशी गुणग्राहकता आढळत आली आहे, अशाच ठिकाणी त्यांनी अर्ज केला आहे. हा तोंडपुजेपणा समजला जाऊ नये. ते युग कधीच लयास गेले आहे...

चुकीची किंवा जातिनिष्ठ मते किंवा कठोर भाषा याविषयी सहानुभूती न बाळगता देखील जोतीरावांच्या नि:स्वार्थी आणि निरपेक्ष कार्याप्रीत्यर्थ त्यांना आणि त्यांच्या पत्नीला महाराज उर्वरित आयुष्याचे जीवनवेतन देऊ शकतात. पतीला केलेले सहकार्य आणि त्यासाठी भोगलेल्या हालअपेष्टा या गोष्टी लक्षात घेता या साहाय्यासाठी सावित्रीबाई या जोतीरावांपेक्षा अधिक पात्र आहेत. तशा प्रकारचे कार्य करण्याची कुवत आणि धैर्य उच्चविद्याशिक्षित जातींमध्येसुद्धा आजवर दिसून आलेले नाही...'

वस्तुत: त्यांना सरकारनेच मदत करायला पाहिजे होती; परंतु परकीय सरकार अशा गोष्टीत लक्ष घालेल, ही अपेक्षा व्यर्थ असल्याचे सांगून मदतीविषयी अपेक्षा व्यक्त करताना मामांनी लिहिलं,

'जोतीराव आणि त्यांची पत्नी सावित्रीबाई यांना दरमहा तीस रुपये द्यावेत. दोघांपैकी एकाच्या मृत्यूनंतर मदतीची रक्कम कमी करावी आणि वारस मुलाच्या शिक्षणानंतर पूर्णपणे थांबवाबी. आता हा प्रस्ताव लांबणीवर टाकणे इष्ट ठरणार नाही आणि द्यावी लागणारी रक्कम जास्त नसून, ती फार काळ द्यावी लागेल, असेही नाही...'

पत्राचा शेवट करताना डॉक्टर विश्राम रामजी यांनी पाठविलेल्या अर्जाची आठवण करून देताना मामा म्हणाले,

'डॉ. विश्राम घोले हे जोतीरावांचे स्नेही असून, ते त्यांना औषधोपचार करीत असतात. त्यांना जोतीरावांच्या परिस्थितीची चांगली कल्पना असल्याने जोतीरावांच्या वतीने त्यांनी श्री. पेस्तनजी यांच्यामार्फत महाराजांना पत्र पाठवले होते, असे समजते. त्यांनी काय लिहिले आहे आणि त्यांच्या मागणीचे स्वरूप काय आहे, याची मला काहीच कल्पना नाही; परंतु त्या पत्राला पुढीलप्रमाणे उत्तर आल्याचे समजते. 'मदतीसाठी अशा प्रकारचे अनेक अर्ज आलेले आहेत. इतक्यातच त्या बाबतीत काही वचन देता येत नाही. काही दिवस लोटल्यानंतर काय करता येईल, ते पाहू, असे महाराज म्हणाले'– तथापि, या गोष्टीचा पुनर्विचार होईल आणि जे काही करायचे असेल, ते तातडीने केले जाईल असा मला विश्वास वाटतो. जोतीरावांसारखे अर्जदार फार नसतील, अशी मला आशा वाटते किंबहुना त्यांच्यासारखा अर्जदार दुसरा नसेलच आणि महत्त्वाचे म्हणजे, ते सध्या अंथरुणाला खिळलेले असताना साहाय्य मिळण्यास अधिक उशीर झाला, तर मनातल्या दयाभावाला अर्थ उरणार नाही...'

आपला,
ना. म. परमानंद

मामांचे चिरंजीव बडोदा संस्थानात डॉक्टर होते. दिवाणबहादूर रामचंद्रराव धामणस्कर यांच्याकडं पोचतं करण्यासाठी मामांनी ते पत्र डॉ. बाबू यांच्याकडं पाठवून दिलं; परंतु गुणग्राहकतेसाठी प्रसिद्ध असलेल्या बडोदा सरकारकडून या विनंती-अर्जाला प्रतिसाद मिळाला नाही. विश्राम रामजी यांनी पाठवलेल्या विनंती-अर्जावरही अजून कुठलाच निर्णय नव्हता. जोतीराव फुल्यांनी निःस्वार्थ बुद्धीनं आयुष्यभर केलेलं कार्य हा ढळढळीत पुरावा समोर असताना निर्णय व्हायला उशीर का लागावा, याची कारणं उमगत नव्हती. पत्र पाठवून तीन आठवडे उलटले. शेवटी त्या दिरंगाईनं न राहवून मामा परमानंदांनी दुसरं पत्र लिहायला घेतलं.

'कृपया माझ्या पत्रातला जो भाग आपणांस आक्षेपार्ह वाटत असेल, तो वगळावा, मला जे आवश्यक वाटले, तेच मी लिहिले आहे; त्याचा चुकीचा अर्थ लावला जाऊ नये, म्हणूनच मी त्यावर 'खासगी' हा शेरा लिहिलेला होता...' या सर्व गोष्टी स्पष्ट करून त्यांनी लिहिलं :

'वस्तुतः अर्जात आक्षेपार्ह असे काहीही नाही. सर्व गोष्टी नेमकेपणाने लिहिल्या आहेत. त्यांचे कित्येक वर्षांचे कार्य, त्यासाठी त्यांनी केलेला स्वार्थत्याग आणि त्यांची आजची निकडीची गरज या सर्व गोष्टी लक्षात घेऊन त्यांचा विनंती-अर्ज सहजच मंजूर होऊ शकतो. यात पक्षाभिनिवेशाचा प्रश्न नाही. अर्जदार मराठा आहेत, म्हणून अर्जातील विनंती मान्य केली, असा त्याचा अर्थ लावला जाऊ नये. महाराज विशिष्ट

वर्गालाच सवलत देतात, असा प्रवाद निर्माण व्हावा असे मलाही वाटणार नाही. या बाबतीत तसे घडण्याचा संभवही नाही आणि तसेच म्हटले, तर बडोदा संस्थान आजवर सर्व प्रकारच्या ब्राह्मणांवर मग ते भले असोत, बुरे असोत वा उदासीन असोत, रयतेच्या घामाचा पैसा उधळत आलेच आहे. तर तो थोडासा शेतकरी वर्गातील एका योग्य ब्राह्मणेतरासाठीही खर्च करावा.

मी जोतीरावांची बाजू मांडत आहे. कारण त्यांचे सर्व दोष जमेला धरूनही ते मदतीला पात्र आहेत, असे मला वाटते. मी त्यांना लहानशी का होईना; परंतु शक्य तेवढी नियमित मदत करू शकलो असतो; परंतु माझ्या आकस्मिक आजारपणामुळे ते काम पार पाडणे शक्य होणार नाही, त्याविषयी काही लिहिणे अप्रस्तुत ठरेल. तथापि, त्यांच्यासाठी मदत मिळवणे हीसुद्धा त्यांची मोठी सेवा ठरते. त्यांच्या वतीने मी एवढे लिहीत आहे, त्याचे कारण हेच आहे. जवळचे मित्र त्यांना मदत करतील; परंतु तो उपाय तात्पुरता ठरेल, हे मी चिरंजीव डॉ. बाबू यांच्याद्वारे आपणाकडे पाठवलेल्या पत्रात म्हटले आहेच. म्हणूनच मदतीसाठी सर्वार्थाने पात्र असलेल्या या दाम्पत्यासाठी माननीय महाराजांनी काही निश्चित स्वरूपाची तरतूद करावी, अशी अपेक्षा आहे.

फत्तेसिंग महाराजांची प्रकृती ठीक नाही, हे कळल्यावर वाईट वाटले. मुंबईचा हवापालट त्यांच्या प्रकृतीला मानवणारा ठरो हीच आशा.

आपला,
ना. म. परमानंद

१८

दिवाळी उलटली. थंडीचा कडाका वाढला.. तात्यांची प्रकृती आणखी ढासळली. अनेक लोक त्यांच्या भेटीला येऊन गेले. मित्रांच्या भेटी तात्यांना समाधान देऊन गेल्या; परंतु रावबहादूर गोपाळ हरी देशमुख यांची भेट त्यांना अस्वस्थ करून गेली. यापूर्वी अनेकदा भेटी झाल्या; परंतु ही भेट व्यथित करणारी ठरली.

स्वतःचं दुःख बाजूला ठेवून रावबहादूर त्यांच्या भेटीला आले होते. डोक्यावर जांभळी पगडी, खांद्यावर जरीकाठी उपरणं, पेहरावाचा थाट तोच कायम होता. त्यांचा शांत विचारी चेहरा आता अधिक वृद्ध वाटत होता आणि त्यावरचं ते मिश्कील हास्यही मावळलं होतं. गेल्या आठ-दहा वर्षांत रावबहादूरांनी निकराचे आघात सोसले. पत्नी, थोरले बंधू, तीन कर्ती मुलं, कर्तबगार जावई आणि दोन कन्या इतकी माणसं त्यांना दुःखात लोटून निघून गेली. त्या आघातांनी रावबहादूर पुरते खचून गेले.

मुंबई, नगर, नाशिक, अहमदाबाद अशा अनेक ठिकाणी न्यायाधीश म्हणून नोकरी केल्यावर सध्या ते पुण्यात आले होते. आयुष्यभर घेतलेला लोकहिताचा वसा

गप्प बसू देत नव्हता. आपली सांसारिक दु:खं उरात कोंडून ठेवून, त्यांची लोकहिताची कामं सुरूच होती. सनातनी अजूनही तशीच विखारी निंदा करीत. विष्णुशास्त्री चिपळूणकरांच्या पुण्यतिथीचा दिवस म्हणजे लोकहितवादींच्या बदनामीचा दिवस असे. कारण ब्राह्मण जातीत जन्म घेऊन त्यांनी ब्राह्मणांवरच शस्त्र उगारलं होतं. त्याबद्दल त्यांना कितीतरी वेळा ग्रामण्य सोसावं लागलं. जननिंदा पचवावी लागली. आपल्याच गावात परक्यासारखं वावरावं लागलं.

परंतु त्यांची थोरवी तात्या ओळखून होते. सनातनी लोकांपुढं ते प्रसंगी झुकले; परंतु आपल्या विचारांशी त्यांनी कधी प्रतारणा केली नाही. लोकांना विधवाविवाहाची निमंत्रणपत्रिका पाठवून स्वत: मात्र अहमदाबादला निघून जाणारे रावबहादूर किंवा मुलाला शिक्षणासाठी विलायतेला पाठवून त्याबद्दल प्रायश्चित्त घेणारे रावबहादूर ही काही वेगवेगळी माणसं नव्हती. समाज एखाद्या विचारी माणसालाही किती अगतिक करू शकतो, याच ते विदारक प्रत्यंतर होतं. एकीकडं भविष्याचा कानोसा घेणारे रावबहादूर त्याच वेळी दुसरीकडं जातीनं घालून दिलेल्या मर्यादांशी झगडत राहिले. आयुष्यभर अंतर्बाह्य संघर्ष करीत राहिले.

मुलाला विलायतेला शिकायला पाठवून त्यांनी धर्माज्ञेचं उल्लंघन केलं; त्यासाठी ग्रामण्य सोसलं आणि शेवटी प्रायश्चित्तही घेतलं. बॅरिस्टर होऊन परत आलेल्या मुलाच्या वर्तनानं त्यांना फार यातना झाल्या. मुलांना परदेशी शिकायला पाठवा, म्हणणाऱ्या रावबहादुरांवर कृपा करून मुलांना परदेशी पाठवू नका, असं सांगायची वेळी आली; परंतु एक गोष्ट तेवढीच खरी होती की, ब्राह्मणी वर्चस्वावर प्रहार करणारा तो पहिला ब्राह्मण होता. ब्राह्मणी कारस्थानं किती भयंकर आहेत, ते त्यांनीच समाजाला सांगितलं होतं. त्याच माणसानं खऱ्या अर्थानं काळाची पावलं ओळखली होती आणि समाजाला निर्वाणीचा इशारा दिला होता. हा सारा इंग्रजी शिक्षणाचा परिणाम होता; परंतु त्यांचं म्हणणं लक्षात न घेता कूपमंडूक लोक त्यांच्यावरच आग पाखडत होते.

रावबहादुरांचा जीवनपट तळहातावरच्या रेषांप्रमाणे तात्यांच्या समोर होता. लहूजीबुवांच्या तालमीत दांडपट्टा खेळताना गोपाळ हरी देशमुख या तरुणाशी त्यांची ओळख झाली होती. तेव्हा तो बुधवार वाड्यातल्या इंग्रजी शाळेत शिकत असे. एकदा झालेली ओळख पुढं अधिक दृढ होत गेली. त्यानंतर त्यांनी घेतलेलं लोकहितवादी हे नाव आणि त्याच नावानं लिहिलेली ती शंभर पत्रं. प्रत्येक आठवड्याला 'प्रभाकर'मध्ये छापून येणारं ते पत्र वाचल्याशिवाय चैन पडत नसे.

रावबहादुरांच्या यातना तात्यांना दिसत होत्या. त्या वाटून घेणं शक्य असतं तर त्यांनी तेही केलं असतं; परंतु ते इतकं सोपं का होतं? त्यांच्यावर पडलेल्या

बहिष्काराच्या वेळी तात्या धावून गेले होते आणि तेही वेळोवेळी तात्यांच्या मदतीला आले होते. जोतीराव फुल्यांना मदत करणाऱ्या लोकांमध्ये रावबहादूर गोपाळ हरी हे नाव नेहमी पुढं असे. वाड्यात अनाथालय सुरू असताना ते अनेकदा भेटीला येऊन जात आणि आपल्या परीनं मदतही ठेवून जात. सोबत शिरस्तेदार उमियाशंकर हेही असत. त्यातूनच उमियाशंकरांना पुढं पंढरपूरला अनाथालय उघडण्याची प्रेरणा मिळाली.

गोरगरिबांसाठी आपल्या वाड्यात दवाखाना चालवणारा, दीन-दुःखितांच्या जखमांवर स्वतःच्या हातानं मलमपट्ट्या करणारा आणि देशबांधवांच्या सेवेत आयुष्याचं श्रेय आणि समाधान शोधणारा तो असामान्य समाजसेवक आयुष्याच्या शेवटच्या पर्वात किती असहाय, विकल झाला होता! आपल्या दुःखाचं रडगाणं गात न बसता तात्यांचा निरोप घेताना ते एवढंच म्हणाले,

''जोतीराव, आम्ही जे केलं, ते देशबांधवांच्या भल्यासाठी केलं. त्यांना त्यांची वास्तविक स्थिती कशी आहे, ते कळावं म्हणून केलं. ज्या ग्रंथांवर आम्ही टीका केली आहे, ते ग्रंथ जाळण्यासाठी उद्या मोठी सत्रं होणार आहेत. कारण तोवर लोकांना चांगलं काय, वाईट काय याचं पुरतं ज्ञान झालेलं असेल. आमची मतं सनातनी लोकांना आज पटत नाहीत; परंतु त्यांच्या सत्यासत्यतेचा निवाडा उद्याचा काळच देणार आहे. तेव्हा जे घडेल, ते कोणीही थांबवू शकणार नाही; परंतु तेव्हा तरी या अहंकारी दुष्टांचे डोळे उघडतील की नाही हे कोणी सांगावं?''

काळाच्या पुढे जाऊन विचार करणाऱ्या स्वयंप्रज्ञ विचारवंताचा तो प्रत्येक शब्द मनातली कळकळ घेऊन आला होता. त्यांनी जे सांगितलं, त्यातला एकही शब्द खोटा ठरणार नव्हता. त्यांचं हेच काळाच्या पुढं जाऊन विचार करणं तात्यांना मोहवीत आलं होतं.

एके दिवशी सकाळी मिशनकडून निरोप आला. बाबा पदमनजी तात्यांच्या भेटीला येणार होते.

सेराबाईंच्या मृत्यूनंतर पाळकपदाचा राजीनामा देऊन मुंबईला गेलेले बाबा पदमनजी सध्या बायबल आणि ट्रॅक्ट सोसायटीत संपादक म्हणून काम करीत होते. काही दिवसांपूर्वी त्यांच्या तिसऱ्या पत्नीचंही निधन झालं होतं. आपण शोकसमाचारासाठी जाऊ शकलो नाही, ही खंत तात्यांच्या मनाला अजूनही बोचत होती.

ख्रिस्ती धर्म स्वीकारल्यानंतर अनेक वर्षं त्यांचा मुक्काम पुण्यातच होता. त्यांचं पहिलं ख्रिस्ती लग्न पुण्यातच झालं. शिक्षक, उपदेशक, फ्री चर्च मिशनचे पाळक अशी अनेक कामं बाबांनी केली. सतत लेखन, वाचन आणि धर्मचिंतन यात गढून गेलेले बाबा म्हणजे ज्ञानसाधनेचा मूर्तिमंत आदर्श होता. बाबा परमहंस सभेचे

सभासद होते, तेव्हापासून तात्यांची आणि त्यांची मैत्री जडली होती. भित्रेपणानं वागून धर्मसुधारणा होणार नाही, या मुद्द्यावर त्याच वेळी दोघांचंही एकमत झालं होतं. बाबांच्या पुण्याच्या वास्तव्यात ही मैत्री अधिक दृढ झाली होती.

आता या ज्येष्ठ आणि विद्वान मित्राचं स्वागत करताना तात्यांच्या मनात अनेक संमिश्र भाव उचंबळून आले. बाबांची अनेक रूपं त्यांच्या डोळ्यांपुढं उभी राहिली. आत्मिक समाधानासाठी सर्व प्रकारचे विरोध बाजूला सारून ख्रिस्ती धर्माचा स्वीकार करणारे बाबा, सेराबाईंशी विवाह झाल्यावर पहिल्या हिंदू पत्नीचा स्वीकार करण्यास नकार देणारे निग्रही आणि धर्मशील बाबा, वेळोवेळी सल्ला देणारे तासन्तास धर्मचर्चा करणारे बाबा, छत्रपतींच्या पोवाड्यातील चुका दुरुस्त करून 'सत्यदीपिके'त छापणारे आणि त्यावर टीका होऊ लागताच खुलासा छापून मोकळे होणारे बाबा...

कितीतरी आठवणी तात्यांच्या मन:कोशातून वर आल्या; परंतु आता कुठलीच उजळणी नको वाटत होती. जुन्या आठवणी काढून दोन सुखाच्या घटका घालवाव्या, म्हटलं तर तेही शक्य नव्हतं.

बाबांच्या स्वागतासाठी आपण जागेवरून उठू शकत नाही, याचं तात्यांना फार वाईट वाटलं. त्यांनी पाहिलं, पत्नीनिधनाच्या दुःखानं बाबांचा सौम्य, मवाळ चेहरा विकल वाटत होता.

"फादर, माफ करा..." हात जोडायचा प्रयत्न करीत तात्या म्हणाले. "शोकसमाचारासाठी मी येऊ शकलो नाही."

बाबा म्हणाले,

"जोतीराव, तुम्ही वाईट वाटून घेऊ नका. तुम्हाला येणं शक्य नव्हतं. तुम्हाला आता बरं वाटतं ना?"

तात्यांनी मान हलवली. होकार दर्शवीत ते म्हणाले,

"बरं वाटतं आहे. आपली कन्या एसतेर आनंदात आहे ना?"

"हो. माझी सगळी काळजी आता तीच घेते. आणखी काळजी घेणारा प्रभू येशू आहे."

"फादर, तुम्ही लिहिलेले ट्रॅक्ट मला फार आवडले. दुसरं म्हणजे, स्कॉटलंडहून माझे गुरू फादर मिचेल यांचं पत्र आलं आहे. अजूनही त्यांना माझी आठवण आहे. मी ख्रिस्ती झालो असतो तर त्यांना किती आनंद झाला असता, ते कसं सांगू? ख्रिस्ताची शिकवण मला मान्य होती; पण ख्रिस्ती धर्मातल्या चमत्कारकथांवर माझा विश्वास नसे. फादरना मी म्हणालो, ख्रिस्ताची शिकवण आचरणात आणायची तर त्याचा धर्म स्वीकारलाच पाहिजे, असं कुठं आहे? तेवढ्या बाबतीत मी जेवढा हट्टी होतो, तेवढेच तेही आग्रही होते; पण त्यावरून आमच्या प्रेमळ नात्यात कधी बाधा

आली नाही. त्यांचं ते प्रेम आजही तसंच टिकून आहे. आता त्यांचंही वय झालं असेल; पण त्यांची भेट मी घेऊ शकत नाही.''

गोविंदानं ते पत्र शोधून बाबांपुढे ठेवलं. पत्र वाचून बाबा म्हणाले,

''डॉक्टर मिचेल खरोखर थोर मनाचे गृहस्थ आहेत. आजही त्यांच्या मनात तुमच्याविषयी तेवढाच जिव्हाळा दिसतो. आपल्या आत्मिक स्थितीविषयी त्यांनी फार कळकळ दर्शविली आहे.'' थोडं थांबून बाबा पुढं म्हणाले, ''जोतीराव, आयुष्याच्या शेवटी आपली आत्मिक स्थिती समाधानाची आहे ना?''

''होय...'' तात्यासाहेब म्हणाले, ''मी पूर्ण समाधानी आहे. मी कोणाचं काही वाईट केलं नाही. विश्वाचा निर्मिक तो सर्वशक्तिमान ईश्वर मला जवळ घेईल. मी जे काही केलं, ते त्यास संतोष होण्याजोगं होतं. असंतुष्ट होण्यासारखं काही नव्हतं.''

''जोतीराव, न्यायाच्या दिवशी देव जेव्हा आम्हास हजार प्रश्न विचारील, तेव्हा त्यातील एकाही प्रश्नाचं उत्तर आमच्यानं देववणार नाही. ईश्वर आम्हाला क्षमा करो.''

''आमेन.''

निरोप घेऊन बाबा पदमनजी गेले.

तात्यांचे ते निरवानिरवीचे शब्द वाऱ्यासारखे सगळीकडं पसरले.

ती वार्ता ऐकताच मामा परमानंद पुन्हा काळजीत पडले. बडोद्याहून अजून कुठलाच संकेत मिळाला नव्हता. मामांनी पुन्हा एकदा दिवाणबहादुरांना पत्र लिहिलं.

आपल्या या पत्रात ते म्हणाले, ''ज्यांनी कधीच स्वतःची काळजी केली नाही आणि कोणाकडे याचना केली नाही त्या थोर महात्म्यासाठी नव्हे; परंतु त्या साध्वी स्त्रीसाठी आणि दत्तक पुत्रासाठी का होईना अजून काही करता येण्यासारखे आहे. दुसरे काही करणे शक्य नसेल तर कृपया माझी दोन्ही पत्रे थेट महाराजांना दाखवा. निदान माझे छोटे पत्र त्यांना शक्य तेवढ्या लवकर अत्यंत गोपनीय रितीने दाखवा. खेरीज दुसरा काही मार्ग अवलंबिणे शक्य असेल तर त्याचाही विचार करा.''

मामा अत्यंत आर्तपणे मदतीची याचना करत होते; परंतु त्यांच्या हाका महाराजांपर्यंत पोचत तरी होत्या की नाही हेही कळायला मार्ग नव्हता.

...परंतु त्याही पत्राचं उत्तर आलं नाही आणि कुठल्याही प्रकारचं अर्थसाहाय्यही मिळालं नाही.

एके दिवशी डॉक्टर विश्राम रामजी यांना उद्देशून तात्या म्हणाले,

''डॉक्टरसाहेब, निरोप पाठवून माणसांना बोलावून घ्या. माझ्या सत्यशोधक मित्रांची मला अखेरची भेट घेऊ द्या.''

११

संध्याकाळी रंगूताईंच्या मदतीनं मुलांचा स्वयंपाक आटोपून काकू तात्यांच्या पलंगाजवळ आल्या. ते डोळे मिटून पडले होते. रोज संध्याकाळी यावेळी ते मुलांशी गप्पागोष्टी करण्यात रंगून गेलेले असत; परंतु काल सकाळपासून ते अंथरुणावरून हलले नव्हते. तात्यांच्या प्रकृतीपुढं काकूंना काहीच सुचेनासं झालं होतं. त्यांचे हात यंत्रासारखे राबत होते; परंतु कशातच चित्त लागत नव्हतं.

डॉक्टर विश्राम रामजी रोज प्रकृती पाहून जात; परंतु या आजारापुढं सगळे उपाय हरले होते. गेल्या दोन महिन्यांत तात्यांचं जेवणही कमी झालं होतं. दुपारी एखादी पोळी आणि रात्री थोडासा भात, एवढंच जेवण ते घेत. आधीच कमी झालेलं त्यांचं जेवण परवापासून जवळपास बंदच झालं होतं. दूध आणि साबुदाण्याची पेज यावरच निर्वाह चालला होता.

मुंबईहून मामा परमानंद, नारायणराव लोखंडे, स्वामी अय्यावारू भेटून गेले. पंडिता रमाबाईही येऊन गेल्या. न्यायमूर्ती रावसाहेब रानडे, रामकृष्ण भांडारकर, नागेश्वरगीरबुवा, हरी रावजी, भाऊ कोंडाजी, बाळाजी कुसाजी, शास्त्री नारो बाबाजी, गंगारामभाऊ म्हस्के अशी कितीतरी माणसं येऊन गेली. त्यांच्याशी बोलताना शेटजी कधीही इतके थकल्यासारखे वाटले नव्हते.

गेल्या आठ-दहा दिवसांत माणसांचा राबता आणखी वाढला. थेट बडोदा, नागपूर, धुळे, जळगाव, कोल्हापूर, सातारा येथपासून सत्यशोधकांचे जथे भेटीला येत होते. आलेल्या लोकांशी शेटजी भरभरून बोलत राहत. अशा वेळी त्यांना प्रकृतीचं भानही उरत नसे.

आलेल्या माणसांना ते एकच गोष्ट सांगत,

"बंधूंनो, ही आपली अखेरची भेट समजा. गेल्या दोन हजार वर्षांत मिळालं नाही, ते आपणास येत्या पन्नास वर्षांत खात्रीनं मिळेल. तुम्ही पेशवाईत गुरासारखे वागत होता, तसे न वागता वाघाप्रमाणे वागा. आंग्लाई आज आहे उद्या नाही. ती आहे तोपर्यंत आपली उन्नती करून घ्या. शहाणे व्हा. विद्या हीच माणसाला मनुष्यत्व प्राप्त करून देते. बंधूंनो, आपल्या सत्यधर्माची कास सोडू नका. मानवजातीची एकी करण्यास हाच धर्म उपयुक्त आहे."

काकूंविषयी कृतज्ञता व्यक्त करताना ते म्हणत,

"सावित्रीनं माझ्याबरोबर पन्नास वर्षं प्रवास केला. तिच्यामुळेच लोकांचं काही भलं करू शकलो..."

तात्यांचा तो संदेश मनात साठवत आणि डोळ्यांतून येणारे अश्रू पुसत सत्यशोधक आपल्या गावी निघून जात.

दुसऱ्या दिवशी सकाळी ठाण्याहून डॉक्टर लाड आणि आणखी काही सत्यशोधक मंडळी येणार होती.

''शेटजी...'' काकूंनी हाक मारली.

ती हाक कानांवर पडताच तात्यांनी डोळे उघडले.

''बरं वाटतं ना?''

तात्यांच्या चेहऱ्यावर क्षीण हास्य पसरलं. त्यांनी काकूंना बसायची खूण केली. काकू त्यांच्या पायाशी बसल्या. बराच वेळ तात्या काहीच बोलले नाहीत. ते काही बोलतील, या अपेक्षेनं थांबलेल्या काकू म्हणाल्या,

''शेटजी, तुमचं जेवण आणते.''

नको म्हणून हात हलवत तात्या म्हणाले,

''फक्त थोडं दूध द्या. आणखी काही नको.''

काकूंच्या पोटात एकदम खड्डा पडला. त्या म्हणाल्या,

''गेले दोन दिवस–''

''सावित्रीबाई...'' तात्यांचा आवाज खोल गेला होता, ''आता अन्नावर वासना राहिली नाही... आपलं कार्य पुढं सुरू ठेवा. सत्यशोधक सावित्रीबाई रोडे, शिवूबाई, आपले सत्यशोधक बांधव तुमच्या सोबत आहेत. वसतिगृह बंद करू नका. काळजी वाटते, ती तुमची; पण उद्या आपला यशवंत कमावता होईल... लक्ष्मीला सांभाळा, उद्या तिच्यावरही जबाबदारी पडणार आहे. गणपती इथं असता, तर त्याची भेट झाली असती...''

''आडगावला निरोप पाठवू का?''

राहू द्या, म्हणून हात हलवून तात्या म्हणाले,

''आपल्या सीतारामला, गोविंदाला सांभाळा. सावित्रीबाई, आणखी एक करा – ब्राह्मणांच्या पायाचं पाणी तीर्थ म्हणून पिणाऱ्या भाऊबंदांचा माझ्या शवाला स्पर्शही होऊ देऊ नका... दशक्रियेच्या दिवशी गोरगरिबांना, विद्यार्थ्यांना मदत करा...''

तात्यांचा आवाज जड झाला होता. जीभ अडखळत होती. शब्द बोबडे येत होते; तरीही ते बोलत होते. मन घट्ट करून काकू ऐकत होत्या. शेटजी सांगतील, त्याप्रमाणे सारं पार पाडायचा मनोमन निश्चय करीत होत्या. तात्यांची आणखी एक इच्छा होती. वाड्याच्या आवारात वडाच्या झाडाखाली त्यांनी स्वत:च्या समाधीची जागा तयार करून ठेवली होती. त्या ठिकाणी आपलं शव मिठात घालून पुरावं, अशी त्यांची इच्छा होती. त्याचप्रमाणे गरीब विद्यार्थ्यांना द्यावयाच्या मदतीसाठी त्यांनी काही रक्कम बाजूला काढून ठेवली होती.

''काळजी वाटते, ती एकच...'' तात्या पुन्हा बोलू लागले. ''माझ्यामागं

कदाचित तुमचा आणखी छळ होईल. तुम्हाला खूप सोसावं लागेल; पण हिंमत सोडू नका. झगडत राहा. सुखाचा दिवस उगवल्याशिवाय राहणार नाही.''

ते शब्द ऐकताच काकूंच्या मायाळू डोळ्यांत करारी भाव प्रकटले. नकळत त्यांच्या ओठांवर शब्द आले,

''असं बोलू नका, शेटजी. तुमची शिकवण वाया जाणार नाही. पाऊल उचललं, ते का असं मागं घेण्यासाठी?''

ते शब्द कानावर पडताच तात्यांना फार फार समाधान झालं. त्यांचे डोळे आनंदाश्रूंनी भरून आले. मनाला एवढं हळवेपण कधीच आलं नसावं.

पापण्यांच्या कडांवर ओघळलेली आसवं डाव्या हातानं पुसायचा प्रयत्न करत तात्या म्हणाले,

''खरंच, तुम्ही सोबत नसता, तर माझ्या हातून काहीच झालं नसतं. तुमचे उपकार मी कसे मानावे? आम्ही लावलेल्या मातीच्या दिव्यांच्या उद्या चंद्रज्योती होतील. ते सुखाचे दिवस पाहायला आम्ही नसू; पण ते दिवस येतील, हेच आम्हाला समाधान आहे.''

जागेवरून उठत काकू म्हणाल्या,

''पुरे झालं शेटजी. किती बोलणार आहात? दुधाबरोबर थोडी साबुदाण्याची पेज आणते. तेवढी तरी घ्या. उद्या डॉक्टर लाड येणार आहेत ना?''

''तुमची इच्छा...''

काकूंनी दूध आणि साबुदाण्याची पेज आणून दिली. त्यांच्या इच्छेखातर दोन घोट दूध आणि थोडी पेज पोटात गेली; परंतु आता काकूंचा जीव उडाला होता. इतक्या दिवसांच्या आजारपणात तात्यांनी अन्नपाणी कधी वर्ज्य केलं नव्हतं.

आज मध्यरात्र उलटली तरी तात्या जागेच होते. मध्यरात्रीनंतर त्यांची प्रकृती एकदम अत्यवस्थ झाली. दिवस उजाडला, तो नवी अस्वस्थता घेऊनच.

तात्या म्हणाले,

''सावित्रीबाई, आता माझा भरवसा राहिला नाही; पण मी गेलो, तरी धीर सोडू नका. आपल्या यशवंतासाठी, गजाननासाठी मनाला आवार घाला. मला खात्री आहे, तुम्ही सर्व गोष्टी निभावून न्याल. मुंबईला, ओतूरला तार पाठवा. माणसांना बोलावून घ्या. मला त्यांची शेवटची भेट घेऊ दे. सीताराम...''

''जी तात्यासाहेब...''

''माझ्या यशवंताला अंतर देऊ नकोस बरं, बाळ.''

''न् नाही, तात्यासाहेब.''

उरातून फुटू पाहणारा हुंदका आवरत सीताराम बाजूला गेला.

जिकडं तिकडं तारा सुटल्या. ती बातमी पसरताच आसपासच्या पेठांतली माणसं वाड्यात गोळा झाली. डॉक्टर विश्राम आले. काळजीचं कारण नसल्याचं निदान झालं. तोवर डॉक्टर लाड येऊन पोचले. त्यांनीही डॉक्टर विश्राम रामजी यांच्या मताला दुजोरा दिला. दोघा डॉक्टरांच्या मते तात्यांची प्रकृती पुरेशी खणखणीत होती. सर्वांनी सुटकेचा नि:श्वास टाकला; परंतु टांगणीला लागलेला काकूंचा जीव खाली उतरला नाही.

दुपारपर्यंत मुंबईहून स्वामी अय्यावारू, जाया कराडी, राजू बाबाजी, नारायणराव लोखंडे, मोरोपंत वाळवेकर आणि आणखी काही मंडळी येऊन पोचली.

तात्यांनी सर्वांची विचारपूस केली. मोरोपंतांनी 'सत्यधर्मा'ची छपाई कुठवर आली आहे, ते सांगितलं. सर्वांच्या मते तात्यांची प्रकृती ठणठणीत होती; परंतु तात्यांनी काय ठरवलं होतं कोणास ठाऊक. आलेल्या मंडळींना जेवायला बसवून त्यांनी पंडित धोंडीराम, मारुतराव नवले, डॉक्टर विश्राम रामजी, कृष्णराव भालेकर, ग्यानोबा ससाणे यांना तातडीचे निरोप पाठवले.

निरोप मिळताच सर्वजण फुले वाड्यात जमा झाले. तात्यांच्या पलंगाभोवती बैठक बसली. तात्या म्हणाले,

"बंधूंनो, अचानक बोलावून घेऊन मी तुम्हाला फार त्रास दिला, त्याबद्दल मला क्षमा करा. तुम्हाला मी आणखी थोडा त्रास देणार आहे. माझ्या यशवंताला आणि सावित्रीला आपल्या हवाली करून मी जातो आहे... आता या जगात त्यांना तुमच्याशिवाय कोणी नाही."

"असं म्हणू नका, तात्यासाहेब." स्वामी म्हणाले.

"स्वामीजी, आता मी फार दिवसांचा सोबती नाही. तुमचा निरोप घ्यायची वेळ जवळ आली आहे. दोन-चार दिवसांपासून मला फार अशक्तता वाटते. म्हणून मी तुम्हाला सर्वांना भेटीला बोलावलं आहे. आता ही आपली शेवटची भेट समजा..."

ते शब्द ऐकताच सर्वांना गहिवर दाटून आला. शब्द खुंटले. कोणीच काही बोलत नाही, हे पाहून तात्या पुढं म्हणाले,

"बंधूंनो, दु:ख करू नका. आपली ताटातूट होऊ नये, असं तुम्हाला वाटतं; परंतु मृत्यू कोणाला चुकला आहे? शेवटपर्यंत हिंमत धरून त्याला तोंड दिलं पाहिजे. आला माणूस जाणारच. आपणा सर्वांचा मार्ग तोच आहे. अंतकाळी तुम्हा सर्वांचं दर्शन झालं, हे पाहून मला आनंद होतो. आपल्या शूद्रबांधवांची आणखी उन्नती झालेली पाहण्याचं भाग्य मिळालं असतं, तर मला आणखी आनंद झाला असता; परंतु अजून ते फारसं घडलेलं नाही. त्यासाठी आणखी बराच काळ गेला पाहिजे. अजून खूप प्रयत्न झाले पाहिजेत. ते तुमच्याशिवाय आणखी कोण करणार? आपला शूद्रातिशूद्र समाज अवनतीच्या खोल दरीत खितपत पडला आहे. त्याला

वर काढून उन्नतीकडं नेणं तुम्हा सर्वांच्या प्रयत्नांवर अवलंबून आहे. ते प्रयत्न तुम्ही कराल, याविषयी मला शंका नाही... लोकांना त्यांच्या सत्यस्थितीची जाणीव करून द्या. त्यांच्यात स्वाभिमानाची आणि एकीची भावना निर्माण करा...

"...जन्माला येऊन जे कर्तव्य करायचं होतं, ते मी केलं. त्या कामी तुम्ही सर्वांनी मदत केलीत, त्याबद्दल मी तुमचा आभारी आहे. आज मी तुम्हाला केवळ भेटीसाठी बोलावलेलं नाही. ते अपूर्ण राहिलेलं कार्य मी तुमच्यावर सोपवीत आहे. तुम्हा सर्वांची आपल्या कार्यावरील निष्ठा पाहून मृत्यूचं स्वागत करताना मला आनंद होतो..."

"तात्यासाहेब..." डॉक्टर विश्राम रामजी म्हणाले.

"नाही डॉक्टरसाहेब, आज मला बोलू द्या. बंधूंनो, मी गेलो, तरी मी तुमच्या सोबत आहे, असं समजा. तुमच्या सोबत राहून मी आपल्या भावंडांसाठी झटत राहीन. तुमच्या प्रत्येक सत्कृत्यात तुम्हाला साहाय्य करत राहीन. त्यासाठी मी काळाशीही झगडेन. समाजाची एकनिष्ठेनं सेवा करा. न्यायनीतीनं वागा. या कामी ईश्वर तुम्हाला साहाय्य केल्याशिवाय राहणार नाही. सत्य सोडू नका, म्हणजे ईश्वर तुम्हाला सोडून जाणार नाही. लक्षात ठेवा, सत्याच्या मार्गावर चालताना तुमच्यावर पूर्वीपेक्षाही दुर्धर प्रसंग येतील; परंतु तुम्ही प्राणांतीही सत्य सोडू नका. ईश्वर तुम्हास खात्रीनं यश देईल. आपल्या उद्धाराचा तोच एक मार्ग आहे. आपले हे कष्ट वाया जाणार नाहीत. आणखी काही काळानं शूद्रातिशूद्र समाजात एखादा सत्पुरुष निर्माण होईल आणि तो आपल्या सर्वांच्या समाधीवर पुष्पवृष्टी करून आपल्या सर्वांच्या नावानं उल्हास करील, असं संतोषपूर्वक भविष्य मी करतो..."

बोलता-बोलता तात्यांना धाप लागली. डोळे मिटून ते थकल्यासारखे पडून राहिले. पाणावल्या डोळ्यांनी सर्वजण सुन्न होऊन बसले होते. अनेकांच्या डोळ्यांतून अश्रुधारा वाहत होत्या.

तात्यांचं ते बोलणं ऐकून काकूंच्या डोळ्यांना आसवांच्या धारा लागल्या. विहीण काशीबाईंनी त्यांना जवळ ओढून घेतलं. फुले वाड्यात मरणकळा पसरली. लोक आपसांत कुजबुजू लागले. तात्यांचे ते निर्वाणीचे बोल ऐकून कोणाचाही पाय वाड्याबाहेर निघत नव्हता. आता आशा खुंटली असली, तरी आज-उद्याच काही घडेल, असं कोणालाही वाटत नव्हतं. जड मनानं तात्यांचा निरोप घेऊन प्रत्येकानं निघायची तयारी सुरू केली.

"तात्या" मोरोपंत म्हणाले, "अरे, असा अर्ध्यातून उठून जाऊ नकोस... सत्यधर्म पुस्तक पाहणार आहेस ना?" मोरोपंतांचे डोळे आसवांनी डबडबले होते.

बालपणापासून आयुष्याच्या अंतापर्यंत साथ देणाऱ्या आपल्या एकमेव मित्राकडं

तात्या एकटक पाहत होते. उभ्या आयुष्यातल्या आठवणी डोळ्यांत दाटून आल्या होत्या. जवळ आलेले अनेक लोक अनेक कारणांनी दूर गेले. प्रसंगी शत्रू बनले. मोरोपंतांनीही आपला मार्ग निवडला; परंतु कधी शत्रुत्व केलं नाही. गावात राहून सदाशिव अंतरला. सखाराम उद्योगासाठी मुंबईला गेला आणि तिकडंच राहिला; परंतु मोरोपंतानं कधी अंतर दिलं नाही. दोघा मित्रांचे ते थट्टाविनोद, त्या अटीतटीच्या चर्चा सारं सारं आज काळाच्या उदरात सामावलं होतं.

तात्या म्हणाले,

''मोरोपंत, मित्रा, तुझे आभार मी कसे मानू? 'सत्यधर्मा'ची छपाई पूर्ण कर. सार्वजनिक सत्यधर्म समाजाला मार्ग दाखवील. तो दिवस मी पाहू शकलो नाही, तरी जग पाहील. तुझं हे ऋण आपला समाज कधीही विसरणार नाही.''

नारायणराव लोखंडे यांच्याखेरीज मुंबई-ठाण्याची मंडळी निघून गेली. नारायणराव दुसऱ्या दिवशी आपल्या सासुरवाडीला जाणार होते. थोड्या वेळानं गावातून आलेल्या मंडळींनीही तात्यांचा निरोप घेतला.

परंतु तात्यांचं बोलणं अजून संपलं नव्हतं. त्यांना कृष्णरावांशी बोलायचं होतं. निरोप मिळताच कृष्णराव निघून आले होते. आज कितीतरी वर्षांनी त्यांनी फुले वाड्यात पाय ठेवला होता. आपल्या घणाघाती वक्तृत्वशैलीनं श्रोत्यांची मनं जिंकणारे, जिद्दीनं 'दीनबंधू' काढणारे आणि तो चालवून दाखवणारे, राष्ट्रीय सभेला कडाडून विरोध करणारे, तिच्या अधिवेशनासमोर दरिद्री शेतकऱ्याचा पुतळा उभा करणारे, सक्तीच्या शिक्षणाच्या मागणीसाठी लाखाच्यावर सह्या गोळा करणारे, आपसांतले मतभेद बाजूला ठेवून विरोधकांशी दोन हात करणारे कृष्णराव तात्यांना दिसत होते. कितीही मतभेद झाले, तरी त्यांची समाजहितावरची दृष्टी कधी ढळली नव्हती. तात्यांच्या आजारपणाच्या काळात 'दीनबंधू'च्या जोडीने 'दीनमित्र'नं ही सत्यशोधक समाजाचं कार्य पुढं चालवलं होतं. दीनबंधू सार्वजनिक सभेचाही त्या कार्यात सिंहाचा वाटा होता.

कृष्णरावांना जवळ बोलावून तात्या म्हणाले,

''कृष्णराव, मनात काही ठेवू नका..''

''तात्यासाहेब, ते सारं विसरून मी आपल्या भेटीला आलो आहे. आता मनात काही आणू नका. तुम्ही सुरू केलेलं कार्य आम्ही त्याच निष्ठेनं पुढं चालवू. तुम्ही निश्चिंत असा.''

तात्या म्हणाले,

''तुम्ही समाजाचं कार्य पुढं चालवाल, याची मला खात्री आहे. कृष्णराव, आमच्यासमोर जे प्रश्न आले, ते सोडवायचा प्रयत्न आम्ही केला. आमच्या विचारांतले दोष टाकून देऊन तुम्ही पुढं कार्य करा; परंतु एक गोष्ट नेहमी लक्षात ठेवा. ते तुमचा

वापर करतील, त्यासाठी तुम्हाला खराखोटा मोठेपणाही देतील; परंतु तुम्ही-आम्ही ज्या समाजासाठी तळमळतो आहोत, तो समाज त्यांच्यासमोर नाही. त्यांची समाजाची व्याख्या ब्राह्मण जातिपलीकडं जात नाही. शूद्रातिशूद्रांसाठी ते काही करतील, ही आशा बाळगू नका. अजूनही सावध व्हा आणि गळ्याभोवती पडलेले भटपाश तोडून टाका. याच विचारातून मी गंगारामभाऊंवर टीका केली. ती त्यांनी मनावर घेतली नाही. तुम्ही मात्र गैरअर्थ घेतलात. कोणताही माणूस आमचा वैरी नाही. आमचं वैर ब्राह्मण्याशी, वर्णवर्चस्वाशी आहे. तसं असतं, तर विधवांचे प्रश्न सोडवण्यासाठी आम्ही एवढा आटापिटा केलाच नसता.''

''तेच मी म्हणतो, तात्यासाहेब.''

''तुम्हाला काय म्हणायचं आहे, त्याची मला कल्पना आहे. आमच्या शूद्र बांधवांच्या समस्या मोठ्या आहेत. त्यांच्यासाठी आम्ही अजूनही फार काही करू शकलो नाही. माझ्याकडून शक्य झालं, तेवढं मी केलं. आता ते काम तुम्हा सर्वांवर सोपवून जात आहे. काळ बदलत जाईल, तसतशा समस्या बदलत जातील. वेगवेगळ्या रूपांत समोर येतील. त्या त्या वेळी सत्याला स्मरून योग्य ते करा. त्यातच समाजाचं कल्याण आहे.''

मनातली शंका दूर होऊन कृष्णराव म्हणाले,

''पण, तात्यासाहेब, आगरकरांनीही रेव्हरंड म्हणून आपली संभावना करावी, याचं नवल वाटतं.''

''त्यात नवल वाटण्यासारखं काय आहे? त्यांना आपला विचार मान्य करवत नाही, हे उघड आहे. माणसांमध्ये भेद करणारी ही समाजघटना कशी निर्माण झाली, हे आम्हाला सांगता आलं नाही, तर त्यांना म्हणावं, तुम्ही सांगा. माझी निंदा केल्यानं का उत्तर मिळणार आहे? मूळ प्रश्नांना बगल देण्यासाठी आमचे देशी विद्वान असेच वावदूक मुद्दे उभे करीत असतात. वर्णव्यवस्थेवर आघात केला की, आम्ही त्यांना इंग्रजधार्जिणे ख्रिस्ती दिसू लागतो. मला त्याचा खेद नाही; परंतु लोकांची दिशाभूल होते, याचं दुःख होतं. सामाजिक सुधारणा व्हायची असेल तर, आधी या जुनाट धर्मावर आघात केला पाहिजे, ही गोष्ट ते ध्यानी घेत नाहीत... उलट, आपल्या जातीवर येऊ पाहणारा दोष टाळण्यासाठी असं पांडित्य पाजळत राहतात... पण एक गोष्ट खरी...'' एवढं बोलून थांबलेले तात्या दीर्घ श्वास घेऊन पुढं म्हणाले, ''...समाजातील दोषांवर आणि विषमतेवर आसूड ओढणारी त्यांच्यासारखी फार थोडी माणसं ब्राह्मण सुधारकांत सापडतात. पुण्यातल्या गुलाबी वर्तमानपत्रांपेक्षा त्यांचा 'सुधारक' चांगला आहे. संमतीवयाच्या प्रश्नावर इतकं निर्भयपणे लिहायचं धाडस ब्राह्मण वृत्तपत्रकारांत फक्त आगरकरांनीच दाखवलं. आपल्या विचारांच्या आग्रहासाठी स्वतःची प्रेतयात्रा पाहायचं धाडस असलेली अशी माणसं आपल्या देशात आणखी झाली, तर तो उज्ज्वल भविष्यकाळ फार दूर

नाही... राजकीय सुधारणांऐवजी सामाजिक सुधारणांचा त्यांनी धरलेला आग्रह अगदी योग्य आहे. सामाजिक स्वातंत्र्याशिवाय राजकीय स्वातंत्र्याला अर्थ नाही.''

एवढं बोलून तात्या पुन्हा थांबले; पण त्यांना अजून बोलायचं होतं. फार उसंत न घेता ते पुढं म्हणाले,

''कृष्णराव, आपण ज्या सामाजिक स्थितीत आहोत, त्या स्थितीत चांगलं काम करत राहणं इतकं सोपं नाही. त्यासाठी मोठ्या चिकाटीची गरज आहे. ती तुमच्याजवळ आहे. सतत झटत राहा. इथून पुढं सामाजिक प्रश्न आणखी बिकट होणार आहेत. झोपलेल्या सिंहाला जाग यावी, त्याप्रमाणे आपला शूद्रातिशूद्र समाज जागा होतो आहे. त्याला आपल्या हक्कांची जाण येऊ लागली आहे. या जागृतीला योग्य दिशा द्या. सुखासमाधानानं जगणारा उद्याचा समाज मी पाहू शकलो नाही, तरी तुम्ही पाहाल, जग पाहील आणि तुमच्या डोळ्यांनी मीही तो सुखसोहळा पाहीन...''

तात्यांचे ते शब्द ऐकून कृष्णरावांना भावना आवरल्या नाहीत. ते सद्‌गदित झाले. सहजच त्यांचा हात खांद्यावरच्या उपरण्याकडं गेला. भरून आलेले डोळे पुसून ते तात्यांच्या बोलण्यावर विचार करत राहिले.

मनमोकळ्या चर्चेनं दोघा सत्यशोधकांच्या मनातली शल्यं निघून गेली. कृष्णरावांना निरोप देताना तात्यांना आगळं समाधान लाभलं.

१००

या सर्व गडबडीत दिवस कधी मावळला कळलं नाही. संध्याकाळ होऊ लागली, तसतसा धूसर संधिप्रकाश पसरत गेला; परंतु आज त्यावर अंधाराची झडप पडली नाही. कारण पूर्वक्षितिजावर पौर्णिमेचा चंद्र उगवला होता.

कार्तिकी पौर्णिमेचं तांबूस चंद्रबिंब आकाशाच्या विराट अंगणात वरवर सरकू लागलं. क्षणाक्षणाला वर झेपावणाऱ्या त्या चंद्रबिंबाकडे तात्या अनिमिष पाहत राहिले. मन क्षणात भूतकाळाच्या अथांग सागरात डुबकी मारून आलं. 'बुधवारी पुनवेच्या दिवशी जोती जलमला' सगुणाआऊ म्हणायची. पुनवेचा तो चंद्र आजही तसाच आकाशात विलसत होता. आपल्या शुभ्रधवल शीतल किरणांनी तात्यांच्या मनाला जणू गोंजारत होता.

माजघराच्या उघड्या दारातून आलेलं चांदणं अंगावर घेत तात्या शांत पडून राहिले. प्रकाशाच्या त्या विराट सागरात मनाची नौका पिसासारखी शांत हेलकावत राहिली; परंतु शरीराला प्रचंड थकवा आला होता. अगदी डोळ्यांवरच्या पापण्याही जड जड झाल्या होत्या. उजेडाची तिरीप डोळ्यांत शिरताच त्यांनी निरखून पाहिलं. काकू समई घेऊन त्यांच्याकडंच येत होत्या.

...किती वेळ गेला, कळलं नाही. डोळे उघडले, तेव्हा पलंगाजवळची समई मंदपणे तेवत होती.

"सावित्रीबाई..." तात्यांनी हाक दिली.

"जी..."

"तुम्ही सर्वजण जेवून घ्या." एकेक शब्द मोठ्या कष्टानं तात्यांच्या मुखातून बाहेर पडत होता.

"इतक्या लवकर? अजून आठही वाजले नाहीत."

तात्या निरुत्तर झाले.

"पण तुमच्या जेवणाची वेळ कधीच टळली आहे, शेटजी..." काकू म्हणाल्या.

"जेवायची इच्छाच होत नाही, सावित्रीबाई."

काकूंच्या आग्रहापुढं तात्यांचा नाइलाज झाला. त्यांना जबरदस्तीनं थोडं दूध घ्यावंच लागलं. त्यानंतर काकूंनी सर्वांना वाढून दिलं; परंतु जेवण असं कोणालाच गेलं नाही. तात्यांनी जेवण घेतलं नाही, हे पाहून सर्वांचे जीव पुन्हा मुठीत गोळा झाले.

तेवढ्यात ओतूरहून भाऊ कोंडाजी, बाळाजी कुसाजी आणि आणखी काही माणसं आली.

भाऊ पाटील आले, ते अधीरपणे सरळ तात्यांच्या पलंगाजवळ गेले.

"तात्या..." दु:खावेगानं त्यांचा कंठ भरून आला होता.

भाऊ पाटलांच्या तोंडून तात्यांनी आज पहिल्यांदा ती हाक ऐकली होती आणि भाऊ पाटलांना तात्यांचे शब्द आठवत होते :

'भाऊसाहेब, आता वडीलकीच्या नात्यानं तात्या म्हणून हाक मारणारं कोणी उरलं नाही. तुम्ही तरी मला तात्यासाहेब म्हणून बोलवत जाऊ नका.'

परंतु भाऊ पाटलांना ते कधीही शक्य झालं नव्हतं.

"हे काय झालं, तात्यासाहेब? मोठ्या भावाआधी लहान भावानं जायचं, असं कधी झालं आहे का?"

तात्यासाहेब भाऊ पाटलांकडे पाहत होते. जणू या भेटीसाठी ते डोळे कधीपासून आसुसले होते. बोलायची इच्छा असूनही बोलणं शक्य होत नव्हतं. जीवाची तडफड, तगमग होत होती.

कष्टपूर्वक तात्या म्हणाले,

"भाऊसाहेब, दु:ख आवरा. सगळ्या गोष्टी मनासारख्या झाल्या. मी समाधानी आहे. माझ्या यशवंताला जपा. सावित्रीला सांभाळा. आता एकच इच्छा उरली आहे. ईश्वरानं लवकर जवळ घ्यावं..."

त्यापुढं तात्यांना बोलवेना. खूप खूप बोलावसं वाटत होतं; परंतु अंगात तेवढं त्राण उरलं नव्हतं.

दु:खावेग ओसरला. काकूंनी आलेल्या मंडळींना जेवायला वाढलं. दोन घास खाऊन सर्वजण बोलत बसले.

तात्या म्हणाले,

''सावित्रीबाई, तुम्ही जेवणं आटोपून झोपा. जास्त वेळ जागू नका.''

काकू म्हणाल्या,

''शेटजी, तुम्ही शांतपणे झोपा. आमची काळजी करू नका.''

त्यावर काही न बोलता तात्यांनी डोळे मिटून घेतले; परंतु नेहमीची झोपेची वेळ टळून गेली, तरी आजही तात्यांना झोप नव्हती. सर्वांकडं पाहत ते तसेच पडून राहिले.

स्वयंपाकघरातली कामं आटोपून काकू त्यांच्याजवळ येऊन बसल्या. इतर सर्व मंडळीही जागत बसली. तात्यांना झोप नसल्यानं कोणालाही झोप येणं शक्य नव्हतं. तात्यांचे डोळे झोप आल्यासारखे थोडा वेळ मिटत होते आणि पुन्हा उघडत होते. डोळ्यांची ती उघडझाप सारखी सुरूच होती.

मध्यरात्र उलटली. बारावर एक वाजला. तरीही तात्या जागेच होते. काकू एकटक त्यांच्याकडं पाहत बसल्या होत्या. आयुष्यभराचा उमाळा गळ्यात दाटून आला होता. पापण्यांच्या आत आसवांचा सागर उचंबळत होता.

थोडा वेळ मिटलेले डोळे अचानक उघडले. उशाशी बसलेल्या काकूंचा हात हाती घेऊन तात्या म्हणाले,

''सावित्रीबाई, तुम्हाला काही सांगायचं आहे का?''

काकूंची उरलीसुरली हिंमत खचली. त्या तेजस्वी डोळ्यांतली विझती ज्योत पाहून त्यांना अनावर हुंदका फुटला. त्यांचा संशय खरा ठरला होता. यासाठीच शेटजींनी ती सगळी घाई केली होती, तर! डोळ्यांतून ओघळू पाहणाऱ्या आसवांच्या धारा रोखण्याचा प्रयत्न करीत त्या म्हणाल्या,

''शेटजी, आता या जगात माझं कोण आहे?''

''असं का म्हणता, सावित्रीबाई? आपला यशवंता नाही का? त्याच्यावर तुमचा भरवसा नाही का?'' आणि यशवंताकडं वळून ते म्हणाले, ''बाळा, या तुझ्या आई आहेत ना?''

तात्यांच्या त्या प्रश्नानं यशवंताला रडू कोसळलं.

''होय, तात्यासाहेब,'' यशवंता म्हणाला, ''दुसरी आई मी पाहिली कुठं? मी यांचाच आहे.''

यशवंताचं ते उत्तर ऐकून तात्यांच्या चेहऱ्यावर समाधानाची छटा पसरली. यशवंताच्या मुखावरून मायेचा हात फिरवून ते म्हणाले,

''बाळा, आईला कधीही अंतर देऊ नकोस.''

“नाही, तात्यासाहेब.”

“लक्ष्मी, गजानन, गोविंदा... बाळांनो. माझ्याजवळ या...”

त्यांच्याही मुखावरून तोच मायेचा हात फिरवून तात्या म्हणाले,

“ग्यानोबा, प्रार्थना सुरू करा.”

तेवढंही बोलायचे श्रम तात्यांना सोसले नाहीत. त्यांनी पुन्हा डोळे मिटून घेतले.

थोड्या वेळानं पुन्हा डोळे उघडले गेले, तेव्हा टाळमृदंगाचे ध्वनी कानावर पडत होते. ते ध्वनी प्रार्थनेचे नव्हते, तर कुठल्या तरी वेगळ्याच भजनाचे होते. तात्यांच्या चेहऱ्यावर नापसंती उमटली. त्यांनी भजन म्हणणाऱ्यांकडे पाहिलं. भाऊ पाटील कुठं दिसत नव्हते. ओतूरहून आलेल्या मंडळींसह ग्यानोबा भजन म्हणत होते. सर्वांच्या डोळ्यांतून अश्रुधारा वाहत होत्या. जड झालेली नजर काकूंकडे वळली. त्यांच्या डोळ्यांत आसवांचा बांध फुटला होता; परंतु आता काही सांगायचं त्राण उरलं नव्हतं. तात्यांनी डावा हात उचलून आपल्या डोळ्यांजवळ नेला आणि त्या खुणेनंच सर्वांना रडू नका म्हणून सांगितलं...

आपोआप डोळे मिटले गेले. कानांवर येणारा भजनाचा आवाज बंद झाला. ‘ईश्वरा... ईश्वरा...’ क्षण, दोन क्षण शब्द उमटले. मुखातून एक लहानसा उसासा बाहेर पडला आणि त्याच क्षणी तात्यांची प्राणज्योत मालवली.

“शेटजी...” काकूंनी हंबरडा फोडला.

“तात्यासाहेब...” ग्यानोबांची हाक सर्वांचं काळीज भेदून गेली.

एकच आक्रोश उसळला.

शेजारीपाजारी धावत आले. हळूहळू सगळी गंज पेठ फुले वाड्यात गोळा झाली.

तेवढ्यात भाऊ पाटील आणि डॉक्टर विश्राम रामजी आले; परंतु आता फार उशीर झाला होता. तात्यासाहेब निघून गेले होते.

“तात्या, रे...” भाऊ पाटलांनी उभ्या जागी अंग टाकलं. तात्या तात्या म्हणत ते रडू लागले.

एकच धावपळ उडाली. तारा सुटल्या. निरोप गेले. गावोगाव माणसं रवाना झाली. मीठगंज, भवानी पेठ भागांतून कित्येक लोक मोठ्यानं रडत फुले वाड्याकडं येऊ लागले.

तेवढ्या रात्री वाड्यासमोर पटांगणात लोक मावेनासे झाले. हडपसर, झगडेवाडी, मांजरी, वानवडी, घोरपडी, खडकी, भांबुर्डे, येरवडे इथून माणसं येत होती. दिवस उजाडण्याच्या आत सगळ्या शहरात बातमी पसरली आणि फुले वाड्याकडं माणसांची रीघ लागली.

१०१

डॉक्टर विश्राम रामजींनी दुःख आवरलं. तात्यांच्या समाधीची तयारी सुरू झाली. आधी कलेक्टर कचेरीत जाऊन यावं लागणार होतं. तात्यांच्या समाधीसाठी कलेक्टरसाहेबांची परवानगी आवश्यक होती. स्वत: डॉक्टरसाहेब त्या कामासाठी बाहेर पडले. त्यांनी थेट कलेक्टरसाहेबांची भेट घेतली; परंतु त्यांना निराश होऊन परतावं लागलं. वाड्याच्या आवारात शव पुरायला मनाई करण्यात आली.

ती सगळी हकिगत ऐकून भाऊ पाटील म्हणाले,

''काही हरकत नाही. आपल्या पद्धतीप्रमाणे आपण तात्यासाहेबांचा अग्निसंस्कार करू आणि त्यानंतर तिसऱ्या दिवशी त्यांच्या अस्थी आणून समाधीच्या जागी ठेवू. त्याला कोणाचा मनाईहुकूम आडवा येणार नाही.''

भाऊ पाटलांचा विचार सर्वांना पसंत पडला. अंत्ययात्रेची तयारी सुरू झाली. तेवढ्यात भाऊबंद बखेडा उपस्थित करणार असल्याची कुणकुण लागली; परंतु त्याकडं दुर्लक्ष करून अंत्ययात्रेची तयारी सुरू राहिली. काहीजण शोकसभेची आणि इतर व्यवस्था करण्यासाठी स्मशानभूमीकडं गेले. तोवर बाहेरगावची माणसं येऊन पोचली.

लोक तात्यांच्या आठवणी काढून हळहळत होते. एकमेकांच्या गळ्यात पडून रडत होते. दीनदलित बांधवांनी एकच आक्रोश मांडला होता. त्या आक्रोशानं मनं हेलावत होती. डोळ्यांत पुन:पुन्हा अश्रू उभे राहत होते. अंत्यदर्शनासाठी लोटणारी गर्दी वाढतच होती. शहरातले कित्येक स्नेही आणि मान्यवर अंत्यदर्शनासाठी येत होते.

सुवासिक स्नान घालून तात्यांच्या देहावर नवी वस्त्रं चढवण्यात आली. पुष्पहारांनी सजलेला देह तिरडीवर ठेवण्यात आला. अंत्ययात्रेची तयारी पूर्ण झाली. सत्यशोधक खांदा द्यायला पुढं सरसावले.

–आणि तेवढ्यात बाबाजी फुले आपल्या काही भाऊबंदांसह गर्दी बाजूला सारत पुढं आले. सोबत त्यांचा मुलगा महादबा हाही होता. समोरच उभ्या असलेल्या डॉक्टरसाहेबांना उद्देशून बाबाजी म्हणाले,

''डॉक्टरसाहेब, तात्या आमचा भाऊबंद होता. त्याची तिरडी बांधनारे तुम्ही कोन? त्याला खांदा द्यायचा अधिकार फक्त आमचाच आहे.''

''होय.'' महादबा म्हणाला, ''आम्ही त्यांचे पुतणे आहोत. आम्हीच त्यांना खांदा देऊ.''

''होय, होय. बाबाजी म्हनतो, तेच बरोबर हाय. ते दत्तक पोर आमच्या जातीचं नाही. त्याला आम्ही तिरडीला हात लावू देनार न्हाई...''

बाबाजींसोबत आलेल्या भाऊबंदांनी गलका सुरू केला.

''शांत व्हा!'' भाऊ पाटील गरजले.

गलका एकदम थांबला.

''बाबाजी....'' भाऊ पाटील म्हणाले, ''ब्राह्मणांच्या पायाचे पाणी तीर्थ म्हणून पिणाऱ्या भाऊबंदांचा आपल्या शवाला स्पर्शसुद्धा होऊ नये, ही खुद्द तात्यांचीच इच्छा होती. तुम्हापैकी कोणालाही तात्यासाहेबांच्या शवाला हात लावायचा अधिकार नाही. तुम्ही इथून जावं, हे उत्तम. यशवंता तुमचा कोणी नसेल; पण तो तात्यासाहेबांचा मुलगा आहे. त्यांना अग्नी द्यायचा अधिकार फक्त त्यालाच आहे. बाकीच्या गोष्टी त्यांनी मृत्यूपत्रात लिहून ठेवल्या आहेत, त्याप्रमाणे होतील. त्याची फिकीर तुम्ही करू नये.''

''तुम्ही इथून जाणार नसाल तर आम्हाला पोलिसांची मदत घ्यावी लागेल.'' विश्राम रामजी म्हणाले.

''अहो, पोलिसांची भीती कोनाला दावता? खांदा कुनीबी दिला, तरी टिटवं धरायला भाऊबंदच लागतो.'' पोलिसांचं नाव काढताच बाबाजींनी दोन पावलं माघार घेतली; पण तरीही आपला हेका सुरूच ठेवला.

''टिटवं द्यायचं, तर गनपतच्या पोराच्या हातात द्या. दुसऱ्या कुणाच्या हातात दिलेलं चालायचं न्हाई.'' भाऊबंदांपैकी कोणीतरी म्हणालं.

''कोन बोललं ते?'' एकदम उसळून बाबाजी म्हणाले, ''तुला काही रीत माहीत आहे का रे? ते बिनलग्नाचं एवढंसं पोर टिटवं कसं धरनार? टिटवं माझा महादबाच धरनार.''

बाबाजींनी आपसांतच तंटा सुरू केला.

हजारो लोक अंत्ययात्रेसाठी तिष्ठत उभे होते आणि भाऊबंदांनी हा बखेडा उभा केला होता. अंगणात उभा राहिलेला तो बखेडा पाहून काकू बाहेर आल्या. जणू डिवचली गेलेली वाघीण जाळीतून बाहेर पडली होती. बाबाजींना उद्देशून त्या म्हणाल्या,

''भाऊजी, टिटवं धरायची काळजी तुम्हाला नको. टिटवं मी धरणार आहे. खांदा फक्त सत्यशोधक देतील. तुमची कोणाचीही सावली शेटजींवर पडायला नको आहे. इतक्या दिवसांनंतर आजच तुम्हाला शेटजींची आठवण का झाली, ते मला माहीत आहे. निदान त्यांनी केलेल्या उपकारांची तरी आठवण ठेवा.''

संतापातिरेकानं थरथरणारे ओठ चावत काकू बोलायचं थांबल्या. त्यांची शांत सोज्ज्वळ मुद्रा एकदम क्रुद्ध झाली होती. काकूंचं ते रूप पाहताच बाबाजींचा आविर्भाव मावळला. त्यांना नजर उचलून वर पाहायचं धाडस होईना.

तेवढ्यात डॉक्टर विश्राम रामजी पोलिसांना घेऊन हजर झाले. पोलिसांना

पाहताच बाबाजींनी सपशेल माघार घेतली. सोबत आणलेल्या भाऊबंदांना घेऊन ते तणतणत वाटेला लागले.

बखेडा मिटला. प्रत्येकाच्या डोक्यावरचं काळजीचं ओझं दूर झालं. काकूंनी पुढं होऊन टिटवं हाती घेतलं. यशवंता आणि गजानन त्यांचे हात धरून दोन्ही बाजूंनी चालू लागले. पंडित धोंडीराम, तात्यासाहेब रोडे, ग्यानोबा, भाऊ कोंडाजी यांनी खांदे दिले.

प्रचंड जनसमुदाय पावलापावलांनी पुढं सरकू लागला. पुण्याच्या गावठाण भागात हाहाकार उडाला होता. लोक मोठमोठ्यानं रडत होते. ठिकठिकाणी पुष्पहार अर्पण करण्यात येत होते. तात्यांचा देह पुष्पहारांखाली झाकला जात होता.

अंत्ययात्रा पुढं सरकत राहिली. मनामनांत तात्यांच्या आठवणींनी फेर धरला... भाऊ कोंडाजींचा लहान भाऊ आज त्यांना सोडून गेला होता. ज्याच्या मैत्रीचा अभिमान वाटावा, असा एक माणूस आज निघून गेला होता. रात्रंदिवस गोरगरिबांच्या कल्याणासाठी तळमळणारा महात्मा आज निघून गेला होता. ही हानी कशानंही भरून निघणार नव्हती... भाऊ कोंडाजी विचार करत होते. त्यांना तात्यांचं बोलणं आठवत होतं. त्यांचं मंत्रमुग्ध करणारं वक्तृत्व आठवत होतं. त्यांची कामाची तडफ आठवत होती. तो शांत, समंजस आणि क्वचित उग्र तापट होणारा मराठमोळा चेहरा आणि पाच-पन्नास लोकांत सहज उठून दिसेल असं ते धिप्पाड व्यक्तिमत्त्व त्यांच्या डोळ्यांपुढून हटत नव्हतं. असा तो कणखर माणूस अर्धांगवायूच्या आजारानं नुसता लोळागोळा होऊन गेला होता. कार्यशक्ती मंदावली असली, तरी त्याची इच्छाशक्ती किंचितसुद्धा मंदावली नव्हती. आपल्याला पटलेलं सत्य आचरणात आणण्यासाठी तो वीर तळहातावर शिर घेऊन आयुष्यभर एकटा रणभूमीवर उभा होता. तो कधी डगमगला नाही की खचला नाही. दुर्दम्य इच्छाशक्ती आणि कार्यशक्तीच्या बळावर तो लढतच राहिला. चहूबाजूंनी होणारे पाशवी हल्ले त्यानं सहज परतवले आणि तेवढ्याच हिरिरीनं पुन्हा नवनव्या संग्रामांची तयारी केली. काळाचा बदलता मोहरा त्यानं ओळखला होता. नव्या युगासाठी नवे मानवी कायदे असावेत, हाच त्याचा हट्ट होता. जय-पराजयाची भीती न बाळगता अगदी बेभान होऊन तो महासेनानी लढला आणि एका महासंग्रामाला तोंड फोडून निघून गेला... स्वत:कडं लहानपण घेणारा हा माणूस खरोखर आभाळाएवढा होता. खरोखर तो कोण होता, याचं उत्तर आज आम्हाला मिळणार नाही.

माणसामाणसांत भेद करणाऱ्या वेदनीतीचा छेद करून महाप्रतापी बळीराजासारखं सुखी-समृद्ध राज्य त्याला धरित्रीवर आणायचं होतं. त्या राज्यात गोरगरिबांना,

शूद्रातिशूद्रांना, सर्वासर्वांना न्याय असणार होता. तिथं माणसाच्या माणूसपणाला प्रतिष्ठा असणार होती. प्रत्येकाला धर्मस्वातंत्र्य असणार होतं. प्रत्येकाला त्याचे जन्मजात मानवी हक्क निर्वेधपणे उपभोगायला मिळणार होते. तात्यांचा एकेक अखंड कानामनांत रुंजी घालू लागला,

ख्रिस्त, महंमद, मांग, ब्राह्मणासीं । धरावें पोटासीं । बंधूपरी ।।
मानव भावंडें सर्व एकसहा । त्याजमध्यें आहा । तुम्ही सर्व ।।

खरोखर आमच्या डोळ्यांत मावणार नाहीत, अशी स्वप्नं घेऊन तो आला आणि ती साकार करण्यासाठी आयुष्यभर झगडत राहिला. त्यानं कधी यशापयशाची फिकीर केली नाही की लोकनिंदेची पर्वा केली नाही. सत्यनिष्ठेपुढं मैत्रीची भीड धरली नाही की नात्यागोत्याची तमा बाळगली नाही. आपल्या सदसद्विवेकबुद्धीला साक्ष ठेवून त्याला योग्य वाटेल, ते काम तो न थकता, न कंटाळता करतच राहिला. जिथं त्याला दु:ख दिसलं, दैन्य दिसलं, तिथं तो त्याच क्षणी धावून गेला. समाजातला एकही दु:खी माणूस त्याच्या नजरेतून सुटला नाही. सुधारणेचं असं एकही क्षेत्र राहिलं नाही की, जिथपर्यंत त्याची नजर पोचली नाही. आपल्या आयुष्याची ज्योत करून इतरांची आयुष्य उजळणारा जोतिबा आपलं नाव सार्थक करून निघून गेला. सर्व प्रकारच्या प्रतिकूल परिस्थितीत एवढा प्रचंड माणूस जन्माला यावा, हाच एक चमत्कार होता. त्याला दिसणारी क्षितिजं आमच्या नजरेच्या कवेत आली नाहीत. त्याचं मोठेपण जोखणं आम्हाला शक्य झालं नाही. त्याचं मोठेपण मापता येईल, अशी मापंच आमच्याकडं नव्हती. प्रत्येक माणसाला त्याच्या जातीपातीत कोंडून जीवे मारणाऱ्या या समाजाला त्याची थोरवी कळली नाही; परंतु उद्या समाज जागा होईल. लोकांना त्याच्या कार्याची महती कळू लागेल. लोक नव्यानं त्याचा शोध घेऊ लागतील; परंतु तेव्हा तो नसेल...

अनावर हुंदक्यांनी त्यांचं शरीर गदगद हलू लागलं. काल तात्याला बोलायचं होतं. काहीतरी सांगायचं होतं; परंतु ते तसंच राहिलं. ती आठवण येताच त्यांना पुन:पुन्हा ढसासून येत राहिलं– आणि हातात टिटवं घेऊन पुढं चालणाऱ्या सावित्रीबाई. ती जोतीरावांच्या ज्योतिर्मय जीवनाची ज्योति:प्रभा आहे की त्यांची सावली आहे? पण ज्योती आणि ज्योति:प्रभा वेगवेगळ्या कशा असतील? सावलीनंही सोडून जावं, अशा दिवसांत फक्त सावित्रीबाई त्यांच्यासोबत होत्या. कधी साथ देणारी सावली होऊन, तर कधी आधार होऊन त्या जोतीरावांच्या सोबत राहिल्या. सावित्रीबाईंचा शब्द जोतीराव कधी डावलत नसत. कौटुंबिक प्रश्नांत तर त्यांचाच शब्द अखेरचा असे. त्या दोघांच्या सुखी-समजूतदार संसाराचं चित्र डोळ्यांसमोर येताच भाऊ पाटलांना आणखी भडभडून आलं.

तात्यांनी रचलेले अखंड गात सत्यशोधक बांधव पुढे चालले होते.

सर्वांचा निर्मिक । आहे एक धनी ।
त्याचे भय मनीं । धरा सर्व ॥
न्यायाने वस्तूंचा । उपभोग घ्यावा ।
आनंद करावा । भांडू नये ॥
धर्मराज्य भेद । मानवा नसावे ।
सर्व सुखी व्हावे । भिक्षा मी मागतों ।
आर्यांस सांगतो । जोती म्हणें ॥

दुपारी निघालेली अंत्ययात्रा हळूहळू मार्गक्रमण करीत तिसऱ्या प्रहरी स्मशानभूमीवर पोचली. तात्यांचा देह चौथऱ्यावर ठेवण्यात आला. अंत्ययात्रेसोबत आलेला जनसमुदाय घाटाच्या पायऱ्यांवर विसावला.

शोकसभा सुरू झाली. वक्ते बोलू लागले. तात्यांनी केलेल्या कार्याची महती वर्णन करू लागले. आपल्या कृतीउक्तीतून मानवतेचा धडा घालून देणारा महात्मा, दीन-दलितांचा त्राता, सार्वजनिक सत्यधर्माचा प्रणेता आपल्या हजारो मित्रांना दु:खात लोटून निघून गेला होता.

लोक भाषणं ऐकत होते. डोळ्यांतून आसवांच्या धारा वाहात होत्या. विश्राम रामजी, कृष्णराव भालेकर, पंडित धोंडीराम, नारायणराव लोखंडे, स्वामी अय्यावारू, शास्त्री नारो बाबाजी महाघट, यशवंतराव फुले अशी अनेकांची भाषणं झाली.

सर्वांची भाषणं झाल्यावर भाऊ पाटील बोलायला उठले. ते म्हणाले,

"...ज्या थोर गृहस्थानं हजारो वर्षांपासून पीडित असलेल्या आपणा दीन शूद्रातिशूद्र बांधवांना मानवी अधिकार प्राप्त व्हावेत, म्हणून कायावाचामने परिश्रम घेतले, आपणा सर्वांसाठी ज्यानं आपलं आयुष्य खर्ची घातलं, त्या थोर गृहस्थाचा सृष्टिनियमाप्रमाणे आज अंत झाला खरा; परंतु त्याची कीर्तिरूप ध्वजा फडकतच राहणार आहे. मित्रहो, अज्ञानामुळे आपणांपैकी काही लोकांना त्यांच्या कर्तृत्वाचं माहात्म्य, त्यांनी केलेल्या उपकारांची थोरवी आज कळणार नाही; परंतु तेच लोक उद्या सत्यशोध करू लागतील, त्यावेळी त्यांची त्याविषयी पक्की खात्री होईल. त्यावेळी त्यांच्या डोळ्यांतून अश्रुपात होतील. त्यांचे क्रांतिकारी विचार पेलण्याची शक्ती आज आमच्या समाजात नाही. उद्या तरी ती पात्रता आमच्या अंगी यावी, अशी त्या सत्यरूप ईश्वराकडे मी नम्र प्रार्थना करतो आणि तात्यासाहेब फुले यांना माझी श्रद्धांजली अर्पण करतो. मित्रहो, त्यांचे उपकार आपण नित्य स्मरणात ठेवा, एवढीच माझी विनंती आहे."

शोकसभा संपली. तात्यांचा देह चितेवर ठेवण्यात आला. पंडित धोंडीराम यांनी प्रार्थनेस प्रारंभ केला. सर्व जनसमुदाय त्यांच्यासोबत प्रार्थना म्हणू लागला :

"... तू एकंदर सर्व पृथ्वीवरील मातीस निर्माण करून तिच्याद्वारे आम्हा सर्व

प्राणिमात्रांचे पोषण करवितोस. यास्तव आम्हापैकी एका मानवाचे प्राणोत्क्रमण झाल्यामुळे त्यातील माती मातीस मिळवून आम्ही सर्व तुझ्या शाश्वत अविनाशी सत्याकडे वळतो.''

यशवंतानं चितेस अग्नी दिला.

पाहता-पाहता ज्वाला धडधडू लागल्या. आकाशात झेपावू लागल्या. आयुष्यभर दुर्दम्य कार्यशक्तीनं अथक जळत राहिलेली एक जीवनज्योत त्या ज्वालांमध्ये विलीन झाली...

संदर्भ ग्रंथ

पंढरीनाथ पाटील	:	म. फुले चरित्र
धनंजय कीर	:	म. जोतीराव फुले
य. दि. फडके	:	व्यक्ती आणि विचार
य. दि. फडके	:	म. फुले समग्र वाङ्‌मय
स. गं मालशे	:	तारतम्य
हरि नरके	:	आम्ही पाहिलेले फुले
सीताराम रायकर	:	कृष्णराव भालेकर समग्र वाङ्‌मय
पु. बा. कुलकर्णी	:	मामा परमानंद आणि त्यांचा कालखंड
न. र. फाटक	:	न्या. रानडे यांचे चरित्र
पी. बी. साळुंखे	:	म. फुले गौरवग्रंथ
कृ. अ. केळुसकर	:	गुरुवर्य माधवराव रोकडे यांचे चरित्र
ना. वि. जोशी	:	पुणे वर्णन (संपा. गं. दे. खानोलकर)
सी. र. तारकुंडे	:	ब्राह्मणेतर व मराठे यांच्या चळवळीचा पूर्वेतिहास आणि मराठ्यांची पूर्वपीठिका
मो. नि. ठोके	:	रा. ना. चव्हाण निवडक वाङ्‌मय
मा. गो. माळी	:	क्रांतिज्योती सावित्रीबाई फुले
वि. भा. गोवंडे	:	त्रिमूर्तिदर्शन
श्री. ना. कर्नाटकी	:	गुरुवर्य डॉ. सर रा. गो. भांडारकर यांचे चरित्र
लक्ष्मणशास्त्री चिपळूणकर	:	विष्णुशास्त्री चिपळूणकर यांचे चरित्र
गोवर्धन पारीख	:	‘लोकहितवादी’ गोपाळराव हरि देशमुख
सरोजिनी वैद्य	:	गोपाळराव हरी
शरच्चंद्र चव्हाण	:	रा. ना. चव्हाण विचारदर्शन
ल. रा. नसिराबादकर	:	प्रबोधनाचा पूर्वरंग
गं. बा. सरदार	:	म. फुले व्यक्तित्व आणि विचार
विष्णुशास्त्री चिपळूणकर	:	निबंधमाला
रमाबाई रानडे	:	आमच्या आयुष्यातील आठवणी
बाबा पदमनजी	:	अरुणोदय

केशव शिवराम भवाळकर यांचे आत्मवृत्त (संपादक : भ. श्री. पंडित)

दादोबा पांडुरंग यांचे आत्मचरित्र (संपादक : अ. का. प्रियोळकर)

धनंजय कीर	:	तीन महान सारस्वत